२००६ साली सर्वांत जास्त पोलादाचं उत्पादन करणारे दोन उत्पादक बाजारावर प्रभुत्व मिळवण्यासाठी एकमेकाला भिडले. या महासंग्रामामुळे युरोपातील राजकीय क्षेत्र ढवळून निघालं, तर आर्थिकक्षेत्रात उत्साहाचं वातावरण पसरलं आणि पोलादउद्योगाला नवीन दिशा मिळाली. 'कोल्ड स्टील' ही हल्लीच्या काळात एखादी कंपनी आक्रमकपणे ताब्यात घेण्यासाठी सर्वांत मोठ्या आणि अटीतटीने लढल्या गेलेल्या युद्धाची मनोवेधक कहाणी आहे.

दोन मोठ्या कंपन्या आणि त्यांचे नेतृत्व करणारे दोन धुरंधर नेते यांच्याभोवती हे कथानक फिरत राहतं. जन्माने भारतीय असलेला लक्ष्मी मित्तल हा स्वकर्तृत्वाने मोठा झाला होता. आज तो ब्रिटनमधला सर्वांत श्रीमंत व्यक्ती असून जगातला पाचव्या क्रमांकाचा धनिक आहे. राजस्थानात आजोबांनी बांधलेल्या घरात अनवाणी चालणारा आणि खाटेवर झोपणारा मित्तल अशी झेप घेईल, याची कोणी कल्पनाही केली नसती. सध्या लंडनमध्ये राहत असलेल्या त्याच्या घराची किंमत ४५६ कोटी रुपये आहे. लक्सेम्बर्गमध्ये मुख्यालय असलेल्या आर्सेलर या उलाढालीच्या दृष्टीने जगात प्रथम क्रमांकावर असणाऱ्या (२००४ साली ३० अब्ज पौंडाची उलाढाल) कंपनीचा कार्यकारी प्रभारी असलेला, हुशार आणि चुळबुळा गी डोल आणि मित्तलमध्ये शोधूनही साम्य आढळलं नसतं. तरीही एका महत्त्वाकांक्षेने दोघंही प्रेरित झाले होते– 'आपली कंपनी सर्वश्रेष्ठ असली पाहिजे.' त्यामुळे मित्तलने जेव्हा गी डोलला फोन करून आपण आर्सेलरवर बोली लावत असल्याचं सांगितलं, तेव्हा त्यांच्यात तुंबळ संग्राम सुरू झाला. या लढाईत अब्जावधी डॉलर्स खर्च झाले. सरकारांमध्ये आणि भागधारकांमध्ये गुप्त खलबतं झाली, आरोपप्रत्यारोपांच्या फैरी झडल्या. दुटप्पीपणाचे आरोप झाले. या सगळ्यांचा जागतिक पातळीवर परिणाम होत होता.

अतिशय वेगाने पुढे सरकत जाणारं आणि मनाची पकड घेणारं या पुस्तकातील कथानक दोन मोठ्या उद्योगसमूहांतल्या लढ्यात दोन्ही पक्षांनी दुसऱ्याला प्रतिशह देण्यासाठी योजलेल्या उपायांचं वास्तववादी चित्रण करत – दोन्ही बाजूंनी लढाईत भाग घेतलेल्या सैन्यात जगातल्या शेकडो गुंतवणूक करणाऱ्या प्रमुख बँका, कायदेपंडित, प्रचारक आणि पाच धाडसी अब्जाधीश होते – काळाला न जुमानणाऱ्या या लढ्याची माहिती मिळवताना आम्हाला सुदैवाने सर्व मोठ्या लोकांच्या तोंडून ही माहिती ऐकायला मिळाल्यामुळे आम्ही त्या लढ्याचं वास्तववादी चित्रण करू शकलो.

अभिप्राय

पोलादाच्या साम्राज्यात अमिट ठसा उमटवणारा लक्ष्मी मित्तल मोठा उद्योजक आपली कंपनी सर्वश्रेष्ठ असली पाहिजे, या महत्त्वाकांक्षेपोटी त्यांनी आर्सेलरवर दावा सांगणाऱ्या गी डोलला फोन करून आर्सेलरची बोली आपण बोलणार असल्याचे सांगितले. यातून सुरू झालेला संघर्ष वाचत असताना जगातील महान व्यक्तीचे जीवन संघर्षातून कसे तावून-सुलाखून निघते हे वाचण्यास मिळते.

पुण्यनगरी, रविवार, ४-४-२०१०

एक उद्योजक व्यक्ती म्हणून त्याची असलेली मानसिकता यातील फरक अनुवादकार सुभाष जोशी यांनी बारकाईने दाखवले आहेत. जागतिक पातळीवर मोठमोठ्या उद्योजकांमध्ये मोठे व्यवहार कशा पद्धतीने होतात, त्याची तयारी कशी केली जाते, या व्यवहारांना अंतिम रूप कसे मिळते. याची माहितीही पुस्तकातून मिळते. मित्तल हा या सत्यकथेच्या लेखनाचा केंद्रबिंदू नसून अब्जावधी डॉलर्सची लढाई कॉन्फरन्स हॉलमध्ये कशी घडते याचे वास्तवदर्शी चित्रण यात आहे.

सांजवार्ता, ११-४-२०१०

भारतीय वंशाच्या लक्ष्मी मित्तल यांनी जागतिक पातळीवर, बाजारपेठेवर प्रभुत्व मिळवण्यासाठी संघर्ष केला. त्याचे धगधगते चित्रण 'कोल्ड स्टील' या पुस्तकात वाचावयास मिळते.

महाराष्ट्र वैभव, शुक्रवार, ९-७-२०१०

आपल्या स्नेहीजनांना पुस्तके भेट द्या

*भारतीय वंशाच्या ब्रिटनमधल्या सर्वांत श्रीमंत व्यक्तीने –
लक्ष्मी मित्तल – जागतिक पातळीवर प्रसिद्ध असलेल्या
उद्योगसमूहाशी केलेली अब्जावधी डॉलर्सची लढाई*

कोल्ड स्टील

टीम बुके / बायरॉन उसी

अनुवाद
सुभाष जोशी

मेहता पब्लिशिंग हाऊस

Mehta Publishing House, Pune 411030.
✆ +91 020-24476924 / 24460313 / Mob. No. 9545000513
Email : production@mehtapublishinghouse.com
Website : www.mehtapublishinghouse.com

COLD STEEL by Tim Bouquet & Byron Ousey

Translated into Marathi Language by Subhash Joshi

कोल्ड स्टील / सत्यकथा

अनुवाद : सुभाष जोशी

Email : author@mehtapublishinghouse.com

मराठी अनुवादाचे व प्रकाशनाचे हक्क मेहता पब्लिशिंग हाऊस, पुणे ३०.

प्रकाशक : सुनील अनिल मेहता, मेहता पब्लिशिंग हाऊस,
१९४१, सदाशिव पेठ, माडीवाले कॉलनी, पुणे - ४११ ०३०.

मुद्रक : ट्रिनिटी ॲकॅडमी फॉर कॉर्पोरेट ट्रेनिंग लिमिटेड

मुखपृष्ठ : चंद्रमोहन कुलकर्णी

प्रकाशनकाल : फेब्रुवारी, २०१० / पुनर्मुद्रण : मार्च, २०११

किंमत : ₹ ३००

P Book ISBN 9788184980974

माझ्या प्रिय पत्नीस, सारा मॅन्सेल – टीम
माझी साथीदार, मर्सिया डेलनी – बायरन

प्रस्तावना

वेस्ट ससेक्समधील एका सहा हजार एकर परिसरात वसलेल्या, वेस्ट डीन कॉलेज येथे एका रविवारी सर्द वातावरणात या पुस्तकाची कल्पना सुचली. चिशेस्टर जवळील हे कॉलेज सुरेख घडीव दगड आणि संगमरवराने बांधलेलं आहे. २००६ च्या फेब्रुवारी महिन्यात या वास्तूमध्ये लेखकांसाठी एका कार्यशाळेच आयोजन केलं होतं. कै. एडवर्ड जेम्स या प्रख्यात श्रीमंत, कवी आणि साहित्यिकाने दिलेल्या पाठबळावर उभारल्या गेलेल्या, वेस्ट डीन कॉलेजमध्ये, सुरुवातीला अंत:प्रेरणेने मनातील सुप्त कलाविष्कार प्रकट करणाऱ्या नवोदित लेखकांना आणि कवींना प्रोत्साहन दिलं जायचं. कलेचा भोक्ता असलेला प्रसिद्ध सल्व्हाडोर डाली हा त्यापैकीच एक होता. नंतरच्या काळात मात्र या कॉलेजच्या धोरणात बदल झाला आणि त्या संस्थेने स्वत:ला सर्जनशील, प्रायोगिक आणि सौंदर्यनिष्ठ साहित्याला वाहून घेतलं. या वास्तूमध्ये आढळणारे असंख्य पुतळे, तैलचित्र, भुसा भरलेले प्राणी आद्य संस्थापकाचा कुठल्या कलाविष्काराकडे कल होता याची साक्ष देतात.

सकाळच्या कॉफीपानाच्या सुट्टीत आम्ही सर्व भावी लेखक गोळा झालो होतो. आमच्या पुढ्यात ताज्या वर्तमानपत्रांचा खच पडलेला होता. लक्सेम्बर्गमध्ये मुख्यालय असलेल्या जगातील दुसऱ्या क्रमांकाच्या, लोखंड आणि पोलादाचं उत्पादन करणाऱ्या, आर्सेलर समूहावर, उद्धटपणे आणि आक्रमकरित्या बोली लावणाऱ्या, इंग्लंडच्या लक्ष्मी मित्तल या सर्वश्रेष्ठ अब्जाधीशाचा नक्की काय हेतू आहे, ह्या विषयावर चर्चा रंगात आली होती.

चर्चेच्या ओघात टीम बुके (शिक्षक) आणि बायरन उसी (विद्यार्थी) यांच्या एक गोष्ट लक्षात आली की, त्यांच्या कुतूहलाचा विषय सामायिक होता. 'टेलेग्राफ' मासिकासाठी लक्ष्मी मित्तलवर आपणच सर्वप्रथम लेख लिहावा, अशी टीमची इच्छा होती. मित्तलने नेम धरलेल्या आर्सेलरच्या हस्तांतरणाची झटापट बायरनला

लक्सेम्बर्गमध्ये जवळून पाहता येत होती. आर्सेलर कंपनीत सर्वाधिक समभाग असलेल्या लक्सेम्बर्गमध्ये सरकारचा बायरन सल्लागार होता. त्याला जरी या दोन्ही उद्योग समूहांच्या कार्यपद्धतीविषयी आणि संपर्क व्यवस्थेची माहिती असली, तरी त्याचा मित्तल स्टील अथवा आर्सेलरशी थेट संबंध नव्हता.

उन्हाळ्याच्या सुरुवातीच्या महिन्यात या पुस्तकाची संकल्पना आकार घेऊ लागली. टेलिग्राफसाठी टीमने लक्ष्मी मित्तल, त्याचा कर्तबगार मुलगा आदित्य, त्यांचे आतल्या गोटातले कर्मचारी, सल्लागार आणि मित्रांच्या विस्तृत मुलाखती घेतल्या होत्या. जागतिक प्रसारमाध्यमातून आर्सेलर-मित्तल स्टीलच्या हस्तांतरणाविषयी जरी भरपूर रकाने भरून छापून आलेले असले, तरी या हस्तांतरणाच्या नाट्यातील प्रमुख पात्रांची खरी ओळख जगाला झालेली नाही, असं त्याचं आणि बायरनचं मत झालं. हे सर्व कथानक पाठ्यपुस्तकाप्रमाणे शुष्क आणि कंटाळवाणं होणार नाही याची त्यांना खात्री वाटत होती. टप्याटप्प्यावर कलाटणी मिळत असलेल्या या महाभारतातली प्रमुख पात्र होती– सहा अब्जाधीश, वित्तनिवेश करणाऱ्या प्रमुख आंतरराष्ट्रीय बँका, जागतिक कीर्ती पावलेले शेकडो वकील, सात देश, त्यांचे राष्ट्राध्यक्ष आणि पंतप्रधान, इतर वेळेस शांत स्वभावाचे वाटणारे अनेक सल्लागार आणि मध्यस्थ मंडळी, खाजगी विमानतळावर झालेली अनेक गुप्त खलबतं, फसवणुकीचे आणि लबाडीचे आरोप-प्रत्यारोप आणि महत्त्वाचं म्हणजे प्रचंड प्रमाणात डावावर लागलेली धनराशी. अतिशय चुरशीने खेळल्या गेलेल्या डावपेचाच्या या युद्धात सांस्कृतिक चकमकी झडल्या; उद्योग समूहांनी केलेले हेरगिरीचे प्रकार झाले; याशिवाय वर्णभेदाचे आरोप झाले ते वेगळेच.

ह्या सर्व घटनांचं खोलात शिरून वर्णन करायचं असेल तर दोन्ही पक्षांच्या वरिष्ठ पातळीवरील अधिकाऱ्यांचं आणि त्यांच्या सल्लागार मंडळींचं सहकार्य संपादणं गरजेचं होतं. ह्या सर्वांची नावं आणि पत्ते लिहिण्यासाठी दोन डायऱ्या लागल्या असत्या. अनेक अभ्यासू सल्लागार, जनसंपर्क अधिकारी आणि अर्थतज्ज्ञांच्या

मते, मित्तल वि. आर्सेलर यांच्यामध्ये झालेलं हस्तांतरणाचं तुंबळ युद्ध ही एक एकमेवाद्वितीय घटना होती. ही तज्ज्ञ मंडळी या घटनेचा मोठ्या आदराने 'द फाईट' असा उल्लेख करतात. पराकोटीची आक्रमकता, कमालीची गुंतागुंत आणि व्यवहाराचा आवाका लक्षात घेता असल्या प्रकारची दुसरी लढाई या तज्ज्ञ मंडळींना त्यांच्या कारकिर्दीत पाहायला मिळण्याची शक्यता जवळपास नाहीच. या तुंबळ संग्रामात जिंकलेले, पराभूत झालेले, सहभाग असलेले बहुतेक जण आता या विषयावर बोलायला तयार झालेले आहेत.

दोन हजार सहाच्या जुलै आणि ऑगस्ट महिन्यात या पुस्तकाच्या लेखकद्वयीने सुमारे पन्नासाहून अधिक लोकांच्या प्रदीर्घ मुलाखती घेतल्या. या कामासाठी त्यांना लंडन, लक्सेम्बर्ग, पॅरिस, मिलान, ब्रुसेल्स आणि बेल्जियममध्ये असलेल्या घेन्ट येथील सिडमार स्टीलवर्क या जागी जावं लागलं. याखेरीज, हॅमिल्टन, ओन्टारिओ, अमेरिका, हॉलंड, भारत आणि मॉस्कोला अगणित टेलिफोन करावे लागले. या पुस्तकाच्या संशोधनाच्या कामानिमित्त त्यांना युरोपातील प्रसिद्ध संचालक मंडळाच्या सभागृहांना, उत्तमोत्तम हॉटेल्सना, दर्जेदार रेस्टॉरंन्ट्सना, असंख्य विमानतळांना आणि सैनिकी दफनभूमींना भेटी द्याव्या लागल्या. या पुस्तकासाठी मुलाखती दिलेले अनेकजण या विषयावर इतर कोणाशीही यापूर्वी बोललेले नाहीत. या कामासाठी देण्यात आलेली बक्षिसी इतकी मोठी होती की, त्यामुळे याबाबतची गुप्तता पाळणं सर्वांनाच बंधनकारक होतं. ही लोकं परत या विषयावर भाष्य करतील असंही वाटत नाही.

हे पुस्तक इतर पुस्तकांप्रमाणे केवळ उद्योगांच्या उलाढालींची माहिती देणारं पुस्तक नसून ते एखाद्या थरारक रहस्यकथेप्रमाणे उलगडत जातं. जगात सर्वांत कमी माहिती असलेल्या अतिशय महत्त्वाच्या उद्योगांवर, जागतिकीकरणाचे काय परिणाम झाले आहेत, त्याचं वास्तविक चित्र या पुस्तकात पाहायला मिळेल. या

लढाईमुळे पोलाद उद्योगातील प्रचलित कार्यपद्धती बदलून खऱ्या अर्थाने भागीदारांची लोकशाही, युरोपच्या भूमीवर प्रस्थापित झाली. याचं लिखाण एखाद्या चित्तथरारक शोधकथेप्रमाणे केलेलं आहे, कारण ते वास्तवात तसंच होतं. 'कोल्ड स्टील' ह्या पुस्तकाचं कथानक ही एक चढत्या श्रेणीने वाढत जाणारी संकटांची मालिका असून यातले कलाकार आंतरराष्ट्रीय दर्जाचे आहेत. यापैकी काही नावं आणि त्यांचा पूर्वेइतिहास विलक्षण आहे. त्या सर्वांसमोर काही ध्येय होतं. संधी चालून आलेली होती आणि ते योग्य जागी योग्य अथवा योग्य वेळेला हजर होते. यापैकी काही जणांनी भरपूर धनप्राप्तीही केली. या कथानकाला थोड्याशा काल्पनिक गोष्टींचाही स्पर्श झालेला आहे, हे मान्यच करावं लागेल. या कथानकात अनपेक्षितपणे उद्भवलेली परिस्थिती आणि अतार्किक घटनाक्रम दिसल्यास नवल वाटू नये. मनाच्या सुप्त आविष्काराचं तेच तर लक्षण असतं.

अनुवादकाचे मनोगत

पुस्तकाच्या सुरुवातीलाच एक महत्त्वाचा खुलासा करावयाचा आहे. या कथेचे नायक असलेले श्री. लक्ष्मी मित्तल यांचा पुस्तकात केलेला एकेरी उल्लेख अनादरापोटी केलेला नसून केवळ आपलेपणाच्या भावनेतून केलेला आहे. छत्रपती शिवाजी आणि स्वामी विवेकानंद ही दोन्ही आपली आदरणीय श्रद्धास्थान आहेत. आपण शिवरायांचा उल्लेख एकेरीत करतो पण विवेकानंदांचा नाही. वाचक हे समजून घेतील अशी आशा आहे.

एका उद्योगसमूहानी दुसरा उद्योगसमूह ताब्यात घेण्याच्या घटना नेहमीच घडत आल्या आहेत. सदर पुस्तकाचा विषयही तोच आहे, मात्र याची मांडणी फार वेगळ्या प्रकारची आहे. एकाद्या थ्रिलर नॉव्हेलला शोभेल अशा प्रकारे या सर्व व्यवहाराचे धावते वर्णन केल्यामुळे वाचक या कथानकात गुंततच जातो. या व्यवहाराशी संबंधित असलेल्या असंख्य लोकांच्या मुलाखती घेण्यासाठी या लेखकद्वयीला हजारो मैलांचा प्रवास करावा लागला, अनेक जागी प्रत्यक्ष जाऊन पाहाणी करावी लागली, या मुळेच या सर्व व्यवहाराची उकल सुस्पष्टपणे मांडता आली. संशोधित पत्रकारितेचा हा आदर्श नमुनाच मानावा लागेल.

आपल्या स्वत:च्या देशातच नव्हे, गावातही एखादा व्यवहार करायचा असल्यास किती अडचणींना सामोरं जावं लागत हे आपल्याला माहीतच आहे. इथे तर जगातला पहिला सर्वाधिक रक्कमेचा व्यवहार करायचा होता, तो देखील एका भारतीय वंशाच्या माणसाला आणि तो सुद्धा खुद्द युरोपात. या व्यवहाराला विरोध करण्यासाठी उद्योगपती, राजकारणी, कामगार संघटना, प्रसारमाध्यमं, निष्णात कायदे पंडित, वित्त पुरवठा करणाऱ्या संस्था आणि आम जनता हे सगळे सरसावले होतेच पण संबंधित देशाच्या राष्ट्रप्रमुखांनीही अप्रत्यक्ष दबाव टाकत या मध्ये अडथळे निर्माण केले होते. हे सर्व लक्षात घेता ही मोहीम यशस्वीपणे पार

पाडणाऱ्या लक्ष्मी मित्तलांच्या कर्तबगारीपुढे प्रत्येक भारतीय नतमस्तक होईल, यात शंकाच नाही.

हे पुस्तक वाचत असताना एक गोष्ट वाचकांच्या लक्षात येईल. कुठल्याही क्षेत्रात, मग ते राजकारण असो, व्यवहार असो किंवा अन्य कुठलेही क्षेत्र असो, माणसानी प्रथम आपल्या कुवतीनुसार आपले लक्ष साध्य करताना येणाऱ्या अडचणींचा पूर्ण अंदाज बांधावा. आपले लक्ष्य साध्य करण्यासाठी सर्व प्रथम वाटाघाटींचा मार्ग निवडून, त्यात यश न आल्यास आक्रमक भूमिका घेण्याची योजना आणि तयारी ठेवत ते साध्य करण्यासाठी, कच न खाता अथक प्रयत्न करावेत. अर्थात हे करण्यासाठी सक्षम सल्लागार, विश्वासू मदतनीसांची निवड करण्याच कसब अंगी असलेच पाहिजे. लक्ष्मी मित्तलांच्या अंगी हे सर्व गुण होते हे आपल्याला दिसून येईलच... पण का कुणास ठाऊक मला मात्र हा अनुवाद करताना परकीयांशी लढणाऱ्या राजा छत्रपती शिवाजीचीही आठवण आली.

सुभाष जोशी

अनुक्रमणिका

विषयप्रवेश

क्षणभर अशी कल्पना करा की, जगात विमानतळ, उंच इमारती, मोटारी, रेल्वे, विमान, पूल किंवा फुटबॉलची मैदानंच नाहीत. अर्थात काही जणांच्या दृष्टीने हा स्वर्गच असेल; पण मग अशा जगात शस्त्रक्रियेची उपकरणंही नसतील किंवा इतर वैद्यकीय उपकरणंही नसतील. आपण नेहमी ज्यांचं अस्तित्व गृहीत धरतो अशा कात्र्या, फ्रिज, कॉम्प्युटर्स, ट्रॅक्टर्स, नांगर, स्प्रिंग्ज, घड्याळं, जहाजं, काटे-चमचे आणि हृदयाचा पेसमेकर हेही अस्तित्वात नसतील.

लोखंडाने आपल्या भोवतीचा परिसर व्यापून टाकलेला असतो. प्रत्यक्षात ते सिमेंट, काच, विटा किंवा रंगांनी वेढलेलं असल्यामुळे दिसत नसलं, तरी ते सभोवतालच्या बांधकामाचा आधारस्तंभ असतंच; पण आपल्या जीवनशैलीवरही त्याचा प्रभाव पडलेला असतो. फोर्थ रेल्वे ब्रिज हा जगामध्ये सर्वप्रथम उभारलेला पोलादी पूल किंवा सॅनफ्रॅन्सिन्स्कोच्या गोल्डन गेट पुलावरून आपण जातो, तेव्हा क्रिमेअन युद्धाच्या काळात, अंथरुणाला खिळून असतानाही पोलादाचा शोध लावणाऱ्या एका संशोधक उद्योगपतीचं नाव आपल्या लक्षात येत नाही. त्याने जर हा शोध लावला नसता तर आजही आपण बिडाचाच वापर करत असतो आणि सर्व प्रकारची वाहतूक आणि प्रवास संथ गतीने होत राहिला असता.

हेन्री बेसेमर हा बेचाळीस वर्षांचा इंग्रज अतिशय यशस्वी संशोधक होता. त्याच्या नावावर शेकडो पेटंट्स होती. या गृहस्थाने शिशाची पेन्सिल बनवली. एम्बॉस्ड स्टॅम्पचा शोधही यानेच लावला. जेव्हा तो आजारामुळे अंथरुणाला खिळून होता, तेव्हा त्याने तोफखाना दलाच्या तोफा जास्त बळकट कशा करता येतील, यावर विचार चालू केला. त्या काळात बिडापासून बनवलेल्या तोफांचा वापर होत असे; पण त्या स्फोटकांच्या धमाक्यांनी कचकत असत आणि असं तोफा नादुरुस्त होण्याचं प्रमाण ही फार काळजी करण्यासारखी बाब होती. बिडामध्ये कार्बनचं प्रमाण जास्त असल्यामुळे, त्यामध्ये जास्त ठिसूळपणा असल्यामुळे त्या तडकत असत. पोलाद हा त्याला अर्थातच चांगला पर्याय होता. पोलाद जास्त बळकट आणि लवचीक होतं; शिवाय ते गेले दोन हजार वर्षं अस्तित्वात होतं. त्याच्या उत्पादनाची

प्रक्रिया फार संथ आणि खर्चिक होती. इतकं करूनही उत्पादनाचा दर्जा एकसारखा नसे. बेसमरच्या मते, जर एकाच प्रतीच्या पोलादाचं मोठ्या प्रमाणात उत्पादन करता आलं, तर ब्रिटनची तोफेची समस्या नक्कीच संपुष्टात येऊ शकते.

बेसमर अंथरुणातून बाहेर पडला आणि नवीन प्रयोग करण्यासाठी त्याने सरळ कारखान्याचा रस्ता धरला. साहित्यिक भाषेत म्हणतात तसं, नंतर जे काही घडलं तो इतिहास आहे. प्रत्यक्षात आपण तो सर्व इतिहास आपल्या वर्गामध्येच मागे ठेवून पुढे जातो; तरीसुद्धा व्यवहारात अनेक पोलादी उत्पादनं दिसल्यावर आपल्याला पोलादाची किंमत समजते. औद्योगिक क्रांतीच्या शब्दकोशात हेन्री बेसमरने दोनच शब्दांची अमूल्य भर टाकली. ते होते – बेसमर कन्व्हर्टर

लंब गोलाकृती कढईत अथवा ब्लास्ट फरनेसमध्ये, १२५० डिग्री सेंटिग्रेड तापमान असलेल्या लोखंडाच्या रसात जर गार हवेचा झोत फवारला, तर लोखंडातील अशुद्ध घटकांचं आणि कार्बनचं प्रमाण खूपच कमी होतं, हे बेसमरच्या लक्षात आलं होतं. या प्रक्रियेमुळे तयार झालेलं पोलाद हे अतिशय मजबूत आणि त्यामुळे जगातला एक सर्वांत बळकट मिश्रधातू तयार होतो. या प्रक्रियेच्या वेळी इतर अनेक घटक मिसळून वेगवेगळ्या प्रकारचं लवचीक आणि भक्कम पोलाद बनवता येतं. बेसमरने बनवलेल्या कन्व्हर्टर ब्लास्ट फरनेसमुळे उत्तम दर्जाचं तीस टन पोलाद एका तासात तयार होत असे. १८५९ साली त्याने शेफिल्डमध्ये उभारलेल्या कारखान्यात तोफा आणि रेल्वेरुळांचं उत्पादन सुरू केलं. पोलाद बनवणाऱ्यांपैकी बेसमर जगातला पहिला लक्षाधीश झाला.

इंग्लंडच्या इतिहासात नेहमीच घडत आल्याप्रमाणे स्थानिक उद्योजकांचं या उपक्रमाकडे चटकन लक्ष गेलं नाहीच. स्कॉटलंडच्या डन्फेर्नलाइन गावात गरीब घरात जन्माला आलेल्या आणि नंतर अमेरिकेला स्थलांतर केलेल्या एका तरुण उद्योजकाचं मात्र या नवीन उत्पादनाकडे लक्ष गेलं. पिट्सबर्गमध्ये त्याच्या नावाचा दबदबा होता. त्याने शेफिल्डमधील बेसमरच्या कारखान्यास भेट देऊन जगात क्रांती घडवून आणणाऱ्या या बहुउपयोगी उत्पादनाची माहिती घेतली. या तरुण उद्योगपतीचं नाव होतं आर्नेल्ड कार्नेजी. पिट्सबर्गला जाऊन त्याने 'कार्नेजी स्टील कंपनी'ची स्थापना केली – पुढे याचंच नाव 'युएस स्टील' झालं – आणि भरघोस प्रमाणात पोलादाचं उत्पादन सुरू केलं. याच पोलादाच्या जोरावर अमेरिकेत रेल्वेमार्ग, उंच इमारती, जहाज आणि पूल बांधले आणि अमेरिकेला एक प्रबळ आर्थिक सत्ता बनवलं. अर्थात यात कार्नेजीने भरपूर पैसा कमावल्यामुळे तो जगातला सर्वश्रेष्ठ श्रीमंत झाला. कार्नेजीच्या या यशोगाथेमुळे त्याचं नाव, जॉन डी रॉकफेलर आणि स्टँडर्ड ऑईलच्या हेन्री फ्लॅगरप्रमाणे लुटारू जहागीरदारांच्या यादीत समाविष्ट झालं. (स्पर्धक उद्योगांना बाजूला करून अथवा धंद्यामध्ये सरळ मार्गाचा अवलंब न करता,

प्रचंड पैसा कमावणाऱ्या उद्योगपतींना/ बँकेच्या मालकांना ही उपाधी दिली जात असे.)

जहाज बांधणी उद्योगापासून ते स्वयंपाकघरापर्यंत सर्वत्र पोलादाचा उपयोग लोकांच्या लक्षात आला. १९१३ सालच्या ऑगस्ट महिन्यात शेफिल्डमध्ये जन्मलेल्या हॅरी ब्रिअर्लीनी १२.८ टक्के क्रोमियम असलेलं आणि व्हिनेगर अथवा लिंबाच्या रसाला न जुमानणारं पोलाद बनवलं. या नवीन पोलादाचं त्यानी 'गंजविरहित पोलाद' असं नामकरण केलं. आपण आता त्याला 'स्टेनलेस स्टील' या नावाने सर्रास ओळखतो. मात्र या उत्पादनाचं नाव कायमचं शेफिल्ड या ब्रिअर्लींच्या जन्मगावाशी जोडलं गेलं. १९५२ साली ऑस्ट्रियामध्ये पोलादाच्या उत्पादनात आणखीन सुधारणा घडून आल्या. या प्रक्रियेतही कन्व्हर्टर भट्टीचाच उपयोग केला गेला; पण हवेच्या झोताऐवजी ऑक्सिजनमिश्रित गार पाण्याच्या फवाऱ्याचा वापर केला गेला. हा बदल केल्यामुळे वितळलेल्या लोखंडाच्या रसात जास्त वेगाने ऑक्सिजन मिसळता आला. या प्रक्रियेमुळे पोलादामधलं कार्बनचं प्रमाण आणखीनच कमी झालं. या बहुपयोगी पोलादाला 'लो-कार्बनस्टील' नाव दिलं.

आता पोलादाचं उत्पादन अनेक प्रकारांत, आकारांत होतं. लांब आकारात तयार होणाऱ्या पोलादाचा उपयोग इमारतींच्या बांधकामात, पुलांच्या उभारणीत, रेल्वेमार्गाच्या उभारणीत होतो. उत्तम दर्जाच्या सपाट पोलादाचा मोटरकार उद्योगात, रेल्वेचे डबे आणि जहाज उद्योगात, ग्राहकोपयोगी वस्तूंच्या निर्मितीसाठी वापर होतो.

संगणकात उपयोगात येणाऱ्या मायक्रोचीपच्या तुलनेत पोलादाची निर्मिती प्रक्रिया फारच वेगळ्या वातावरणात होते. ते वातावरण अस्वच्छ, भयानक गरम आणि गोंगाटाचं असतं. तिथे फासफूस आवाज येत असतात; पिचकाऱ्या उडत असतात आणि लोखंडाच्या भट्ट्या धूर ओकत असतात. पोलादाच्या उत्पादनाचा कारखाना दहा चौरस किलोमीटर अथवा त्याहून जास्त जागा व्यापतो. ऑस्ट्रेलिया आणि ब्राझीलहून आलेल्या लालसर रंगाची लोहयुक्त माती वाहणारे पट्टे त्या ठिकाणी जागोजागी उभारलेले असतात. ही माती रेल्वेने अथवा जहाजातून आलेली असते. एका विशिष्ट यंत्राच्या साहाय्याने ही माती चाळली जाते. तिची प्रतवारी केली जाते आणि तिचे अर्धा मैल लांब आणि साठ फूट उंच डोंगर बनवले जातात. भक्ष्याच्या प्रतीक्षेत असल्यासारखी दिसणारी अवाढव्य काळी यंत्रं दगडी कोळशाचे डोंगर उभे करतात. अशुद्ध लोखंड वितळवण्यासाठी याचा पुढे उपयोग होणार असतो. प्रत्येकी १७० टन लालबुंद लोखंडाचा रस वाहू शकणाऱ्या पाळण्यातून तो बेसमर पद्धतीच्या घरांइतक्या उंच कन्व्हर्टरकडे नेतात आणि उचलून आत सोडतात. आता याच्यात अचूक प्रमाणात वजन केलेलं पोलादाचं भंगार मिसळलं गेलं – तसं पाहिलं तर पोलाद हा परत परत उपयोगात आणता येण्यासारखा धातू

आहे – की ते मिश्रण खदखदून त्यामधून लाल-पांढऱ्या ठिणग्या वरपर्यंत उसळतात. वरच्या बाजूला, एखाद्या वाहतूक नियंत्रकाप्रमाणे पण जाड काळ्या संरक्षक काचेच्या मागे बसलेले, लोखंडाच्या उत्पादन प्रक्रियेमधले तज्ज्ञ, ही प्रक्रिया नियंत्रित करणाऱ्या संगणकावर बसून लक्ष ठेऊन असतात. या प्रक्रियेनंतर तयार झालेला पोलादाचा ठोकळा निरनिराळे आकार घेण्यासाठी पुढे पाठवला जातो. बांधकामात उपयोगी पडणारं लांब पोलाद बनवण्यासाठी तो विशिष्ट यंत्राकडे पाठवतात. सपाट पोलादाची रिळं अथवा पत्रे बनवण्यासाठीच्या यंत्रातून हा ठोकळा एखाद्या मुद्रणालयातल्या कागदाप्रमाणे झपाझप पुढेमागे फिरवला जातो. शेवटी अपेक्षित जाडीपर्यंत तो पातळ झाला की मग त्याला वेष्टन घालून गोदामात साठवला जातो. सपाट जातीचं पोलाद हे लांब पोलादापेक्षा जास्त महाग असतं. याला गंजप्रतिबंधक करण्यासाठी झिंक धातूच्या रसात बुडवतात अथवा इलेक्ट्रोप्लेटिंग करतात.

पोलादाचं उत्पादन करणाऱ्या कारखान्यांची मालकी सर्वसाधारणपणे सरकारची असते आणि आर्थिक क्षेत्राच्या वाढीमध्ये पोलादाचा महत्त्वाचा वाटा असल्यामुळे देशाच्या आर्थिक सुबत्तेचा आणि पोलादाच्या उत्पादनाचा परस्पर संबंध जोडला जात असे. पोलादाच्या उत्पादनात चढत्या क्रमाने वाढ झालेली आहे, हे जरी खरं असलं, तरी १९०० सालापासून २००२ सालापर्यंत या क्षेत्राने अनेक चढउतार पाहिलेले आहेत. पहिल्या महायुद्धातून आर्थिक व्यवस्था सावरण्याचा प्रयत्न करत असतानाच १९३० ची जागतिक मंदी आली. त्या पाठोपाठ परत दुसरं महायुद्ध झालं. याचा परिणाम पोलादाच्या उत्पादनावर झालाच; पण अनेक जणांवर बेकारीचं संकटही कोसळलं. १९७० ते १९८० च्या काळात पोलादाचं उत्पादन गरजेपेक्षा जास्त झाल्यामुळे त्याचा भाव गडगडला आणि पोलादाच्या उत्पादनाचा राष्ट्रीय सुबत्तेशी परस्परसंबंध आहे, यावरचा राजकारण्यांचा विश्वास डळमळायला लागला.

आर्थिक जबाबदारीतून मुक्त होण्यासाठी अनेक सरकारी कारखाने खाजगी क्षेत्रांसाठी उपलब्ध झाले. नेहमीच भुकेले असलेल्या धनिकांनी या संधीचा लाभ न उठवल्यास नवलच म्हणावं लागेल. मिनी मिल्सचं नवं तंत्रज्ञान हाताशी धरून अनेक नवीन उत्पादक या क्षेत्रात आले. विजेच्या साहाय्याने चालणाऱ्या या भट्टीमध्ये पोलादाचं भंगार वितळवता येतं. यामधून निघालेलं उत्पादन हे दुय्यम दर्जाचं असतं आणि ते बांधकामासाठी आणि इतर प्रकारच्या लांब पोलादाच्या उत्पादनात वापरतात. हे सर्व आटोपशीर जागेत करता येतं. त्यामुळे दगडी कोळशाचे आणि कच्च्या लोखंडाचे डोंगर उभारायला लागणारी जागा लागत नाही; महाकाय यंत्रसामग्री लागत नाही.

२००५ सालापर्यंत अनेक चढउतार पाहिलेल्या आणि फारसा नफा न मिळवू शकलेल्या पोलाद उद्योगाला आता भरभराटीचा काळ आला आहे. २००३ साली

१६ कोटी टन कच्च्या लोखंडाची निर्मिती झाली. याच काळात २.१९ कोटी टन ॲल्युमिनियमचं उत्पादन झालं आणि त्यानंतर ती मागणी सतत वाढत गेली. ही मागणी मुख्यत्वे करून चीन आणि भारतामुळे वाढली. चीन हा सर्वांत मोठा उत्पादक आणि उपभोक्ता होता. २० कोटी टन लोखंडाचं उत्पादन करणारा चीन हा जगातला पहिला देश ठरला आणि त्यांची खरी गरज होती २४.४ कोटी टन. जागतिक अर्थव्यवस्था जरी तेजीत असली, तरी पोलादाच्या उत्पादकांपुढे मात्र उत्पादनात अडचणी येत होत्या. २००४ साली प्रथमच ६५० डॉलर प्रति टन या भावाने पोलाद विकलं गेलं. आता नफा तर चांगला मिळाला असता; पण तो मिळणार कसा? कच्च्या लोखंडाचे भाव, कोळशाचे भाव आसमानाला जाऊन भिडले होते. शिवाय वाहतुकीचा खर्चही भरपूर वाढला होता. आता व्यवसायवृद्धीसाठी एकच पर्याय होता. ज्या ठिकाणी कच्चं लोखंड आणि कोळसा जवळपास उपलब्ध असेल, वेतनाचे दर कमी असतील, तंत्रज्ञानाच्या हस्तांतरणावर आणि गुंतवणुकीवर सवलती असतील, अशा जागी असलेले कारखाने विकत घेऊन ते वाढवणं.

जागतिक पातळीवर हा उद्योग फार विस्कळीत अवस्थेत होता. कोणताही एक देश जागतिक मागणीच्या दहा टक्के किंवा १० कोटी टन पोलादाचं उत्पादन करत नव्हता. तेव्हा आता नवीन खेळ खेळायला सुरुवात झाली. लहान लहान कंपन्यांना विकत घेत काही मोजकेच मोठे खेळाडू मैदानात उरणार होते. यामुळे पोलादाचा भाव ठरवण्याचं स्वातंत्र्य मोठ्या उद्योगांना मिळालं असतं, नफा वाढला असता आणि शेअर्सचा भाव वधारला असता.

मोठ्या उद्योगसमूहांपैकी दोन उद्योगांनी यादृष्टीनं हालचाली सुरू केल्या. एक उद्योग समूह होता मित्तल स्टील. लंडनच्या प्रतिष्ठित समजल्या जाणाऱ्या बर्कले स्क्वेअरमध्ये याचं मुख्य कार्यालय होतं. मित्तल स्टील हा जगातला प्रथम क्रमांकाचा पोलादाचा उत्पादक होता आणि खास करून तो लांब पोलाद जास्त बनवत असे. हा उद्योग समूह तसा नवीनच होता; पण याची शैली आक्रमक होती. चटकन निर्णय घेण्याची क्षमता होती आणि धोका पत्करायची तयारी होती. अर्थात ह्या सर्व गुणांचा वारसा दूरदृष्टी असलेल्या लक्ष्मी मित्तल या त्यांच्या संस्थापकाकडून मिळालेला होता आणि त्या जोरावरच तो उद्योग भक्कमपणे उभा होता. याचा निकटचा प्रतिस्पर्धी आर्सेलर होता. सपाट पोलादाचं मोठ्या प्रमाणात उत्पादन करणारा हा उद्योग अतिशय फायद्यात चाललेला होता. लक्सेम्बर्गच्या आर्बेड, फ्रान्सच्या युसिनॉर आणि स्पेनच्या ॲसेरालिया या सरकारच्या मालकी असलेल्या तीन कंपन्यांच्या विलिनीकरणातून या कंपनीचा उदय झाला. गी डोल नावाचा फ्रेंच गृहस्थ या उद्योगाचा सूत्रधार होता. तिन्ही उद्योगांच्या विलीनीकरणानंतर सर्व उद्योगाची पुनर्रचना करण्यात आली आणि लक्सेम्बर्गच्या आव्हन्यू द ला लिबेर्ते या भागातील आर्बेडच्या भव्य वास्तूतून याचा

कारभार सुरू झाला.

दोन्ही उद्योगांना पोलादाविषयी जिव्हाळा वाटत होता. मित्तल यांना तर 'कार्नेजी ऑफ कोलकाता' ही उपाधी मिळाली होती. लोहउद्योग कसा चालवावा याविषयी त्यांची स्वच्छ आणि स्पष्ट विचारसरणी होती. इकडे आर्सेलरला सर्वांत महान आणि सर्वोत्तम व्हायचं होतं. बाजारावर प्रभुत्व मिळवल्यावर त्यांना आपल्या गिऱ्हाइकांकडून जास्त किंमत वसूल करता आली असती. मोटारीचे उत्पादक, जहाजबांधणी उद्योग, बांधकाम उद्योग हे त्यांच्या मर्जीनुसार वागले असतेच; पण आशिया, दक्षिण अमेरिका आणि पूर्व युरोपासारखी नवीन बाजारपेठही काबीज करता आली असती.

गी डोलला त्याच्या दिशेने चालून येत असलेल्या मित्तलच्या पावलांची चाहूल ऐकू येत होती आणि त्याची त्याला टोचणी लागत होती. आर्सेलरचं युरोपवर नि:संशय नियंत्रण होतं आणि थोड्याशा उद्धटपणे याचा त्यांना अभिमान वाटत होता. त्यांच्या उत्पादनासाठी उपयोगात असलेलं तंत्रज्ञान हे उत्कृष्ट दर्जाचं होतं. प्रतिवर्षी ते ५ कोटी टन पोलादाचं उत्पादन करत असत आणि त्याच्या जोरावरच ते युरोपातल्या मोटार उद्योगाला उत्तम प्रतीच्या मजबूत पोलादाचा पुरवठा करत असत. सतत कराव्या लागलेल्या तंत्रज्ञानातील सुधारणांमुळे अनेक दशकं रखडत असलेल्या कंपनीच्या डळमळीत ताळेबंदाला डागडुजी करून त्यांनी तो सुधारला होता. याच काळात त्यांनी ब्राझीलमधील पोलादाचं उत्पादन करणारी एक कंपनी ताब्यात घेतली होती. रशिया, जपान आणि चीनमधल्या कंपन्यांबरोबर समझोत्याचे करार केले होते आणि आता त्याचं लक्ष खुद्द अमेरिकेतल्या मोटार निर्मिती करणाऱ्या कारखान्याच्या बाजारपेठेकडे वळलं होतं. सरकारी उद्योगात भागीदार असताना आपलं रक्त, घाम आणि अश्रू गाळणाऱ्या भागीदारांना खाजगीकरणामुळे आता दिलासा मिळत चालला होता. आता त्यांच्या गुंतवणुकीवर त्यांना रास्त लाभांश मिळण्याची खात्री वाटत होती. लक्सेम्बर्गचा कंपू आता सावध झाला होता. मित्तल स्टीलला मागे टाकून त्याला कायमच सुरक्षित अंतरावर ठेवायचं होतं.

२००५ च्या सुमारास सर्वश्रेष्ठ बनण्याच्या दृष्टीने होणाऱ्या लढाईचं वातावरण तापत चाललं होतं आणि तुर्कस्तानमधल्या दोन सरकारी मालकीचे उद्योग खाजगीकरणासाठी उपलब्ध झाले होते आणि व्यवहाराच्या दृष्टीने ते सौदे फायदेशीरसुद्धा होते. या दोन्ही उद्योगांचा लिलाव ऑक्टोबरच्या महिन्यात तीन आठवड्याच्या अंतराने होणार होता. युरोपियन संघराज्यात सामील होण्याच्या तयारीत असलेल्या तुर्कस्तानात पहिला लिलाव होता. सरकारच्या ताब्यातील ४६.३ टक्के शेअर्सचा लिलाव होणार होता. सत्तर लाख लोकवस्ती असलेल्या या देशातील वर्षाला ३५ लाख टन पोलादाचं उत्पादन करणाऱ्या एर्डेमीरच्या शेअर्सचा लिलाव होणार होता. ही कंपनी खास करून मोटार उद्योगाला पुरवठा करत असे. मित्तल आणि आर्सेलर

या दोघांच्याकडे या तुर्कीश कंपनीचे थोडेफार शेअर्स होते; पण आता त्यांना संपूर्ण ताबा मिळवायचा होता.

आंकारातल्या हिल्टन हॉटेलमध्ये मित्तल आणि आर्सेलरचे प्रतिनिधी सज्ज झाले होते. या दोघांच्या शिवाय रशियाचे दोन आणि एर्गेली आणि ओयाक हे दोन स्थानिक उद्योगसुद्धा लिलावासाठी आलेले होते. दुसऱ्या फेरीत जेव्हा २३० कोटी डॉलरपर्यंत बोली चढली, तेव्हा मित्तलने माघार घेतली. यानंतर या लिलावाचं सर्व समीकरणच बदललं. रशियन स्पर्धकांनी अंग काढून घेतलं. तिसऱ्या फेरीत आर्सेलरने तेच केलं. आपल्याला हकनाक जास्त पैसे मोजावे लागले नाही, याचा गी डोलला आनंद झालाच; पण आपला प्रतिस्पर्धीही हात हालवत गेला, याचा जास्त आनंद झाला. पोलाद क्षेत्रातल्या दोन महारथींनी स्थानिक मंडळींना झुंजत ठेवलं. ओयाकनी या व्यवहारासाठी २७.७ कोटी डॉलर्स मोजले. कुठल्याही हिशेबाने ही रक्कम भरमसाठ होती.

एका लुटूपुटूच्या लढाईचा हा शेवट होता. लक्ष्मी मित्तल आणि गी डोल हे पुढच्या युद्धासाठी आपली ताकद राखून ठेवत होते.

१

सोमवार, २५ ऑक्टोबर २००५

कीव्ह, युक्रेन

अनपेक्षितपणे अनुभवास येणाऱ्या उबदार सकाळी सूर्यकिरण कीव्हच्या सुप्रसिद्ध इमारतींचे हिरवे घुमट आणि मनोरे उजळून टाकत होते आणि त्यामुळे द्नीप्रो नदीच्या काठावर वसलेल्या या पुरातन शहरावर एक प्रकारचं वलय पसरलं होतं. नदीच्या डाव्या बाजूस नव्याने वसत असलेल्या भागात आज घडणाऱ्या घटनेमुळे युक्रेनच्या तीस लाख रहिवाशांत एक प्रकारचं चैतन्य उसळलं होतं. गेले नऊ महिने चर्चेत असलेल्या ऑरेन्ज रेव्होल्यूशनच्या दृष्टीने आज नाट्यमय दिवस होता. सोव्हिएट रिपब्लिकनच्या काळात पोलादी पंजाखाली चालत असलेल्या राजकारणाला आता आधुनिकीकरणाची आणि मुक्त व्यापाराची कलाटणी देऊ शकणारी घटना घडण्याची शक्यता निर्माण झाल्यामुळे लोकांत नवीन आशावाद जागृत झाला होता.

हे जरी असलं तरी ब्लुज या नावाने ओळखल्या जाणाऱ्या आणि अजूनही रशियाला मातृदेश मानणाऱ्या इतर युक्रेनियनांच्या दृष्टीने हा निदर्शन करून विरोध प्रदर्शित करण्याचा दिवस होता. अर्थात देशातल्या राजकीय अनागोंदीच्या वातावरणाला ते अधोरेखितच करत होतं.

व्हिक्टोर युश्चेन्कोच्या दृष्टीने आज काहीतरी करून दाखवण्याचा दिवस होता. चेहऱ्यावर सर्वत्र देवीचे व्रण असलेला हा नेता लोकशाही मार्गाने झालेल्या निवडणुकांत देशाच्या प्रमुखपदी निवडून आला होता. आंतरराष्ट्रीय निरीक्षकांच्या उपस्थितीत झालेल्या निवडणुकांच्या आधी क्रेमलिनच्या चिथावणीवरून या नेत्याला डाओक्सीनचा विषप्रयोग करून मारण्याचा प्रयत्न झाला होता. युश्चेन्कोला आता युक्रेनच्या अर्थकारणात भांडवलशाहीला प्रवेश द्यायचा होता. बँकोव्हा स्ट्रीटवर असलेल्या आपल्या सागवानाने सुशोभित केलेल्या आणि टेबलामागे निळा-पिवळा राष्ट्रध्वज

लावलेल्या कार्यालयातून अध्यक्ष युश्चेन्को ठीक ९.४५ वा. उठले. हातात कोट घेतला आणि जवळच्याच स्थावर मालमत्ता विभागाच्या कार्यालयाकडे रवाना झाले. गर्द करड्या रंगाचे गणवेश परिधान केलेले अंगरक्षक त्यांच्या पुढे मागे लगबगीने चालले होते. सूर्यप्रकाश असूनही जोरदार वारे वाहत होते.

सुमारे पाच मिनिटं या वातावरणातून चालत गेल्यावर अध्यक्ष इमारतीच्या बाजूच्या प्रवेशद्वारावर पोहोचले. याच वेळी मुख्य प्रवेशद्वाराच्या समोर उभारलेल्या अडथळ्यांमागे शेकडो निदर्शक खाजगीकरणाच्या विरोधात 'नाही! नाही'च्या घोषणा देत होते. सरकारी टीव्हीच्या चॅनेल्स-५ वर हे दृश्य टिपलं जात असल्याची अध्यक्षांना कल्पना होती. इमारतीत प्रवेश करताना त्यांनी उजव्या बाजूला वरून चित्रण करणाऱ्या कॅमेरामनकडे पाहून हात हालवला. आत प्रवेश करताच त्यांना अधिकाऱ्यांनी पाचव्या मजल्यावरील एका भकास दिसणाऱ्या कार्यालयात नेलं. लंबगोलाकार खोलीतील टेबलावर बसलेल्या दोघांना त्यांनी हस्तांदोलन करून अभिवादन केलं. यापैकी एक होते पंतप्रधान युरी येखान्रोव्ह आणि दुसरे होते अर्थमंत्री व्हिक्टर प्यान्झेन्याक. ते दोघंही टेबलावर ठेवलेल्या लहान टीव्हीत डोकं घालून बसले होते. त्यांच्या बाजूलाच चॅनेल-५ चा कॅमेरामन त्या दोघांच्या प्रतिक्रिया टिपत होता आणि हे दृश्य शेजारच्या खोलीतून सर्वत्र प्रसारित होत होतं.

युश्चेन्कोनी अंगावरचा कोट उतरवला आणि ते पंतप्रधानांच्या डाव्या बाजूला स्थानापन्न झाले. समोरच्या ग्लासातील पाणी पिऊन तेसुद्धा टीव्ही पाहण्यात मग्न झाले. त्यांच्या डाव्या हातात मोठमोठाले आकडे लिहिलेले पाच कागद होते. युक्रेनच्या ऱ्हावनीया या चलनात ते मोठमोठाले आकडे मांडलेले होते. त्यांनी हलकेच पुढे वाकून ते आकडे वाचले आणि ते दोघा सहकाऱ्यांकडे वळले. "माझी मनोदेवता मला स्पष्ट सांगते आहे," ते म्हणाले, "आपल्या औद्योगिक वातावरणाला यामुळे मोठी संजीवनी मिळेल आणि त्याची आपल्याला नितांत गरज आहे." ते काहीसं आक्रमकपणे पुढे म्हणाले, "आणि या ऑरेंज रेव्होल्यूशनशिवाय हे घडूच शकलं नसतं."

आज एका लिलावाचे युश्चेन्को साक्षीदार होणार होते. अर्थात हा काही मॅनहटन मधला मॉनेत किंवा पिकासोच्या चित्रांच्या लिलावाचा जलसा नव्हता. लिलाव होता, युक्रेनच्या आघाडीच्या पोलादाच्या कारखान्याचा.

कीव्हमधल्या प्रिमिअर पॅलेस या हॉटेलात एका स्थानिक गृहस्थाबरोबर दोघांनी प्रवेश केला. त्यांची भव्य खोली सुरक्षिततेच्या दृष्टीने पूर्णपणे तपासलेली होती. ते दोघं आपल्या खाजगी विमानांनी आले होते. त्यांची नावं बदललेली होती. त्यांचे मोबाइलचे संच तात्पुरत्या उपयोगासाठी विकत घेतलेले होते आणि त्यांना येणारे

नेहमीचे दूरध्वनी सुरक्षित मार्गाने नेदरलॅन्डहून वळवले जात होते. या दोघांतला मोठा गृहस्थ होता लक्ष्मी मित्तल. पन्नाशीचा हा गृहस्थ जगातला सर्वाधिक पोलादाचा उत्पादक होताच; पण तो या ग्रहावरील पाचव्या क्रमांकाचा धनिक होता. याची खाजगी मालमत्ता १५ अब्ज डॉलर्स होती. त्याच्यासोबत असलेली दुसरी व्यक्ती होती, मित्तल स्टीलचा प्रमुख आर्थिक व्यवस्थापक– २९ वर्षांचा आदित्य. गेल्या पंधरा वर्षांत १५ अब्ज डॉलर मोजून या उद्योगसमूहाने सत्तेचाळीस उद्योग ताब्यात घेतले होते. लक्ष्मी मित्तलचा जन्म राजस्थानमध्ये दारिद्र्यात झाला. कर्जबाजारी असलेल्या सरकारी कंपन्या बँकेच्या मदतीने ताब्यात घेऊन, त्या अल्पावधीत नफ्यात आणण्यात हा वाकबगार होता. यासाठी त्यांनी पूर्वपश्चिम पालथे घातले आणि खास करून पूर्वी सोव्हिएट संघराज्यात असलेल्या देशांच्या कंपन्यांकडे याचं जास्त लक्ष होतं. उंचपुऱ्या आणि तरुण व्यक्तिमत्त्वाच्या मित्तलला क्रायव्होरीझस्टाल कोठल्याही परिस्थितीत हवी होती. जगामध्ये आत्तापर्यंत कोणी पाहिला नसेल, इतका मोठा उद्योगसमूह उभा करण्याच्या त्याच्या प्रयत्नाचा तो एक भाग होता. युश्चेन्कोने उलथवून लावलेल्या आधीच्या भ्रष्टाचारी राजवटीच्या काळात झालेल्या लिलावाच्या वेळी त्यांची फसवणूक करण्यात आली होती आणि म्हणूनच तो या वेळी जिद्दीने लिलावात उतरणार होता.

२००४ साली झालेल्या लिलावाच्या वेळी क्रायव्होरीझस्टाल ८० कोटी डॉलर्सला विकण्यात आली होती. प्रचलित बाजारभावापेक्षा ही फारच सवलतीच्या दरात विकण्यात आली होती. मित्तलसकट अनेक परदेशी उद्योग या व्यवहारासाठी जास्त पैसे मोजण्यास तयार होते. मित्तलची बोली सर्वाधिक होती; पण टेन्डरमध्ये अन्याय्य स्वरूपाच्या अटींचा समावेश करून मित्तलला त्या व्यवहारापासून वंचित करण्यात आलं. यामध्ये एक कलम अस होतं की, या लिलावासाठी बोली लावणाऱ्याकडे भट्टीला पुरवठा करण्यासाठी किमान १० लाख टन कोळशाचं उत्पादन करू शकणारी खाण युक्रेनमध्ये असायला हवी. या कलमामुळे अर्थातच सगळे परदेशी बोली लावणारे गळाले. शेवटी ही कंपनी तेव्हाच्या अध्यक्षाच्या जावयाला मिळाली.

ऑरेंज रेव्होल्यूशनच्या पाठीराख्यांच्या दृष्टीने, क्रायव्होरीझस्टालचा लिलाव हा शेवटचा आधार होता. १९९४ ते १९९७ च्या काळात युक्रेनच्या सरकारी मालकी असलेल्या उद्योगांचे झालेले अनेक लिलाव हे फार संशयास्पद परिस्थितीत झाले होते. यातल्या अनेक कंपन्या, राष्ट्राध्यक्ष कुच्माच्या नातेवाइकांच्या अथवा चमच्यांच्या घशात गेल्या होत्या. युश्चेन्कोनी तर कुच्मावर भ्रष्टाचाराचा सरळ सरळ आरोपच केला होता. यासाठीच क्रायव्होरीझस्टालचा पारदर्शकरित्या होणारा लिलाव हा ऑरेंज रेव्होल्यूशनच्या समर्थकांच्या दृष्टीने आत्मीयतेचा विषय होता. देशात चाललेलं

भाईबंदांचं राज्य संपुष्टात यावं म्हणून युक्रेनचे नागरिक रस्त्यावर उतरले होते.

निवडणुकीच्या भाषणात युश्चेन्कोने हा लिलाव पारदर्शकपणे करायचं अभिवचन दिलेलं होतं आणि निवडून आल्यावर त्यांनी त्वरेने हालचाली करून आपला शब्द राखला होता. युक्रेनच्या सर्वोच्च न्यायालयाने उभ्या केलेल्या अनेक कायदेशीर अडचणींवर मात करून, युश्चेन्कोने क्रायव्होरीझस्टालची फेरविक्री करायचं ठरवलं आणि त्या लिलावासाठी आंतरराष्ट्रीय उद्योगांना आमंत्रित केलं. युक्रेन आता भ्रष्टाचारमुक्त, पारदर्शक व्यवहार करणारा आणि परकीय गुंतवणूकदारांसाठी उपलब्ध असल्याची खात्री पटावी यासाठी त्यांनी या लिलावाचं थेट प्रक्षेपण करण्याचा आग्रह धरला. युक्रेनच्या व्यापारजगताला हा एक कलाटणी देणारा क्षण असेल, याची त्यांना पूर्ण खात्री वाटत होती. लक्ष्मी मित्तलच्या दृष्टीने आधीची चूक दुरुस्त करण्याची ही नामी संधी होती.

कीव्हच्या मध्यवर्ती भागात असलेल्या एका खाजगी हॉटेलात आणखीन एक व्यक्ती उतरलेली होती आणि कोणत्याही परिस्थितीत मित्तलला क्रायव्होरीझस्टाल मिळू न देण्याचा तिचा निर्धार होता. आर्सेलरचा सर्वेसर्वा असलेल्या या त्रेसष्ठ वर्षांच्या गृहस्थाचं नाव होतं गी डोल. आजन्म पोलादाच्या उद्योगात वावरलेला हा फिक्कट निळ्या डोळ्यांचा गृहस्थ मित्तलचा उदय होण्यापूर्वी या क्षेत्रातला दादा होता. ते स्थान त्याला परत मिळवायचं होतं. आर्सेलरच्या अधिकारीवर्गाला तर मित्तल आता आपल्यावरच चाल करून येणार असं काही काळ वाटत होतं. या भीतीपोटी त्यांनी एका समितीची स्थापना करून बचावाचे डावपेच आखायला सुरुवात केली होती. या गटाचं नाव होतं 'प्रोजेक्ट टायगर.' या लुटारू भारतीय गृहस्थाला आर्सेलरचा ताबा मिळवणं परवडणारच नाही, इतकी ती मोठी करण्याची योजना आखण्यात आली. याकरता ते पोलादाचं उत्पादन करणाऱ्या अनेक महत्त्वाच्या कंपन्या ताब्यात घेणार होते. त्यामुळे त्यांना जागतिक पातळीवर मालाचा पुरवठा करता आला असता आणि मित्तलशी टक्कर देता आली असती. टायगर प्रोजेक्टचं काम इतक्या गुप्तपणे चाललेलं होतं की, ते कोणाचाही उल्लेख सरळ नावाने करत नसत. मित्तलचं सांकेतिक भाषेतलं नाव होतं 'द मून' आणि आदित्यचं नाव होत 'ॲडम'.

मित्तल स्टील ही मित्तल कुटुंबीयांच्या मालकीची होती, तर आर्सेलर लोकशाही राबवणारी आदर्श युरोपियन कंपनी होती. या दोन्ही उद्योगसमूहांच्या संस्कृतीत जमीन अस्मानाचा फरक होता. मित्तल स्टीलमध्ये भावनेला स्थान नव्हतं. तिचं ध्येय पक्कं होतं, पटकन धडाडीचे निर्णय घेण्याची क्षमता होती. थोडक्यात सांगायचं तर एकत्रितपणे चालणाऱ्या कौटुंबिक उद्योगाच्या सर्व चांगल्या गुणांचा फायदा त्यांना होत होता. शंभर वर्षांची परंपरा असलेल्या आर्सेलरकडे उत्तम

प्रतीची साधनसामग्री होती. मित्तलपेक्षा जास्त चांगलं तंत्रज्ञान अवगत होतं आणि सक्षम यंत्रणा होती. मात्र तीन देशांच्या भागीदारांच्या कलाने कामकाज चालवण्याच्या बंधनात ते अडकलेले होते. यापूर्वी या कंपन्यांचा कारभार व्यवस्थापन, कामगार संघटना आणि त्या त्या देशाची सरकारं बघत होती. नफा कमावण्यापेक्षा कामगारांचे पगार वेळेवर देण्याकडे जास्त लक्ष पुरवलं जायचं. वेळप्रसंगी सरकारची आर्थिक मदतसुद्धा मिळत असे. मात्र हे सर्व करताना भागधारकांना जणू काही गाडीत मागच्या बाजूला बसवलं जायचं किंवा दुसऱ्याच गाडीत बसवलं जायचं. आर्सेलरमध्ये जरी भरपूर आत्मविश्वास असला, तरी मित्तलच्या चपळ यंत्रणेपुढे ते सुस्त वाटत होते. यांच्यात झडणारं युद्ध हे फ्रेझर आणि मोहम्मद अलींच्या सामन्याइतकंच ऐतिहासिक ठरणार होतं.

राष्ट्राध्यक्ष युश्चेन्कोच्या हातात असलेल्या पहिल्या कागदावर आकडा लिहिलेला होता, १२.६ अब्ज ऱ्हावनिया म्हणजे सुमारे २.५ अब्ज डॉलर्स. त्याच्याखाली डाव्या हाताला प्रत्येक ओळीत हा आकडा १०० ऱ्हावनियानी – सुमारे २ कोटी डॉलर्स – वाढवून लिहिला होता. या आकड्यांच्या समोरची जागा बोलीचा तपशील लिहिण्यासाठी मोकळी सोडलेली होती.

लिलावाचं कामकाज बघणारा सरकारी अधिकारी मंचावर चढून लोकांना उद्देशून बोलत असल्याचं समोरच्या टीव्हीवर दिसत होतं. तो उपस्थितांना लिलावाची पद्धत आणि कायदेशीर बाजू समजावून सांगत होता. मंचाच्या मागे असलेल्या प्रचंड प्लाझमा टीव्हीच्या पडद्यावर 'सरकारी मिळकतीचा लिलाव – २००५' अशी अक्षरं झळकत होती. सर्व दिवे आणि कॅमेरे चालूच होते. युक्रेनचे साठ लाख नागरिक रेडिओ अथवा टीव्हीवर चाललेलं प्रसारण ऑफिस, रेस्टॉरंट किंवा घरात बसून पाहत किंवा ऐकत होते. लोकप्रिय फुटबॉलच्या सामन्यांपेक्षा कितीतरी पटींनी लोकांच्यात उत्साह संचारला होता आणि याचा परिणाम लोकशाहीच्या लढ्याला बळकटी आणणारा होता. याच वेळी एईएस ॲस्ट्रा सॅटेलाईटच्या माध्यमातून या कार्यक्रमाचा इंग्रजी वृत्तांत जगातल्या राजकीय आणि आर्थिक राजधान्यांत दाखवण्यात येत होता.

अचानक सर्व कॅमेरे उशिराने येणाऱ्या युलिया टोमॅशेन्को या हसतमुख राजकारणी व्यक्तीवर खिळून राहिले. या बाईंचं व्यक्तिमत्त्व प्रभावी होतं आणि या वादग्रस्त ऑरेंज रेव्होल्यूशनचा कार्यक्रम तडीस नेण्यासाठी तिचा पुढाकार होता. युलियाची तिच्या विरोधकांना भीती वाटत असे. ते तिला 'द ऑरेंज गॉडेस' या नावाने संबोधत. आपल्या राजकीय महत्त्वाकांक्षेला लोकांचा पाठिंबा मिळवण्यासाठी ती जनसंपर्क साधण्यासाठी या जागी आलेली होती. आपल्यावर कॅमेरे रोखले असल्याचं पूर्ण

भान तिला होतं आणि म्हणूनच प्रवेश करताच तिने एखाद्या हॉलिवूडच्या अभिनेत्रीप्रमाणे छानसं गोड हसत लोकांना अभिवादन केलं.

२ अब्ज डॉलर्सची किमान बोली ठरवली गेली आणि लिलावाचे सर्व नियम समजावून देण्यात आले. युश्चेन्कोच्या आर्थिक सल्लागारांच्या मते, ३ अब्ज डॉलर्सची बोली लागण्याची शक्यता होती. ही किंमत जर मिळाली असती, तर आधीच्या राजवटीची लूटमार युश्चेन्को चव्हाट्यावर मांडू शकला असता.

"आता लिलावाची कारवाई ठीक १० वा. सुरू होईल." सरकारी अधिकाऱ्याने थंड आवाजात घोषणा केली आणि बोलीत भाग घेणाऱ्यांसाठी पाच मिनिटं आधीची बेल दाबली. या वेळात सर्वजण तयारी करून सज्ज होणार होते.

युक्रेनच्या पूर्वेला असलेली क्रायव्होरीझस्टाल ही आकर्षक मालमत्ता होती. ही कंपनी प्रतिवर्षी ७० लाख टन पोलादाची निर्यात करत होती. देशासाठी सर्वांत जास्त विदेशी मुद्रा मिळवणारी ती कंपनी तर होतीच; पण छपन्न हजार युक्रेनवासियांना रोजगार देणारी आघाडीची कंपनी होती. कर्मचाऱ्यांचे पगार अर्थातच युरोपच्या मानाने फारच नगण्य होते. गरम गरम भट्ट्यांच्या मागे काम करणाऱ्या कर्मचाऱ्यांत भवितव्याबद्दल शंकेचं वातावरण होतं. परत एका हस्तांतरणाला त्यांना तोंड द्यायला लागत होतं.

व्यवहाराच्या दृष्टीने युश्चेन्कोने अचूक वेळ निवडली होती. एर्डेमीरच्या तुलनेत क्रायव्होरीझस्टाल फारच उजवी होती. भौगोलिकदृष्ट्या तिचं स्थान आदर्श होतं. या ठिकाणापासून रशिया व पूर्व युरोपियन देशांतील भरभराटीला येत असलेल्या उद्योगांना रास्त किमतीत मालाचा पुरवठा करता येऊ शकत होता. उत्पादनाच्या जागेजवळच कोळशाच्या आणि कच्च्या लोखंडाच्या खाणी होत्या. मित्तल आणि डोल या दोघांचाही डोळा या कंपनीवर होता आणि कुठल्याही परिस्थितीत ती त्यांना हवी होती. योग्य तंत्रज्ञानाची आणि भांडवलाची सांगड घातल्यास या कंपनीच्या कार्यक्षमतेत लक्षवेधी सुधारणा होऊ शकली असती. दुसऱ्या शब्दांत सांगायचं तर, ही आयुष्यात वारंवार न येणारी दुर्मीळ संधी होती आणि मोटार उद्योगात जे टोयोटाला स्थान आहे, ते पोलाद उद्योगात मिळवण्याची ही संधी होती.

सुधीर महेश्वरी हा अनेक वर्षं मित्तलच्या सोबत काम केलेला मित्तलचा उजवा हात लिलावाच्या पूर्वसंध्येला कीव्हमध्ये दाखल झाला. एका प्रवासी विमानाने तो लंडनहून आला आणि रॅडिसन हॉटेलात उतरला. मित्तलप्रमाणे याच्यापाशीही तात्पुरता मोबाइल फोन होता. टॅक्सीने प्रवास न करता खास चालकाने चालवलेल्या मोटारनेच त्याने प्रवास करायाचा होता. त्या आगमनाविषयी बाळगलेली गुप्तता, दुसऱ्या महायुद्धाच्या हेरगिरीची आठवण करून देणारी होती. युक्रेनियन लोकांसाठी हेरगिरी

करणाऱ्यांनी अथवा व्यावसायिक प्रतिस्पर्ध्यांनी चोरून काही ऐकू नये अथवा पाहू नये यासाठी किती काळजी घ्यावी लागत होती, हे यातून दिसून येतं.

गी डोलसुद्धा एका भारदस्त मंडळाला बरोबर घेऊन आला होता. यात होते, चेअरमन जोसेफ किन्स्च, प्रोजेक्ट टायगरचा प्रमुख आणि डोलचा दुय्यम सहकारी मिचेल वुर्थ, एर्डेमीरच्या लिलावास उपस्थित असलेला आणि कार्यकारी मंडळात असलेला बेल्जियन नागरिक पॉल मॅथिस. डोलचं आंतराष्ट्रीय प्रतिनिधित्व करणारा स्वतंत्र सल्लागार ॲलेन डेव्हेझॅक हा या चौकडीचा चौथा सदस्य होता. मित्तलच्या लोकांप्रमाणे आर्सेलरची मंडळीही वेगवेगळ्या हॉटेलांत उतरली होती. संध्याकाळी पुढची योजना आखण्यासाठी ते एकत्र भेटले. युश्चेन्कोच्या मताचा पाठीराखा असलेला युक्रेनचा अब्जाधीश सर्जी तारुता याच्याबरोबर सायंकाळी बोलणी झाली. आपल्या सोबत एखादी युक्रेनियन कंपनी असली तर त्याच्या व्यवहाराच्या दृष्टीने आर्सेलरला फायदाच होईल, अशी डोलची अटकळ होती.

मित्तलने सगळी पूर्वतयारी केलेली होती. पूर्व युरोपातल्या देशांशी व्यवहार करण्यासाठी जो काही महत्त्वाचा भाग असतो, त्याची सर्व काळजी त्याने घेतलेली होती. राजकारण्यांना चुचकारलं होतं, युक्रेनमधल्या तज्ज्ञ मंडळींचा सल्ला घेतला होता. काहींना बांधून घेतलं होतं. गेली अनेक वर्षं बुखारेस्ट, वॉर्सा आणि सोफियात भेटी दिलेल्या मित्तलइतकं हे काम कोणीच चांगलं करू शकलं नसतं.

या डोलला कमी लेखून चालणार नाही हे मित्तलला चांगलंच माहीत होतं. रविवारी ते चर्चेला बसले, तेव्हा मित्तल आदित्यला म्हणाला, "हा लिलाव फार अवघड जाणार आहे. मला यात अपयशी होऊन चालणार नाही; पण मला माहीत आहे की, गी डोलसुद्धा सर्व काही पणाला लावेल कारण त्यालाही हा सौदा गमावून चालणार नाही. आपण ५ अब्ज डॉलर्सपर्यंत बोली लावू शकतो आणि माझ्या अंदाजाने त्यांची ३.५ ते ४ अब्ज डॉलर्सची तयारी असेल. सध्या तरी आपली बाजू जास्त चांगली वाटते."

"आणि त्या रशियन लोकांचं काय?" आदित्यने विचारलं. मित्तल स्टील आणि आर्सेलर शिवाय स्मार्ट नावाचा रशियन उद्योगसमूह या लिलावात भाग घेणार होता. युक्रेनमध्ये रशियन संघराज्याचा दूत असलेल्या व्हिक्टोर चेर्नोमिदीनशी घट्ट संबंध असलेला, ओल्गार्च व्हॅदिम नोव्हॅन्स्की हा या उद्योगाचा सूत्रधार होता.

"तो आपल्यापैकी कोणाचीही बरोबरी करू शकणार नाही," मित्तल ठामपणे म्हणाला.

"आपण हे सगळं हुशारीने हाताळलं पाहिजे," आदित्यने सुचवलं.

"आपण योग्य मार्गावरच असायला हवं," मित्तल संमती दर्शवत म्हणाला. "पण एक गोष्ट आपण पक्की लक्षात ठेवायला हवी, हा डोल आपल्याला अवाजवी

जास्तीची बोली लावायला भाग पाडू शकतो.''

रात्रीच्या भोजनाच्या वेळी डोलने आपल्या व्यूहरचनेवर हॉटेलात चर्चा केली. आर्सेलरला वित्तीय पुरवठा करणाऱ्या मेरिल लिंच या बँकेने क्रायव्होरीझस्टालच्या बाजारमूल्याविषयी त्यांना सल्ला दिला होता आणि तो स्थनिक भागीदारालाही मान्य होता. वुर्थ आणि पॉल मॅथिसने प्रत्यक्ष लिलावात भाग घ्यावा असं गी डोलने सांगितलं; पण या लोकांनी किती मोठी बोली लावायची? त्यांना ३.५ अब्ज डॉलर्सची मर्यादा घालून देण्यात आली. डोलला कार्यकारी मंडळाची पूर्ण परवानगी होतीच; पण खुद्द चेअरमन किन्स्च हजर असल्यामुळे गरज पडल्यास बोली वाढवायचे त्याला अधिकार होते. गी डोल हा स्वत: कार्यकारी मंडळाचा सभासद नव्हताच; शिवाय तो नोकरशाहीत काम करत होता. याच्या उलट मित्तल मात्र सर्व महत्त्वाचे निर्णय स्वत:च घेऊ शकत होता.

आर्सेलरच्या दुसऱ्या योजनेप्रमाणे मित्तल जर जास्त आक्रमकपणे बोली लावायला लागला आणि बोलीची रक्कम हाताबाहेर जायला लागली, तर मित्तलला जास्तीत जास्त बोली लावायला भाग पाडायचं. याचाच अर्थ जास्त रक्कम मोजून लिलाव जिंकला तर मग आर्सेलरवर घाला घालण्यासाठी मित्तलकडे पैसेच उरले नसते.

प्रिमिअर पॅलेसमध्ये मित्तल, आदित्य, सुधीर महेश्वरी आणि बेकर ॲान मेकिन्स्कीच्या कीव्ह येथील शाखेतल्या दोघा वकिलांनी लवकरच रात्रीचं जेवण उरकलं. रात्री ११.०० वा. सुधीर हॉटेलात परतला आणि झोपायची तयारी करू लागला; इतक्यात त्याचा मोबाइल खणखणला.

''सुधीर? आदित्य बोलतो आहे. आत्ता तू परत भेटायला येऊ शकशील का? आपल्याला जरा आपल्या योजनेत बदल करायचा आहे.''

महेश्वरीने ताबडतोब बाहेर जायचे कपडे चढवले आणि खाली आला. टॅक्सीने प्रवास न करण्याचा अलिखित नियम मोडून त्याने रस्त्यावर दिसलेली एक टॅक्सी पकडली. आज त्याच्यापुढे दुसरा पर्यायच नव्हता. आदित्यच्या आवाजात तातडीची भावना होती आणि यावेळी खाजगी वाहन उपलब्ध नव्हतं. आपल्या हॉटेलच्या खोलीत आरामात बसलेल्या मित्तलना महेश्वरी दहा मिनिटांतच येऊन मिळाला.

''आमच्या मते, उद्याच्या लिलावाला तू सामोरं जावंस,'' मित्तल म्हणाले. हे ऐकताच महेश्वरी अवाकच झाला. यापूर्वी त्याने असला प्रकार कधीच केलेला नव्हता. ''आम्ही समोर असलो तर समोरच्यांना जास्तच चेव येईल आणि आम्हाला ते टाळायचं आहे,'' मित्तलने खुलासा केला, ''त्यांच्या बाजूने, गी डोलने वुर्थला

नेतृत्व करायला सांगितलं आहे, हे आपल्याला माहीतच आहे. आता आपण आपल्या व्यूहरचनेची परत एकदा उजळणी करून सगळं काही ठीक असल्याची खात्री करून घेऊ या.''

आपल्यावर सोपवलेल्या मोठ्या जबाबदारीमुळे महेश्वरी उत्तेजित झाला होता आणि अंथरुणावर पडूनही त्याच्या डोळ्याला डोळा लागत नव्हता.

एवढ्या मोठ्या प्रमाणावर सार्वजनिकरित्या पोलाद उद्योगाचा कधीच लिलाव झालेला नव्हता आणि आयोजकांना आपण केलेल्या तयारीचा भरवसा वाटत होता. लिलावाच्या जागी भिंतीच्या जवळ मांडलेल्या तीन वेगवेगळ्या टेबलांवर बोली लावणारे बसले होते. प्रत्येकाला संबंधितांशी संपर्क साधण्यासाठी स्वतंत्र टेलिफोन दिलेला होता. त्यांच्या समोर सरकारी अधिकाऱ्यांच्या नेतृत्वाखाली स्थानिक निमंत्रित बसले होते. दुसऱ्या बाजूस काटकोनात ठेवलेल्या लंबगोल महोगनीच्या टेबलावर निर्णय घेणारे वरिष्ठ अधिकारी बसले होते. या टेबलाच्या आणि बोली लावणाऱ्यांच्या मधोमध एक मासे ठेवण्यासाठी वापरतात तशी काचेची पेटी होती.

लिलावाच्या सूत्रधाराने तिन्ही बोली लावणाऱ्यांना काचेच्या पेटीपाशी बोलावलं आणि आपल्या प्राथमिक बोलीचे कागद त्यात टाकायला सांगितले. तीन सरकारी अधिकारी पेटीच्या जवळ जाताच टीव्हीचे कॅमेरे ते दृश्य टिपायला सरसावले. त्यांनी समारंभपूर्वक ते लिफाफे हातात घेऊन कात्रीने कापून पाकिटं उघडली आणि मंचावर जाऊन सूत्रधाराच्या हातात ती पाकिटं सोपवली. सूत्रधारानीही नाट्यमयरित्या प्रत्येक लिफाफ्यातील मजकूर वाचायला सुरुवात केली. ''मला कळत नाही, यात नक्की जास्त नुकसान कोणाचं आहे? बोली लावणाऱ्यांचं की लिलाव मांडणाऱ्यांचं? निदान आम्हाला तरी असल्या परिस्थितीची सवय नाही,'' तो बोचऱ्या शब्दांत म्हणाला.

बोली लावणाऱ्यांनी आपल्या पुढ्यातले कागद चाळायला सुरुवात केली, तेव्हा खोलीतल्या शांततेचा भंग झाला. आर्सेलरची मंडळी हताशपणे बघत राहिली. रशियन बेचैन होऊन कसनुसं हसत होते. सुधीर महेश्वरी वरकरणी शांत वाटत असला, तरी त्याचं चित्त थाऱ्यावर नव्हतं.

''आर्सेलर उद्योगसमूहाने २.५ अब्ज डॉलर्सची प्राथमिक बोली लावलेली आहे,'' सूत्रधाराने जाहीर केलं. सरकारी अधिकाऱ्यांनी सुटकेचा श्वास टाकला. सुरुवात मनासारखी झाल्यामुळे ते खुशीत दिसत होते. आता हा लिलाव चुरशीचा होणार होता.

सूत्रधाराने बोली लावणाऱ्या तिन्ही टेबलांकडे पाहून विचारलं, ''आता आपण खुल्या लिलावाकडे जात आहोत. पहिली बोली कोण लावतंय?''

प्रत्येक स्पर्धकाला एक एक फलक दिला होता; त्यावर क्रमांक दिलेला होता. स्मार्टला १, आर्सेलरला २ आणि मित्तलला ३. स्मार्ट समूहाने पहिल्यांदा चढी बोली लावत २.६ अब्जचा डॉलर्सचा आकडा सांगितला. पाठीमागच्या भव्य टीव्हीवर तो झळकायला लागला. आर्सेलरने त्यांचीच री ओढत २.७ ची बोली लावली. लिलाव संथगतीने आणि सावधपणे चाललेला होता. पोकरच्या मोठ्या खेळाच्या वेळी जसं प्रथम एकमेकाला जोखतात, तसं प्रत्येकजण दुसऱ्याला जोखत होता. एका असामान्य लिलावात आपण भाग घेत असल्याची स्पर्धकांना जाणीव होती आणि म्हणूनच ते मधून मधून आपल्या वरिष्ठांशी फोनवर सल्लामसलत करण्यासाठी वेळ घेत होते. सुरुवातीच्या बोली काही मिनिटांतच लावल्या जायच्या.

मित्तलने सूचना दिल्याप्रमाणे सुधीर महेश्वरी लिलावाच्या सुरुवातीला काहीही हालचाल न करता स्वस्थपणे बघत बसला होता. सुरुवातीच्या लिलावावर स्मार्ट आणि आर्सेलरचंच वर्चस्व दिसून येत होतं. आता दरखेपेला बोली २ कोटी डॉलर्सने वाढत होती. अर्ध्या तासानंतर जेव्हा चौतिसावी बोली लागली, तेव्हा ३ अब्ज डॉलर्सचा आकडा पार झाला होता. वातावरणातील तणाव वाढत चालला होता. मात्र अजूनही मित्तल समूहाकडून काहीच हालचाल नव्हती. त्यांनी एकदाही लिलावात भाग घेतला नव्हता. महेश्वरी काहीच भावना न दाखवता कंटाळल्यासारखा बसून होता.

स्मार्टची घोडदौड चालूच होती; पण आर्सेलर मात्र मोजूनमापून चाली करत होते. चाळिसावी बोली ३.३ कोटीची होती. आता कोण विकत घेणार? सुधीरच्या चेहऱ्यावरचे भाव अचानक बदलले. "चला आता कामाला लागू," तो मनाशीच म्हणाला. त्याने पहिल्यांदा आपला ३ क्रमांकाचा फलक दाखवला : ३.२ अब्ज डॉलर्स. मित्तलची गाडी रुळावर येत होती.

आर्सेलरच्या वुर्थनी डोलला फोन लावून त्याचा सल्ला मागितला.

"हे असंच होणार, हे मला माहीत होतं. बोली लावत रहा. आपल्याला अजून पुष्कळ वर जायचं आहे." डोलने वुर्थला सांगितलं.

प्रतिस्पर्ध्यांची आर्थिक ताकद पाहून दिङ्मूढ झाल्यागत स्मार्टने काढता पाय घेतला. युक्रेनियन नागरिक आ वासून टीव्हीच्या पडद्यावरील आकडा बघत होते. लंडन, न्यूयॉर्क आणि पॅरिसच्या बँकांतल्या वित्तविभागात लोक एकमेकांशी पैजा लावत होते.

लिलाव चालू असलेल्या खोलीतील वातावरण आता तणावपूर्ण आणि अस्वस्थ झालं होतं. बोलीची रक्कम वाढत होती, तशीच फोनवर चालणारी सल्लामसलतही वाढली होती. केवळ पाच मिनिटांत ३.५ अब्जचा आकडा पार झाला. आता बोली

लावण्याचा वेग इतका वाढला की, लिलावाचं संचालन करताना सूत्रधाराची तारांबळ उडत होती.

एक्कावन्नावी बोली चालू होताच स्मार्टने परत भाग घेतला आणि ३.७५ अब्ज डॉलर्सची बोली लावली. त्यांना हा खेळ लवकर संपवायचा होता. ही त्यांची शेवटचीच खेळी होती. लिलावाच्या सूत्रधाराने स्वत:ला सावरत लिलाव पुढे चालू ठेवला. आर्सेलर आणि मित्तलने ४ अब्ज डॉलर्सचा आकडा ओलांडला. आर्सेलरच्या टेबलावर बसलेला बेचाळीस वर्षांचा वुर्थ एखाद्या भूगोलाच्या शिक्षकाप्रमाणे वाटत होता. त्याच्या भुवया आता आश्चर्याने विस्फारलेल्या होत्या. आपल्या कंपनीनी आधी ठरवलेली सीमा त्यांनी कधीच पार केली होती. गी डोल आता फोनवर होते.

"वाढव! आणखीन वाढव. आपल्याला ४.५ अब्जापर्यंत जायचं आहे."

२ कोटीच्या टप्प्याने वाढणारा लिलाव आता ४.६८ अब्जावर आला होता.

आदित्य फोनवर आला. "सुधीर, छान खेळतो आहेस," महेश्वरीला त्याने धीर दिला.

"आता १.२ कोटींनी बोली वाढव." इतका वेळ मोजूनमापून खेळणाऱ्या सुधीरने आता ४.८ अब्जापर्यंत मुसंडी मारली होती.

डोलने धीर सोडला नव्हता. त्याने चेअरमन किन्स्चकडे जास्तीची रक्कम मागितली. चेअरमनने होकार दिला. आर्सेलर परत उसळून आले. वुर्थने मॅथिसला हातातील फलक उंचावून ४.८२ अब्जची बोली वाढवायला सांगितली.

मित्तलने पुढचा बार उडवला : ४.८४ अब्ज. आता सगळे स्तब्ध झाले. "याच्या पुढची बोली कोणी लावणार आहे का?" सूत्रधाराने विचारलं.

वुर्थने त्याची नजर चुकवली. गी डोल फोनवर होता. "आता इथेच थांबायचं. ही बातमी ऐकून वुर्थने मान खाली घातली. लिलावाच्या टेबलावर शेवटचा हातोडा पडला, तेव्हा सर्वत्र शांतता पसरलेली होती.

"मित्तल समूहाला विकण्यात आलेली आहे," सूत्रधार म्हणाला, "सभ्य गृहस्थांनो, तुमचं हार्दिक अभिनंदन!"

प्रतिपक्षाकडे न बघता सुधीर महेश्वरीने हवेतच गुद्दा लगावला आणि आपल्या सहकाऱ्यांशी हस्तांदोलन केलं. आता कॅमेरे सरसावले; पण युलिया टोमॅशेन्कोने पटकन चपळाई केली आणि लक्ष्मी मित्तलच्या लोकांशी हस्तांदोलन करण्यासाठी सर्वप्रथम पुढे सरसावली. शेजारच्या खोलीत हर्षोल्हासित झालेले राष्ट्राध्यक्ष युश्चेन्को आपल्या सहकारी मंत्र्यांशी हस्तांदोलन करत होते. मित्तलने लावलेली बोली ही आधीच्या खाजगीकरणाच्या वेळी लावलेल्या बोलीच्या पाचपट होती आणि अपेक्षित रकमेच्या दुप्पट होती. पैशाच्या हिशेबात सांगायचं तर आजतागायत झालेल्या सर्व लिलावांपेक्षा ही रक्कम २०% जास्त होती.

"युक्रेनच्या आधुनिकीकरणाच्या कार्यक्रमाला अधोरेखित करणारा हा लिलावाचा

क्षण आहे,'' ते मोठ्या अभिमानाने म्हणाले. ''लोकशाहीचा विजय झालेला आहे आणि हा सर्व मिळालेला पैसा युक्रेनवासियांच्या सुखसोयींसाठीच वापरला जाईल, याची मी हमी देतो.''

गी डोलने आपल्या पराभूत झालेल्या चमूचं हॉटेलात स्वागत केलं. त्याच्याप्रमाणेच मित्तलच्या हातून झालेला पराभव सगळ्यांना बोचला होता. मात्र आपल्या शत्रूला अपेक्षेपेक्षा जास्त पैसे मोजायला लावले ही एकच समाधानाची बाब होती. ''शेवटी पर्यायी योजना तरी सफल झाली.'' गी डोल कळवळत म्हणाला; पण खरंच ती झाली होती?

२

गुरुवार, २६ ऑक्टोबर

१८-१९ केन्सिंग्टन पॅलेस गार्डन, लंडन

"त्या गी डोलने जर चढी बोली लावली नसती, तर आपण क्रायव्होरिझस्टालसाठी किमान १ अब्ज डॉलर्स कमी मोजले असते." आपल्याला मिळालेल्या किमती भेटीची आठवण येताच लक्ष्मीच्या राजवाड्यासारख्या भव्य प्रासादात सकाळी नाश्त्याच्या वेळी आदित्य म्हणाला. त्याच्या वडिलांनी नुसती मान डोलावून होकार भरला. यापुढेही आपल्याला नेहमीच आर्सेलरला लिलावाच्या लढाईत तोंड द्यावं लागणार आहे, हे दोघांनाही कळून चुकलं होतं.

"आपल्या किंवा आर्सेलरच्या भागीदारांच्या दृष्टीने हे असं झगडणं चांगलं नाही," आदित्यने आपलं मत मांडलं. "आता फारच थोड्या संधी चालून येणार आहेत, तेव्हा मामला जास्तच गंभीर होत जाईल. आपल्याला आर्सेलरशी बोलून काही समझोता केलाच पाहिजे. कदाचित आपण यात तडजोड करून विकत घेण्याच्या मालमत्तांची आपल्यातच वाटणी करून घेऊ शकतो."

"मला पटतंय. बघू, ते याला तयार होतील का?" मित्तलने आपलं मत मांडलं.

पुढल्या काही दिवसांतच आदित्यने त्यादृष्टीने चाचपणी करायला सुरुवात केली. युनिसॉरच्या काळापासून गी डोलबरोबर फार जवळचे संबंध असलेला पंचावन्न वर्षांचा ॲलेन डेव्हेझॅक हा गृहस्थ या कामासाठी त्याच्या मनात होता. डेव्हेझॅक हा उद्योगसमूहांचा व्यूहरचनाकार होता. जगभर हिंडून तो निरनिराळ्या उद्योगांची माहिती जमवत असे आणि यात तो खास वाकबगार होता. चीन आणि जपानच्या महत्त्वाच्या पोलाद उद्योगांच्या प्रतिनिधींबरोबर संबंध प्रस्थापित करून, सलोख्याचे करार करण्यासाठी, कंपनी ताब्यात घेण्यासाठी योग्य वाटणाऱ्या कंपन्या तो हेरून ठेवत असे. या

गृहस्थाला इंग्लिश, रशियन, इटालियन भाषा येतच होत्या; पण थाई भाषेचीही थोडी फार तोंडओळख होती. बाहेरच्या औद्योगिक विश्वात डेव्होझॅकची आर्सेलरचा दूत अशीच ओळख होती. 'नाईट ऑफ द लिजन द ऑनर' ह्या किताबाने सन्मानित केलेल्या, काळेभोर केस असलेल्या ह्या गृहस्थाकडे आर्सेलरमध्ये मात्र संशयाने पाहिलं जायचं. डोलची सगळी काळी कृत्यं हा गृहस्थ करतो, अशी ठाम समजूत झाल्यामुळे लक्सेम्बर्गच्या कंपूचा त्याला विरोध होता. ते त्याच्यामध्ये डोलची काळी बाजू बघत असत. हा गृहस्थच फक्त डोलचा उत्तरदायी होता.

२६ ते २८ ऑक्टोबर या काळात आदित्य डेव्हेझॅकशी अनेक वेळा बोलला. अर्थात हे सगळं डोलच्या संमतीनेच चाललं होतं. कोणत्या क्षेत्रात एकत्रितपणे काम करता येईल आणि मालमत्तेचं वाटप कसं करता येईल, यावर चर्चा करण्यासाठी ते दोन वेळा बर्कले स्क्वेअरला भेटले होते. तारीख २९ ला लंडनमध्ये भरलेल्या थर्ड स्टील सक्सेस स्ट्रॅटीजीज युरोप कॉन्फरन्सच्या वेळी आदित्य परत डेव्हेझॅकला अचानक भेटला. ''मित्तलला गी डोलला भेटण्याची इच्छा आहे. ख्रिसमसच्या पूर्वी अशी भेट घडवून आणता येईल का?''

डेव्हेझॅकने अर्थपूर्ण नजरेने आदित्यकडे पाहिलं. ''मी तसा प्रयत्न करून बघतो.''

डेव्हेझॅकने लक्ष्मी मित्तलची विनंती गी डोलच्या कानावर घातली. या विषयावर आर्सेलरच्या कार्यकारी संचालकांशी तपशीलवार बोलणी झाली.

''या कामातून डेव्हेझॅकला वगळावं,'' असं पॉल मॅथिसने डोलला सांगितलं. ''कार्यकारी मंडळाचा सभासद या नात्यानं मी आदित्यला भेटलं पाहिजे.''

''हे तर मला अजिबात मान्य नाही.'' डोल ठामपणे म्हणाले. ''तुम्ही त्यांना जर भेटलात, तर त्या चर्चेचा वेगळाच अर्थ काढला जाईल. सध्यातरी आपण या भेटींना फारस महत्त्व दिल्यासारखं दाखवायचं नाही.''

लक्ष्मी मित्तलने तर आता गी डोलच्या भेटीसाठी तगादा लावला होता. डेव्हेझॅकच्या भेटीसाठी नक्की तारीख मिळवण्याचा प्रयत्न आदित्यने नोव्हेंबरच्या पहिल्या आठवड्यात सुरू केला; पण डेव्हेझॅक अनेक कामांत व्यस्त असल्यामुळे आणि ख्रिसमसचा सण जवळ येत असल्यामुळे नक्की तारीख आणि जागा ठरवता येत नव्हती. ''मला वाटतंय की, गी वेळकाढूपणा करतो आहे,'' मित्तल आपल्या मुलाला म्हणाले.

या आधी एचएसबीसी बँकेत पोलादाच्या उद्योगाचा विश्लेषक असलेल्या आणि आता मित्तलकडे भागीदारांशी जनसंपर्क साधण्याचं काम करणाऱ्या, जुलियन ऑनीलाँ याला आदित्यने आर्सेलरच्या व्यवहाराचा, व्यूहरचनेचा आणि आर्थिक परिस्थितीचा पूर्ण तपशीलवार अहवाल तयार करायला सांगितलं. ''या विषयावर

आपल्या इथे कोणाशीही बोलू नका,'' आपल्या बडबड्या फ्रेंच अधिकाऱ्याला आदित्यने बजावलं.

ऑनीलाँ आपल्या कामगिरीला भिडला असतानाच आदित्य सतत डेव्हेझॅकच्या संपर्कात राहत होता; जणू काही ते नेहमीच भेटत होते. एका भेटीत आदित्य त्याला म्हणाला, ''माझ्या विक्रीविभागातल्या लोकांच्या मते, मित्तल आर्सेलरवर चालून येईल, या शंकेने आर्सेलरच्या विक्रीविभागातली माणसं फार काळजीत पडलेली आहेत; पण आम्ही तसं कधीच करणार नाही.''

''मला या विषयावर चर्चा करण्याचा काहीच अधिकार नाही,'' डेव्हेझॅक म्हणाला.

''मी या हस्तांतरणाबद्दल माझ्या वडिलांशी बोललो नाही, ''आदित्य.

डेव्हेझॅकला हा अधिकार नव्हता. कारण गी डोल ॲटलांटिकच्या दुसऱ्या बाजूस नवीन सोयरिक जमवण्याचा प्रयत्न करत होता.

हॅमिल्टन, ओन्टारिओ

कोळशाच्या ज्वलनातून तयार झालेले निरुपयोगी वायू प्रचंड उंचीच्या धुराड्याच्या तोंडाशी जळत असतानाची धग बाहेरून दिसत होती. काळवंडलेल्या कारखान्याच्या प्रचंड वास्तूत सर्वत्र वाफेचं आणि धुराचं साम्राज्य पसरलेलं होतं. आल्प्स पर्वतासारख्या भासणाऱ्या कोळशाच्या आणि कच्च्या लोखंडाच्या डोंगरावरून सरकत्या पट्ट्यावरून तो माल आत भट्ट्यांकडे वाहून नेतानाचं दृश्य कित्येक मैल लांबून दिसू शकत होतं. १९१२ साली 'डोमिनिअन फाउन्ड्रीज ॲन्ड स्टील कंपनी' या नावाने स्थापन झालेला हा उद्योग 'डोफॅस्को' या नावाने हॅमिल्टन शहराची ओळख पटवून देत असे. रोजंदारी उपलब्ध करून देणाऱ्या ह्या उद्योगाने, त्याच्या प्रदीर्घ कारकिर्दीबद्दल अनेक पारितोषिकं मिळवलेली होती.

मोटारउद्योग, बांधकामउद्योग, वातानुकूलित यंत्रणा अशा अनेक उत्पादनांत वापरलं जाणाऱ्या सपाट पोलादाचा पुरवठा ही कंपनी करत असे. कामगार आणि मालकात सलोख्याचे संबंध असल्याचा व्यवस्थापनास अभिमान वाटत असे. १९३८ साली डोफॅस्कोने सर्व कर्मचाऱ्यांना नफ्यात भागीदारी द्यायला सुरुवात केली. या प्रकारची योजना राबवणारी ती कॅनडातील पहिली कंपनी होती. या योजनेमुळे कंपनीच्या ७४०० कर्मचाऱ्यांना पगाराच्या १०% जास्त पैसे मिळायला लागले. या योजनेअंतर्गत २००२ साली कंपनीने सुमारे ५१ मिलियन कॅनेडियन डॉलर्सचं वाटप केलं. हॅमिल्टन शहराला कंपनीने शंभर एकर जागेत 'एफ.एच. शेरमान रिक्रिएशन ॲन्ड लर्निंग सेंटर' बांधून दिलं. या जागेत बेसबॉलची सात मैदानं, फूटबॉलचं मैदान, बर्फावर खेळण्याच्या हॉकीसाठी दोन भव्य इमारती,

मोटाररेसींगचा पट्टा, गोल्फचं मैदान, व्यायामशाळा, सहा सरावासाठीच्या इमारती, टेनिस कोर्ट्स आणि करमणुकीशी निगडित ४५ क्लब इतका सर्व पसारा होता. डोफॅस्कोच्या कर्मचाऱ्यांना आणि त्यांच्या कुटुंबीयांना या सर्व सोयींचा उपभोग घेता येत असे.

कंपनीची स्थापना झाल्यापासून तेथे काम करणाऱ्या कर्मचाऱ्यांशी व्यवस्थापनाचे संबंध अतिशय सलोख्याचे होते. यालाच व्यपस्थापन अभिमानाने 'डोफॅस्को वे' असं म्हणत असे. अर्थातच या कंपनीत कामगार संघटनेची गरजच भासली नाही आणि म्हणूनच ही कंपनी नफ्यात चालत होती. गुंतवणूक करून लूटमार करणाऱ्यांच्या दृष्टीने हे फारच आकर्षक होतं.

सत्तावन्न वर्षांचा चंदेरी केस असलेला ए. पेथर या कंपनीचा कार्यकारी प्रमुख होता. याच कंपनीत तो लहानाचा मोठा झाला. २००५ च्या मे महिन्यापासून तो अशाच एका लुटारूला दूर ठेवण्यात गुंतला होता. त्याच नाव होतं, गी डोल. सुरुवातीच्या काळात आर्सेलरच्या धातुशास्त्रविभागात काम केल्यावर तो मजल दरमजल करत कंपनीचा प्रमुख झाला होता.

गी डोलचा पूर्वेतिहास काहीसा असाच होता आणि १९६० सालानंतर त्याची प्रथम गाठ पडली होती. ते संबंध चालूच राहिले आणि वाढत गेले. कालांतराने दोघांच्या सहकार्याने 'डोलसोल ग्याल्व्हा इन्का.' या उद्योगाची स्थापना झाली. मोटार उद्योगाला लागणारे जस्ताचा मुलामा दिलेले पत्रे या कारखान्यात तयार होत होते. या उद्योगात डोफॅस्कोची ८०% भागीदारी होती आणि बाकीची आर्सेलरची होती.

आता अमेरिकेच्या बाजारपेठेत प्रवेश करण्यासाठी ही कॅनेडियन कंपनी ताब्यात घेणं, हा आर्सेलरच्या व्यूहरचनेचा एक भाग होता. अमेरिकेतील मिशिगन येथे असलेल्या पोलादाचं उत्पादन करणाऱ्या नुकोर या भागीदाराच्या मदतीने, आर्सेलरने डोफॅस्कोशी वाटाघाटी सुरू केल्या. तसं पाहिलं तर नुकोरलाच जास्त नफा मिळवून देणाऱ्या पोलादाच्या उत्पादनात प्रवेश करायचा होता आणि म्हणून त्यांना डोफॅस्को घेण्यात रस होता. डॅन दिमीक्को या कार्यकारी प्रमुखाने तशी त्यांच्याशी बोलणीसुद्धा केलेली होती; पण अमेरिकेत झालेल्या ९/११ च्या भयानक प्रसंगानंतर आर्थिक वातावरण बिघडल्यामुळे ती बोलणी फिसकटली होती. २००५ च्या उन्हाळ्याच्या सुरुवातीला डोल आणि नुकोरने त्या वाटाघाटी परत चालू केल्या आणि डोफॅस्कोच्या कार्यकारी मंडळाने या व्यवहाराची शिफारस करावी, अशी त्यांची अपेक्षा होती. २७ मे रोजी आर्सेलर आणि नुकोरने सुमारे ४३ कॅनेडियन डॉलर्स प्रतिशेअरची किंमत डोफॅस्कोला देऊ केली.

''ही काही कंपनी विकण्याचा विचार करण्याची वेळ नव्हे,'' पेथरने आपल्या

कार्यकारी मंडळाच्या सदस्यांना सागितलं.

डोफॅस्कोने मग एक छान चाल खेळली. हॅमिल्टनच्या कारखान्याजवळ असलेल्या क्युबेक कन्सॉलिडेट माईन्स ही कोळशाची खाण त्यांनी सुमारे ३५ कोटी डॉलर्सला विकत घेऊन टाकली. आणखीन एका ट्युबचं उत्पादन करणाऱ्या कारखान्याच्या खरेदीविषयक बोलणीही त्यांनी सुरू केली. या दोन्ही कंपन्या ताब्यात आल्यामुळे त्यांच्या उद्योगाचं बाजारमूल्य नक्कीच वाढणाार होतं; मात्र वर्षअखेरीस हा व्यवहार पूर्ण होईपर्यंत हे बाजारात गृहीत धरलं जाणार नव्हतं. डोफॅस्कोने आता शेअरबाजारात उतरण्याचं ठरवलं आणि लोकांना शेअर्स घेण्याची संधी उपलब्ध करून दिली. बाजारातून एकदा का पैसा उभा रहिला की, त्यांचा गुंतवणुकीत अडकलेला पैसा परत हातात आला असता. तो सबंध उन्हाळा, डोल आणि दिमीक्को पेथरचा पिच्छा सोडत नव्हते. २८ जूनला केलेल्या कॉन्फरन्स कॉलवरून त्याने आपली बोली ४३ वरून ४६ डॉलर्सपर्यंत वाढवली. अर्थात आता विस्तारलेल्या कंपनीचे व्यवहार तपासल्यावरच ही बोली प्रत्यक्षात लावण्यात येणार होती.

"हे पहा, ही कंपनी विकायला काढलेली नाही आणि समजा असली तरी तुम्ही देत असलेली किंमत फारच अपुरी आहे," पेथरने ठाम शब्दात त्यांना सुनावलं.

सहा जुलैला डोलने आणखीन एक प्रयत्न करून पाहिला. पेथरने परत तो हल्ला परतवून लावला. युरोपातला आणखीन एखादा आपल्या सोबत येईल का, याची चाचपणी डोल करत होता.

जर्मनीतल्या थायसेन क्रप या पोलाद आणि शस्त्र उत्पादकांशी डोफॅस्कोची लोकं अधूनमधून बोलणी करतात, हे डोलला माहीत होतं. या व्यवसायात हे नेहमीच चालत असल्यामुळे त्याविषयी फारसा संशय न घेता ही तांत्रिक सहकार्यासाठीची प्राथमिक बोलणी असतील, असं डोलला वाटलं. २००५ च्या १४ फेब्रुवारी या व्हॅलेन्टाईन डेच्या दिवशी हॅमिल्टनमध्ये डोफॅस्को आणि थायसन यांच्यात तांत्रिक सहकार्याने उद्योग स्थापण्याविषयी मैत्रीपूर्ण वातावरणात बोलणी झाली. परत एप्रिल-मध्येही वाटाघाटी झाल्या. दि. १२ आणि १३ जूनला त्यांनी परत बोलणी केली. नेमकं याच आठवड्यात पेथरने डोल आणि दिमीको यांना धुडकावून लावलं होतं. जर्मनीतल्या एसेन शहराजवळील डोंगरावर वसलेल्या, थायसनच्या श्लॉश लान्डेनबेर्ग या किल्लेवजा इमारतीतल्या सभागृहात ही बोलणी झाली. हा किल्ला १२७६ ते १२८९ या काळात बर्गच्या पाचव्या उमरावाने बांधला होता. उद्योगपती आणि उद्योजक असलेल्या थायसनने तो विकत घेऊन त्याची १९०३ साली डागडुजी केली होती.

येथील तटरक्षक भिंतींच्या मागे थायसन आणि डोफॅस्कोने कोणत्या क्षेत्रात सहकार्य करता येईल, यावर विचारविनिमय केला. थायसनच्या मानाने डोफॅस्को

फारच लहान असल्यामुळे अमेरिकेत डोफॅस्कोला शिरकाव करण्यासाठी कोणत्या तंत्रज्ञानाची मदत करता येईल, यावर प्रामुख्याने बोलणी झाली. पेथरने एक गोष्ट मात्र स्पष्ट केली, ''डोफॅस्कोला तांत्रिक सहकार्यातच रस आहे. ही कंपनी विकाऊ नाही.''

थायसन समूहाचा डॉ. शुल्झ इतक्या सहजासहजी या कॅनेडियन गृहस्थाला सोडणार नव्हता. तो मोठी रक्कम मोजायला अधीर झाला होता. ''भविष्यात जर कोणी आगाऊपणा करून तुम्हाला विकत घेण्याची तयारी दाखवली, तर आम्हालाही तुम्ही प्रतिबोली लावायची एक संधी दिली पाहिजे.''

तुर्कस्तानात आणि युक्रेनमध्ये पराभव झाल्यानंतर गी डोलला मित्तलला दूर ठेवायचंच होतं. त्यानी परत एकदा ११ नोव्हेंबरला पेथरला गाठलं. आर्सेलरच्या साम्राज्यात जर डोफॉस्को येऊन मिळाली, तर आर्सेलरची मालमत्ता वाढेल. बाजारातील शेअर्सचा भाव वाढेल आणि जास्त मोठ्या प्रमाणात मालाचा पुरवठा करता येईल, याची डोलला कल्पना होती. तसं झालं तर मित्तलला या कंपनीचा ताबा घेणं जास्तच कठीण झालं असतं. मित्तल स्टीलच्या आवाक्याच्या बाहेर जाईल, इतकी कंपनीची किंमत वर नेणं हे ऑपरेशन टायगरचं महत्त्वाचं सूत्र होतं. डोलच्या मते, युक्रेनच्या लिलावाच्या वेळी फारच जास्त पैसे मोजल्यामुळे मित्तलची गंगाजळी रोडावली असेल. आर्सेलर आणि थायसन या दोघांच्या दृष्टीने डोफॅस्को फार महत्त्वाची होती. कारण ती ताब्यात आल्यावर त्यांना अमेरिकेच्या बाजारात प्रवेश मिळाला असता. मित्तलकडे अमेरिकेतली एक कंपनी ताब्यात असल्यामुळे त्यांना दुसरी कंपनी विकत घ्यायला कायदेशीर अडचणी होत्या आणि त्यामुळेच डोफॅस्कोच्या बाबतीत मित्तलपासून त्यांना धोका नव्हता.

''डॅन, आम्ही दोघांनी लावलेली किंमत भरपूर आणि रास्त आहे, असं मला वाटतं,'' गी डोलने ठामपणे सांगितलं. ''आमचा हा प्रस्ताव तू नोव्हेंबरच्या १४ तारखेला होणाऱ्या कार्यकारी मंडळांच्या सभेसमोर मांडावास, अशी माझी अपेक्षा आहे.''

पेथरने चालून येत असलेला धोका ओळखला. कार्यकारी मंडळाच्या सभासदांना थायसनशी मैत्रीपूर्ण एकीकरण पाहिजे होतं; पण आता गी डोल त्यांना बाजूला सारून सरळ भागीदारांनाच एखादा आक्रमक प्रस्ताव देणार होता. डोफॅस्कोमध्ये सर्वत्र धोक्याची घंटा वाजायला लागली. पोलादाच्या उद्योगात यापूर्वी अशी घटना घडलेली नव्हती. कार्यकारी मंडळाने बाहेरच्या प्रतिसादाची चाचपणी केली. एकच उत्तर होतं– कंपनी विकायची नाही. कॅनडाहून फोन करून पेथरने ही बातमी १६ नोव्हेंबरला डोलला सांगितली. ''आमच्या कंपनीचं मूल्य ठरवण्यासाठी तुम्ही लावलेले निकष अपुरे आहेत. आमच्या खाणीचं खरं भरघोस मूल्य तुम्ही विचारातच घेतलेलं नाही. कंपनीचं अवमूल्यन करणाऱ्या प्रस्तावाला नाकारणं ही आमची

विश्वस्त म्हणून भागीदारांप्रती जबाबदारी आहे. त्याचप्रमाणे आमच्या कंपनीत व्यवस्थापनाचे आणि कर्मचाऱ्यांचे असलेले खास सौहार्दपूर्ण संबंधसुद्धा आम्ही नजरेआड करू शकत नाही. डोफॅस्कोच्या यशाची तीच गुरुकिल्ली आहे. आपल्या दोन्ही कंपन्यांच्या संबंधांचा आम्ही आदर करतो आणि ते यापुढेही असेच राहतील अशी आशा करतो,'' इतकं बोलून पीटरने फोन खाली ठेवला.

गी डोलला दुसरा नकार मिळाला होता. डॅन दिमीक्कोने त्याला फोन केला. नुकोरने एकत्रित प्रकल्पाचा विचार सध्या बाजूला ठेवलेला असून ते अंग काढून घेत असल्याचं कळवलं. डोफॅस्कोचा सौदा फारच महागडा होईल, अशी दिमीक्कोला भीती वाटत होती आणि या घटकेला जास्त आक्रमक व्हायची त्याची तयारी नव्हती. पोलादाच्या उद्योगात अजूनपर्यंत कोणी आक्रमकपणे वागलं नव्हतं.

इकडे पडद्यामागे हालचाली सुरू झाल्या. डॉन पेथर अनेक वर्षांचे वित्तीय सल्लागार असलेल्या बँक ऑफ कॅनडाशी आणि आपल्या व्यवस्थापनाशी सल्ला मसलती करू लागला. गी डोल परत अंगावर चालून येणार याची त्याला खात्री वाटत होती. डोफॅस्को परत एकदा रिंगणात येणार होता. इच्छुक असलेल्या दुसऱ्या कंपन्यांशी आता संबंध साधणं गरजेचं होतं. पेथरने थायसनच्या कार्यालयात फोन केला आणि डॉ. एरहार्ड शुल्झशी जोडायला सांगितलं. आता ही जर्मन कंपनीच गी डोलच्या कचाट्यातून सुटायला मदत करू शकली असती.

लंडनमध्ये असलेले लक्ष्मी मित्तल आता जास्त बेचैन होत चालले होते. आर्सेलरच्या कामात काहीच प्रगती होत नव्हती. गी डोल त्यांना भेटायला येत नव्हता. तो असं का करत आहे याचा खुलासा २३ नोव्हेंबरला झाला. आर्सेलरने डोफॅस्कोच्या शेअर्ससाठी सुमारे ५६ डॉलर्सची आक्रमक बोली लावली होती. याचाच अर्थ त्यांनी कंपनीचं मूल्यमापन जवळपास ४३.३ अब्ज डॉलर्स केलं होतं.

बर्कले स्क्वेअरच्या मित्तल स्टीलच्या कार्यालयात दुपारी चहा पिताना ॲलेन डेव्हेझॅकला चिडवत आदित्य म्हणाला, ''म्हणजे आता तुम्ही डोफॅस्कोवर आक्रमक बोली लावलीत तर. आपल्या धंद्यात यापूर्वी असं कधी घडलं नव्हतं.

दोघंही अर्थपूर्ण हसले. ''आक्रमक नाही, अनावश्यक.''

पाच दिवसानंतर थायसन कंपनी आर्सेलरपासून डोफॅस्कोला वाचवण्यासाठी, पांढऱ्या उंटासारखी (व्हाईट नाईट– कंपनीच्या हस्तांतरणाच्या व्यवहारात अनिच्छेने ताबा घेतल्या जाणाऱ्या कंपनीला दुसरी मोठी कंपनी येऊन मिळते. या मदतीस येणाऱ्या कंपनीला 'व्हाईट नाईट' म्हणतात. अशा एकत्रित उद्योगात मोठी कंपनी जास्त भांडवल घालते आणि जबरदस्तीने ताबा घेऊ बघणाऱ्या कंपनीला थोपवते. लहान कंपनीला नवीन उद्योगात लहानशी पण महत्त्वाची भूमिका असते, त्यांना

'व्हाईट स्क्वीअर' म्हणतात.) मदतीस आली. थायसन समूहाची मैत्रीपूर्ण बोली होती, ६१.५० डॉलर्सची म्हणजेच ४.८ अब्ज डॉलर्सची. पेथरच्या कार्यकारी मंडळाने हा प्रस्ताव लगेचच मान्य केला.

शेन्ट मोरेट्झमधल्या चांटरेला या उच्चभ्रू लोकांच्या परिसरात ४.४ कोटी युरो खर्च करून लक्ष्मी मित्तलने नव्यानेच बांधलेल्या भव्य प्रासादातल्या फायरप्लेसमधील लाकडाचे ओंडके धगधगत होते. आर्सेलरशी जवळचे संबंध प्रस्थापित करायच्या प्रयत्नात काहीच प्रगती न झाल्याची बोचणी दोघांना लागून राहिली होती. गी डोलला भेटण्याचा निश्चित दिवस अजूनही त्यांच्या डायरीमध्ये लिहिला गेला नव्हता.

जुलियन ऑनीलाँनी पाठवलेल्या आर्सेलरच्या कामगिरीच्या अहवालाची बापलेकांनी पारायणं केली होती. त्या अहवालानुसार, आर्सेलर हा अत्याधुनिक तंत्रज्ञानाचा उपयोग करणारा एक यशस्वी पोलाद उत्पादक होता. भौगोलिकदृष्ट्या आर्सेलर आणि मित्तल समूहाची कार्यक्षेत्रं भिन्न जागी होती. बाजारपेठ आणि तंत्रज्ञानाचा विचार केला तर या दोन्ही उद्योगसमूहांना या दोन्ही गोष्टींची देवाणघेवाण करण्यास भरपूर वाव होता. ही जमेची बाजू दाखवत असतानाच ऑनीलाँनी आर्सेलरचे दोन महत्त्वाचे कच्चे दुवेही दाखवून दिले होते. पहिला हा की, आर्सेलरचे भागधारक फार विस्कळीतपणे पसरलेले होते. ५.६ टक्के शेअर्स हाती असणारे लक्सेम्बर्गचे सरकार सर्वाधिक भागधारक होते. दुसरा कच्चा दुवा हा होता की, मित्तल स्टीलप्रमाणेच आर्सेलरचे शेअर्सही त्यांच्या खऱ्या बाजारभावापेक्षा कमी किमतीला व्यवहारात होते. आर्सेलरच्या शेअर्सची २२ युरो ही बाजारातली किंमत ही निदान दुप्पट असायला हवी होती. या कच्च्या दुव्यामुळेच आर्सेलर हा ताब्यात घेण्यासाठी आदर्श उद्योग समूह होता.

मित्तलना आर्सेलरशी सहकार्याचे संबंध असायला हवे होते. हा उद्योग समूह ताब्यात घेण्यात त्यांना अजिबात रस नव्हता. अगदी निम्म्या किमतीला मिळाली तरी त्यांनी तसा विचार केला नसता. ''मला अजूनही वाटतं की, आपल्या उद्योगातले काही व्यवहार आपण एकत्रितपणेच करायला हवेत. आपण मैत्रीपूर्ण वातावरणात, दोघांचेही उद्योग भरभराटीस येतील असं बघायला हवं.'' मित्तल आदित्यला म्हणाले.

दि. १८ डिसेंबरला हॅमिल्टनमधील कॉप्स पटांगणात दिवसभराचा ख्रिसमस महोत्सव साजरा करण्यासाठी जमलेले डोफॅस्कोचे कर्मचारी आज अनपेक्षितपणे अस्वस्थ वाटत होते. बे स्ट्रीट नॉर्थ आणि यॉर्क बुलेव्हॉ यांच्यावर मनोरंजन आणि खेळासाठी उभारलेले हे स्टेडियम, अमेरिकेतल्या हॉकी लीगचा सदस्य असलेल्या 'हॅमिल्टन बुलडॉग्ज' या संघटनेचं माहेरघर आहे. स्केटिंगसाठी असलेल्या बर्फाच्छादित

मैदानाच्या कडेला सत्तर फूट उंच फरच्या वृक्षावरून लटकणाऱ्या दिव्यांच्या माळा चमचमत, कंपनीच्या कर्मचाऱ्यांचं, त्यांच्या कुटुंबीयांचं आणि पेन्शनरांचं स्वागत करत होत्या. कंपनीच्या व्यवस्थापनाने उत्पादन करणारा एक कारखाना तात्पुरता बंद करून त्या जागी जगातल्या सर्वांत भव्य ख्रिसमसच्या पार्टीचं आयोजन केलं होतं. या वर्षी सांताक्लॉज देत असलेल्या भेटवस्तू आधीच्या वर्षी दिल्या गेलेल्या भेटवस्तूंपेक्षा मोठ्या आणि चांगल्या होत्या. मैदानात जागोजागी पसरलेल्या भेटवस्तू केंद्रांवर भेटी मिळवण्यासाठी सोळा वर्षांखालील पोरापोरींची झुंबड उडालेली होती. मोठ्या लोकांना खाद्यपेयांच्या वस्तूंची भलीमोठी पाकिटं वाटण्यात येत होती.

मात्र या वर्षी कर्मचारीवर्ग आपल्या मनातली भीती लपवू शकत नव्हता. डॅन पेथर आणि त्याचे वरिष्ठ सहकारी अथकपणे लोकांच्यात मिसळून लोकांना आणि गावाला कंपनीच्या, रोजगाराच्या भवितव्याविषयी आश्वस्त करत होते. कंपनीच्या धोरणानुसार सर्व कर्मचाऱ्यांना नफ्याच्या वाटपात सहभागी करून घेण्यात येत असे. यावर्षी हा आकडा पगाराच्या रकमेच्या जवळपास वीस टक्के होता.

"तुमच्या मते कुठली कंपनी जास्त चांगली आहे? थायसन की आर्सेलर?" हा प्रश्न पेथरला लोक पुन्हा पुन्हा विचारत होते.

"आमच्या मते, या दोन्ही कंपन्या सारख्याच आहेत. आम्हाला दोघांपैकी कोणाबरोबरही काम करायला आवडेल, कारण दोघांची कामाची पद्धत आपल्याशी मिळतीजुळती आहे."

दि. २४ डिसेंबरला गी डोलने डॉन पेथरला एक नाताळची भेट दिली. तसं पाहिलं तर या कॅनेडियन गृहस्थाला याची अजिबात गरज नव्हती. त्याने आता डोफॅस्कोच्या शेअर्ससाठी ६३ डॉलर्सची सुधारित बोली लावली होती.

जर्मनांचा पिच्छा सोडवल्यामुळे गी डोलला आता जास्त हुरूप आला होता. आता त्यांची नजर भारतीयांकडे वळाली होती. सरतेशेवटी त्याने एकदा लक्ष्मी मित्तलांचं भेटीचं आमंत्रण स्वीकारलंच.

"त्याने १३ जानेवारीला भेटण्याचं कबूल केलं आहे," आदित्यने वडिलांना सांगितलं.

लक्ष्मी थोडा बुचकळ्यात पडल्यासारखा दिसला; पण दुसऱ्या क्षणी त्याच्या चेहऱ्यावर ते सुप्रसिद्ध हास्य झळकलं. "आदित्य, तो तर शुक्रवार, दि. १३ म्हणजे फ्रायडे द थर्टीन्थ आहे ना?"

गी डोलचा असल्या अंधश्रद्धांवर विश्वास नव्हता. आपलं प्रोजेक्ट टायगर आता यशाच्या उंबरठ्यावर आहे, याची त्याला खात्री वाटायला लागली होती. आता मित्तलला लगाम घालता येईल. मात्र एक गोष्ट ते साफ विसरले की, मित्तलांच्या

दृष्टीने वाघ हा अतिशय शुभ प्राणी होता. त्यांचा जन्म १९५० सालचा होता म्हणजे चिनी पंचांगाप्रमाणे वाघाचं वर्ष. या प्राण्याचा सत्ता आणि नशिबाशी संबंध असतो आणि राशिचक्राप्रमाणे खनिजाशी संबंध असलेली 'मकर' ही त्यांची रास होती.

३

१५ जून १९५०

सादुलपूर, राजस्थान, इंडिया

राजस्थानातल्या थर वाळवंटातल्या भुसभुशीत वाळूत काटेरी झुडपांच्या सोबतीने वसलेल्या या ८० हजार लोकवस्तीच्या नगण्य गावाला दारात नळाचं पाणी आणि वीज दिसायला लक्ष्मी मित्तलचा जन्म झाल्यानंतरही तब्बल दहा वर्षं वाट पहावी लागली. भारताच्या पश्चिमोत्तर भागातल्या चुरू वाळवंटात वसलेलं हे गाव 'गुलाबी शहर' म्हणून प्रसिद्ध असलेल्या जयपूरपासून गणिती अंतराने जरी १५५ मैलांवरचा असलं, तरी नागरी सुविधांच्या तुलनेत कित्येक शतकं मागे होतं. मित्तलचे पणजोबा कराचीला छोटंमोठं दलालीचं काम करत असत. त्यांनी बांधलेल्या छोटेखानी घरात मित्तलचे आईवडील वीस नातेवाइकांच्या सोबतीनं राहत असत. वडिलांना नियमित स्वरूपाचा रोजगार नव्हता आणि पैशाची नेहमीच ओढाताण असे; पण मुलाचं विधिलिखित आधीच ठाऊक असावं अशा थाटात त्यांनी त्याचं नाव 'लक्ष्मी' ठेवलं आणि या मुलावर धनदेवता पुढे खरोखरच अतिप्रसन्न झाली. त्याकाळच्या प्रथेनुसार स्वयंपाक उघड्यावर चुलीवर शिजायचा आणि लोक खाटांवर झोपायचे. लहानग्या लक्ष्मीला चालता यायला लागल्यापासूनच तो पाणी भरण्याच्या कामात घरच्यांना मदत करत असे.

मित्तलचा जन्म मारवाडी कुटुंबात झाला. संस्कृतमध्ये वाळवंटाला 'मरुभूमी' म्हणतात व या शब्दावरूनच त्या प्रदेशात राहणाऱ्या लोकांना मारवाडी हे नाव पडलं होतं. बिर्ला, जिंदाल यांसारख्या भारतातल्या अनेक उद्योग घराण्यांनी आपलं नशीब आजमावण्यासाठी राजस्थानहून बंगालला स्थलांतर केलं होतं. लक्ष्मी मित्तल जेव्हा सहा वर्षांचा होता, तेव्हा त्याच्या वडिलांनी कोलकत्याला प्रयाण केलं. "या बंगाली बाबूंना नुसतं आरामात राहायला आवडतं," मोहन मित्तल म्हणत असत.

''मारवाडी लोकं राजस्थानहून येतात, तेव्हा त्यांच्याकडे खायची भ्रांत असते म्हणून ते काबाडकष्ट करतात.''

कोलकत्याच्या उत्तर भागातील गरीब लोकांच्या वस्तीत २-चितपूर रोडवर त्यांनी पहिल्या मजल्यावर एक लहानशी खोली भाड्याने घेतली. लहानग्या मित्तलला सकाळी जाग यायची ती ट्रामच्या खडखडाटाने. ट्रामच्या रुळावरून जाणारी विजेची तार त्यांच्या घराच्या खिडकीपासून काही अंतरावरून जात होती. सकाळी पाच वाजल्यापासून ट्रामची गजबज सुरू व्हायची. ट्रामचं भाडं परवडेल इतके पैसे खिशात असण्याची शक्यताच नव्हती, तेव्हा लक्ष्मी शाळेत पायीच जायचा आणि पावसाळ्यात तर गुडघाभर पाण्यातून जावं लागे.

लक्ष्मी मेहनती आणि हुशार होता, तसाच तो लाजाळू आणि एकलकोंडा होता. तरुणवयात पदार्पण करण्यापूर्वी एक गोष्ट त्याने मनाशी पक्की केली होती, की आयुष्यात नाव कमवायचं. आपल्या फूटपट्टीच्या मागे त्याने कोरलं होतं : डॉ. निवास मित्तल, बी.कॉम, एम.बी.ए., पीएच.डी. त्याचे वडील आता ब्रिटिश इंडिया रोलिंग मिल्समध्ये भागीदार झाले होते. नावावरून कंपनी भारदस्त वाटत असली, तरी तो लहानसाच उद्योग होता आणि भागीदारी अर्थातच पैसे गुंतवणुकीमुळे मिळाली नव्हती; तर त्यांच्या लोखंड बनवण्याच्या अनुभवाच्या जोरावर मिळाली होती. रोज सकाळी शाळा सुटल्यावर तो कारखान्यात जाऊन वडिलांना मदत करत असे. वडिलांबरोबर राहून तो सर्व सूत्रसंचालन करायला शिकत होता. रबरी पट्टे व पुलीजच्या साहाय्यानी मोठाले रोलर्स फिरवले जायचे आणि त्यातून लोखंडाचा लाल गोळा सपासप पुढे-मागे जात त्याचं पट्ट्या, कांबी व इतर आकारात रूपांतर होत होतं आणि ते दृश्य लक्ष्मीला प्रभावित करत होतं. सांस्कृतिकदृष्ट्या आणि पारंपरिकदृष्ट्या मित्तल त्याची कारकीर्द कशात घडवणार हे सांगायला ज्योतिष्याची गरज नव्हती. बंगालमध्ये मारवाडी समाजाचं चहा, कापड उत्पादन, खाणीकाम, लोखंड आदी उद्योगांत वर्चस्व तर होतंच; पण हे उद्योग आपल्या कुटुंबाच्याच ताब्यात राहिले पाहिजेत, असंही ते कटाक्षाने बघत असत. मुलंबाळं, भावंडं, जावई, मुली इत्यादी कुटुंबातील सर्व व्यक्तींनी घरच्या उद्योगाला हातभार लावला पाहिजे आणि कारखान्यातील दैनंदिन कामकाज, परदेशातील व्यापारसंबंध, परदेशातील कंपन्या विकत घेण्याच्या दृष्टीने माहिती गोळा करणे आणि योग्य संधी येताच त्या विकत घेणे आदी बाबतीत मदत केली पाहिजे. कुठल्याही कंपनीत दुय्यम स्थान स्वीकारणं मारवाडी माणासाला मंजूर नसतं. मोहनलालच्या पाचही भावांनी लोखंडाचा व्यापार करण्याचे परवाने मिळवले आणि १९६३ साली भारताचं 'तांदळाचं कोठार' म्हणून संबोधल्या जाणाऱ्या आंध्र प्रदेशात लोखंडाचं उत्पादन करण्याचा कारखाना काढण्याचा परवाना मिळवला. मित्तल कुटुंबाचा तो पहिला उत्पादन प्रकल्प होता.

त्यांनी आपल्या उद्योगाचं नाव ठेवलं 'इस्पात' – लोखंडाचं संस्कृतभाषेतील नाव. मे महिन्यातल्या उन्हाळ्याच्या सुट्टीमध्ये लक्ष्मी आपल्या कारखान्याच्या गावी जाऊन तिथे चालणारं कामकाज शिकून घेण्याचा प्रयत्न करत असे.

वयाच्या सोळाव्या वर्षी त्याने पार्क स्ट्रीटवरच्या सुप्रसिद्ध सेंट झेविअर्स कॉलेजात प्रवेश मिळवला. या कॉलेजची वास्तू पाच मजली असून पांढऱ्या रंगाची होती आणि त्या वास्तूची धाटणी युरोपियन पद्धतीची होती. सुरुवातीला या हिंदू मुलाला प्रवेश द्यायला या जेसुईट कॉलेजने खळखळ केली; पण लक्ष्मीचे गणित व अकाऊंटन्सीचे मार्क पाहून त्यांचे मत पालटले. हिंदी भाषेत शिक्षण घेतलेल्या लक्ष्मीला या नवीन कॉलेजात वावरताना फारच ओशाळल्यागत वाटत असे. बाकीचे जवळपास सर्व विद्यार्थी हे सधन कुटुंबातून आलेले आणि अस्खलित इंग्रजी बोलणारे होते. शहरातील रेस्टॉरंट्स, थिएटर, क्लब अशा आधुनिक जागी त्या मुलांची ऊठबस होत होती. याच्या उलट वयाच्या १५ व्या वर्षी लक्ष्मी प्रथम रेस्टॉरंटमध्ये गेला होता. फावल्या वेळात लक्ष्मीला घरच्या उद्योगात काम करावं लागत असे. इतर मुलांना ते बंधन नव्हतं आणि ते लक्ष्मीप्रमाणे सायंकाळी वित्त आणि विक्रीव्यवस्थापनाचा जास्तीचा अभ्यासही करत नव्हते.

१९६९ साली मित्तल बिझनेस आणि अकाऊंटन्सीमध्ये बी.कॉम.ची पदवी परीक्षा उत्तम मार्कांनी उत्तीर्ण झाला. अकाऊंटन्सी आणि कमर्शिअल मॅथेमॅटिक्स या दोन विषयांत त्याने मिळवलेल्या मार्कांनी सेंट झेविअर्सच्या इतिहासात विक्रम प्रस्थापित केला होता. कठोर परिश्रम करणे ही त्याच्या यशाची गुरुकिल्ली होती. आपल्या यशाची बातमी वडिलांना सांगण्यासाठी साधा ट्रंककॉल लावायचा मात्र धीर त्याला होत नव्हता; तेव्हा त्याने वडिलांना तारेने ही बातमी कळवली. वडील खूश झाले व त्याला एक शेफरचं पेन बक्षीस दिलं.

शैक्षणिक क्षेत्रात मित्तलला रुची होती; पण सकाळी लवकर उठण्याचा मात्र तिटकारा होता आणि म्हणूनच त्याला कॉलेजात प्राध्यापकी करण्यापासून वंचित राहावं लागलं. कॉलेजात पदविका घेण्यासाठी मित्तल गेला, तेव्हा सेंट झेविअर्सचे प्रिन्सिपॉल त्याला म्हणाले, ''मित्तल, उद्यापासून अकाऊंटन्सी शिकवायला सुरुवात कर.''

''ठीक आहे. किती वाजता येऊ?''

''पहिल्या वर्षाच्या मुलांचा सकाळी सहा वाजता वर्ग सुरू होतो.''

''सहा वाजता? मी आता परत ते करणार नाही. गेली तीन वर्षं शिकत असताना तेच केलं.'' मित्तलने साफ सांगून टाकलं.

तेव्हा मित्तलने आता आपल्या घरच्या व्यवसायासाठी पूर्ण वेळ द्यायचं ठरवलं. एव्हाना इस्पात भरभराटीला आला होता. आता त्याच्या वडिलांनी अलिपूर या

शहरातील प्रतिष्ठित विभागात एक प्रासादतुल्य घर घेतलं होतं. शहराच्या दक्षिणेला असलेल्या या विभागात खाशा लोकांची घरं होती आणि इथलं राहणीमान फार खर्चिक होतं. आपल्या नवीन वास्तूला त्यांनी 'मित्तल हाऊस' असं भपकेबाज नाव ठेवलं होतं.

तीन वर्षं उलटली. छानछोकीचे कपडे घातलेला, झुबकेदार मिशा असलेला आणि डोळ्यांवर चष्मा चढवलेला एक तरुण कोलकता क्लबमध्ये चहा प्यायला आला. एकवीस वर्षांचा हा तरुण मुलगा आज तीन स्त्रियांसोबत चहापान करणार होता. त्यामध्ये एक त्याची भावी पत्नी होती. बनारसमध्ये अर्थशास्त्राचं शिक्षण घेणारी उषा दालमिया, आपली आई आणि आत्यासोबत बसली होती. दोघींनी उषाचं भरपूर कौतुक केलं आणि लक्ष्मीला त्याचं काय मत आहे ते विचारलं. घरच्या मंडळींनी ठरवलेल्या लग्नात त्या काळच्या प्रथेनुसार भावी वर-वधू एकमेकांशी थेट न बोलता आई आणि आत्यामार्फत एकमेकांशी संवाद साधत होते. एक गोष्ट मात्र नक्की होती की, उषाच्या प्रसन्नपणे हसण्याच्या शैलीवर लक्ष्मी फिदा झाला होता. नंतर तो तिच्या वडिलांना भेटला. त्यांचा कागद आणि इंजिनिअरिंगचा व्यवसाय होता. त्यांच्या हुषारीने लक्ष्मी चांगलाच प्रभावित झाला होता. तो मनाशीच म्हणाला, 'ही मुलगी वडिलांच्या २० टक्के जरी हुशार असली, तरी फार हुशार असेल. मी हिच्याशी लग्न करायला तयार आहे.'

लक्ष्मीने उषाला बनारसला एक पत्र पाठवलं. त्यामध्ये त्याने औपचारिकरित्या लिहिलं, 'माझ्या आयुष्याची जीवनसाथी म्हणून तू मला हवी आहेस.' पुढच्या दोन आठवड्यांत त्यांच लग्न ठरवलं गेलं आणि प्रथमच ती दोघं एकमेकांशी फोनवर बोलली. लक्ष्मीच्या कष्टाळू स्वभावाचं तिला अप्रूप वाटलं; पण तो जसा कामाच्या बाबतीत काटेकोर होता, तसाच मिश्किलही होता आणि तिला हसवत होता.

आव्हानं स्वीकारायचा आपल्या वडिलांचा स्वभाव लक्ष्मी मित्तलला प्रभावित करत असे; पण 'माझ्यापेक्षा माझी मुलं जर जास्त कर्तबगार निघाली नाहीत तर माझा व्यवसाय गाळात जाईल,' या त्यांच्या मताची त्याला धास्ती वाटत असे. आपल्याला प्रेरणा देणारे पण त्याचबरोबर अधिकार गाजवणारे वडील, तसेच विनोद आणि प्रमोद या दोघा भावांच्या सोबतीने आपण या नव्याने उमलणाऱ्या व्यवसायात गुंतत चालल्याचं लक्ष्मीच्या लक्षात आलं.

१९७५ साली पूर्व जावातल्या सुरभायामधल्या हिरव्यागार शेतावर लक्ष्मी नजर फिरवत होता. या जागी लोखंडाचं उत्पादन करणारा एक कारखाना त्याच्या वडिलांना उभारायचा होता; पण त्या योजनेला सरकारी धोरणांनी आणि लाल फितींनी घेरून टाकलं होतं आणि आवश्यक ते परवाने, वीज पुरवठा मिळणं

दुरापास्त झालं होतं. तेव्हा हा कारखाना उभारण्याची कल्पनाच त्यांनी बरखास्त केली आणि ती जमीन विकण्याच्या कामगिरीवर लक्ष्मीला पाठवलं. खिशात २५० डॉलर्स घेऊन लक्ष्मी या भागात पर्यटनासाठी आला होता. एकंदर परिस्थितीचा आढावा घेतल्यावर त्याने आपल्या वडिलांच्या सूचनांकडे दुर्लक्ष करत त्याच्या व्यवसाय नीतीनुसार वागायचं ठरवलं.

सर्वप्रथम बाजारात जाऊन त्याने लोखंडाच्या वेगवेगळ्या उत्पादनांचे भाव माहिती करून घेतले. इंजिनिअरिंग उद्योगाला लागणारी साधनं बनवण्यासाठी तसंच बांधकाम उद्योगात उपयोगात आणलं जाणारं लोखंड – याचं स्थानिक पातळीवर उत्पादन केल्यास बऱ्यापैकी नफा मिळण्याची शक्यता आहे हे त्याच्या लक्षात आलं. त्याने जर हे उत्पादन सुरू केलं तर तो इंडोनेशियातला तसं करणारा पहिला कारखाना तर ठरला असताच; शिवाय आपला फक्त तयार मालच या बाजारपेठेत विकून मक्तेदारी गाजवणाऱ्या जपानी उद्योगांना टक्कर देता आली असती. या कामासाठी तो लोखंडाच्या तयार लगडी विद्युत भट्टीत वितळवून डायरेक्ट रिड्युस्ड आयर्न (DRI) आपल्या उत्पादनांची निर्मिती करणार होता. लोखंडाचे खनिज दगडी कोळशाच्या साहाय्याने भट्टीत वितळवण्याच्या ब्लास्ट फरनेससाठी मोठी जागा व कच्च्या मालाचा साठा लागत असल्यामुळे ती फार खर्चिक होते आणि त्याला जास्त भांडवल लागतं. विजेच्या भट्टीत संपृक्त लोखंडाच्या लगडी उपयोगात आणल्या जातात; त्यांना 'डायरेक्ट रिड्युस्ड आयर्न' म्हणतात. या पद्धतीचा वापर करून उत्पादन खर्चात सुमारे ५० टक्क्यांची बचत होते. हा विचार पक्का झाल्यावर त्यांनी वडिलांना फोन केला आणि आपण आता पुढच्या सहलीचा विचार सोडून दिलेला असून आता या ठिकाणी हा कारखाना उभारण्यावर लक्ष देत असल्याचं कळवलं.

यात एक मोठी अडचण होती. यासाठी लागणारं भांडवल त्याच्यापाशी नव्हतं आणि समजा ते असतं, तरी भारत सरकारने इतका पैसा देशाच्या बाहेर जाऊ दिला नसता. मात्र जर त्याने यासाठी लागणारी यंत्रसामग्री आणि बांधकामाचं साहित्य भारतात तयार करून ते इंडोनेशियाला पाठवलं असतं, तर त्याला या निर्यातीपोटी लागणाऱ्या भांडवलाच्या ८५% रक्कम कर्ज स्वरूपात दिली असती. मित्तलने या योजनेच्या भांडवलाची पुढीलप्रमाणे जुळवाजुळव केली. २० लाख डॉलर्सचे इस्पातचे शेअर्स, १७.५ लाख डॉलर्सची रक्कम स्थानिक भागीदारांच्या मार्फत आणि ३७ लाख डॉलर्स बँक ऑफ इंडिया, सिंगापूर शाखेकडून.

मित्तल ही योजना घेऊन मंत्रालयात आणि विजेचा पुरवठा करणाऱ्या कंपनीला भेटला. या आधीही तो त्यांना भेटलेला होता; पण आता त्याच्या हाती ठोस योजना होती. त्याला आवश्यक ते परवाने आणि विजेच्या पुरवठ्याची हमी मिळाली. आता

मित्तल कामाला लागला.

१९७७ च्या २१ नोव्हेंबरला मध्यरात्री उषा मित्तल लक्ष्मीच्या मागे उभ्या होत्या. हातात लहानग्या आदित्यला घट्ट धरलेलं होतं. समोर १४०० सें. तापमानाचा नारिंगी रंगाचा लोखंडाचा रस वाहत होता; अर्थातच वातावरण गरम झालेलं होतं. श्वास घेतलेली हवाही नाकपुड्यांना तापवत होती. वातावरणात धातूची धूळ पसरली होती आणि शेजारी उभे असलेले वडील, भाऊ डोळे किलकिले करून लोखंडाला आकार देणाऱ्या रोलर्सकडे पाहत होते. यंत्रातून पहिली लोखंडाची कांब बाहेर पडत होती. आज मित्तलला अत्यानंदाने भारून टाकलं होतं.

भारताबाहेर लोखंडाचं उत्पादन करणारा मित्तल जरी पहिला गृहस्थ असला, तरी तो स्वत:ला महिन्याकाठी २५० डॉलर इतकाच मेहनताना घेऊ शकत होता. ऑस्ट्रेलियन बनावटीची 'सिल्व्हर होल्डन' नावाची एक जुनी मोटार त्याने विकत घेतली होती. या गाडीचा खाजगी कामासाठी वापर होत होताच; पण सर्वांत जवळचा बसस्टॉप दोन मैलावर असल्यामुळे टॅक्सीसारखाही याचा वापर होत असे. कारखान्याच्या कामकाजात हातभार लावायला मित्तलने कोलकत्याच्या भिकम अग्रवाल याला बोलावून घेतलं. कारखान्याच्या कामकाजाव्यतिरिक्त ४०० स्थानिक कामगारांना प्रशिक्षण देण्याचं काम त्याच्याकडे होतं. हा भिकम अग्रवाल सुतळ आणि पोती बनवणाऱ्या कोलकत्याच्या ज्यूट मिलमध्ये बिल तपासणाऱ्या कारकुनाचं काम करत होता. साहजिकच मित्तलांच्या नवीन उद्योगात येण्याविषयी त्याला फारशी गळ घालावी लागली नाही. हे सगळंच काम तसं जिकिरीचं होतं.

स्वत: मित्तल आणि अग्रवाल यांचा बहुतेक वेळ कारखान्यातच जात असे. आदित्यची लहानपणची आठवण म्हणजे रात्री-अपरात्री कारखान्यातील अडचणींचं निवारण करायला वडील कारखान्यात गेलेले असतानाच तो आणि त्याची आई त्यांच्या होल्डन गाडीत मागच्या सीटवर झोपत असत. उषाबाईंचं आयुष्यही तसं खडतरच होतं. ज्या देशाची भाषा व संस्कृतीही नीटशी माहीत नाही, अशा जागी घरच्या एकत्रित कुटुंबाच्या मदतीशिवाय मुलांना वाढवण्याचं अवघड काम त्यांना करावं लागत होतं. ती स्वत:ही आता कारखान्यात जास्त वेळ घालवत असे. कारखान्याच्या कामकाजाबरोबरच आपल्या नवऱ्यालाही जास्त चांगलं समजून घेण्याचा हा एकच उपाय होता. आता तिला कारखान्याचं कामकाजही चांगलं समजायला लागलं होतं.

सुरुवातीच्या पहिल्या वर्षात सुरभायाच्या कारखान्यात मित्तलने २६,००० टन लोखंडाचं उत्पादन करून १० लाख डॉलर्सचा विक्रमी नफा कमावला. इंडोनेशियाच्या चलनाचं ५० टक्क्यांनी अवमूल्यन होत असतानाही १ कोटी डॉलर्सच्या विक्रीवर हा नफा झाला होता. याचा दुसरा परिणाम असा झाला की, इंडोनेशियात लोखंडाची

आयात करणं महाग होत गेलं आणि मित्तलला घरच्या बाजारपेठेत स्थिरावता आलं. जपानी कंपन्या आता काढता पाय घ्यायला लागल्या होत्या. ३,३०,००० टनाचं उत्पादन करायला पुढची ११ वर्षं जायला लागली. आता मित्तल दोन मुलांचा बाप झाला होता. धाकट्या वर्षाचा जन्म १९८१ साली झाला. तेव्हा आणखीन एका कारखान्याला जन्म द्यायला काय हरकत आहे, असा विचार त्याच्या मनात घोळू लागला. वयाच्या चाळिशीनंतर अगदी सुरुवातीपासून कारखान्याची उभारणी करणं अवघड गेलं असतं, हे त्याच्या लक्षात आलं. त्याला वडिलांचा उपदेश आठवला, 'आव्हानांचा स्वीकार करा. नवीन संधी चालून आल्यास गोंधळून जाऊ नका.' त्यांनी त्याक्षणी एक निर्णय तात्काळ घेतला, तो म्हणजे नव्याने लोखंडाचा कारखाना उभारण्यापेक्षा लोकांनी उभे केलेले विकाऊ कारखाने विकत घ्यायचे.

कच्च्या मालाच्या पुरवठ्याच्या बाबतीत मित्तल अजूनही समाधानी नव्हता. त्यांना लागणाऱ्या लोखंडाच्या भंगाराचा आणि लगडीचा पुरवठा पश्चिम जावामधील एक व्यापारी करत असे. आता त्याने कच्च्या मालासाठी कॅरेबियन बेटांकडे नजर वळवली. त्रिनीदाद-टोबॅगो सरकारमार्फत चालवलेली 'आयर्न अॅन्ड स्टील कंपनी' दिवाळखोरीच्या वाटेवर होती. 'हॅम्बर्गर स्टालवेर्के' या जर्मन कंपनीचे साठ जण या प्रकल्पाचे सहभागीदार होते आणि त्यांना वर्षाला २ कोटी डॉलर्स द्यावे लागत. त्यांच्याशी असलेल्या पहिल्या कराराची मुदत संपत आली होती, तेव्हा नवीन करार करण्याच्या आधीच ह्या कारखान्याचा लिलाव करून तो जास्तीत जास्त बोली लावणाऱ्याच्या हाती सुपूर्द करण्याचा पोर्ट लुई येथल्या सरकारने निर्णय घेतला होता. आपल्या नव्या धोरणानुसार पहिला कारखाना ताब्यात घेण्याची संधी मित्तलला दिसली. तिथल्या राजकारण्यांपुढे मित्तलने एक प्रस्ताव मांडला. "सध्या हा कारखाना चालवून तुम्हाला महिन्याला १ कोटी डॉलर्स नुकसान होत आहे. ह्या कारखान्याचं व्यवस्थापन माझ्याकडे सोपवा, मी तुम्हाला दरमहा १ कोटी डॉलर्स देईन. ह्या कारखान्याचं उत्पादन वाढवून आणि खर्चात कपात करून मी तो नफ्यात आणून दाखवतो." हा सौदा सरकारला पटला; पण मित्तलने आणखीन एक अट घातली. जर मी हा कारखाना बोलल्याप्रमाणे नफ्यात आणून दाखवला, तर पाच वर्षांनी तो मला विकत घ्यायची परवानगी मिळायला पाहिजे.

उत्पादन खर्चात बचत करून हा चालू कारखाना सुस्थितीत आणायची योजना मित्तलच्या डोक्यात तयार होती. जर्मन इंजिनिअर्स सोडून गेले आणि २ कोटी डॉलर्सची बचत झाली. त्या ऐवजी साठ भारतीय इंजिनीअर्सची २० लाख डॉलर्स देऊन नेमणूक केली. कॅरेबियामधला कॅलिप्सो नृत्यप्रकार आवडणारा सुधीर महेश्वरी हा चार्टर्ड अकाऊंटन्ट हा त्यापैकीच एक होता.

१९८९ साली मित्तलने हा कारखाना चालवायला घेतला, तेव्हा तिथे ४२,०००

टन पोलादाचं उत्पादन होत असे. १९९३ साली ते जवळपास १० लाख टन झालं. ठरल्याप्रमाणे मित्तलने हा कारखाना घेतला आणि त्याचं नाव झालं, 'इस्पात कॅरेबियन'.

मेक्सिकोतल्या मिचोआकान राज्यातील लाझरो कार्डेनास या समुद्रकिनारी वसलेल्या शहरात मेक्सिको सरकारच्या मालकीचा असलेला अत्याधुनिक पोलाद कारखाना हा सरकारच्या दृष्टीने डोकेदुखीचा विषय होता. १९९१ साली मित्तलने या कारखान्यास भेट दिली. ह्या कारखान्यात विद्युतभट्टीच्या साहाय्याने संपृक्त लोखंडाच्या लगडी वितळवून उत्तम दर्जाचं पोलाद बनवलं जात होतं. या पोलादाचा बांधकामासाठी आणि गॅस व पेट्रोलचे पाईप बनवण्यासाठी उपयोग होत होताच; पण मोटारी आणि विद्युत उपकरणांच्या निर्मितीतही ते वापरलं जात असे. लोखंडाच्या निर्मितीचा पारंपरिकदृष्ट्या विचार करणाऱ्यांना हे अशक्य वाटत असे. बांधकामासाठी लागणारं लोखंड हे कमी दर्जाचं आणि म्हणून स्वस्त होतं; तर उत्तम प्रतीचं लोखंड दर्जेदार आणि महाग होतं, तेव्हा या दोघांचा मेळ घालणं योग्य नाही असा समज होता. मित्तलला ही विचारसरणी मान्य नव्हती. या कारखान्याचा अभ्यास केल्यावर मित्तलच्या लक्षात काही गोष्टी आल्या. याची उत्पादन क्षमता होती २० लाख टन; पण जागतिक तेल बाजारात तेजीच्या ऐवजी मंदी पसरली होती. परिणामी लोखंडाचे भावही उतरले; त्यामुळे या कारखान्यात फक्त ५,००,००० टन लोखंडाचंच उत्पादन होत असे. शिवाय रोज १ लाख डॉलर्सचा तोटा सहन करावा लागे. मित्तल इंडोनेशियाला परत आला आणि आदित्यला म्हणाला, ''नुकताच मी एका स्मशानभूमीला भेट देऊन आलो.'' पुढच्या वर्षी ती स्मशानभूमी त्यांच्या ताब्यात होती आणि आता तिचं रूपांतर एका खाजगी कंपनीत झालं होतं.

मित्तलने विकत घेतलेल्या पहिल्या मोठ्या कारखान्यासाठी त्याला फक्त २० कोटी डॉलर्स मोजावे लागले आणि स्थानिक सरकारही संकटातून मुक्त झाल्यामुळे आनंदात होते. परत एकदा आपलं हुकमी हत्यार वापरून मित्तलने उत्पादन खर्चात कपात केली, उत्पादन वाढवलं आणि सर्व कर्मचाऱ्यांना पुन्हा प्रशिक्षण दिलं. कारखाना ताब्यात घेतल्यापासून पहिल्या महिन्यातच ७०,००० टन उत्पादन झालं. मित्तलने सर्वांचं अभिनंदन केलं आणि त्यांना नवीन लक्ष्य दिलं – २,००,००० टन. आपल्या निर्मितीप्रमुखाला तो म्हणाला, ''मलय मुखर्जी, हे सहज शक्य आहे.'' मलयला हे नवीन काम फारच आवडत होतं आणि मुख्य म्हणजे मित्तलचा त्यांना पूर्ण पाठिंबा होता. या आधी तो भारतात एका सरकारच्या कारखान्यात सर्वांत तरुण वयाचा कार्यकारी संचालक म्हणून काम करत होता; पण तिथलं वातावरण याच्या अगदी विरुद्ध होतं. मात्र मित्तलने दिलेलं उद्दिष्ट इतक्या झटपट साध्य करता येईल, याविषयी तो साशंक होता. मित्तलने दिलेलं उद्दिष्टाचा आकडा हा अंदाजाने

दिलेला नव्हता. ''तुझ्या कारखान्यातील अनुत्पादित वेळ ३० टक्के आहे आणि तो गैरवाजवी आहे.'' मुखर्जी म्हणाला. ''आपण जर जास्त कर्मचाऱ्यांना प्रशिक्षण दिलं आणि स्पेअरपार्ट्सचा जास्त साठा ठेवला तर हा वेळ वाचू शकेल.''

आत्ता मित्तलपुढे खरा धोका होता– तो हा की, त्याने अनेक अंडी फारच कमी टोपल्यांत ठेवली होती. आता मित्तलच्या डोक्यात एक योजना आकार घेऊ लागली होती. अगदी सरळ, साधी-सोपी योजना. सरकारी आश्रयाने चालवल्या जाणाऱ्या पोलादाच्या कारखान्यांना आधुनिक जगात स्थान नाही. ज्याप्रमाणे मोटार उद्योग, जहाज बांधणी उद्योग, खाणी हे खाजगीरित्या चालवले जातात, त्याचप्रमाणे हा उद्योगसुद्धा जागतिक पातळीवर खाजगीरित्याच चालवला गेला पाहिजे. आता डाव मांडलेला होता, अशक्यप्राय गोष्टी हस्तगत करणाऱ्या एखाद्या नायकाप्रमाणे त्याने कॅनडातल्या सिडबेक-डॉस्को कारखान्याचा १९९४ मध्ये ताबा मिळवला. त्याच्या पुढच्या वर्षीच हॅम्बर्गर स्टालवेर्के खिशात टाकली. इस्पात शिपिंगची स्थापना केली आणि नव्या उद्योगाचे नामकरण इस्पात इंटरनॅशनल केले.

भारतात मात्र मित्तल कुटुंबीयांत चरफड सुरू झालेली होती. अर्थात लक्ष्मी मित्तल त्याची कधीही वाच्यता करत नसे. मोहनलाल आणि दोघा भावांना आपलं मुख्यालय भारतातच हवं होतं. मोहनलालांच्या मते, आपला मोठा पुत्र फार झपाट्याने आणि फार दूरचा पल्ला गाठायला बघत आहे. या आधी ताब्यात घेतलेल्या कंपन्यांच्या बैठकींना कुटुंबप्रमुख या नात्याने मोहनलाल स्वत: जातीने हजर राहात असे. मात्र कॅनडातल्या सिडबेक-डॉस्कोच्या व्यवहाराच्या वेळी लक्ष्मी मित्तल एकटाच गेला होता.

आता मित्तलच्या हालचाली वेगाने सुरू झाल्या होत्या. त्याच्या सर्व व्यवहारासाठी क्रेडिट स्युस या बँकेमार्फत वित्तपुरवठा होत होता. या बँकेचा प्रमुख विश्लेषक असलेला जेरेमी फ्लेचर मित्तलच्या धडाडीवर बेहद खूश होता. युरोपातल्या सरकारी अनुदानावर आणि वृद्ध दुढ्ढाचार्यांच्या पारंपरिक मतांनी चाललेले उद्योग आपल्या पूर्ण उत्पादन क्षमतेचा उपयोग न करता सरकारी आश्रयावर टिकून होते. मरगळलेल्या या उद्योगात मित्तलच्या झंझावातामुळे नवचैतन्य निर्माण होईल अशी त्याला खात्री वाटत होती. अमेरिकेत तर ह्या उद्योगाला गंज चढल्यासारखी अवस्था झाली होती. या क्षेत्रात वाकबगार असलेल्या माणसांनी त्याला केव्हाच रामराम ठोकला होता. फ्लेचरच्या मते मित्तलने या व्यवसायाला नवीन दृष्टी दिली होती. भविष्यकाळातील योजनांसाठी मित्तलला क्रेडिट स्युसकडून वित्तपुरवठा होण्यास कसलीच अडचण नव्हती. मित्तल आपल्या कौशल्यांनी पोलादाच्या उद्योगाला कसा ढवळून काढत आहे यावर फ्लेचरने एक संशोधनपर लेख लिहिला. त्याचं शीर्षक होतं, 'या ग्रहावरचा वादातीत सर्वश्रेष्ठ पोलाद उद्योग.'

१९९५ साल उजाडलं. मित्तलची अजूनही पोलाद उद्योगाच्या मातब्बरांत गणना होत नव्हती. नंतर कझागस्तानचं प्रकरण आलं.

चहुबाजूंनी वेढलेला कझागस्तान हा आकारमानाने पश्चिम युरोपपेक्षा मोठा भूप्रदेश आहे. याच्या सीमा रशिया, कायग्रेझिस्तान, तुर्कमेनिस्तान, उझबेगिस्तान आणि चीनला मिळाल्या आहेत. सुधारणामतवादी नुसुरल्तान नाझरबायाव्हच्या नेतृत्वाखाली १९९१ साली सोव्हिएट रशियापासून वेगळा होणारा हा सर्वांत शेवटचा देश. ह्या देशाला खनिज संपत्तीचं वरदान लाभलेलं असून इथे जगात दुसऱ्या क्रमांकाचा युरेनियम, क्रोमियम आणि शिशाचा साठा आहे. याशिवाय नैसर्गिक वायू, पेट्रोल, कोळसा, सोनं आणि हिऱ्याचे साठेही भरपूर आहेत. रशियाच्या एकाधिकारशाहीमुळे या देशाची अर्थव्यवस्था पार कोलमडलेली होती. दरडोई सरासरी वार्षिक उत्पन्न केवळ २९३० डॉलर्स इतकंच होतं. पोलादाचं उत्पादन करणाऱ्या अमेरिकेच्या मानाने ते सुमारे ३०,००० डॉलर्सने कमी होतं. देशातल्या नागरिकांची सरासरी आयुर्मर्यादा ५८ होती. याचाच अर्थ कझागिस्तान हे सहज हाती लागणारं सावज होतं, जणू काही आधुनिक क्लोन्डाइकच. (अलास्कामध्ये असलेल्या क्लोन्डाइक येथे सोन्याच्या खाणींचा शोध लागल्यावर लोकांची झुंबड उडाली होती.)

उत्तर कझागिस्तानातल्या खनिजांनी समृद्ध असलेल्या करगंदा भागात नुरा नदीकाठी बाराशे एकर परिसर व्यापणाऱ्या कारमेत स्टील वर्क्समध्ये सर्वांत जास्त झुंबड उडाली होती. लोखंड विकत घेण्यासाठी अवमूल्यन होत असलेल्या टेन्गा या चलनी नोटांच्या थप्प्या गाढवावरील पेटाऱ्यात लादून व्यापारी कंपनीसमोर रीघ लावत असत. काही लोकांचा देवाणघेवाणीवर जास्त भरवसा होता. एक टन लोखंडासाठी काळ्या बाजारात मिळणारे किती टीव्ही द्यावे लागतील, याची ते प्रवेशद्वारावर चौकशी करत असत.

लक्ष्मी मित्तलचा या नाट्यात प्रवेश झाला. त्याच्या स्पर्धकांना इथली अर्थव्यवस्था लुटुपुटुची वाटत होती, तर मित्तलला ही एक मोठी संधी वाटत होती. चीनची भरभराट होत होती. त्यांना उंच टोलेजंगी इमारती बांधण्यासाठी, द्रुतगती मार्गासाठी आणि विमानतळाच्या बांधकामासाठी प्रचंड प्रमाणात लोखंडाची गरज भासणार होती. कारण त्या चमकत्या अर्थव्यवस्थेचा तो एक भागच होता. हे सर्व करायचं तर कझागिस्तानाहून दुसरी योग्य जागा शोधून सापडली नसती. टिमीरटाऊच्या भव्य, बोजड आणि धुरकट वातावरणात त्याला नेमकी हीच जागा दिसली. एक छत्राखाली असलेल्या जगातल्या ह्या भव्य कारखान्याच्या हातात कोळसा होता. (१.५ अब्ज टन) कच्चं लोखंड होतं (१.७ अब्ज टन) आणि ४३५ मेगावॅटचं औष्णिक विद्युतकेंद्र होतं. याच्या साहाय्याने ते आपल्या तीन प्रचंड भट्ट्या, कोळशाच्या

भट्ट्या, लोखंडाला आकार देणारी अवाढव्य यंत्रं, हॉट अॅन्ड कोल्ड रोलिंग मशिन्स, पत्र्याला मुलामा चढवणारी यंत्रणा कार्यरत करत होते. आत्तापर्यंत लहान भट्ट्यांचा वापर करून लोखंड उद्योगात आपलं नाव कमावणारा मित्तल उद्योग आता मोठ्या भट्ट्यांच्या क्षेत्रात वावरणाऱ्या कंपूत जाऊन बसणार होता.

राजकारणात पडण्यापूर्वी टिमीरटाऊ या गावातच एक धातूशास्त्रज्ञ म्हणून राष्ट्राध्यक्ष नझरबायेव्हने आपली कारकीर्द सुरू केली होती, हे विशेष. जागतिक आर्थिक परिस्थितीचा विचार करता नझरबायेव्हला खाजगीकरणाचाच निर्णय रास्त वाटला.

आर्थिक मदतीसाठी मित्तल जेव्हा बँकांकडे गेले, तेव्हा या देशाविषयी त्यांना काहीच माहिती नसल्याचं त्यांच्या लक्षात आलं, साहजिकच तिथे त्यांची शाखा असण्याचा प्रश्नच नव्हता. या प्रकल्पासाठी इस्पातच्या मार्फत अर्थपुरवठा करायला बँकांनी चक्क नकार दिला. तेव्हा मित्तलने स्वत:च्या भांडवलावर स्थापन केलेल्या LNM या कंपनीद्वारा या प्रकल्पासाठी पैसा उभा करायचं ठरवलं. बँकांचा या कंपनीवर जास्त भरवसा होता. शेवटी ४० कोटी डॉलर्सच्या बदल्यात मित्तलच्या पदरात ही भेटवस्तू पडली. हा सौदा तर त्यांनी केलाच; पण त्या देशाच्या सरकारकडून त्यांनी भरघोस आश्वासनंही मिळवली. सरकारला देण्याच्या कराच्या मुदतीत वाढ मिळाली, तसेच या कारखान्याच्या संदर्भात पर्यावरणाचे नवीन नियम दहा वर्षं बदलले जाणार नाहीत अशी हमीसुद्धा मिळाली.

'एक भविष्यवेत्ता' असं मित्तलने राष्ट्राध्यक्षांचं वर्णन केलं आणि आपल्या कामाला लागला. कारखान्याच्या भोवती असलेल्या गावातील २.५ लाख लोकं चरितार्थासाठी या कारखान्यावर अवलंबून होते. कामगारांना गेल्या सहा महिन्यांत पगार मिळाले नव्हते. मित्तलने कामगारांना जवळपास ९ लाख डॉलर्स थकबाकी देण्याचं मान्य केलं. एकाही कामगाराचं बँकेत खातं नव्हतं. रोख पैशांच्या ऐवजी वस्तूंच्या रूपाने पगार दिला जात असे. मित्तलने परदेशी चलन स्थानिक चलनात बदलून कामकाजास सुरुवात केली; पण त्याला पंधरा दिवसांतच मध्यवर्ती बँकेचा फोन आला. अशा प्रकारे जर हार्ड चलनाचा बँकेत भरणा करून स्थानिक चलन जर काढलं, तर जबरदस्त चलनवाढ होईल आणि अर्थव्यवस्था कोसळेल आणि कायमची कोसळेल, असं मित्तलला सांगण्यात आलं. आता मित्तल धर्मसंकटात होता. त्यांना आता तारेवरची कसरत करायची होती. अर्थव्यवस्था जितक्या प्रमाणात परकीय चलनाचा भार सहन करू शकेल, तितक्याच प्रमाणात ते अर्थव्यवस्थेत ओतायचं त्यांनी ठरवलं. दर पंधरा दिवसांनी त्यांच्या खाजगी विमानातून देशाच्या दक्षिणेस सहाशे मैलावर असलेल्या अलमाटी या राजधानीत सुटकेसमधून परकीय चलन नेलं जायचं.

मित्तलने भारतीय व्यवस्थापक बोलावले. यातल्या बहुतेक लोकांचं प्रशिक्षण पूर्वीच्या सोव्हिएत संघराज्यात झालं होतं. सत्तर ते ऐंशी या काळात अमेरिका पाकिस्तानला भरघोस लष्करी मदत करत होता आणि भारत रशियाचा मित्रदेश होता. या व्यवस्थापकांना रशियन भाषा अवगत होती आणि विशेष म्हणजे ते काम करत असलेल्या स्थानिक लोकांची मानसिकता त्यांना चांगलीच माहीत होती. मित्तलचं काम अजून संपलेलं नव्हतं. त्याने आता स्थानिक ट्राम आणि रेल्वे विकत घेतली. हे दोन्ही बंद पडण्याच्या मार्गावर होते. हिवाळ्यात शून्याच्या खाली ४० अंशापर्यंत तापमान जात असतानाही विद्युत निर्मिती केंद्र बंद पडण्याच्या मार्गावर होतं. तेसुद्धा विकत घेतलं. त्याचप्रमाणे स्थानिक टीव्ही स्टेशन, कोळशाची व लोखंडाची खाण विकत घेतली. यामुळे सुमारे २७,००० हजार लोकांचे रोजगार शाबूत राहिले. "विकत घेतलेला प्रकल्प चालवण्यासाठी हे सबंध शहरच विकत घेणं गरजेचं होऊन बसलं." मित्तल नंतर वार्ताहरांशी बोलताना म्हणाला.

एका वर्षाच्या आत ह्या प्रकल्पातून नफा मिळायला लागला. पोलादाचं उत्पादन दुपटीन वाढलं, म्हणजेच दरमहा २,५०,००० टन झालं. कझागिस्तानातले अनेकजण मित्तलला आता त्राता मानायला लागले आणि राष्ट्राध्यक्षांच्या खालोखाल ते दुसऱ्या क्रमांकाचं महत्त्वाचं व्यक्तिमत्त्व ठरलं. तो समोर दिसताच पोलीस ताडकन उठून उभे राहात. बेकारीचं संकट कोसळायच्या बेतात असलेल्या १०,००० खाण कामगारांना आणि इतर मजुरांना आता आश्वस्त वाटत होतं.

१९९५ साली आपल्या वडिलांचा आणि भावंडांचा विरोध पत्करून मित्तलने आपल्या धंद्याची भारतातल्या एकत्रित धंद्यापासून फारकत केली आणि आपल्या दोन कंपन्यांच्या मदतीने वेगळी वाट पत्करली. एका कंपनीचं नाव होतं 'इस्पात इंटरनॅशनल.' ही नेदरलँडमध्ये रजिस्टर झाली होती. यामध्ये त्याने त्याच्या ताब्यात असलेले त्रिनिदाद, मेक्सिको, कॅनडा मधले किफायतशीर प्रकल्प टाकले; तर एल.एन.एम. होल्डिंग्जमध्ये कझागिस्तान आणि इंडोनेशियातले थोडेसे धोकादायक प्रकल्प टाकले. इंडोनेशियातल्या प्रकल्पाचं काम आता उषा मित्तल बघत असत, कारण लक्ष्मी मित्तल सतत नवीन प्रकल्प विकत घेण्याच्या मोहिमेवर असे. कुटुंबीयांपासून व्यावहारिक फारकत घेण्याचा निर्णय सर्वांनाच अवघड गेला. मित्तलच्या आयुष्यातला तो सर्वांत कठीण काळ होता. कौटुंबिक संबंध इतके बळकट होते की, फारकतीची प्रक्रिया पूर्ण व्हायला एक वर्ष लागलं. ताटातूट होताना दोन्ही बाजूंनी अश्रुपात झाला होता. विनोद आणि प्रमोद या धाकट्या दिरांना उषाबाई तर आईसारख्या वाटत आणि स्वत: उषाबाईसुद्धा पार खचून गेल्या होत्या. यानंतर दोन्ही बाजूंनी दोन वर्षं अबोला धरलेला होता.

मित्तलच्या कामांनी आता वेग घेतला होता. आपलं कुटुंब त्यानी आता इंडोनेशियाहून लंडनला आणलं. अर्थात हे करण्यामागे त्याचा हेतू वेगळाच होता. ब्रिटनचा रहिवासी नसलेल्या पण ब्रिटनमध्ये वास्तव्य करणाऱ्यांना करामध्ये भरपूर सवलती मिळत असत. त्यांनी देशाबाहेर कमावलेल्या उत्पन्नावर त्यांना कसल्याही प्रकारचा कर भरावा लागत नसे. शिवाय आशिया आणि अमेरिकेच्या तो मध्यावर असल्यामुळे दोन्ही दिशांच्या कामकाजावर लक्ष ठेवायला सोपं जात असे. लंडनच्या बिशप ॲव्हेन्यू या विभागात उषाबाईंनी 'समर पॅलेस' नावाचं घर विकत घेतलं. सौदी अरबमधील धनदांडगे राजपुत्र आणि रशियन राजवटीतील धनाढ्य हुकूमशहा यांनी हा भाग बजबजलेला होता. थोडक्यात म्हणजे श्रीमंतांची चमकदार पण बकाल असलेली वस्तीच...

१९९५ सालापर्यंत मित्तल प्रतिवर्षी १.२ कोटी टन पोलादाची निर्मिती करायला लागला होता. हॅम्बर्गमध्ये भरलेल्या चर्चासत्रात मित्तलने आपले ध्येय २ कोटी टनांचं असल्याचं सांगितलं. विशेष म्हणजे त्यावेळी जपानमधली 'निप्पॉन स्टील' ही जगातली अग्रेसर कंपनी २.७ कोटी टन पोलादाची निर्मिती करत असे. साहजिकच या तरुण उद्योजकाच्या वल्गनांनी करमणूक झाल्यामुळे लोकं हसली. ह्या उद्योगाने जागतिक पातळीवर जावं असं कोणालाच वाटत नव्हतं. ह्या उद्योगातल्या जबाबदार मंडळींच्या कल्पनेची झेप मित्तलइतकी उंच नव्हती. जगातल्या कानाकोपऱ्यात पसरलेल्या गिऱ्हाइकांपर्यंत पोलाद वाहून नेता येईल, ही कल्पनाच त्यांना मान्य नव्हती. मोठ्या प्रमाणावर हा धंदा केल्यास त्याचे काय फायदे असू शकतात ते त्यांच्या लक्षातच येत नव्हतं. पारंपरिकरित्या विचार करणाऱ्या विचारवंतांना ही जरा फुकटची हमाली वाटत होती. कझागिस्तानचा व्यवहार झाल्यानंतर मलय मुखर्जी मित्तलला म्हणाला, ''आता आपण एक वर्ष थांबून सर्व परिस्थितीचा आढावा घ्यायला हवा, असं मला वाटतं.'' यावर मित्तलच उत्तर ठरलेलं असे, ''नाही, आपल्याला अजून वाढायचं आहे आपण पुढे पुढेच जायला हवं.''

१९९७ साली न्यूयॉर्क आणि ॲम्स्टरडॅमच्या शेअर बाजारात, इस्पात इंटरनॅशनलच्या २० टक्के भागभांडवलाचे शेअर्स आणायला क्रेडिट स्युस आणि जेरेमी फ्लेचरने मदत केली. एकूण ७८ कोटी डॉलर्सचे शेअर्स बाजारात विक्रीसाठी आणले होते आणि हा पोलादाच्या उद्योगातला विक्रमी आकडा होता. आपल्या एल.एन.एम.च्या मार्फत बाकीचे ८० टक्के मित्तलच्या ताब्यात होते. आता मित्तल उद्योग समूहाचं उत्पन्न वाढून २.५ अब्ज डॉलर्स झालं होतं आणि त्यावर १४ कोटी डॉलर्सचा निव्वळ नफा झाला होता. त्याच्या या कामगिरीमुळे लोकांच्यात विश्वास निर्माण झाला होता आणि त्यामुळे त्याच्या शेअर्ससाठी आठपट पैसे बाजारात जमा झाले होते. शेअर्सला २८.५० डॉ.चा भाव मिळाला होता. 'सन्डे टाइम्स'च्या

त्यावर्षीच्या श्रीमंत लोकांच्या यादीत २.२ अब्ज डॉलर्सचं उत्पन्न असणाऱ्या मित्तलचं नाव प्रथम क्रमांकावर होतं.

१९९८ साली न्यूयॉर्कमध्ये भरलेल्या परिषदेत मित्तलने उद्योगातल्या बुजुर्ग लोकांच्या समोर भाषण केलं आणि भविष्याचा वेध घेणारी आपली मतं मांडली. त्याच्या मते, सर्वांनी आपली शक्तिस्थानं एकवटून जागतिकीकरणाच्या दिशेने वाटचाल केली, तर या उद्योगाला छळणाऱ्या उतार-चढावाच्या चक्रापासून मुक्तता मिळेल. खाण आणि मोटार उद्योगाप्रमाणे या उद्योगातही मोठ्या उत्पादकांचं वर्चस्व राहील, हे त्याने मान्य केलं. "या उद्योगात मोठ्या प्रमाणात स्थानिक लहान लहान उद्योग आहेत. हा उद्योग जरुरीपेक्षा जास्त प्रमाणात सरकारमार्फत चालवला जातो; पण ह्या उद्योगाच्या दीर्घकालीन स्वास्थ्यासाठी हे बदलणं गरजेचं आहे.

परिषदेला जमलेल्या लोकांची यावर थंड प्रतिक्रिया होती. सर्वत्र शांतता पसरली होती. बहुतेक लोकांच्या मते, पोलादाचा उद्योग हा स्थानिक लहान उत्पादकांच्याच हातात असला पाहिजे. यानंतर एक वर्षात पोलादाचे भाव गडगडले आणि अमेरिकेतल्या ३० टक्क्यांहून जास्त कंपन्यांनी दिवाळखोरी जाहीर केली.

मित्तलच्या खरेदीची घोडदौड चालूच होती. अमेरिकेत आपल्याला प्रवेश मिळवायला हवा, असं मित्तलच्या मनाने घेतलं. व्हेनेझुएला सरकारच्या ताब्यात असलेल्या सीडोर स्टीलवर्क ह्या कंपनीचा ताबा मिळवण्यासाठी मित्तल व्हेनेझुएलाला गेला; पण त्याच्याप्रमाणे आता अनेकांना हा विचार पटायला लागला होता, त्यामुळे दुसरे उद्योग ताब्यात घेण्याच्या दिशेने अनेक जणांची पावलं पडत होती. या आधी इस्पातला प्रतिस्पर्धी नसल्यामुळे तो ठरवेल त्या किमतीला व्यवहार होत असत. १९९० च्या आसपास अनेक देशांतल्या सरकारांनी आपल्या ताब्यात असणाऱ्या तोट्यात चालणाऱ्या पोलादाच्या कंपन्या विकायला काढल्या होत्या. इतरांच्या दृष्टीने कमी खर्चात आणि कमी त्रासात या उद्योगात प्रवेश मिळवायची ही नामी संधी होती. सीडोर कंपनीसाठी मित्तलने २.०४५ अब्ज डॉलर्सची बोली लावली होती आणि तो ती कंपनी ताब्यात घेणारच होता. इतक्यात स्थानिक गुंतवणूकदारांनी एकत्रितपणे पैसे उभे करून २.४ अब्ज डॉलर्सची बोली लावली. मित्तलच्या मनात जास्तीची बोली लावून ही बाजी जिंकण्याचा विचार आला होता; पण त्यांनी तो सोडून दिला. हताशपणे ते लिलावाच्या शेवटापर्यंत न थांबता विमानतळावरील आपल्या खाजगी विमानाकडे निघाले. आता पुढच्या योजनेचा विचार डोक्यात घोळायला सुरुवात झाली होती. कॅरॅकस विमानतळावरून त्याने शिकागोतील बॉब डार्नेलला फोन लावला. हा गृहस्थ 'इनलॅन्ड स्टील' या कंपनीचा मालक होता. एकाच व्यक्तीच्या मालकीची असलेली ही जगातली सर्वांत मोठी कंपनी होती. बॉबला फोन लावून मित्तलने विचारलं, "बॉब, एक सौदा करायचा का?" मित्तलने नुसतं विचारलं नाही,

तर बोलीची रक्कमसुद्धा सांगून टाकली. हे सगळं गेले अनेक महिने चाललं होतं. आज शेवटी बॉब बोलणी करायला तयार झाला.

मित्तलने आपल्या वैमानिकाला अमेरिकेकडे उडण्याची सूचना केली आणि बरोबर असलेल्या सल्लागारांना विमानाने लंडनला पाठवलं. इनलॅन्ड कंपनी १.४ अब्ज डॉलर्सला विकत घेतली. ते व्हेनेझुएलावाले गेले तर गेले, आता त्याच्या मालकीची एक अस्सल अमेरिकन कंपनी होती. अमेरिकेत १.९ कोटी टन उत्पादन करणाऱ्या कारखान्याचा तो मालक होता; पण परत आल्यावर जेव्हा त्याने क्रेडिट स्युस या बँकेला ही वार्ता सांगितली, तेव्हा ते फारसे खूश झाले नाहीत. त्यांच्या मते, पोलादाचे भाव खाली चालले होते, ''तू जास्त पैसे मोजलेस, जरा कमी होतात का ते बघ,'' बँकेने सल्ला दिला.

अशा परिस्थितीत अनेक पाश्चात्त्य कंपन्यांच्या मालकांनी हा सौद्यावर परत वाटाघाटी केल्या असत्या. त्यासाठी त्यांनी ढासळत्या बाजाराचं कारण पुढे केलं असतं किंवा बँक पैसे देत नाही हे कारण पुढे केलं असतं; पण मित्तलने वेगळाच विचार केला. ही एक चांगलं उत्पादन करणारी कंपनी असून यांच्या तंत्रज्ञानानी उत्पादन केल्यास खर्चात लक्षणीय बचत होते, हे त्याच्या लक्षात आलं होतं. महत्त्वाचं म्हणजे त्यांनी डार्नेलशी सौदा पक्का झाल्यावर हात मिळवले होते. आता पड खाणं मित्तलच्या नीतिमत्तेत बसत नव्हतं. ''हे बघा, मी सौदा पक्का केला आहे नि तसा शब्द दिला आहे. व्यवहार पूर्ण करा आणि तसं जमत नसेल तर मला सांगा. मी दुसऱ्या बँकेकडे जातो,'' मित्तलने बँकेला ठणकावून सांगितलं.

हे सगळं झालं तरी व्हेनेझुएलातलं अपयश मित्तलला डाचत होतं. मित्तलने सर्व यंत्रणेची सुरक्षाविषयक तपासणी केली. त्याचे फोन खात्रीने टॅप झाले होते. आता पोलाद उद्योग गढूळ होत चालला होता. काही काळापूर्वी या उद्योगाला मित्तल कोण आहे आणि काय करतो हे जाणून घेण्याचीही इच्छा नव्हती व त्याची गणना विक्षिप्त माणसांत केली जात होती. त्याच उद्योगाला आता त्याची प्रत्येक हालचाल समजून घ्यावीशी वाटत होती.

आता मित्तलच्या समोर अनेक अडचणी उभ्या राहिल्या होत्या. बँकेच्या म्हणण्याप्रमाणेच मित्तलने 'इनलँड स्टील' चुकीच्या वेळी विकत घेतली होती. पोलादाचे भाव गडगडत होते आणि इस्पातला प्रचंड कर्ज झालं होतं. जागतिक बाजारात लोखंडाच्या किमती ४० टक्क्यांनी उतरल्या होत्या. आता आणखीन कंपन्या घेण्याची कुवत न उरल्यामुळे इस्पात इंटरनॅशनलच्या शेअर्सचे भाव उतरायला लागले. ते ९ डॉलर्सच्या आसपास रेंगाळत होते; पण उद्योगधंद्यात मंदीची लाट आल्यावर तो भाव १.९ डॉलर्स पर्यंत घसरला. मित्तल आता कड्याच्या टोकावर उभा होता. हातात पैशांचं मोल असलेली कंपनी होती.

भागीदारांच्यात चलबिचल सुरू झालेली होती आणि हा माणूस आपल्या विश्वासाशी आणि पैशाशी खेळला अशी त्यांची भावना झाली होती. ज्या म्युच्युअल फंडांकडे इस्पातची भागीदारी होती, त्यांना आपल्या गुंतवणुकीत झालेली प्रचंड घट हताशपणे पाहावी लागत होती. त्याचे स्पर्धक आता आरामात हे सगळं वितळून जाताना बघत होते. हा प्रकार इकारसपेक्षा (ग्रीक पुराणातल्या 'डेडलाऊस' या अतिशय हुशार तंत्रज्ञानी माणसाला इकारस नावाच्या आपल्या मुलाच्या अध:पतनाकडे हताशपणे पाहत बसावं लागलं होतं.) नाट्यमय होता.

केवळ विशीत असलेल्या आदित्यला आपल्या वडिलांच्या मनातील विचार अचूक कळत असत. पेनसिल्व्हानिया राज्यातील विश्वविद्यालयात बेथलहॅम स्टीलच्या संस्थापकांनी स्थापन केलेल्या वार्टन स्कूल ऑफ बिझिनेसमध्ये दाखल होण्यासाठी आदित्यला विमानतळावर जाऊन निरोप देता न आल्यामुळे मित्तल फार अस्वस्थ झाले होते, हा खऱ्या अर्थाने ते एकमेकांच्या निकट असल्याचा दाखला होता. तीन वर्षांनी आदित्य उत्तम प्रकारे पदवी परीक्षेत उत्तीर्ण झाला. नंतर अनुभव मिळवण्यासाठी त्याने क्रेडिट स्युसमध्ये उमेदवारी स्वीकारली. इथे तो विश्लेषकाचं काम करत होता; पण इथला अनुभव फारसा उत्तेजक नव्हता आणि हा प्रयोग सहा महिनेच टिकला. आठवड्याला शंभर तास काम करून कंपन्यांच्या कार्यपद्धतीचा, बाजाराचा आणि त्यातल्या सूत्रधारांचा अभ्यास करून भवितव्याचे आडाखे विश्लेषकाला बांधावे लागतात. म्हणूनच या कामाला ओझी उपसण्याचं गाढवाचं काम म्हणून हिणवलं जात. दिसायला तरतरीत, सुस्वभावी आणि धनाढ्य बापाचा मुलगा असल्यामुळे त्याची पंचाईत होत असे. जी किचकट कामं करायला कोणीच तयार होत नसे, ती आदित्यच्या गळ्यात मारण्यात येत असत. आदित्यने याला कटकट न समजता एक संधी म्हणून ते काम स्वीकारलं. इतरांपेक्षा तो जास्त काम करत असे. आर्थिक व्यवहार, त्यातलं राजकारण आणि बँकांच्या अधिकाऱ्यांची मानसिकता, याचा त्याने सखोल अभ्यास केला. लक्ष्मी मित्तलने आपल्या मुलाच्या अंगचे सुप्त गुण हेरले आणि त्याला आपल्या धंद्यामध्ये आणलं. त्याच वेळेला इस्पातचा शेअर प्रथमच बाजारात येत होता. आपल्या वडिलांच्या हाताखाली तयार झालेला आदित्य आता 'मर्जर अ‍ॅन्ड अ‍ॅक्विझीशन' या विभागाचा प्रमुख झाला होता.

२००० सालापासून २००२ पर्यंत चाललेल्या मंदीच्या काळात सर्व कंपन्या तग धरून राहण्याचा प्रयत्न करत होत्या. साहजिकच दुसऱ्या कंपनीचा विचारही कोणी करत नव्हतं. मित्तलने मात्र प्रवाहाच्या विरुद्ध वाहत जाण्याचं ठरवलं. त्याच्याकडे दूरदृष्टी होती. या मंदीच्या काळात सर्व पोलाद प्रकल्पांच्या किमती पार घसरल्या होत्या आणि इतक्या कमी किमतीस ते कधीच उपलब्ध झाले नसते.

दुसऱ्या कंपन्या ताब्यात घेण्याची हीच वेळ आहे. कझागिस्तानच्या प्रकल्पातून आता फायदा मिळायला लागला होता. तो एल.एम.एन.च्या माध्यमातून त्यांनी व्यवहारासाठी वापरण्याचं ठरवलं. एखाद्या ससाण्याच्या तडफेने त्यांनी अल्जेरिया, पोलंड, रुमानिया, मेसेडोनिया, झेक रिपब्लिक, साऊथ आफ्रिका आणि फ्रान्स येथे गुंतवणूक करून प्रकल्प ताब्यात घेतले. परिणामी समूहाची विक्रीही काही कोटी डॉलर्सने वाढली. अर्थात या व्यवसायातले सगळेच जाणकार मित्तलच्या या आक्रमक खरेदीशी सहमत नव्हते. गी डोलच्या 'युनिसार' या जुन्या कंपनीच्या व्यवहाराची बोलणी करण्यासाठी जेव्हा आदित्य गेला, तेव्हा तो जेमतेम सतरा वर्षांचा असल्यासारखा दिसत होता. त्याच्या व्हिजिटिंग कार्डावर एम. अॅन्ड ए. चा प्रमुख अशी त्याची ओळख पाहून समोरचा उपरोधाने म्हणायचा, 'इथे नुसतच ए – आदित्य – असायला हवं होतं.'

पैशाची तंगी असलेल्या सोव्हिएट संघराज्यातील माजी देशांशी वाटाघाटी करणं फार जिकिरीचं होतं. रुमानियातल्या सिडेक्स या सरकारी मालकीच्या कंपनीचा व्यवहार मित्तलने पूर्ण करण्याच्या आधी सुधीर महेश्वरीनी तब्बल साठ वेळा त्या देशाचा दौरा केला होता. जागा वेगळी असली तरी सर्वत्र एकाच प्रकारे वागणूक मिळायची. 'ते इंडियन्स' सर्वसाधारणपणे याच नावाने उल्लेख व्हायचा. त्यांना आधी तास तास – काही दिवससुद्धा – रिकाम्या खोलीत वाट बघायला लावायचे. त्यांच्याशी वाटाघाटी करणाऱ्यांचा असा होरा होता की, ते कंटाळून निघून जातील; पण तसं कधीच झालं नाही. आश्चर्याचा धक्का, चपळाई आणि विविधता हे मित्तलच्या व्यवहारात कळीचे शब्द होते. आणखीन एक महत्त्वाचा शब्द होता– सोशिकपणा. प्रत्येक कंपनीच्या कर्जाचा बोजा मित्तल घेत असे आणि त्या कंपनीला क्रेडिट स्युस आणि एच.एस.बी.सी. (या बँकेशीही आता मित्तल नियमितपणे व्यवहार करत होता.) मार्फत परत वित्तपुरवठा करत असे. याचा अर्थ मित्तल कवडीमोल भावाने कंपनी ताब्यात घ्यायचा. नंतर भारतीय व्यवस्थापक यायचे आणि उत्पादनात भरघोस वाढ करून दाखवायचे.

कंपन्या ताब्यात घ्यायच्या वेळी अडचणीही यायच्या. २००१ साली मित्तलने इंग्लंडच्या लेबर पार्टीला १,२५,००० पौंडाची भरघोस देणगी दिली होती. नेमकं याच वेळी पंतप्रधान टोनी ब्लेअरने रुमानियाच्या पंतप्रधानांना मित्तलच्या सिडेक्सच्या व्यवहारासाठी पाठिंबा दर्शवणारं पत्रं लिहिलं होतं. मित्तलच्या सांगण्यानुसार हे पत्र रुमेनियामधल्या ब्रिटिश राजदूताने विनंती केल्यामुळे पंतप्रधान ब्लेअरने लिहिलं होतं. "हे पत्र लिहिण्याच्या आधीच आम्हाला रुमेनियन सरकारचं संमतीपत्रं मिळालं होतं आणि मुख्य म्हणजे या देणगीच्या बदल्यात आम्ही कसलीच अपेक्षा ठेवली नव्हती कारण मी ही देणगी मला लेबर पार्टीविषयी

वाटणाऱ्या प्रेमापोटी दिली होती.'' कोरससारख्या ब्रिटिश कंपनीला पाठिंबा देण्याच्या ऐवजी मित्तलच्या गैरब्रिटिश कंपनीला पाठिंबा देत असल्याचा आरोप ब्लेअरने धुडकावून लावला. हा वाद उफाळून आला, तेव्हा मित्तल अस्वस्थ झाले; पण एवढं झालं तरी परत २००५ मध्ये लेबर पार्टीला २० लाख पौंडाची देणगी देण्यापासून कोणी रोखू शकलं नाही. युरोपियन बँकेच्या नवीन धोरणानुसार मित्तलने नवनिर्मितीसाठी आणि सुधारणा करण्यासाठी १० कोटी डॉलर्सचं कर्ज उपलब्ध झालं होतं, त्याचा फायदा घेऊन मित्तलने सिडेक्समध्ये सुधारणा केल्या. कामगार कपात केली आणि ती कंपनी परत सुस्थितीत आणायचा मार्ग मोकळा केला.

कझागिस्तान आणि पोलंडमध्ये मित्तलने राजकारणी आणि मध्यस्थांच्या मार्फत कंपन्यांचे व्यवहार घडवून आणले. ह्या लोकांना पुढे प्रचारमाध्यमांच्या आणि तपासणी अधिकाऱ्यांच्या चौकशीला सामोरं जावं लागलं. इंग्लंडच्या सुप्रसिद्ध बीबीसीवर होणाऱ्या द मनी प्रोग्रॅमने तर सरळ सरळ आरोप केला की, बेल्जियममध्ये ज्याच्यावर भ्रष्टाचाराच्या आरोपाची चौकशी चालू आहे, अशा पटॉख चोडिव्ह या गृहस्थाला, मित्तलने १० कोटी डॉलर्सची लाच देऊन टेमिराटूच्या सौद्यासाठी राष्ट्रध्यक्ष नाझरबायेव्हची गाठ घालून देण्याची व्यवस्था करण्यास सांगितले. त्या कार्यक्रमाच्या मतानुसार, चोडिव्हच्या अनेक पित्यांचा माजी रशियन संघराज्यातल्या संघटित गुन्हेगारीशी संबंध होता. अर्थात यातला एकही आरोप सिद्ध होऊ शकला नाही. मे २००७ साली 'फिनान्शियल टाइम्स'च्या बातमीनुसार चोडिव्ह आणि त्याच्या दोन सहकाऱ्यांना ईएनआरसी संचालक मंडळावरून पायउतार व्हायला लागेल, कारण त्यांच्या विरुद्ध बेल्जियममध्ये पैशांची हेराफेरी केल्याचे खटले दाखल केलेले आहेत. या तिघांनीही हे आरोप नाकारले.

असाच आणखी एक पोलो खेळाचा वेडा होता, त्याचं नाव मारेक डोखनाल. सतत पोलोच्या मैदानावर वावरणारा हा गृहस्थ पोलंडमधला बडा दलाल होता. २००४ साली पोलंडमधल्या पोल्स्की हुटी स्टीलचे ६९ टक्के शेअर्स विकत घेण्यास या गृहस्थाने मित्तलला मदत केली. शिवाय आणखीन २५ टक्के शेअर्स विकत घेण्याचा पर्याय मित्तलला उपलब्ध होता. यानंतर मित्तलशी संबंध नसलेल्या अशाच काही दुसऱ्या व्यवहारात तो भ्रष्टाचाराच्या आणि लाचलुचपतीच्या आरोपाखाली पकडला गेला आणि आता तो त्याच्यावरील खटला चालू होण्याची वाट पाहत तुरुंगात बसला आहे. मित्तलने परत एकदा बचावात्मक पवित्रा घेतला. परक्या देशात तुम्हाला माहिती देण्यासाठी, सल्ला देण्यासाठी आणि व्यवहाराची पूर्तता करण्यासाठी स्थानिक माणसाची गरज भासतेच. गुंतवणूक करणाऱ्या कुठल्याही मोठ्या बँकेला कझागिस्तानविषयी काहीही माहिती तर नव्हतीच; पण जगाच्या

नकाशावर ते दाखवताही येत नव्हतं. अर्थातच मला स्थानिक लोकांची मदत घ्यायलाच लागली.

या खेरीज कझागिस्तानातल्या खाणींमधल्या सुरक्षा व्यवस्थेविषयी अनेक समस्या होत्या. २००४ च्या डिसेंबरमध्ये २३ खाणकामगारांचा अपघाती मृत्यू झाला. खाणीमध्ये काम करणाऱ्यांना भूगर्भातून पसरणाऱ्या विषारी वायूंचा धोका असतो. ह्या वायूचं अस्तित्व दाखवणारी उपकरणं सदोष असल्यामुळे खाणीत स्फोट झाल्यामुळे हे कामगार मृत्युमुखी पडले होते. मित्तल तात्काळ अपघाताच्या जागी गेले. राष्ट्राध्यक्ष नाझरबायेव्ह यांच्या उपस्थितीत त्यांनी मृतांच्या आप्तेष्टांचं सांत्वन केलं आणि त्यांना भरघोस नुकसान भरपाई देण्याचं मान्य केलं; तसंच काही कोटी डॉलर्स खर्च करून सर्व सुरक्षायंत्रणा अद्ययावत केली.

आयर्लंडमध्ये मात्र मित्तलच्या परीसस्पर्शाने दगा दिला. कॉर्क येथे असलेल्या आयरिश स्टील हाउलबोलाईन या पाच वर्षांपूर्वी १ आयरिश पौंड देऊन चालवायला घेतलेल्या कारखान्याचा ताबा मित्तलने २००१ साली सोडून दिला. कारखान्याला ५.७ कोटी युरोचा तोटा झालाच; पण अनेक कामगार बेकार झाले. कराराची मुदत संपण्याच्या फक्त काही तास आधी मित्तलने हा निर्णय जाहीर केला, त्यामुळे त्यांच्यावर बरीच टीका झाली. कामगारांना सुरक्षा योजनेअंतर्गत त्यांची थकित बाकी आणि इतर देणी मिळाली. मित्तलने बंद केलेला हा पहिला आणि शेवटचा कारखाना. आम्ही पाच वर्षं हा कारखाना चालवायचं कबूल केलं होतं. तो शब्द आम्ही पाळलाच; पण आम्ही गुंतवणुकीच्या आणि सामाजिक बांधिलकीच्या सर्व जबाबदाऱ्याही पाळल्या. पाच वर्षं आणि ३.५ कोटी आयरिश पौंड घालवूनही आम्हाला काहीच भवितव्य दिसत नव्हतं म्हणून शेवटी हा निर्णय घ्यावाच लागला.

टीकाकारांना मित्तलच्या काही कार्यपद्धती पसंत नव्हत्या; पण मित्तल ते कधी मनाला लावून घेत नसे. नेहमी हसतमुख राहून मित्तल पैसे कमवायचं काम जोमाने करत राहिला. झेकोस्लोव्हाकियातल्या नोव्हा हट कारखान्यासाठी त्याने २००३ मध्ये १० कोटी डॉलर्स मोजले होते. त्याची किंमत आता २ अब्ज डॉलर्सच्या आसपास झाली होती. त्याच्या वाढत्या साम्राज्याचं कझागिस्तान हे जणू काही इंजीनच होतं. जगभरातल्या चार खंडात आणि १४ देशांत त्याचे पोलादाचे कारखाने पसरलेले होते. चीनची बकासुरी भूक तो आरामात भागवू शकत होता. सुरुवातीच्या काळातलं १,५०,००० टन उत्पादन आता ४० लाख टनांच्या वर गेलं होतं. 'सन्डे टाइम्स'च्या एप्रिल २००५ च्या अंकात छापून आलेल्या श्रीमंत लोकांच्या यादीनुसार मित्तलची मालमत्ता १५ अब्ज पौंड होती आणि रोमन अब्रामोव्हीचला मागे सारून तो आता ब्रिटनमधला सर्वांत श्रीमंत गृहस्थ झाला होता.

नवीन शतकाच्या सुरुवातीच्या या गदारोळाच्या काळात मित्तलशी एकनिष्ठ

असलेल्या माणसांनी त्याला खूप साथ दिली. त्याच्या सतत बरोबर असलेला त्याचा शिष्य, मुलगा आदित्य आता त्याचा भागीदारही झाला होता.

२००१ साली आईच्या गंभीर दुखण्यामुळे मित्तल कुटुंब परत एकत्र आलं. हृदयाच्या जुनाट दुखण्यामुळे गीतादेवी हॉस्पिटलमध्ये बेशुद्धावस्थेत अंथरुणाला खिळून होत्या, तेव्हा सर्व कुटुंबीय त्यांच्या भोवती उभे होते. दु:खावेगाने अस्वस्थ झालेल्या उषाबाई बाहेर उभ्या होत्या. १९९५ साली झालेल्या ताटातुटीनंतर आपल्या दिरांना भेटण्यासाठी त्या आतुर झाल्या होत्या. आदित्य आणि त्याची बहीण वनिशासुद्धा आपल्या चुलत भावंडांना भेटण्यास उत्सुक होतेच. याच ठिकाणी परत सलोख्याचा पूल बांधला गेला. आईच्या निधनानंतर लक्ष्मी मित्तलने एक विमान भाड्याने घेऊन आईच्या अंत्यविधीची भारतात व्यवस्था केली.

लक्ष्मी मित्तलला आपल्या मुलाइतकाच आपल्या २३ वर्षांच्या मुलीचा अभिमान वाटत असे. वनिशाने युरोपियन बिझनेस स्कूलमधून उद्योग व्यवस्थापनाची बी.ए. पदवी घेतली. नंतर एका जहाज उद्योगात, जर्मनीतल्या पोलाद कारखान्यात आणि गुंतवणूक करणाऱ्या एका वित्तपुरवठा करणाऱ्या संस्थेत उमेदवारी केली.

२००४ साली जून महिन्यात मित्तलने वनिशाचं दिल्लीमध्ये जन्म झालेल्या अमित भाटिया या गुंतवणूक क्षेत्रात काम करणाऱ्या बँकरशी मोठ्या थाटामाटात लग्न लावून दिलं. या बहुचर्चित लग्नाची कथाही तितकीच सुरस आहे. पॅरिसच्या हॉटेल इंटरकॉन्टिनेन्टलच्या हिरवळीवर एक हजाराहून जास्त खाशेमंडळी जमली होती. जगाच्या कानाकोपऱ्यातून खास विमानांनी पाहुण्यांना आणलं गेलं. उषाबाईंच्या आवडत्या व्हर्सायला साखरपुड्याच्या समारंभाने या पाच दिवसांच्या विवाह समारंभाची सुरुवात झाली. व्हा ले विकोमे या फ्रान्सच्या सुप्रसिद्ध राजवाड्यात लग्न समारंभ पार पडला. मित्तलप्रमाणेच सर्व पुरुष मंडळी दिमाखदार झगमगीत राजस्थानी फेटा घालून वावरत होते. प्रसारमाध्यमांना जरी मज्जाव असला, तरी या ऐतिहासिक सोहळ्याच्या वर्णनांची माहिती बाहेर रकानेच्या रकाने भरून छापून येत होती. 'वेडिंगसूत्रा.कॉम' या भारतीय वेबसाईटच्या वृत्तानुसार वधूचा पोशाख बनवण्यासाठी तीन सर्वोत्तम भारतीय फॅशन डिझाइनर्सना आमंत्रित केलं होतं. वीस पानी आमंत्रणपत्रिका (काहींच्या मते ती चौदा पानी होती.) फ्लोरीन ॲश या पॅरिसच्या सुप्रसिद्ध चित्रकाराने तयार केली होती. त्यामध्ये भावी वधुवरांचा लंबगोलाकृती चौकटीत सुरेख फोटो होता. आमंत्रण-पत्रिकेत शेलेची शृंगारिक कविता आणि आदित्यच्या पत्नीने– मेघाने लिहिलेली कविता होती.

लग्न समारंभ उरकल्यावर नवदांपत्यासाठी आणि आमंत्रितांसाठी एक तासाची नाटिका सादर करण्यात आली. त्यामध्ये नाचगाण्यांचा समावेश होता. याचं संगीत

बॉलिवूडच्या शंकर महादेवन या प्रसिद्ध गायकाने लिहिलं आणि गायलं होतं. नाटिकेचं लिखाण आणि नृत्यदिग्दर्शन फरहा खान या दिग्दर्शिकेने केलं होतं. अमित व वनिशा एकमेकाला कसे भेटले आणि एकमेकांच्या प्रेमात कसे पडले याची कहाणी रंगवण्यात आली होती. या नाटिकेतली नृत्यं बॉलिवूडच्या कलाकारांनी सादर केली होती; पण नाटिकेतली प्रमुख पात्रं मात्र फार वेगळ्याच कलाकारांनी रंगवली होती. आदित्य अमितच्या भूमिकेत होता, तर मेघा वनिशा झाली होती. लक्ष्मी मित्तल आणि उषा मित्तलचं काम खुद्द मित्तल दांपत्यानेच केलं होतं व यासाठी त्यांनी लंडनमध्ये तीन आठवडे कसून तालीम केली होती. राजस्थानच्या कारागिरांनी खास राजस्थानी पद्धतीचे तंबू उभारले होते. जार्डिन दे टुईलेच्या किमती क्रोकरीतून वाढलेलं जेवण बनवण्यासाठी खास कोलकत्याहून बल्लवाचार्य बोलावले होते. या खेरीज लिडो द पॅरिसमध्ये डिस्को डान्स होता; व्हर्सायच्या ऑपेरा हाऊसमध्ये ऑपेरा होता आणि मित्तलचे आवडते बॉलिवूड कलाकार– कायली मिनोग उपस्थितांची करमणूक करायला हजर होते.

'पप्पा, मला आयफेल टॉवर विकत घेऊन द्या ना!' असा मथळा भारतातल्या 'आऊटलुक' या साप्ताहिकात झळकला होता. कॉर्कच्या कामगारांच्या हलाखीच्या पार्श्वभूमीवर एका लग्नासाठी होत असलेल्या खर्चावर ताशेरे ओढत, लंडनच्या 'इव्हिनिंग स्टॅन्डर्ड' या वृत्तपत्राने या समारंभाचा 'अभद्र' असा उल्लेख केला होता. यावर मित्तलची साधी प्रतिक्रिया होती, 'मी कौटुंबिक बाबींची जाहीर चर्चा करत नसतो. बातम्यात आलेले खर्चाचे आकडे हे केवळ लोकांचे अंदाज आहेत. कुठल्याही बापाला आपल्या मुलीसाठी एक खास दिवस भेट द्यावासा वाटेलच.'

वनिशानी आपल्या उजव्या हातावर इंग्रजी आणि हिंदीत मेहंदीने एक वाक्य लिहून घेतल होतं,

'पप्पा,

आय लव्ह यू!'

त्या उन्हाळ्याच्या सुट्टीत सर्व मित्तल कुटुंबीय लॉस एन्जल्स आणि लास वेगास येथे आराम करत होते; पण आराम करत असतानाही आपल्या जागतिक मोहिमेच्या जिगसॉ पझलमधले काही तुकडे अजूनही जागेवर नसल्याची मित्तलला जाणीव होत होती. उत्तर अमेरिकेतल्या शिकागोमध्ये असलेली 'इनलॅन्ड स्टील' ही अमेरिकेत आपलं खास अस्तित्व दाखवायला पुरेशी नाही, याची जाणीव व खंत मित्तलला वाटत होती.

सुट्टी संपताच मित्तल आणि आदित्य पुढच्या कामगिरीसाठी सरळ न्यूयॉर्कला

रवाना झाले. ६०० लेक्सिंटन अॅव्हेन्यू येथे ते एका सहासष्ट वर्षांच्या किरकोळ शरीरयष्टी असलेल्या धनाढ्य माणसाची भेट घेणार होते. मृतवत असलेल्या आजारी उद्योगांना विकत घेऊन त्यांचं पुनरुज्जीवन करण्यात विल्बर रॉस हा ज्यू गृहस्थ माहीर होता. यासाठी त्याने ४५ कोटी डॉलर्स खर्च केले होते. ३ अब्ज डॉलर्सची मालमत्ता असलेल्या विल्बरने फोर्बसच्या– अमेरिकेतील श्रीमंताच्या यादीमध्ये स्थान मिळवलं होतं. 'रॉथचाइल्ड' या कंपनीत २६ वर्षं कार्यकारी संचालक म्हणून काम केल्यावर रॉसने हा आर्थिक जुगार खेळायला सुरुवात केली होती. आपल्या जवळचे आणि हेज फंडाचे मिळून त्याने २ अब्ज डॉलर्स या कामासाठी वापरून 'सदर्न टेक्सटाईल्स' आणि दिवाळखोरीत निघालेली 'अप्पलांचियान कोल माइन्स' विकत घेतल्या आणि त्या सुस्थितीत आणून दाखवल्या. या कंपन्यांनी चॅप्टर ११ च्या अन्वये दिवाळखोरीचा अर्ज दाखल केल्यामुळे त्यांची मालमत्ता त्याला फारच नगण्य किमतीला मिळाली; शिवाय कामगारांच्या थकित बाकीचा आणि इतर कर्जांचा बोजा उचलावा लागला नाही. हा प्रकार इतरांच्या लक्षात आल्यावर अशा आजारी कंपन्यांचा भाव एकाएकी वधारला.

काही लोक रॉसला 'व्हल्चर (गिधाडाच्या वृत्तीचा) कॅपिटालिस्ट' म्हणायला लागले; पण त्याला 'उद्योगांचा तारणहार' म्हटलेलं जास्त आवडत असे. 'बॉटम फिडर किंग' ही उपाधी मात्र त्याला कायमची चिकटली, कारण या क्षेत्रात त्याने अमेरिकन गुंतवणूकदार, समाजसेवक आणि जगातल्या तिसऱ्या धनाढ्य वॉरेन बफेवरही मात केली होती. २००२ सालापासून रॉसनी पोलादाच्या आजारी कंपन्यांकडे आपला मोर्चा वळवला. यात एकेकाळी अमेरिकेचा मानबिंदू असलेल्या 'बेथेलहॅम स्टील'चाही समावेश होता. या सर्वांचा त्याने 'इंटरनॅशनल स्टील ग्रुप' (ISG) तयार केला. हा ISG आता अमेरिकेतला सर्वांत मोठा पोलादाचा उत्पादक झाला होता; पण ज्याप्रमाणे जागतिक बेसबॉल हे नावापुरतंच जागतिक आहे, तसाच हा ग्रुपसुद्धा नावापुरताच जागतिक होता. रॉसला आता अमेरिकेच्या बाहेर लक्ष घालायचं होतं; पण त्याने निवडलेल्या प्रत्येक ठिकाणी त्याच्याहून भारी असलेला लुटारू – लक्ष्मी मित्तल – पोहचलेला असायचा.

रॉसने आता या प्रकरणात जास्त गंभीरपणे लक्ष घालायचं ठरवलं. इकडे मित्तलचा ISG वर डोळा होता. कारण ही कंपनी ताब्यात आली, तर त्याचा अमेरिकेत चांगला जम बसला असता. आधी ठरल्याप्रमाणे ही भेट अर्धा तास चालणार होती. दोन तास उलटून गेले, तरी ते दोघं लोखंडाच्या किमती आणि जागतिकीकरणावरच चर्चा करत बसले होते. लक्ष्मी दिसायला उंच, शांत आणि हिशेबी दिसत होता; तर विल्बर लहानसा, टकला, चष्मीस्ट. आपला मुद्दा पटवण्यासाठी रॉस मोठमोठी विशेषणं वापरत असे आणि वरकरणी पाहता दोघांच्यात कसलंच

साम्य नव्हतं; पण दोघंही अमेरिकेत बाहेरून आले होते. दोघांनीही खूप कष्टाने प्रगती केली होती. लोक ज्या मालमत्तांकडे बघून नाक मुरडत असत, अशा मालमत्ता विकत घेऊन ते त्या नफ्यात आणून दुभत्या गाई बनवत असत. कसल्याही प्रकारचा विरोध बाजूला सारण्यात दोघंही वाकबगार होते. दोघंही स्पष्टवक्ते होते आणि दोघं एकमेकांचा आदर करत असत. दोघांचा स्वभाव आशावादी होता आणि त्यांच्या मते व्यवहारात भावनेला स्थान नव्हतं. रॉसला आदित्य फार आवडला होता आणि त्याच्या हुशारीवर व कर्तृत्वावर तो खूश होता. जर आपली कंपनी कोणाला द्यायची वेळ आलीच तर असा माणूसच योग्य आहे, असा विचारही त्याच्या मनात डोकावून गेला.

"तू माझ्याकडे कामाला का येत नाहीस?'' विल्बर म्हणाला.

"त्याचा पगार तुला परवडणार नाही,'' मित्तल त्याला चिडवत म्हणाला.

नंतर विल्बर म्हणाल्याप्रमाणे 'ते प्रथमदर्शनी प्रेमात पडल्यासारखं' होतं. ISGचं इस्पात इंटरनॅशनलमध्ये विलीनीकरण करायला दोघांची तत्त्वत: मान्यता होती. आता प्रेमाचा विषयच निघाला आहे, तेव्हा सांगायला हरकत नाही. ऑक्टोबरच्या २३ तारखेला विल्बर आपल्या तिसऱ्या लग्नासाठी बोहल्यावर चढणार होता. न्यूयॉर्क, साऊथहॅम्प्टन एन.वाय. आणि पाम बीचवरच्या उच्चभ्रू मंडळात प्रसिद्ध असलेल्या आणि विल्बरपेक्षा पंधरा वर्षांनी लहान असलेल्या हिलरी गिएरी ह्या पिंगट केस असलेल्या भावी वधूची या आधी दोन लग्नं झाली होती. पाम बीचवर हे भावी जोडपं घर विकत घेणार होतं. एका वर्तमानपत्रात छापून आल्याप्रमाणे 'हिलरीचा आयुष्याकडे बघण्याचा दृष्टिकोन जर कोणाला माहीत करून घ्यायचा असेल, तर तिच्या साऊथ हॅम्प्टनमधल्या घरातल्या बैठकीच्या खोलीतील सोफ्यावरच्या उशीवर भरतकाम केलेला संदेश वाचावा. तो आहे, 'खा, प्या आणि परत लग्न करा.'

मित्तल आणि विल्बर फोनवर व्यवहाराची बोलणी करतच होते. रॉसच्या लग्नाच्या दोन दिवस आधी ते परत न्यूयॉर्कला भेटले. रॉस आणि मित्तलच्या मतामध्ये आता आयएसजीच्या किमतीत फक्त ५ कोटी डॉलर्सची तफावत होती. एकाएकी रॉसने खिशातून नाणं बाहेर काढलं. "हे बघ लक्ष्मी, आपण आता इतके जवळ आलो आहोत, तेव्हा नाणेफेक करूनच निकाल लावू या.''

मित्तलला जुगार समजत नव्हता. व्यवहाराच्या वेळी तो बाजाराप्रमाणे भाव करत असे. "विल्बर, शेपटापेक्षा डोकं जड असतं, हे सगळ्यांनाच माहीत आहे.'' परत ते दोघं घासाघीस करत बसले.

"अरे, तू आम्हाला लग्नाला बोलावणार आहेस की नाही?'' मित्तलनं विचारलं. लग्नानंतर दोन दिवसांनी २५ ऑक्टोबरला रॉकफेलर सेंटरच्या रेनबो रूममध्ये

दोनशे आमंत्रितांसाठी जंगी पार्टीचं आयोजन केलं होतं. मनोरंजनासाठी व्हॅलरी रामोनॉफ आपल्या स्टारलाईट या वाद्यवृंदासकट येणार होती. मात्र मित्तलला या समारंभाचं आमंत्रण नव्हतं. ''हा सगळा व्यवहार पूर्ण होईपर्यंत मला फार गुप्तता पाळायची आहे. तुला तिथे पाहून लोक भलतेसलते तर्कवितर्क करायला लागतील. ते मला टाळायचं आहे.''

त्या ऐवजी रॉस दांपत्याने आपला मधुचंद्र एका दिवसाने पुढे ढकलला आणि पार्टीच्या दुसऱ्या दिवशी मॅडिसन अॅव्हेन्यूमधल्या ले सिर्क या सुप्रसिद्ध रेस्टॉरंटमध्ये मित्तलला जेवायला घेऊन गेले. रॉस आणि मित्तलने हातातले ग्लास उंचावून चिअर्स केलं, कारण आता सौदा पक्का झाला होता. ४.५ अब्ज डॉलर्सच्या बदल्यात ISG आता मित्तलच्या ताब्यात आली होती. ISG च्या भागधारकांना रॉसने ५४.५ कोटी डॉलर्सने श्रीमंत बनवलं होतं. कारण शुक्रवारी बाजार बंद झाला, तेव्हा शेअर्सचा भाव आजच्यापेक्षा कमी होता.

हा सौदा पदरात पडल्यामुळे मित्तल आता अमेरिकेच्या पोलाद उद्योगातील एक प्रमुख पात्र बनला होता; शिवाय विल्बर रॉसची संचालकपदावर नेमणूक करून, त्याने एक विश्वासू आणि व्यवहारकुशल साथीदारही मिळवला होता. मित्तलने आता इस्पात स्टील, आयएसजी आणि एलएनएमचं एकत्रित नामकरण केलं, 'मित्तल स्टील्स.' बाहेरच्या जगाला आता मित्तलची दखल घेण्यावाचून पर्यायच नव्हता. फक्त वीस वर्षांत मित्तलने २७.७ अब्ज डॉलर्सची संपत्ती गोळा केली होती. आता जगात फक्त मायक्रोसॉफ्टचा बिल गेट्स, वॉरन बफे आणि आयकियाचा इंग्वार कॅम्पार्ड हेच तिघंजण त्याहून श्रीमंत होते. मित्तल आता १७,८०० कर्मचाऱ्यांचा पोशिंदा होता आणि अमेरिकेतल्या मोटार उद्योगाला लागणाऱ्या पोलादापैकी तीस टक्के पुरवठा तो करत होता. 'फॉर्च्युन' या मासिकाने त्याला युरोपातला त्या वर्षाचा सर्वोत्कृष्ट उद्योगपती ठरवला होता. त्यांच्या मते, कंपनी ताब्यात घेण्याचं अचूक ज्ञान आणि व्यवस्थापन हे मित्तलचे दोन्ही गुण वाखाणण्यासारखे होते.

साध्या टाचणीपासून ते लोखंडाच्या दोरखंडापर्यंत, मोटारी, जहाजबांधणी, गॅस पाईप, तेल वाहक पाईप, मुलामा दिलेल्या वस्तू, भक्कम जाळ्या, सर्वत्र मित्तल स्टीलचा संचार होता. लवचीक पण खंबीर असलेला सादुलपूरचा पोरगा जगाच्या कानाकोपऱ्यातल्या पोलादाच्या व्यवस्थापकांची मनं वळवून, गोड बोलून सतत प्रगतीच्या वाटेने चालत गेला. मात्र ह्या व्यवस्थापकांपेक्षा त्याला या धंद्याची सखोल माहिती होती. हा स्वत: भट्टीवर काम करू शकत असे, जे या उद्योगातल्या अनेक उद्योगपतींना जमलं नसतं. मोठ्या मिश्या आणि कल्ले ठेवणारा एक लाजाळू मुलगा आता गुळगुळीत चेहऱ्याचा, तडफदार जागतिक नागरिक बनला होता. त्याच्याकडे जरी आता घरं, नौका, सर्व प्रकारच्या ऐशोआरामाची साधनं असली, तरी मित्तलच्या

दृष्टीने एकच गोष्ट महत्त्वाची होती - ६ कोटी टन पोलादाचं उत्पादन.

मित्तलला एक खवचटपणे लिहिलेला अभिनंदनाचा संदेश आला. नुकतंच ज्याला त्याने पायउतार केलं होतं, त्या गी डोलचा तो संदेश होता - लक्सेम्बर्गच्या आर्सेलर उद्योगसमूहाचा तो प्रमुख कार्यकारी अधिकारी होता.

४

शुक्रवार, १३ जानेवारी २००६, सायंकाळी ६ वा.

१८-१९ केन्सिंग्टन पॅलेस गार्डन, लंडन

'त्याचं घर एवढं मोठ आहे की, बाथरूमला जाण्यासाठी बसने जावं लागतं,' गी डोल उपहासाने म्हणाला. ॲलेन डेव्हेझॅकनी डोलकडे पाहिलं, तेव्हा तो चरफडत असल्याचं त्याच्या लक्षात आलं. खरं तर डोलला ही भेट घ्यायचीच नव्हती. निदान आत्ता तरी नव्हती. त्याचं लक्ष आता हजारो मैल लांब असलेल्या हॅमिल्टनकडे लागून राहिलं होतं. तिथे थायसन क्रपशी त्याची झटापट चालू होती. गेल्या २४ डिसेंबरला आर्सेलरच्या इतकाच, म्हणजे ६३ डॉलर प्रति शेअर भाव थायसन क्रपने देऊ केला, तेव्हाच डोफॅस्कोच्या व्यवहारात प्रतिरोध निर्माण झाला होता. आता डोफॅस्कोची किंमत जवळपास ५ अब्ज डॉलर्सच्या घरात पोहोचली होती. आता डोलच्या दृष्टीने गोष्टी जास्तच बिघडत चालल्या होत्या. डोफॅस्कोच्या संचालक मंडळाने एकमताने ठराव मंजूर करून थायसनला २४ जानेवारीच्या अंतिम मुदतीच्या आत शेअर्स देण्याचा निर्णय घेतला होता. आर्सेलरच्या मानाने थायसनने फारच कमी अटी घातल्या होत्या आणि भागीदारांना तितकेच पैसे मिळणार होते. डोफॅस्कोच्या डॅन पेथरला किंवा आर्सेलरच्या गी डोलला आता त्या अटींशी काही देणघेणं नव्हतं.

थायसनने दिलेली अंतिम मुदत संपायला आता फक्त अकरा दिवस उरले होते. त्याच्या आता गी डोलला हालचाल करून डोफॅस्को परत आपल्याकडे खेचून आणायला हवी होती. सर्वप्रथम त्याला जोसेफ किन्स्च आणि संचालक मंडळाला पटवून त्यांच्याकडून जास्त रक्कम मंजूर करून घ्यायला हवी होती; पण हे त्याला मोटारीत मागे बसून करता येणार नव्हतं. त्याची मोटार आता लक्ष्मी मित्तलच्या पांढऱ्या शुभ्र तीन मजली प्रासादाच्या भव्य फाटकातून आत शिरत होती. इमारतीचा

चहूबाजूंनी कडेकोट बंदोबस्त केल्यासारखा वाटत होता.

आता आर्सेलरचा घटक असलेल्या युसिनॉर कंपनीचा गी डोल इंजिनिअर होता. अतिशय हुशार पण तापट स्वभावाचा हा गृहस्थ विलीनीकरणानंतर साहजिकच आर्सेलरमध्ये दाखल झाला. चौघा भावंडात मोठा असलेला गीचा पॅरिसपासून ८० किलोमीटरवर असलेल्या कॉम्पिए येथे जन्म झाला. दुसऱ्या महायुद्धाचा शेवट झाला तेव्हा गी चार वर्षांचा होता. त्याचे वडील काचेवर कलाकुसर करण्यात वाकबगार होते. युद्ध समाप्तीनंतर लोराइन प्रांताच्या राजधानी असलेल्या मेट्झ शहरातील चर्च आणि भव्य इमारतींच्या काचांची डागडुजी करण्याचं काम त्यांना मिळाल्यामुळे ते आपल्या कुटुंबीयांसकट तिथेच जाऊन राहिले. लोरेनमध्ये अनेक लोखंडाचे उद्योग पसरले होते. त्यामुळे त्याला 'फ्रान्सच्या पोलाद उद्योगाचं आगर' म्हणत असत. लहानपणापासूनच औद्योगिक वातावरणात वाढलेला गी मोठा झाल्यावर साहजिकच त्यात पडला. त्याची गणित आणि शास्त्र विषयात चांगली गती होती; पण एकंदर आयुष्य तसं कठीणच होतं. तो दहा वर्षांचा असताना आईचं निधन झालं. आता त्याला अभ्यासाकडे लक्ष देणं अवघड झालं होतं; पण आजूबाजूच्या लोकांनी त्याला धीर दिला. पॅरिसच्या 'इकोल पॉलिटेक्निक' या सुप्रसिद्ध शैक्षणिक संस्थेत तीन हजार मुलांतून ज्या दोनशे जणांची निवड झाली, त्यात गीचं नाव होतं. ह्या दोनशे वर्षांचा इतिहास असलेल्या सैनिकी विद्यालयात प्रवेश मिळणं ही फार अभिमानाची गोष्ट होती. तीन वर्षानंतर गी डोल जर्मनीच्या सरहद्दीवर असलेल्या मोझेल नदीच्या काठावर वसलेल्या टीअर शहरात गेला आणि गणित व विज्ञानाचा अभ्यास पूर्ण करून इंजिनिअर झाला.

१९६६ साली मेट्झमधल्या मिशेलशी त्याने लग्न केलं; पण अजूनही नोकरीचा पत्ता नव्हता. शेवटी पोलाद उद्योगाने आशेचा किरण दाखवला. डोलने मेट्झ इथे असलेल्या फ्रेंच स्टील इन्स्टिट्यूटमध्ये प्रवेश मिळवला. फ्रान्समधले दहा पोलाद कारखाने ह्या संस्थेस आर्थिक मदत करत असत. लोखंड बनवण्याच्या निरनिराळ्या प्रकियांवर नियंत्रण ठेवू शकणारे संगणक इथे विकसित केले जात होते. सध्याच्या ब्लॅकबेरीच्या तुलनेत हे एक हजारांश वेगाने काम करत असत; पण यांचा आकार मात्र तीस फूट लांब होता. या जागी तेरा वर्षं काम केल्यावर त्याला कंटाळा आला.

१९७९ साली त्याला युसिनॉर या अग्रेसर फ्रेंच पोलाद उद्योगात काम करण्याची संधी मिळाली. इथे मात्र मेहनतीने काम करत तो शेवटी उपाध्यक्षाच्या पदापर्यंत पोहचला. लक्सेम्बर्गच्या आर्बेड या पोलादाच्या उद्योगाचं स्पेनच्या असेरालिया कंपनीत विलीनीकरण झालेलं होतं. युसिनॉरचं आता आर्बेडमध्ये विलीनीकरण व्हावं यासाठी त्याने कसून प्रयत्न केलं आणि त्यात त्याला यश आलं. आता नव्याने

स्थापन झालेल्या आर्सेलरचा कार्यकारी प्रमुखपद हे त्याला जणू काही या प्रयत्नांच्या बक्षिसीसारखं मिळालं. आर्सेलर या नावामधून लक्सेम्बर्ग, फ्रान्स आणि स्पेनच्या भागीदारीची टक्केवारी प्रतीत होत होती. उत्पादनाचा उत्तम दर्जा, संशोधन आणि विकसन या क्षेत्रात असलेल्या आपल्या ज्ञानाचा उपयोग करून त्याने नव्याने स्थापन झालेल्या कंपनीस मोठ्या कष्टाने नावारूपास आणलं.

सैनिकी छापाच्या मिशा बाळगणाऱ्या ह्या टक्कल पडत चाललेल्या गृहस्थाला पोलाद उद्योगक्षेत्रात फार मान होता. हा आपल्या सोबत एक चुंबकीय पेन्सिल ठेवत असे. कुठल्याही पोलादाच्या वस्तूला याचा स्पर्श होताच त्यात कार्बनचं प्रमाण किती आहे आणि ते पोलाद कोणत्या ठिकाणी तयार झालं, हे त्याला समजत असे. तो फार हटवादीपणे वागत असे आणि प्रसंगी भावनातिरेकाने अस्वस्थ होत असे. याची राहणी अतिशय साधी होती. फ्रान्समधल्या सर्वोत्तम कंपन्यांत सर्वांत कमी पगार मिळणारा हा अधिकारी होता. त्याच्या दर्जाच्या इतर अधिकाऱ्यांप्रमाणे तो दिवसाची सुरुवात 'फायनान्शिअल टाइम्स' न वाचता 'लेकिप' ह्या खेळाच्या बातम्या देणाऱ्या वर्तमानपत्राच्या वाचनाने करत असे आणि मग 'फायनान्शिअल टाइम्स', नंतर 'लेझेशो', 'ल माँद' वाचत असे. त्याला ऑपेराचीही आवड होती. मोझार्टचा मॅजिक फ्लुट त्याला फार आवडत असे. या ऑपेरातल्या नायकाला – टामिनोला – त्याच्या मनातील द्वेष आणि राग घालवण्यासाठी एक जादूई बासरी दिली जाते आणि मोनोस्टॅटोस या जुलमी माणसाच्या तावडीतून पामिना या नायिकेची सोडवणूक करताना त्याला बेडर, सोशिक आणि शांत राहण्याचा सल्ला मिळतो.

डोल आणि डेव्हेझ्रॅक मित्तलच्या घराच्या भव्य प्रवेशद्वाराशी उभे होते. दारात अदबीने उभे असलेल्या सेवकांनी त्यांचं स्वागत करून त्यांना आत नेलं. या आधी एकदाच डोल मित्तलच्या घरी आला होता. साध्या भाड्याच्या घरात राहणाऱ्या डोलला पॅरिसच्या भपकेबाज दिवाणखान्यात वावरताना अवघडल्यासारखं व्हायचं, तसंच मित्तलच्या या नानाविध वस्तूंनी मढवलेल्या घरात झालं होतं.

१८ आणि १९ केन्सिंग्टन पॅलेसमध्ये पूर्वी रशिया आणि इजिप्तचे दूतावास होते. जन्माने इराणी ज्यू आणि इस्लामिक कलाकुसरीच्या वस्तूंचा भोक्ता असलेल्या डेव्हिड खलिली या विकसकाने या दुर्दशा झालेल्या इमारतीचं नूतनीकरण करून त्यांना लंडनच्या प्रेक्षणीय इमारतींपैकी एक बनवलं. २५,००० स्वे. फुटाच्या या वास्तूत बारा शयनगृहं, पार्टीरूम, चित्रशाळा, वीस मोटारींच्या पार्किंगची व्यवस्था, सुसज्ज टर्किश स्नानगृहं, तळघरात पोहण्याचा तलाव इत्यादी सुखसोयी होत्या. स्वत: खलिलीची ४.५ अब्ज डॉलर्सची मालमत्ता होती आणि 'संडे टाइम्स'च्या

मते, तो मित्तलच्या खालोखाल चौथ्या क्रमांकाचा श्रीमंत होता. ताजमहाल बांधताना ज्या खाणीतील संगमरवर वापरला होता, तिथूनच या कामासाठी लागणारा संगमरवरी दगड मागवला होता. १९९८ साली मित्तलने हे घर घेण्याचा प्रयत्न केला, पण खलिली अवाच्या सव्वा किंमत सांगायला लागला. २००१ साली फॉर्म्युला वनच्या बेर्नी अेक्लेस्टोनने हे घर ४.५ कोटी पौंडाला विकत घेतलं. मित्तलने २००५ साली ते ५.७ कोटी पौंडाला बेर्नीकडून विकत घेतलं. लंडनमधलं सर्वांत महागडं घर आता मित्तलच्या मालकीचं होतं.

मित्तलने आत्तापर्यंत जेवढी घरं विकत घेतली, ती सर्व उषाबाईंच्या पसंतीची होती. हे पहिलंच घर स्वत: मित्तलने निवडलेलं होतं. उषाबाईंना 'समर पॅलेस' आवडत होतं आणि तिथे त्यांचा चांगला जम बसला होता. त्यामुळे त्या घर बदलण्याच्या निर्णयावर फारशा खूष नव्हत्या. आता मुलांनी पप्पांची बाजू घेतली. 'मम्मी, घरात नेहमी तूच सगळे निर्णय घेतेस; आता पप्पांना ते घर आवडलं आहे, तर तू पण होकार दे!' मित्तलने या घराची निवड केली, त्याला तसंच कारण होतं. या घरात भेटीसाठी येणाऱ्या लोकांसाठी प्रशस्त वेगळी जागा होती आणि घरच्या लोकांसाठी ऊठबस करण्याच्या वेगळ्या जागा होत्या. मित्तलला आयुष्यात दोनच गोष्टी प्रिय होत्या– एक आपला व्यवसाय आणि दुसरं आपलं कुटुंब. घरातल्या बागेच्या बाजूला असलेल्या खोलीमध्ये एक सहा हाताची, हाताचं तळवे वर केलेली मूर्ती आहे. त्या हातांनी लोखंडाचा पृथ्वीगोल पेलून धरला आहे. या कलाकृतीची स्थापना स्वत: मित्तलने केली. नीट निरखून पाहिल्यावर या कलाकृतीचं खरं वैशिष्ट्य आणि ती कशाचं प्रतीक आहे ते लक्षात येतं. सहा हातांपैकी एका हाताचा ठसा मित्तलच्या हाताचा आहे, दुसरा उषाबाईंच्या. उरलेल्या चार हातांचे ठसे आदित्य, त्याची बायको मेघा, वनिशा आणि अमितचे आहेत.

डेव्हेझॅकनी घरातल्या काचेच्या सुबक आकृतींची, घोटीव फर्निचरची आणि मूर्तींची तोंड भरून स्तुती केली. अशा वस्तू सामान्य माणसांना संरक्षक कठड्याच्या मागून संग्रहालयातच पाहायला मिळतात. "मी हे घर फक्त विकत घेतलं; पण माझ्या बायकोने ते सजवलं," मित्तलने खुलासा केला. "या घरातल्या प्रत्येक वस्तूला पूर्वेतिहास आहे. तेव्हा तिने जे काही केलं आहे, ते सगळं समजून घ्यायला मला अनेक वर्षं लागतील."

गी डोलने वरती टांगलेल्या प्रचंड झुंबराकडे पाहिलं, ते एखाद्या नक्षत्राप्रमाणे चमकत होतं. त्याने डोळे मिचकावले. असल्या भपकेबाज गोष्टींची स्तुती करण्यात त्याला आजिबात रस नव्हता.

लक्ष्मी आणि आदित्यने दोघांना बसायची विनंती केली. पेयपानाची यथायोग्य व्यवस्था झाली. हातात शँपेनचे ग्लास घेऊन घरातल्या फायरप्लेसभोवती चौघं

आरामात सोफ्यामध्ये विराजमान झाले. संभाषणाची सुरुवात पोलाद उद्योगाच्या सद्य परिस्थितीने झाली. मग कच्च्या मालाचा पुरवठा, भावातली चढउतार, या क्षेत्रातल्या विशेष व्यक्ती, राजकारणी मंडळी आणि त्यांचे स्वभाव आणि पोलाद उद्योगाच्या एकत्रीकरणावर घसरली. जगभर पसरलेल्या या उद्योगाविषयीची आदित्य मित्तलची समज आणि अचूक आकडेवारीनिशी बोलण्याची पद्धत याने डेव्हेझॅक भारावून गेला. वयाने लहान असल्यामुळे फारसा अनुभव गाठीशी नसतानाही त्याला सर्व व्यवहारांची खडान्‌खडा महिती होती.

गी डोलकडे आदित्यचं कौतुक करत बसायला वेळ नव्हता. त्याच्या मते, तो एक श्रीमंत घरात जन्माला आलेला नशीबवान मुलगा आहे, इतकंच! त्यांच्या स्वभावात जमीनअस्मानाचा फरक असला आणि मित्तलच्या गोडबोलेपणाचा जरी गीवर प्रभाव पडला नव्हता, तरी पोलाद उद्योगातला एक धडाडीचा माणूस म्हणून त्याला मित्तलविषयी आदर वाटत होता. मित्तल किंवा स्वत: गीप्रमाणे आदित्यला कष्ट उपसायला लागले नव्हते. डेव्हेझॅक ज्याला आदित्यची हुशारी समजत होता, तो डोलला आगाऊपणा वाटत होता. काही वेळा – जसं या घटकेला वाटत होतं – त्याच्याबरोबर एकाच खोलीतही बसायला तो तयार नसे. तो तर त्याच्या नावाने हाक न मारता त्याचा उल्लेख 'द सन' असा करत असे.

एकाएकी मित्तल डोलला म्हणाला, "तुम्ही जर डोफॅस्कोला ५.६ अब्ज डॉलर्स देऊ केलेत, तर ती तुम्हाला मिळू शकते." नेहमीप्रमाणे मित्तलचं निरागस हास्य त्याच्या चेहऱ्यावर झळकत होतं आणि त्याचे पिंगट डोळे गी डोलच्या चेहऱ्यावरचे भाव टिपण्याची हेरगिरी करत होते.

"माफ करा, काय म्हणालात?" डोल तिरसटपणे बोलला. कंपनीच्या हस्तांतरणासाठी तो मित्तलचा सल्ला मागत फिरत नव्हता.

"तुम्ही थायसनपेक्षा जास्त बोली लावायला हवी," परत मंदसं हसत मित्तल म्हणाला

गी डोलने संभाषणाचा रोख वळवण्यासाठी फेब्रुवारी महिन्यात त्याच्या अध्यक्षतेखाली पॅरिसमध्ये भरणाऱ्या 'इंटरनॅशनल आयर्न ॲन्ड स्टील इन्स्टिट्यूटच्या सभेचा विषय काढला.

मित्तलच्या डोळ्यांसमोर मात्र याच्याहूनही मोठा विषय होता. "गी," तो म्हणाला.

गी डोल बोलताना मध्येच थांबला.

"मला तुला काही महत्त्वाचं सांगायचं आहे. आपल्या दोघांच्याही कंपन्यांच्या मालमत्तेचं बाजारात दिसणारं मूल्य हे वास्तवापेक्षा फार कमी आहे. कंपनी वाढवण्याचं आपल्या दोघांचं उद्दिष्ट सारखंच आहे. आपण दोघांनी आपल्याला कसं मिळून काम

करता येईल हे आता बघायला हवं. त्याच्यावर आपण चर्चा केली पाहिजे. आपण हे मैत्रीपूर्ण मार्गाने करू शकतो, असा मला विश्वास आहे.''

''आपल्या दोघांच्या कामाच्या पद्धतीत फारच फरक आहे,'' हे बोलताना तो आपली तिरस्काराची भावना लपवू शकला नाही.

मित्तलने यावर फक्त खांदे उडवले. ''आपल्या दोघांच्या कंपनीच्या भल्यासाठी, पोलाद उद्योगाच्या भल्यासाठी आपण एकच गोष्ट करू; ती म्हणजे आपल्या दोन्ही कंपन्यांचं विलीनीकरण आपण करायला हवं. आपल्या दोघांच्या कंपनीत काही प्रबळ आणि काही कच्चे दुवे आहेत. आपण जर एकत्र आलो तर या उद्योगाचे आपण राजे बनू.''

डेव्हेझॅकनी डोलच्या चेहऱ्यावरचे भाव निरखून पाहिले आणि काळजीत पडला. नेहमी बेफिकीर असणारा फ्रेंचमन चक्क सोफ्यामध्ये कोसळला होता. पोलादाच्या उद्योगाच्या एकत्रीकरणावर जेव्हा विल्बर रॉस या धनाढ्य माणासाने प्रमुख अतिथी म्हणून पॅरिसला भरलेल्या सभेत भाषण केलं, तेव्हा डोलने त्याला परखडपणे तोंडावर सुनावलं होतं की, 'या उद्योगाचं तुमचं ज्ञान लक्षात घेता, हे भाषण फारसं वाईट नव्हतं.' तो गी डोल आज मित्तलच्या बोलण्याने चक्क कोसळला होता. आपल्या कारकिर्दीचा शेवट त्याला 'पोलाद उद्योगाचा अनभिषिक्त राजा' म्हणून करायचा होता. मित्तलकडून आपला मुकुट तो हिसकावून घेणार होता. एक तळटीप म्हणून त्याला आपल्या कारकिर्दीची इतिश्री करायची नव्हती.

''दोन्ही कंपन्यांच्या कामकाजात फरक असलेल्या ज्या कंपन्यांचं एकत्रीकरण झालं त्यातल्या ७५ टक्के कंपन्या गाळात गेल्या आहेत,'' डोल पोटतिडकीनं म्हणाला. ''त्यांच्यामध्ये विसंवाद खटके उडतात. त्याच्यापेक्षा तीन कंपन्यांचं विलीनीकरण झालं, तर ते जास्त टिकाऊ असतं,'' त्याने ठासून सांगितलं. हे पटवून देण्यासाठी त्याने आपला युनिसार, आर्बेड आणि ॲसेरालियाच्या विलीनीकरणाचा अनुभव सांगितला. ह्या तिघांनी एकत्र येऊन आर्सेलरची स्थापना केली आणि आता बाजारात जास्त नफा मिळवणारी उत्पादन बनवणारी ती एक सक्षम आणि स्पर्धक कंपनी बनल्याचं त्याने मित्तलला सांगितलं. ''आर्सेलरची संकल्पना यशस्वी झाली, कारण आम्ही कर्मचाऱ्यांशी संबंध, गिऱ्हाइकांना सेवा आणि कंपनीला मिळणारा नफा यात संतुलन साधणारी व्यवहारपद्धती विकसित केली...''

मित्तलने यावर परत आपला तर्क मांडला.

डोल आता वेळ मारून नेण्याचा प्रयत्न करत आपलं अवसान टिकवण्याचा प्रयत्न करत होता. मात्र हे करण्याच्या नादात त्याचं इंग्रजी लडखडायला लागलं होतं. आता डेव्हेझॅक मध्ये पडला आणि त्याच्या बोलण्याचं भाषांतर करायला लागला. ''आपल्या कंपन्या एकमेकाला पूरक नाहीत,'' डोल परत म्हणाला.

“आर्सेलर कंपनी मोटार उद्योगासाठी आणि पॅकेजिंग उद्योगासाठी लागणारं उत्तम दर्जाचं पोलाद बनवते, तर तुझ्या कंपनीत जास्त प्रमाणात खप असलेलं बांधकामासाठी लागणारं पोलाद तयार होतं.”

‘असं असेल तर मग तुम्ही युक्रेनसारख्या कंपनीत, जिथे जास्त खप असलेलं बांधकामासाठी लागणारं पोलाद तयार होतं, तिथे बोली का लावता?’ मित्तलच्या मनात हा विचार आला; पण तो त्याने मनातच ठेवला.

“लक्ष्मी, तू तुझ्या धंद्याचा मालक आहेस आणि मी एक साधा पगारी नोकर आहे. मी असले निर्णय घेऊ शकत नाही. मला माझ्या संचालक मंडळाची आणि इतरांची परवानगी घ्यावी लागते आणि समजा आपल्या उद्योगांचं विलीनीकरण झालंच, तर तू त्यात प्रमुख हिस्सेदार असशील आणि ते माझ्या संचालकांना कदापीही मंजूर होणार नाही. त्यांच्या कामाची पद्धत फार वेगळी आहे.”

“ठीक आहे, आपण परत केव्हातरी या विषयावर बोलायला भेटू,” मित्तल म्हणाला.

अनेक प्रकारच्या भारतीय खाद्यपदार्थांनी जेवणाचं टेबल भरून गेलं होतं. भिंतीवर एका मुघल राजाचं चित्र होतं. त्याच्या हातात एक ससाणा पक्षी होता. डोलने भारताला अनेक वेळा भेट दिली होती. तो भारताचा आणि भारतीय खाद्यपदार्थांचा चाहता होता. काचेच्या मोठ्या पेल्यात उत्तम प्रकारची फ्रेंच वाईन होती. ‘आज गीची उत्तम बडदास्त ठेऊन त्याचा घरगुती वातावरणात पाहुणचार केला पाहिजे’, मित्तलने गी यायच्या आधी घरच्यांना सूचना दिल्या होत्या. चौघांनी जेवायला सुरुवात केली, तेव्हा मित्तल गीला खुलवण्याचा प्रयत्न करायला लागले. आपल्या पाहुण्यांचं बोलणं तो शांतपणे ऐकून घेत होता आणि मधूनच स्वत:ही हास्यविनोदाचा शिडकावा करत होता. “माझा संघ तुझ्या लोकांपेक्षा जास्त चांगलं काम करून दाखवत आहे,” हसून मित्तल म्हणाला.

“बरोबर आहे. फार वाईट आहे ही गोष्ट,” डोल कसंबसं पुटपुटला.

मित्तल चेलसी फुटबॉल संघाचा चाहता होता. आर्सेलरच्या प्रमुख कार्यालयात डोलच्या खुर्चीच्या मागे फ्रान्सच्या राष्ट्रीय फुटबॉल संघाचा १० क्रमांक असलेला शर्ट लावलेला होता आणि सांघिक पातळीवर त्याला एफ सी मेट्झ संघ आवडत असे.

तरुणपणी गी डोल हा प्रतिभावान फुटबॉल खेळाडू होता. तो एफ मेट्झकडून खेळत असे. संघाचा संघनायक असल्यामुळे त्याला भरपूर स्वातंत्र्य होतं. कधी तो बचावाचं काम करायचा, तर कधी पेनल्टी स्ट्रोक मारत असे. तो सतरा वर्षं फुटबॉल खेळला. अर्थात म्हणून काही त्याला फ्रान्स बेकेनबॉउवर अथवा पेले म्हणता नसतं आलं. आपण व्यावसायिक खेळाडूइतका चांगला खेळ न करू शकल्याचा त्याला

विषाद वाटत असे; पण त्याने खेळाशी नातं तोडलं नाही. उभरत्या खेळाडूंना तो आवडीनं खेळाचे धडे देत असे. मित्तलचा मात्र खेळाशी दुरूनही संबंध आला नाही; तो जात्याच व्यावसायिक होता.

''तुमच्या कंपनीत कामगारांची परिस्थिती कशी आहे?'' आदित्यने विषय बदलला. त्याच्याकडे आलेल्या गुप्त माहितीनुसार आर्सेलरच्या काही कारखान्यात कामगार आणि व्यवस्थापनात कुरबुरी चालू होत्या.

''सगळं काही ठीकठाक आहे. लगेचच काळजी करण्याचं काहीच कारण नाही,'' डोल औपचारिकपणे म्हणाला.

आदित्यने मान डोलावली. त्याच्या शेवटच्या प्रश्नाचं त्याला उत्तर मिळालं होतं. आर्सेलर ही एक किफायतशीर कंपनी असून त्याचे शेअर्स अनेक लोकांपाशी आहेत आणि तेथे फारच कमी प्रमाणात कामगारांच्या समस्या आहेत.

नंतर तीन तास चालू असलेल्या भोजन समारंभात त्यांच्या विलीनीकरणाचा विषय परत निघाला नाही. रात्री ९:१५ ला डेव्हेझॅक आणि डोलने मित्तलद्वयांचा निरोप घेतला. येताना ते टॅक्सीनी आले होते, तेव्हा परतीच्या प्रवासात त्यांना उषाबाई मित्तलच्या गाडीने त्यांच्या विमानतळाच्या नजीकच्या हॉटेलवर सोडलं. दुसरे दिवशी सकाळी ते आर्सेलरच्या खाजगी विमानाने लक्सेम्बर्गला प्रयाण करणार होते.

श्रीमती मित्तलच्या गाडीत मागे बसलेला डोल काहीच बोलत नव्हता. त्याच्या मौनामध्येही थोडा खट्याळपणा होता. त्याच्या डोळ्यांपुढे यजमानाचं ते गूढ हसणं, उत्तम भारतीय जेवण, भपकेदार परिसर आणि मित्तलने केलेली धाडसी सूचना येत होती. आता मित्तलशी घरोबा करण्याचा विचारही तो करणार नव्हता.

रात्रीच्या अंधारात पाहुण्यांना घेऊन जाणारी गाडी दिसेनाशी झाली, तेव्हा मित्तल आदित्यला म्हणाले, ''आपण ती कंपनी पटकावलीच पाहिजे.''

५

शनिवार, १४ जानेवारी

आर्सेलर मुख्यालय, लक्सेम्बर्ग सिटी

''गी, मी एकहार्ड शुल्झ बोलतो आहे.'' डोलला काहीतरी गडबड असल्याचं जाणवलं.

''थायसन क्रुप आपली डोफॅस्कोची बोली वाढवतो आहे. ते आता शेअर्समध्ये ६८ डॉलर्स द्यायला तयार आहेत. मला तसं थायसनच्या संचालक मंडळाच्या अध्यक्षांनीच सांगितलं. शिवाय शब्द दिल्याप्रमाणे ह्या ५.२६ अब्ज डॉलर्सच्या सौद्यातून त्यांनी माघार घेतली, तर ते २१.५ कोटी डॉलर्सची नुकसान भरपाईसुद्धा द्यायला तयार आहेत. नुकसानभरपाई देण्याच्या कलमामुळे, थायसन व्यवहाराकडे किती गंभीरपणे बघत होते, ते समजलं.''

''मला ही माहिती दिल्याबद्दल आभारी आहे,'' डोलने फोन खाली ठेवला.

''हा तर जबरदस्त दणका दिलाय,'' चक ब्रॅडफोर्ड म्हणाला. हॅमिल्टन स्पेक्टेरेटरच्या नाओमी पॉवेल या वार्ताहराला चक फोर्ड ही बातमी सांगत होता. स्वत: चक न्यूयॉर्कच्या एका वित्तसंस्थेत विश्लेषक म्हणून काम करत होता. तुम्ही जिंकत असताना परत आपली बोली वाढवत नाही. याचाच अर्थ थायसन क्रुपची लोकं या प्रकरणात मनापासून लक्ष घालत आहेत. हा व्यवहार सुरळीतपणे पार पडला, तर डॅन पेथरला आपले शेअर्स विकून सुमारे १.७ कोटी डॉलर्सचा फायदा झाला असता. डोफॅस्कोच्या संचालक मंडळाने आपल्या भागधारकांना आर्सेलरचा प्रस्ताव नाकारून हा सौदा मान्य करण्याची एकमताने शिफारस केली, यात काहीच नवल नव्हतं.

नेमकी याच वेळी थायसनंनी ही खेळी का खेळली असावी याचं कोडं डोलला उलगडत नव्हतं. काल रात्रीच मित्तल त्याला त्याची बोली वाढवायला सांगत होता

आणि आज थायसनने त्यांचा सुधारित प्रस्ताव माडून सौदा पक्कादेखील केला होता. डोल आता खूप अस्वस्थ झाला होता. डोफॅस्कोशिवाय आर्सेलर अभेद्य राहू शकत नव्हती. डोफॅस्कोकडे आर्सेलरचं मुलामा देण्याचं – गॅल्व्हनायझिंग – तंत्रज्ञान होतं, ते आयतंच थायसनच्या ताब्यात गेलं असतं. फुटबॉलमध्ये आक्रमण करणाऱ्या डोलला आपल्या बचावात तडे पडत असल्याचं जाणवलं. काल रात्री मित्तलच्या घरून निघताना डेव्हेझॅक म्हणाला, ते शब्द गीला आठवले : 'हा मित्तल शांतपणे किती वाट बघू शकतो, याची तुला कल्पना नाही.'

(आता गीला जोसेफ किन्स्चशी बोलणं भागचं होतं. चेअरमन घरीच होता. ''मला आपल्या संचालक मंडळाने अधिकार दिले आहेत, त्यांचा उपयोग करून मी आजच्या आज थायसनपेक्षा जास्त रक्कमेचा आपला सुधारित प्रस्ताव डोफॅस्कोकडे पाठवत आहे.'' नवीन प्रस्तावावर त्याचं आणि किन्स्चचं एकमत झालं. आर्सेलरने आता ७१ डॉलर्स प्रति शेअरचा भाव देऊ केला होता. आता हा व्यवहार ५.५ अब्ज डॉलर्सच्या घरात पोहोचला होता. याच्यात थायसनला देण्याची नुकसान भरपाईसुद्धा समाविष्ट होती.

फार धोकादायकपणे हा फासा फेकण्यात आला होता. बुद्धिबळातल्या ब्लॅक नाइटप्रमाणे आक्रमकरित्या चाल करून जात असलेल्या आर्सेलरच्या हातात डोफॅस्कोच्या आर्थिक परीस्थितीचा गुप्त अहवाल अजूनही पडलेला नव्हता. त्यांच्या मालमत्तेचं खरं मूल्य किती आणि त्यांच्या इतर व्यवहारांतल्या देवाणघेवाणीची त्यांना खात्रीशीर माहिती नव्हती. या सर्व माहितीच्या आधारावर कंपनीचं वास्तविक मूल्य काय आहे, हे भागधारकांना पटवून देणं अवघड होतं. अर्थात आत्ताच्या घडीला डोल आणि किन्स्चच्या दृष्टीने ती एक गौण बाब होती. मैत्रीपूर्ण व्यवहार करणाऱ्या व्हाइट नाइटने – थायसन क्रुपने मात्र या सर्व माहितीचा अभ्यास करूनच आपला प्रस्ताव दिला होता. आर्सेलरच्या या जुगाराशी बाजाराला काही देणंघेणं नव्हतं. या नाट्यमय घटनेमुळे डोफॅस्कोच्या शेअर्सचा भाव मात्र वधारून ७२.४ डॉलर्स प्रति शेअर झाला होता. फक्त दोन महिन्यांपूर्वी तो केवळ ४४ डॉलर प्रति शेअर होता. आता दोन्ही पक्षांच्या प्रस्तावात सारख्याच अटी असल्यामुळे, डोफॅस्कोच्या संचालक मंडळाला आर्सेलरचा प्रस्ताव मान्य करण्यावाचून गत्यंतरच नव्हतं. आता त्यांना डोलला आपल्या हिशोबाच्या वह्या दाखवाव्याच लागल्या. पेथरला अजूनही आशा वाटत होती म्हणून त्यांनी थायसनला २३ जानेवारीपर्यंतची मुदत दिली.

थायसनच्या ड्युसेलडॉर्फ येथील मुख्यालयात डॉ. एकहार्ड सुल्झला आपण पराभूत झाल्याचं लक्षात आलं. आता आणखीन जर जास्त रकमेची बोली लावली तर त्याच्या कंपनीची पत परिस्थिती ढासळली असती. निरनिराळ्या उद्योगांची पत ठरवणाऱ्या 'स्टॅन्डर्ड ॲन्ड पुअर' या जागतिक कीर्तीच्या संस्थेच्या लेखी ते एक 'डफ्फर' कंपनी ठरले असते.

थायसनला आधीच कर्मचाऱ्यांच्या निवृत्तीवेतनाचं ओझं होतं, त्या शिवाय जर आर्सेलरची बरोबरी करण्याचा प्रयत्न केला असता तर त्यांची बाजारातली पत पार खाली गेली असती.

बुधवार, १८ जानेवारी

ल्यूटन विमानतळ

मित्तलने घड्याळाकडे नजर टाकली. बॅटेरसिया हेलिपोर्टवरून आपल्या हेलिकॉप्टरने तो आदित्यच्या बरोबर आपल्या खाजगी विमानाने जाण्यासाठी आला होता. तिथे आता दुपार झाली असेल. त्याने आपल्या फोनवरून एक नंबर लावला. गोल्डमन साक्स ग्रुपच्या अध्यक्ष आणि प्रमुख कार्यकारी अधिकारी असलेल्या लॉईड ब्लॅकफाईन फोनवर येण्याची तो वाट बघत होता.

''मित्तल स्टील सौदा करत असलेल्या एका मोठ्या व्यवहारात मला गोल्डमन माझा प्रमुख सल्लागार हवा आहे,'' मित्तलने फोन करण्यामागचं कारण सांगितलं.

''लक्ष्मी, मला ते काम स्वीकारायला आनंदच होईल.'' आपल्या लोअर मॅनहटनमधल्या ८५ ब्रॉड स्ट्रीटवर असलेल्या ऑफिसमधून ब्लॅकफाईन म्हणाला. मित्तलने याच्या आधी गोल्डमनबरोबर कधीच काम केलं नव्हतं; पण ब्लॅकफाईनला मात्र तो अनेक प्रसंगी भेटला होता आणि ते चांगले मित्र झाले होते. गोल्डमन साक्समध्ये जगभरात २६००० कर्मचारी काम करत होते आणि त्यांचं निव्वळ उत्पन्न ३७.७ अब्ज डॉलर्स होतं. आपल्या सचोटीच्या कामकाज पद्धतीचा त्यांना रास्त अभिमान वाटत असे, अर्थात याच्या आधी त्यांनी मित्तलशी टक्कर देताना पराभूत झालेल्या अनेकांना सल्ला दिला होता; पण विलीनीकरणाच्या कामात ते तज्ज्ञ मानले जात असत. आर्थिक सल्लागाराच्या भूमिकेत त्यांनी जगातल्या अनेक मोठ्या उद्योसमूहांना, मोठमोठ्या देशांच्या सरकारांना आणि धनाढ्य लोकांना मदत केली होती.

टक्कल पडत चाललेल्या आणि दिलखुलास हसणाऱ्या ब्लॅंकफाईनला आपल्या गिऱ्हाइकांच्या यादीत मित्तलचं नाव समाविष्ट झाल्यामुळे आज तो फार खुशीत होता. जगातल्या प्रथम क्रमांकाच्या पोलादाचं उत्पादन करणाऱ्या कंपनीचं काम केल्यामुळे गोल्डमनची प्रतिष्ठा वाढणार होती. प्राप्ती आणि विलीनीकरणाच्या कामात त्यांचे कट्टर प्रतिस्पर्धी असलेल्या मेरिल लिंच आणि स्टॅन्ले मॉर्गनपेक्षा जास्त मान त्यांना मिळाला असता. मोठमोठाले व्यवहार घडवून आणणाऱ्या या सल्लागारांना आपल्या श्रीमंत आशिलाकडून भरपूर पैसेही वसूल करता येतात.

''मला एका उद्योगाच्या संदर्भात काय व्यूहरचना ठेवावी आणि त्याच्या

शक्यतांचं विश्लेषण करून हवं आहे," मित्तल ब्लँकफाईनला म्हणाला. "किती लवकर ही माहिती मिळू शकेल?"

"ती तुला पाहिजे तितकी लवकर मिळेल," ब्लँकफाईन म्हणाला. "कोणावर नेम धरला आहेस?"

"आर्सेलर."

"याचं स्पेलिंग सांग पाहू," ब्राँक्समध्ये जन्म झालेल्या ब्लॅकफाईनने विचारलं.

"A-r-c-e-l-o-r."

त्या सायंकाळी मित्तलद्वयाला डॉ. एकहार्ड शुल्झनी स्लोश लान्ड्सबर्ग येथे भोजनासाठी आमंत्रित केलं होतं. आर्सेलरला दुसरा पर्याय म्हणून थायसनचा विचार करता येईल का, हे त्याला चाचपून बघायचं होतं.

गुरुवार, १९ जानेवारी, सकाळचे ९:३०

बर्कले स्क्वेअर हाऊस, लंडन

मेफेअरच्या मध्यवर्ती भागात दोनशे वर्षं उभ्या असलेल्या उंच वृक्षांच्या बुंध्यावर तरतऱ्हेचे चट्टेपट्टे दिसत होते, त्यांच्या सालीचे ढलपे पडत होते. हा भाग नाईटक्लब आणि खाजगी कसिनोसाठी प्रसिद्ध होता. मोठमोठ्या कलात्मक काचेची तावदानं असलेलं, मित्तलचं मुख्यालय असलेलं 'बर्कले स्क्वेअर हाऊस' याच भागात १९९५ पासून दिमाखात उभं होतं.

रिचर्ड ग्नोड्ड आणि शारियार ताजबक्ष या गोल्डमनच्या अधिकाऱ्यांशी हस्तांदोलन करताना मित्तलच्या मनात जुगाराची दूरान्वयानेही भावना नव्हती. रिचर्ड हा लंडनच्या कार्यालयाचा प्रमुख होता, तर त्रेचाळीस वर्षांचा शारियार हा पॅरिसच्या ऑफिसमध्ये प्राप्ती आणि विलीनीकरणाच्या विभागाचा कार्यकारी संचालक होता. नीटनेटका पोशाख केलेला शारियार हा अतिशय अभ्यासू होता. मित्तलच्या परिसस्पर्शाने ज्या उद्योगाचा कायाकल्प झाला होता, त्या उद्योगाची तो रात्रभर इंटरनेटवर जमेल तितकी माहिती गोळा करत बसला होता. इराणच्या राजनैतिक मुत्सद्याच्या पोटी जन्म घेतलेल्या ताजबक्षचा जन्म स्वित्झर्लंडला झाला. प्राथमिक शिक्षण फ्रान्समध्ये झालं. नंतर त्याने अमेरिकेचं नागरिकत्व पत्करलं आणि हार्वर्डमधून वकिलीची पदवी घेतली. नंतर तो जरी प्राप्ती आणि विलीनीकरणाच्या कामाचा तज्ज्ञ म्हणून ओळखला जात असला, तरी त्याला पोलाद उद्योगाची फारशी माहिती नव्हती. या विभागात काम करणारी मंडळी एकाच क्षेत्राचा किंवा उद्योगाचा अभ्यास करत नसत; समोरच्या आशिलाचं म्हणणं ऐकून त्याच्या सोयीप्रमाणे व्यवहाराची मांडणी करायची आणि

आपलं लक्ष असलेल्या कंपनीच्या भागीदारांचं मतपरिवर्तन करायचं, हे त्यांचं धोरण असे.

आपल्या सुसज्ज ऑफिसमध्ये त्या दोघांचं मित्तलने स्वागत केलं. उद्योगाच्या तर्कशास्त्रानुसार, आर्सेलर आणि मित्तलच्या उद्योगसमूहाचं विलीनीकरण हा रामबाण ठरेल, याची मित्तलला खात्री वाटत होती. गेल्या रात्री त्याने थायसन समूहाशी विलीनीकरणाची शक्यता चाचपून बघितली, तेव्हा त्याला त्यात फारच अडचणी दिसून आल्या. थायसन समूह फक्त पोलादाच्या क्षेत्रातच कार्यरत नव्हता, तर त्यांचे अनेक उद्योग होते. तेव्हा फक्त पोलादाच्या विभागाचं विलीनीकरण करण्यात असंख्य अडचणी आल्या असत्या. शिवाय त्या व्यवहाराला युरोप आणि अमेरिकेतून प्रखर स्पर्धेला तोंड द्यावं लागलं असतं.

ग्नोड आणि ताजबक्षच्या बरोबर चर्चा करतेवेळी मित्तलच्या बाजूने आदित्य, गुंतवणूकदारांचे संबंध जपणाऱ्या विभागाचा ज्युलियन आणि कार्यकारी संचालक सुधीर महेश्वरी हजर होते. सर्वप्रथम मित्तलने हा व्यवहार करण्यामागची आपली भूमिका सरळ आणि सोप्या शब्दात थोडक्यात सांगितली. ''आता हे सगळं कसं करायचं ते तुम्ही मला सांगा.''

साऊथ आफ्रिकेच्या दणकट शरीरयष्टी असलेल्या ग्नोड्नी पहिलाच प्रश्न विचारला, ''तुम्ही हा व्यवहार मैत्रीपूर्ण मार्गाने करायचा प्रयत्न केला आहे का?'' त्याच्या आठ वर्षांच्या आशियातल्या अनुभवावरून तो बोलत होता.

''अर्थातच,'' मित्तल खांदे उडवत म्हणाला, ''मैत्रीपूर्णरित्या झालेला व्यवहार हा केव्हाही उत्तमच, पण मि. डोलच्या म्हणण्याप्रमाणे आमच्या दोघांची काम करण्याची पद्धत फार भिन्न असल्यामुळे ते शक्य नाही. तो तर मला भेटायचंही टाळतो आहे. आर्सेलर विकत घेण्यामागे एक प्रमुख कारण म्हणजे ते आमच्या कचाट्यातून सुटायचा प्रयत्न करत आहेत.'' मित्तलच्या दृष्टीने व्यवहारात वेळेला फार महत्त्व होतं आणि म्हणून तो डोलला भेटण्यासाठी महिनेन्‌महिने थांबायला तयार नव्हता. ''याला दुसरा एक पर्याय आहे. आर्सेलरच्या संचालक मंडळाला बाजूला करून आपण आर्सेलरच्या भागीदारांच्या पुढेच सरळ आपला प्रस्ताव ठेवायचा.''

''हा सगळा व्यवहार रोखीत करायला जमेल का?'' ताजबक्षने सावधपणाचा सल्ला दिला. ''या व्यवसायात नेहमी चढउतारांची साखळी असते, तेव्हा उताराची परिस्थिती असताना आपल्या व्यवसायावर इतका मोठा भार टाकणं फार धोकादायक ठरू शकतं.''

आता ते जेव्हा आर्सेलरच्या प्रस्तावाची सविस्तर चर्चा करायला लागले, तेव्हा त्यातल्या गुंतागुंतीची त्यांना जाणीव व्हायला लागली. पोलाद उद्योगातील सर्वांत

मोठा व्यवहार पूर्ण करायचा, तर अनेक बँकांचा पाठिंबा त्यांना घ्यावा लागला असता. व्यापारातली गैरवाजवी स्पर्धा रोखून एकाधिकारशाहीला विरोध करण्यासाठी नेमलेल्या, युरोपियन युनियनच्या कमिशनरला नोकरकपातीचा मुद्दा उकरून काढणाऱ्या राजकारण्यांना आणि कामगार संघटनांना आपल्या बाजूला वळवावं लागलं असतं. हा व्यवहार झाला तर कामगार कपात होणार नाही अथवा टाळेबंदी होणार नाही असं आश्वासन देऊन त्यांना शांत करणं गरजेचं होतं. नंतर मग आर्सेलरच्या मालमत्तेचं खरं मूल्य विचारात घेऊन भागीदारांना आणि बाजारातील व्यापाऱ्यांना आकर्षक वाटेल असा प्रस्ताव मांडायला हवा होता. हे सर्वांत कठीण काम होतं, कारण आपला उद्योग बळकावू पाहणाऱ्या दुसऱ्या उद्योगसमूहाला आपल्या हिशेबाच्या वह्या त्यांनी दाखवल्याच नसत्या.

बँकरचा ताफा, वकिलांची फौज, राजकारण्यांना हाताळणारे मध्यस्थ आणि लोकमत आपल्या बाजूने वळवणारी प्रसारमाध्यमातली मंडळी, हे सर्व करायला गोल्डमनची मदत होणार असली, तरी या सर्व कामांवर देखरेख ठेवायला आपला खास माणूस हवा होता. ''सुधीर तुझ्याकडे हे काम लागलं,'' महेश्वरीकडे मानेने खूण करत मित्तल म्हणाला. महेश्वरीला आदित्य 'अभेद्य खडक' म्हणायचा. ''कुठल्याही मोहिमेसाठी नेहमी एक केंद्रस्थान लागतं. या झटापटीसाठी लागणारं मुख्यालय सुधीर सांभाळेल, माहितीच्या देवाणघेवाणीत सुसूत्रता आणेल, हातातल्या माहितीच्या आधाराने, तो रोजच्या रोज प्रसारमाध्यमांना देण्याची बातमी संकलित करेल. आर्सेलरच्या संचालकांवर आणि भागधारकांवर प्रभाव पाडू शकतील अशा गोष्टी हेरून ठेवेल.''

मित्तल आणि आदित्य राजकारण्यांना आणि आर्सेलरच्या गुंतवणूकदारांना समजावून देत बाहेरची आघाडी सांभाळत असताना महेश्वरी सर्कसच्या रिंगमास्टरप्रमाणे आतले व्यवहार कसोशीने पार पाडणार होता. फ्रान्स, लक्सेम्बर्ग, स्पेन आणि बेल्जियमच्या शेअर बाजारात आर्सेलरची उपस्थिती होती, तर नेदरलँड आणि अमेरिकेच्या शेअर बाजारात मित्तलचं नाव नोंदवलेलं होतं. या बाजारावर देखरेख ठेवून तो नियंत्रित करणाऱ्या निरीक्षकांना पटवून देण्याचं अवघड काम मित्तल आणि आदित्यला करावं लागणार होतं. हे म्हणजे एखाद्या सुरुंग लावलेल्या प्रदेशातून चालल्यासारखं होतं. आर्सेलरच्या भागधारकांपुढे प्रस्ताव मांडण्याच्या आधी या सर्वांची संमती मिळणं गरजेचं होतं. हेच जर तो एखाद्या ब्रिटिश कंपनीच्या बाबतीत ब्रिटनमध्ये करत असता, तर फक्त दोन महिन्यांत हे काम झालं असतं.

आता चांगल्या वकिलांची मित्तलला त्वरित गरज होती.सकाळी ११:३०च्या सुमारास मित्तल आणि ताजबक्षने 'क्लिअरी गॉटलीब स्टीन ॲन्ड हॅमिल्टन' या अमेरिकेच्या वकिली सल्ला देणाऱ्या संस्थेच्या पॅरिसच्या कार्यालयाशी संपर्क साधून

त्यांना आपलं काम हातात घेण्याची विनंती केली. त्यांच्या पीअर-ईव्ह शाबेर या प्रमुख सल्लागाराने लक्सेम्बर्गच्या बॉन स्मिट स्टाईशेनला फोन लावून लक्सेम्बर्गच्या व्यवहाराबाबत वकिली सल्ला देण्यासाठी नियुक्त केलं. ही सर्वांत जुनी आणि मोठी संस्था अर्थातच या क्षेत्रात आघाडीची मानली जायची. हे होत असतानाच त्याच्या एका सहकाऱ्याने गॅरिंगस या स्पेनच्या आघाडीच्या वकिली सल्ला देणाऱ्या संस्थेच्या बार्सेलोना कार्यालयात फोन करून त्याची त्या विभागासाठी नेमणूक केली.

सायंकाळी ५:३० वा. तरतरीत नाक, धिप्पाड बांधा असलेला निमगोऱ्या वर्णाचा गृहस्थ स्वागतकक्षात हजर झाला. ''माझं नाव योल झोवी. मला मित्तलला भेटायचं आहे,'' तो म्हणाला. तो दिसायला बेन स्टेलर या सिनेमानटासारखा असला तरी त्याची बोलण्याची ढब अल पचिनो या प्रसिद्ध माफियासारखी होती.

योल झोवी हा गोल्डमनचा एक कर्तबगार माणूस होता आणि असले सौदे करण्यात तो तरबेज मानला जायचा. हा युरोपातला प्रभावी गुंतवणूकदार होताच; पण प्राप्ती आणि विलीनीकरणाच्या कामात त्याला 'गुरू' मानत असत. युरोपात गुंतवणुकीचं काम बघणाऱ्या बँकेचा हा प्रमुख होता आणि त्यामुळे तो सतत फिरतीवर असे. एखाद्या व्यवहाराची बोलणी तो एका देशात सुरू करून त्याचा शेवट दुसऱ्याच देशात करत असे. झोवी आता गोल्डमनतर्फे या व्यवहाराचं नेतृत्व करणार होता.

कॅसाब्लांकामध्ये जन्म झालेल्या या फ्रेंच नागरिकाचं बालपण इटलीतल्या रोममध्ये गेलं. शिक्षण अमेरिकेच्या स्टॅनफोर्ड बिझिनेस स्कूलमध्ये झालं आणि तिथली पदवी त्याने मिळवली. पंचेचाळीस वर्षांचा झोवी १९८९ मध्ये गोल्डमनमध्ये रुजू झाला. संस्थेत दाखल होताच त्याने कंपन्या ताब्यात घेण्याचं आपलं कसब युरोपात आणलं. युरोपातल्या अर्थकारणात गुंतवणूक करणाऱ्या बँकांचा कंपू वर्चस्व राखून होता. त्यांच्या कचाट्यातून मोकळं होण्यासाठी तिथल्या अर्थव्यवस्थेला अमेरिकन बँकांच्या मुक्त अर्थकारणाची गरज होती. नव्यानेच वापरात आलेल्या 'युरो' या चलनाचा आधार घेऊन अमेरिकन बँका आपला जम बसवत वाढत होत्या आणि युरोपात नवीन आर्थिक राजधान्या विकसित करत होत्या. जुना युरोप आता कात टाकून जागतिक अर्थकारणात ठसा उमटवायला लागला होता. कमालीचा हिशेबी आणि अचूक निर्णय घेणाऱ्या झोवीने आता विलीनीकरण, स्पीन ऑफ्स आणि उद्योगसमूह विकत घेण्याची लाटच युरोपात पसरवली आणि त्यात अनेक प्रसिद्ध उद्योगांचा समावेश होता. त्याने घडवून आणलेल्या प्रमुख व्यवहारांच्या मानाच्या यादीत बँकिंग क्षेत्रातले महारथी एच.एस.बी.सी. आणि क्रेडिट कमर्सीए दे फ्रान्स (२०००), ऊर्जा कंपनी, इटालएनेर्जिया आणि मॉटेडिसन (२००१), खाण आणि धातू उद्योगातली पेचिनी आणि अल्कान (२००३) आणि २००४ साली

झटापट झालेल्या अव्हेन्टीस आणि सानोफी या औषध व्यवसायातल्या कंपन्यांचा उल्लेख करावा लागेल.

गोल्डमनने प्रथम आपलं लंडनचं कार्यालय स्थापन केलं, तेव्हा फक्त चाळीस जणांची नेमणूक केली होती. आता झोवीच्या हाताखाली युरोपातल्या कार्यालयात ९०० लोक काम करत होते. शिवाय मिडल इस्ट, तुर्कस्तान आणि रशियात त्यांचा पसारा वाढतच होता. पोलाद उद्योगाप्रमाणेच गुंतवणुकीच्या व्यवसायालाही भरभराट आली होती आणि त्यांची क्षितिजं विस्तारत होती. अर्थात झोवीला मिळणाऱ्या दलालीमुळे आणि बक्षिसीमुळे त्याचीही गंगाजळी असीमित वाढत चालली होती. मित्तलसारख्या मुरलेल्या गृहस्थाबरोबर काम करायला मिळणार या कल्पनेने तो लिफ्टच्या दिशेने जाताना उत्साहित झाला. मित्तलप्रमाणेच त्यालाही नेहमीच पहिल्या क्रमांकावर असणं आवडत असे. त्याला या पदावरून खाली खेचू शकणारा एकच गृहस्थ होता, तो म्हणजे मॉर्गन स्टॅन्लेमध्ये प्राप्ती आणि विलीनीकरणाच्या विभागाचा प्रमुख असलेला त्याचा मोठा भाऊ मिचेल झोवी.

प्राथमिक बोलणी करण्यासाठी मित्तलने बोलावलेल्या दुसऱ्या बैठकीला योल झोवी हजर होता. मित्तलच्या मनात घोळणारी भव्य योजना त्याने नीट शांतपणे ऐकून घेतली. प्रत्यक्ष त्या ठिकाणी जरी तो फारसा बोलला नाही. तरी ह्या योजनेचे काय परिणाम होतील आणि कोणत्या समस्या उद्भवू शकतील याचा त्याला पूर्णपणे अंदाज आला होता. हे करत असताना, मित्तलचा अहंकार वाटावा असा आत्मविश्वासही त्याला दिसून आला.

"हे सगळं कसं घडवून आणायचं, ते बघणं हा खरा या मोहिमेचा उद्देश आहे. बरोबर आहे?" झोवीने थोडक्यात विचारलं.

"अगदी बरोबर!" मित्तल

"आणि ते कसं करायचं हे तुमच्या बरोबर चर्चा करून ठरवायचं आहे."

"अर्थातच," मित्तल हसून म्हणाला. "आणि ते काम तुमचं आहे."

"या व्यवहाराची व्याप्ती लक्षात घेता आर्सेलरची माणसं नक्कीच ही माहिती मिळवण्यासाठी आपल्या मागावर असतील आणि आपल्या मार्गात अडथळे उभे करण्याचा ते कसून प्रयत्न करतील, यात शंका नाही. आपल्याला जर बातम्या फुटण्याचा धोका टाळायचा असेल, तर आपण कमीत कमी लोकांचा आतला गोट बनवला पाहिजे."

"अगदी बरोबर," मित्तलने आपला दुजोरा दिला; "पण त्याचबरोबर या गटात असणाऱ्या प्रत्येकाला सर्व गोष्टींची कल्पना असली पाहिजे. आपल्याला नोकरशाही पद्धतीने काम करणं अथवा माहिती मिळवण्यासाठी चारचौघांना विचारत बसणं परवडणारं नाही."

असल्या मोठ्या व्यवहारात गुप्तता पाळण्याला फार महत्त्व आहे. मागे एकदा सिडोरच्या व्यवहाराच्या वेळी आपल्या कार्यालयातल्या फोनवरचे संभाषण कोणीतरी चोरून ऐकल्यापासून मित्तल दर आठवड्याला आपली माहितीयंत्रणा कंट्रोल रिस्क ग्रुपकडून तपासून घेत असे. कुठल्याही संस्थेच्या संपर्क व्यवस्थेला बाहेरून हेरगिरी करणाऱ्यांपासून, तसेच आत काम करणाऱ्या सफाई कर्मचारी ते सल्लागारांपासून, सुरक्षित ठेवण्याचं काम करण्यात हा ग्रुप वाकबगार होता.

"हे या शतकातलं मोठं युद्ध ठरणार आहे," योल झोवीने भविष्यवाणी केली. "आपण कोणाशी आणि काय बोलतो आहे याचं भान ठेवा. या घटकेपासून ते हा प्रस्ताव मांडला जाईपर्यंत आपण या योजनेचा उल्लेख 'ऑलिम्पस योजना' असा करणार आहोत. मित्तलच्या नावाचा उल्लेख 'मार्स' आणि आर्सेलरचा उल्लेख 'अॅटलास' या नावाने केला जाईल," आपल्या ग्रीक आणि रोमन ज्ञानाचा उपयोग करत योल म्हणाला. त्या बिचाऱ्या अॅटलासला झिउसमुळे सर्व जगाचा भार आपल्या खांद्यावर पेलायला लागला होता, ही कथा सर्वांनाच ठाऊक होती. अर्थात योल झोवीला कदाचित हे माहीत नसेल, की काही पौराणिक कथांच्या अभ्यासकांच्या मते, अॅटलासचं आधीचं नाव होतं 'घातक हुशारीची धूर्त देवता.'

शुक्रवार, २० जानेवारी

लिओन

गी डोल आपल्या स्किईंगच्या सुट्टीवर निघाला असता त्याचा फोन वाजला.

"गी, मी मित्तल बोलतो आहे. मागे अर्धवट राहिलेलं आपलं बोलणं परत पुढे सुरू करायला मला उद्या लक्सेम्बर्गला यायला आवडेल. आपण परत आपल्या जागतिक योजनेविषयी बोलू."

"ते शक्य नाही." डोलच्या कपाळाला क्षणभर आठ्या पडल्या; पण नंतर तो सावरला. डोफॅस्कोचं प्रकरण आता आशादायक वाटत होतं. आपल्या शेवटच्या प्रस्तावावर थायसन क्रपची काहीच प्रतिक्रिया नव्हती आणि ती द्यायला आता फक्त तीन दिवसच उरले होते. "मी मंगळवारी लक्सेम्बर्गला परत येऊ शकतो," त्याने मित्तलला सांगितलं.

"ठीक आहे, तेव्हा भेटू. २४ तारखेला दुपारी."

मित्तलचा फोन झाल्यावर डोलने अॅलाईन डेव्हेझॅकला फोन लावला. "त्या आदित्यला फोन करून, लक्ष्मीला नक्की माझ्याशी काय बोलायचं आहे ते जरा

बघ.''

डेव्हेझॅकनी लगेचच आदित्यला फोन लावून मित्तलच्या मनात नक्की काय आहे ते जाणून घेण्याचा प्रयत्न केला. ''आदित्य म्हणाला की त्यांना डोफॅस्कोच्या संदर्भात तुझ्याशी बोलायचं आहे आणि तेही जितक्या लवकर जमेल तितक्या लवकर.'' त्याने डोलला परत निरोप दिला.

''एवढी घाई काय आहे? आपण त्यांना दोन आठवड्यांनी पॅरिसच्या आय.आय.एस.आय. परिषदेच्या वेळी भेटणारच आहोत.'' आणि तो पर्यंत डोफॅस्को डोलच्या ताब्यातही आलेली असेल आणि मित्तलपासूनचा धोकाही टळलेला असेल.

इकडे डोल स्किईंग करण्यात दंग असताना योल झोवी आणि त्याच्या मंडळींनी आपल्या योजनेचा आराखडा आणि त्या विषयीची आकडेवारी प्रस्तावाच्या स्वरूपात मांडली. डोल हा गृहस्थ आपल्याशी मैत्रीपूर्ण विलीनीकरणाच्या विषयावर बोलायला येणारच नाही अशी आता मित्तलची खात्री पटली होती. मुख्य म्हणजे आर्सेलरला डोफॅस्को मिळाल्यावर जर आपण आपला प्रस्ताव त्याच्यापुढे मांडला, तर अमेरिकेतल्या शेअरबाजारावर नियंत्रण ठेवणाऱ्या निरीक्षकांकडून एकाधिकार कायद्यानुसार विरोध होण्याची शक्यता आहे. नेहमीच समांतर विचार करणाऱ्या मित्तलला या समस्येवर एक उपाय सापडला.

दि. २२ जानेवारीला मित्तलने डॉ. एकहार्ड शुल्झला फोन लावला. फोनवरचं बोलणं संपेपर्यंत शुल्झ दिङ्मूढ झाला होता. त्याचा या क्षेत्रातला तांत्रिक अनुभव भरपूर असला तरी मोठमोठाले व्यवहार करण्याचा फारसा अनुभव त्याला नव्हता. आपल्या थायसन समूहात एक कॅनडातलं रत्न सामील करून घ्यायची आपल्याला आणखीन एक संधी आहे, यावर त्याचा विश्वासच बसत नव्हता.

६

सोमवार, २३ जानेवारी

बर्कले स्क्वेअर हाऊस, लंडन

लक्ष्मी मित्तल, आदित्य आणि सुधीर महेश्वरी मित्तल स्टीलच्या कार्यालयातल्या लांबलचक टेबलाच्या एका बाजूला बसले होते. वॉलनट लाकडाच्या साहाय्याने सजवलेली ही प्रशस्त खोली एखाद्या हॉटेलातल्या खोलीसारखी न वाटता विमानवाहू जहाजाच्या वरच्या भागासारखी वाटत होती. समोरच्या बाजूस बारा वकील आणि बँकांचे अधिकारी बसले होते. योल झोवीच्या शेजारी गोल्डमनचा क्रमांक एकचा आकडेतज्ज्ञ गिलबेर्तो पोझी हा इटालियन गृहस्थ बसला होता. क्लिअरी गोट्टलीबच्या वकील मंडळींचं नेतृत्व हार्वर्डमध्ये शिकलेल्या, सडपातळ, उमद्या व्यक्तिमत्त्वाच्या पीएर-ईव्ह शाबेरकडे होतं. या व्यवहाराच्या वकिली बाबींची सांगड घालण्यासाठी हा सकाळीच पॅरिसहून आला होता.

मित्तलने प्रास्ताविक भाषण करून चर्चेला सुरुवात करून दिली. "मला आज प्रत्येकाचं बोलणं ऐकायचं आहे आणि आपण आज सर्व विषयांचा आढावा घेणार आहोत."

या व्यवहाराच्या शक्याशक्यतेचा, प्रस्तावाच्या आराखड्याचा, वित्तपुरवठ्याचा, बाजाराच्या प्रतिक्रियेचा, मिनिमम ॲक्सेप्टन्स थ्रेशहोल्डचा, ॲन्टी-ट्रस्टची समस्या आणि सर्व प्रकारच्या तांत्रिक, वैधानिक आणि आर्थिक आव्हानांचा आढावा घेण्यासाठी प्रत्येकाला पंधरा मिनिटांचा वेळ दिला होता. या दोन कंपन्या ज्यांच्या नियंत्रणाखाली काम करतात, त्या सहा नियामक मंडळांकडून ह्या प्रस्तावाला संमती मिळवायची होती.

"लक्सेम्बर्गच्या सरकारचे आर्सेलरमध्ये विलीन झालेल्या आर्बेडशी फार सलोख्याचे संबंध आहेत आणि ही जरा काळजी करण्यासारखी बाब आहे," शाबेरनी आपली

काळजी बोलून दाखवली. ''साहजिकच आपल्याला त्यांचा विरोध आणि जाच सहन करायला लागेल. युरोपियन युनियनच्या निर्देशाप्रमाणे उद्योगातली अवाजवी स्पर्धा रोखण्यासाठी लक्सेम्बर्गचं सरकार मे महिन्यापर्यंत एक कायदा करणार आहे. त्या कायद्यानुसार अशा प्रकारे कंपनी ताब्यात घ्यायला विरोध केला जाईल आणि तसं झालं तर ते आपल्याला जड जाईल. त्याचबरोबर आपण जागतिक वैधानिक नियमावलीच्या अंतर्गत काम करत असल्यामुळे आपल्याला आयत्या वेळी उद्भवणाऱ्या अनेक समस्यांना तोंड द्यावं लागेल. मात्र आर्सेलरचे शेअर्स कोणा एका महत्त्वाच्या व्यक्तीच्या हातात नसल्यामुळे आर्सेलरने आपल्या मार्गात कितीही आडथळे आणले अथवा 'पॉयझन पिलचा' (कुठल्याही रीतसर व्यवहारात, कायद्यातील पळवाटेचा आधार घेऊन अडथळे आणण्याची कृती.) प्रयोग केला, तरी शेवटी बाजाराचा प्रभावच काय तो अंतिम निर्णय देईल.''

''बाजाराचा इतका प्रभाव असेल असं तुला खात्रीने वाटतं का?'' मित्तलने परत विचारलं.

''तुम्ही देत असलेली किंमत जोपर्यंत आकर्षक असेल तोपर्यंत नक्कीच,'' शाबेर म्हणाला. ''बाजार ह्या व्यवहाराला संमती देईल. माझ्या अनुभवाने एक सांगता येईल की, जर शेअर्सला योग्य भाव मिळत असेल तर मग विरोध करायला लोकं उभी करणं अवघड जातं.''

शेअर्सचा भाव किती असावा यावर या चर्चासत्रात काहीच ठरलं नाही. शाबेर चकित झाला होता. आत्तापर्यंत अशा प्रकारच्या विलीनीकरणाच्या बैठकी कित्येक आठवडे चालत असत. शिवाय दोन बैठकांमध्ये शेकडो ई-मेलची देवाणघेवाण व्हायची ती वेगळीच.

या दोन्ही कंपन्या एकत्र आल्या तर कसलीही कपात न करता अथवा टाळेबंदी न करता २००९ पर्यंत १ अब्ज डॉलर्सची बचत होणार होती. एक डोफॅस्को सोडली तर मित्तल आणि आर्सेलरमध्ये भौगोलिकदृष्ट्या टकराव नव्हता. महेश्वरीने आता क्रेडिट स्युस, सिटी ग्रुप आणि एच.एस.बी.सी.शी आर्थिक पुरवठ्यासाठी सामंजस्याचे करार केले. गोल्डमनच्या मदतीने ते आता मित्तलची प्राथमिक बोली काय असावी, ते ठरवणार होते. त्या दिवशी आर्सेलरचा भाव २२ युरो प्रति शेअर होता आणि मित्तल आता तो वाढवणार होता, पण किती वाढवणार होता?

दुसऱ्या दिवशी आदित्यने मित्तल स्टीलच्या निकोला डेव्हिडसन या संपर्क विभागाच्या प्रमुखाला आपल्या ऑफिसमध्ये बोलावलं. ''आम्ही आर्सेलरपुढे प्रस्ताव मांडणार आहोत. तू आता जा आणि लोकसंपर्काच्या काही कल्पना सुचतात का ते बघ.'' धडाडीची पोलो खेळाडू असलेल्या या स्कॉटिश बाईने हे पहिल्यांदाच ऐकलं

होतं. ''राजकारण्यांचं आणि आर्सेलरच्या भागधारकांचं मन वळवण्याइतकंच प्रसार-माध्यमांची लढाई जिंकणं महत्त्वाचं आहे,'' ती आदित्यला म्हणाली. ''आपल्याला बाहेरच्या मदतीची गरज भासेल.''

जनसंपर्काच्या मोहिमेसाठी काय लागेल याचा आढावा घेताना, डेव्हिडसनच्या लक्षात आलं की, मित्तल स्टीलमध्ये हे काम करू शकणाऱ्या दोघीच – ती आणि तिची मदतनीस – होत्या, तेव्हा ब्रिटनच्या बाहेर पोहोचू शकणाऱ्या संपर्कयंत्रणेची मदत घेणं गरजेचं होतं. मित्तल स्टीलचे 'माएटलॅन्ड' या संस्थेशी संबंध होते. लंडनमध्ये असलेल्या या संस्थेचा संस्थापक ॲग्न्युस मेअटलॅन्ड होता. हा स्कॉटिश गृहस्थ फार मुत्सद्दी आणि धूर्त होता आणि प्राप्ती आणि विलीनीकरणाच्या कामात याला मान होता. याच्या गिऱ्हाइकांच्या यादीत टेस्को, कॅडबरी, श्वेप्स आणि गोल्डस्मिथ ॲन्ड क्लाईनसारख्या नामवंत कंपन्या होत्या. माएटलॅन्डने आपल्या उद्योगाचा काही भाग युरो आर.एस.जी.ला विकला होता आणि त्यांच्या जगातल्या अनेक भागांत शाखा होत्या. सॅटेलाईटद्वारा माएटलॅन्डला लंडनहून फोन आला, तेव्हा हा सडपातळ गृहस्थ आखूड शर्ट चड्डी घालून कॅरेबिअन समुद्रात आपल्या नौकेवर आराम करत होता.

निकोला डेव्हिडसन त्याला म्हणाली, ''अगदी विश्वासाने तुला बातमी देत आहे. मित्तल ब्रिटनबाहेरच्या एका कंपनीच्या पुढे त्यांनी न मागताच एक प्रस्ताव ठेवत आहे. मला एका बाहेरच्या संपर्क यंत्रणेची मदत हवी आहे. मात्र त्यांचं निरनिराळ्या देशांत चांगलं जाळं पसरलं असलं पाहिजे. तुझी मदत मिळेल का?''

''अर्थातच, केव्हा आहे हे सगळं?''

''पुढल्या आठवड्यात,'' डेव्हिडसन म्हणाली.

हे ऐकून माएटलॅन्ड ताडकन उडाला आणि त्याच्या हातात असलेला उंची व्हिस्कीचा ग्लास कडेला पाण्यात पडला. जनसंपर्काच्या कामात असले फोन क्वचितच येतात; पण ते आले तर लगेचच डोळ्यांपुढे मोठमोठाले डॉलर्सचे आकडे फिरायला लागतात. सल्ला देणारी संस्था आपल्या हातातली सर्व कामं सोडून आणि इतर कामांवर असलेले कर्मचारी मदतीला घेऊन या कामासाठी बँकेच्या लोकांना आणि वकिलांना येऊन मिळते. असल्या कामासाठी साधारणपणे प्रत्यक्ष खर्चाशिवाय आठवड्याला १,००,००० डॉलर्सचा आकार लावतात. शिवाय जर त्यांचं गिऱ्हाईक जिंकलं, तर भरघोस बक्षिसी मिळते ती वेगळीच.

इतर वेळेला अशा प्रसंगी जर दुसरं महत्त्वाचं काम हातात नसतं तर माएटलॅन्ड तात्काळ डेव्हिडसनच्या ऑफिसमध्ये दाखल झाला असता; पण तो हजारो मैल लांब अंतरावर उन्हात अडकून पडला होता. त्याचा आपल्या साहाय्यकावर – फिलीप ग्वाईथवर – विश्वास होता. आता युरोपातल्या लोकांना यापूर्वी कधीही

पाहिलं नसेल असं, एक कसोशीने लढलेलं तुंबळ युद्ध बघायला मिळेल, असा विचार करत हा जनसंपर्काचा गुरू परत आपल्या उंची व्हिस्कीकडे वळला. आता त्याचं आणि त्याच्या कंपनीचं नाव नक्कीच उंचावणार होतं.

आता हालचालींना वेग आला होता. योल झोवीला आता दुसऱ्या काही गोष्टींचा खुलासा मित्तलकडून हवा होता. ''मला वाटतं कार्पोरेट गव्हर्नन्सची अडचण येऊ शकेल.'' त्याने मित्तलला सांगितलं. मित्तल कुटुंबीयांकडे मित्तल स्टीलचे ८८ टक्के शेअर्स होते आणि त्यांच्याकडे अनेक प्रकारचे मताधिकार होते. मित्तल स्टीलच्या शेअर्सची दोन प्रकारांत विभागणी झालेली होती– अ आणि ब. ब प्रकारचे शेअर्स हे बाहेरच्या लोकांसाठी होते, तर अ फक्त मित्तल कुटुंबीयांसाठी होते. मित्तल स्टीलच्या घटनेनुसार फक्त अ गटाच्या भागधारकांना जास्त मतांचा आधिकार होता. त्यामुळे साहजिकच त्यांच्याच हातात सर्व सूत्रं होती. मताधिकार पुढीलप्रमाणे होते. एका अ शेअरधारकाला १० मतं, तर एका ब शेअर धारकाला १ मत. भागधारकांना दोन गोष्टींत रस होता. आर्थिक– ज्याच्यात शेअर्सच्या मूल्याचा आणि त्यावर मिळणाऱ्या लाभांशाचा विचार केला जातो. दुसरा– विचार मताधिकाराचा करतात, ज्यामुळे सर्वसाधारण सभेत आपल्या मतानुसार कंपनीच्या ध्येयधोरणांवर प्रभाव पाडता येतो. मित्तल स्टीलच्या शेअर्सची धाटणी ही कुटुंबाच्या नियंत्रणाखाली असलेल्या कंपनीसारखी होती. गेल्या ऑगस्टमध्ये नव्याने एकत्रीकरण झालेल्या मित्तल स्टीलवर गोल्डमन सावसने संशोधन करून एक अहवाल तयार केला होता. त्यात असं स्पष्ट म्हटलेलं होतं की, मित्तल समूहाच्या मालमत्तेचा तौलनिक विचार करताना तिच्यावर मित्तल कुटुंबीयांचाच प्रभाव असल्यामुळे प्रत्यक्षात असलेल्या मालमत्तेतून १५ टक्के वजावट करून ती हिशेबात घ्यावी.

''तुला त्याच्यावर तोडगा काढावा लागेल,'' झोवी म्हणाला.

''बरेचसे यशस्वी उद्योग हे कुटुंबनियंत्रितच आहेत,'' मित्तलने झोवीच्या लक्षात आणून दिलं. ''आम्ही जेव्हा शेअर बाजारात उतरलो, तेव्हा हे मताधिकार मान्य असल्याचं आमच्या सल्लागारांनी सांगितलं होतं. आमची कंपनी न्यूयॉर्कच्या स्टॉक एक्सचेंजमध्ये मान्यताप्राप्त आहे. आमचा व्यवसाय आम्ही अमेरिकेच्या 'सिक्युरिटीज ॲन्ड एक्सचेंज कमिशन'च्या नियमावलीनुसार पूर्णपणे व्यावसायिकरित्या चालवतो. मित्तल स्टीलच्या सध्याच्या कार्यपद्धतीत आणि अमेरिकेतल्या मान्यताप्राप्त कंपन्यांकडून अपेक्षित असलेल्या कार्यपद्धतीत काहीच फरक नाही.''

''पण युरोपियन लोक तसा विचार करणार नाहीत,'' झोवी त्याला समजावण्याच्या सुरात म्हणाला.

मित्तलच्या मनात आता शंका यायला लागल्याचं दिसत होतं. ''मित्तल स्टील

ही नेदरलँडच्या नियमानुसार चालते. आम्ही युरोपियन कंपनी आहोत आणि आमचं रजिस्टर्ड ऑफिस रॉटरडॅमला आहे.''

''हे बघ, या व्यवहारात आधीच अनेक अडचणी आहेत आणि त्या तू निर्माण केलेल्या नाहीत. आपण निदान हा अडथळा तरी लगेचच बाजूला केला पाहिजे.''

मित्तल हे सर्व नेहमीप्रमाणे शांतपणे ऐकून होता. मधून मधून तो एखादी गोष्ट पटली अथवा न पटली तर मान हालवून दाखवत होता. मात्र त्याने झोवीला मध्येच अडवलं नाही.

जेव्हा या सल्लागाराचं बोलणं थांबलं, तेव्हा मित्तल म्हणाला, ''या कंपनीची संस्कृतीच अशी आहे की, आम्ही कंपनीची संस्कृती बदलायलाही तयार असतो. मी आदित्य आणि माझ्या कुटुंबीयांबरोबर विचारविनिमय करून काय ते तुला सांगतो.''

मंगळवार, २४ जानेवारी, सकाळी ११:३० वा.

१९, आव्हन्यू द ला लिबेर्ते, लक्सेम्बर्ग सिटी

आपल्या प्रासादतुल्य मुख्यालयातून मित्तलला फोन लावताना गी डोलला आपला आनंद लपवता येत नव्हता. ''आज मला ठरल्याप्रमाणे तुला भेटता येणार नाही,'' तो म्हणाला, ''मला आज डोफॅस्कोच्या मॅनेजरला भेटायला हॅमिल्टनला जावं लागत आहे. आमचा सौदा पक्का झाला आहे.''

''अभिनंदन!'' मित्तल हसून म्हणाला.

''आता आपल्या व्यवहाराची चर्चा करायची. आपल्याला घाई करायला नको,'' तो जरासा तुच्छपणेच म्हणाला. ''आता आपण पॅरिसमध्येच भेटू.''

डोल आणि त्याचे सहकारी टोरांटोला जाण्यासाठी लुफ्तांझाचं विमान पकडायला फ्रँकफर्ट विमानतळाकडे निघाले. मित्तलने आपल्या ऑफिसच्या खिडकीतून खाली बघितलं, तेव्हा त्याला बर्कले स्क्वेअरला वळसा घालणाऱ्या काळ्या टॅक्सी दिसल्या. परत आपल्या टेबलाकडे येत त्याने ड्युसलडॉर्फला फोन लावला. त्याला एकहार्ड शुल्झकडून उत्तर हवं होतं.

ड्युसलडॉर्फच्या ड्रायशाईबेनहाऊसमधल्या आपल्या कार्यालयात डॉ. शुल्झ वार्ताहरांचं स्वागत करत होता. ''काल सायंकाळी झालेल्या बैठकीत डोफॅस्को ताब्यात घेण्यासाठी जास्तीचा प्रस्ताव सादर न करण्याचा ठराव संमत झाला. आमच्या दृष्टीने डोफॅस्को जरी फार महत्त्वाची असली, तरी अशा बेहिशेबी बोली लावण्याच्या स्पर्धेपासून आम्ही दूर राहण्याचं ठरवलं आहे. त्यांच्या शेअरला ६८

डॉलर्सपेक्षा जास्त किंमत मोजल्यास नफ्यातोट्याचं गणित पार बिघडून जातं. मग आता पुढे काय? डॉ. शुल्झने स्वत:लाच प्रश्न विचारला आणि उत्तर दिलं, आम्ही उत्तर अमेरिकेतलं आमचं स्थान मजबूत करण्यासाठी आमच्या ब्राझीलच्या प्रकल्पात उत्पादन वाढवू, नवीन कारखाने उभारू अथवा नवे भागीदार शोधू. हे सगळं सांगत असताना त्याने मित्तलने त्याच्यापुढे ठेवलेला प्रस्ताव वार्ताहरांना सांगितला नव्हता. 'मी आर्सेलरसाठी बोली लावणार आहे आणि जर मला त्यात यश आलं, तर मी तुम्हाला तुमच्याच प्रस्तावाप्रमाणे, प्रतिशेअर ६८ डॉलर्सलाच कंपनी देईन.'

शुल्झ हे मान्य करील? निदान मित्तलला तरी शुल्झच्या आवाजावरून, तो अधीर झाल्यासारखा वाटत होता. मला माझ्या संचालक मंडळाचा सल्ला घेतला पाहिजे. मित्तलला तर लवकर होकार हवा होता. तसं झालं असतं तर नियामकांना बाजूला सारून त्याला आर्सेलरच्या व्यवहारासाठी भरपूर पैसा उपलब्ध होऊ शकला असता. आर्सेलरच्या प्रस्तावाची योजना आता बर्कले स्क्वेअरच्या सातव्या मजल्यावर आकारास येत होती. मित्तल आपली आघाडी २७ जानेवारी अथवा ३ फेब्रुवारीला उघडणार होता.

"२७ तारखेला ही मोहीम चालू करावी या मताचा मी नाही," दैनंदिन चर्चेच्या बैठकीत मित्तल झोवीला म्हणाला. "ह्या व्यवहाराचा आवाका फार मोठा आहे आणि सर्व काही ठीकठाक करायला हा वेळ पुरेसा नाही. काही अनपेक्षित समस्या निर्माण झाली तर काम लांबणीवर पडेल किंवा बारगळेल."

"ठीक आहे," झोवी म्हणाला, "मला फक्त इतकीच काळजी वाटते की, जितका उशीर होईल तितकी बातमी फुटायची शक्यता वाढत जाईल."

झोवी आपल्या खास माणसांबरोबर चर्चा करण्यासाठी गेला. इकडे मित्तल ही योजना जाहीर झाल्यावर राजकारणी लोकांना कसं हाताळायचं, याचे धडे घेत होता. खास करून जे विरोधात जाऊ शकतील अशा देशांच्या राजकारण्यांना जरा जास्त चुचकारायला हवं होतं.

"सर्वप्रथम तू युरोपियन युनियन कॉम्पिटिशन कमिशनर ऑफिसच्या नीली क्रोअेसला फोन करायला हवास आणि तिला ह्या प्रस्तावाच्या मागची भूमिका समजावून सांगायला हवीस," गोल्डमन साक्सच्या सरकारी विषयाबाबतची तज्ज्ञ, लिझा रोबने त्याला सुचवलं. "आम्ही काही काळ तिच्या मताची चाचपणी करत आहोत आणि आमच्या असं लक्षात आलं की, तिचा वैयक्तिकरित्या अशा व्यवहारांना विरोध नाही. तेव्हा तिने युरोपातल्या कमिशनरला आणि राजकारण्यांना योग्य तो संकेत दिला पाहिजे."

"स्पर्धात्मक नियमांविषयी काहीच समस्या येणार नाही, हे मी तिला पटवून देऊ शकेन," मित्तल म्हणाला.

''नेमकं हेच तू करू नयेस असं मला वाटतं,'' रोब म्हणाली. ''तू तटस्थपणे वाग. तू तिला केवळ सदिच्छा भेट देत आहे असंच वाटू दे. त्या जॅक वेल्शने केलेली चूक करू नकोस.''

''हो!'' मित्तलने मान डोलावली. ''मला माहीत आहे, तुला काय म्हणायचं आहे ते.'' जनरल इलेक्ट्रीकचा प्रमुख कार्यकारी अधिकारी असलेल्या, सुप्रसिद्ध जॅक वेल्शची गोष्ट त्याला माहीत होती. वार्षिक बैठकीच्या वेळी उर्मटपणे वागणारा वेल्श आपल्या अधिकाऱ्यांच्या यादीतल्या तळाच्या दहा टक्के अधिकाऱ्यांना कामावरून काढून टाकत असे आणि वरच्या वीस टक्के अधिकाऱ्यांना बक्षिसी देऊन वर काही समभाग विकत घेण्याची संधी देत असे. अशा प्रकारे आपल्या व्यवहारज्ञानाचं भयानक प्रदर्शन करत, त्याने अकार्यक्षमतेचं समूळ उच्चाटन तर केलचं. शिवाय नोकरशाहीला पण लगाम घालत त्याने जनरल इलेक्ट्रिकची मालमत्ता ४०० अब्ज डॉलर्सने वाढवली. मित्तलला तर हा प्रकार फारच आवडत असे आणि कित्येक सभा संबोधित करताना याचा तो आवर्जून उल्लेख करत असे. ''औद्योगिक उपकरण बनवणाऱ्या हनीवेल या कंपनीला २००१ साली वेल्शने ताब्यात घेण्यासाठी ४५ अब्ज डॉलर्सचा प्रस्ताव मांडला होता, तेव्हा त्याला युरोपियन कमिशनरला सामोर जावं लागलं. हा व्यवहार माझ्या हातचा मळ आहे आणि यात स्पर्धेच्या बाबतीतल्या कुठल्याही नियमावलीचा भंग होत नसल्याचं त्याने आढ्यताखोरपणे सांगून कमिशनरला डिवचलं होतं. त्यांनी हा व्यवहार थोपवून धरला,'' रोब म्हणाली.

मित्तलने केवळ स्मित केलं. ''वाटेत येणाऱ्या अडथळ्याला उद्ध्वस्त करणाऱ्या जॅकला न्युट्रॉन ह्या नावाने ओळखलं जात असे; पण आता तो त्याच्याहून चिवट असलेल्या अडथळ्याला समोरा गेला होता. त्या उन्हाळ्यात त्याने आपली निवृत्ती जाहीर केली आणि आता त्याच्या 'स्ट्रेट फ्रॉम द गट' या पुस्तकाच्या प्रतीक्षेत लोक आहेत.''

''फ्रान्समध्ये तुला अडचणी येतील,'' रोबने मित्तलला सावध केलं. ''थिअरी ब्रेताँ या त्यांच्या अर्थ, वाणिज्य आणि उद्योग विभागाच्या मंत्र्याची तुला गाठ घ्यावी लागेल.''

''त्यांची वेळ केव्हाच घेतलेली आहे. मी माझ्या एका फ्रेंच मित्राला फोन करून त्यांच्या उद्योगमंत्र्याशी ओळख करून घेण्यासाठी गाठ घालून देण्यासाठी कळवलं आहे. त्याचा कालच फोन आला आणि म्हणाला, ब्रेताँला तुला भेटण्यात आनंदच वाटेल. त्यांनी तुझ्याविषयी खूप काही ऐकलेलं आहे. येत्या तीस तारखेला त्याने आपल्याला सकाळच्या नाष्ट्याला बोलावलं आहे.'' मित्तल.

''उत्तम!'' रोब म्हणाली.

''अर्थात त्याला ह्या धमाकेदार बातमीची कल्पना नाही; पण आपण ती

जगजाहीर करण्यापूर्वी मला ती त्याच्या कानावर घालायची आहे.''

यानंतर रोब आणि मित्तलने एकंदर राजकीय परिस्थितीचा आढावा घेतला, तेव्हा लक्सेम्बर्ग आणि बेल्जियमच्या मुख्यमंत्र्यांची, तसेच स्पेनच्या प्रमुख राजकीय व्यक्तींची भेट घेणं गरजेचं आहे असं ठरलं. या शिवाय आर्सेलरचे ज्या ज्या ठिकाणी कारखाने आहेत, तिथल्या महापौरांना आणि नगरसेवकांना भेटण्याचंही ठरलं. आता एकच गोष्ट बाकी होती – अंतिम तारीख.

त्या आठवड्यात मित्तल आणखीन एका व्यक्तीला भेटला – ॲन मो. ही इमेज–७ ची अध्यक्षा होती. युरोपातल्या प्रमुख आणि महत्त्वाच्या व्यक्तींच्या नावपत्त्याने या बाईकडे असलेली चोपडी भरलेली होती. फ्रान्समध्ये कार्यालय असलेल्या ॲनच्या संस्थेचं नाव जनसंपर्काच्या कामात आघाडीवर होतं. राष्ट्राध्यक्ष जिस्कार देस्ताच्या सेवेत असताना ती त्यांच्यावतीने प्रसारमाध्यमांशी संपर्क ठेवत असे. राजकारणी, वार्ताहर, उद्योगपती आणि असल्या व्यवहारांच्या कामात मदत करू शकणाऱ्या लोकांशी सलोख्याचे संबंध निर्माण करून त्यांच्यावर आपला प्रभाव पाडण्यासाठी ॲनच्या कार्यालयात एक विशिष्ट विभाग होता आणि त्या विभागात आता जिस्कारची पुतणी काम करत होती. सुमारे पन्नाशीच्या आसपास असलेली मो दिसायला आकर्षक होती. तिला पॅन्ट-सूट घालायला आवडत असत. तसेच तिच्या कानांत नेहमी झुंबरासारखे डूल आणि बोटांत भारी अंगठ्या असत. तिच्या सौम्य आवाजात लबाडीचा अंश असे आणि ती हसताना डोळे मिचकावत असे. ती स्पष्टवक्ती होती आणि त्यामुळे ती बोलायला लागली, की उद्योगपती आणि मंत्रिगण आपला परतीचा मार्ग शोधू लागत.

''मला वाटतं आपण आपला हा प्रस्ताव जाहीर केला, की काही वार्ताहरांना पत्रकार परिषदेला बोलवायला पाहिजे. तुला काय वाटतं?' मित्तलने रोबला विचारलं.

ॲन मोने थोड्याशा नाखुशीने भिवया उडवल्या. ''हे तुम्ही फक्त लंडनहूनच करू नये,'' आपल्या परखड बोलण्याची तिने झलक दाखवली. ''आर्सेलर कंपनी फ्रान्सच्या मालकीची नसेल; पण त्या कंपनीकडे फ्रान्सची राष्ट्रीय संपत्ती असल्यासारखं बघितलं जातं. लोकांच्या प्रतिक्रिया फार विलक्षण असतील, अगदी विलक्षण. तुमचा विश्वास बसणार नाही कदाचित. तुम्ही फ्रेंच नसल्यामुळे सगळे फ्रेंच राजकारणी तुमच्या विरोधात उभे राहातील,'' थिअरी ब्रेताँला गेली वीस वर्षं ओळखणारी मो म्हणाली, ''इतकंच काय, आपल्या मुलीच्या लग्नावर अमाप पैसे उधळणारा भारतीय, अशीच तुमची फ्रान्समध्ये ओळख आहे. मित्तल स्टीलला कोणीही साधं ओळखतदेखील नाही. यासाठीच तुम्हाला पॅरिसला जाऊन आपला प्रस्ताव समजावून सांगायला हवा आणि ही खरोखरीची व्यवहारी योजना आहे, हे पटवून द्यायला

पाहिजे. हा प्रस्ताव जर मान्य झाला तर आर्सेलर ही एक जागतिक दर्जाची कंपनी होईल हे त्यांना पटवून द्यायला पाहिजे. त्याचप्रमाणे कामगारांविषयी फार जपून बोललं पाहिजे, कारण तुम्ही एक लुटारू नसून कसलेले उद्योगपती आहात असं त्यांना वाटायला हवं.''

''पण ब्रेताँनी खाजगी उद्योगांत अनेक वर्षं काढली आहेत,'' मित्तलने प्रतिवाद केला. ''यासाठीच तर मी त्याची भेट मागितली होती.''

''त्याला नक्कीच हे सगळं कळेल. इथल्या अँग्लो-सॅक्सन जगात तुम्ही पैशांचा विषय काढलात तर लोक म्हणतील, याचा निर्णय भागधारकांना घेऊ दे. याच्या उलट फ्रान्समध्ये आम्ही प्रथम कामगारांचा विचार करतो, तेव्हा ही कंपनी विकत घेतल्यावर तुम्ही काय करणार ते सांगायला हवं.''

हे बोलत असतानाच मोचा फोन वाजला. ''मला माफ करा, चालेल ना?''

''अर्थातच!'' मित्तल म्हणाला आणि ती इतका वेळ जे बोलत होती त्याच्यावर विचार करायला लागला. फ्रान्सचा एकही शेअर आर्सेलरमध्ये नसतानाही तिथे जर इतक्या समस्या येऊ शकतात, तर सर्वाधिक शेअर्स हातात असलेल्या लक्सेम्बर्गमध्ये आर्सेलरवर चढाई केल्याचे परिणाम काय होतील?

आपला फोन बंद करत मो म्हणाली, ''माफ करा, पण फ्राँस्वा पिनो माझी व्हेतिसमध्ये वाट पाहत होते.''

स्वत:च्या कर्तृत्वाने अब्जाधीश झालेला हा उद्योगपती ॲन मोचा अशील होता. १९९० च्या अखेरीस गुस्सी या आंतरराष्ट्रीय दर्जाच्या कलात्मक वस्तूंचं उत्पादन करणाऱ्या प्रसिद्ध कंपनीला त्याब्यात घेण्यासाठी झालेलं प्रसिद्ध तुंबळ युद्ध आजही अनेकांच्या लक्षात आहे. बेर्नार अर्नो या प्रसिद्ध धनाढ्य उद्योपतीच्या LVMH या समूहाने गुस्सी ताब्यात घेण्याचा प्रयत्न ॲन मोने हाणून पाडला होता. शिक्षणाची फारशी पार्श्वभूमी नसलेला पिनो, फ्रेंच उच्चभ्रू वर्तुळात फारसा लोकप्रिय नव्हता; पण आपल्या क्षेत्रात त्यांचा दबदबा होता. १९९८ साली त्याने ७२.१ कोटी पौंडाला ख्रिस्तीज हा लिलाव करणारा उद्योग ताब्यात घेतला. उत्तमोत्तम कालकृतींचा संग्रह करणाऱ्यांच्या जगभरातल्या संग्रहकांच्या यादीत त्याचे नाव फार वरती लिहिले जात असे. पॅरिसच्या मध्यभागापासून तीन मैलांवर असणाऱ्या सीन नदीच्या मध्याभागी असलेल्या बेटावर, एकाच कालखंडाला वाहून घेतलेल्या कलाकृतींचं संग्रहालय पिनोला उभारायचं होतं. मात्र फ्रेंच नोकरशाहीच्या दिरंगाईला कंटाळून याने तो निर्णय बदलला आणि प्लाझो ग्रासी या व्हेनिसमध्ये असलेल्या अठराव्या शतकातील इमारतीची ८० टक्के भागीदारी विकत घेतली. या आधी फियाट मोटार कंपनीच्या मालकीच्या असलेल्या या वास्तूचं पाच महिन्यांत धडाक्यानं नूतनीकरण करायची योजना आखलेली होती. ह्या सर्व प्रकारामुळे फ्रेंच सरकार संतापलेले होते.

आता पिनोची संतापण्याची पाळी होती. त्याला असं वाट बघत बसायची सवय नव्हती. एप्रिल महिन्यात त्याचं पहिलं प्रदर्शन सुरू होणार होतं आणि ती तारीख आता निसटून चालली होती. लंडनला असं काय मोठं काम होतं की मो आपली अडचण सोडवायला व्हेनिसला येऊ शकत नाही, हे त्याला आज जाणून घ्यायचं होतं आणि त्यासाठीच त्याने फोन केला होता.

आपल्या पिंगट केसातून हात फिरवताना ॲन मो, फ्राँस्वा पिनोचं सांत्वन करत असल्याचं मित्तलला जाणवलं.

"हो! हो, मी अजून लंडनमध्येच आहे. नाही, मी इथे काय करते आहे ते सांगू शकत नाही; पण ते नक्कीच तितकंच महत्त्वाचं आहे," मित्तलकडे बघत ती म्हणाली.

"माफ कर, मला तुझा फोन देतेस का?" मित्तल म्हणाला.

मोने फोन दिला.

"मि. पिनो, मी लक्ष्मी मित्तल बोलतो आहे, आणखीन काही दिवस मी ॲनला इथे थांबवू शकतो का? ती माझ्याबरोबर एका महत्त्वाच्या योजनेच्या कामात गुंतलेली आहे," मित्तल म्हणाला. या घटकेला तो जास्त काही उघडपणे सांगू शकला नाही, कारण तसं झालं असतं, तर तो कदाचित खबऱ्या झाला असता; पण मित्तल आपला धूर्तपणा इथे दाखवत म्हणाला, "मी तुमच्याविषयी खूप काही ऐकलं आहे आणि तुम्ही फ्रान्सचे आघाडीचे उद्योजक आहात हेही मी जाणतो. माझ्या गरजेच्या वेळी जर तुम्ही मदत केलीत तर मी तुमचा आभारी होईन."

आणखीन थोड्या संभाषणानंतर मित्तलने फोन मोला दिला.

"काय म्हणाले ते?" तिने विचारलं.

"ते म्हणाले, मला येऊन एकदा भेटा," मित्तल हसून म्हणाला.

"तुम्ही तर फ्रेंच चाहते जमवायलाही सुरुवात केलीत," मो हसून म्हणाली.

"चला आता पॅरिसला जाऊ," मित्तल आपले तळवे चोळत म्हणाला. "तिथे काय करायचं ते सांग, आम्ही ते करू."

७

बुधवार, २५ जानेवारी, सायंकाळी ८ वा.

जोनाथन्स रेस्टॉरंट, ओकव्हिले, ओन्टारियो

"आम्हाला आर्सेलरविषयी आणि गीसकट भेटलेल्या सर्वांच्या विषयी नेहमीच आदर वाटत आलेला आहे," डॉन पेथर हातातला ग्लास उंचावत म्हणाला. ही सर्व मंडळी रात्रीच्या भोजनासाठी जोनाथन्स या अनेक बक्षिसे मिळवलेल्या आणि प्रिंस अ‍ॅन्ड्रू आणि कॉन्स्टंटाईनसारख्या लब्धप्रतिष्ठितांच्या आवडत्या रेस्टॉरंटमध्ये जमली होती. डेफॉस्कोचा आर्सेलरशी झालेल्या विलीनीकरणाचा सोहळा साजरा करण्यासाठी पेथरने या शांत जागी असलेल्या रेस्टॉरंटमधील खाजगी खोलीची निवड केली होती. ही जागा हॅमिल्टन आणि टोरांटोच्या मध्यावर होती. इतके दिवस तो थायसन क्रपला धार्जिणा असल्यामुळे तो जास्त गाजावाजा न करता हा दिवस साजरा करत होता. "आर्सेलरची नीतिमूल्ये आणि व्यापाराच्या धोरणात नेहमीच सातत्य असे आणि आता एकत्रितपणे काम करण्याच्या संधीची आम्ही आतुरतेने वाट पाहत आहोत," आपल्या नवीन भागीदारांकडे पाहत त्यांने परत एकदा हातातील उंचावला.

"आम्हालाही डोफॅस्को विकत घेऊन फार आनंद झाला आहे," डोल प्रत्युत्तरादाखल बोलला. "आम्ही या कंपनीची फार कदर करतो आणि आमच्या उत्तर अमेरिकेच्या व्यापारवृद्धीसाठी आमच्या दृष्टीने हा महत्त्वाचा तळ असेल. आर्सेलरचाच एक भाग म्हणून आता डोफॅस्को अधिक सक्षम आणि किफायतशीर झालेली आम्हाला बघायची आहे. तिने आता उत्तर अमेरिकेच्या पोलाद बाजारात नव्या जोमाने मुसंडी मारायला हवी. डोफॅस्कोच्या कार्यकारी चमूला आमचा पूर्ववत पाठिंबा मिळत राहील असं मी आश्वासन देतो," इतकं बोलून डोलने आपले चार शब्द संपवले आणि वॉलनटच्या जेवणाच्या टेबलावर सभोवती बसलेल्या आठ जणांकडे पाहून स्मित केले. या कंपनीची नजर चुकवण्याचाच इतके दिवस डोफॅस्कोची मंडळी प्रयत्न

करत होती; पण आता त्यांनी देऊ केलेल्या भक्कम राशीमुळे जर्मन कंपनीशी संबंध न स्थापता आल्याचा विरह सुसह्य झाला होता.

डोफॅस्कोचा व्यवहार झाला होता. गी डोलच्या दृष्टीने हा मनामध्ये साठवून ठेवण्याचा क्षण होता. सोबत बसलेल्या गोन्झालो उर्क्विजो– वित्तविभागाचा प्रमुख, उपकार्यकारी अधिकारी मायकेल वुर्थ आणि स्वभावाने विनोदी असलेला उद्योगसमूहाचा माहिती अधिकारी पॅट्रिक सायलर यांच्या समावेत आता त्याने जेवणाचा आस्वाद घ्यायला सुरुवात केली. जन्मठेपेच्या शिक्षेतून शेवटच्या क्षर्णा सुटलेल्या कैद्यासारखं डोलला वाटत होतं. आता त्याला आपली कारकीर्द मनाप्रमाणे उच्च स्थानावर नेता येणार होती.

गुरुवार, २६ जानेवारी, दुपारी २ वा.

मित्तल स्टील, बर्कले स्क्वेअर हाऊस

फोन आल्याचा संदेश देणारा दिवा मिचकावत होता. निकोला डेव्हिडसन आपल्या टेबलावर बसून आलेले निरोप वाचत होती.

"हाय निकोला, मी मेटल बुलेटिनकडून बॉब जोन्स बोलतो आहे. मला लगेचच फोन करशील? मी अशी अफवा ऐकली की तुम्ही लोक आर्सेलरवर बोली लावता आहात." ती घाईघाईने मित्तलच्या ऑफिसकडे जात असताना समोर तिला सुधीर महेश्वरी दिसला. "मला आत्ताच बॉब जोन्सचा निरोप आला होता," सुधीर म्हणाला.

नंतर तिला आदित्य त्या ऑफिसच्या बाहेर दिसला. "आदित्य, मला एक निरोप आला..." पण हे वाक्य पूर्ण करायच्या आधीच आदित्याचा फोन वाजला. त्याने नंबर पाहिला. "हा बॉबचाच फोन आहे."

"आपल्याला हा बार उद्याच उडवायला हवा," योल झोवीने आपल्या सहकाऱ्यांना सांगितलं.

"आता जास्त बातम्या फुटणं आपल्याला परवडणार नाही." योलच्या मताला मित्तलने संमती दाखवली. "नाही तर आपल्या प्रतिस्पर्ध्याला बचावाची तयारी करायला जास्त वेळ मिळेल." आपल्या आयुष्यात मित्तलने एकदा आपलं लक्ष्य निर्धारित केलं की, तो त्याच्यावर झडप मारत असे. मात्र आता प्रस्ताव जाहीर होण्यापूर्वी थिअरी ब्रेताँला भेटता येणार नव्हतं, याचा त्याला विषाद वाटला.

सर्व सल्लागारांनी एकमेकांकडे पाहिलं. कित्येक दिवस जे काम करायला लागले असते, ते एका रात्रीत पूर्ण करावं लागणार होतं. गिलबेर्तो पोझी त्याच्या

बँकेच्या सहकाऱ्यांनी आकडेवारीला अंतिम मान्यता दिल्यावर आदित्य मित्तल, पीएर-ईव्ह शाबेर आणि युलिए ऑनीला कामाला लागले. वृत्तपत्रांना देण्याचा मजकूर लिहून काढला, त्याचबरोबर फ्रान्स, बेल्जियम, लक्सेम्बर्ग, स्पेन, नेदरलँड आणि अमेरिकेतील नियंत्रकांना या व्यवहाराच्या मागचा तर्क समजावून देणारं परिशिष्ट तयार केलं. हा प्रस्ताव पाठवत आहोत असा निरोप फोनवरून आधीच देण्यात आला होता. हे दस्तऐवज गैरमाणसाच्या हातात पडले तर बातमी फुटण्याचा धोका होता, तो टाळण्यासाठी आर्सेलर आणि मित्तलच्या ऐवजी आधी ठरलेली सांकेतिक नावंच लिहिली होती.

दुपारी तीन वाजता लक्ष्मी मित्तल, आदित्य आणि गोल्डमनचे आर्थिक सल्लागार, क्लिअरीचे वकील यांची फोनवरून संचालक मंडळाची बैठक सुरू झाली. या बैठकीत प्रस्तावाचा आढावा, अर्थपुरवठा आणि हा व्यवहार तडीस नेण्यासाठीच्या इतर बाबींची चर्चा करण्यात आली. या सभेच्या वृत्तांतावर शिक्कामोर्तब व्हायला एक मिनिट लागलं. या सभेत संमत झालेल्या ठरावानुसार लक्ष्मी मित्तल आणि विल्बर रॉस यांना या करारातली कलमं बदलण्याचा आणि अंतिम नियम व अटी ठरवण्याचा सामूहिक अधिकार देण्यात आला.

या प्रस्तावातील महत्त्वाचे बारकावे अधोरेखित करण्याची आता निकड भासत होती. गोल्डमन साक्सने आता ६ अब्ज डॉलर्सचा वित्तपुरवठा करणाऱ्या बँकांकडून तशी हमीपत्रं घेतली याच्या जोरावरच आर्सेलरच्या प्रमुख भागधारकांना मित्तलचा प्रस्ताव स्वीकारण्यासाठी प्रवृत्त करायचं होतं. हे करताना त्यांना त्या गालिचे अंथरलेल्या ऑफिसमध्ये मैलोगणती, वरखाली पायपीट करावी लागली होती. आपल्या सहकाऱ्यांशी ते सतत सल्लामसलत करत होते. शेअर्स विकत घेऊ शकतील अशा संभाव्य भागीदारांची चाचपणी करत होते. या कामासाठी त्यांच्या मोबाइल, ई-मेलचा अव्याहतपणे वापर होत होता आणि ह्या प्रस्तावाला बळकटी आणण्याचं काम वेगाने पुढे जात होतं. ह्या कामासाठी धडपड करणाऱ्यात क्रेडिट स्युसचा जेरेमी फ्लेचर सर्वांत आघाडीवर होता. सतत सिगारेट ओढणारा आणि शेक्सपिअरच्या नाटकात काम करणाऱ्या रॉबर्ट स्टेफन्ससारखा दिसणारा जेरेमी हा एखाद्या अस्वलाप्रमाणे धिप्पाड होता. आपल्या कर्कश आवाजात तो नेहमी गमतीशीर बोलत असे; पण त्याला जे नेमकं वाटेल तेच तो बोलून दाखवायचा. प्रत्यक्ष आयुष्यात घडणाऱ्या नाट्यमय प्रसंगांचा त्याला चांगलाच अनुभव होता. राष्ट्राध्यक्ष बोरिस येल्स्टीन यांनी १९९० साली रशियाच्या भ्रष्टाचारी अर्थव्यवस्थेला लोकशाही मार्गाने नेण्याचा प्रयत्न केला, तेव्हा तो देश पार ढवळून निघाला होता. रशियातल्या स्थानिक उद्योगांत गुंतवणूक करणारा जेरेमी फ्लेचर हा पहिला पाश्चात्त्य नागरिक होता आणि लोकांच्या दृष्टीने तो भांडवलशाहीच्या दुष्प्रवृत्तीचा रशियाच्या अर्थव्यवस्थेत

झालेला शिरकाव होता. त्याने गुंतवणूक केलेल्या एका पोलादाच्या कारखान्याला जेव्हा तो प्रथम भेट द्यायला गेला, तेव्हा त्याला बंदूकधारी संरक्षकांच्या सोबतीने जायला लागलं होतं. त्याला तिथून जवळपास हाकलण्यात आलं आणि परत जर इथे आलास तर गोळ्या घालू, अशी धमकीही सुरक्षा कर्मचाऱ्यांनी दिली.

मित्तलने त्रिनिदादची कंपनी जेव्हा विकत घेतली, तेव्हापासून फ्लेचर मित्तलच्या इस्पात इंटरनॅशनलचा सल्लागार म्हणून काम करत होता. मात्र ही पहिली वेळ होती, की जिथे त्याला साहाय्यकाच्या भूमिकेत काम करायला सांगितलं गेलं आणि साहजिकच तो थोडा दुखावला गेला होता, नव्हे चांगलाच दुखावला गेला होता. पँटच्या बाहेर सतत लोंबकाळणारा आपला शर्ट परत आत खोचत तो बर्कले स्क्वेअरमध्ये सकाळी शिरला आणि योल झोवीला म्हणाला, ''तुम्ही या प्रकरणाची सूत्रं हातात घेतल्यामुळे माझं नाक ठेचलं गेलं आहे आणि ते मी विसरू शकत नाही, तेव्हा आपल्यात टकाटकी होणार हे मी गृहीतच धरलेलं आहे.''

''मी इथे तुझे मित्तलशी असलेले संबंध बिघडवण्यासाठी आलेलो नाही,'' झोवीने शांतपणे सांगितलं. ''शिवाय माझ्यापेक्षा तुलाच या पोलाद उद्योगाची जास्त माहिती आहे आणि ते तुलाही ठाऊक आहे. तेव्हा आपल्यात टकाटकी होण्याची गरजच नाही आणि माझ्याकडे त्यासाठी वेळही नाही.''

बैरुतमध्ये जन्मलेल्या, सिटीबँकेच्या सिप्रो योउकिमनेर्हा या सर्व खेळात रंगत भरली होती. सिप्रोने उंची सूट परिधान केला होता. डाव्या बाजूच्या वरच्या खिशातून रुमालाचं त्रिकोनी टोकं डोकावत होतं. आपल्यापाशी असलेल्या ४०० टायपैकी शर्टाला साजेलसा टाय त्याने लावला होता. थोडक्यात म्हणजे एका प्रतिष्ठित बँकेच्या जबाबदार अधिकाऱ्यासारखा तो टापटीप वाटत होता. मित्तलच्या व्यवहारासाठी लागणारा वित्तपुरवठा सिटी बँक नव्वदीच्या मध्यापासून करत आली होती. विल्बर रॉसच्या कंपनी बरोबर झालेल्या विलीनीकरणाच्या वेळी त्याने सल्लागाराचीही भूमिका बजावली होती. मित्तलच्या 'उठा आणि कामाला लागा' या प्रवृत्तीने सिप्रोही उद्युक्त झाला होता. मित्तलने मित्तल स्टीलची स्थापना करण्यापूर्वी अस्तित्वात असलेल्य एल.एन.एन.ला मदत आणि सल्ला देणाऱ्या एच.एस.बी.सी.च्या ॲड्रियन कोट्स हा आर्सेलरच्या व्यवहारासाठी नेमलेल्या त्रिमूर्तीतील तिसरा दुवा होता. मात्र नेहमी 'चला, बाजाराला आपण पछाडून टाकू' असं म्हणणारा ॲड्रियन, आज मित्तलच्या मुख्यालयात आल्यावर ते विसरल्यासाखा वाटला.

''ही फारच भारी कल्पना आहे. गुंतवणूक करणाऱ्या बँकांसाठी ही सुरेख संधी आहे,'' तो आदित्य आणि मित्तलला म्हणाला. ''पण हे फार अवघड आणि वाईट काम आहे. हे फार खतरनाक आणि गढूळ होत जाणार आहे. हे मी कसं करू हा प्रश्न इथे विचारण्याऐवजी हे करण्यापासून मी स्वत:ला कसा रोखू असं विचारायला

हवं.''

''ॲड्रियन, तुला बाहेरचा रस्ता माहीत आहे ना?'' आदित्य त्याला म्हणाला; पण कोट्स जागचा हालला नाही. असल्या मोठ्या सौद्याची संधी सहजासहजी कोण सोडेल?

''पण त्या गोल्डमन साक्सला पोलादातलं काय समजतं?'' त्याने जेरेमी फ्लेचरला विचारलं.

''कदाचित असल्या अवाढव्य योजनेत ते फायदेशीर असेल,'' बाहेर सिगारेट पिण्यासाठी जाताना जेरेमी उपरोधिकपणे म्हणाला.

मित्तलच्या ऑफिसच्या इमारतीत प्रवेश केल्यापासून फ्लेचर, योऊकिम आणि कोट्स हे मित्तलला भेटण्यासाठी धडपडत होते. त्यांच्या म्हणण्यानुसार शेवटी तेच या कामासाठी ६ अब्ज डॉलर्स देणार होते; पण मित्तलने आपली योग्य ती निवड केली होती आणि या तिघांचा प्रत्येक हल्ला परतवून लावला होता. 'द गोल्डमॅन्स' – मित्तल त्यांचा आता असा उल्लेख करत असे – हे या कामासाठी सूत्रधार नेमलेले आहेत. आपण सर्वांनी त्यांच्या मागे उभं राहायला हवं.

रात्रीचे ९:३५

आदित्य मित्तलचं ऑफिस

मित्तल बसला होता, त्याच्या बाजूला आदित्य होता. समोरच्या कागदावरच्या प्रमुख मुद्द्यांकडे ते शेवटची नजर फिरवत होते. त्यांच्या समोर फोन होता. हा त्याच्या आयुष्यातला सर्वांत महत्त्वाचा फोन ठरणार होता. मित्तल शांत होता. आपण जे काही करतो आहोत, ते पूर्णत: बरोबर असल्याची त्याला खात्री वाटत होती.

''ऑल द बेस्ट!'' मित्तलने फोन उचलला, तेव्हा आदित्य त्याला म्हणाला. मित्तलने नंबर लावायला सुरुवात केली : ००. ३३.....

पाच तास मागे असलेला गी डोल लुफ्तांझाच्या लेस्टर बी. फिअर्सन इंटरनॅशनल विमानतळावरील टर्मिनल-१ वर असलेल्या विश्रांतिगृहात बसला होता. अचानक समोरचा फोन वाजला. त्याने पटकन खिशातून फोन काढला आणि उत्सुकतेने नंबर तपासला. तो अनोळखी होता.

''हं?''

''गी, मी लक्ष्मी मित्तल बोलतो आहे. मी केवळ औपचारिकपणे तुझ्या कानावर घालण्यासाठी हा फोन केला आहे, की उद्या मित्तल स्टील तुझ्या भागधारकांच्या

समोर आर्सेलरच्या शेअर्ससाठी थेट प्रस्ताव मांडणार आहे.''

नेमकं याच क्षणी पॅट्रिक सायलरने डोलकडे पाहिलं, तेव्हा त्याला डोल आता कोसळून पडेल असंच वाटलं.

''माझा विश्वासच बसत नाही,'' मित्तल मुलाला म्हणाला, ''त्याने माझा फोन चक्क ठेवून दिला.'' परत नंबर लावल्यावर फोनवरून ध्वनिमुद्रित केलेला आवाज आला. त्याने आपला निरोप त्याच्या फोनवर सोडला. 'पोलाद उद्योगाच्या एकत्रीकरणावर आपले दोघांचे विचार एकच आहेत आणि मला आशा आहे, की हा व्यवहार अजूनही मैत्रीपूर्ण वातावरणात होऊ शकतो. मला कुठल्याही प्रकारे आक्रमकपणे काही करण्याची इच्छा नाही.'

आदित्यने वडिलांकडून फोन घेतला आणि आपला नंबर फिरवला. स्ट्रासबर्ग-पॅरिसच्या द्रुतगतीमार्गावर, मेट्झजवळ असलेल्या रेनॉ मोटारीतला मोबाइल वाजला.

''आदित्य मित्तलचा फोन आहे,'' शोल डेव्हेझेंकनी आपल्या वडिलांना सांगितलं. आपली आर्सेलरमधली उमेदवारी संपवून शोल पॅरिसला आपल्या मित्राला भेटायला आतुरतेने निघाली होती. तो आपला निरोप ठेवेल, आपले वडील फोन घेण्यात वेळ न घालवता पुढे जातील, असं वाटून ती म्हणाली.

''नाही, मला त्याच्याशी बोललंच पाहिजे,'' असं म्हणत डेव्हेझॉकनी गाडी बाजूला घेत हळू केली.

''ॲलेन, जरा गडबड झाली आहे. आम्ही डोलशी बोलायचा प्रयत्न केला. आहे कुठे तो?''

''गी तर टोरांटोला गेला आहे.''

''ते माहीत आहे. पण त्याच्याशी बोलता येत नाही. लाईन डेड आहे.''

''तो कदाचित उडाला असेल,'' डेव्हेझॅक म्हणाला. आदित्य मध्येच थांबल्याचं त्याच्या लक्षात आलं. तो दुसऱ्या कोणाशी बोलत होता.

''ॲलेन, आम्ही उद्या सकाळी आर्सेलरच्या सर्व भागीदारांपुढे सर्व शेअर्ससाठी आमचा प्रस्ताव ठेणार आहोत,'' आदित्य म्हणाला.

'गी, हे लोक किती थांबू शकतात याची तुला कल्पना नाही–' त्याने नुकतेच उच्चारलेले शब्द त्याच्याच कानात घुमायला लागले. आता डोल प्रचंड उद्विग्न झाला असेल, हे सांगायला ज्योतिष्याची गरज नव्हती. मित्तल आपली चाल खेळत असताना गी अटलांटिकच्या चुकीच्या बाजूला होता.

इकडे टोरांटोमध्ये आर्सेलरच्या लोकांना फ्रँकफर्टला जाण्यासाठी अजून एक तास वाट पाहावी लागणार होती. आता मित्तलपासून आपला बचाव करण्यासाठी काय करता येईल, ते त्यांना या एक तासातच ठरवायला हवं होतं. लांब पल्ल्याच्या

विमानप्रवासात त्यांना एकत्र बसून विचार करण्याची संधी मिळाली नसती, कारण त्यांची तिकिटं अगदी आयत्या वेळेस काढल्यामुळे ते वेगवेगळ्या जागी बसणार होते. या मधल्या काळात त्यांनी लक्सेम्बर्गला किती वेळा फोन केला, याची मोजदाद त्यांनाच कळत नव्हती. सगळ्यात पहिला फोन आर्सेलरच्या अध्यक्षांना लावला, तेव्हा ती बातमी ऐकून ते दिङ्मूढ झाले.

विमानात बसल्यावर गीला एका गुंतवणूक करणाऱ्या बँकेच्या अधिकाऱ्याने दिलेला सल्ला आठवला; जेव्हा कोणी आपल्या कंपनीवर आक्रमक बोली लावण्याचा प्रयत्न करेल, तेव्हा आधी शांतपणे झोप काढावी. 'हा फार दमछाक करणारा प्रकार असतो.' आर्सेलरच्या वकिलानेही सांगितलं होतं, की कंपनीच्या नियमानुसार सर्व शेअर्सची बोली लावणाऱ्याखेरीज दुसऱ्या कोणालाही असा प्रस्ताव देता येत नव्हता. युक्रेनियनच्या लिलावात प्रचंड पैसे लावून बसलेल्या मित्तलला हे जमणं शक्यच नव्हतं आणि तसं केलं तर त्या नादात त्याला दिवाळखोरीला सामोरं जावं लागलं असतं.

गी डोलने आपले डोळे शांतपणे मिटू दिले.

विमान उडाल्यावर गोन्झालो उर्क्विजो मिचेल वुर्थकडे वळून म्हणाला, ''ते काहीही असो, आता यापुढे आर्सेलरमध्ये पूर्वीसारखी परिस्थिती नसणार हे नक्की.''

बर्कले हाऊसच्या सातव्या मजल्यावर रात्रभर दिवे जळत होते. २६ जानेवारीच्या पहाटे मित्तलने टेलिकॉन्फरसवर आपल्या जगभरातल्या ५५ मॅनेजर्सना आपण आर्सेलरच्या शेअर्ससाठी बोली लावत असल्याची बातमी दिली.

''हा फारच मोठा व्यवहार आहे आणि मला खात्री आहे, की आता तुमच्यावर जगभरातले वार्ताहर प्रश्नांची सरबत्ती करतील. मला इतकंच सांगायचं आहे, की आपण हे काम तडीस नेऊ. माझी खात्री आहे, नव्हे मला भरवसा आहे, की तुम्ही आपल्या कामावर आणि धंद्यावर लक्ष केंद्रित ठेवाल.'' मित्तल आर्सेलरच्या मोहिमेवर असताना मलय मुखर्जी मागे किल्ला सांभाळतील.

हे ऐकून प्रत्येकजण – स्त्री अथवा पुरुष – उत्साहित झाला होता आणि मित्तल साम्राज्यातून त्याचं अभिनंदन होत होतं. अर्थात आक्रमक बोली लावण्याचा अर्थ कोणालाच नीटसा समजत नव्हता, तो भाग वेगळा.

पहाटे ४.३० वा, आदित्य आपल्या वार्ताहर परिषदेत सादर करण्याच्या मसुद्याचं काम संपवून निकोला डेव्हिडसनच्या ऑफिसमध्ये गेला. गोल्डमॅनचा आकडमोड करणारा गिलबेर्तो पोझ्झी आणि निकोला परिषदेत मांडायच्या आकडेवारीवर शेवटचा हात फिरवत होते. त्याने तो कागद उचलला आणि नीट वाचला. ''पण हे तर चुकीचे आकडे आहेत,'' तो म्हणाला. आता थकवा बोलायला लागला होता.

याच्या उलट आदित्य मात्र एकदम तरतरीत होता. त्याने डेव्हिडसनकडे वळून विचारलं, "मी आपल्या कंपन्यांचं विलीनीकरण झाल्यावर दिसणारं मित्तल-आर्सेलरचं बोधचिन्ह माझ्या भाषणात दाखवू का?"

क्षणभर हा मुलगा विनोदच करतो आहे अशी तिची समजूत झाली; पण तो ते खरंच विचारत होता. "ते फारच बेहिशेबीपणाचं ठरेल. ते फारच घिसाडघाई केल्यासारखं दिसेल."

एव्हाना वार्ताहरांच्या आणि पोलाद उद्योगाच्या वर्तुळात अफवा पसरायला लागल्या होत्या. एक अफवा तर अशी होती, की आर्सेलरच मित्तलवर बोली लावणार आहे.

८

शुक्रवार, २७ जानेवारी

'मित्तल स्टील एन.व्ही. .... आज आर्सेलर एस.ए.च्या सर्व भागीदारांसमोर त्यांच्या शेअर्ससाठी आपला प्रस्ताव ठेवत आहे.... हा व्यवहार झाल्यावर १०० कोटी टन पोलादाचं उत्पादन करणारी मित्तल स्टील ही जगातली पहिली कंपनी ठरेल आणि तिच्या नजीकच्या प्रतिस्पर्ध्यापेक्षा – जपानची निप्पॉन स्टील – तिचं उत्पादन चौपटीने जास्त असेल.'

सकाळी ६:३० वा. हा अकरा पानी मसुदा जाहीर केला गेला (७.३०, लक्सेम्बर्ग वेळ). मित्तलने भल्या पहाटेच सर्व नियामकांना येऊ घातलेल्या प्रस्तावाची कल्पना दिली. फ्रान्समधल्या ओतोरिते दे मार्श फिनाँसिएर (AMF) लक्सेम्बर्गच्या कोमिसियाँ स सेर्व्हेयाँस द्यु सेक्तॉर फिनाँसिएर (CSSF) स्पेनमधल्या कोमिसिआँ नासिओनाल देल मेर्काडो दी व्हॅरोर्स (CNMV) आणि बेल्जियमच्या किमिसियाँन बान्काईरे, फिनान्सिये एत देस आस्युरन्स (CBFA) मित्तलच्या बाजूच्या नेदरलँडमधल्या अथॉरितेत फिनान्सिअेल मार्कटेन (AFM) या डच नियामकांशी संपर्क साधण्यात आला; तसेच वॉशिंगन्टनमधल्या यु.एस. सिक्युरिटीज अँन्ड एक्सचेन्ज कमिशनला (SEC) व्यवहारासंबंधीचे महत्त्वाचे दस्तऐवज सादर केले. हे जाहीर होताच नवीन प्रस्तावाचा निर्णय लागेपर्यंत स्पेन, फ्रान्स, बेल्जियम आणि लक्सेम्बर्गच्या शेअर बाजारात आर्सेलरच्या शेअर्सची विक्री थांबवण्यात आली, तर युरोनेक्स्ट ॲम्स्टरडॅमच्या शेअर बाजारात मित्तल स्टीलच्या शेअर्सची विक्री थांबवली गेली.

लक्ष्मी मित्तलने युरोपियन कॉम्पिटिशन कमिशनर नेली कोरेस यांना सदिच्छा व्यक्त करणारा फोन केला. त्याने तिच्या पाठिंब्याची अपेक्षा न बोलून दाखवता, तिला त्याने आपण हे काय आणि का करतो आहे हे समजावून दिलं आणि तिचाही

या प्रकरणात सहभाग राहील याची खात्री करून घेतली. त्यानंतर आफ्रिकेच्या दौऱ्यावर असलेल्या लक्सेम्बर्गच्या पंतप्रधान जाँक्लोद जुंकर यांना फोन केला. अर्थातच त्या पंतप्रधानांनी तो फोन घेण्याचं टाळलं. या नंतर मित्तलने आपल्या प्रमुख स्पर्धक कंपन्यांच्या प्रमुख कार्यकारी अधिकाऱ्यांना फोन लावले. त्याची सुरुवात चीनच्या शांघाई बाओस्टील ग्रुप कार्पोरेशनपासून केली आणि त्यांचा पाठिंबा मागितला. अर्थात हे करण्यामागे आता उगाच आर्सेलरला मदत करून व्हाईट नाईट बनण्याचा प्रयत्न करू नका, ही गर्भित धमकीही होती. चीन, जपान, ब्राझील आणि रशियाच्या पोलाद उत्पादकांनी मित्तलला आपला पाठिंबा व्यक्त केला. मित्तलही हे लोक काय म्हणाले ते नंतर विसरला नाही.

जाहीर केलेल्या मसुद्यात लिहिलं होतं, 'या प्रस्तावानुसार आर्सेलरच्या प्रत्येक शेअरची किंमत २८.२१ युरो ठरवण्यात येत आहे. बाजार बंद झाला तेव्हा असलेल्या मूल्यापेक्षा ही किंमत २७ टक्क्यांनी जास्त असून दि. २६ जानेवारी २००६ पर्यंत युरोनेक्स्टवर आर्सेलरच्या शेअर्सची किंमत कधीही इतकी जास्त नव्हती... या प्रस्तावामुळे आर्सेलरच्या मालमत्तेचं वास्तविक मूल्य १८.६ अब्ज युरो समजण्यात येत आहे.'

नव्याने स्थापना होणाऱ्या समूहाची एकूण अपेक्षित उलाढाल ६९ अब्ज डॉलर्सची होती. तर व्याज, घसारा आणि कर्जाचे हप्ते इत्यादीच्या वजावटीपूर्वी १२.६ अब्ज डॉलर्सचे उत्पन्न अपेक्षित होते. बाजारात उपलब्ध असलेल्या आर्सेलरच्या शेअर्सची खरेदी करण्यासाठी मित्तल तीन प्रकारचे प्रस्ताव मांडणार होता; एक– प्रायमरी मार्केटमध्ये, मित्तल स्टीलचे चार शेअर्स आणि प्रति पाच शेअर्सला ३५.२५ युरोची रोख रक्कम; दोन– सेकन्डरी मार्केटमध्ये, २८.२१ युरो प्रति शेअरनी थेट रोख खरेदी किंवा तीन– आर्सेलरच्या १५ शेअर्सऐवजी नव्यानी स्थापन होत असलेल्या मित्तलच्या कंपनीचे १६ शेअर्स. या प्रस्तावांवरून एक गोष्ट स्पष्ट दिसत होती, ती म्हणजे, शेअर्सच्या खरेदीसाठी, मित्तल केवळ २५ टक्केच भागभांडवल उभे करू शकत होता आणि बाकीचा व्यवहार त्याला शेअर्सच्या अदलाबदलीनीच करावयाचा होता.

मित्तल आणि त्याचे दमछाक झालेले सहकारी, बर्कले स्क्वेअर हाऊसच्या जवळ असलेल्या पिकॅडलीच्या 'ब्रिटिश ॲकॅडमी ऑफ फिल्म ॲन्ड टेलिव्हिजन आर्ट्स'च्या इमारतीपर्यंत कसेबसे गेले. गेल्या दोन दिवसांत त्यांच्यापैकी कोणीच फारसं झोपलेलं नव्हतं. मित्तल आणि आदित्यने घरून दाढीचं सामान आणि बदलण्यासाठीचे कपडे मागवले आणि तयार झाले. त्यांची मोटार सभेच्या जागी आली, तेव्हा सभागृहात जमलेल्या १५० वार्ताहरांकडे पाहून त्यांना आश्चर्याचा धक्काच बसला. "निकोला तर मला म्हणाली होती, ३०/३५ वार्ताहर येतील."

आपल्या टेबलाकडे जाताना मित्तल आदित्यला म्हणाला. नुकताच सहलीच्या ठिकाणी विश्रांती घेऊन आल्यासारखा मित्तल ताजातवाना दिसत होता. नेहमीप्रमाणेच त्याची बायको, मुलं, वडील सर्वांत पुढच्या रांगेत बसले होते. मित्तलने डोळ्यांवर चष्मा चढवला आणि एखादा धर्मोपदेशक जसा समोरच्या भक्त मंडळींकडे बघतो, तसं सद्भावाने समोरच्या लोकांकडे पाहिलं.

"गेल्या दहा वर्षांत पोलादउद्योगात बदल घडत असून आता एकत्रीकरणावर जास्त भर देण्याकडे या उद्योगाचा कल वाढला आहे. हे केल्यामुळे यातल्या सर्व प्रकारच्या भागीदारांना आश्वस्त करणारं मूल्य निर्माण करता येतं," त्याने भाषणाला सुरुवात केली. "आर्सेलर आणि मित्तल स्टील या दोन्ही अग्रेसर असलेल्या कंपन्यांचा भविष्यकाळाविषयीचा दृष्टिकोन सारखाच असून त्या एकत्रीकरणावर भर देत आलेल्या आहेत. या दोन कंपन्यांच्या संयोगामुळे या प्रक्रियेस चालना मिळून त्यापासून मिळणारे फायदे उपभोगायला ही कंपनी योग्य जागी स्थानापन्न झालेली असेल."

वार्ताहरांमध्ये आता उत्साह संचारला होता. पोलाद उद्योगात याच्या आधी असा प्रकार घडला नव्हता. मित्तलच्या सल्लागारांनी जणू काही गुरुत्वाकर्षणाच्या नियमाला झुगारून चार दिवसांत हा प्रस्ताव बनवण्याचं प्रचंड काम करून दाखवलं होतं; पण एक मित्तल सोडला तर बाकीचे सगळेच ढेपाळलेले वाटत होते आणि गेल्या चार दिवसांच्या कठोर परिश्रमाचा ताण त्यांच्या चेहऱ्यावर दिसत होता. काही जणांच्या माना लटकल्या होत्या, तर बरेचसे बँकेचे अधिकारी, मित्तल आपली योजना उकलून दाखवत असताना चक्क डुलक्या घेत होते.

"आमचा असा विश्वास आहे, की या प्रस्तावामुळे प्रत्येक शेअरमागे बक्षिसी तर मिळेलच; शिवाय आर्सेलरच्या भागधारकांना या एकत्रित कंपनीपासून होणाऱ्या वृद्धीमध्ये सहभाग घेण्याची संधी प्राप्त होईल आणि जास्त पैसे कमावता येतील. आम्ही विनंतीपूर्वक आग्रह करतो, की पुढे मांडलेल्या प्रस्तावाचे फायदे विचारात घेण्याचा सर्व भागधारकांनी प्रयत्न करावा आणि या एकमेव जागतिक पोलाद उद्योगाच्या यशस्वी भवितव्यात सहभाग घेण्यास सज्ज व्हावं."

त्याला योल झोवीने दिलेल्या सल्ल्याप्रमाणे कंपनीच्या शेअर्सवर मित्तल कुटुंबीयांची पकड सैल करायचं त्याने मान्य केलं. "जर हा व्यवहार यशस्वीपणे पार पडला, तर ब वर्गाच्या शेअर्ससाठी मित्तल कुटुंबीयांना असलेले मताचे अधिकार आम्ही कमी करायला तयार आहोत. याचाच अर्थ सध्या एका शेअरला असलेले दहा मताचे अधिकार कमी करून ते एका शेअरला दोन या प्रमाणात ठेवू."

इतकंच नाही तर ह्या व्यवहाराला संमती मिळाली तर मित्तल आपले

मुख्यालय लक्सेम्बर्गला हालवण्याचा देखील विचार करत होता.

या नंतर मित्तलने एक बाँबगोळा टाकला. "मित्तल स्टीलने थायसन क्रपबरोबर एक करार केला आहे. त्यानुसार डोफॅस्कोच्या सर्व सामाईक शेअर्सची ६८ कॅनेडियन डॉलर्स प्रति शेअर या भावाने त्यांची पुनर्विक्री करू."

मित्तलने शुल्झबरोबर एक सौदा केला होता, त्यानुसार आदल्या दिवशीच शुल्झने, २६ जानेवारीला त्याच्यावर सह्या देखील केल्या होत्या. शुल्झला आपली बक्षिसी मिळाली आणि मित्तलच्या मागची नियामकांची कटकट गेली. हे सर्व जास्तच गोड वाटत होतं, कारण डोलपेक्षा तीन डॉलर कमी किंमत मोजून थायसन क्रपला डोफॅस्कोचे शेअर्स मिळाले होते. युक्रेनच्या व्यवहाराच्या वेळी किन्स्च आणि डोलने चढी बोली लावत मित्तलला १ अब्ज डॉलर्स जास्त मोजायला भाग पाडलं होतं. हे जरी खरं असलं तरी मित्तलने गी डोलला डोफॅस्कोची बोली वाढवायला लावली आणि त्यामुळे ती त्याच्या हातून गेली, हा नशिबाचा भाग विसरण्यासारखा नव्हता.

"पण डोफॅस्को तर फार चांगली कंपनी आहे. मग ती का विकता?" एका वार्ताहराने विचारलं.

मित्तल क्षणभर थांबला. "मी आर्सेलरच्या भागीदारांना इतकंच सांगू इच्छितो, तुम्हाला उत्तर अमेरिकेत प्रवेश हवा आहे ना, मी तो डोफॅस्कोच्या चौपटीने देईनच; शिवाय तेजीने वाढणाऱ्या बाजारपेठेचा फायदाही मिळेल."

"आमच्या अमेरिकेतल्या मालमत्तेच्या मानाने डोफॅस्को फारच लहान उत्पादक आहे," मित्तलच्या बाजूला बसलेल्या आदित्यने खुलासा केला. "उत्पादनात त्यांचा नंबर पाचवा आहे तर आमचा पहिला. डोफॅस्को आमच्या दृष्टीने अनावश्यक आहे आणि त्यांच्या उत्पादन साधनांची आम्हाला गरज नाही."

रोजचा परिपाठ नियमाने पाळणारा डॅन पेथर हॅमिल्टनच्या बाहेर असलेल्या डुंडास या लहानशा गावाहून निघाला. ओन्टारिओमधल्या वीस हजार लोकवस्तीचं हे छोटेखानी गाव निवडुंगाच्या उत्सवासाठी प्रसिद्ध होतं. आपल्या २००३ च्या कॅडिलॅकमध्ये स्वार होऊन तो डोफॅस्कोच्या दिशेनी निघाला. हे अंतर तो सर्वसाधारणपणे तीस मिनिटांत कापत असे. १०२.९ केंद्रावरच्या स्थानिक रेडिओवर तो नेहमी बातम्या ऐकत असे; पण आज कामावर काही समस्या असल्यामुळे त्याने विचार करण्यासाठी रेडिओ लावलाच नाही.

डोफॅस्कोच्या इमारतीत प्रवेश केल्यावर तो लिफ्टपाशी उभा असताना त्याला मागून बाईचा कर्कश आवाज ऐकू आला, "मि. पेथर! लिफ्ट थांबवा."

त्यांच्या विक्रीविभागातली एक सहकारी धापा टाकत त्याच्याकडे येत होती.

पेथरला त्या बाईचे पिंजारलेले केस पाहून फार नवल वाटलं. ''तुम्ही ऐकलंत का?'' तिने थरथरत त्याला विचारलं.

''काय ऐकलतं का?''

''मित्तलने आत्ताच आर्सेलर विकत घेतली.''

''नाही नाही. तुझी काही तर ऐकण्यात चूक होते आहे,'' पेथरने तिला आश्वस्त करण्याचा प्रयत्न केला. ''तशी गोष्ट नाही, तर आपलंच आता आर्सेलरमध्ये विलीनीकरण होणार आहे.''

''पण रेडिओवर तर तसंच सांगितलेलं मी ऐकलं.''

लिफ्टचं दार बंद होत असताना तिच्या चेहऱ्यावरची निराशा पेथरच्या लक्षात आली.

ऑफिसमध्ये येताच त्याने संगणक सुरू केला आणि आपल्या ई-मेल पाहिल्यावर मग तो बातम्यांकडे वळला. त्याच्या पोटात आता मात्र गोळा आला.

दुपारी आदित्य आपल्या मोटारीने घराकडे निघाला, तेव्हा फारच आश्वस्त वाटत होता. हा व्यवहार झाल्यातच जमा आहे, अशी त्याची खात्री पटली होती. मित्तलच्या आक्रमक प्रस्तावावर प्रसारमाध्यमांची आणि गुंतवणूकदारांची प्राथमिक प्रतिक्रिया सकारात्मक होती. शिकागोची मिशेले ॲप्पलबाऊम ही विश्लेषक मित्तलच्या धाडसामुळे प्रभावित झाली होती. ''हे म्हणजे मायक्रोसॉफ्टने ॲप्पल विकत घेण्यासारखं या पोलादउद्योगात झालं आहे,'' तिने वर्णन केलं.

गी डोलचं विमान आता उतरण्याच्या बेतात असताना ॲलेन डेव्हेझॅकनी भारतातल्या मित्रांना फोन लावले. मित्तल यावेळी नेहमीपेक्षा जास्त धसमुसळेपणाने आणि नाटकीपणे का वागला, हे त्याला त्यांच्याकडून जाणून घ्यायचं होतं. ''मित्तलची भूक काय आहे, ते तुम्हा युरोपियन लोकांना कधीच समजणार नाही,'' त्यांनी त्याला सांगितलं.

मित्तल घरी जाऊन उषाबाईंबरोबर गेल्या आठवड्याचा घटनापूर्ण आढावा घेत असताना आदित्यच्या गाडीत फोन वाजला. तो योल झोवीचा होता.

''सुरुवात तर धमाकेदार झाली योल. आपण अगदी अचूक नेम मारला,'' आदित्य उत्साहाने म्हणाला.

''हो! झकास सुरुवात झाली,'' योलने दुजोरा दिला; पण आदित्यला मात्र तो 'पण' म्हणाल्याचं ऐकू आलं. ''पण हे प्रकरण इतक्यात संपेल अशी मात्र कल्पना तू न केलेली बरी.''

१

लक्सेम्बर्गची ग्रॅन्ड डची

सर्व बाजूंनी इतर देशांनी वेढलेल्या लक्सेम्बर्गला लढाया आणि चढाई करून येणाऱ्यांची चांगलीच माहिती आहे. शतकानुशतके फ्रेंच, स्पॅनिश, जर्मन आणि ऑस्ट्रेलियन लोकांच्या हल्ल्याला हा १४० कि.मी. लांब आणि ७० कि.मी. रुंद छोटासा देश तोंड देत आलेला आहे आणि त्याच्या खुणा अजूनही अंगावर बाळगतो आहे. आकारमानाने म्हणाल तर ब्रिटनच्या सरे विभागाइतका किंवा अमेरिकेच्या ऱ्होड आयर्लंडच्या निम्मा आहे. युरोपच्या बाहेर कोणाला हा देश नकाशावर दाखवायला सांगितला, तर त्यांना तो दाखवता येणार नाही. नकाशात पश्चिमोत्तर भागात हा देश आहे. पूर्वेकडून जर्मनी, दक्षिणेकडून फ्रान्स आणि उत्तर-पश्चिमेकडून बेल्जियम या देशांनी लक्सेंम्बर्गची गळचेपी केली होती. घनदाट जंगलं आणि खुजट, पर्वतासारख्या भासणाऱ्या आर्डेनेस पर्वतराईने हा देश व्यापलेला आहे.

या देशाच्या मध्यभागाचं वर्णन करताना सैनिकीशास्त्राचे इतिहासकार आजही भारावून वर्णन करतात. आव्हानात्मक उंच उंच संरक्षक तट असलेली किल्लेवजा शहर, त्याच्याभोवती असलेले पीट्रुस आणि आलझेट्टे खोऱ्याचे नैसर्गिक उतार हे निसर्गरम्य वाटतात. जर्मन, फ्रेंच आणि स्पेनच्या इंजिनियरांनी इथे एकेकाळी चाळीस तटबंदी असलेल्या इमारती आणि जमिनीखाली तेवीस किलोमीटर लांबीचे बोगदे बांधले होते. या देशाला 'उत्तरेचा जिब्राल्टर' असं नावं पडलं होतं.

१८३९ साली लंडन-लक्सेम्बर्गच्या करारानुसार या देशाला स्वतंत्र आणि कायमचा तटस्थ दर्जा मिळाला. करार ग्रॅन्ड ड्युक विलियम्सच्या अधिपत्याखाली झाला. तो नेदरलँडचाही राजा होता. मात्र दोन्ही महायुद्धात जर्मनीने या देशावर कब्जा केल्यामुळे तटस्थ राहण्याचा नाद सोडून १९४९ साली या देशाने नाटोचं अधिकृत

उमेदवार होण्याचं ठरवलं.

लक्सेम्बर्ग शहराच्या मध्यापासून पाच किलोमीटर अंतरावर लक्सेम्बर्गने झेललेल्या लढायांच्या दुःखद आठवणींच्या खुणा आजही दिसतात. १९४४ सालच्या हिवाळ्यात जर्मन रणगाड्यांच्या हल्ल्याला तोंड देताना अमेरिकेच्या पाचव्या चिलखती दलाच्या ५०७६ सैनिकांनी इथे आपला देह ठेवला. अमेरिकन मिलिटरी सिमेट्रीच्या वतीने त्यांच्या नावाने पांढरे क्रॉस लावलेली स्मशानभूमी आजही आपलं मन हेलावून टाकते. १९४५ साली हा देश परत स्वतंत्र झाला. तिसऱ्या शस्त्रदलाच्या प्रसिद्ध जनरल जॉर्ज पॅटनचं दफनही याच जागी करण्यात आलं. इतर सैनिकांचं दफन झालेल्या जागेच्या वरच्या भागात असलेल्या एका जागी त्याला दफन करण्यात आलं. त्याच्या वरच्या अंगाला एका तीस मीटर उंच कमानीवर प्रसिद्ध बॅटल ऑफ बल्जमध्ये आपलं आयुष्य वेचलेल्या सैनिकांची नावं कोरलेली आहेत.

'ओल्ड ब्लड अॅन्ड गट्स' या टोपणनावाने प्रसिद्ध असलेल्या जनरल पॅटनचा मृत्यू मात्र फारच सामान्यपणे झाला. लढाईच्या शेवटी जर्मनीमध्ये एका मोटार अपघातात त्याची मान मोडली आणि त्यातच त्याचा अंत झाला. त्याच्या मृत्युपत्रानुसार त्याचं त्याच्या माणसांबरोबर लक्सेम्बर्ग येथे दफन केलं गेलं. साडेचार लाख वस्तीच्या या देशात जनरल पॅटनला इतका मान होता, की लोकांच्या हातात असतं तर त्यांनी बहुमानाने त्याचं दफन सुप्रसिद्ध कॅथेड्रल नॉट्रोडॅम द लक्सेम्बर्ग येथेच केलं असतं. ग्रॅन्ड डचीच्या राजधानीत या जागी ग्रॅन्ड ड्युक्सना दफन केलेलं आहे.

जनरल पॅटन आणि त्याच्या शूर सैनिकांचा हा देश सतत ऋणी राहील. जगातल्या कुठल्याही लोकशाही असलेल्या औद्योगिक देशांच्या मानाने हा प्रगत देश आहे. या देशातल्या नागरिकांचं दरडोई उत्पन्न ६७,००० डॉलर्स आहे आणि ते जगात सर्वाधिक आहे. युरोपात या देशाला फार महत्त्वाचं स्थान आहे. युरोपियन इकॉनॉमिक कम्युनिटीची स्थापना याच देशात झाली आणि त्याचं श्रेय लक्सेम्बर्गमध्ये जन्म झालेल्या रॉबर्ट शुमान या संस्थापक राजकारणी व्यक्तीकडे जातं. १९६५ साली ब्रुसेल्सकडे हा मान जाण्याआधी युरोपातल्या राजकारणाचं हे प्रमुख स्थान मानलं जात असे. आजही युरोपियन कोर्ट ऑफ जस्टिस, युरोपियन कोर्ट ऑफ ऑडिटर्स, युरोपियन इन्व्हेस्टमेन्ट बॅंक आणि सेक्रेटरिएट ऑफ द युरोपियन पार्लमेन्टची प्रमुख कार्यालयं याच देशात आहेत.

प्रदीर्घ काळ देशाची सेवा केलेल्या जॉक्लोद जुंकर या पंतप्रधानाला इथे लोक फार मानतात. या गृहस्थाइतकी दीर्घकाळ कारकीर्द दुसऱ्या कुठल्याही युरोपियन नेत्याची झालेली नाही. देशातल्या कुठल्याही जटिल समस्या सोडवत असतानाच जर्मनी आणि फ्रान्सवरही तो आपला वचक ठेवून असतो. बावन्न वर्षांचा हा गृहस्थ चणीने जरी लहानसा असला, तरी त्याचं व्यवहारज्ञान अफाट आहे आणि अखिल

विश्वात त्याच्या परराष्ट्रनीतीच्या कौशल्याला तोड नाही.

फक्त एकाच हमरस्त्यावर बँका असलेला देश, अशी आपली प्रतिमा पुसून टाकण्यासाठी हा देश सतत प्रयत्नशील असतो आणि तसं पाहता हे खरोखरीच आर्थिक सत्तास्थान आहे. जगातल्या उत्तमोत्तम १५० वित्तीय संस्थांची अत्याधुनिक आणि सुसज्ज कार्यालयं येथे असून त्यात २३,५०० कर्मचारी काम करतात. राष्ट्रीय जीडीपीमध्ये त्यांचा ७०% वाटा आहे. २००६ साली सर्व बँकांच्या एकत्रित मालमत्तेचं मूल्य १००० अब्ज डॉलर्स होतं. म्युच्युअल फंडामध्ये २१५० अब्ज डॉलर्सची गंगाजळी असलेल्या लक्सेम्बर्गचा अमेरिकेच्या खालोखाल दुसरा क्रमांक लागतो.

प्रसारमाध्यमाच्या क्षेत्रातही हा देश आघाडीवर आहे. जागतिक पातळीवर प्रक्षेपण करणाऱ्या आर.टी.एल.चे कार्यालय येथेच आहे; तसेच उपग्रहाद्वारे टीव्हीचं प्रक्षेपण करणारी एस.ई.एस. संस्थाही येथेच आहे. युरोपातल्या सर्व शहरांच्या मध्यवर्ती असलेल्या लक्सेम्बर्गला सरकारचंही भरपूर प्रोत्साहन मिळतं. युरोपात सामानाची सर्वाधिक उलाढाल करणाऱ्या कारगोलक्सचं मुख्यालय लक्सेम्बर्ग शहरात आहे. अत्याधुनिक प्रगत तंत्रज्ञानाचा वापर करून उत्पादन करणाऱ्या लहान आणि मध्यम आकाराच्या कंपन्यांना इथे आकर्षित करण्यात त्यांना यश आलं आहे. या शिवाय इलेक्ट्रॉनिकच्या माध्यमातून सेवा पुरवणाऱ्या संस्थांचं हे केंद्रस्थान आहे.

इथे असलेल्या वित्तीयसंस्थांत आणि युरोपियन युनियनच्या कार्यालयांत जास्त पगार मिळणारी नोकरी करण्यासाठी दररोज जर्मनी, बेल्जियम आणि फ्रान्सहून लाखो लोक सरहद्द पार करून येतात. बाहेरून येणाऱ्यांना किमान तीन भाषांचं ज्ञान असतं; पण इथले स्थानिक नागरिक मात्र फक्त लक्सेम्बर्गिश – जर्मन पोटभाषा आणि फ्रेंच भाषेच्या संयुग भाषा – बोलतात. प्रसारमाध्यमांची अधिकृत भाषा जर्मन आहे, तर व्यवहार फ्रेंच भाषेतून होतात. पोर्तुगीज आणि इटालियन भाषिकांची संख्याही सतत वाढत आहे.

बँकेच्या व्यवहारासंबंधीचा गुप्ततेचा कायदा, करामध्ये सवलती आणि व्हॅटचे अल्पदर असल्या आकर्षक सवलती आणि सुविधा असल्यामुळे वित्तपुरवठादार आणि गडगंज पैसा बाळगून असलेली धनाढ्य मंडळी यांना या देशाचे आकर्षण वाटल्यास नवल नाही. १९८० साली जर्मन सरकारने आपल्या नागरिकांच्या बँकेतल्या ठेवींवर १०% कर लावण्याचा निर्णय घेतला. हा कायदा अमलात येण्यापूर्वीच लोकांनी एका रात्रीत जर्मनीहून प्रचंड प्रमाणात लक्सेम्बर्गच्या बँकांत पैसे पाठवले. लक्सेम्बर्गच्या बँका या अचानक धनप्राप्तीमुळे इतक्या खूश झाल्या, की त्यांनी एकत्र येऊन जर्मनीच्या चॅन्सलरला उंची दर्जाच्या शॅंपेनच्या पेट्या पाठवल्या आणि त्या दिल्या जात असताना जर्मनीतले वार्ताहर तिथे उपस्थित

राहतील अशी व्यवस्थाही केली. लक्सेम्बर्गच्या उत्साही मंडळींना विनोदबुद्धी चांगलीच आहे म्हणायची.

या देशात भरपूर विनोदांचा खजिना आहे, खास करून फ्रेंच. आर्सेलरच्या मुख्यालयातल्या फ्रेंच कर्मचाऱ्यांमध्ये एक विनोद सांगितला जायचा, की लक्सेम्बर्गचा रहिवासी आपलं जगात काय स्थान आहे हे कसं बघतो– लक्सेम्बर्गच्या मंत्रिमंडळाची बैठक चालू असते. गेल्या कित्येक दशकांत काहीच घडामोडी न झाल्यामुळे सगळे कंटाळलेले असतात. एक मंत्री सुचवतो की 'आपण लढाई करू या.' सगळे उत्साहित होतात. मग जगाचा नकाशा मागवून कोणत्या देशाशी लढाई करायची ते पाहू लागतात आणि चीनची निवड करतात. मग बीजिंगला एक पत्र पाठवून ते लिहितात, 'तुम्ही सगळे महामूर्ख आहात, आम्ही तुमच्याविरुद्ध लढाई पुकारतो.' चीनहून उत्तर येतं, 'आम्हाला तुमचा प्रस्ताव मान्य आहे; पण आपल्या दोन्ही देशांच्या आकारात फार तफावत आहे असं तुम्हाला वाटत नाही का?' लक्सेम्बर्गचं मंत्रिमंडळ परत नकाशात बघतं आणि ते उत्तर पाठवतात, 'आम्ही लढाईचा प्रस्ताव मागे घेत आहोत, कारण इतके युद्धबंदी ठेवण्यासाठी आमच्या तुरुंगात जागा नाही.'

या खेरीज आणखीन एका गोष्टीसाठी लक्सेम्बर्ग प्रसिद्ध आहे. विमानतळावरून शहरात प्रवेश करताना किर्शबर्ग पठाराच्या काठावर, एका शेजारी एक जमिनीत अर्धवर्तुळाकार खोचलेल्या सहा x तीस मीटर लांब पोलादाच्या लाद्या तुम्हाला दिसतील. किंचितसा गंज चढत असलेलं हे स्मारक लक्सेम्बर्ग पोलादाच्या उत्पादनात अग्रेसर आहे याची आठवण करून देतं.

इथल्या प्रत्येक कुटुंबात लोखंडाची जाण आहे. वडिलांकडून मुलाकडे ही कला चालत येते, कारण गेले ७५ वर्षं पोलादाचं उत्पादन हेच या देशात प्रमुख उत्पन्नाचं आणि उपजीविकेचं साधन होतं. इथल्या पंतप्रधानांच्या वडिलांनी पोलादाच्या कारखान्यात काम केलं होतं आणि जवळपास प्रत्येक कुटुंबात हाच प्रकार तुम्हाला दिसेल. तेव्हा पोलादाशी इथल्या लोकांची असलेली भावनात्मक गुंतवणूक समजण्यासारखी आहे.

एकोणिसाव्या शतकाच्या अखेरीस देशाच्या दक्षिण भागात कच्च्या लोखंडाचा शोध लागला. लोरेन पठारावर येथे प्रथम फ्रेंच कंपनीने आपला कारखाना सुरू केला. १९११ साली आर्बेड कंपनीची लक्सेम्बर्गमध्ये स्थापना झाली. भरभराटीच्या काळात, १९६० साली दक्षिणेला असलेल्या एश-स्युर-आल्झेत. एश-बेल्व्हेल, डिफरडंज आणि डुडलेज अशा ऐकायला विचित्र वाटणाऱ्या गावांत सहा मिलियन टन पोलादाचं उत्पादन होत होतं. या कारखान्यात २७,००० हजार लोक कामाला होते. हा कारखाना या देशाच्या वैभवाचं प्रतीक मानला जात होता. एका लहानशा देशात

हा मोठा प्रकल्प प्रतिवर्षी पाच टक्क्यांनी वाढ करत प्रगती करत होता. अनेक प्रतिकूल काळाला या कारखान्याने तोंड दिले आहे : पहिलं महायुद्ध, १९१९-२० ची सामाजिक अशांतता आणि मग आलेली जागतिक मंदी, ज्यामध्ये अनेकांना घरी बसवण्यात आलं होतं, या सुमारास सरकार, आर्बेड आणि कामगार संघटना यांच्या एकमताने एक करार करण्यात आला.

दुसऱ्या महायुद्धाच्या समाप्तीनंतर युरोपात सर्वत्र पोलादाची मागणी वाढीस लागली. जर्मनीतल्या ऱ्हुर, शेजारी असलेल्या बेल्जियम, लक्सेम्बर्ग ते फ्रान्सच्या लोरेनपर्यंत सर्वत्र जोमाने पोलादाचं उत्पादन वाढीस लागलं होतं. जाँ मोने या फ्रेंच राजकारण्याच्या पुढाकाराने १९५१ साली 'युरोपियन कोल ॲन्ड स्टील महासंघाची' स्थापना करण्यात आली. १९६० साली लक्सेम्बर्गच्या राष्ट्रीय उत्पादनात आर्बेडचा ४६.५% वाटा होता. मात्र १९७० साली पोलादाचं महत्त्व कमी व्हायला लागलं. सरकारी मदतीवर पोलादाचे कारखाने चालवताना अनेक युरोपियन देश मेटाकुटीला आले होते. पोलादाची मागणी वाढत नव्हती; पण खर्च मात्र वाढत होते. तशातच १९७२ साली तेलाचे भाव वाढले आणि पोलादाचे भाव वाढवणं अटळ होऊन बसलं. आर्बेड परत संकटाच्या काळातून जात होती; पण ४०% भागीदारी असलेलं तिथलं सरकार त्यांना इमानदारीनं मदत करत होतं.

१९९० साली युरोपियन सरकारांनी आपल्या पोलाद कारखान्यांचं खाजगीकरण करायला सुरुवात केली. सर्वांत प्रथम स्पेनने सुरुवात केली. आपल्या बसाक प्रांतात असलेल्या आसेरालियामधील आपलं भागभांडवल विकण्याचा त्यांनी निर्णय घेतला. आर्बेडला ही संधी साधण्याची वेळ लक्षात आली. त्यांचा प्रतिस्पर्धी असलेल्या फ्रान्सच्या युसिनॉरशी त्यांची प्रदीर्घ काळ झटापट चालूच होती, तशातच त्यांनी आसेरालियाशी लोगेबांधे जमवायला सुरुवात केली. युसिनॉर स्टील समूहाचं नेतृत्व फ्रांसिस मेयेर करत होता. डोलप्रमाणेच खाणकामाची ले कोल पॉलिटेक्निकमधून पदवी मिळवलेला मेयेर से गोबे या प्रमुख औद्योगिक समूहाच्या माजी वरिष्ठ अधिकाऱ्यांकडे युसिनॉरच्या खाजगीकरण करण्याचं आणि विलीनीकरणाचं काम सोपवण्यात आलं होतं.

२००२ साली परत एकदा आर्थिक घडामोडीत वास्तविकता आली आणि ब्रुसेल्सच्या स्पर्धात्मक कायद्याच्या निरीक्षकांशी दीर्घकाळ चर्चा केल्यावर, खाजगीकरण झालेल्या युसिनॉरचं आर्बेडशी विलीनीकरण होऊन आर्सेलरची स्थापना झाली. युरोपातल्या या प्रथितयश कंपनीत लक्सेम्बर्गच्या सरकारचे ५.६% भागभांडवल होतं.

लक्सेम्बर्गच्या ॲव्हन्यू द ला लिबेर्ते या हमरस्त्यावर आर्बेडचं मुख्यालय होतं. या मुख्यालयातल्या तळमजल्यावर असलेल्या संचालक मंडळाच्या सभागृहात

आर्बेडच्या अनेक माजी कर्तृत्ववान अधिकाऱ्यांचे फोटो लावलेले होते. यात फोटो होता तो एमिल मेरिशचा. वयाच्या तेविसाव्या वर्षी त्याने डुडेलंजच्या कारखान्यात कामाला सुरुवात केली आणि पस्तिसाव्या वर्षी तो त्या कारखान्याचं काम सांभाळू लागला. मेरिश हा फार हुशार आणि कल्पक गृहस्थ होता; तसंच त्याच्या अंगात उत्तम नेतृत्वगुण होते. आपल्या लवचीक मतानुसार वाटाघाटी करण्याचं त्याचं कसब वाखाणण्यासारखं होतं. कारखान्याच्या कामकाजाची बंदिस्त चौकट मोडून तिचा विकास करायला तोच प्रामुख्याने कारणीभूत होता. त्याच्यामुळेच आर्बेडची निर्मिती झाली. त्याने सतत कार्यक्षमतेवर भर दिला आणि धंद्याची वाढ केली. बेल्जियमच्या सिडमार या सुप्रसिद्ध पोलाद उद्योगाची घेन्ट कनाल इथली जागा आर्बेडने विकत घेतली, त्याला मेरिशची दूरदृष्टीच कारणीभूत होती.

१९६१ साली जोसेफ किन्स्च या तरुण गृहस्थाचा आर्बेडमध्ये प्रवेश झाला. त्याच्या आजोबांनी आणि वडिलांनीही पोलादाच्या कारखान्यात काम केलं होतं. किन्स्चची इथे झपाट्यानी प्रगती होऊन तो सतत वरच्या हुद्यावर जात राहणार होता. १९७२ साली तो प्रमुख कार्यकारी अभियंता झाला, त्यानंतर १९९२ साली सर्व घटक कंपन्यांचा कारभार बघणाऱ्या गटाचा अध्यक्ष झाला आणि सरतेशेवटी पुढल्या वर्षी संचालक मंडळाचा अध्यक्ष झाला. मेरिशकडे असलेले अनेक गुण किन्स्चच्या अंगी होते. काही लोक त्याला 'चंदेरी कोल्हा' म्हणत असत, अर्थात त्याच्या पाठीमागेच! स्थानिक कर्मचाऱ्यांची संख्या आता फक्त पाच हजारच होती; पण परदेशात पसरलेल्या आर्सेलरच्या ५१६ कंपन्यांतून आणि साहाय्यक कंपन्यातून ४९,००० लोक काम करत होते. जगात आता आर्सेलरचा दुसरा क्रमांक होता. अर्थात सर्व निर्णय घेण्याचे अधिकार लक्सेम्बर्गमध्येच होते. आसेरालियाशी आणि नंतर २००२ साली युसिनॉरशी वाटाघाटी झाल्या, तेव्हाच त्यांनी हे घडवून आणलं होतं. फ्रेंच लोकांशी घरोबा करणं तितकसं सोपं नव्हतं. सहा वर्षांनी लहान असलेल्या मेयेरच्या बरोबर किन्स्च सह-अध्यक्षपदी होता आणि ठरलेल्या अटीनुसार तो निवृत्त झाल्यावर मेयेर अध्यक्ष होणार होता. २००२ सालाच्या उत्तरार्धात त्याला एके दिवशी मेयेरचा फोन आला. जॅक शिराकच्या मंत्रिमंडळात तो अर्थमंत्र्याचं पद स्वीकारणार असल्यामुळे तो आर्सेलरमधील आपल्या पदाचा राजीनामा देणार असल्याचं त्याने सांगितलं. किन्स्चने त्याचं हार्दिक अभिनंदन केलं आणि शुभेच्छा दिल्या. आता सगळा कारभार आपल्याच हातात आल्यामुळे साहजिकच त्याला अत्यानंद झाला.

किन्स्च स्वत: कलाप्रेमी होता आणि आता त्याने उत्तमोत्तम कलाप्रकार गोळा करायला सुरुवात केली होती. लक्सेम्बर्गच्या आगस्ते त्रेमाँ (१८९२-१९८०) या सुप्रसिद्ध कलाकाराची ट्रिप्टीश पद्धतीची एक कलाकृती त्याने मेयेर गेल्याच्या

आनंदाप्रीत्यर्थ आपल्या ऑफिसच्या भिंतीबाहेर लावली. त्रेमाँ पहिल्या महायुद्धात आर्बेडमध्ये कामाला होता. त्याच्या चित्रात एक तगडा पोलाद कर्मचारी भट्टीच्या झळा सहन करत सोशिकपणे काम करत असल्याचं दाखवलेलं होत. अर्थातच लक्सेम्बर्गमध्येच खरे पोलाद कामगार होते.

चार्ली चॅप्लिनसारख्या मिशा ठेवणारा उंचापुरा किन्स्च आता लक्सेम्बर्गचा सन्माननीय नागरिक गणला जात असे. त्याच्या टेबलावर सरळ पंतप्रधान जुंकरशी जोडणारा फोन होता; पण आता वय वाढत चाललं होतं – तो आता आवडीनं, स्वत:चं वर्णन 'ओल्ड मॅन ऑफ स्टील' अस करत असे; पण तो त्या वयाप्रमाणे वागत नव्हता. 'धूम्रपानास मनाई आहे' असे फलक सर्वत्र लावलेले असतानाही किन्स्चच्या ऑफिसच्या दरवाज्याखालून मेरिलँड सिगारेटचा – लक्सेम्बर्गची लोकप्रिय सिगारेट – वास बाहेर दरवळत असे. या वासामुळे टर्किश कॉफीची आठवण व्हायची तो भाग वेगळा. आता तो बहात्तर वर्षांचा झाला होता. त्याचे मित्र त्याला 'जप्प' या नावाने हाक मारत असले, तरी इतरांसाठी तो चेअरमन अथवा मि. चेअरमन होता. आर्सेलरच्या भागीदारांनी जर मान्य केलं, तर त्याला दोन वर्षं आणखीन काम करण्याची संधी मिळणार होती. ती मिळाली. भागीदार नेहमीच त्याचं ऐकत होते. काहींच्या मते, तो केवळ वेळकाढूपणा करत होता. काही लोकांनी आर्सेलरच्या मुख्यालयासमोर लावण्यासाठी त्याच्या पुतळ्याचं चित्र देखील काढून तयार ठेवलं होतं.

तो नुसता दिसायला प्रुशियन नव्हता, तर तो दाखले देखील जर्मन साहित्यातले द्यायचा. एकोणिसाव्या शतकातल्या हेगल या तत्त्वज्ञानी माणसाचं सुप्रसिद्ध वचन तो नेहमी बोलून दाखवायचा– 'गोष्टीचा ध्यास घेतल्याशिवाय कुठलीही मोठी गोष्ट मिळत नाही.'

गुरुवार, २६ जानेवारीच्या सायंकाळी किन्स्च मस्तपैकी गोल्फ खेळण्याचा विचार करत होता. तो स्वत: उत्तम गोल्फ – हॅन्डिकॅप ऑफ इलेवन – खेळत असे. एकेकाळी आर्बेडच्या मालकीच्या असलेल्या क्लब ग्रॅन्ड-डुकल द लक्सेम्बर्गच्या हिव्यागार हिरवळीवर तो आठवड्याच्या सुट्टीची सुरुवात करणार होता. इतक्यात गी डोलचा फोन आला आणि त्याचं कधी नव्हतं एवढं आर्सेलरचं प्रेम उफाळून आलं.

१०

शुक्रवार, २७ जानेवारी २००६, सकाळचे ८:३०

फ्रँकफर्ट-आम्-माईन विमानतळ

रात्री टोरांटोहून निघालेलं विमान वेळेवर फ्रँकफर्टला उतरलं. आपल्या हातातलं सामान सांभाळत डोल, वुर्थ, उक्वींजो आणि सायलर पासपोर्ट तपासणी विभागातून बाहेर पडले. रात्री थोडीच झोप मिळाल्यामुळे त्यांचे डोळे लाल दिसत होते आणि लक्ष्मी मित्तलने अचानक केलेल्या हल्ल्याच्या आठवणीने ते सगळे ढेपाळले होते. याचा आपल्यावर काय परिणाम होईल याचा विचार त्यांना घाबरवून सोडत होता. त्यांना जरी कामावर ठेवलं असतं तरी त्यांचा हुद्दा मात्र बदलला असता. आता त्यांना मोठ्या संकटाशी सामना करायचा होता आणि त्यांचे हताश चेहरे हिवाळ्यातल्या धूसर प्रकाशात आणखीनच भेसूर वाटत होते.

आर्सेलरची मंडळी आगमन कक्षातून बाहेर उभ्या असलेल्या बीएमडब्ल्यू-७ या कंपनीच्या गाड्यांकडे गेली. या गाड्या त्यांना लक्सेम्बर्गला घेऊन जाणार होत्या. डोल, वुर्थ आणि उक्वींजो पहिल्या गाडीत बसले. कोब्लेंझ-टीअर द्रुतगती मार्गावरून त्यांच्या गाड्या २५० कि.मी.वर असलेल्या लक्सेम्बर्गच्या दिशेने निघाल्या. गाडीत बसल्यावर डोलने मधल्या काळात काही निरोप आले का ते मोबाइलवर पाहिलं आणि मित्तलचा निरोप वाचून तोंड वेडंवाकडं केलं.

"मित्तल म्हणतो आहे, आपण मैत्रीपूर्ण व्यवहार करू या," त्याने बरोबरच्या लोकांना सांगितलं. "या व्यवहाराची बातमी आधीच फुटल्यामुळे तो घाईघाईत करायला लागला म्हणे."

"त्यांनी प्रस्तावाविषयी काही खुलासा केला का?" उक्वींजोने विचारलं.

"नाही. माझ्या मते आपल्या सर्व शेअर्सचा सौदा करण्याची त्याची ऐपत नाही आणि आर्सेलरचा कायदा त्या शिवाय या व्यवहाराला मान्यता देणार नाही."

''आपण ताबडतोब आपल्या घटनेतलं सातवं कलम पाहिलं पाहिजे,'' वुर्थ हताशपणे म्हणाला. ''मला आत्ता नक्की काय ते आठवत नाही.''

कार्यालयीन कामात सुसूत्रता आणण्यासाठी २००५ साली डायरेक्टर जनरलची पुनर्रचना झाली, तेव्हा वुर्थची डोलचा साहाय्यक म्हणून नेमणूक झाली होती. आता त्या विभागात आठ ऐवजी चार माणसांची नेमणूक केली होती, स्वत: डोल, उर्क्वीजो, वुर्थ आणि गोन्झालो. उर्क्वीजोची वित्तविभागाचा प्रमुख म्हणून नेमणूक केली होती. याखेरीज आपलं सर्व आयुष्य पोलादाच्या उत्पादनाला वाहून घेतलेला रोना यंक त्यांच्या मदतीला होता.

सधन कुटुंबातून आलेला वुर्थ हा लक्सेम्बर्गचा स्थानिक रहिवासी होता आणि त्याचा लक्सेम्बर्गमध्ये बराच प्रभाव होता. वाणिज्य शास्त्रात पदवी घेतल्यावर तो आर्बेडमध्ये काम करायला लागला. आपल्या हुशारीच्या जोरावर प्रगती करत तो २००२ साली वित्तविभागाचा प्रमुख झाला. नव्या रूपात स्थापन झालेली आर्सेलर आपली प्रतिमा उंचविण्याच्या प्रयत्नांत होती. त्यासाठी वुर्थने अटोकाट प्रयत्न केले आणि बाजारात आर्सेलरच्या शेअर्सचं मूल्य वाढीस लागलं. शेअर्सची किंमत बाजारात वाढल्यामुळे साहजिकच इतरांना त्या कंपनीचा ताबा मिळवणं अवघड जाणार होतं.

२००५ साली वुर्थने संचालक मंडळापुढे आपल्या भविष्यातील योजनांचा अहवाल सादर केला. डॉईच बँकेच्या उद्योग आणि नैसर्गिक संपत्तीच्या विभागाचा प्रमुख असलेला ब्रेट ओलशेर त्याच्या सोबत त्या बैठकील हजर होता. आर्सेलर कंपनीला ब्रेट अनेक वर्षं गुंतवणुकीबाबत सल्ला देत होता. जन्माने अमेरिकन असलेल्या ब्रेटला जागतिक पोलाद उद्योगाची समग्र माहिती होती. डॉईच्य बँकेत येण्यापूर्वी तो जेपी मॉर्गन चेसमध्ये विश्लेषकाचं काम करत होता. आर्सेलर कंपनीच्या समोर येणारे संभाव्य धोके आणि ते टाळण्यासाठी योजता येण्यासारखे उपाय यावर ओलशेर आणि त्याच्या सहकाऱ्यांनी संचालक मंडळासमोर आपला अहवाल सादर केला. त्यामध्ये त्यांनी उद्योग क्षेत्रातून त्यांच्यावर होणाऱ्या लुटारू हल्ल्याची शक्यता वर्तवली होती. अर्थात डोलच्या मते, कोणाही एका कंपनीकडे आर्सेलर विकत घेण्यासाठी एकरकमी रोख १५ अब्ज डॉलर्स असण्याची शक्यता नसल्यामुळे त्यांना कसलाच धोका नव्हता. हातात तितकं भांडवल असलेल्या अनेक खाजगी इक्विटी संस्थांनी आर्सेलरची प्रगती लक्षात घेऊन असे प्रयत्न केले होते; पण त्यांना तो व्यवहार घडवून आणता आला नव्हता.

अजूनही आर्सेलरच्या शेअर्सचा भाव १३ युरो इतका नगण्य होता. तो आता किमान २० युरोपर्यंत वाढवायला हवा होता. कंपनीची प्रतिमा उंचावण्यासाठी तीन कंपन्यांच्या विलीनीकरणानंतर आर्सेलरने केलेल्या भरघोस प्रगतीची जबरदस्त जाहिरात

करून ते भागधारक, गिऱ्हाईक, पुरवठादार आणि कर्मचाऱ्यांना सांगणं आवश्यक होतं. कंपनीनी २००५ साली केलेल्या नेत्रदीपक आर्थिक कामगिरीच्या जोरावर २००६ सालच्या फेब्रुवारी महिन्यात त्यांनी जागतिक पातळीवर आपली प्रचार आघाडी उघडण्याचं ठरवलं. या योजनेनुसार आपल्या वेबसाईटवर प्रगतीची माहिती देण्याचं ठरलं, तसेच उद्योग समूहाकडून वितरित केलं जाणारं प्रचार साहित्य ताज्यातवान्या स्वरूपात सादर करायचं ठरलं. भागीदारांना आणि कर्मचाऱ्यांना दिले जाणारे अहवाल सुधारित स्वरूपात सादर केले जाणार होते.

लक्ष्मी मित्तल किंवा त्याच्यासारख्या लुटारूंना दूर ठेवण्यासाठी आखलेल्या, मागे उल्लेख केलेल्या 'प्रोजेक्ट टायगर' या योजनेचाच हा एक भाग होता. जानेवारीच्या सुरुवातीला आर्सेलरच्या शेअर्सचा भाव बाजारात २२ युरो झाला, तेव्हा संचालकांना आपला टायगर आता समाधानकारक प्रगती करत असल्याचं जाणवून समाधान वाटलं. अर्थात डोल, किन्स्च आणि काही इतर तज्ज्ञांच्या मते ही वास्तविक मूल्यापेक्षा फारच कमी किंमत होती.

सकाळी १०.३० ला डोलची गाडी जर्मनी-लक्सेम्बर्गच्या सरहद्दीवर असलेल्या ट्रीअरपाशी आली. याच शहरात गणित आणि विज्ञान शिकण्यासाठी आपण ट्रीअर विश्वविद्यालयात सहा महिने काढल्याचं त्याला आठवलं. अनेक जुन्या नामवंत संस्थांपैकी एक असलेल्या या विश्वविद्यालयात सुप्रसिद्ध कार्ल मार्क्सचं शिक्षण झालं होतं. या ठिकाणाहून आपली इंजिनियरची पदवी मिळाल्यामुळे डोलला या शहराविषयी फार आत्मीयता वाटत असे. दुसऱ्या महायुद्धात जर्मनीतली अनेक गावं आणि शहरं बेचिराख झाली असतानाही सुदैवाने हे सुंदर शहर मात्र शाबूत राहिलं होतं.

अचानक मोबाइल वाजायला लागल्यामुळे त्याच्या विचारांची शृंखला मोडली तो किन्स्चचा फोन होता. "या रविवारी संचालक मंडळाची आपत्कालीन सभा बोलावलेली आहे. आपल्यापुढे काय पर्याय आहेत ते आपल्याला डायरेक्टर जनरलकडून समजावून घ्यायचे आहेत."

"आपल्या सर्व सल्लागारांबरोबर मी उद्याच, शनिवारी, सकाळी ११.०० वा. बैठक घेत आहे," डोलने सांगितलं. "मी त्याचा वृत्तांत तुम्हाला लगेचच पाठवीन, म्हणजे आपल्याला संचालक मंडळाच्या सभेची तयारी करता येईल."

आर्सेलरच्या विलीनीकरणानंतर डोलने तिन्हीही कंपन्यांच्या कामात सुसूत्रता आणली होती आणि सर्व समूहाची कार्यक्षमता वाढवली होती. कामकाजाच्या पद्धतीत जास्त सुरक्षितपणा आणला आणि कंपनीच्या ३५० वरिष्ठ अधिकाऱ्यांना उद्योजकतेचे पाठ नव्याने देऊन, त्यांच्या ज्ञानाला झळाळी आणली.

हे सगळं करूनही फक्त गी डोलला संचालक मंडळाच्या सभेला बोलवत

असत; पण डोलची संचालक मंडळावर औपचारिकरित्या नेमणूक झाली नव्हती. आर्सेलरच्या यशस्वी विलीनीकरणानंतर त्या समूहाच्या कार्यक्षमतेत लक्षणीय वाढ करून तिथल्या ३५० मॅनेजर्सच्या कामकाजात सुसूत्रता आणून दाखवणाऱ्या युरोपियन कंपनीच्या कर्तबगार मुख्य कार्यकारी अधिकाऱ्याला संचालक मंडळावर स्थान मिळत नव्हतं, हे फारच विचित्र होतं आणि त्यामुळे ह्या कर्तृत्ववान फ्रेंच गृहस्थाला आपला वैयक्तिक अपमान झाल्यासारखं वाटत असे.

लक्सेम्बर्गच्या RTL या प्रमुख रेडिओ केंद्राने या ताज्या घटनेचं वृत्त सकाळीच प्रसारित केलं होतं. मित्तलने जाहीर केलेल्या प्रस्तावानंतर युरोपातल्या शेअरबाजारात आर्सेलर आणि मित्तल स्टीलच्या शेअर्सची विक्री स्थगित करण्यात आलेली होती आणि त्यामुळे युरोपातल्या बाजारात तर्ककुर्तकांना उधाण आलं होतं. RTL रेडिओकेंद्राने ह्या बातमीचं प्रसारण दीर्घकाळ चालूच ठेवलेलं होतं, तेव्हा लक्सेम्बर्गमध्ये एकच प्रश्न विचारला जात होता –''मित्तल स्टील म्हणजे काय?''

उर्क्वीजोचा साहाय्यक असलेल्या फिलिप कॅप्रॉनला लवकरच या प्रश्नाचं उत्तर मिळालं. मित्तलने प्रसारमाध्यमांसाठी बनवलेला मसुदा त्याने फॅक्सवरून मिळवला आणि त्याच्यातील महत्त्वाच्या आर्थिक तरतुदी त्याने उर्क्वीजोच्या मोबाइलवर पाठवल्या. नंतर लगेचच त्याच्याशी फोन करून सखोल चर्चा केली. या स्पॅनिश गृहस्थाने फिलिपशी चर्चा झाल्यावर त्यातील ठळक मुद्दे डोल आणि वुर्थला सांगितले.

''मी म्हणत नव्हतो, हा काही पूर्ण रोखीचा प्रस्ताव नाही. याला नक्कीच मंजुरी मिळणार नाही,'' डोल गुरगुरला. मात्र त्याची मोटार लक्सेम्बर्गच्या जशी जशी जवळ येत होती, तसतसा त्याच्या मनात जास्त संताप उफाळून येत होता. मित्तल एक ना एक दिवस आर्सेलरवर चाल करून येणार याची इतर कोणापेक्षाही डोलला जास्त खात्री वाटत होती; पण मित्तलने कमीत कमी वेळात जे जबरदस्त आक्रमण केलं, ते त्याला पार जिव्हारी लागलं. थायसनशी केलेला उपव्यवहार तर फारच हताश करणारा आणि दु:खद होता. दोनच आठवड्यांपूर्वी त्याला मित्तलच्या घरी झालेलं संभाषण आठवलं. तेव्हा डोफॅस्कोची बोली वाढवायला तो आपल्याला भरीस पाडत होता, ते का हे त्याच्या आता लक्षात आलं. मित्तल तेव्हापासूनच आपल्या विरुद्ध कारस्थान करत होता. आर्सेलरला चढी बोली लावायला सांगून मित्तल स्वत:ला थायसनशी सौदा करण्याची संधी देणार होता. तो जर्मनांना ६८ डॉलर्स प्रति शेअरच्या बदल्यात डोफॅस्को विकणार होता. थायसनची तेवढे द्यायची आधीही तयारी होती. तेव्हा डोफॅस्कोचा सौदा आपल्या खिशात आहे, हे मित्तलला आधीच माहीत होतं. शिवाय या व्यवहारात थायसनने देऊ केलेल्या रकमेतील आणि आर्सेलर देत असलेल्या रकमेतील फरक मित्तलच्याच खिशात जाणार होता.

ते पैसे लक्सेम्बर्गच्या प्रतिस्पर्ध्याशी करण्याच्या व्यवहारासाठी उपयोगात येणार होते. अर्थात मित्तलच्या डोक्यात काय शिजत असतं, ते कुणालाच सांगता येणार नाही.

सकाळी ११ वा. शेअर्सच्या व्यवहारांवरची बंदी उठवण्यात आली. युरोपियन शेअर बाजारात आर्सेलरच्या शेअर्सचे सौदे झपाटल्यासारखे होत होते. आदल्या रात्री म्हणजे २६ जानेवारीला आर्सेलरचा शेअर लक्सेम्बर्ग, माद्रिद आणि पॅरिसच्या बाजारात २२ युरोला बंद झाला होता. ॲम्स्टरडॅमच्या बाजारात मित्तलचा शेअर २७ युरोला (न्यूयॉर्कच्या बाजारात नोंदणीकृत असल्यामुळे ३३ डॉलरला) बंद झाला होता. आता बंदी उठताच आर्सेलरच्या शेअर्सचा भाव ३० युरोला जाऊन भिडला. म्हणजे मित्तलने लावलेल्या बोलीपेक्षा ८% जास्त असला, तरी मित्तलने प्रस्ताव देण्याच्या अगोदर असलेल्या, आर्सेलरच्या गुरुवारी पॅरिसच्या बाजारात बंद झालेल्या २२ युरोच्या तुलनेत तो २७% जास्त होता. फक्त एकच वर्षापूर्वी १३ ते १५ युरोला आर्सेलरच्या शेअर्समध्ये गुंतवणूक केलेल्या जाणकारांच्या दृष्टीने ही पैसे दुप्पट करण्याची संधी होती आणि तो मोह टाळणं अवघड होतं. पॅरिसच्या स्टॉक एक्सचेंजवर पहिल्या दोन तासांत वेगाने आणि जोशाने झालेल्या व्यवहारात, लोकांच्या हातात असलेल्या ७ कोटी शेअर्सची देवाण-घेवाण झाली. लोकांच्या हाती असलेल्या एकूण ६० कोटी शेअर्सपैकी सुमारे १२% शेअर्सचा व्यवहार झाला.

अशी औपचारिकरित्या आक्रमक बोली लावणारा आपण या व्यवहाराकडे किती गंभीरपणे बघतो, हे दाखवून देण्यासाठी बहुतेक वेळा बाजारात शेअर्सच्या खरेदीसाठी उतरतो. असे १० ते २० टक्के शेअर्स ताब्यात आले, तर त्याचं व्यूहरचनेसाठी स्थान बळकट होतं. मित्तलने मात्र ते टाळलं. आर्सेलरच्या पोटनियमानुसार त्याला रोखीच्या व्यवहाराची जबाबदारी स्वीकारावी लागली असती आणि आर्थिकदृष्ट्या ते फार जड गेलं असतं.

आर्सेलर-मित्तलच्या धुमश्चक्रीत आता नवीन प्रकारचे गुंतवणूकदार उदयास आले– हेज फंड. या गुंतवणूक करणाऱ्या कंपन्यांपाशी गुंतवणूक करण्यासाठी अब्जाच्या पटीत पैसे असतात. गुंतवणूक करणाऱ्या बँकेचा एखादा माजी अधिकारी अशा संस्थांचं नेतृत्व करतो. धनकोंच्या पैशांवर चालणाऱ्या या खाजगी संस्थांच्या ठेवीदारांना अशा प्रकारच्या गुंतवणुकीमुळे दरवर्षी किमान वीस टक्के परतावा मिळतो. सर्वसाधारण बँकांचे अधिकारी आपल्या किरकोळीत गुंतवणूक करणाऱ्या ठेवीदारांना १० टक्के परतावा दिला तरी स्वतःची पाठ थोपटतात. मोठी गुतवणूक करून 'हेज फंड' अर्थातच मोठी जोखीमही घेत असतात. गुंतवणूकदारांकडून मिळालेल्या ठेवींशिवाय हेज फंडवाले बँकांकडूनही कर्ज काढून पैसे उभारतात. त्यामुळे मोठ्या गुंतवणुकीच्या जोरावर ते अल्प काळात प्रचंड नफा मिळवू शकतात.

२० ते ५० कोटी युरोच्या आर्थिक बळाच्या जोरावर ते मोठमोठाल्या व्यवहारात गुंतवणूक करण्याचा जुगार खेळू शकतात. त्यांच्या कामाची पद्धत जरी बेछूट आणि बेधडकपणाची असली, तरी त्यांच्यापाशी बाजाराचं अचूक ज्ञान असतं. निरनिराळ्या प्रकारच्या मालमत्तांचं अचूक विश्लेषण त्यांच्या संगणकावर असतं. त्यांनी लक्ष केलेल्या कंपनीत शिरकाव करून नफा वाढवण्याच्या मागे ते असतात.

एखादी कंपनी जर भविष्यात चांगली कामगिरी करणार अशी खात्री पटली, तर ते त्या कंपनीत भरघोस गुंतवणूक करून काही प्रमाणात मालकी हक्कही मिळवतात. दुसऱ्या प्रकारात ते चांगल्या व्यवस्थापनाच्या आभावी, जेमतेम कारभार करणाऱ्या कंपनीला विकत घेतात आणि तिथल्या व्यवस्थापनाला काही चांगले बदल करण्यास भाग पाडतात किंवा नवीन व्यवस्थापक नेमतात. अशा प्रकारच्या हेज फंड पुरवणाऱ्या संस्थांना 'ॲक्टिव्हिस्ट' म्हणतात. जर्मनीमध्ये यांना 'लोकुस्टस' म्हणतात.

हेज फंडाचे प्रबंधक आणखीन एका पद्धतीचा अवलंब करतात आणि बाजारात तिला बहुमान्यता आहे. सध्या ज्या वित्तसंस्थेच्या ताब्यात शेअर्स असतात, त्यांना त्याच्या किमतीपेक्षा जास्त किंमत देऊन ते, ते शेअर्स उसनवारीने घेतात. या व्यवहाराला 'स्टॉक लेंडिंग' म्हणतात. उधारीवर शेअर्स घेणाऱ्याच्या नावाने हक्कांचंही हस्तांतरण होतं. याच्यात भागधारकांच्या सभेत मतदानाच्या हक्कांचाही समावेश असतो आणि काही काळापुरते हातात एकगठ्ठा शेअर्स असल्यामुळे ते बोलीच्या वेळी आपला प्रभाव पाडू शकतात. आणखीन एका प्रकारात गुंतवणूकदार नफ्यामध्ये हिस्सा वाटून घेण्याचा करार करतो. यामुळे प्रत्यक्ष शेअर्सचा ताबा नसतानाही, बोली लावण्याचा अधिकार मिळतो आणि झालेला नफा वाटून घेता येतो. हेज फंड ज्या गुंतवणूक करणाऱ्या बँकांशी व्यवहार करते, त्यांना भरपूर उत्पन्न मिळवून देतात. इतर उद्योगांप्रमाणे बँकाही आपल्या गिऱ्हाइकांना चांगल्या गुंतवणुकीच्या संधी दाखवून किंवा अन्य मार्गांनी त्यांची बडदास्त ठेवण्याचा प्रयत्न करतात. टीकाकार याला लाडीगोडी लावण्याचा प्रकार म्हणून हिणवतात. अर्थात ते बरोबरच आहे!

लोकुस्टच्या स्वभावधर्माप्रमाणे आता हेज फंडवाले आर्सेलरचे शेअर्स मिळतील त्या मार्गाने घेत सुटले होते. मित्तलच्या प्रस्तावामागचा तर्क पटण्यासारखा होता आणि वित्तबाजारालाही तो पटलेला आहे, हे त्यांच्या लगेचच लक्षात आलं. आणखीन एक गोष्ट त्यांच्या लक्षात आली, की बाहेरच्या तिसऱ्याच समूहाने बोली वाढवण्याची शक्यता लक्षात घेता, मित्तललाही आपली बोली वाढवायला हवी होती. एखाद्या पोलाद उत्पादकाला या खेळात भाग घेण्याची इच्छा होणं क्रमप्राप्त होतं. आर्सेलरचे शेअर्स सतत वरतीच जाणार आहेत हे लक्षात आल्यामुळे हेज फंडच्या लोकांना, इथे झटपट पैसे कमावण्याची संधी दिसत होती आणि तीसुद्धा काही आठवड्यांतच. आर्सेलरसुद्धा या प्रस्तावाला विरोध करणार होताच, त्याचा

दुहेरी परिणाम झाला असता. मित्तलला आपली बोली वाढवायला भाग पडलं असतं आणि यात भागधारकांचाच फायदा झाला असता किंवा आर्सेलर 'पॉयझन पिल' बचाव पद्धतीचा वापर करून ह्या प्रस्तावातली हवाच काढू शकला असता आणि हेज फंडवाल्यांसाठी ती फारशी चांगली बातमी ठरली नसती. पॉईझन पिल बचाव पद्धत म्हणजे, उदा. लक्सेम्बर्ग सरकारला ३०% शेअर्स बहाल करायचे आणि त्यांच्या हातात नकाराधिकार सोपवून हा प्रस्ताव हाणून पाडायचा. मात्र हे केलं तर ते गुंतवणूकदारांकडून आणि विशेषत: हेज फंडवाल्यांकडून, आडमुठेपणाचं आणि बाजारविरोधी कृत्य मानलं गेलं असतं आणि शेअर्सचे भाव गडगडत खाली गेले असते. यात सगळ्याच गुंतवणूकदारांचं, स्पेक्युलेटरचं भारी नुकसान झालं असतं.

शनिवार, २८ जानेवारी

बर्कले स्क्वेअर हाऊस

आपण देत असलेल्या संकेतानुसार, योग्य जागी योग्य व्यक्ती आहेत हे बघणं, हे आपण देत असलेल्या संकेताइतकंच महत्वाचं असतं. मेनलॅन्ड ग्रुपचा फिलिपचा ग्वाईथ आणि निकोला डेव्हिडसन मित्तलच्या भाषणावर वर्तमानपत्रात आलेल्या प्रतिक्रिया चाळत बसले होते. अतिपरिश्रमाने थकलेली वकील आणि सल्लागार मंडळी झोपलेली असताना डेव्हिडसन आणि ग्वाईथ वर्तमानपत्रातला प्रतिसाद पाहून उत्सहित झाले होते.

"आत्तापर्यंत माझा सहभाग असलेल्या सर्व व्यवहारांविषयी छापून आलेल्या प्रतिक्रिया, या व्यवहाराच्या प्रतिक्रियांइतक्या कधीच सकारात्मक नव्हत्या," ग्वाईथ म्हणाला. हा दक्षिण आफ्रिकेचा सल्लागार आपलं मत भारी विशेषणांचा आधार न घेता, साधेपणाने मांडत असे. ॲन्गस माइटलॅन्डकडे आंतरराष्ट्रीय जनसंपर्काधिकारी म्हणून काम करण्यापूर्वी आठ वर्षं त्याने फिनान्शिअल टाइम्समध्ये काम केलं होतं. "हा अतिशय सुबक व्यवहार झाला आहे – अगदी... एक लोहारकी!" 'फर्स्ट रिव्हर' या यु.ए.स कन्सल्टसी फर्स्ट रिव्हरच्या टॉमी टॅकोनेनी लिहिलेलं परीक्षण ग्वाइथ मोठ्यांदा वाचत होता. "गुंतवणूकदार मंडळींना व्यवहारामागची चपखल योजना आवडते, जी नेहमीच दिसते असं नाही."

"वॉल स्ट्रीट जर्नलच्या पीटर मार्कुसने फार छान वर्णन केलं आहे," डेव्हिडसन म्हणाला. "तो म्हणतो, या उद्योगावर आपला प्रभाव पाडून मित्तलने एक नवीन वातावरण तयार केलं आहे आणि याचा त्याला आणि त्याच्या स्पर्धकांनाही फायदा होईल." ईगलवुड क्लीफ, न्यूजर्सी येथे जॉर्ज वाशिंग्टन पुलापासून पाच मिनिटांच्या

अंतरावर असलेल्या, वर्ल्ड स्टील डायनामिक्सचा आघाडीचा पत्रकार असलेला मार्कुस पोलादाच्या उद्योगातला मान्यवर विश्लेषक होता आणि या उद्योगात त्याचा दबदबा होता. वर्ल्ड स्टील डायनामिक्स दरवर्षी आयोजित करत असलेल्या जागतिक पोलाद संमेलनाला जगातले मान्यवर पोलाद उत्पादक, बँकांचे अधिकारी आवर्जून हजेरी लावत असत आणि मित्तल, डोलसारखे या उद्योगातले दिग्गज आपल्या डायरीत या तारखा कायम राखून ठेवत असत. मार्कुससारखा धोरणी आणि परखड टीकाकार इतक्या लवकर मित्तलच्या चाहत्यांच्या मंडळात दाखल झाला, ही मित्तलच्या दृष्टीने फारच मोठी जमेची बाजू होती.

इंग्लंडमधली वृत्तपत्रं मित्तलने दिलेल्या प्रसारमाध्यमासाठी दिलेला मसुदा आणि वार्ताहर परिषदेच्या वेळी जाहीर केलेला मसुदा समजावून घेत होते. आदित्यने 'द टाइम्स'ला मुलाखत दिली होती, त्यावर आधारित आपलं वृत्तांकन तयार करून त्यांनी त्याला मथळा दिला : 'कर्मचारी कपात न करता मित्तलने १ अब्ज डॉलर बचत करण्याचं उद्दिष्ट समोर ठेवलेलं आहे, ' पुढे ते म्हणतात, 'आर्सेलरच्या व्यहारामुळे समूहाची क्रयशक्ती वाढून फायदा मिळेल. कामगार कपात नक्कीच होणार नाही आणि आर्सेलरने आधीच जाहीर केलेल्या कारखान्याव्यतिरिक्त दुसरा कुठलाही कारखाना बंद होणार नाही.' हे इतकं छान तर निकोला डेव्हिडसनसुद्धा लिहू शकली असती.

पण यामुळे मित्तलचा संपर्क विभाग हुरळून जाणार नव्हता. ''लक्षात ठेवा, पहिल्या आठवड्यातला हा फक्त दुसरा दिवस आहे,'' ग्वाइथने समजूत घातली. त्याने 'गार्डियन' आणि 'डेली टेलिग्राफ'मध्ये आलेल्या वृत्ताकडे बोट दाखवलं. मित्तलचा या कंपनीवर अंमल राहणार होता आणि या बाबत ते थोडेसे अनुत्साही होते. ज्या कंपनीवर आपलं नियंत्रण नाही, अशा कंपनीचे शेअर्स घेण्यात आर्सेलरच्या भागधारकांना रस असेल का? असा प्रश्न त्यांनी उपस्थित केला होता.

शनिवार, २८ जानेवारी

आर्सेलरचं मुख्यालय, १९ आव्हन्यू द ला लिबेर्ते, लक्सेम्बर्ग सिटी

बाहेरून बघणाऱ्याला आर्सेलरचं मुख्यालय एखाद्या फ्रेंच पद्धतीच्या किल्ल्याप्रमाणे वाटेल. निळसर रंगाचं उंच उतरतं छप्पर, शिल्पकाम केलेल्या दगडांनी सजवलेला दर्शनी भाग, ही सगळी एखाद्या किल्ल्याची वैशिष्ट्ये इथे दिसतात. एक फरक मात्र आहे; तो म्हणजे या ठिकाणी आतमध्ये विस्तीर्ण हिरवळ आणि बाहेर खंदक दिसत

नाहीत. रात्री प्रकाशझोतात ही वास्तू दिमाखदार दिसते. कोम्ब्लांचियन आणि सुव्होनीअरस खाणीत सापडणाऱ्या आणि सर्वसाधारणपणे कॅथेड्रल बांधण्यासाठी राखून ठेवलेल्या, करड्या रंगाच्या मोठमोठ्या दगडांनी १९२० साली बांधलेली ही वास्तू भक्कमपणाचं आणि सामर्थ्याचं प्रतीक होतं. मुख्य प्रवेशद्वारावर लावण्यात आलेली शिल्पं व्यापार, उद्योग आणि विज्ञानाच्या दिव्य यशोगाथेचं वर्णन करत होती.

आत इमारतीत मात्र वेगळंच चित्र होतं. इथे सर्वत्र गोंधळाचं वातावरण पसरलेलं होतं. इथला कर्मचारीवर्ग चिंताग्रस्त चेहऱ्याने वावरत होता. स्वागतकक्षात येणाऱ्यांची एकच गर्दी उसळलेली होती आणि त्यांची लिखापढी करताना कर्मचारी मेटाकुटीस आले होते. आत येणाऱ्यांमध्ये गुंतवणूकदार, बँकेचे अधिकारी, वकील, जनसंपर्क अधिकारी यांचा प्रामुख्याने भरणा होता आणि आर्सेलरच्या बचावफळीत सल्लागार म्हणून सामील होण्याची सर्वांना घाई झालेली होती. एखादी सोन्याची खाण सापडल्याच्या आवेशात ते उत्साहित झाले होते. स्वागतकक्षाच्या उजव्या बाजूला असलेला कक्ष आलेल्या लोकांनी तुडुंब भरला होता. लोक आपल्याला एखाद्या ठिकाणी चर्चेला बोलावण्याची वाट पाहत ताटकळत बसले होते. प्रसारमाध्यमं आणि वित्तबाजारातल्या लोकांनी चौकशीसाठी केलेल्या फोनमुळे सर्व फोन गरम झाले होते. त्या प्रत्येकाला मित्तलच्या चढाईला आर्सेलर काय उत्तर देणार हे जाणून घ्यायचं होतं.

डायरेक्टर जनरलने चर्चा सुरू केली होती आणि उर्क्वीजोकडे डोलला देण्यासाठी एक वाईट बातमी होती. "मी आणि मिचेलने आपलं कायद्यातलं सात क्रमांकाचं कलम वाचलं. आपल्याला वाटलं तसं ते नाही." स्पॅनिश गृहस्थाने गौप्यस्फोट केला.

"मग नक्की काय परिस्थिती आहे?" डोलने जोरात विचारलं.

"एखाद्याने सर्व कंपनी विकत घेण्याचा प्रस्ताव मांडला, तर त्याला तो व्यवहार फक्त रोखीने करायची गरज नाही," उर्क्वीजो म्हणाला.

आपल्या पोटात जोरात गुद्दा बसल्यासारखं डोलला वाटलं. रागाच्या भरात तो ताडकन उठला. "असं का होतं, की मला इथे कोणी चांगला सल्लाच देत नाही?"

सकाळी ९.३० पर्यंत भेटीला येणाऱ्यांची रांग लांबतच गेली आणि आता प्रवेशद्वाराच्या बाहेर फुटपाथवर साठ फूट लांबली. यातले बहुतेक जण कंपनीने नेमणूक केलेले सल्लागार होते आणि ते आत जाण्याची प्रतीक्षा करत होते. या वाट बघणाऱ्या लोकांत अमेरिकेच्या वकिली सल्ला देणाऱ्या नामवंत दोन पेढींचे प्रतिनिधी उभे होते. आर्सेलरने मित्तलशी लढा देण्यासाठी आपले प्रमुख सल्लागार म्हणून यांची कालच नियुक्ती केली होती. एक पेढी होती स्काडेन आर्प्स स्लेट आणि दुसरी

होती मेघर ॲन्ड फ्लोम. पॅरिसच्या एलिझे राजवाड्यासमोरच्या आधुनिक वस्तीतील ऱ्यु द्यु फोबुर सांतोनोरे या दिमाखदार रस्त्यावर असलेल्या स्काडेनच्या ऑफिसमधील पीएर सेरव्हाँ-श्रायबर हा भागीदार आणि जेष्ठ वकील या सल्लागारांचं नेतृत्व करणार होता. पूर्वी घोडदळात अधिकारी असलेला सेरव्हाँ-श्रायबरला भरधाव वेगाने जाणाऱ्या मोटरबाईकचं आणि अतिशय रम्य स्थळी प्रवास करण्याचं आकर्षण होतं. त्याच्या सोबतीला त्याचा उजवा हात असलेला साथीदार होता, स्कॉट सिम्सन. पाच फूट दोन इंच उंची असलेला हा खुजट वाटणारा माणूस कंपनी बळकावण्याच्या क्षेत्रात, प्रभावी अस्त्र मानला जात असे. स्वभावाने भांडखोर असलेला अमेरिकन सिम्सन स्काडेनच्या लंडन ऑफिसचा मुख्य होता. सर्जनशीलपणे बचाव करण्यामध्ये या दोघांचं कौशल्य वादातीत होतं आणि त्यांचा या क्षेत्रात दबदबा होता.

अशिलाकडून भरपूर मोबदला करणारा सेरव्ह-श्रायबर त्याला साजेलशा रुबाबात वावरत होता.

आत जाण्याची प्रवेशपत्रिका स्वागतकक्षातून घेत असताना तिथल्या ढेपाळलेल्या कर्मचाऱ्यांची घायकुतीला आलेल्या पाहुण्यांचं स्वागत करताना उडालेली तारांबळ पाहून, त्याला हसू आलं. 'एखाद्या मधमाशीच्या पोळ्यावरून ट्रक जावा तसं हे दृश्य दिसत आहे,' तो सिम्सनकडे पाहत म्हणाला. त्या दोघांना जेव्हा सामान्य वकिलांप्रमाणे कंपनीच्या सर्वांत वरच्या मजल्यावरील कोपऱ्यातल्या खोलीत नेण्यात आलं, तेव्हा त्यांना आश्चर्यच वाटलं.

"हे कुठे झोपडीत आणून बसवलंय?" सेरव्हाँ-श्रायबर चरफडत म्हणाला. "ते उत्तम पोलाद बनवत असतील; पण कायदेशीर बचाव करण्यात आमचाही कोणी हात धरत नाही. त्यांना हे लवकरच समजेल, की आपण या सर्व कामकाजाच्या केंद्रस्थानी असायला हवं."

"एकदा का ते टेबलावर आले, की त्यांना ते कळेलच," सिम्सन गंभीरपणे म्हणाला.

स्काडेनमधून आलेल्या जोडगोळीला फिलिप होझे येऊन सामील झाला. मृदू स्वभावाचा आणि अचूक शिष्टाचार पाळणारा लक्सेम्बर्गचा रहिवासी असलेला हा उंचापुरा गृहस्थ आर्सेलरचा वैधानिक सल्लागार होता. शहराच्या मध्यावर असलेल्या, फिक्कट पिवळ्या रंगाच्या इमारतीत असलेल्या, एल्विंगर, होस ॲन्ड प्रुसेन पेढीत हा भागीदार होता. त्याच्या दृष्टीने हा नवीन आणि उत्तेजक अनुभव होता.

११ वा. या तिघा वकिलांना सर्व सल्लागारांच्या सभेसाठी बोलावलं गेलं. गेली अनेक वर्षं आर्सेलरला गुंतवणुकीबाबत सल्ला देणारा, डॉईच्य बँकेचा ब्रेट ओलशे आणि मेरिल लिंचच्या पॅरिस येथील शाखेचा प्रमुख असलेला, अनुभवी आणि विनोदी स्वभावाचा मार्क पोद्रो तिथे बसले होते. बी.पी.एन. परिबासच्या पॅरिस

ऑफिसचा ख्रिस्तोफ मूलाँ या लोकांच्यात नव्यानेच दाखल झाला होता. बी.एन.पी. परिबासचा अध्यक्ष असलेल्या मिचेल पीब्रोनो चिकाटीने गेले चोवीस तास किन्स्चचा पिच्छा पुरवला आणि यापूर्वी आर्सेलरला प्रदीर्घ काळ सेवा देत असलेल्या सोसिएते जेनेराल या प्रतिस्पर्धी बँकेच्या ऐवजी भरघोस मोबदला देणाऱ्या आर्सेलरच्या सल्लागारपदी आपल्या बँकेची नियुक्ती करवून घेतली.

या नियुक्तीमुळे पॅरिसच्या बँकिंग क्षेत्रातल्या भोचक मंडळींना आनंदाच्या उकळ्या फुटत होत्या. सोसिएते जेनेरालचा कार्यकारी अधिकारी असलेला डॅनिएल बूनाँ दीड वर्षापूर्वी आर्सेलरच्या संचालक मंडळावर, कंपनीबाहेरचा संचालक या नात्याने काम करत होता. त्यामुळे या लोकांना जास्तच आनंद झाला होता. सात वर्षांपूर्वी झालेल्या तुंबळ यद्धात सोसिएते जेनेरालने बी.एन.पी. केलेला लुटारू हल्ला परतवून लावला होता. चर्चेसाठी मूलाँ बसला असताना बूनाँ किन्स्चच्या फोनची वाट बघत पॅरिसमध्येच बसला होता.

आर्सेलरच्या बाजूने फ्रेड्रिक व्हॉन ब्लादेल हा बेल्जियमचा वकील बसला होता. पूर्वीच्या सिडमार कारखान्यात कामाला असलेल्या फ्रेड्रिक बरोबर प्रोजेक्ट टायगरचे वुर्थ, उर्क्वीजीनो आणि त्यांचे साहाय्यक असलेले फिलिप कॅप्रॉन आणि रीमी बोये बसले होते. रीमीला मनुष्यबळ विभागातून व्यवस्थापकीय गोंधळ सांभाळण्यासाठी खास बोलावून घेतलं होतं.

११.१५ ला गी डोलने खोलीत झपकन प्रवेश केला. तो पार खचलेला वाटत होता. रोखीच्या व्यवहारासंबंधात आपल्याला मिळालेला सल्ला इतका चुकीचा कसा काय असू शकतो, ते त्याला अजूनही समजलं नव्हतं. त्यांनी सर्व औपचारिकता बाजूला ठेवली आणि सगळ्यांकडे, विशेषत: वुर्थकडे बोट रोखून बोलायला लागला. ''आपल्या प्रोजेक्ट टायगरवर काम करणारी मंडळी इतके दिवस काय झक मारत बसली होती? याला जो कोणी जबाबदार असेल त्याला याची किंमत चुकवावीच लागेल,'' डोलने गुरगुरत जाहीर केलं.

मग त्याला सेरव्हाँ-श्रायबर दिसला. ''तू कोण आहेस?'' त्यानं विचारलं.

''माझं नाव पीएर सेरव्हाँ-श्रायबर. मी स्काडेन आर्प्स या पॅरिसच्या पेढीच्या वतीने आलो आहे आणि हा माझा लंडन ऑफिसचा सहकारी स्कॉट सिम्सन. श्रीयुत डोल, आम्ही आपल्या वकिली सल्ला देणाऱ्या पथकाचं नेतृत्व करणार आहोत.''

''तुमचा जो काही सल्ला असेल तो मला स्पष्टपणे, थोडक्यात आणि अचूकपणे, प्रथमच सांगा. नंतर मग मला आमचा सल्ला बदलायचा आहे, असं मला ऐकायचं नाही.''

सिम्सन आणि सेरव्हाँ-श्रायबरने हुशारीने लक्ष देऊन परिस्थिती हाताळण्याचा प्रयत्न केला; पण उरलेली बैठक गोंधळाच्या वातावरणात विस्कळीतपणे पार

पडली. लोक मध्येच उठून जात होते, परत येत होते. एकाच वेळी अनेक जणांचं बोलणं, मोबाइलचे आवाज आणि कॉफीच्या कपांचे आवाज या विसंवादी जलशात भरच टाकत होते. या बैठकीला कोणी एक माणूस सूत्रधार नसल्याचं सेरव्हाँ-श्रायबरच्या लक्षात आलं.

"अशा प्रकारे कंपनी ताब्यात घेण्याचा प्रयत्न होत असताना बचावासाठी ती सर्व प्रक्रियाच संथपणे चालेल हे बघायला हवं," त्याने समजावून सांगितलं.

"संथ करायची?" डोलनी त्याला मध्येच थांबवून विचारलं. "मला तर हा प्रस्ताव आत्ताच्या आत्ता थांबायला हवा आहे."

"मित्तलचा प्रस्ताव कसा थोपवायचा याचा मार्ग सापडेपर्यंत. आपल्याला वेळ काढायलाच हवा," सेरव्हाँ-श्रायबरने पटकन खुलासा केला. 'अरे देवा, हा गृहस्थ तर फारच उतावळा दिसतो,' मनात तो म्हणाला.

या प्रकरणाला गुंतागुंतीची वैधानिक बाजू असून ती सारखी बदलत जाणारी आहे, हे सेरव्हाँ-श्रायबरच्या लक्षात आलं. युरोपातल्या पाच वेगवेगळ्या नियामकांना मित्तलच्या प्रस्तावावर मत देता येणार आहे. लक्सेम्बर्गची CASSF, फ्रान्सची AMF, स्पेनची CMF आणि बेल्जियमची CBFA, प्रत्येक संस्थेचं आपापलं मत होतं; पण लक्सेम्बर्गच्या कॉर्पोरेट कायद्यापेक्षा ते वेगळं होतं. मित्तल स्टीलच्या बाजूला, नेदरलँडमधली युरोनेक्स्ट ॲमस्टरडॅम एक्सचेन्ज आणि अमेरिकेतली सिक्युरिटीज एक्सचेन्ज कमिशन हे दोन अडथळे पार करायचे होते. याचाच अर्थ मित्तलने सादर केलेला प्रस्ताव – या ५५० पानी प्रस्तावात, बोली लावण्यामागची भूमिका, गुंतवणूकदारांसाठी संभाव्य धोके आणि दोन्ही कंपन्यांची भरपूर आर्थिक माहिती होती – मान्य होण्यासारखा आहे, हे सहा वेगवेगळ्या नियामकांकडून वदवून घ्यायचं होतं. यातला प्रत्येकजण आपल्या स्थानिक नियमांच्या निकषावरही हा प्रस्ताव पारखून घेणार होता. नेदरलँडच्या AMF ला नवीन युरोपियन युनियनच्या कायद्यानुसार हा प्रस्ताव संमत करता येणार होता. एका देशाची मान्यता मिळाली की तो प्रस्ताव दुसऱ्या देशाकडे पाठवला जाणार होता.

प्रत्येक देशात प्रस्ताव गेल्यावर तिथल्या स्थानिक वकिलांबरोबर अनेक आठवडे चर्चा कराव्या लागणार होत्या. त्यांची खात्री पटेपर्यंत हे चालणार होतं. अमेरिकेतल्या अनेक गुंतवणूक करणाऱ्या संस्थांनी आर्सेलरच्या शेअर्समध्ये पैसे गुंतवलेले असल्यामुळे मित्तल स्टीलने आपला प्रस्ताव अमेरिकन बाजारातही मांडला होता. युरोपियन युनियनच्या ब्रुसेल्समधल्या 'कॉम्पिटीशन ॲथॉरिटी'ने मान्यता दिल्यानंतर वॉशिंगटनमधल्या 'ॲन्टी ट्रस्ट रेग्युलेटर्स' पुढे हा प्रस्ताव जाणार होता. नंतर अमेरिकेतल्या 'डिपार्टमेन्ट ऑफ जस्टिस', 'फॉरिन ट्रेड कमिशन' आणि कॅनडातल्या 'कॅपिटिशन ब्युरो' हा प्रस्ताव तपासून त्या देशांच्या प्रचलित नियमांचं कसल्याही

प्रकारे उल्लंघन होत नसल्याची खात्री करून घेणार होते. यामुळे युरोपियन युनियनचा निर्णय वेळेत येणं फार गरजेचं होतं. हा निर्णय जर मित्तल स्टील एका महिन्यात मिळवू शकली असती, तर मग पुढच्या एका महिन्यात अमेरिका आणि कॅनडाची संमती मिळवता आली असती. मात्र जर कॅपिटिशन रेग्युलेटर्सना काही शंका आली, तर या कामाला तीन महिनेही लागू शकत होते. खास करून, वेगवेगळी कार्यक्षेत्रं असलेले दोन रेग्युलेटरर्स अमेरिकेत हा प्रस्ताव तपासणार होते आणि ते जरा गैरसोईचंच होतं.

नंतर आर्सेलरच्या प्रत्येक भागधारकाला प्रस्तावाची माहिती देणारी पुस्तिका पाठवण्यात येणार होती. ती गोंधळात टाकणारी माहिती वाचून आपलं मत नक्की करायला प्रत्येकाला वेळ लागणार होता.

मित्तल स्टील आणि आर्सेलरचे युरोप आणि अमेरिकेत उद्योग असल्यामुळे अॅन्टिट्रस्ट स्क्रुटिनीलाही सामोरं जावं लागणार आहे. उद्योगातली एकाधिकारशाही, काही विशिष्ट हेतूमुळे एकत्र आलेला कंपू किंवा अव्वाच्या सव्वा भाव देऊन कंपनी लुटण्याच्या प्रवृत्तीला आळा घालण्यासाठी अमेरिकेत अॅन्टिट्रस्ट लेजिस्लेशन आणि युरोपात कॉपिटिशन लॉची यंत्रणा आहे. कुठल्याही गैरमार्गाने कंपन्या बळकावल्या जात नाहीत याची ते खात्री करून घेत असतात. ''आपण रेग्युलेटरी मध्यस्थाची मागणी करू शकतो, कारण वेगवेगळ्या देशांचे रेग्युलेटरर्स यात गुंतलेले आहेत. ही मध्यस्थाची मागणी करण्याची कल्पना सिम्सनच्या सुपीक डोक्यातून आलेली होती. प्रत्येक गोष्ट पुस्तकातल्या नियमानुसार करून दोन्ही देशांतल्या रेग्युलेटरर्सना एकमेकांशी भिडवून देण्याच्या या उद्योगामुळे भरपूर वेळ वाया जातो आणि शेवटी प्रस्ताव देणारा मेटाकुटीला येतो.

सेरव्हाँ-श्रायबरने मग या दोन्ही कंपन्या एकाच भौगोलिक क्षेत्रात कार्यरत असल्याचा मुद्दा उपस्थित केला. बँकांचे सल्लागार एकमेकांच्या तोंडाकडे पाहायला लागले. प्रचंड बोलबाला असलेल्या या वकिलांनी या प्रकरणाचा नीट अभ्यास देखील केलेला दिसत नाही, हे वॅन ब्लॅडेलच्या लक्षात आलं. ''मित्तल आणि आर्सेलर जरी या क्षेत्रात पहिल्या आणि दुसऱ्या क्रमांकावर असले, तरी त्यांची भौगोलिक कार्यक्षेत्रं भिन्न आहेत,'' ब्लॅडेलने त्यांना नम्रपणे सांगितलं. ''अर्थात, नाही म्हणायला एका जागी तसं झालं आहे; पण ते नगण्य आहे. आपण डोफॅस्को कंपनी ताब्यात घेतली ती गोष्ट सोडली, तर आर्सेलरला अॅन्टिट्रस्टच्या मुद्द्यावर काहीच करता येणार नाही.''

आता वॅन ब्लॅडेलने चर्चेचा रोख बचावाच्या दुसऱ्या शक्यतेकडे वळवला. आर्सेलरला आपल्या कंपनीच्या मालमत्तेच्या मूल्याच्या ३०% शेअर्स भागधारकांना न विचारता देण्याचा अधिकार आहे. अँग्लो-सॅक्सन विचारप्रणालीला हे मान्य होणार

नाही; पण आपल्यावरील हल्ला परतवून लावण्यासाठी आपण हे करू शकतो. मात्र हे नव्याने छापलेले शेअर्स, आपल्याशी मैत्रीपूर्ण संबंध असलेल्याच्या हातातच जातील, याची काळजी आपण घेतली पाहिजे. हे जर केलं तर आर्सेलरला मदत करू शकणारा मोठा गट तयार होईल आणि तो ह्या व्यवहाराला खीळ घालू शकेल. दुसरं म्हणजे युरोपियन युनियनच्या सर्व सभासद देशांना लागू होणारा कंपनी हस्तांतरणासंबंधीचा नवीन कायदा मे महिन्याच्या आत लक्सेम्बर्गच्या सरकारने पारित करून त्याचा आपल्या वैधानिक कायद्यात समावेश करून घेणं गरजेचं होतं. यामुळे मित्तल स्टीलचा प्रस्ताव या नवीन कायद्याच्या अंतर्गत हाताळला जाईल.हा नवीन कायदा तयार होत असताना जर आर्सेलर त्यावर आपला प्रभाव पडू शकली आणि त्यात आपल्याला सोयीस्कर शब्दरचना करून घेऊ शकली, तर मित्तलची गाडी वाटेतच थांबेल. तिसरा कच्चा दुवा आहे, तो मित्तलचा त्याच्या संचालक मंडळावरील प्रभुत्वाचा. हा प्रस्ताव मांडताना त्याने आपल्या कुटुंबाकडे असलेले शेअर्स आणि आपले मताधिकार कमी केले असले, तरी ते तुलनेने जास्तच आहेत आणि त्यामुळे ॲम्स्टरडॅम आणि न्यूयॉर्कच्या बाजारात फार कमी शेअर्स विक्रीसाठी उपलब्ध असतात. त्याचे शेअर्स इललिक्वीड (खुल्या व्यवहारासाठी उपलब्ध नसणं) आहेत. गेल्या बारा महिन्यांत ज्या कंपनीचे टक्केवारीने फारच थोडे शेअर्स बाजारात उपलब्ध असतील आणि त्याचं वास्तविक मूल्यांकन करणं अनिश्चित असेल, अशा परिस्थितीत रेग्युलेटरर्स एका सर्वमान्य सूत्राचा आधार घेतात. अशा प्रकारे बोली लावणाऱ्या कंपनीला शेअर्स आणि रोखीच्या प्रस्तावाबरोबर पूर्ण रोखीने व्यवहार करण्याचा पर्याय भागधारकांपुढे ठेवावाच लागतो.

आता आर्सेलरच्या एक गोष्ट लक्षात आली, ती म्हणजे जर लक्सेम्बर्गने आपल्या नवीन हस्तांतरणाच्या कायद्यामध्ये अशा प्रकारची अट समाविष्ट केली, तर मित्तलचा खेळ खलास होईल. तो जरी जास्तीची कुमक म्हणून बाजारातून पैसे उभे करू शकत असला, तरी संपूर्ण रोखीने व्यवहार करणं त्याच्या कुवतीबाहेरच असेल. मात्र सेरव्हाँ-श्रायबरने त्यांना धोक्याची सूचना दिली : तुम्ही असली कुठलीही खेळी खेळू नका, की ज्यामुळे मित्तलचा प्रस्ताव पुढे सरकण्यापासून आपोआपच रोखला जाईल. बाजाराच्या आणि गुंतवणूकदारांच्या मतांचा आदर न करता केवळ प्रस्तावाला अडवण्यासाठी अचानक जास्तीचे शेअर्स वाटणे, यासारखी बाजाराच्या प्रथेच्या विरोधी कृती करण्याचा प्रश्नच उद्भवत नाही. सेरव्हाँ-श्रायबरने 'आपोआप' या शब्दावर जास्त भर दिला होता. अर्थात मित्तलला हे घबाड स्वस्तात मिळण्यापासून रोखणं, हा हेतू होता तो भाग वेगळा.

बचावाच्या इतर मार्गांचा विचार करायला हवा होता. म्हणजे एखादा व्हाईट नाईट – तिसरा मित्रपक्ष – आपला प्रस्ताव देऊ शकत होता किंवा एखादा धनाढ्य

मित्र व्हाईट स्क्वीअरच्या रूपात आर्सेलरला आपलं कवच चढवून मित्तलपासून सुरक्षित ठेवू शकला असता. आर्सेलरचे चीन, जपान, रशिया, ब्राझील आणि युरोपातल्या पोलाद उत्पादकांशी संबंध होते. त्यांना या एकत्रीकरणाचा फायदा उठवून मित्तलला थोपवायचं होतं; पण असं करण्यात एक धोका होता. या कंपन्यांना वाटाघाटी करताना आर्सेलरची बाजू दुबळी आहे हे लक्षात आलं असतं आणि त्या संधीचा त्यांनी फायदा उठवला असता. सर्वांत महत्त्वाचं म्हणजे या सर्व गोष्टी अतिशय गुप्तपणे करायला हव्यात. पोलाद उद्योगाचं विश्व तसं लहानसंच आहे आणि इथे बातम्या फुटायला वेळ लागत नाही, हे लक्ष्मी मित्तल आणि गी डोल जाणून होते.

अर्थात आणखीन एक पर्याय होता आणि तो खोलीत बसलेल्या एकाच्या लक्षात आला होता. ''आपण एकदा मित्तलच्या प्रस्तावाच्या जमेच्या बाजू काय आहेत, ते तरी बघू या.'' फिलिप कॅप्रोन म्हणाला. आता गी डोलचा स्फोट उडणार, असंच सेरव्हाँ-श्रायबरला क्षणभर वाटलं.

''मी तुला गप्प राहण्याचे पैसे मोजतो आहे,'' डोल डाफरून कॅप्रोनला म्हणाला.

यापूर्वी युनिसारचा प्रमुख वित्त अधिकारी असलेल्या कॅप्रोनचं शिक्षण फ्रान्सच्या सुप्रसिद्ध एकोल नासिओनाल दामिनिस्त्रासियाँमध्ये झालं होतं. ह्या मान्यताप्राप्त संस्थेतून शिक्षण घेऊन बाहेर पडलेले अनेक जण पुढे उत्तम राजकारणी अथवा सनदी नोकर झाले. कॅप्रोन प्रथम क्रमांकाने आपली पदवी परीक्षा उत्तीर्ण झाला. थोराड व्यक्तिमत्त्वाचा आणि धूर्तपणाचा अभाव असलेल्या कॅप्रोनचे राजकीय विचार उजव्या बाजूला झुकणारे होते. त्याला कोणी 'उजवा बंडखोर' असं म्हणून डिवचलं, तर तो ताडकन उत्तर देत असे, ''माझा तोच प्रयत्न आहे.'' कॅप्रोनला जेवढं आपल्या हुशारीचं कौतुक होतं, तितकं त्याच्या सगळ्याच मित्रांना नव्हतं. ''फिलिप फारच हुषार आहे. जरा जास्तच कडवा फ्रेंच आहे. त्याच सगळंच जरा जास्त आहे,'' एकजण म्हणाला.

बैठक संपत आल्याची चिन्हं दिसायला लागली, तेव्हा सेरव्हाँ-श्रायबर, सिम्प्सन, हॉस आणि व्हॅन ब्लाडेल आपल्या वरच्या मजल्यावरच्या खोलीकडे परतले. ''आपल्याला प्रथम एक कॅलेन्डर मिळवलं पाहिजे. कारण आपल्याला किती वेळात हे काम करायचं आहे, ते समजणं गरजेचं आहे,'' व्हॅन ब्लाडेल म्हणाला.

''ही फार गुंतागुंतीची लढाई होणार आहे,'' सेरव्हाँ-श्रायबर म्हणाला. ''सहा देशांतले नियामक, अनेक अस्थिर गोष्टी आणि आपलं वेळकाढूपणाचं धोरण या सर्वांमुळे नक्कीचा अंदाज बांधताच येत नाही.'' त्यांनी सर्व संभाव्य घटनांचा हिशेब करून २८ जून ही या खेळाची अंतिम तारीख हातातल्या पेन्सिलीनं लिहिली.

म्हणजे फक्त पाच महिने उरले होते.

"तू नियामक मंडळाच्या मध्यस्थीचा मुद्दा जो आजच्या बैठकीत मांडलास तो सर्वांत छान होता," व्हॅन ब्लाडेल म्हणाला, "त्याचा आपल्याला फायदा करून घेता येईल असं मला मनापासून वाटतं. मित्तलचा थायसनशी झालेला करार आपण मोडायचा प्रयत्न करायला हवा, म्हणजे मग मित्तलचं स्थानिक पातळीवर पोलाद उत्पादनातलं प्रमुख स्थान लक्षात घेता, त्याच्या मागे निदान अमेरिकेत तरी तिथल्या नियामक मंडळाची समस्या उत्पन्न होईल."

आता वकिलांना बचावाचा मार्ग दिसायला लागला होता. "त्याला जर थायसनला डोफॅस्को विकता आली नाही, तर सरळ सरळ या व्यवहारासाठी त्याला ४ बिलियन डॉलरला मुकावं लागेल," सेरव्हाँ-श्रायबर म्हणाला. "आणि मग त्याला अमेरिकेच्या डिपार्टमेन्ट ऑफ जस्टिस कॉम्पिटिशनच्या नियमानुसार आपली अमेरिकेतली मालमत्ता विकावी लागले आणि त्यात त्याचा बराच वेळ जाईल."

"तसं झालं तर तो कदाचित आपला प्रस्ताव मागेसुद्धा घेईल," व्हॅन ब्लाडेल मोठ्या आशेने म्हणाला. बाकी सर्वांनी माना डोलावल्या.

"फ्रेड्रिक," आपला घसा साफ करत स्कॉट सिम्प्सन म्हणाला, "तुम्हाला जर डोफॅस्कोचा थायसनशी होणारा व्यवहार रोखायचा असेल, तर मला वाटतं माझ्याकडे एक मार्ग आहे."

व्हॅन ब्लाडेल एकाएकी उत्साहित दिसायला लागला.

"मला फक्त एक आठवडा द्या," सिम्प्सन म्हणाला.

सिम्प्सन नक्की काय पावलं उचलणार आहे, ते सेरव्हाँ-श्रायबरच्या लक्षात आलं. तो हसला. त्यांनीही हाच उद्योग याच्या आधी केला होता.

बैठक संपताच डोल डेव्हेझॅक आणि फिलिप कॅप्रोनला घेऊन आपल्या खाजगी विमानाने पॅरिसला रवाना झाला. थिअरी ब्रेताँने त्याला आपल्या घरी चर्चेसाठी बोलावलं होतं. मंत्रिमहोदयांना द्यायला तयार केलेलं सहा पानी निवेदन त्यांनी प्रवासात परत एकदा वाचून काढलं. तो संभाव्य झाडाझडतीला तोंड देण्याची तयारी करत होता.

"महोदय, मला एक गोष्ट मान्य केलीच पाहिजे," शीतपेयं आणि बिस्किटं दिली जात असताना डोलने सुरुवात केली. "पूर्ण रोखीचा व्यवहार केल्याशिवाय मित्तल आर्सेलर ताब्यात घेऊच शकणार नाही, हे समजण्यात माझी चूकच झाली आणि ती करणं केवळ त्याच्या कुवती बाहेरचं होतं."

"काय?" मंत्र्यानी फिसकारत विचारलं. "पण तुम्ही मला शुक्रवारी फोन केला, तेव्हा ते तसंच आहे म्हणून सांगितलं होतं."

''मला माझ्या वकिलांकडून चुकीचा सल्ला मिळाला होता,'' डोल कसनुसं म्हणाला. ''सत्य हेच आहे की, आर्सेलरच्या घटनेनुसार मित्तल आर्सेलरला रोख आणि शेअर्सचा हिशेब करून प्रस्ताव देऊ शकतो. जर घटनेच्या आधारे कंपनीने जास्तीचे ३०% शेअर्स काढले, तरच त्या कंपनीला रोखीचा प्रस्ताव द्यायला लागतो. मित्तल ज्याप्रकारे एकदम सर्व शेअर्स विकत घेण्याची भाषा करत आहे, त्याचा घटनेत उल्लेख नाही.''

''हे कसं शक्य आहे? ब्रेताँ पुटपुटला. ''आम्हाला अशा परिस्थितीत तुम्ही लोकं कशी काय टाकू शकता?''

''मला सांगायला खेद होतो की, मला चुकीचा सल्ला दिला गेला.''

''मग आता काय करायचं ठरवलं आहे?''

''आता आक्रमकपणे बचाव करण्याची आम्ही तयारी केली आहे. आम्हाला फक्त फ्रेंच सरकारचा आणि देशाचा पाठिंबा हवा आहे आणि तो तुम्ही राजकीय वादळ निर्माण करून देऊ शकता.''

''मी लक्सेम्बर्गमध्ये असलेल्या वित्तमंत्र्यांशी – जानो क्रेकशी – आधीच बोलून ठेवलं आहे.'' फ्रान्सने जरी आपले सगळे शेअर्स विकून टाकले असले तरी मनाने आर्सेलर अजूनही फ्रेंचांचीच होती. लोरेनमध्ये आर्सेलरचे तीस हजार कर्मचारी काम करत असल्यामुळे गॉलिक लोकांचा उद्रेक झाला आहे, हे क्रेकला सांगायला त्याला भीती वाटली नाही.

ब्रेताँनी डोलच्या हातातील कागद घेतला. ''मी मित्तलला सोमवारी सकाळी ९ वा. भेटणार आहे. त्याच्याशी मी जरा कडक शब्दांतच बोलणार आहे.''

११

रविवार, २९ जानेवारी, दुपारी २.३० वा.

१९, आव्हन्यू द ला लिबेर्ते

दुसऱ्या मजल्यावरील भपकेबाज जेवणाच्या खोलीत दुपारचं यथेच्छ भोजन झाल्यानंतर आर्सेलरच्या संचालक मंडळाचे आणि डिजीचे सभासद प्रतीक्षालयात कॉफी आणि पेयपान करत असताना खोलीत सिगारचा धूर सर्वत्र पसरला होता. सगळ्या पोलाद उद्योगात आर्सेलरची जेवणाची खोली भपकेबाजपणासाठी सर्वश्रुत होती. तिथले कर्मचारी विनोदाने नेहमी म्हणत असत, की आर्सेलरच्या वाईन ठेवण्याच्या जागेची किंमत अख्ख्या कंपनीच्या किमतीहून जास्त आहे. मित्तलच्या ऑफिसात आदित्य आपल्या टेबलावर बसून फळं खात असे, तो प्रकार आर्सेलरमध्ये नव्हता. इथे यथासांग जेवण झोडलं जायचं. इथल्या प्रत्येक जेवणाची सुरुवात उत्तमोत्तम शॅम्पेनने होत असे आणि शेवट एखाद्या श्नाप्सने व्हायचा.

लांबलचक पॅसेजच्या शेवटी जोसेफ किन्स्चच्या खोलीला लागून असलेलं संचालक मंडळाचं सभागृह गतकाळच्या वैभवाची आठवण करून देत असे. अतिशय लांबट असलेल्या महोगनी लाकडाच्या भव्य टेबलावर कलात्मकरित्या सजवलेल्या छतावरून भव्य झुंबर टेबलाच्या मधोमध लटकत होतं. टेबलाभोवती राजेशाही थाटाच्या त्रेचाळीस खुर्च्या मांडलेल्या होत्या आणि प्रत्येकासमोर स्वतंत्र ध्वनिक्षेपक ठेवलेला होता. खोलीच्या दोन्ही टोकांना कलात्मकरित्या केलेली प्रकाशयोजना आणि तपकिरी रंगाचे रंगीबेरंगी खांब जागेची शोभा वाढवत होते. या जागी बसून गेली अनेक वर्षं पोलादउद्योगाचे राजे पोलादाचे दर, आयात-निर्यातीचे दर, उद्योगातला हिस्सा, कर्मचाऱ्यांचे वेतन, कच्च्या मालाचे दर आणि कंपनीच्या भावी योजना असल्या महत्त्वाच्या विषयावर चर्चा करत होते.

आर्बेडच्या कारकिर्दीतल्या कर्तबगार लोकांची तैलचित्रं भिंतीवर झळकत होती.

त्यात सांताक्लॉजसारखी दाढी असलेलेल्या निळ्या डोळ्यांच्या एमिल मेरिशचा समावेश होता. जोसेफ किन्स्च आर्सेलरच्या संचालक मंडळाच्या सभेत अध्यक्ष म्हणून बसला असताना मेरिशचे निळेशार डोळे जणू काही त्याच्यांकडे आशेने बघत होते. सभास्थानी आर्सेलरचे संचालक (यात युरोपियन आाणि ब्राझिलियन मंडळी होती), डिजीचे सभासद, सभेचा वृत्तांत लिहिण्यासाठी दोन सेक्रेटरी आणि जर्मन, पोर्तुगीज, स्पॅनिश भाषेचे दुभाषे बसलेले होते.

अध्यक्ष किन्स्च स्वत: टेबलाच्या मधोमध बसले होते. त्यांच्या शेजारी डाव्या बाजूला लक्सेम्बर्गचे राजपुत्र गियोम बसले होते. गियोम हे ग्रॅन्ड ड्युक हेन्रीचे कनिष्ठ बंधू लक्सेम्बर्ग सरकारचं प्रतिनिधित्व करत असत; पण ते क्वचितच बैठकीत बोलत असत. टेबलाच्या डाव्या बाजूला युरोपियन उद्योगसमूहाचे रथीमहारथी बसले होते. त्यात जर्मन एनर्जी ग्रुपचे उलरिच हेरमान, एअरबसमध्ये मोठी गुंतवणूक केलेला इ.एडी.एस.चा संचालक नोएल फोर्गिए हा फ्रेंच डिफेन्स समूहाचाच प्रतिनिधित्व करत होता. स्पेनचे प्रनिधित्व किन्स्चचा साहाय्यक असलेला होसे रॅमाँ अल्वारेझ रेंडुएलेस करत होता. त्याच्या सोबत आर्सेलरमध्ये ३.६ टक्के भाग भांडवल असलेला आणि ॲसेरालियाच्या संस्थापकांपैकी एक असलेल्या ‘ॲरिस्ट्राईन कुटुंबाच्या वतीने काम बघणारा, माद्रिदमध्ये राहणारा वकील रेमो हेरमोझील्ला मार्टिन बसला होता. सोर्खियो सिल्बादे फ्रेयतास हा युरोपियन नसलेला एकमेव गृहस्थ सभास्थानी होता. सॅन पावलोमध्ये असलेल्या बान्को इटाउचा हा माजी उपाध्यक्ष होता आणि आर्सेलरची ब्राझीलमध्ये फार मोठी गुंतवणूक असल्यामुळे त्या सरकारचं मत तो मांडणार होता. किन्स्चच्या शेजारी उजव्या बाजूस वृत्तांत लिहिणारा सचिव बसलेला होता. त्याच्या बाजूला स्पॅनिश युनियन या स्पेनच्या कामगार संघटनेचा प्रतिनिधी मॅन्युएल फर्नांडेझ लोपेझ होता. त्याच्या शेजारी फेर्टीबेरिया या रसायनउद्योगाचा उपाध्यक्ष असलेला स्पेनचा उद्योगपती फ्रान्सिस्को हाविये द ला रिव्हा गारिंगा बसला होता. त्याच्या बाजूला फ्लेमिश उद्योगाचे हितसंबंध सांभाळण्यासाठी व्हॅन डे व्हेकेन व्हास्गोडचा अध्यक्ष असलेला बेल्जियमचा उद्योगपती हेडिवक द कोकर विराजमान होता. त्याच्या बाजूला आंतरराष्ट्रीय विमा कंपनीचा दलाल मार्श फ्रान्स होता. लक्सेम्बर्ग सरकारच्यावतीने उद्योग आणि परराष्ट्र व्यापाराचा सनदी नोकर जॉर्जेस स्मिट हजर होता. दक्षिणेतल्या पोलाद उद्योग परिसरातील सोशालिस्ट पक्षाचा खासदार असलेला आणि ओजीबी एलया कामगार संघटनेचं प्रतिनिधित्व करणारा जॉन कास्टेगन्रो बसल्या बसल्या प्रक्षोभित झाला होता. त्याच्या शेजारी या फ्रेंच ट्रेडिंग ग्रुपचा अध्यक्ष एडमाँ पाचुरा होता.

सभास्थानी डोल किन्स्चच्या समोर बसला होता आणि त्याच्या बाजूला डिजीचे सभासद होते. फ्रान्सच्या दोन आणि एका बेल्जियमच्या व्यक्तींचा उल्लेख केला

की, सर्व उपस्थितांची यादी पूर्ण होते. इडीएसचा संचालक डॅनिएल मेलिन, फ्रान्सच्या कामगार संघटनेचा माजी सेक्रेटरी जनरल मिचेल मार्टी आणि फ्रान्सच्या बलाढ्य सुएझ संघाचा एक भाग असलेल्या बेल्जियमच्या ऊर्जा समूहाचा इलेक्ट्रबेलचा अध्यक्ष जाँ-पिएर हान्सेन ह्या त्या तीन व्यक्ती होत्या.

आर्सेलरचं संचालक मंडळ तसं सुस्तच होतं. डोल आणि किन्स्च आधीच सर्व तयारी करून यायचे आणि बहुतेक निर्णयावर संचालक आपला शिक्का मारायचे; पण आज तशी परिस्थिती नव्हती. आज सगळ्यांना धक्का बसला होता.

"ही तर एक प्रकारची लढाईच आहे," जॉन कास्टेगन्नोने जाहीर केलं. "आपण आपल्या रक्ताचा शेवटचा थेंब असेपर्यंत लढले पाहिजे."

मित्तलचा प्रस्ताव संचालक मंडळाने एकमुखाने फेटाळून लावला. आपल्या मागे सर्व सभासद असल्याचं पाहून किन्स्चला समाधान वाटलं. सभेच्या अखेरीस आर्सेलरनी प्रसारमाध्यमांना एक निवेदन दिलं. त्यात त्यांनी बंडखोरपणे घोषणा केली, 'आर्सेलर आणि मित्तलच्या कंपनीची धोरणं, व्यवहाराची कार्यशैली, मूल्य आणि भावी काळाच्या योजना यामध्ये फार तफावत आहे. ह्या व्यवहारामुळे या उद्योग समूहावर, भागधारकांवर, कर्मचाऱ्यांवर आणि ग्राहकांवर त्याचे गंभीर परिणाम होतील. आम्ही सर्व भागधारकांना विनंती करतो, की त्यांनी काहीही कृती करू नये.'

दुपारच्या जेवणानंतर परत पॅरिसला जाणारं विमान पकडण्यासाठी गी डोल मागच्या दाराने बाहेर पडला, तेव्हा त्याला स्थानिक वार्ताहारांनी घेराव घातला. आपल्या खिडकीची काच खाली करत डोल आवेशानं म्हणाला, "मित्तल स्टीलचा प्रस्ताव १५० टक्के आक्रमक आहे. आम्ही त्याच्या विरोधात लढू आणि जिंकू."

दुपारी ३.०० वा.

वित्त नियोजन आणि परराष्ट्र व्यापार मंत्रालय, लक्सेम्बर्ग शहर

१९७० साली सिमेंटच्या ठोकळ्यांनी बांधलेल्या बुलेव्हाँ रोयाल रस्त्यावरील उदासवाण्या इमारतीतील सर्वांत वरच्या मजल्यावर असलेल्या वित्त नियोजन आणि परराष्ट्र व्यापाराच्या ऑफिसमध्ये जानो क्रेक हा मंत्री रविवारी दिसणं हा दुर्मीळ योग होता. भपकेदार कॅफे आणि दुकानांनी गजबजलेल्या लक्सेम्बर्गच्या मध्यवर्ती हमरस्त्या-पासून हे ऑफिस काही अंतरावरच होतं. ग्रॅन्ड डचीचं मानचिन्ह असलेल्या कंपनीवर लक्ष्मी मित्तलने चढाई केल्यामुळे या लहानशा पण भरभराट होत असलेल्या राजधानीतल्या राजकीय क्षेत्रात अस्वस्थता पसरली होती. सर्वसामान्य नागरिकांसाठीही

ही अस्वस्थ करणारी बातमी होती. यांच्याच दक्षिणेला असलेल्या पोलाद उद्योगातले पाच हजार कामगार, त्यांच्यावर अवलंबून असणारे त्यांचे कुटुंबीय आणि या कारखान्यांना मालाचा पुरवठा करणाऱ्या अथवा सेवा देणाऱ्या कंपन्या या सर्वांना मतदार म्हणून असलेल्या भावनांचा अनादर करणं राजकारण्यांना परवडणारं नव्हतं.

प्रस्ताव जाहीर केल्या दिवशीच मित्तलने क्रेकला फोन केला होता.

''खरं सांगायचं तर मला जरा आश्चर्यच वाटलं. तुम्ही याची आम्हाला कसलीच सूचना दिली नव्हती,'' क्रेक म्हणाला. त्याच्या बोलण्याचा स्वर उपरोधिक होता.

''बातमी फुटण्याची शक्यता असल्यामुळे आम्हाला वेळेच्या आधीच कारवाई करावी लागली.''

''ते ठीक आहे; पण सहसा अशा प्रकारे या गोष्टी हाताळत नाहीत,'' क्रेक.

''पण ही लक्सेम्बर्गच्या आणि कंपनीच्या दृष्टीने चांगलीच गोष्ट आहे.'' मित्तल म्हणाला.

पण क्रेकने पहिल्या वेळी ऐकलेल्या गोष्टीपेक्षा त्याला ती फारशी वेगळी वाटली नाही. नुकतंच त्याचं त्याच्या पंतप्रधानांशी सॅटेलाईट फोनवर संभाषण झालं होतं. पंतप्रधान जँ-क्लोद जुंकर आपला माली आणि इतर देशांचा मदतीचा दौरा मध्येच सोडून ही नवीन समस्या हाताळण्यासाठी मायदेशी परतत होते. ''या मित्तलला थांबवायलाच हवं,'' त्यांनी स्पष्ट शब्दांत सांगितलं.

क्रेकचा सहकारी लुई फ्रिडे, योजना आणि विधी विभागाचा मंत्री क्रेकच्या ऑफिसमध्ये मसुदा तयार करायला आला होता. त्यांच्या समोर एकच विषय होता– मित्तलने दिलेल्या प्रस्तावावर सरकारची औपचारिक प्रतिक्रिया काय द्यावी?

लक्सेम्बर्गचे साडेचार लाख रहिवासी आणि जगातल्या राजकीय आणि आर्थिक क्षेत्रातल्या जाणकारांचं लक्ष या घटनेकडे असल्यामुळे क्रेकच्या दृष्टीने ही संकटाची घडी होती. तीन संवेदनशील गोष्टींची त्याला जाणीव होती. एक म्हणजे लक्सेम्बर्ग हा आर्सेलरचा कायदेशीर पत्ता होता. जर या लढाईत मित्तलचा विजय होणार असेल, तर त्याचं मुख्यालय इथेच राहील, हे पाहणं गरजेचं होतं. याचं राजकीय कारण होतं, स्थानिक लोकांचे रोजगार आणि उद्योगात/उपउद्योगात झालेली प्रत्यक्ष आणि अप्रत्यक्ष गुंतवणूक शाबूत ठेवणं; देशाच्या इभ्रतीसाठी जगातलं एक प्रमुख आर्थिक केंद्र म्हणून नाव राखण्यासाठी हा जागतिक कीर्तीचा उद्योग देशातल्या शेअर बाजारात पंजीकृत असणं महत्त्वाचं होतं आणि आर्सेलर आपल्या स्थानिक आणि जागतिक भागधारकांना शेअर्सवर जो परतावा देत असे, त्याच्यावर लावलेल्या करापासून सरकारला कोट्यवधी डॉलरची प्राप्ती होत असे, हे सर्वांत मोठं स्वार्थी कारण होतं. मित्तलची कंपनी नेदरलँडमध्ये पंजीकृत होती आणि तिथेही त्याला करात भरपूर सवलती मिळत होत्या. हा बदल जर झालाच तर तो हाताळणं फारच

जड जाणार आहे, हे क्रेकच्या लक्षात आलं.

दुसरं कारण होतं, हा व्यवहार गुंडाळायला भेदभावाची नीती अमलात आणली, तर युरोपियन युनियनच्या कॉंपिटीशन डायरेक्टरेटच्या प्रमुख असलेल्या नेली कोरेसचा रोष ओढवून घ्यावा लागेल. खाजगी उद्योगात कसल्याही प्रकारची ढवळाढवळ झालेली सहन न करणारं सरकार अशी लक्सेम्बर्गची ख्याती होती; त्याला तडा गेला असता. जगभरातल्या गुंतवणूकदारांच्या आणि वित्तीय संस्थांच्या मनात जर सरकारी हस्तक्षेपाची भीती बसली, तर देशात येणारा प्रचंड वित्तपुरवठा थांबण्याचा धोका पत्करायची दोन्ही मंत्र्यांची तयारी नव्हती.

तिसरं कारण होतं, लोकांचे रोजगार शाबूत ठेवण्यासाठी आणि भविष्यात स्थानिक पोलाद उद्योगात भरघोस गुंतवणूक करण्यासंबंधी सरकारची आर्सेलरशी सखोल चर्चा चालू होती. इतक्या वर्षांच्या प्रवासानंतर आर्सेलर आता एक ख्यातनाम दर्जाची कंपनी झालेली होती आणि तिचे देशाबाहेर जास्त कर्मचारी काम करत होते. याखेरीज आर्सेलरच्या संचालक मंडळाचं स्थानिक सरकारशी फारसे सख्य नव्हतं. तंत्रज्ञानात आधुनिकता आणून रोजगार शाबूत ठेवण्यासाठी पोलादाच्या कारखान्यात येत्या पाच वर्षांत १० कोटी युरोची गुंतवणूक करायचं ठरवलेलं होतं. या योजनेमुळे सरकारचा ससेमिरा संपेल अशी आर्सेलरला आशा होती; पण ॲबिसच्या काळातील १९७०-८० च्या दशकापेक्षा आताच त्याच्या संबंधांचा खरा कस लागणार होता.

क्रेकचं एल आकाराचं प्रशस्त ऑफिस होतं. दरवाज्यालगतच्या भिंतीला लागून असलेल्या अतिसामान्य दिसणाऱ्या टेबलावर सरकारी कागदपत्रांची थप्पी होती आणि त्याच्या बाजूला असलेल्या टेबलावर संगणक ठेवलेले होते. ऑफिसच्या मध्यभागी एका कमी उंचीच्या कॉफी टेबलाभोवती काळा सोफा आणि त्याला साजेशा खुर्च्या ठेवलेल्या होत्या. टेबलाच्या मागे असलेल्या कपाटात सरकारी आणि युरोपियन युनियनची संदर्भ पुस्तकं ठेवलेली होती. दूरवरच्या कोपऱ्यात भव्य खिडकी शेजारी असलेल्या टेबलाभोवती आठ चामड्याचं अस्तर असलेल्या खुर्च्या ठेवल्या होत्या. खिडकीच्या बाहेर डोकावलं तर असंख्य घराच्या छप्परांचं दर्शन होत असे. उरलेल्या भिंतीवर क्रेकच्या पन्नास फुटी बोटीचं चित्र लावलं होतं. आपल्या या आवडत्या बोटीतून त्याला मेडिटेरियन समुद्रात विहार करायला आवडे.

एके काळी शाळामास्तर असलेल्या या छप्पन्न वर्षांच्या गृहस्थाची समाजवादी विचारसरणी होती आणि त्याचे कामगार संघटनांशी जवळचे संबंध होते. आता मंत्री झाल्यामुळे आपण आपल्या कारकिर्दीच्या शिखरावर असल्यासारखं त्याला वाटत असे. राजकारणाच्या शिडीवर चढत जात असताना त्याने पक्षाच्या घटनेत असलेल्या सामाजिक आणि औद्योगिक विचारांची नेहमीच बांधिलकी स्वीकारली होती. कामगार संघटना, व्यवस्थापन आणि सरकार हे इथे एकाच पातळीवरचे भागीदार मानले

जायचे. भागीदारांना विशेष वागणूक देण्याचा अँग्लो-सॅक्सन प्रकार इथे शापासमान मानला जायचा.

लक्सेम्बर्गच्या प्रत्येक मंत्र्याकडे दोन खात्यांचा कारभार असे. क्रेककडे खेळाच्या मंत्रालयाचा कारभार होता आणि एकेकाळी राष्ट्रीय संघाकडून फुटबॉल खेळलेल्या क्रेकला हे खातं आवडत असे. त्याला नौकाविहाराचा जरी महागडा शौक असला, तरी तो स्वत:ला समाजसेवकच मानत असे. तो फक्त आपल्याच देशात नाही तर ब्रुसेल्समध्येही लोकप्रिय होता. त्याच्या चिमटे काढणाऱ्या विनोदबुद्धीमुळे आणि आनंदी स्वभावामुळे त्याला ब्रुसेल्समध्ये राजकीय आणि आर्थिक क्षेत्रात अनेक मित्र मिळाले होते.

युरोपियन युनियनसारख्या प्रचंड जलाशयात लक्सेम्बर्गसारख्या चिमुकल्या देशाचा मंत्री म्हणून वावरण्यात अनेक फायदे होते. आयर्लंडप्रमाणेच लक्सेम्बर्गनेसुद्धा फार हुशारीने आपल्या अस्तित्वाचा ठसा उमटवला होता आणि म्हणूनच त्या दोन्ही देशांना मोठ्या देशांच्या तुलनेत जास्त फायदा झाला होता. मोठ्या देशातील आपल्या सहकाऱ्यांशी सलोख्याचे संबंध ठेवून आपल्या देशाचा फायदा करून घेण्याच्या कलेत क्रेक तरबेज होता.

पण आता परिस्थिती बदलली होती. कारण मित्तलच्या आगमनाने एक प्रकारचं भीतियुक्त वातावरण निर्माण झालं होतं. आता त्याची लोकप्रियता पणास लागलेली होती. याखेरीज आणखी एक काळजीची बाब होती. त्याने जर ही परिस्थिती हाताळण्यात गफलत केली, तर त्याला पंतप्रधानाने बळीचा बकरा बनवला असता. राजकारण हा एक गलिच्छ खेळ आहे, त्याने स्वत:लाच बजावलं.

लुक फ्रिडेनने हार्वर्ड आणि केम्ब्रिज विश्वविद्यालयातून उत्तम गुण संपादन करून आपली वकिलीची सनद घेतली होती. उभट चेहरा, नाकावर चष्मा असलेल्या या सडपातळ गृहस्थाला पाहिल्यावर तो एखादा अथक परिश्रम करणारा खालमुंड्या कारकूनच वाटला असता. याच्याकडे कायदा विभागाबरोबरच आर्थिक अंदाजपत्रक तयार करण्याचाही विभाग होता. साहजिकच वित्तमंत्रालयाचा कारभार बघणाऱ्या पंतप्रधानांबरोबर त्याचा रोजचाच जवळचा संबंध येत होता. फ्रिडेन जबरदस्त महत्त्वाकांक्षी होता आणि एके दिवशी देशाचा पंतप्रधान होण्याचं त्याचं स्वप्न होतं. त्यासाठी तो आपलं नाव सतत वर्तमानपत्रांत झळकेल याची खबरदारी घेत असे. ख्रिश्चन डेमोक्रॅटिक पक्षाचा तो सभासद होता आणि हा पक्ष लक्सेम्बर्गच्या लोकसभेत सोशालिस्ट पार्टीच्या साथीने सत्ता गाजवणाऱ्या युतीचा जेष्ठ घटकपक्ष होता.

क्रेक आणि फ्रिडेनपाशी आता फार वेळ उरला नव्हता. दुसऱ्या दिवशी सकाळी सर्व प्रकारच्या माध्यमांतून सरकारची अधिकृत प्रतिक्रिया प्रसारित होण्यासाठी ती दुपारी ४.०० वा. पूर्वी प्रसारमाध्यमांकडे पोहचायला हवी होती. प्रतिक्रियेचं लिखाण

करत असताना त्या भावनिक नसतील आणि त्यात भेदभाव करत असल्याचं दुरान्वयानेही जाणवणार नाही याची काळजी घेत त्यांनी त्यांची शब्दयोजना फार काळजीपूर्वक करत एक लहानसं निवेदन तयार केलं. त्या चार पानी निवेदनाचा उद्देश केवळ वेळ मारून नेणं आहे, हे वाचल्यावर चटकन लक्षात येत होतं. त्याच– बरोबर त्यातला गर्भित अर्थही समजून येत होता.

लक्सेम्बर्गच्या सरकारला मित्तलने आक्रमकपणे दिलेल्या प्रस्तावाविषयी फार काळजी वाटत आहे, अशी सुरुवात करत ते पुढे म्हणतात, याविषयी कसलीच प्राथमिक बोलणी न झाल्यामुळे, दिलेल्या प्रस्तावात पुढील बाबींविषयी लक्सेम्बर्ग सरकारची भूमिका एकत्रित कंपनीच्या मुख्यालयाचं ठिकाण, आर्सेलरने कर्मचाऱ्यांच्या भवितव्याबाबत आणि या देशातल्या गुंतवणुकीबाबत दिलेली आश्वासनं, कसलीच बांधिलकी स्वीकारलेली जाणवत नाही. थोडक्यात सांगायचं तर सामाजिक हितसंबंध पूर्वापार जपत आलेलं आणि आर्सेलरमध्ये सर्वांत जास्त शेअर्स असलेलं लक्सेम्बर्ग सरकार मित्तलने कसलीच सल्लामसलत न करता हा प्रस्ताव दिल्यामुळे दुखावलं गेलं आहे, असंच त्यांनी सूचित केलं होतं. त्याचबरोबर त्यांनी हेही दाखवून दिलं, की जागतिकीकरणाच्या भोवऱ्यात सापडलेली युरोपियन सरकारं आक्रमकपणे कंपन्या बळकावणाऱ्या अथवा विलीनीकरणास भाग पाडणाऱ्या भांडवलशाहीला समजून घेण्यात अपयशी ठरली. अँग्लो-सॅक्सन पद्धतीच्या पाशवी व्यवहारपद्धतीत असा प्रस्ताव देण्याआधी खाजगीत चर्चा करणं मित्तलला परवडलं असतं का? एकदा तर ही बातमी आधी फुटलीच होती. मित्तलचा हा उद्धटपणे दिलेला प्रस्ताव राजकीय दलालांच्या वादात रखडला असता आणि मित्तलच्या हातून संधी निसटली असती; शिवाय आर्सेलरला बचावासाठी वेळ मिळाला असता.

मित्तलने आक्रमकपणे वागण्याचं खरं कारण क्रेकच्या लक्षात आलं; पण तो या भारतीय उद्योगपतीला सहजासहजी सोडणार नव्हता.

क्रेकला आता त्याचा उत्साही संपर्क अधिकारी लुक डेकर येऊन भेटला. एकोणतीस वर्षांचा हा उंचापुरा, तरणाबांड गडी सिडनी ऑलम्पिक्समध्ये आपल्या देशाच्या वतीने बटरफ्लाय स्पर्धेत पोहला होता. सल्लागार या नात्याने मंत्रालयात तो प्रथमच काम करत होता. ते दोघंही फ्रेंच भाषेत बोलत होते. तयार केलेली अधिकृत प्रतिक्रिया सरकारच्या फ्रेंच भाषेत होती; पण जगभरात ती प्रसिद्धीला देण्यासाठी त्याचं इंग्रजीत भाषांतर करायला हवं होतं.

''एक प्रमुख भागधारक म्हणून आणि सरकारच्या वतीने आपल्यापुढे काय पर्याय आहेत हे आपल्याला स्पष्टपणे मांडायला पाहिजे,'' क्रेक एखाद्या देशभक्ताच्या आवेशात म्हणाला.

''त्याचबरोबर यात पंतप्रधानांच्या सभागृहातील भाषणाच्या आधीच काही समस्या

येणार नाहीत, हेसुद्धा आपल्याला बघायला हवं,'' क्रेक म्हणाला.

''महाशय, ते समजलं मला; पण आपण लोकं, प्रसारमाध्यमं आणि मित्तलच्या समोर नांगी टाकत आहोत, असंही दिसायला नको.''

''युरोपियन युनियनच्या स्पर्धात्मक नियामकांच्या नियमांची आपल्यावर काही बंधनं आहेत; ती आपल्याला विचारात घ्यायलाच हवीत,'' फ्रिडेनने वकिली भाषेत खुलासा केला. ''या प्रकरणात असलेल्या मालमत्तेची संपूर्ण मालकी आपल्याकडे नाही; तर आपण एक प्रमुख भागधारक आहोत. तेव्हा या व्यवहाराला अधिकृतरित्या आपला विरोध आहे, हे आपण न दाखवता एक प्रमुख भागधारकाच्या भूमिकेतून आपलं मत मांडायला हवं. सर्व युरोपियन देशांच्या मतानुसार युरोपियन युनियन एक नवीन कायदा करणार आहे आणि तो मे महिन्याच्या अखेरीस आपल्या सरकारच्या नियमावलीत समाविष्ट झालेला असेल. त्या कायद्यानुसार मुक्त आणि पारदर्शी व्यवहाराचे नियम अमलात येतील.''

हा नवीन कायदा शब्दांकित करण्याचं काम फ्रिडेनकडे असणार आहे. ''यात विरोधाभास असा की, नेमकं त्यावेळेपर्यंत मित्तलचा प्रस्ताव ऐन भरात आलेला असेल. आपल्या स्वार्थी हेतूसाठी आर्सेलरला जितकी वेळ मारून नेता येईल, तितकी हवीच आहे. त्या नवीन कायद्यात ते त्यांना फादेशीर ठरतील असे अनेक सुरूंग पेरून ठेवतील. आपल्याला मात्र ब्रुसेल्सच्या मतानुसार काम करायला हवं. हे दोन्ही जमवण्याची कसरत करणं आपल्याला अवघड जाणार आहे.''

''याचा अर्थ लक्सेम्बर्ग दोन खडकांच्या मध्ये सापडला आहे,'' ड्रेकर म्हणाला.

क्रेक आणि फ्रिडेनने एकमेकांकडे पाहत संमतिदर्शक माना डोलावल्या.

''हे बघ लुक, एक गोष्ट नीट समजावून घे. आपल्याला हा खेळ लांबवायचा आहे,'' क्रेकने ड्रेकरला खात्रीने सांगितलं. ''ही लढाई अनेक महिने चालणार आहे. आपण आपला दारूगोळा जय्यत ठेवला पाहिजे; पण एक तुला सांगतो, शेवटी आपल्याचा बाजूने निकाल लागण्यासाठी आपण प्रयत्नांची शिकस्त करणार आहोत.''

दुपारी ३.३० पर्यंत क्रेकचं निवेदन तयार झालं होतं. 'आजमितीपर्यंत आर्सेलरच्या औद्योगिक आणि सामाजिक धोरणांवर लक्सेम्बर्गचं सरकार समाधानी आहे. युरोपियन युनियनच्या कायद्याचा पूर्ण आदर करून आम्ही ग्रॅन्ड डचीचे औद्योगिक, सामाजिक आणि आर्थिक हितसंबंध जपण्यासाठी एक यजमान देश म्हणून आणि आर्सेलरचा प्रमुख भागधारक म्हणून आमच्या हातात असलेल्या सर्व मार्गांचा उपयोग करू.' निवेदन संपलं.

त्याने हे निवेदन जुंकरकडे संमतीसाठी ई-मेल केलं. ते काही मिनिटांतच परत आलं. ''उत्तम आहे, कामाला लागा,'' मंत्रिमहोदयांनी फर्मावलं.

'प्रोजेक्ट लुईस' लक्सेम्बर्गचे हितसंबंध जपण्यासाठी मित्तलशी करायच्या

लढ्यात अवलंब करायच्या योजनेचं सरकारी सांकेतिक नाव आता कागदावरून उसळी मारून प्रत्यक्ष कामाला लागलं होतं. यात मित्तलचं सांकेतिक नाव मार्क, आर्सेलरचं ॲन्ड्रे आणि ग्रॅन्ड डचीचं डेव्हिड होतं. दुपारी ४ वा. बातमी बाहेर पडली. काही मिनिटांतच लुक डेकरला चौकस वार्ताहारांचे फोन यायला लागले. प्रत्येकाला आमच्या हातात असलेल्या सर्व मार्गांचा अवलंब करू, याचा नक्की अर्थ काय तो हवा होता.

दुपारी ४.३० वा.

१८-१९ केन्सिंग्टन पॅलेस गार्डन, लंडन

ऑलिम्पस योजना आता सर्वत्र भ्रमण करत असल्यामुळे मित्तल आता थोडा वेळ आपल्या कुटुंबासाठी देणार होता. नंतर त्याला फ्रान्स, बेल्जियम, स्पेन, लक्सेम्बर्गच्या राजधान्यांचा आणि स्थानिक प्रसारमाध्यमांना आपला प्रस्ताव समजावून देण्यासाठी प्रदीर्घ आणि खडतर दौरा करायचा होता.

त्याचा फोन वाजला. महेश्वरी बोलत होता. ''लक्सेम्बर्गच्या सरकारने एक छोटेखानी निवेदन त्यांच्या वेबसाईटवर प्रसारित केलं आहे.'' तो सांगू लागला. ''आपल्या दृष्टीने त्यांचं मत फार महत्त्वाचं असणार आहे. त्यांना ही बातमी आधीच न दिल्यामुळे ते दुखावलेले आहेत. त्यात आर्सेलरच्या बचावासाठी प्रयत्न करण्याचे संकेतही दिलेले आहेत.''

''कृपा करून मला ते सगळं वाचून दाखव पाहू,'' मित्तल शांतपणे म्हणाला. ते सर्व निवेदन वाचून दाखवलं जात असताना त्याने काळजीपूर्वक ऐकलं आणि म्हणाला, ''ते आत्ताच्या आत्ता वरिष्ठ व्यवस्थापकाला ई-मेल कर आणि उद्या सकाळी सल्लागार समितीशी टेलिफोनवरून होणाऱ्या बैठकीसाठी त्यातले प्रमुख मुद्दे तयार ठेवायला सांग.''

येत्या आठवड्याचे कार्यक्रम बघण्यासाठी मित्तलने त्याची डायरी तपासली आणि क्रेकला ठरल्या वेळेच्या आधीच फोन करायचं ठरवलं. त्याच्याशी यानंतर अनेक वेळा संभाषण होणार होतं; त्यापैकी दोन वेळा गुप्तपणे भेटी होणार होत्या.

१३३, आव्हन्यू डेझ शाँजेलिझे, पॅरिस

फ्रान्सच्या जाहिरात आणि संपर्कविषयक सल्ला देणाऱ्या पब्लिसीसच्या ऑफिस-मध्ये गी डोल रविवारी सायंकाळी येऊन थडकला. ऑफिसच्या भोवती असलेल्या

काचेमधून सुप्रसिद्ध आर्क द त्रियोम्फ दिसत होतं. जाहिरात क्षेत्रातला नेपोलियन समजला जाणारा मॉरी लिव्ही या संस्थेचं नेतृत्व करत होता. जगातल्या ८२ देशांत या संस्थेची कार्यालयं होती. साटची ॲन्ड साटची या स्थानिक संस्थेबरोबरच अमेरिकेतल्या ऑम्निकॉन, इंग्लंडच्या WPP बरोबर ते या क्षेत्रात स्पर्धेत होते. जगातल्या भांडवलशहांना ह्या संस्थेत काम करणारे नऊ हजार कर्मचारी सेवा देत होते. त्यात हाईन्झ, सॅमसंग, सोनी, लोरॉं, रेनॉ आणि ब्रिटिश एअरवेज यांचा प्रामुख्याने उल्लेख करायला हवा. या कंपन्यांना जाहिरात उत्पादकांच्या नावाला प्रसिद्धी, विक्री व्यवस्था, जनसंपर्क आणि लोकांना आकर्षित करणाऱ्या कार्यक्रमांचं आयोजन या विषयीचा सल्ला या संस्थेमार्फत दिला जात असे.

आर्सेलरच्या बचावासाठीची योजना आखण्यासाठी डोल जॉं-ईव्ह नाऊरी या प्रमुख अधिकाऱ्याला भेटण्यासाठी आला होता. नाऊरी आर्सेलरला बाह्यसंपर्क यंत्रणेबाबत सल्ला देत असे. या आधी युसिनॉरच्या खाजगीकरणात आणि नंतर आर्बेडशी झालेल्या विलीनीकरणाच्या कामात त्याने मेयेर आणि डोलबरोबर स्वत:ला झोकून दिलं होतं. त्या बैठकीला पॅट्रिक सायलर आणि आर्सेलरचा गुंतवणूकदाराचा संपर्क अधिकारी असलेला मार्टिन त्याच्या सोबत होते.

''कशी काय मुलाखत झाली?'' नाऊरीने डोलला विचारलं. त्या दुपारी 'ल मॉंद' या सुप्रसिद्ध वर्तमानपत्रात नाऊरीने डोलची मुलाखत घेतली जाण्याची व्यवस्था केली होती आणि ती सोमवारी छापून येणार होती. आर्सेलरची बाजू लोकांपर्यंत पोहचवण्याचा तो एक उत्तम मार्ग होता.

''छान झाली,'' डोल म्हणाला. उद्या हिल्टन आर्क द त्रियोम्फ येथे होणाऱ्या वार्ताहरांच्या परिषदेला सामोरा जायला तो आता सज्ज झाला होता. सुरुवातीला जरी मैत्रीपूर्ण वातावरणात संभाषण सुरू असलं, तरी परिषदेसाठी झालेली तयारी पुरेशी नाही, हे त्याला चर्चेच्या ओघात लक्षात आलं. या नंतर होणाऱ्या मित्तलच्या परिषदेशी सामना करण्यासाठी बळकट प्रमुख मुद्दे आणि चित्रफितींची गरज होती. संभाव्य प्रश्नोत्तरं आणि मित्तलच्या तुलनेत आर्सेलर कशी वरचढ आहे, हे दाखवणारी आकडेवारी तयार असायला हवी होती. या खेरीज प्रमुख वर्तमानपत्रांशी आणि प्रसारमाध्यमांशी चर्चासत्रं आयोजित केलेली होती; पण इथे तर डोलला सगळा सावळा गोंधळच दिसून आला. गेले इतके महिने आपली टायगर प्रोजेक्टची लोकं काय झक मारत होती? त्यांनी एव्हाना हे सगळे मुद्दे विचारात घ्यायला हवे होते. आपली ही सुमार दर्जाची तयारी पाहून डोल अस्वस्थ झाला आणि ते त्याच्या चेहऱ्यावर दिसायला लागलं.

''मित्तलची तयारी आपल्यासारखीच असेल, अशी तुमची कल्पना आहे का?'' त्याने उपरोधाने आपल्या सहकाऱ्यांना विचारलं. डोलला आता आपल्या संपर्क

अधिकाऱ्यांवर भरवसा ठेवावासा वाटत नव्हता. अशा वातावरणात त्याला गुदमरल्यासारखं वाटत होतं. आता त्याला आपणच आपला शत्रू असल्यासारखं वाटायला लागलं आणि नाऊरीच्याही ते लक्षात आलं. मित्तलच्या सहकाऱ्यांना आता रात्रभर जागून उद्याच्या मुलाखतीची आणि भेटीगाठीची तयारी करावी लागणार होती. नाऊरीचा फोन वाजला. डोलने दिलेली खास मुलाखत छापून येण्याआधी ती नाऊरी स्वत: डोळ्याखालून घालणार होता. तो मजकूर आता समोर होता. मजकूर चाळत असताना आर्सेलर आणि मित्तलची केलेली तुलना चांगली होती. पुढच्या एका वाक्याने तो हबकलाच. मित्तलच्या शेअर्सचा आणि रोखीच्या प्रस्तावाचा डोलने 'शंकास्पद व्यवहार' असा उल्लेख केला होता. हे वाक्य काढलंच पाहिजे.

नाऊरीने त्या वार्ताहराला ई-मेल केला आणि ते वाक्य काढायला सांगितलं.

इंग्रजीत 'मोनी द सीग'चा शब्दश: अर्थ होतो 'माकडाचा पैसा.' याचा गर्भित अर्थ आहे काळा पैसा किंवा मोनॉपॉलतला लहान मुलांचा खोटा पैसा (दिसायला ढीगभर, पण किंमत शून्य). मित्तलसारख्या अब्जाधीशाच्या पैशाचा असा उल्लेख केला, तर तो आर्सेलरच्या दृष्टीने अनर्थ ठरेल आणि लोकांनाही ते आवडणार नाही.

"हा उल्लेख परत न करण्याची काळजी घे," त्याने डोलला बजावलं.

१२

सोमवार, ३० जानेवारी, सकाळी ८.२१ वा.

रेडिओ युरोप १, पॅरिस

युरोप-१ च्या रेडिओ केंद्रात गी डोल कानाला हेडफोन लावून आपल्या खुर्चीत स्थिरस्थावर झाला. फ्रान्सच्या वृत्तपत्रांनी आर्सेलरला भक्कम पाठिंबा दिल्यामुळे तो आज खुशीत होता. त्याच दिवशी ला मोंदमध्ये त्याची सविस्तर मुलाखत छापून येणार होती आणि भरीला एक प्रक्षोभक अग्रलेखही छापून येणार होता. त्यात लिहिलं होतं, 'जर हा डाका यशस्वी झाला, तर युरोपातलं एक औद्योगिक मानचिन्ह गळून पडेल आणि या जागतिकीकरणाच्या रेट्यापुढे कोणीही सुरक्षित राहू शकणार नाही, हेच सिद्ध होईल.' थोड्याच वेळात जाँ-पिएर एल्काबाख हा मुरब्बी पत्रकार ब्रेकफास्ट शोसाठी गी डोलची मुलाखत घेणार होता. तसं पाहिलं तर ह्यावेळी दुसराच कोणीतरी या कार्यक्रमात मुलाखत घेत असे; एल्काबाख ह्या केंद्राचा अध्यक्ष होता; पण मित्तलने दिलेल्या प्रस्तावामुळे जनतेत इतका क्षोभ निर्माण झाला होता, की राष्ट्राध्यक्षांची मुलाखत घेतलेल्या आणि मित्तराँबरोबर सिनेमात काम केलेल्या गृहस्थाला आज स्वत: डोलची मुलाखत घेऊन मुलाखतीला महत्त्व द्यायचं होतं.

मित्तल जॉर्ज ५ या आलिशान हॉटेलातल्या आपल्या खोलीत थिअरी ब्रेताँशी होणाऱ्या भेटीची तयारी करत होता. ले झेशो या व्यापार आणि उद्योगाला वाहून घेतलेल्या वर्तमानपत्राला दिलेल्या मुलाखतीत मित्तलने आपण आर्सेलरला दिलेल्या प्रस्तावाचं ठासून समर्थन केलं होतं आणि ब्रेताँलाही तो तेच सांगणार होता. या सर्व गोष्टींची कल्पना असल्यामुळे डोल त्याच्या आधीच मुलाखत देऊन मित्तलवर कुरघोडी करणार होता.

"मग, तुम्ही प्रस्ताव मान्य करणार का?" एल्काबाखने सुरुवात केली.

"याचं उत्तर एकच आहे, नाही?" डोलने ठासून सांगितलं. "आम्ही कालच आमची बाजू समजावून सांगितली आहे. हा प्रस्ताव भागधारकांसाठी, गुंतवणूकदारांसाठी, आर्सेलरच्या कर्मचाऱ्यांसाठी आणि आमच्या ग्राहकांसाठी एक दुश्चिन्ह आहे. इतकंच नाही तर आपण ज्या समाजात राहतो, त्यांच्यासाठीही ही फार वाईट गोष्ट असेल. तेव्हा यात बदल होणे शक्य नाही."

मित्तल स्टील आणि आर्सेलरची कार्यक्षेत्रं भौगोलिकदृष्ट्या भिन्न असल्याचं डोलने मान्य केलं; पण या दोन कंपन्या एक झाल्या तर त्या एकमेकाला चपखल पूरक असतील, या विधानाचा तो तिरस्कार करत असल्याचं म्हणाला. "पोलादाचे दोन प्रकार आहेत," नाऊरीच्या तोंडावर जे वाक्य डोलने फेकलं होतं, तेच आता तो परत उगाळणार होता. "एक उच्च प्रतीचं पोलाद असतं, तर दुसरं सर्वसामान्य उपयोगासाठी असतं. म्हणजे एक किमती परफ्युमसारखं असत, जे आर्सेलर बनवतं आणि दुसरं साधं यु डी कोलन असतं, जे मित्तल बनवतो. आम्ही टनाच्या हिशेबात कमी पोलाद विकतो; पण प्रत्येक टनाला भरपूर पैसा आकारतो, कारण त्यात उच्च प्रतीचं तंत्रज्ञान आणि भरपूर डोकं वापरलेलं असतं."

डोल हे सफाईने म्हणाला.

एल्काबाखने परत डोलला डिवचत विचारलं, "आणि त्याने जर हा प्रस्ताव आणखीनच गोड केला तर, तरी तुम्ही नाही म्हणाल?"

"त्यालाही काही मर्यादा आहेत," डोल हसून म्हणाला, "पण त्याने सध्याच्या घडीला देऊ केलेली किंमत फारच हास्यास्पद आहे." मागचा युक्रेनचा लिलाव जिंकल्यावर मित्तलला ४.६ अब्ज डॉलर उभे करायला फारच जड गेल्याची अफवा डोलच्या कानावर आली होती. त्याला युक्रेनच्या धनकोंकडून पैसा घेता येत नव्हता कारण त्या लिलावाच्या नियमानुसार सर्व पैसा हा बाहेरूनच आणायचा होता. याच कारणासाठी आर्सेलरचा प्रस्ताव देताना त्यांनी शेअर माध्यमातून व्यवहार करण्याची कल्पना उचलून धरली. अन्यथा इतका पैसा रोखीने उभा करणं त्याच्या कुवतीबाहेरचं होतं.

"मित्तलने दिलेल्या प्रस्तावापैकी काही पैसा, मला माफ करा, पण मोने द साँज (संशयास्पद) होता," डोल म्हणाला.

या वाक्याचा नक्की काय अर्थ आहे, हे एल्काबाखला ठाऊक होतं की नाही देव जाणे; पण त्यानं काहीच प्रतिक्रिया दर्शवली नाही.

"म्हणजे विचित्र स्वरूपाचा पैसा," डोल परत म्हणाला, "म्हणजे ज्या मित्तल स्टीलमध्ये त्याचा ९८ टक्के मताधिकार हक्क आहे आणि बाजारात आल्यापासून ज्या शेअरची नगण्य उलाढाल झाली आहे, ते शेअर्स तो लोकांना देणार आहे. गेल्या दीड वर्षात आर्सेलरच्या शेअर्सच्या किमतीत ५० टक्क्यांनी वाढ झाली आहे,

तर मित्तलचे भाव स्थिर आहेत किंवा घटले आहेत.''

''पण त्याने आपल्या कुटुंबाचा मालकी हक्क कमी करण्याचं मान्य केलं आहे,'' एल्काबाख म्हणाला.

''मान्य आहे; पण तरीसुद्धा तो ६४ टक्के मताधिकार त्याच्याकडेच ठेवणार आहे. याचा अर्थ सर्व निर्णय तोच घेणार आहे. मित्तलच्या शेअर्सला कोणी हातही लावू शकत नाही, तर आर्सेलरचे शेअर्स सगळीकडे पसरलेले आहेत.''

''पण इथे भारतीय सरकार किंवा भारतीय कायद्याच्या अंतर्गत ह्या कंपनीची स्थापना झालेली नाही,'' एल्काबाखने सुचवलं. ''ह्या कंपनीची तशीच घटना आहे आणि ही तर एक युरोपियन कायद्यानुसार स्थापन झालेली कंपनी आहे.''

''बरोबर आहे,'' डोल म्हणाला. आता डोल सुरूंग पेरलेल्या मैदानात प्रवेश करत होता. ''ही तसं पहिलं तर भारतीय कंपनी नाही; पण ती भारतीयांची कंपनी तर आहे. संचालक मंडळात जास्त जागा भारतीयांनीच व्यापलेल्या आहेत, खास करून मित्तलच्या कुटुंबीयांनी. व्यवस्थापनात जास्त भारतीयच आहेत आणि त्यांचं वैशिष्ट्य म्हणाल, तर एखादी कंपनी ताब्यात घेतल्यावर तिथला कारभार सुधारायला ते एक-दोन डझन भारतीय व्यवस्थापकच पाठवतात.''

डोल आता खणायला लागला होता. मित्तल रोजगार कमी करतो. कुठल्या तरी गंजत चाललेल्या कंपन्या विकत घेऊन, त्या गेल्या शतकातल्या तंत्रज्ञानाने चालवतो. ''लोरेनमधला गॅन्डरेंजचा मित्तल स्टीलचा प्रकल्प – हा मित्तलने सहा वर्षांपूर्वी युसिनॉरकडून विकत घेतला होता – जाऊन पहा आणि नंतर पलीकडे दहा किलोमीटरवर फ्लोरेन्जमधला आर्सेलरचा प्रकल्प पहा. दोन्ही कंपन्यांची कार्यक्षमता, कामगारांची मानसिकता, आधुनिक तंत्रज्ञान आणि कंपनीत घातलेलं भांडवल या सर्वांची तुलना करा.''

''पण मित्तलला तर यशोगाथेचं प्रतीक मानतात?''

''तो लोकांवर छाप पाडतो,'' डोलने इथे संमती दाखवली.

''म्हणजे तो गोडबोल्या आहे,'' एल्काबाखने सुचवलं.

''तो नक्कीच गोडबोल्या आहे; पण नेहमीच खरं बोलतो असंही नाही...''

''एक मिनिट, तो आत्ता ४५ मिनिटांत आपल्या वित्तमंत्र्यांना भेटणार आहे आणि तुम्ही त्याच्यावर खोटारडेपणाचा आरोप करता आहात, सांभाळून बोला.''

''मी म्हणालो की, तो खरं सांगत नाही. याचा अर्थ तो खोटं बोलतो असा होत नाही.''

''तुम्ही ब्रेताँला भेटला आहात?''

''मी त्यांना सर्व गोष्टी समजावून सांगितल्या आहेत.'' डोलनी मग त्या भेटीत काय घडलं ते सांगितलं आणि ती भेट समाधानकारक असल्याचं म्हणाला.

“सरकारने यात काय करावं, असं तुम्ही ब्रेताँला सांगितलंत?”

“मी काही खास असं मागितलं नाही; पण नैतिक पाठिंबा मागितला,” डोलने हसून सांगितलं.

एल्काबाख परत भारतीय विषयाकडे वळत म्हणाला, “सध्या फ्रान्सच्या कंपन्या भारतीय बाजारपेठेत शिरकाव करायला बघत असताना एका भारतीय कंपनीला तुम्ही नकार दिलात, तर त्याचा विपरीत परिणाम होईल, असं तुम्हाला वाटत नाही का?”

“मी परत सांगतो, मित्तल स्टील भारतात कसलंही उत्पादन करत नाही.”

“या प्रस्तावाच्या निकालामुळे आपले राष्ट्राध्यक्ष शिराक यांच्या पंधरा दिवसांनी होणाऱ्या आगामी भारत दौऱ्यावर काही परिणाम होईल, असं तुम्हाला वाटतं का?”

“अजिबात नाही.”

“आणि आपलं भारताच्या वाटेवर असलेलं क्लेमाँसो जहाज ते परत पाठवतील, असं वाटत नाही का?”

एल्काबाखकडून अनवधानाने विचारल्या गेलेल्या या प्रश्नामुळे डोल जरासा चपापला. या संवेदनशील असलेल्या आंतरराष्ट्रीय समस्येशी त्याचा काय संबंध होता? फ्रान्सच्या नौदलातून निवृत्त झालेलं एक २७,००० टनी जहाज तुलाँहून गुजरातमधल्या अलगच्या भंगारच्या गोदामाकडे निघालं होतं. फ्रान्सच्या पर्यावरणवाद्यांनी ते रोखण्याचा प्रयत्न केला. या जहाजाच्या बांधणीत ॲस्बेस्टॉस, इलेक्ट्रॉनिक भंगार, शिसं, पारा आणि अन्य विषारी पदार्थ होते आणि असलं जहाज भारतासारख्या देशात मोडीत काढण्यासाठी पाठवून फ्रान्स आंतरराष्ट्रीय सामंजस्य कराराचा भंग करत असल्याचं पर्यावरणवाद्यांचं मतं होतं. भारतातली जहाज मोडीत काढणारी यंत्रणा सुमार दर्जाची असून तेथे कमी पैशात गरीब मजुरांकडून असली कामं करवून घेतली जातात आणि त्यामुळे त्या कामगारांना दुखापती होतात, प्रसंगी मृत्यूही येतो.

“तुला एका गोष्टीची आठवण करून देतो, ते जहाज पोलादाचं बनलेलं आहे,” डोलच्या बोलण्यातला अहंकार आता जाणवत होता, “आणि ते पोलाद आर्सेलरने बनवलेलं आहे.”

आता एल्काबाखने जहाजाचा राजनैतिक मुद्दा सोडला आणि तो मित्तलच्या प्रस्तावाकडे वळला. डोलच्या मते ही लढाई कमीतकमी सहा महिने चालणार होती.

“इतके दिवस काढायला तुमच्यापाशी साधनं आहेत का?”

“आम्ही प्रतिकार करू शकतो. आम्ही पूर्णपणे सक्षम आहोत. आम्ही लांब पल्ल्याचे धावक आहोत, अगदी मॅरेथॉनचे.” स्वत: डोलला धावण्याचा व्यायाम करायला आवडत असे, तर मित्तल घरच्या व्यायामशाळेतच आपला घाम गाळत असे. “आमची पूर्ण तयारी आहे आणि आमच्याकडे ते करायचे उपायही आहेत,”

डोलने खात्रीपूर्वक सांगितलं. "आमच्या संचालक मंडळाचं निवेदन तू पाहिलं असशीलच. ते एकमताने प्रतिकार करणारं होतं."

"एक शेवटचा प्रश्न मि. डोल, काही भागधारक मैदान सोडून पळून गेल्यावर पराभव पत्करण्यापेक्षा, पूर्णपणे हमी देणारं मित्रत्वानी केलेलं विलीनीकरण करण्याचा मार्ग जास्त शहाणपणाचा तुम्हाला वाटत नाही का?"

एखाद्या मंगळावरील माणसाकडे बघावं तसा गोंधळून डोल एल्काबाखकडे बघायला लागला.

"आता युद्धाला तोंड फुटलं आहे आणि आम्ही ते जिंकणारच."

"मुलाखतीबद्दल आभार मि. डोल, तर आता लढाईला तोंड फुटलं आहे."

डोलने उत्साहाने रेडिओ केंद्र सोडलं, आता निकराने लढायचं. आर्सेलरमध्ये ई-मेलची देवाणघेवाण जोमानं सुरू झाली. प्रत्येक जण लिहीत होता, चिरिओ मित्तल. मित्तलचे अधिकारी संचालक मंडळाच्या सभागृहात ही मुलाखत ऐकत होते. गी डोलची मुलाखत ऐकून ते स्तंभित झाले होते. आपल्या प्रतिस्पर्ध्याने भयानक मुलाखत देऊन आपल्या मागे वार्ताहरांचा ससेमिरा लावून घेतला होता, यावर त्यांचा विश्वासच बसत नव्हता.

सकाळचे ९.१५

वित्त, व्यापार आणि उद्योग मंत्रालय, १३९, र्‍यु द बेर्सी

साठ हजार सरकारी सेवक काम करत असलेल्या वित्त मंत्रालयाचं कार्यालय असलेली, सीन नदीच्या काठावरची पांढऱ्या रंगाची लांबट वास्तू, १९८०च्या उत्तरार्धात फ्रॉस्वा मितराच्या भव्य स्वप्नामुळे साकारली. जॉर्ज-५ या हॉटेलातून पंधरा मिनिटांच्या अंतरावर असलेल्या वित्त मंत्रालयात मित्तल मोटारीतून दाखल झाला आणि थिअरी ब्रेतॉंबरोबर नाश्त्याच्या भेटीसाठी आत गेला.

लक्सेम्बर्ग सरकारने दिलेलं निवेदन आणि गी डोलचं रेडिओवरचं गुरगुरणं ऐकल्यावर आजची भेट फारच वेगळ्या वातावरणात होणार, याची त्याला कल्पना आली. गोल्डमन साक्सच्या सरकारी कामकाजविषयक सल्लागार लिझा रोबच्या मतानुसार, नवीन वर्षाची सुरुवात मंत्रिमहोदयांच्या दृष्टीने फारशी सुखावह झालेली नव्हती. फ्रेंच सरकार उद्योग समूहांच्या ढीगभर समस्या सोडवण्यात गुंतलेलं होतं. संरक्षण सामग्रीचं उत्पादन करणाऱ्या कारखान्यात असंतोष वाढत चालला होता, तर फ्रान्सचं मानचिन्ह असलेल्या एअरबसमध्ये वेळेत काम न झाल्यामुळे अवाजवी

खर्च होत होता. आपलं मानचिन्ह असलेल्या कंपनीला वाचवण्यासाठी सरकार प्रयत्नशील होतं; पण त्यांना युरोपियन कॉंपिटीशन ॲथॉरिटीज आणि खाजगी भागधारकांना सांभाळताना नाकी नऊ येत होते.

प्रचलित रिवाजानुसार ब्रेताँचं मंत्रालय वित्त आणि उद्योगक्षेत्राला शिस्त लावण्याचा प्रयत्न करत होतं; पण राष्ट्राध्यक्ष शिराकची बाजू दुबळी झाल्यामुळे सनदी कर्मचाऱ्यांच्या दुहीमुळे आणि सत्ताधारी पक्षातल्या मतभेदांमुळे त्यांच्या मंत्रालयाला नेहमीच गौण लेखलं जात होतं. राष्ट्राध्यक्ष आणि पंतप्रधान दोमिनीक द व्हिलपां या प्रकरणात ब्रेताँचा ढालीसारखा उपयोग करण्याची शक्यताही होती. मित्तलचा प्रस्ताव जर फ्रान्सच्या दृष्टीने डोईजड झाला, तर ब्रेताँवर ते प्रकरण शेकणार होतं.

मंत्रिमहोदयांच्या आमंत्रणाची वाट बघत बाहेर बसलेला असताना मित्तलला लिझाने सांगितलेला शेवटचा सल्ला आठवला– ''कायम 'आपण' म्हणायला विसरू नका.''

एक उद्योजक म्हणून दुसरा उद्योजक असलेल्या ब्रेताँशी बोलता आलं असतं तर फार बर झालं असतं, असा विचार मित्तलच्या मनात आला. ब्रेताँला आजारी उद्योगांना सावरण्याची जाण होती आणि त्यामुळे मित्तलची संकल्पना त्याला पटलीही असती.

नुकतंच एक्कावन्नाव्या वर्षात पदार्पण केलेल्या ब्रेताँनी राजकारणात प्रवेश करण्याच्या आधी, थॉम्सन मल्टिमीडिया या इलेक्ट्रॉनिक उद्योगसमूहाला मृत्यूच्या दारातून बाहेर काढलं होतं. ब्रेताँने त्या कंपनीचं अध्यक्षपद स्वीकारण्याआधी थॉम्सनची परिस्थिती इतकी हालाखीची होती की, ती कंपनी एक फ्रँकला विकायला सरकार तयार झालं असतं. २००१ सालापर्यंत या कंपनीला ब्रेताँनी सेट-टॉप बनवणारी जगातली पहिल्या क्रमांकाची कंपनी बनवलं होतं. नंतर तो ऑरेन्ज कंपनीच्या संचालक मंडळाचा अध्यक्ष झाला. फ्रान्सटेलिकॉमचा कार्यकारी अधिकारी झाला. सुप्रसिद्ध जर्मन संगीतकार बेथोव्हेनसारखी केशभूषा असलेल्या ब्रेताँनी सॉफ्टवॉर नावाची वैज्ञानिक काल्पनिकाही लिहिली होती.

खोलीत प्रवेश करताच आज इथे काहीच सौम्य नसणार, हे मित्तलला जाणवलं. करड्या रंगाचा सूट, निळ्या रंगाचा शर्ट आणि त्याच्यावर साजेसा टाय लावलेल्या मंत्र्याने त्याचं थंड स्वागत केलं. ''मि. मित्तल, आज सकाळी पॅरिसला भेट देणारी सर्वांत लोकप्रिय व्यक्ती तुम्ही नाहीत, याचं तुम्हाला आश्चर्य वाटणार नाही, अशी आशा करतो,'' ब्रेताँ खोचकपणे म्हणाला. आपल्या केसातून हात फिरवत पुढे तो म्हणाला, ''पण तुमच्या प्रस्तावाविषयी आम्हाला काय वाटतं हे सांगण्याची संधी दिलीत, याचा मला आनंद होतो आहे.''

टेबलावर बसतानाच मित्तलला गी डोलने दिलेलं सहा पानी निवेदन समोर

दिसलं (त्याला त्यासाठी तर्क करावा लागला नव्हता). इतक्यात कॉफी आली. तीही कोमटच होती. मित्तलच्या उजव्या बाजूला एका बशीमध्ये केक ठेवलेला होता; पण तोही अशा प्रकारे की, मित्तलचा हात तिथे पोहचूच शकणार नाही. आपला राग लपवता येत नसलेल्या ब्रेताँनी अर्थातच त्याला केकसाठी विचारलं नाही. हॉटेलातून निघतानाच नाश्ता केला असता तर बरं झालं असतं, मित्तलच्या मनात विचार आला.

''मला कोणाला संरक्षण द्यायची इच्छा नाही,'' ब्रेताँ मानभावीपणे म्हणाला.

पण मग? घोडं कुठे पेंड खात आहे? मित्तलने मनात म्हटलं.

''पण युरोपातल्या गुंतवणूकदारांची मानसिकता तुम्ही समजावून घेतली पाहिजे आणि त्यासाठी आधीच त्यांच्याशी आणि संबंधित लोकांशी चर्चा करून त्यांना तुमच्या योजनेचा औद्योगिक आराखडा सादर केला पाहिजे. इथे युरोपात अशा प्रकारेच काम केलेलं आम्हाला आवडतं. मि. मित्तल, मला वाटतं, आम्ही ज्याला ला ग्रामीएर डेझ अफेएर, उद्योगधंद्याचं व्याकरण म्हणतो, त्याचा तुम्ही मान ठेवत नाही. याहूनही महत्त्वाचं म्हणजे काही निर्णय घ्यायचा म्हटला तर माझ्या हाती शून्य माहिती आहे. मला तुमच्या योजनेचा संपूर्ण आराखडा हवा आहे, तो आम्हाला द्याल?''

मित्तलकडे कसलाच आराखडा नव्हता. सादर केलेल्या प्रस्तावात धोरणं, त्याच्या मागचे तर्क, प्रस्तावासाठीचा वित्तपुरवठा यांची सर्व माहिती होती; पण आर्सेलरचा साधा भागधारकही नसलेल्या माणसाला नियामकांकडे जाण्याआधी ती माहिती देणं केवळ अशक्य होतं. नियामकांच्या आशीर्वादानंतरच ती माहिती लोकांसमोर उघड करायची होती. तेव्हा समोर बसलेला गृहस्थ जरी फ्रान्सचा वित्तमंत्री असला, तरीही त्याला ही माहिती देण्याचा प्रश्नच नव्हता. मुक्त अर्थव्यवस्थेत दोन खाजगी कंपन्यांच्या व्यवहारात औद्योगिक आराखडा मागतात, हे यापूर्वी कधीच ऐकलेलं नव्हतं.

''आमच्यापाशी असा आराखडा आहे; पण त्याचं काम अजून अर्धवट झालेलं आहे,'' मित्तलने वेळ काढण्यासाठी खुलासा केला. ''मी सध्या माझ्या ऑफिसपासून लांब आहे आणि सध्या खूपच फिरती करावी लागत आहे; पण मी तो तुम्हाला देण्याची व्यवस्था करीन.''

''उत्तम!'' ब्रेताँ आता थोडासा आरामात असल्यासारखा वाटत होता.

मित्तलने केककडे नजर टाकली, ते जागच्या जागी होते.

मधल्या काळात डोलच्या निवेदनाकडे पाहत ब्रेताँ म्हणाला, ''तुम्ही तुमचा प्रस्ताव मागे घ्यावा.''

''ती एकच अशी गोष्ट आहे की, जी मी करू शकत नाही,'' मित्तलने स्पष्ट

शब्दांत सुनावलं.

''माझ्याशी तुम्ही आधी बोलायला हवं होतं. ही काही पद्धत नाही, काम करण्याची!''

''ते आपण ठरवलं होतंच; पण गोष्टी इतक्या वेगाने घडत गेल्या की, वेळच नव्हता,'' मित्तल.

ब्रेताँनी भेटीची वेळ संपल्याचा इशारा केला. ''तुमच्याकडून योजनेचा आराखडा आला की, आम्ही आमच्या शंका तुम्हाला पाठवू. त्यानंतरच सर्व बाजूंनी विचार करून काय तो निर्णय घेता येईल.''

ब्रेताँनी उभ्या केलेल्या भावनिक भिंतीकडे पाहिल्यावर गुंतवणूक, कर्मचारी कपात न करण्याचं आश्वासन, प्रगतीचा आढावा या विषयांवर त्याच्याशी बोलण्याचं टाळलं. आज पण हा विषयच नव्हता. एक तास संपला आणि मित्तलची वेळ संपली.

''आम्ही तुमच्या आराखड्याची वाट पाहत आहोत,'' मित्तलशी हस्तांदोलन करत ब्रेताँ म्हणाला.

''एक सल्ला द्यायचा आहे,'' मित्तल हसून म्हणाला.

''काय?''

''जे काही व्हायचं ते होईलच; पण आपण तसले दुर्दैवी शेरे मारणं थांबवायला पाहिजे.''

ब्रेताँनी स्वत: जरी ती मुलाखत ऐकलेली नसली, तरी त्याला डोलच्या शेऱ्याविषयी समजलेल होतं.

''मि. मित्तल, तुमचा हा मुद्दा मला पटला.''

मित्तल खोलीतून बाहेर पडला आणि एखादा लहान मुलगा हेडमास्तरांच्या खोलीतून बाहेर पडल्यावर जसा हसावा तसा लिझाकडे पाहत बळंबळं हसला. तिने त्याचं अचूक भाषांतर केलं– 'फार कठीण काम आहे. आन मोचंच बरोबर होतं. या सौद्याला राजकीय रंग येणार असून तो फ्रान्सपुरताच मर्यादित नसेल.'

सकाळी ११.३० वा.

पॅव्हिलियाँ गॅब्रिए, ५, आव्हन्यू गॅब्रिए, पॅरिस

पॅलेस दी ला काँकॉर्डच्या जवळ असलेल्या आणि समोर जार्दीस डेझ शाँजेलीझेचा देखावा दिसणाऱ्या, १८४० साली बांधलेल्या प्रदर्शन सभागृहाचं नूतनीकरण झालेल्या इमारतीत मित्तल आला, तेव्हा आजूबाजूचं दृश्य पाहून मित्तलद्वयांचा

आपल्या डोळ्यांवर विश्वासच बसत नव्हता. आन मोनी पॅरिसच्या वार्ताहर परिषदेसाठी निवड केलेल्या गॅब्रिए प्रदर्शनगृहात नेहमीच फॅशन शो, संगीतसभा आणि उद्योग समूहांच्या वार्ताहर परिषदा होत असत; पण तिथेही आजच्याइतकी गर्दी होत नव्हती. आज या अब्जाधीश मित्तल पितापुत्रांना प्रथमच बघायला चक्क दोनशे वार्ताहर आणि पन्नास छायाचित्रकार आले होते.

"मि. मित्तल जरा इकडे," एक छायाचित्रकार म्हणाला. "मि. मित्तल इकडे–इकडे," दुसरा म्हणाला. सुप्रसिद्ध पॉश स्पाईसच्या गाण्याच्या कार्यक्रमाला फार पूर्वी इतकी गर्दी झाली होती.

"युरोपात बर्ड फ्ल्यूची साथ पसरण्याचा धोका अजूनही होता; पण युरोपियन युनियनला त्याहूनही मोठ्या खतरनाक संकटाचा सामना करावा लागणार होता का?" एक भारतीय टीव्हीचा वार्ताहर लोकांना विचारत होता. "त्याचं नाव आहे *मित्तलने झपाटणं.*"

बलदंड फिलिप ग्वाईथच्या मागून वाट काढत मित्तलद्वय सभागृहात शिरले. त्यांना पाहण्यासाठी लोकांची इतकी झुंबड होती की, आत शिरल्यावर स्टेजवर जायला त्यांना पाच मिनिटं लागली. मित्तलला जरी हा प्रतिसाद आश्चर्यकारक वाटला, तरी आन मोला मात्र यात काहीच नवल वाटलं नव्हतं. कारण फ्रान्सच्या राजधानीवर मित्तलने काय प्रभाव टाकला आहे, याची तिला कल्पना होती. शुक्रवारपर्यंत मित्तलला तसं कोणी फारसं ओळखत नव्हतं. आता अठ्ठेचाळीस तासांनंतर युरोपातलं लोकमत त्याच्या विरोधात जात असताना, फ्रेंच नागरिक आता पॅरिसमध्ये आगमन केलेल्या लुटारू मित्तलच्या नावाने एकाच वेळी प्रभावित झाले होते आणि घाबरलेही होते.

पत्रकारांशी वार्तालाप करताना सुरुवातीला आदित्यने आर्सेलरला दिलेल्या प्रस्तावातील महत्त्वाचे मुद्दे पत्रकारांसमोर मांडले. त्यात विलीनीकरणानंतर कर्मचारी कपात न करता आणि एकही कारखाना बंद न करता वाढत जाणाऱ्या नफ्याचे आकडे त्याने पत्रकारांसमोर मांडले. त्याचं भाषण चालू असताना मित्तल शांतपणे त्याच्यासमोर असलेली टिपणं वाचत होता. मध्येच त्याने मुलाकडे नजर टाकली की, सर्व कॅमेऱ्यांचा लखलखाट व्हायचा आणि त्याचे डोळे दिपायचे. मग त्याने एक गमतीशीर खेळ खेळायला सुरुवात केली. आपलं डोकं अर्धवट उचलून तो समोरच्या छायाचित्रकारांच्या कॅमेऱ्याचा अंदाज घ्यायचा आणि त्याचे कॅमेरे फोटो काढायला सज्ज झाले की परत मान खाली घालायचा. हे असं अनेकदा झालं. शेवटी त्याला राहवेना आणि त्याने हसून मान वर केलीच आणि कॅमेऱ्याच्या झोताने सभागृह उजळून निघालं.

मधल्या काळात ब्रेताँनी एजन्सी फ्रान्सद्वारा आपली प्रतिक्रिया पाठवलीच. दोन्ही

कंपन्यांची कार्यसंस्कृती भिन्न असल्यामुळे ह्या एकत्रिपणे काम करून नांदू शकतील, याविषयी मला शंका आहे. अर्थात मित्तलला जे करायंच आहे, ते करायला ते मोकळे आहेत. आम्ही मात्र फ्रेंच सरकारला वाटणारी शंका व्यक्त करत आहोत. आर्सेलरचा उघडपणे बचाव करण्यापासून फ्रेंच सरकार दूर राहणार आहे असं तर त्याला सुचवायचं नव्हतं?

दुपारी १ वा.

हिल्टन आर्क द त्रियोम्फ, पॅरिस

आपल्या वार्ताहर परिषदेसाठी गी डोल मंचावर बसत असताना आर्सेलरच्या शेअर्सचा भाव बाजारात ३० युरो झाला होता. मित्तलने देऊ केलेल्या भावापेक्षा तो सुमारे ८% जास्त होता. निकोला डेव्हिडसन या भाववाढीचा वेगळाच अर्थ काढत होती. मित्तलच्या प्रस्तावामुळे त्या वर्षात आर्सेलरच्या शेअर्सचा भाव ४१ टक्क्यांनी वधारला होता.

मित्तलचा पत्रकारांशी वार्तालाप चालू असताना डोल आपल्या बँकेच्या अधिकाऱ्याबरोबर बसून त्याच्या वार्ताहर परिषदेत सादर करायच्या चित्रफिती परत एकदा नजरेखालून घालत होता. वार्ताहर परिषदेची वेळ जवळ जवळ येत असताना डोल जास्त उत्तेजित होत चालला होता आणि त्याची गोन्झालो उर्क्विजो आणि मिचेल वुर्थना काळजी वाटत होती. डोल चिडचिड करत होता. त्याचं लक्ष भलतीकडेच होतं आणि कुठल्याही प्रश्नाचं तो एका शब्दातच उत्तर देत होता.

"तुम्ही जे काही सांगाल, त्यात कसल्याही प्रकारचा वैयक्तिक उल्लेख करू नका." उर्क्विजो त्याला कळकळीनी सांगत होता.

आपल्या कार्यकारी अध्यक्षांसमावेत मंचावर बसलेल्या डोलने वार्ताहर परिषदेची सफाईदार सुरुवात केली. "आपण इतक्या संख्येने आलात, त्याबद्दल धन्यवाद. मी आता माझ्या व्यवस्थापकीय मंडळातल्या सहकाऱ्यांची ओळख करून देतो." मग त्याने हळूच वर नजर टाकली. सभागृह तुडुंब भरलेलं होतं. "माझा मुलगा आमच्या संचालक मंडळात नाही." उर्क्विजो हे ऐकून खचलाच. सभागृहातील वार्ताहरांत हास्याची लकेर उठली, तेव्हा मिचेल वुर्थ आणि रोलान्ड जुंक कसंनुसं हसले. यातले बहुतेक वार्ताहर मित्तलच्या वार्तापरिषदेहून थेट इथे आलेले होते. मित्तलच्या माणसांनीही सभेत शिरकाव केला होता. डोलच्या मागे आर्सेलरचं प्रतीकचिन्ह आणि घोषवाक्य होत, 'जगातला प्रथम क्रमांकाचा पोलाद उत्पादक.'

"पोलादाच्या उत्पादनात आम्ही एअरबस आहोत," डोल म्हणाला. आता

त्याने चित्रफिती दाखवायला सुरुवात केली. ''आमचे जरी ब्राझीलमध्ये आणि आता कॅनडातही प्रकल्प असले, तरी आमच्या कामकाजाची पद्धतीची पाळंमुळं युरोपियन संस्कृतीत रुजलेली आहेत. मित्तलच्या व्यवहाराचा पाया आधुनिक तंत्रज्ञानावर आधारलेला नाही. तो बाजारात लागणाऱ्या गोष्टींचं उत्पादन करतो आणि त्यामुळे त्यांच्या विक्रीत चढउतार होत राहतात, जे आर्सेलरच्या बाबतीत घडत नाही. आमचं उत्पादन टनाच्या हिशेबात जरी कमी असलं, तरी आमची उलाढाल जास्त आहे.''

मग त्याने त्याची उंची परफ्युमची उपमा सांगितली. ती लोकांना पटली.

''मित्तलच्या अधिपत्याखाली असलेल्या कंपन्या सुमार दर्जाच्या आहेत,'' डोलने सांगितलं. आता त्याच्या गाडीने वेग घेतला होता आणि तो भराभर बोलायला लागला होता. ''एक कझागिस्तानचा प्रकल्प सोडला तर इतर प्रकल्पांत त्याने म्हणण्यासारखी कामगिरी केलेली नाही. मित्तलने आय.एस.जी. कंपनीचा समूह ताब्यात घेतला; पण त्या मुळातच आजारी होत्या. त्यामुळे तिथे मोठी गुंतवणूक करायला हवी होती. येत्या वर्षात मित्तल कमीतकमी ४६,००० कर्मचारी कामावरून काढून टाकेल, असा आमचा अंदाज आहे. आम्ही मोटार उद्योगासकट अनेक नामवंत उद्योगांना पुरवठा करतो आणि आमची वितरण व्यवस्था उच्च दर्जाची आहे. आम्ही उत्पादित केलेल्या प्रत्येक टन पोलादामागे ३२ युरो गुंतवणूक करतो, तर मित्तल फक्त १७ च करतो. त्याच्यातही तो कपात करण्याची धमकी देत आहे. मित्तलच्या पूर्व युरोपातल्या गंज चढत चाललेल्या प्रकल्पांची डागडुजी करण्यासाठी त्याला आर्सेलरचे पैसे वापरायचे आहेत.''

डोलच्या दृष्टीने मित्तलच्या प्रस्ताव देण्यामागचं त्याला वाटत असलेलं कारण त्याने ठासून सांगितलं. ''मित्तल स्टीलचा कारभार पुरेसा पारदर्शी नाही कारण तो एका कुटुंबाच्या मालकीचा व्यवसाय आहे. मित्तलने जर हा सर्व रोखीचा सौदा केला असता, तर मग त्याच्या कार्यशैलीची चर्चा करण्याची गरज पडली नसती. पण या सौद्यासाठी तो ७५ टक्के रक्कम त्याच्याच शेअर्सच्या रूपाने देत आहे. याच्या तुलनेत आर्सेलरचे शेअर्स अनेक जणांच्या हातात आहेत. आमचं संचालक मंडळ लोकशाही पद्धतीने काम करतं आणि त्यात अनेक देशांचे प्रतिनिधी आणि हितसंबंध असलेले गट आहेत. आर्सेलरच्या पारदर्शी कार्यशैलीपुढे मित्तलची कार्यशैली ही एखाद्या वेगळ्याच ग्रहावरून आल्यासारखी वाटते.

''एक वेळ संत्री आणि सफरचंद एकमेकात मिसळू शकतील; पण आमच्या दोन कंपन्यांचं कार्यशैलीच्या दृष्टीने विचार करता एकरूप होणं अशक्य आहे.''

''तुम्ही मित्तलच्या कंपन्यांची आकडेवारी जाणूनबुजून चुकीची देत आहात, असं आज सकाळी झालेल्या वार्तापरिषदेत त्याने सांगितलं,'' एका वार्ताहराने उठून विचारलं.

“ही सर्व माहिती लोकांच्या समोर आहे. तो खरं बोलतो की नाही, ते तुम्हीही पाहू शकता,” डोल खेकसून म्हणाला.

“तुम्ही या विषयावर मित्तलशी बोलणार आहात का?” या प्रश्नाने डोल अस्वस्थ झाला. “त्याच्या घरी गेलो असता, चार मिनिटं मी या विषयावर बोललो आणि तेव्हाही मी त्याला हो किंवा नाही काहीच सांगितलं नव्हतं. आता अचानक हे घडलं. मैत्रीपूर्ण प्रस्ताव देण्याची ही अशी मित्तलची पद्धत आहे. आता बोलण्यासारखं काही उरलंच नाही.”

आता गी डोलला मदतीची गरज होती आणि ती कुठे मिळेल, ते त्याला नक्की माहीत होतं.

१३

सेव्हरस्टाल, चेरेपोव्हेट्स, आग्नेय रशिया

अलेक्सी मोर्दाशोव्ह हा रशियातला चाळीस वर्षांचा तरुण अब्जाधीश, आपल्या पोलाद उद्योगातल्या कारकिर्दीविषयी पाहुण्यांशी बोलताना म्हणाला होता, ''वाळवंटातून प्रवास करताना माझा उंट त्या तांड्यात सर्वांत शेवटी होता. अचानक गोष्टी बदलल्या. ती रांग उलट्या दिशेने जायला लागली आणि मी सर्वांत पुढे होतो.'' त्या पाहुण्याचं नाव होतं ॲलेन डेव्हेझ्रॅक. फोर्ब्सच्या जगातील श्रीमंतांच्या यादीत, ७.६ बिलियन संपत्ती असलेल्या मोर्दाशोव्हचा चौसष्टावा क्रमांक होता आणि त्याची संपत्ती वाढतच होती. दिसायला उमदा आणि तरतरीत असलेला मोर्दाशोव्ह, मॅनहटनच्या किंवा मेफेअरच्या ऑफिसात शोभून दिसला असता.

रशियामधल्या तिसऱ्या क्रमांकाच्या सेव्हरस्टाल या पोलाद कारखान्याचा अध्यक्ष आणि प्रमुख कार्यकारी अधिकारी असलेल्या मोर्दाशोव्हला आपल्या भरभराटीचं वर्णन करताना उंटाच्या तांड्याचं उदाहरण द्यायचा मोह आवरत नसे. नॉर्थुम्ब्रियामध्ये MBA ची पदवी घेतलेला मोर्दाशोव्ह सफाईदार इंग्रजी बोलत असे. मी योग्य वेळी योग्य जागी होतो आणि नशिबाने जे हाती पडलं ते स्वीकारलं, असं आपल्या यशाच्या गुरुकिल्लीचं गमक सांगताना तो म्हणायचा. त्याला सेव्हरस्टालचा ताबा मिळालाच. सोबत कच्च्या लोखंडाच्या खाणी, कोळशाच्या खाणी, रेल्वे लाईन, विश्वविद्यालय आणि एक आईस हॉकी खेळणारा संघही मिळाला.

मॉस्कोच्या उत्तरेस ६२० कि.मी. आणि सेन्ट पीटर्सबर्गच्या पूर्वेस ४७५ कि.मी. अंतरावर असलेल्या चेरेपोव्हेट्सच्या बाजूने वोल्गा-बाल्टिक नद्या वाहत होत्या, सेन्ट पीटर्सबर्ग-एकाटेरिन्बर्ग रेल्वे दुसऱ्या बाजूने जात होती, त्यामुळे इंधनाचा आणि कच्च्या मालाचा निर्वेध पुरवठा होत होता. त्याच्या उद्योगसमूहात

एक लाख कर्मचारी होते आणि त्याची वार्षिक उलाढाल ११.५७ अब्ज डॉलर्सची होती.

रशियाच्या गुंडांनी पछाडलेल्यांना ओलिगार्च हे गुंडप्रवृत्तीचे वाटत; पण मोर्डाशोव्हच्या बाबतीत तसं काहीच दिसत नव्हतं. हे जरी खरं असलं तरी त्याच्या व्यवस्थापनाच्या पद्धतीविषयी आणि चेरेपोव्हेट्समध्ये तो कसा प्रबळ झाला, याविषयी कुतूहल जागवणाऱ्या अनेक गोष्टी एकायला मिळतात. काहींच्या मते, तो जबरदस्त होता आणि त्याच्या वाटेला शहाण्या माणसाने न गेलेलंच बरं. इतरांच्या मते, तो विचारी, मनमोकळा, अथक परिश्रम करणारा उद्योजक होता आणि रशियातल्या लोकांना अभिमान वाटावा असा होता. सफाईदार जर्मन आणि इंग्रजी बोलणारा मोर्डाशोव्ह, कुठल्याही पाश्चात्त्य उद्योगपतीच्या समोर बसण्याच्या लायकीचा होता.

पोलाद कारखान्याच्या धुरकट आणि घुसमटलेल्या वातावरणात वाढत असलेल्या मोर्डाशोव्हला कारखान्याचा मॅनेजर व्हायचं होतं. १९८८ साली लेनिनग्राड इंजिनिअरिंग इकॉनॉमिक इन्स्टिटय़ूटमधून पदवी घेतल्यावर त्याला चेरेपोव्हेट्स स्टीलवर्कमध्ये वाणिज्य विभागात नोकरी मिळाली. याच कारखान्यात त्याचे आईवडील किरकोळ पगारावर कामाला होते. लेनिनग्राडमध्ये तरण्या मोर्डाशोव्हची, अनातोली चौबायस नावाच्या गृहस्थाशी ओळख झाली. रशियात झालेल्या खाजगीकरणाच्या मोहिमेच्या या खंद्या पुरस्कर्त्याने त्याच्या आयुष्यावर अतिशय प्रभाव टाकला होता.

रशियन पद्धतीनुसार काम करणाऱ्या या कारखान्यात मोर्डाशोव्हने काही वर्षं व्यवस्थित काढली. त्याच्या कामसू वृत्तीने आणि विनम्र स्वभावाने त्याची इतरांवर छाप पडत असे. या गुणांच्या जोरावर त्याची उच्च शिक्षणासाठी निवड झाली. दोन वर्षांनी रशियन साम्राज्य कोसळल्यावर, तो ऑस्ट्रियातील फोएस्ट अल्पाईन या कारखान्यात प्रशिक्षणार्थी म्हणून गेला. इथे त्यांने पाश्चात्त्य पद्धतीच्या अर्थव्यवस्थेचा अभ्यास केला. सत्ताविसाव्या वर्षी परत रशियात आल्यावर त्याची लोउरी लिपाउखीनेच्या हाताखाली नेमणूक झाली. अर्थकारणात तरबेज असलेल्या मोर्डाशोव्हला, लिपाउखीनेने सेव्हेरस्टालच खाजगीकरण करण्याचं काम सांभाळण्यास सांगितलं. येल्स्टीनच्या कारकिर्दीची ही सुरुवात होती. रशियन नागरिकांना आता भांडवलशाहीची प्रथमच ओळख होत होती. ते ज्या कारखान्यात काम करत होते, त्या कारखान्याकडून त्यांना एक पावती दिली जायची, नंतर त्याच शेअर्समध्ये रूपांतर होणार होत.

१९९६ साली वयाच्या एकतिसाव्या वर्षी मोर्डाशोव्ह सेव्हेरस्टालचा प्रमुख कार्यकारी अधिकारी झाला. ह्या बातमीकडे पाश्चिमात्यांचंही लक्ष गेलं. फोर्ब्स मासिकाच्या, पॉल क्लेबेनिकॉव्ह या वार्ताहाराच्या तर्काप्रमाणे मोर्डाशोव्हने आपल्या वरिष्ठाला हुसकावून लावून ही जागा बळकावली होती. सेव्हेरस्टालने आपल्या कर्मचाऱ्यांना शेअर्स दिले होते आणि ते शेअर्स त्यांच्या मनाप्रमाणे विकण्याचा त्यांना हक्क होता.

अर्थातच पटकन मिळणाऱ्या रोख पैशांकरता ते विकण्याचा मोह अनेकांना आवरता आला नाही. नेमका याच गोष्टीचा फायदा घेऊन, मोर्डाशोव्हने सेव्हेरस्टालच्या गडगंज पैशांचा वापर करून ते शेअर्स बळकावल्याचा आरोप क्लेबेनिकॉव्हने केला होता. दूरदृष्टी मोर्डाशोव्हची महत्त्वाकांक्षा मोठी होती. जागतिक बाजारात पोलादाची मागणी वाढणार असल्यामुळे, त्या शेअर्सचे भाव वाढत जाणार होते. याला हात चलाखी म्हणायचं का? नाही, हा फक्त संधी साधण्याचा प्रकार होता, त्याच मासिकात मोर्डाशोव्ह ठासून लिहितो, "आम्ही काही सक्तीने बळकावलं नाही, कोणाचा हात पिरगळला नाही, सरकारी बळाचा वापर केला नाही किंवा भ्रष्टाचार केला नाही," त्याने फोर्ब्सला कळवलं.

मोर्डाशोव्ह आता सेव्हेरस्टाल सुधारण्याच्या कामाला लागला होता. रशियाच्या प्रगत अर्थव्यवस्थेत आपल्या कंपनीला वाढण्याची फार मोठी संधी चालून आल्याचं त्याला जाणवलं; पण त्याला देशांतर्गत प्रतिस्पर्ध्यांना तोंड द्यावं लागत होतं. रोमन ॲब्रामोव्हीच या उद्योगपतीची, एव्हराझ ही कंपनी रशियात आघाडीची उत्पादक होती. नोव्होलिपेट्स्क मेटॅलर्जिकल कंबाईन ही दुसऱ्या क्रमांकाची होती आणि देशातल्या एकूण लोखंडाच्या उत्पादनाच्या ५० टक्के उत्पादन हे दोन उद्योग करत होते.

यांच्याशी स्पर्धा करायची तर, सेव्हेरस्टालच्या कारखान्यांचं आधुनिकीकरण करून तिथे नवीन तंत्रज्ञान आणावं लागलं असतं. त्याचबरोबर काही कोळशाच्या खाणी ताब्यात घेऊन इंधनाचा सतत पुरवठा होत राहील याची खाबरदारी घ्यायला हवी होती. सेव्हेरस्टालच्या मालकीच्या अनेक खाणी आणि रेल्वेमार्ग असल्यामुळे त्यांचा उत्पादन खर्च कमी होता. मोर्डाशोव्हने सर्वच आघाड्यांवर जोमात काम करायला सुरुवात केली. मॉस्को आणि सेन्ट पीटर्सबर्गच्या मध्ये आडबाजूला त्याचा कारखाना असल्यामुळे, संपर्क ठेवण्यात अडचणी येत होत्या, म्हणून त्यांनी एक विमान कंपनी खरेदी केली. बाहेरच्या देशात सहभागाने प्रकल्प उभारून कंपनीची उलाढाल वाढवली. परदेशात व्यापारी संबंध स्थापण्यासाठी त्याने सर्वांत प्रथम गी डोलशी संपर्क साधला.

१९९६ साली युसिनॉरच्या कामाची आखणी करणाऱ्या विभागाचा, गी डोल प्रमुख असताना, मोर्डाशोव्ह त्याला प्रथम भेटला होता. पोलाद उद्योगाच्या भवितव्याबद्दल दोघांचीही मत मिळतीजुळती असल्यामुळे ते जास्त जवळ आले. डोलशी हातमिळवणी केल्यामुळे मोर्डाशोव्हला प्रचंड प्रगती करण्याचा मार्ग दिसू लागला होता, तर सेव्हेरस्टालशी भागीदारी करून डोलला नवीन ग्राहकपेठ उपलब्ध होणार होती – रशियातला स्वयंचलित वाहनउद्योग. युसिनॉरकडे फारशी गंगाजळी उपलब्ध नसल्यामुळे डोलला लगेचच हालचाल न करता थांबावं लागणार होतं, तरीसुद्धा त्याने मोर्डाशोव्हशी

(डोल याला आपला पित्तू समजत असे) संबंध टिकवून ठेवले होते.

२००२ साली, नव्यानेच स्थापन झालेल्या आर्सेलरच्या प्रमुखपदी विराजमान झाल्यावर डोलच्या हातात जास्तीचा पैसा खेळू लागला आणि त्याने लगेचच आपल्या रशियन मित्राकडे मोर्चा वळवला. सुरुवातीला त्यांनी दोन प्रकल्प भागीदारीत चालू केले – पहिला होता, मोटारउद्योगासाठी लागणारे पोलादी पत्रे बनवणारा कारखाना, सेव्हरगाल आणि दुसरा होता लोखंडाची तार बनवण्याचा कारखाना. कॅनडातल्या डोफॅस्को कारखान्याच्या धरतीवर सेव्हेरगाल कारखाना उभारला होता : पत्र्याला मुलामा देण्याचा कारखाना बांधून देण्याच्या बदल्यात, सेव्हरगालचे २० टक्के शेअर्स आर्सेलरला मिळणार होते. रशियातल्या मोटारउद्योगासाठी लागणाऱ्या पोलादाच्या बाजारात आर्सेलरचा चंचूप्रवेश होणार होता.

त्या वर्षाच्या अखेरीस डोलने सेव्हेरस्टालशी जास्त संबंध वाढवण्याचा प्रयत्न सुरू केला. ''आपल्या संबंधांना आता बळकटी आली आहे, आता आर्सेलरला सेव्हेरस्टालमध्ये थेट भागीदारी द्यावी, असं मी सुचवतो,'' एका अनौपचारिक भेटीत डोलने प्रस्ताव मांडला. पुतिनला रशियामध्ये पाश्चात्त्य कंपन्यांचा सहभाग व गुंतवणूक हवी होती आणि त्याचा फायदा घेत इतर युरोपियन कंपन्या आता तेल आणि नैसर्गिक वायूंच्या उद्योगांत गुंतवणूक करायला लागल्या होत्या. रशियन उद्योगात आधुनिक व्यवस्थापनाचा आणि व्यवहारातील पारदर्शकपणाचा अजूनही अभाव असल्यामुळे, अर्थातच रशियाशी व्यवहार करण्यात तसा धोकाही होता. गी डोलला मात्र ही संधी सोडायची नव्हती.

त्याने आपल्या बाजूने मोर्डाशोव्हशी संपर्क चालूच ठेवला होता. एकदा पोलाद उद्योजकांच्या संमेलनात मोर्डाशोव्ह भेटला असता, तो त्याला म्हणाला, ''हे बघ आपल्या दोघांचा व्यवसाय एकाच प्रकारचा आहे. आपण दोघंही उच्च दर्जाच्या पोलादाची निर्मिती करतो. शिवाय आपल्या कार्यक्षेत्राच्या भौगोलिक सीमाही एकमेकाला छेदत नाहीत. मी माझ्या लक्सेम्बर्गच्या सहकाऱ्यांशी बोलणं केलं तर ते माझं ऐकतील.''

मोर्डाशोव्हलाही जागतिक बाजारात आपलं नाव काढण्याची इच्छा होतीच आणि अशी संधी तो सोडणार नव्हता. ''आपण दोघांनी कोणत्या प्रकारच्या प्रकल्पात गुंतवणूक करून दोन कंपन्या स्थापन करायच्या, याची चाचपणी करायला हवी,'' तो डोलला म्हणाला.

या जर तर अशा स्वरूपाच्या चर्चेत, संयुक्त प्रकल्प स्थापन करत असतानाच आर्सेलरला सेव्हेरस्टालने त्यांच्या कंपनीत २ टक्के हिस्सा द्यावा आणि पुढे तो क्रमाक्रमाने वाढवत ५ आणि १० टक्क्यांच्या मध्ये ठेवावा, अशी डोलने सूचना केली. इतका वेळ एकत्र काम केल्यावर, संपूर्ण भागीदारी करण्यास दोन्ही कंपन्या

सुयोग्य आहेत का, ते यामुळे ठरवता आलं असतं. या दिशेने डोलची मर्जर ॲन्ड ॲक्विझिशनची तज्ज्ञमंडळी कामाला लागली तेव्हा सेव्हेरस्टालच्या वास्तविक मूल्याचा हिशेब लावणं, हे फार अवघड काम असल्याचं त्यांच्या लक्षात आलं; पण ते सहभागाच्या दृष्टीने फार गरजेचं होतं. सेव्हेरस्टालच्या कारखान्याचं मूल्य ठरवण्याचं काम, तसं सोपं असलं तरी त्यांच्या ताब्यात असलेल्या खाणींचं वास्तविक मूल्य ठरवण्याचं काम किचकट होतं आणि ते करण्यासाठी बाहेरच्या तज्ज्ञमंडळींची मदत लागली असती.

२००४ सालापर्यंत, सेव्हेरस्टालला ६.६ अब्ज डॉलर्सच्या उलाढालीवर १.४ अब्ज डॉलर्स नफा झाला होता. 'आता इतर प्रगतीशील संस्थापक कंपन्यांचं अनुकरण करत, सेव्हेरस्टालने आपले काही शेअर्स लंडनच्या शेअरबाजारात विक्रीसाठी आणावेत,' असं डोलने मोर्डाशोव्हला सुचवलं, असं केल्याने सेव्हेरस्टालचं खरं मूल्यमापन झालं असतं आणि ते आर्सेलरमध्ये गुंतवणूक करणाऱ्या भागीदारांना मान्य झालं असतं.

नेमकी हीच गोष्ट मोर्डाशोव्ह करू शकत नव्हता आणि त्याला करायचीही नव्हती. "त्यासाठी आत्ताची वेळ अयोग्य आहे; पण आपली कल्पना चांगली आहे आणि आपण तिचा आढावा घेत राहिलं पाहिजे," मोर्डाशोव्ह म्हणाला.

मोर्डाशोव्ह हे करायला अनेक कारणांनी कचरतो आहे, असा डोलला संशय आला. पहिलं म्हणजे सेव्हेरस्टालमध्ये मोर्डाशोव्हचे ९० टक्के मालकी हक्क होते आणि ते कमी करायला तो राजी नव्हता. सेव्हेरस्टालला भांडवलाची गरज होती. त्याच्यासमोर अनेक कंपन्या ताब्यात घेण्याचे प्रस्ताव होते आणि ते करून तो आंतरराष्ट्रीय पातळीवर जास्त चमकू शकत होता. आता त्याने धडाक्याने कंपन्या ताब्यात घ्यायला सुरुवात केली. युएस स्टीलला मागे टाकत, प्रथम त्याने दिवाळ्यात निघालेली रोग स्टील, २८.५ कोटी डॉलर्सला खरेदी केली. नंतर त्याने इटलीमधल्या दुसऱ्या क्रमांकाच्या, ग्रुपो लुचिनी या संकटात असलेल्या, पोलादाचं उत्पादन करणाऱ्या कारखान्याचा ७०% हिस्सा विकत घेतला.

गी डोल हे कौतुकाने पाहत होता. हा तर आणखी एक तरुण मित्तल तयार होत आहे, त्याने विचार केला; पण मग इतकं असूनही हा लंडनच्या शेअरबाजारापासून लांब का राहात आहे? आर्सेलरशी समझोता करण्याची शक्यता का नाकारत आहे? तसं झालं तर मित्तल स्टीललाही आर्सेलरचा ताबा मिळवणं अवघड झालं असतं. आता मित्तलपासून मोठा धोका होता आणि तो वाढतच चालला होता.

व्हॅडिम मकॉव्ह, सेव्हेरस्टालची धोरणं आणि नियोजन आखाणारा, मोर्डाशोव्हचा दुय्यम संचालक होता. त्याचा सल्लाही मोर्डाशोव्ह जुमानत नव्हता. आता तर त्याने बँका आणि विमायोजनेत निवेश करायला सुरुवात केली होती. रशियातला REN-

TV हा शेवटचा सरकारच्या ताब्यात असलेला टीव्ही चॅनेल त्याने विकत घेतला. हा घेताच तो एका वेगळ्या कारणाने प्रसिद्धीच्या झोतात आला. रशियाची माजी धावपटू ओल्गा रोमोनोव्हा त्या वाहिनीवर एक कार्यक्रम सादर करत असे. रशियाच्या उपपंतप्रधानाच्या मुलाने आपल्या मोटारीने एका वृद्ध बाईला उडवलं असूनही त्याच्याविरुद्ध काही कारवाई न झाल्याचं तिने तिच्या कार्यक्रमात सांगितल्यामुळे, मोर्डाशोव्हने तिचा कार्यक्रमच रद्द केला, तेव्हा आंतरराष्ट्रीय स्तरावर या बातमीला प्रसिद्धी मिळाली होती. याचा अर्थ आत्तापर्यंत जाणीवपूर्वक राजकारणापासून दूर राहिलेला मोर्डाशोव्ह आता राजकारणात ढवळाढवळ करणार होता का? तो जरी व्लादिमारच्या मर्जीतला असला तरी रशियाची धोरणं काही त्याच्यासाठी बदलणार नव्हती.

उलाढालीच्या दृष्टीने सेव्हेरस्टालला २००५ साल भरभराटीचं गेलं आणि आता जागतिक मंचावर मोर्डाशोव्ह मजेत वावरत होता. रशियातील राजकीय मुत्सद्यांमध्ये मोर्डाशोव्हची ऊठबस वाढली होती. पुतीनचा हा मानसपुत्र आता रशियाला वर्ल्ड ट्रेड ऑर्गनायझेशनने मान्यता द्यावी यासाठी प्रयत्नशील होता.

शुक्रवार, २७ जानेवारीला लक्ष्मी मित्तलने आर्सेलरचा प्रस्ताव मांडल्याची बातमी तातडीने मॉस्कोत धडकली, तेव्हा मोर्डाशोव्ह आपल्या टेस्टकीन स्ट्रीटवरील, २-३ के या सेव्हेरस्टालच्या ऑफिसात काही गुंतागुंतीची प्रकरणं निस्तरण्यात मग्न होता. त्याचा संधिसाधूपणा आता झेपावला होता. त्याने फोनकडे नजर टाकली आणि हसला. आता काही काळच वाट बघावी लागेल, त्याने विचार केला आणि तीन दिवसांत त्याला अपेक्षित असलेला फोन आला. त्याने फोन उचलला. तो ॲलेन डेव्हेझॅकचाच होता.

"अर्थातच मला गीला भेटायला आवडेल." डोल आता परत सहयोगाच्या गोष्टी करत होता; पण यावेळी शिष्याने कुरघोडी केली होती. आता त्यांच्या गोट्या माझ्या हातात असतील, असं मनाशीच म्हणत, त्याने स्वत:चंच अभिनंदन केलं.

१४

मंगळवार, ३१ जानेवारी, सकाळचे ९:३०

बर्कले स्क्वेअर हाऊस, लंडन

सप्ताहात दोन वेळा होणाऱ्या बैठकीसाठी सुधीर महेश्वरी आपल्या अग्रस्थानी स्थानापन्न झाला होता. बैठकीला बँकांचे अधिकारी, वकील आणि संपर्काधिकारी जमले होते. गी डोलने मित्तलच्या पैशांविषयी काढलेले उद्‌गार, भारतीय लोकांची कंपनी म्हणून केलेली हेटाळणी आणि आदित्य मित्तलविषयी दाखवलेला तिरस्कार, ह्यामुळे वार्ताजगत आवाक झालेलं होतं. ब्रिटन आणि युरोपातल्या वर्तमानपत्रात छापून आलेल्या बातम्यांचा अभ्यास करून, त्याला कशा पद्धतीने उत्तर द्यायचं, यावर खलबतं झाली.

डोलच्या वक्तव्याची कटुता झाकोळण्याच्या प्रयत्नात आर्सेलरच्या जनसंपर्क विभागाचे (यात वीस लोकांचा समावेश होता आणि काही कारणामुळे ते मुख्यालयाच्या शेजारच्या इमारतीतून काम करत असत.) कार्यरत झाले. प्रचाराच्या युद्धातील पहिला तीर त्यांनी त्या सकाळी सोडला : ओळीने दुसऱ्यांदा आर्सेलरच जागतिक पातळीवरील प्रमुख असलेल्या १०० यशस्वी उद्योगांच्या यादीत नाव आलं होतं. १०० नावांच्या यादीत, आर्सेलर *एकमेव* पोलाद उत्पादक होता. "कंपनीला स्थैर्य देण्याच्या आमच्या प्रयत्नांना ही पावतीच मिळाली आहे आणि आर्सेलरच्या प्रगतीत महत्त्वाचा सहभाग असलेल्या आमच्या कर्मचाऱ्यांना हे मोठं बक्षीस मिळालं आहे."

"मित्तलविषयी असले उद्‌गार काढणाऱ्या डोलला आपण असंच सोडून द्यायचं?" मित्तलचे सल्लागार एकासुरात म्हणाले.

"मित्तलना त्याला काहीच उत्तर द्यायचं नाही," निकोला डेव्हिसन म्हणाली. नेमके याच वेळी लक्ष्मी मित्तल आणि आदित्य, पंतप्रधान जाँ-क्लोद जुंकर यांना भेटायला लक्सेम्बर्गला निघाले होते.

“तसं केल्याने आपण डोलच्या पातळीवर उतरल्यासारखं दिसेल,” ग्वाईथने आपल मतं मांडलं.

आर्सेलरद्वारा केल्या जाणाऱ्या प्रत्येक विधानाला समर्पक उत्तर देण्यासाठी, माईटलॅन्डच्या मदतीने निकोला डेव्हिडसनने एका छोट्या गटाची स्थापना केली होती. वार्ताहारांच्या प्रश्नाला बँकांचे अधिकारी उत्तर देणार होते. या सर्वांनी एकत्रितपणे विचार करून, सर्वसंमत आणि एकाच प्रकारची उत्तरं देण्याचं धोरण ठरवण्यात आलं. आर्सेलरने केलेल्या विधानातली विसंगती दाखवण्यासाठी कशा प्रकारचा शब्दप्रयोग करायचा किंवा त्यांनी केलेल्या चुकीच्या विधानांचा कसा फायदा करून घ्यायचा, याची रूपरेषा ठरवली गेली. कोणीही यात बदल न करण्याचं बंधन पाळायचं ठरलं.

डोलने केलेल्या अनेक विधानांवर, ते त्याचा अपमान न करता, प्रतिहल्ला चढवू शकत होते. ‘फिनान्शिअल टाइम्स’च्या ‘स्टेनलेस स्टील डील’ या सदरात, मित्तलने देलेल्या खुलाशानुसार : मित्तलचा प्रस्ताव स्वीकारणं म्हणजे कामगार कपातीला आमंत्रण देण्यासारखं आहे; या बातमीवर : आर्सेलरने गेल्या दोन वर्षांत १०,००० कार्मचाऱ्यांना कामावरून कमी केल्याचा खुलासा करण्यात आला. मित्तलने अनेक देशांतल्या कंपन्यांत समाधानकारक उत्पादन आणि गुंतवणूक होत असल्यामुळे, त्या सरकारांच्या तो पसंतीस उतरला होता, असंही सुदैवाने त्या लेखात छापून आलं होतं.

वॉल स्ट्रीट जर्नल युरोपच्या म्हणण्याप्रमाणे : मित्तलचं मुख्यालय लंडनला आहे तर, तो ॲम्स्टरडॅमच्या बाजारात पंजीकृत आहे, तेव्हा तो इतरांइतकाच युरोपियन आहे. मुख्य म्हणजे दोन्ही कंपन्यांचे शेअर्सचे भाव उत्तम आहेत. २७ जानेवारीला, मित्तलच्या शेअर्सचा भाव ३४.२६ वरून ३६.२० झाला होता. आर्सेलरचा भाव २८.५४ होता, तो २८.९ वर स्थिर होता आणि याच दिवशी मित्तलने प्रस्ताव दिला होता. मित्तलच्या फायद्याची एक गोष्ट म्हणजे आता फ्रान्समधले यु.डी. कोलन बनवणारे उत्पादक, आपल्या उत्पादनाची दुय्यम दर्जाच्या पोलादाशी तुलना करून अपमानित केल्याबद्दल, गी डोलच्या मागे हात धुवून मागे लागले होते. बिचाऱ्या गी डोलच्या मनासारखं काहीच होत नव्हतं, हे मित्तलच्या सल्लागारांना जाणवलं; पण निकोला डेव्हिडसन मात्र हसत नव्हती. “ती परफ्युम आणि यु.डी.कोलनची उपमा फार अचूक होती, ती ऐकायला चांगली वाटते आणि खरा प्रकार चटकन डोळ्यांसमोर येतो,” निकोला म्हणाली.

“पण ते खरं नाही,” जेरेमी फ्लेचर म्हणाला.

“ते जरी खरं असलं तरी आपण कसं प्रत्युत्तर करायचं ते जास्त हुशारीने ठरवायला हवं,” निकोला म्हणाली.

आता संभाषणाची गाडी आर्सेलरच्या विधिविषयक सल्ला देणाऱ्यांकडे वळाली. ‘‘त्यांनी स्काडेन, आर्प्सची नेमणूक केली आहे. किती दम आहे त्यांच्यात?’’ महेश्वरीने पीएर ईव्ह शाबेरला विचारलं.

‘‘प्राप्ती आणि विलीनीकरणाच्या प्रकरणात ते नक्कीच नावाजलेले आहेत. जर स्कॉट सिंप्सनला हे काम आपण दिलं तर मग आक्रमक युद्धच झडेल,’’ शाबेर म्हणाला.

दुपारी १:३० वा.

पंतप्रधानांचं कार्यालय, लक्सेम्बर्ग सिटी

सतत तीन वेळा पंतप्रधान म्हणून निवडून आलेला जाँ-क्लोद जुंकर आपल्या भावना काबूत ठेवण्याचा प्रयत्न करत होता. २००५ साली त्याच्या युरोपातल्या सहकाऱ्यांनी सर्वोत्तम पंतप्रधानाचा किताब दिला होता. युरोपियन बाजारात ब्रिटनला काही सवलती हव्या होत्या, त्या मुद्यावर त्याची पंतप्रधान टोनी ब्लेअरशी चकमक झडल्यापासून तो युरोपात जास्तच लोकप्रिय झाला होता. मात्र आता घरच्या मैदानावरच त्याला संकटांनी घेरलं होतं. आपल्या लोकसभेतल्या सहकाऱ्यांना तो मित्तलच्या प्रस्तावावर सरकारच्या भूमिकेसंबंधी थोड्या वेळात खुलासा करण्याच्या बेतात होता. पश्चिमेला बेल्जियमच्या सीमेवर असलेल्या रे दाँजेस्युर आत्तेर या लहानशा खेड्यात जन्म झालेल्या आणि पोलादाच्या कारखान्यात काम करणाऱ्या पालकांच्या पोटी जन्माला आलेल्या जुंकरच्या दृष्टीने ही त्याला खाजगी बाब असल्यासारखी वाटत होती. त्याच्या नसानसांत पोलाद भिनलं होतं.

सकाळीच सेनिंगेन कॅसलमध्ये, मित्तल आणि आदित्यशी झालेल्या बैठकीत त्यांनी हे स्पष्ट शब्दांत बोलून दाखवलं होतं. शहाराच्या बाहेर दूरवर असलेल्या, वनश्रीने नटलेल्या, सुनसान जागी त्याने क्रेक आणि फ्रिडनसह मित्तलद्वयांची भेट घेतली, कारण त्यांना नुसतं भेटल्याचंही लोकांच्या कानावर पडायला नको होतं. त्यांची बैठक सौहार्दपूर्ण वातावरणात पण फार थोडा वेळ झाली. मित्तलने ज्याप्रकारे हा प्रस्ताव सादर केला त्याविषयी सरकारच्या प्रक्षोभित भावना, त्याने स्पष्ट शब्दांत सांगितल्या.

‘‘आम्हाला यातलं काही एक समजलेलं नाही आणि समजून घेण्याची गरज नाही,’’ पंतप्रधान रोखून पाहत म्हणाले.

हा व्यवहार मैत्रीपूर्ण करण्याचा प्रयत्न कसा फसला ते मित्तलने समजावून सांगितलं. शिवाय जर ह्या व्यवहाराचा युरोपला आणि खास करून लक्सेम्बर्गला

कसा फायदा होईल तेही पटवून देण्याचा प्रयत्न केला. मात्र हे सांगत असताना त्याला राजकीय विरोधालाच जास्त तोंड द्यावं लागणार आहे, याची त्याला कल्पना आली. ते बरोबरच होतं.

जुंकर जरी राजकारणात मुरलेला असला, तरी त्याला आपल्या भावना लपवता आल्या नाहीत. आंतरराष्ट्रीय वाटाघाटीच्या वेळी त्याची सतत साथ देणाऱ्या, गी शुल्लॉँशी त्याने चर्चा केली. या घटनेचा त्याच्या लहानशा देशावर फार मोठा परिणाम झाला असता. त्यांच्या युतीच्या सरकारचा मतदारांवर नक्कीच प्रभाव होता; पण जर मित्तलचा विजय झाला असता, तर ते विरोधातही गेले असते. इथे देशांनी नुसतंच घरातलं सोनंनाणं विकण्याचा प्रश्न नव्हता, तर सर्वच किडुकमिडुक विकायला हे सांगत होते. आता सरकार काय करू शकणार होतं?

सभागृहातील साठ लोकप्रतिनिधींसमोर बोलण्यासाठी, दुपारी दोन वाजता जुंकर उठला. शेजारी क्रेक आणि फ्रिडेन बसलेले होते. पंतप्रधानांचं भाषण टीव्हीवरून दाखवलं जात होतं आणि क्रेकच्या चार दुय्यम सहकाऱ्यांपैकी जॉर्ज स्मिथ ते ऐकत होता. स्मिथची आर्सेलरच्या संचालक मंडळावर सरकारचा प्रतिनिधी म्हणून नियुक्ती झाली होती. सुरुवातीला १९९२ साली आर्बेडच्या संचालक मंडळावर याची नियुक्ती झाली होती आणि नंतर २००२ साली आर्सेलरची स्थापना झाल्यावरही ती कायम राहिली. बावन्न वर्षांचा, चष्मा लावणारा स्मिथ खराखुरा लक्सेम्बर्गचा रहिवासी शोभत होता. गेल्या अठ्ठेचाळीस तासांत घडलेल्या घटनांनी तो फारच अस्वस्थ झाला होता. तो वरकरणी जरी शांत दिसला तरी मित्तलचा पराभव करण्याची त्याला मनातून प्रबळ इच्छा होती.

सभागृहात बोलताना पंतप्रधानांच्या हातात कुठलंही छापील भाषण नव्हतं. त्यांनी एखाद्या तत्त्ववेत्याप्रमाणे, पण मोजकेच विचार आपल्या लक्सेम्बर्गीश भाषेत मांडले. त्यांच्या भाषणातून त्यांचा कल नक्की कुठल्या बाजूला आहे, ते लक्षात येत होतं. मुक्त अर्थव्यवस्थेत हा प्रस्ताव रोखण्यासाठी सरकारच्या हातात कसलीच नियामक तरतूद नसल्यामुळे, येणारा काळ कठीण आहे हे उपस्थित सभासदांच्या लक्षात आलं. आर्सेलरच्या स्थापनेच्या आधी, आर्बेड कंपनीत लाखो लक्सेम्बर्ग फ्रँक्स तिथल्या नागरिकांनी ओतले होते आणि ते त्यांना फार खुपत होतं. आर्सेलरच्या बांधणीत त्यांच्या देशाचा मोठा सहभाग होताच आणि त्याचं मुख्यालय लक्सेम्बर्गमध्येच राहण्यासाठी, त्यांनी जिवापाड प्रयत्न केले होते. आता त्यांचा पिटुकला देश अथवा मोठा भाऊ ब्रुसेल्स, हा व्यवहार रोखण्यास असमर्थ होते. बचावासाठी त्यांना स्पर्धात्मक कायद्याचाही उपयोग करून घेता येत नव्हता.

''इथे पैशांचा प्रश्न नाही, कारण मित्तलचा प्रस्ताव जर मान्य केला, तर आपले शेअर्स विकून आपल्याला एक अब्ज डॉलरचा फायदा खिशात टाकता येईल आणि

आपल्या देशाच्या वार्षिक उत्पन्नाच्या ती रक्कम दुपटीनं असेल,'' जुंकर सभासदांना सांगत होता. ''पण आपल्याला हे करायचं नाही... आपल्याला सट्टेबाजी करून, कुठलाही नफा कमवायचा नाही.'' आपला आवाज चढवत तो म्हणाला, ''नाही, आपल्याला युरोपियन व्यवस्थापन पद्धतीचा अवलंब करणाऱ्या, युरोपियन सामाजिक बांधिलकी स्वीकारणाऱ्या, युरोपियन वातावरणातल्या, युरोपियन कंपनीचा एक महत्त्वाचा घटक म्हणून राहायचं आहे आणि त्याचं मुख्यालय इथेच असायला हवं.''

पोलादाच्या उत्पादनात जगात आघाडीवर असलेल्या या कंपनीचा महत्त्वाचा घटक म्हणून स्थान मिळवण्यासाठी, या सरकारने अनेक आव्हानांना तोंड दिल्याचं जुंकरने सभासदांना सांगितलं. आर्सेलरसमूह भागधारकांचे लोकशाही हक्क मानतो, तर मित्तलची विचारप्रणाली ही अभेद्य आणि एकतांत्रिक आहे.

''आपण मित्तलला नकार देऊ या,'' त्याने भाषणाचा समारोप करताना सांगितलं आणि अर्थातच सभागृह टाळ्यांच्या कडकडाटाने दणाणलं. आता तो समविचारी युरोपियन नेत्यांना गाठून, या भारतीयाला जोरकस विरोध करणार होता.

जुंकरच्या भाषणाने, क्रेक, फ्रिडनना आनंद झालाच; पण स्मिथला विशेष आनंद झाला. असंख्य अहवाल, कधीही न संपणाऱ्या विभागीय बैठका आणि डोंगराएवढी कागदपत्रं जमवण्याचं काम केल्याचं सार्थक झाल्यासारखं, त्याला वाटलं. हे मुष्टियुद्ध बराच काळ चालणार होतं आणि ॲव्हन्यू द ला लिबेर्तेवर असलेल्या संचालक मंडळाच्या सभागृहात त्याला जवळून ते पाहता येणार होतं.

नंतर त्याच दिवशी मित्तल, ल बुर्जेला विमानाने जाऊन एलीझे पॅलेसमध्ये फ्रान्सच्या राष्ट्राध्यक्ष शिराकने भेटणार होता. स्पर्धात्मक नियामक मंडळाच्या नेली कोरेसने, मित्तलने दिलेला प्रस्ताव तिच्या अधिकारकक्षात येत असून, तत्त्वत: तिचा या विलिनीकरणाला विरोध नसल्याचं, युरोपियन लोकसभेला सांगितलं होतं आणि त्यामुळे मित्तलची बाजू बळकट झाली होती. अर्थातच हे करताना हा प्रस्ताव नीट पारखून घ्यायला हवा, असं ती म्हणाली. ''माझ्यासमोर तो प्रस्ताव आल्यावर, त्याला लगेचच मान्यता मिळेल असं नाही, कारण आम्ही तो फार बारकाईने तपासणार आहोत.'' हे विधान नक्कीच पाठिंबा दर्शवणारं नव्हतं; पण कमीत कमी ती तटस्थ राहणार होती.

शिराकना भेटायला जात असताना, मित्तल गाडीमध्ये कागदपत्रं चाळत होता. अर्थात शिराकचा पाठिंबा मिळणं हे, गी डोलने मित्तलला वाढदिवसाची भेट देण्याइतकं दुरापास्त होतं. राष्ट्राध्यक्षांशी सौहार्दपूर्ण वातावरणात झालेली भेट फार लवकर संपली. चीनशी स्पर्धा करायला सक्षम युरोपियन पोलाद उद्योगाची आवश्यकता

आहे, विलीनीकरणानंतरही आपल मुख्यालय लक्सेम्बर्गलाच राहील, संचालक मंडळावर बाहेरचे स्वतंत्र संचालक असतील, यांसारख्या आपल्या भावी योजना शिराकना सांगूनही त्याचा त्यांच्यावर काहीच परिणाम होत नव्हता, कारण मुळातच त्यांचा आक्रमकपणे कंपन्या ताब्यात घेण्याला विरोध होता. ते अँग्लो-सॅक्सनपद्धतीच्या मुक्त व्यापाराचा आणि परकीय नागरिकांचाच द्वेष करत असत.

‘‘हा एक केवळ आर्थिक व्यवहार आहे, याच्यात मला कुठलाही औद्योगिक उद्दिष्ट दिसत नाही,’’ बैठक संपल्यावर शिराक म्हणाले.

‘‘मला राजकारण्यांच्या प्रतिक्रियेची भीती वाटत नाही, दुःख होतं. त्यांना या विलीनीकरणाचं महत्त्व पटवून द्यायला हवं आणि त्यासाठी सविस्तर माहिती द्यायला हवी,’’ मित्तलची प्रतिक्रिया.

राजनैतिक गोडबोलेपणा चालूच राहणार होता; पण आता भावना आणि विरोध प्रबळ व्हायला लागले होते.

१५

बुधवार, १ फेब्रुवारी

एलीझे पॅलेस, र्‍यु द्यु फोबुर सांतानोरे, पॅरिस

एलीझे पॅलेससमोर उभ्या असलेल्या वार्ताहारांना आणि छायाचित्रकारांना भेटायला जॉं-क्लोद जुंकर धावतच पायऱ्या उतरला. आपल्या विश्वासू राजकीय सन्मित्राला – जॅक शिराकला – भेटून तो उत्साहित झाला होता. "कुठल्याही परिस्थितीत हा सौदा होऊ द्यायचा नाही, माझा तुला संपूर्ण पाठिंबा आहे," शिराकने जुंकरला सांगितलं.

सकाळी प्रधान द व्हिलपॉंबरोबर झालेली चर्चाही सकारात्मक होती. मित्तलच्या प्रस्तावाला योग्य तो प्रतिसाद देण्यासंबंधी फ्रान्स आणि लक्सेम्बर्गची भूमिका सारखीच आहे. व्हिलपॉंने आज दुसऱ्या वेळेस 'आर्थिक देशप्रेम' हा शब्द वापरला. अमेरिकेतील शीतपेयांच्या उद्योगांत प्रबळ असलेला पेप्सीको, फ्रान्सचा डॅनोने हा खाद्यपदार्थांची निर्मिती करणारा उद्योगसमूह आक्रमकपणे ताब्यात घेण्याचा प्रयत्न करणार आहे, अशी अफवा होती, तेव्हा त्याने हेच म्हटलं होतं. जुंकरला भेटल्यावर, मित्तलच्या प्रस्तावात मैत्रीचा अंशही नाही, असं व्हिलपॉं म्हणाला.

आता फ्रान्सच्या राष्ट्राध्यक्षांचाही वादातीत पाठिंबा मिळाल्यामुळे, जुंकरला आश्वस्त वाटत होतं. त्याने एक छोटंसं निवेदन काढलं : स्पष्ट शब्दांत सांगायचं तर, लक्सेम्बर्गचं सरकार मित्तलच्या आक्रमक प्रस्तावाच्या विरोधात आहे. आम्हाला आर्सेलरच्या विलीनीकरणाचा प्रस्ताव मान्य नाही, कारण आम्हाला तो समजलेला नाही. या प्रस्तावाला पाठिंबा देण्यासाठी कुठलंही, तार्किक, दिखाऊ अथवा संयुक्तिक कारण आम्हाला दिसत नाही. तेव्हा परिणामी आम्ही या आक्रमक बोलीचा आक्रमकतेनेच विरोध करतो.

या बातमीच्या मथळ्याने लक्सेम्बर्गचा नेता पहिल्या पानावर झळकला खरा; पण हे बोलल्याबद्दल तो दिवसभर पश्चात्ताप करणार होता.

ब्रुसेल्समधल्या, पिटर मन्डेलसन या व्यापार आयुक्तांच्या टेबलावर असलेल्या टपालातील महत्त्वाचं पत्र कोणतं, हे विचारण्याची गरजच नव्हती. भारतातल्या वाणिज्य आणि उद्योगविभागाच्या, कमलनाथ नावाच्या मंत्र्याने एक निषेधाचं पत्र पाठवलं होतं. मित्तलप्रमाणेच याचं शिक्षण सेन्ट झेवियर्स कॉलेजात झालं होतं. साठीला आलेला हा धूर्त गृहस्थ भारतातल्या देशांतर्गत आणि बाहेरच्या गुंतवणुकीच्या विभागाचा प्रमुख होता. पत्रात लिहिलं होतं की, शेजारी देशांतले व्यापार वाढवण्याच्या संदर्भात, उदाहरणार्थ, मित्तल-आर्सेलर यांचा व्यवहार वर्ल्ड ट्रेड ऑर्गनायझेशनच्या पुढाकाराने चालेल्या बहुस्तरीय वाटाघाटी, जर युरोपियन संघराज्यांनी मित्तल स्टीलच्या प्रस्तावात अडथळे आणले, तर सपशेल बारगळू शकतात.

गी डोलच्या पोरासोरांचे पैसे आणि भारतीयांची कंपनी यांसारख्या उद्गारांनी, भारतात आधीच गदारोळ माजला होता आणि युरोपात होणाऱ्या हटवादी, वांशिक हल्ल्यांपासून, आपल्या आवडत्या अनिवासी उद्योगपतीचा बचाव करण्यासाठी, भारतातले प्रमुख नागरिक सरसावले होते. हा काळ जागतिकीकरणाचा, सीमेपार व्यापाराचा आणि मुक्त अर्थव्यवस्थेचा आहे, नाथने वार्ताहारांना सांगितलं. इथे गुंतवणूकदारांच्या त्वचेच्या रंगाने त्याला ओळखलं जात नाही... त्या देशाच्या प्रचलित कायद्यानुसारच निर्णय घेतला जावा. आता ह्या प्रकरणाचा मध्यबिंदू ॲटलांटिक महासागराकडून इंडियन ओशनच्या दिशेने सरकत असल्याचं, फ्रान्स सरकारच्या लक्षात आलं. ह्या प्रकारच्या प्रतिक्रिया पाहिल्या, की युरोप ज्या जागतिकीकरणाचे ढोल बडवतो, ते पचवायची मानसिकता अजूनही त्यांच्यात रुजलेली नाही, हेच सिद्ध होतं. युरोपातले देश त्यांच्या नागरिकांना जेवढी संधी देतात, तेवढी इतर देशांच्या नागरिकांना देत नाहीत, हेच दिसून येतं, असा थेट आरोप त्यांनी केला.

युरोपातल्या प्रसारमाध्यमांत आणि वेबसाईटवर सर्रास वापरले जाणारे भारताच्या मंत्रिमहोदयांचे हे शब्द मित्तलच्या जनसंपर्क साधणाऱ्या मंडळींना सुखावत होते, तर आर्सेलरच्या मंडळींना ते कानांत गरम तेल ओतल्यासारखे वाटत होते. आपली ढासळती प्रतिमा सावरण्यासाठी, आर्सेलरची मंडळी धडपडत होती.

त्याच दिवशी युरोपियन मेटल वर्कर्स फेडरेशनने वेगळंच हत्यार उपसलं. बेल्जियम, फ्रान्स, जर्मनी, स्पेन, लक्सेम्बर्ग आणि इटलीच्या कामगार संघटनांनी एकमुखाने जाहीर केलं, की ते मित्तलने आक्रमकपणे दिलेल्या आर्सेलरच्या प्रस्तावाला कडाडून विरोध करतील आणि तो थांबवण्यासाठी सर्वतोपरी प्रयत्न करतील. या संघटनांचे प्रतिनिधी युरोपियन युनियनची धोरणं आखणाऱ्या अधिकाऱ्यांच्या आणि राजकारण्यांच्या भेटी घेऊन, त्यांना आपलं म्हणणं ठासून सांगायला लागली.

पण त्यांच्या दुर्दैवाने मन्डेलसनसमोर त्यांची डाळ शिजली नाही. त्याने तर सरळ जाहीरच करून टाकलं, की या प्रस्तावाचा विचार फक्त आणि फक्त

स्पर्धात्मक कायद्यानुसारच केला जाईल. कमलनाथांची समजूत काढण्यासाठी तो स्वत: दोन दिवसांनी लंडनला गेला. चर्चेअंती दोघांनी एक निवेदन वर्तमानपत्रांना पाठवलं, ''युरोपियन युनियनचा भारत हा महत्त्वाचा भागीदार आहे आणि युनियनलाही भारत आपला महत्त्वाचा भागीदार मानतो. दोहा डेव्हलपमेन्ट अजेन्डा हेच एकमेव उद्दिष्ट सध्या आमच्यापुढे आहे आणि त्यावर आमचं पूर्ण लक्ष आहे, तरीसुद्धा आमच्या दोघांतील व्यापाराला चालना मिळण्यासाठी आम्ही सर्जनशीलपणे विचार करत आहोत.''

या प्रस्तावामुळे गढूळ झालेल्या वातावरणाने एकट्या कमलनाथांचाच संताप झाला नव्हता. आन मोने फोन उचलला. जनसंपर्काचं काम सांभाळण्याचं एक मोठं काम तिने आपल्या इमेज-७ साठी मिळवलं होतं आणि त्या कंपनीच्या अध्यक्षाचा फोन आला होता. तिच्या कंपनीला दिलेलं काम तो काढून घेत होता; पण का असं विचारलं तेव्हा, फ्रेंच सरकारच्या एका उच्चपदस्थ अधिकाऱ्याने तसा दबाव आणल्याचं तो म्हणाला. 'तुझं काम एखाद्या जास्त देशभक्त कंपनीला दे, आन मो आपल्या देशाच्या विरोधात काम करत आहे,' असं त्या अधिकाऱ्याने सांगितल्याचं अध्यक्ष म्हणाले.

संतापलेल्या आनने थिअरी ब्रेताँला फोन लावला. ''थिअरी, हे काय चाललं आहे? आपण सभ्य फ्रेंच माणसं आहोत. हे काही दुसरं महायुद्ध नाही आणि मी काही जर्मनांना लोणी विकत नाहीये.''

कतार देशातल्या दोघांमध्ये २००१ साली झालेल्या, वर्ल्ड ट्रेड ऑर्गनायझेशनच्या बैठकीत, दोहा डेव्हलपमेन्ट अजेन्डाची स्थापना झाली. जागतिक पातळीवर व्यापारवृद्धी व्हावी म्हणून अनेक उपाय या बैठकीत योजले गेले.

१६

गुरुवार, २ फेब्रुवारी, सकाळचे ९:३०

बर्कले स्क्वेअर हाऊस

सप्ताहात घडणाऱ्या दुसऱ्या बैठकीच्या प्रमुखपदी सुधीर महेश्वरी बसला होता. रणनीती आखण्यासाठी, या प्रकरणाचा निकाल लागेपर्यंत, या खोलीत बैठकांचं सत्र सुरूच राहणार होतं. मित्तलला पाठिंबा देणारे बँकांचे अधिकारी आता काचकूच करायला लागले होते. या लढाईचं स्वरूप आता वाढतच चाललं होतं. फ्लेचर, कोट्स आणि स्पीरो योडकीमना आता गी डोल आणि आर्सेलरला झणझणीत उत्तर द्यायचं होतं.

"ही गी डोलची नाटकं आपण किती काळ सहन करणार आहोत?" जेरेमी फ्लेचरने विचारलं.

"मि. मित्तल त्या विषयांबद्दल राजकारण्यांशी बोलत आहेत," महेश्वरीने खुलासा केला. ठरलेल्या धोरणात तो बदल करायला तयार नव्हता. वैयक्तिक हल्ला झाला तर फक्त विल्बर रॉसच त्याला थेट उत्तर देईल. आजारी कंपन्यांचा तारणहार असलेल्या रॉसने, डोलवर हल्ला सुरू केलाच होता. "डोल सर्वमान्य संकेतांच्या बाहेर जाऊन, वंशभेदी शेरे मारत आहे," असा त्याने सरळ सरळ डोलवर आरोप केला होता.

फ्रेंच आणि लक्सेम्बर्गची सरकारं अजूनही जास्तच आक्रमकपणे वागत होती; पण मित्तलच्या गोड बोलण्याच्या स्वभावाचे परिणाम आता दिसायला लागले होते. आदल्याच दिवशी, स्पेनमधल्या ॲस्टुरिअस प्रांतात झालेल्या बैठकीनंतर आदित्य हसतमुखाने बाहेर आला होता. बे ऑफ बिस्कीच्या किनाऱ्यावर वसलेल्या ॲस्टुरिअसमध्ये, स्पेनच्या या पोलादउद्योगाच्या माहेरघरात आर्सेलरचे पंधरा हजार कर्मचारी काम करत होते. सुरुवातीच्या काळात, मित्तलपासून आपल्या पोलाद

उद्योगाचं संरक्षण करण्यासाठी, या प्रस्तावाला अडथळे आणण्याचं त्यांचं धोरण असलं तरी आता त्यांचा सूर बदलला होता. ''त्यांनी या व्यवहाराला पाठिंबा दर्शवला आहे,'' आदित्यने जाहीर केलं. ''त्यांना या व्यवहारातली औद्योगिक तर्कसंगती मान्य आहे. या व्यवहारामुळे होणाऱ्या मूल्यवृद्धीला ते महत्त्व देतात. याचं उत्तम उदाहरण शेअरबाजारात दिसतं. आम्ही प्रस्ताव दिल्यापासून आर्सेलरच्या शेअर्सची किंमत ३० टक्क्यांनी वाढली आहे. त्यांनी दाखवलेला विश्वासाचं हेच प्रमुख कारण आहे.'' दोन्ही कंपन्यांच्या शेअर्सच्या किमती आता जवळपास सारख्याच होत्या, आर्सेलरचा शेअर्स २९.३५ युरो तर मित्तलचा २९.७ युरो होता.

स्पेनच्या उपपंतप्रधानांना आणि उद्योगमंत्र्यांना भेटण्यासाठी लक्ष्मी मित्तल स्वत: माद्रिदला आला होता. संभाव्य कामगार कपातीच्या भीतीने हे दोघंही हादरले होते. मित्तल या दोघांना आश्वस्त करायला आला होता. सकारात्मक हेतूनेच हा प्रस्ताव मांडल्याचं त्यांनी दोघांना सांगितलंच; पण आर्सेलरने जाहीर केलेली कामगारकपातही न करण्याचं त्याने आश्वासन दिलं. ''आम्ही सर्वांत जास्त कच्चा माल विकत घेतो. आर्सेलरकडे उत्तम वितरणप्रणाली आहे, जी आमच्यापाशी नाही, तेव्हा हा व्यवहार जर झाला तर, त्याचे अनेक फायदे दोन्ही उद्योगांना मिळतील,'' त्याने एल पाईसच्या वार्ताहाराला सांगितलं. पूर्व युरोपातल्या सरकारशी आणि कामगारसंघटनांशी झालेल्या करारानुसार, तिथे जरी ४०,००० कर्मचाऱ्यांची कपात होणार असली, तरी ती वेळ स्पेनवर येणार नाही.

''गोड बोलून आक्रमकपणे कामं होतात, हे सगळं ठीक आहे,'' फ्लेचर म्हणाला, ''पण आर्सेलरमध्ये गुंतवणूक करणाऱ्या संस्थांना आणि खाजगी भागधारकांना आपण विश्वासात घेतलं पाहिजे. शेवटी तेच अंतिम निर्णय घेणार आहेत. फ्लेचर जरी झाओवीशी पंगा घेणार नसला, तरी त्याला महेश्वरी आणि गोल्डमन कंपूचा गळा दाबायला आवडलं असतं.''

''आपण हे सगळं क्रमाक्रमानेच करायला हवं. आपला प्रस्ताव सहा देशांतल्या नियामकांच्या हाताखालून जाणार आहे आणि ते व्हायला काही महिन्यांचा काळ लागेल. ते झाल्याशिवाय आपण आर्सेलरच्या भागधारकांसमोर तो प्रस्ताव उघड करूच शकत नाही. त्यांच्याशी बोलायला तीन ते चार महिने जावे लागतील– आणि तसं पहिलं, तर तेही आत्ताच्या घडीला काय घडत आहे, याचा अंदाज घेतच आहेत.''

''सध्या राजकारण्यांचाच इतका गोंगाट चालू आहे, की त्यामुळे गुंतवणूकदारांच्या मनात, आपण हा व्यवहार करू शकू का, या विषयीच संभ्रम निर्माण झाला आहे,'' लिझा रोब म्हणाली, ''सर्व सरकारं आपल्या मार्गातून दूर झाली, की मग आपण या व्यवहाराची गुंतवणूकदारांत जाहिरात करायला मोकळे असू.''

महेश्वरी परत बैठकीपुढे असलेल्या विषयांकडे वळाला. ''हा औद्योगिक आराखडा,''

तो म्हणाला. ''थिअरी ब्रेतॉंला तो नक्कीचा पहिला हवा आहे.''

''हे केवळ अशक्य आहे,'' नेहमी हसतमुख असणारा ऑस्ट्रेलियाचा बील स्कॉटिंग म्हणाला. मित्तलकडे येण्याआधी, हा मृदुभाषी ऑस्ट्रेलियन गृहस्थ, मॅकिन्स्की या सल्ला देणाऱ्या आंतरराष्ट्रीय समूहात काम करत होता. आपल्या उद्योगाची सातत्याने सुधारणा व्हावी, यासाठी मित्तलने प्रस्थापित केलेल्या विभागाचा हा संचालक होता. वरकरणी शांत वाटणाऱ्या स्कॉटिंगला उत्तमोत्तम गोष्टी प्रत्यक्ष व्यवहारात आणायचा हव्यास होता. मित्तलच्या मर्जर ॲन्ड ॲक्विझिशन सल्लागारांनी, या व्यवहाराच्या कायदेशीर आणि धोरणात्मक बाबी विशद करणारा संपूर्ण आराखडा तयार केला होता; पण तो अहवाल गोपनीय होता आणि आर्सेलरमध्ये भागीदारही नसलेल्या सरकारचा त्याच्याशी काहीच संबंध नव्हता.

अशा प्रकारचा औद्योगिक आराखडा कधी बनवला आहेस का, असं महेश्वरीने विचारताच, स्कॉटिंगने खांदे उडवून सरळ नाही सांगितलं. झाओवीने या आराखड्यात काय असायला हवं, असं विचारलं. काही नाही, थोडासा कचरा आत टाकायचा आणि थोडा बाहेर टाकायचा, फ्लेचरच्या मनात विचार आला. हे केवळ राजकारण्यांची धूळफेक करण्यासाठीच असतं.

''त्यामध्ये हा व्यवहार करण्यामागची धोरणात्मक उपयुक्तता, दोन्ही कंपन्यांना पूरक गोष्टी, एकत्रित उद्योगाच्या व्यवस्थापनाची योजना आणि यामुळे होणारी उत्पादन खर्चातली बचत, या सर्व गोष्टी असायला पाहिजेत,'' स्कॉटिंगने खुलासा केला.

हे सगळं करायला शंभर पानांचा अहवाल खरडत बसायला लागलं असतं आणि आधीच ढीगभर काम तुंबली होती.

''आपण जर हे आत्ता केलं,'' फ्लेचर म्हणाला, ''तर तुम्हा लोकांना, भविष्यातल्या तुमच्या प्रत्येक व्यवहाराच्या वेळी असा औद्योगिक आराखडा करावा लागेल आणि कुठूनही उपटणाऱ्या गुंतवणूकदाराच्या तोंडावर फेकावा लागेल.''

''आपल्याला कसंही करून या चक्रातून उडी मारून पलीकडे गेलं पाहिजे,'' स्कॉटिंग म्हणाला. ''या व्यवहारामुळे होणारे फायदे हे संभाव्य तोट्यांपेक्षा कमी आहेत, हे आपल्याला दाखवून देणं गरजेचं आहे – थोडक्यात म्हणजे, मित्तल आणि आर्सेलरची प्रगती होऊन, तो संयुक्त उद्योग पोलाद उद्योगाला नवीन दिशा दाखवेल, या मुद्द्यावर जोर दिला पाहिजे.''

हे बोलत असताना स्कॉटिंगच्या कल्पनेला धुमारे फुटायला लागले. असा आराखडा तयार केला तर तो आपल्या प्रचाराच्या कामीसुद्धा मदत करेल. याचाच अर्थ, फ्रेंच सरकारच्या, चीड आणणाऱ्या या विनंतीचा आपण आपल्या फायद्यासाठी उपयोग करून घेऊ शकू आणि आपल्या गुंतवणूकदारांना जिंकण्यासाठीही उपयोग करून घेता येईल.

नेमके याच वेळी, लंडनमधल्या कॅव्हेन्डिश स्क्वेअरवर असलेल्या, एका इमारतीतल्या सोळाव्या मजल्यावरील ऑफिसमध्ये, गी डोल आणि गोन्झालो उर्क्वीजो, आर्सेलरच्या प्रचाराचे ढोल बडवायला आले होते. सेंटाउरस कॅपिटलच्या बेन्वा दाँजेला, या पंचेचाळीस वर्षांच्या उमद्या कार्यकारी अधिकाऱ्याने, त्या दोघांचं स्वागत केलं. गुंतवणूकदारांच्या वतीने सुमारे ४.५ बिलियन युरोचं व्यवस्थापन बघणाऱ्या सेंटाउरसची आर्सेलरमध्ये नगण्य गुंतवणूक होती. काही खाजगी गुंतवणूकदारांच्या वतीने त्यांनी आर्सेलरमध्ये १० कोटी युरोची गुंतवणूक केली होती. मात्र याच्या आधी आर्बेडच्या संकटाच्या काळात सेंटाउरसनी, पैसा उभा करून त्यांना मदत केली होती. आर्सेलरच्या स्थापनेच्या वेळी झालेल्या तीन कंपन्यांच्या एकत्रीकरणाच्या वेळी त्यांना भांडवलाचा पुरवठा करून मदत केली होती. दाँजेला आणि त्याचा फ्रेंच अध्यक्ष, ॲव्हन्यू द ला लिबेर्तेला अनेकदा भेट देत असत.

''आम्हाला तुमची सर्व कथा माहीत आहे आणि आम्ही नेहमीप्रमाणे आत्ताच्या घडीलाही तुमच्या मागे भक्कमपणे उभे राहू,'' दाँजेला त्यांना म्हणाला, ''आमचं मत विचारालं तर मित्तल स्टीलपेक्षा आर्सेलर जास्त चांगली कंपनी आहे आणि तुमचं व्यवस्थापनही अधिक सक्षम आहे. म्हणूनच आम्ही आमची गुंतवणूक तीन टक्क्यांपर्यंत वाढवण्याचा विचार करत आहोत.'' मित्तलने प्रस्ताव सादर केला तेव्हा आर्सेलरचे शेअर्स किमान १० टक्क्यांनी वाढतील असा या दोघांचा अंदाज होता. आपण जरा आधीच हालचाल करायला हवी होती, असं त्यांना वाटून गेलं. हे जरी असलं तरी त्यांनी त्यांच्या भेटीस आलेल्या पाहुण्यांना एक सावधगिरीचा इशारा दिला, ''या लढाईविषयी मला तुम्हाला एक महत्त्वाची गोष्ट सांगायची आहे. जोपर्यंत याचा निर्णय भागधारकांना घेण्यात तुम्ही अडथळा आणणार नाही आणि काही भलतंसलतं करून या व्यवहाराचा पचका करणार नाही, तोपर्यंतच आम्ही तुमच्या मागे उभे राहू.''

''हे बघा, आम्ही तसं काही करणार नाही,'' डोल म्हणाला, ''पण मित्तलचा हा प्रस्ताव, आर्सेलरच्या भागधारकांसाठी चांगला नाही, हे पटवून देण्यासाठी मात्र आम्ही सर्वतोपरी प्रयत्न करू.''

हे बोलून डोल आणि उर्क्वीजो निघून गेले; पण त्यांचे हे सांगतानाचे हावभाव पाहून दाँजेला अस्वस्थ झाला. ते प्रत्यक्षात त्याला काहीच बोलले नाहीत; पण त्यांच्या मनात काय चाललं होतं, याचा त्याला अंदाज आला : तो भारतीय स्वत:ला काय समजतो, आमची कंपनी त्याला देऊ?

त्याच सायंकाळी, इंटरनॅशनल आयर्न ॲन्ड स्टील इन्स्टिट्यूटच्या भोजन

समारंभासाठी मित्तल विमानाने पॅरिसला गेला. इमारतीत प्रवेश करताच त्याला परत एकदा छायाचित्रकारांनी घेरलं. तो सगळ्यात शेवटी आला होता, तेव्हा बाकीचे अकरा सभासद स्थानापन्न झाले होते.

''उशिरा आल्याबद्दल मला माफ करा,'' मित्तल सौम्य आवाजात म्हणाला. एखाद्या माणसाविषयी लोक बोलत असताना, जर तो अचानकपणे आत आला, तर जशी शांतता पसरेल, तशीच आत्ता पसरली होती. आत गेल्यावर बसायच्या आधी, मित्तलने एक एक करत सर्वांशी हस्तांदोलन केलं. गीच्या जवळ जाऊन त्याला हस्तांदोलन करत 'हॅलो गी' म्हणाला, डोलने जेमतेम मान डोलावली. ते गचाळ भोजन अनंतकाळ चाल्यासारखं वाटलं.

भोजनानंतर सर्व जण निघायला लागले, तेव्हा गी डोलला दोन बलदंड इसमांनी अभिवादन केलं. ते पाहून मित्तलला आश्चर्य वाटलं. डोल बाहेर पडताना, ते काळा सूट परिधान केलेले दोघेजण त्याच्या दोन्ही बाजूंनी चालले होते. दुसऱ्या दिवशीच्या बैठकीच्या वेळी, ते परत दिसले. डोलने अंगरक्षक नेमले होते यात शंकाच नव्हती. ''आम्ही कोण आहोत असं त्याला वाटतंय?'' मित्तल विनोदाने म्हणाला. ''आम्ही काही रशियन नाही.'' गी डोल भारतीयांना किती सहन करू शकत नव्हता, याचं ते उदाहरण होतं.

सोमवार, ६ फेब्रुवारी

आर्सेलरचं मुख्यालय, १९ आव्हन्यू द ला लिबेर्ते

''आता आपल्यामागे किती बँका आहेत? सात? अरे हो! आठ आहेत, नाही का? मी आता आकडा विसरायला लागलो आहे.'' बँकांच्या वाढत्या संख्येवर सेरव्हाँ-श्रायबरने विनोद केला. तो आर्सेलरच्या, बेंगाल क्रायसीस सेल या सांकेतिक नावाने दररोज होणाऱ्या, आर्सेलरच्या सल्लागारांच्या बैठकीची तयारी करत होता.

त्यांच्या सल्लागारात मेरिल लिंच, डॉईच्य बँक होती, तशीच बी.एन.पी. परिबास बँकही होती. ही बँक आर्सेलरला धोरण आखण्यात सल्ला देत होतीच, शिवाय ती त्यांचे ठेवीदार असलेल्या आर्सेलरच्या भागधारकांना मित्तलकडे जाण्यापासून रोखत होती आणि इतर ठेवीदारांना शेअर्स घ्यायला प्रवृत्त करत होती. मित्तलला कंपनी ताबा घेणं अशक्य करण्याच्या प्रयत्नाचा तो एक भाग होता. या खेरीज यू.बी.एस. ही स्वित्झर्लंडची धनाढ्य युरोपियन बँक होती, फ्रान्सची कालयोही मोठी बँक होती, बान्को सतान्डर आणि बान्का बिल्बा विझकाया आणि स्पेनच्या दोन प्रमुख बँका होत्या.

“मला दुसऱ्या xxxची जितकी आवश्यकता आहे, तितकीच आठव्या बँकेची आहे,” असं एक वरिष्ठ पदाधिकारी बोलत असताना सेरव्हाँ-श्रायबरने ऐकलं होतं. आर्सेलरच्या विखुरलेल्या भागधारकांशी या बँकांचे प्रतिनिधी संपर्क साधून त्यांना मित्तलचा प्रस्ताव स्वीकारण्यापासून परावृत्त करणार होते. आगामी काळात हे संबंध उपयुक्त ठरणार होते. या सर्व बँकांचं एकत्रित आर्थिक बळ, मित्तलशी सामना करायला तुल्यबळ होतं. या बँकांपाशी असलेल्या पोलाद उद्योगाच्या विश्लेषकांनी आक्रमक हालचाली करू नयेत, म्हणून आर्सेलर त्यांची मुस्कटदाबी करत असल्याचा आरोप, काही सिद्धांतवादी करत होते. बँकेने संशोधित केलेला कुठलाही अहवाल, तातडीने गोपनीय ठरवला जाऊन दप्तरी दाखल व्हायचा. मित्तलला मदत करणाऱ्या चार बँकांच्या बाबतीत हेच घडत होतं.

सुरुवातीच्या गोंधळाच्या वातावरणातून आर्सेलरचं व्यवस्थापन, आता सावरायला लागलं होतं आणि आपल्या बचावाचे मार्ग आता त्यांना स्पष्टपणे दिसायला लागले होते. मित्तलच्या वॉर-रूमप्रमाणेच बेंगाल क्रायसिस सेलही आता कार्यरत झाला होता आणि रोजच्या परिस्थितीचा अंदाज घेत आपली धोरण आखत होता. आर्सेलरच्या गटाचे नेतृत्व उक्वींजो गोन्झालोकडे होतं आणि त्याच्या मदतीला फिलीप कॅप्रोन, ॲलेन डेव्हेझॅक, फ्रेड्रिक फॉन ब्लाडेल, मार्टिन ह्यु होते. बाहेरून मदत करणाऱ्यांत, मार्क पोद्रो, जाँझीव्ह नाऊरी, सेरव्हाँ-श्रायबर आणि पी.एन.बी. परिबासचा क्रिस्तोफ मूली हे सामील होते. आर्सेलरच्या स्वत:च्या संपर्क अधिकाऱ्याचं नाव या यादीत नव्हतं, कारण गी डोलच्या आग्रहाखातर पब्लिसिस या दिग्गज संस्थेकडे ते काम सोपवण्यात आलं होतं. साहजिकच त्यांच्यात आणि पब्लिसिसमध्ये खटके उडत असत.

“आपल्याला जमेल तितका वेळ काढायचा आहे आणि सद्य:परिस्थितीत ते आपल्या फायद्याचं ठरणार आहे,” सेरव्हाँ-श्रायबरने सर्वांना सांगितलं. युरोपातल्या पाच वेगवेगळ्या नियामक मंडळांच्या समोर मित्तल आणि आर्सेलरला जावं लागणार आहे आणि त्यांच्यासमोर या प्रकरणाशी सर्व संबंधित गोष्टींचा ऊहापोह होणार आहे, हेच सेरव्हाँ-श्रायबरला हेच सुचवायचं होतं. आता प्रश्न इतकाच होता, की यातलं कुठलं नियामक मंडळ आर्सेलरच्या बाजूने कल दाखवेल?

अर्थातच फ्रान्स. कारण त्यांच्या ॲनोरिते दे मार्श ला असले आक्रमक प्रस्ताव हाताळायचा जास्त अनुभव होता. त्यांच्या मानाने स्पेन, बेल्जियम आणि लक्सेम्बर्गच्या नियामक मंडळांना कमी अनुभव होता. फ्रान्सचे अधिकारी त्या मंडळांवर आर्सेलरच्या बाजूने थोडासा दबाव टाकू शकण्याची शक्यता होती. नेदरलॅन्डची परिस्थिती जवळपास सारखीच होती. अर्थात मित्तल स्टीलचा व्यवहार झाला तर शेअरबाजारात येणाऱ्या नवीन शेअर्सचं श्रेय त्यांना मिळालं असतं.

"मग ठरलं तर, आता फ्रान्स पुढाकार घेईल."

"नाही," सेरव्हाँ-श्रायबर म्हणाला, "कोणी पुढाकार घ्यावा हे आपण सुचवायचं नाही, कारण प्रत्येक नियामक मंडळाची कामाची पद्धत वेगवेगळी आहे, त्यामुळे गोंधळाची परिस्थिती निर्माण होऊ शकते." लक्सेम्बर्ग उद्योसमूहाच्या हस्तांतरणाच्या संबंधीचा कायद्याचा मसुदा बनवण्यात पुढाकार घेणार होता, हे नक्कीच ठरलं होतं; पण तो अजून अस्तित्वातच आला नव्हता.

सेरव्हाँ-श्रायबर आणि मंडळी मित्तलला लिखापढीच्या झंझावाताने भंडावून सोडणार होती. मित्तल तयार करत असलेल्या ५१५ पानी माहितीपत्रकामुळे, त्यांच्या हाती आयतीच संधी चालून आलेली होती. या पत्रकात व्यवहारासाठी घातलेल्या अटी, उद्देश आणि सर्व बारीकसारीक उपयुक्त माहिती दिलेली होती. त्यामुळे अर्थातच आपल्या आणि आर्सेलरच्या, व्यापार व उलाढालींची माहिती संकलित करावी लागणार होती आणि ती आर्सेलरकडून मिळणं गरजेचं होतं. जेव्हा समजुतीने सौदा ठरवला जातो, तेव्हा अशी माहिती देण्यासाठी दुसरी कंपनी पूर्ण सहकार्य देते. मात्र ज्या कंपनीवर आक्रमकपणे बोली लावलेली असते, ती ही माहिती द्यायला नकार देते, तरीसुद्धा ती मागावीच लागते. जर अशी माहिती मिळाली नाही तर मग बाजारात उपलब्ध असलेल्या माहितीचा आधार घ्यावा लागतो; पण त्याने युरोपियन नियामकांचं अमेरिकेतल्या एस.इ.सी.चं समाधान झालं नसतं. सेरव्हाँ-श्रायबर आणि स्काडेनची मंडळी, आर्प्सचे वकील, हे या खेळात मुरलेले होते आणि ते माहिती द्यायला कधीच नकार देणार नव्हते; पण ती देणारही नव्हते. अशा प्रकारची माहिती देण्याची विनंती मित्तलच्या लोकांनी केली, की ते त्यात बारीसारीक शंका उपस्थित करून, उलट पत्र पाठवणार होते. यामुळे पत्रापत्रीतच वेळ वाया जाईल, संपूर्ण माहितीही द्यावी लागणार नाही आणि मुख्य म्हणजे सहकार्य करत नसल्याचा आरोपही करता येणार नाही.

बेंगाल क्रायसिस सेलला ही कल्पना फारच भन्नाट वाटली आणि आवडली.

"याचा फारच चांगला परिणाम होतो," सेरव्हाँ-श्रायबर म्हणाला, "आम्ही या पत्रांना गादीतले ढेकूण (बेड बग्ज) म्हणतो."

या ढेकणांमुळे मित्तलचा प्रस्ताव उघड व्हायला उशीर होणार होता. मधल्या वेळेत ते आर्सेलरने हेरून ठेवलेला एकादा पांढरा उंट अथवा सरदार निवडणार होते. त्या दोघांपैकी एक त्यांना मित्तलच्या ताब्यात जाण्यापासून वाचवू शकला असता. या ढेकणांचा दुसरा उपयोग म्हणजे आर्सेलरच्या दृष्टीने फायदेशीर असलेला, कंपनी हस्तांतरणाच्या कायद्याचा मसुदा बनवायला वेळ मिळाला असता. ते काम तातडीने हातात घेणं महत्त्वाचं होतं.

आत्ता वर्तमानपत्रातला लेख वाचताना मित्तल अस्वस्थ झालाच होता, तो या

ढेकणांनी जास्त त्रस्त झाला असता. 'फिनान्शियल टाइम्स'च्या त्या दिवशीच्या अंकात, थिअरी ब्रेताँचा लेख आला होता. आपल्या लेखात ब्रेताँने लिहिलं होतं, उत्तम व्यवस्थापन असलेल्या आंतरराष्ट्रीय कंपन्यांच्या नेतृत्वाला, गुंतवणूकदार ही संज्ञा परिचित असते. भागधारक नसलेल्या गुंतवणूकदारांना, मित्तलच्या अपुऱ्या माहितीवर आधारलेल्या प्रस्तावामुळे वाटणारी काळजी, हा त्याच्या सरकारचाही काळजीचा विषय आहे. हे करताना एखाद्या कंपनीला सुरक्षाकवच देण्याचा अथवा एखाद्या मोठ्या, उदयोन्मुख देशाला भेदभावाची वागणूक देण्याचा प्रश्नच उद्भवत नाही. भारताचा या व्यवहाराशी प्रत्यक्ष अथवा अप्रत्यक्ष संबंध नाही, यात फक्त युरोपियन देशांचाच सहभाग आहे.

'ते काय आहे ते आपण बघूच,' मित्तल मनाशीच म्हणाला आणि त्याने लक्सेम्बर्गला फोन परत एकदा फोन लावला.

वित्त नियोजन आणि परराष्ट्र व्यापार मंत्रालय, लक्सेम्बर्ग सिटी

''हा लक्ष्मी मित्तल मला रोज फोन करतो आहे, त्याला काय उत्तर देऊ?'' आपल्या सल्लागारांच्या समावेत बसलेल्या जानो क्रेकने विचारलं. ''तो एकसारखा पंतप्रधानांची भेट मागतो आहे.'' पंतप्रधान जुंकर परत मित्तलला भेटणार नाहीत, हे क्रेकला चांगलंच ठाऊक होतं. 'ट्रिब्युन' या इंग्लंडच्या वर्तमानपत्रात एक पानभर मोठं व्यंगचित्र छापून आलं होतं, त्यात नेपोलियनच्या आवेशाने येणाऱ्या मित्तलचं सैन्य, लक्सेम्बर्गच्या किल्ल्यावर चढाई करून तो बळकावण्यासाठी सरसावत असल्याचं दाखवलं होतं. क्रेकला आत्ताच्या घटकेला, त्या किल्ल्यासारखं आपल्यालाही मित्तलने घेरल्यासारखं वाटत होतं. या आक्रमकाला हुसकावून लावण्यासाठी, आज ओल्ड ब्लड अॅन्ड गट्स जनरल पॅटर्नच असायला हवा होता.

''आपण त्याच्याशी संपर्कात असणं महत्त्वाचं आहे,'' मंत्रिमहोदय जॉर्ज स्मिट म्हणाला. मंत्रिमंडळातल्या इतर कोणाहीपेक्षा, त्याच्याकडे फार नाजूक काम होतं. तो मित्तलशी संपर्क ठेवण्याच्या संबंधात पंतप्रधानांचा सल्लागार होता आणि सरकारचा प्रतिनिधी म्हणून तो आर्सेलरच्या संचालक मंडळातही होता. ''कूटनीतीचा एक भाग म्हणून, त्याला भेटणं आवश्यक आहे; पण फार उघडपणे भेटून चालणार नाही.''

क्रेकची सल्लागारांबरोबर बैठक चाललेली असताना मध्येच फोन वाजला. तो थिअरी ब्रेताँचा होता. मित्तलचा हल्ला थोपवण्यासाठी दोघांच्या सरकारांचे काय प्रयत्न चालले आहेत, याची त्यांनी विचारपूस केली. फ्रान्सचे राष्ट्राध्यक्ष लवकरच भारताच्या दौऱ्यावर जाणार होते, त्यामुळे ब्रेताँची आधीची ताठर भूमिका आता मवाळ झाल्याची क्रेकला दाट शंका आली. क्रेकनेही, मित्तलशी भेट ठरवत

असल्याचं, ब्रेतॉंला सांगितलं नाही.

क्रेकपुढे आता तीन प्रश्न उभे होते : मित्तलला कुठे भेटावं, मंत्र्याने नेमकं काय बोलावं आणि त्यांच्या बरोबर कोण असावं?

लक्सेम्बर्गच्या बाहेर असलेला विमानतळ, हाच उत्तम पर्याय होता.

"मग ब्रुसेल्समध्ये भेटायला काय हरकत आहे?" क्रेक म्हणाला.

"नको, ते राजकारण्यांच्या फारच जवळ आहे," स्मिट जाणीवपूर्वक म्हणाला.

"मग दुसरा पर्याय शार्लेरोईच असायला हवा," क्रेक म्हणाला. बेल्जियम आणि लक्सेम्बर्गच्या सीमेवर असलेला हा विमानतळ, तसा लहानसाच होता आणि वर्दळीपासून दूर होता. विमानतळाच्या जवळ असलेला, द कोनराड हॉटेल, या गुप्तभेटीसाठी सुयोग्य जागा होती.

आता मंत्रिमहोदयांबरोबर कोणी जावं? आर्सेलरच्या संचालक मंडळाचा सभासद असलेला स्मिट चर्चेसाठी हजर राहण्याचा प्रश्नच नव्हता, तसंच मदतीसाठी बाहेरून नियुक्त केलेल्या सल्लागारांनीही तिथे जायला नको होतं. यांच्यापैकी कोणीही तिथे दिसला असता, तर या भेटीला अधिकृत मान्यता आहे, असा मित्तलचा समज झाला असता. पण सरकारच्या अधिकृत धोरणानुसार, अशाप्रकारच्या भेटीगाठीसाठी मंत्रिमहोदय एकटे जाऊ शकत नव्हते. स्मिटने याबाबतीत लुक फ्रिडनचा सल्ला घेण्यावर, दोघांच्यात एकमत झालं. क्रेक सोबत कुठला सरकारी अधिकारी जाईल, याचा निर्णय त्या दोघांनी घ्यायचा होता. गॅस्टन राईनेश, या वित्तमंत्रालयात काम करणाऱ्या इसमाची भेटीचा वृतांत लिहून घेण्याच्या कामासाठी निवड झाली.

"पण मी मित्तलशी काय बोलू?" क्रेकने चाचरत विचारलं.

"जितकं कमी बोलता येईल, तितकं कमी बोला," सल्लागार म्हणाला, "फक्त ऐकायचं काम करा."

लक्सेम्बर्गच्या नियामक मंडळाच्या ऑफिसात, कोमिसियाँस द्यु सेक्टॉएर फिनाँसिएरमध्ये, पीएर ईव्ह शाबेरचं बोलणं कोणी ऐकूनही घ्यायला तयार नव्हतं. जाँ-निकोल शाहुस, या सी.एस.एस.एफच्या डायरेक्टर जनरलला तो मित्तलच्या प्रस्तावातील प्रमुख वैशिष्ट्य आणि भागीदारांचं भवितव्य, या विषयीची माहिती सांगत असताना, त्या दोघांची अरेरावीची वागणूक त्याच्या लक्षात आली. त्यांच्याशी झालेल्या थोड्याफार संभाषणाचा जर गोषवारा मांडायचा ठरवला, तर तो असा मांडावा लागेल : नमस्कार. आभारी आहे. अच्छा! परत भेटू.

यापुढे प्रत्येक नियामकाकडून त्याला हीच वागणूक मिळणार होती.

१७

गुरुवार, ७ फेब्रुवारी, सकाळी १०.३०

हॉटेल ले रोयाल, लक्सेम्बर्ग सिटी

लक्सेम्बर्गच्या झगमगीत पंचतारांकित रोयाल हॉटेलच्या मॅनेजरने, जाँ-लुक पिन्यिएने फेब्रुवारी महिन्यातील बाकी दिवसांच्या आरक्षणाचं काम संपवलं, तेव्हा हे काहीतरी वेगळंच घडत असल्याचं त्याला जाणवलं. फेब्रुवारी महिन्याच्या उलाढालीचा अंदाज बांधताना सहा मजली हॉटेलातील १९० खोल्या आणि २० विशिष्ट दालनांपैकी ५० टक्केच जागा भरतील, असं त्याने हिशेबात घेतलं होतं आणि कुठल्याही वर्षाच्या सुरुवातीला हेच घडत आलं होतं. प्रत्यक्षात आत्ताच ९० टक्के जागांचं आरक्षण झालेलं होतं आणि मार्च महिन्यासाठीही लोक खोल्या आरक्षित करत होते. व्यायामशाळेचा, हमामखान्याचा धंदा तेजीत होता. समोरची यादी चाळल्यावर त्याच्या एक लक्षात आलं, की येणाऱ्या पाहुण्यांत निरनिराळ्या देशांतल्या परदेशी लोकांची संख्या अधिक आहे– चिनी, जपानी, रशियन, ब्राझिलियन. शहरामध्ये एखादं प्रदर्शन किंवा परिषद आयोजित केलेली नव्हती. एका विचित्र नावाने त्याचं लक्ष वेधून घेतलं; झाओवी. आजच सकाळी याच्या नावाचं आरक्षण लंडनहून करण्यात आलं होतं; पण तो अजून दाखल झाला नव्हता.

गुंतवणूक करणाऱ्या बँकांच्या झंझावाती जगात दोन बँका नेहमीच एकमेकांसमोर ठाकलेल्या असायच्या– गोल्डमन साक्स आणि मॉर्गन स्टॅन्ले. उद्योगसमूह ताब्यात घेण्याच्या कामात सल्ला देण्यासाठी भरमसाठ पैसे आकारणाऱ्या या बँकांत नेहमीच स्पर्धा चालू असे; खास करून अटलांटिकच्या दोन्ही बाजूला होणाऱ्या व्यवहारात तर ती नक्कीच असे. आपल्या अशिलाला सल्ला देणं, हमीपत्र देणं, भांडवलाचा पुरवठा करणं या कामांसाठी त्यांना भरपूर पैसे मिळतच असत; पण जर अशील जिंकला, तर १ कोटी डॉलर्सच्या आसपास बक्षिसी मिळत असे. या धंद्यातली स्पर्धा

फारच पराकोटीची असल्यामुळे गोल्डमन आणि मॉर्गनमध्ये नेहमीच चुरस लागलेली असे. अश्या प्रकारच्या व्यवहाराचं नेतृत्व आपल्या हाती असावं म्हणून ते दुसऱ्याला खाली खेचायला बघत असत.

मिचेल झाओवी असाच एक बँकेचा अधिकारी होता. वागायला आदबशीर असलेला झाओवी मॉर्गन स्टॅन्लेमध्ये युरोपातल्या प्राप्ती आणि विलीनीकरण विभागाचा प्रमुख होता.

आधी उल्लेख केल्याप्रमाणे मिचेल हा योलचा मोठा भाऊ होता. उद्योगसमूहाचं अर्थकारण झाओवींच्या रक्तात भिनलं होतं. दोघंही भाऊ आपापल्या संस्थेत उच्चपदस्थ होते आणि बक्षिसीच्या स्वरूपात त्यांची कमाई कोटी डॉलर्सच्या पटीत होती. आपल्या अशिलाच्या वतीने ते बहुतेक वेळा समोरासमोर ठाकलेले असायचे; पण काही प्रसंगी, विशेष: फ्रान्स आणि इटलीमध्ये, ते एका बाजूला दिसत. योल हा शांत वृत्तीचा आणि मनाच्या कलांनुसार धोरण आखणारा होता; तर मिचेल हा धाडसी आणि आपलं म्हणणं लोकांच्या गळी उतरवण्यात तरबेज होता. दोघा भावांत फार सख्य होतं आणि ते दिवसातून जवळपास एकदातरी फोनवर बोलायचे आणि आईला आठवड्यातून एकदा जेवायला बाहेर घेऊन जायचे. सततच्या कामाने थकवा आला की मिचेल आणि योल आपल्या बायकांसह दोन्ही मुलांना घेऊन दक्षिण फ्रान्समध्ये सहलीला जायचे. मात्र ते एकमेकांच्या विरुद्ध काम करत असत, तेव्हा त्यांच्या बोलण्यात एक विषय कधीच नसायचा, अशिलाचा व्यवहार.

"असल्या मोठ्या तुंबळ लढाईत माझा सहभाग नसला, तर मला फार राग येतो," एका क्वचित प्रसंगी दिलेल्या मुलाखतीत मिचेल म्हणाला होता. "वरिष्ठ दर्जाच्या सल्लागाराला तिथे असायलाच पाहिजे."

आणि म्हणूनच आज मिचेल, जोसेफ किन्स्चच्या बरोबर, एका खाजगी भेटीगाठींसाठी असलेल्या खोलीत बसला होता. ही एकच जागा अशी होती, की जिथे किन्स्च मनास येईल तेव्हा सिगारेट शिलगावू शकत होता. झाओवीलाही हे धुरकट वातावरण पसंत होतं. सर्वच बाबतीत पॅरिसचा रहिवासी शोभणाऱ्या मिचेलचे दात त्याच्या धूम्रपान करण्याच्या सवयीची चुगली करत असत – पंच हबाना, होयो द मॉन्तेरी हबाना, त्या सिगारेटचा तो भोक्ता होता.

या व्यवहारात गुंतलेल्या दोन्ही बाजूच्या मागे उभ्या असलेल्या बँकांची यादी त्याने नजरेखालून घातली, तेव्हा मॉर्गन स्टॅन्ले बँकेचं नाव त्यात नसल्याचं, त्याला प्रकर्षाने जाणवलं. आपल्या बँकेची प्रतिष्ठा राखण्यासाठी ते नाव इथे असणं तर गरजेचं होतचं आणि तेही आघाडीला. तो कोणाच्या मागे उभा राहणाऱ्यांतला नव्हता.

"असल्या मोठ्या लढाईत, तुम्हाला माझी खरी गरज आहे आणि ती यासाठी,"

आपल्या हातातील सहा कागद किन्स्चसमोर पसरत तो म्हणाला. असल्याच प्रकारच्या सहा मोठ्या झटापटीत त्याने त्या कंपनीचा एकतर बचाव केला होता किंवा विरुद्ध पक्षाला प्राथमिक बोलीपेक्षा भरभक्कम पैसे मोजायला भाग पाडलं होतं. पॅरिसमधल्या सोसिएते जेनेरालच्या ऑफिसमध्ये शेजारी असलेल्या गी डोलच्या ऑफिसात गेल्याच आठवड्यात मिचेल त्याला भेटला होता आणि ह्याच युक्तीने त्याने त्याला प्रभावित केलं होतं. १९९९ साली पाच महिने चाललेल्या तुंबळ युद्धानंतर सोसिएते जेनेरालला बी.पी.एन.च्या तावडीतून त्याने सोडवलं तर होतंच; पण त्यांच्या भागधारकांचा २० अब्ज डॉलर्सचा फायदा करून दिला होता.

"आता हे क्रेदित कामर्सिए द फ्रान्सचं उदाहरण घ्या," समोरचा आणखी एक कागद हातात घेऊन किन्स्चपुढे नाचवत त्याला सर्व प्रभावित करणारे तपशील सांगताना तो म्हणाला, "हॉलंडच्या आय.एन.जी. बँकेशी चाललेल्या २० अब्ज डॉलर्सच्या संग्रामात, मी एच.एस.बी.सी बँकेला व्हाईट नाईट म्हणून मदतीला बोलावलं आणि विजय मिळवून दिला." परत तो एका कागदाकडे वळाला. "आता हे एल्फचंच उदाहरण बघा. त्यांच्यावर टोटलने बोली लावली होती. शेवटी टोटल जिंकलं; पण त्यांना आधी लावलेल्या बोलीपेक्षा कितीतरी जास्त, म्हणजे ६० अब्ज डॉलर्स एल्फला मोजावे लागले. औषध बनवणाऱ्या अव्हेन्टीसची अशीच गोष्ट आहे. सॅनोफीने त्यांच्यावर आक्रमकपणे सौदा लादला. त्यात ते जिंकले हे जरी खरं असलं, तरी त्यांना त्यासाठी ७० अब्ज डॉलर्स मोजावे लागले आणि ते सुरुवातीला केलेल्या मूल्यमापनापेक्षा खूपच जास्त होते."

"मि. झाओवी," आपल्या नाकपुड्यातून फसकन धूर सोडत, त्याच्याकडे रोखून पाहत किन्स्च म्हणाला, "आर्सेलर विकाऊ नाही."

"अर्थातच! त्यांनी तुमच्यावर आक्रमकपणे सौदा लादला आहे, याचा अर्थ कंपनी विकाऊ नाहीच," झाओवी संमती दाखवत म्हणाला.

सर्वसाधारणपणे विकाऊ नाही अशी पाटी लटकवलेल्या कंपन्या शेवटी जास्त पैशाला विकल्या जातातच, असा आपला अनुभव असल्याचं तो उघडपणे बोलला नाही. हार्वर्ड बिझिनेस स्कूलमधून १९८३ साली पदवी घेतल्यापासून जगात सर्वत्र प्रथमश्रेणीनेच प्रवास केलेल्या झाओवीला किन्स्च या प्रकारच्या व्यवहाराला नवखा होता, हे चटकन समजलं होतं. हा प्रदेश त्याला परका होता. एक सिगारेट विझवून दुसरी पेटवताना, किन्स्चची बोटं थरथरत असल्याचं त्याला जाणवलं.

"मि. किन्स्च, या लढ्यात संचालक मंडळाच्या समोर उभं राहून त्यांना काय संधी निर्माण झाल्या आहेत हे समजावून सांगणारा हवा. सोबत असलेल्या आठ बँकांचं काय धोरण आहे ते तपासून पाहायला हवं आणि त्याला काही अर्थ आहे का, इतर व्हाईट नाईटबरोबर वाटाघाटी करायला हव्यात. सध्या मिळत असलेल्या

मूल्यमापनाशी त्याची तुलना कशी काय होते? सध्याच्याच प्रस्तावासाठी दिलेल्या मित्तल स्टीलकडून जास्त रक्कम मिळू शकते का? किती? तत्त्वत: आपण हे सगळं भागधारकांसाठी करत आहोत.''

गेल्या आठवड्यात डोलने जशी आडवळणाने कबुली दिली, की भागधारकांचा फायदा कसा वाढेल हे बघण्याची संचालक मंडळाची नैतिक जबाबदारी आहे. आता किन्स्च झाओवीकडे आपुलकीने बघायला लागला. तो जे काही बोलतो आहे, ते नीट समजून बोलत आहे, याची त्याला खात्री पटली. त्याने सरळ साध्या शब्दांत पण अधिकारवाणीने खुलासा केला होता. या बँकेच्या अधिकाऱ्यांच्या गराड्यातून त्याला कोणताच मार्ग सापडत नव्हता. त्याचे सल्लागार त्या विशाल वास्तूत सर्वत्र संचार करत होते. सध्या गडावर असलेल्या ऑफिसात मिचेल झाओवी आल्याची बातमी सर्वत्र पसरवण्यास ते उत्सुक होते. संचालक मंडळाचा स्वत:चा खास सल्लागार असण्याचे अनेक फायदे असल्याचं त्याच्या लक्षात आलं.

''तुमच्या बचावाची खरी गुरुकिल्ली मी तुमच्या हातात देऊ शकेन, हे माझं तुम्हाला वचन आहे,'' झाओवी किन्स्चला म्हणाला.

किन्स्च आता हसला. ''मला माझ्या संचालक मंडळाची परवानगी घ्यायला लागेल. मी तीन दिवसांत तुला कळवतो,'' किन्स्च म्हणाला.

अध्यक्ष आपल्या ऑफिसात परतला. जोसेफ किन्स्च तसा झटपट निर्णय घेणाऱ्यांतला नव्हता; पण आज त्याने बसल्यावर लगेचच गी डोल आणि उर्क्वीजोला ई-मेल केला : मी मिचेल झाओवीची नियुक्ती करत आहे. संचालक मंडळाची अनुमती लागेल; पण ती केवळ एक औपचारिकता आहे. ठराव एकमतानी मंजूर होईल.

आर्सेलरच्या किल्ल्यातून मिचेल बाहेर पडला आणि बाहेरची मोकळी हवा फुफ्फुसात भरून घेतली. ''मला वाटतं, आपणही आता लढाईत उतरणार आहोत,'' मिचेल आपल्या बँकेत सहकारी असलेल्या बेर्नार गोलला म्हणाला. किन्स्चशी अनेक वर्षांचे संबंध असलेल्या या सहकाऱ्यानंच ही भेट घडवून आणली होती. बेर्नार पुढे म्हणाला, आपण जेव्हा इथे आलो, तेव्हा एका बँकेच्या अधिकाऱ्याने तुझ्याकडे बोट दाखवत मला विचारलं, 'हा रशियन इसम कोण आहे?' त्यांना वाटलं, की मी व्हाईट नाईट म्हणून एका रशियनलाच घेऊन आलो आहे. कडवा फ्रेंच असलेल्या बेर्नारला मात्र हा विनोद खटकला.

बेर्नार तसा जरा ढगाळ व्यक्तिमत्त्वाचाच होता. त्याच्या पोटाचा घेर त्याची भोजनप्रियता उघड करत होती. आपल्या भावाप्रमाणेच अस्सल फ्रेंच असलेल्या मिचेल झाओवीने उत्तम दर्जाचा निळ्या रंगाचा सूट आणि निळा शर्ट परिधान केला

होता. पायातल्या गुस्सी बुटापासून सर्व काही चकाचक असलेला मिचेल एखाद्या लोकप्रिय तरण्याबांड नटासारखा चालला होता. त्याला गुस्सीचे कपडे आवडायचे ते केवळ त्याच्या उत्तम शिलाईमुळेच नव्हे, तर त्याला त्याहूनही महत्त्वाचं कारण होतं. मिचेलची कारकीर्द तसं पहिलं तर फारच नेत्रदीपक होती; पण या एका प्रकरणाने तिला खरा उजाळा मिळाला. १९९१-२००१ च्या दरम्यान गुस्सीवर ल्युई व्ह्युइताँ मोए हेनेसी (एल.व्ही.एम.एच) या उत्तमोत्तम आकर्षक वस्तू बनवणाऱ्या फ्रेंच प्रतिस्पर्ध्याने आक्रमकपणे बोली लावली होती आणि मिचेलने गुस्सीचा त्यातून बचाव केला होता. हे करत असताना काही वादविवाद निर्माण झाले आणि न्यायालयाकडून विरोध झाला. हे प्रकरण नेदरलन्डमध्ये घडलं. गुस्सीच्या बचावासाठी मिचेलने फ्राँस्वा पिनो च्या मालकीच्या पिनो प्रँताँ-रदूत या सुप्रसिद्ध समूहाला व्हाईट नाईट म्हणून मध्ये आणलं.

करांमध्ये सवलती मिळवण्यासाठी गुस्सीने आपल्या समूहाचं पंजीकरण नेदरलन्डमध्ये केलेलं होतं. इथे प्रत्यक्षात फार कमी कर्मचारी काम करत असत; पण सर्व जगभर कार्यरत असलेल्या गुस्सीच्या कंपन्यांची मालकी त्यांच्याकडे होती. डच सरकारला असले आक्रमक प्रस्ताव अजिबात पसंत नव्हते आणि म्हणूनच त्यांनी अशा लोकांना दूर ठेवायला काही वैशिष्ट्यपूर्ण आणि एकमेव उपाय योजले होते. या उपायांमुळे कंपनीला वेगळ्या समूहाची स्थापना करून आपला पाया मजबूत करता येत असे – डच लोकांच्या भाषेत याला स्टिचिंग म्हणत. त्यासाठी कंपन्यांना काही विशेष मताधिकार असलेले शेअर्स ठेवायला परवानगी होती किंवा काही मालमत्ता बाहेरच्या आक्रमणापासून सुरक्षित ठेवता येत होती. या समूहाच्या विश्वस्तांना वेगळे मताधिकार असल्यामुळे ते कंपनीचे हितसंबंध जपू शकत असत आणि मुख्य कंपनीला सर्व आर्थिक फायदे उपभोगता येत असत. बळकावल्या जाऊ शकतील अशा कंपन्यांना न्यायालयीन त्रासापासून संरक्षण देण्याचा हा एक मार्ग होता.

परकीय नागरिकांना मौजमजा करता यावी म्हणून नेदरलन्डमध्ये जशी वेश्यागृहांना आणि अमली पदार्थांच्या दुकानांना परवानगी आहे, तसाच हा काहीसा प्रकार असल्याचं, स्थानिक वकिलांचं आणि कायदेतज्ज्ञांचं मत होतं. कोणीही इथे यावं, एखादा नोटरी शोधावा आणि प्रेस्टो! स्टिचिंग तयार, असं न्यायाधीश हब विलियम्स म्हणाले होते. विलियम्स ॲम्स्टरडॅम कोर्ट ऑफ अपील्सच्या एन्टरप्राईज चेम्बरचे प्रमुख होते आणि त्यांच्यासमोर असली प्रकरणं सुनावणीसाठी येत असत. डच कोर्टात चाललेल्या या खटल्यात, गुस्सीच्या मदतीसाठी धावून आलेल्या, पिनोने कंपनीला स्टिचिंगचं संरक्षण देऊन ल्युई व्ह्युएताँ मोए हेनेसीच्या तावडीतून वाचवलं होतं. स्टिचिंगची पद्धत फारच सुरक्षाकवच देणारी आहे, असंच सुरुवातीला मिचेलचं मत झालं होतं. मॉर्गन स्टॅन्लेच्या अहंकारी प्रतिष्ठेला ते हानिकारक असल्याचं

त्याला वाटलं. आपल्या विधितज्ज्ञांशी त्याने या कायद्याबाबत रात्रभर हुज्जत घातल्यावर तो कायदा त्याला पटला. स्काडेन, आर्पसच्या या विधितज्ज्ञाचं नाव होतं, स्कॉट सिम्सन.

झाओवी रोयालमध्ये दाखल झाल्यावर स्वागतकक्षात त्याला सेरव्हाँ-श्रायबर आणि सिम्सन आर्सेलरच्या बचावाचं काम करणाऱ्या वकिलांशी आणि बँकेच्या लोकांशी बोलताना आढळले.

''लोकहो,'' त्यांच्याकडे घाईघाईने जात झाओवी म्हणाला. ''सांगा, मला काय काय गोष्टी माहीत असायला हव्यात.''

सेरव्हाँ-श्रायबर आणि सिम्सनने एकमेकांकडे हताशपणे पाहिलं; पण काहीच बोलले नाहीत. ही असली चर्चा करण्याची ती जागा नव्हती आणि दुसरं म्हणजे मॉर्गन स्टॅन्लेच्या प्रतिस्पर्धी असलेल्या डॉईच्य बँकेच्या वतीने ते या लढाईत उतरले होते.

''आम्ही इथे काहीच बोलणार नाही,'' असं म्हणून सिम्सन लिफ्टच्या दिशेने निघाला. ''चला, वर जाऊन बोलू या.''

सिम्सनच्या खोलीत जाताच मिचेल म्हणाला, ''हां, तर मग आता तुम्ही काय करणार आहात, ते तरी मला सांगा.''

''आधी मला सांग, तू यामध्ये आहेस का?'' सेरव्हाँ-श्रायबरने विचारलं.

''तसं म्हणाल तर नाहीच; पण...'' मिचेल हसून म्हणाला; पण त्याला सगळं काही जाणून घ्याची इच्छा होती.

''आमच्या बचावाच्या उपाययोजनेला आत्ताच आम्हाला आर्सेलरच्या वकिलाकडून – फ्रेड्रिक फॉन ब्लाडेल – होकार मिळाला आहे,'' सिम्सन म्हणाला.

स्कॉट सिम्सन आता हसत असल्याचं मिचेलच्या लक्षात आलं.

''आता परत ती स्टिचिंगची भानगड तुम्ही करणार आहात, हे मला तर सांगणार नाही ना?'' आपल्या हातांनी टाळी वाजवत मिचेल म्हणाला.

''तुला माहिती आहे का, आम्ही नेमकं तेच करणार आहोत,'' सगळे वकील एकसुरात म्हणाले.

बाहेरून आलेल्या वकिलांचं काम जरी जोमात सुरू असलं, तरी आर्सेलरच्या गडावर मात्र तितकंस चांगलं वातावरण नव्हतं. डोल, किन्स्च, वुर्थ आणि उर्क्वीजो, खास करून वुर्थ, ज्याप्रकारे हे मित्तलचं प्रकरण हाताळत होता, त्यावर आर्सेलरच्या व्यवस्थापनातले वरिष्ठ अधिकारी ताशेरे ओढत होते. वुर्थच्या मते त्यांना नीटशी माहिती नव्हती, जी त्याकडे होती आणि मुख्य म्हणजे त्याचं कोणी ऐकतच नव्हतं.

हरकत नाही. त्याने याच प्रकारच्या एका काल्पनिक युद्धाची गोष्ट ऐकवायला सुरुवात केली. त्यासाठी त्याने एक काल्पनिक पात्र योजलं. त्याचं नाव होतं मॅस्युए श्रेक. प्रत्यक्षातल्या पात्रांशी मिळतीजुळती त्याची काल्पनिक पात्रं होती. कंपनीचा कार्यकारी संचालक होता ॲस्टेरिक्स. एखाद्या सिनेमा नटासारखा दिसणारा त्याचा दुय्यम अधिकारी स्पेनचा वित्त विभागप्रमुख हल्लेखोरांपासून बचाव करणाऱ्या मोहिमेचा प्रमुख होता. हल्लेखोराचं नाव होतं मिस्टर मून आणि त्याच्या भारतीय लोकांच्या कंपनीचं नाव होतं मार्सेल डम्बर. ''या लोकांच्या मनात नक्की काय आहे, ते समजून घ्यायला हवं.''

''आपल्यावर ते भारतीय हल्ला करण्याची शक्यता आहे.'' डम्बरने युआन आणि ॲस्टेरिक्सला सांगितलं; पण आपण त्यांच्या हाती लागणारच नाही कारण ते आपल्यावर बाणांचा वर्षाव करतील, तर आपण त्याला बंदुकांनी उत्तर देणार आहोत.''

आर्सेलरच्या किल्ल्यावर आपला हक्क सांगायला जेव्हा मि. मून, आपल्या काळ्या मर्सिडिझमधून ॲव्हन्यू द ला लिबेर्तेवर गेला, तेव्हा 'या, तुमचं स्वागत असो,' असंच त्याचं या काल्पनिक राज्यात स्वागत झालं. नंतर झालेल्या तुंबळ युद्धात भयानक स्फोट झाल्याचा श्रेकला आवाज ऐकू आला– *ल ताश रोग आपऱ्यू सुदँ स्युर ला बेल शमीझ ब्लॉंश द.* मि. मूनच्या पांढऱ्या शुभ्र शर्टावर लाल डाग दिसायला लागले. तो गाडीतून उतरत असताना हसण्याचे आवाज ऐकू आले आणि तो कडेच्या फुटपाथवर कोसळला.

१८

गुरुवार, ७ फेब्रुवारी, दुपारी १२.४१

ब्रुसेल्स विमानतळ

वुर्थच्या काल्पनिक खेळात काहीही होत असलं, तरी वास्तवात लक्ष्मी मित्तल आपल्या हेलिकॉप्टरकडे झपाझप पावलं टाकत निघाला होता.

"रोलाँ, हेलिकॉप्टरने पॅरिसला जायला तुला काही अडचण तर नाही व्हायची?'' सरकारी कामकाज बघायला नव्यानेच नेमलेल्या रोलाँ व्हेस्टापेनला मित्तलने विचारलं. फोर्ड मोटार कंपनीच्या शांत आणि साचेबद्ध वातावरणात वीस वर्षं काम केल्यावर आता, एका घनघोर संग्रामाच्या मधोमध तो उभा होता. गेल्या कित्येक वर्षांत असं तुंबळ युद्ध झालेलं नव्हतं.

"मि. मित्तल, मी कधीच हेलिकॉप्टरमध्ये बसलेलो नाही,'' मित्तलच्या फ्रेंच बनावटीच्या नऊ आसनी युरोकॉप्टरमध्ये बसताना तो म्हणाला.

"काय, अजून बसला नाहीस?'' आत्तापर्यंत शेकडो वेळा प्रवास केलेल्या मित्तलचा विश्वासच बसत नव्हता.

व्हेस्टापेनने मान डोलावली. पाच पाती असलेला हेलिकॉप्टरचा पंखा आता फिरायला लागला होता. व्हेस्टापेन स्वत:ला सावरत दुपारी पन्नास खासदारांबरोबर ठरवलेल्या भेटीची पार्श्वभूमी मित्तलला सांगू लागला. फ्रेंच लोकांची काळजी दूर करण्यासाठी थेट त्यांच्याशीच संपर्क साधायला हवा, या मताचा व्हेस्टापेन होता आणि त्यासाठी तो मित्तल आणि लिझा रोबची समजूत काढत होता.

एक तासानंतर जेव्हा उजव्या बाजूला पॅरिसचं आयफेल टॉवर दिसायला लागलं, तेव्हा व्हेस्टापेनचा जीव भांड्यात पडला. आता लवकरच ल बुर्जेला ते उतरले असते; पण खाली उतरण्यासाठी आधी रांगेत असलेली हेलिकॉप्टर्स उतरेपर्यंत त्यांना थांबावं लागलं. ते आता घिरट्या मारत होतं. अचानक डाव्या

बाजूला एक हेलिकॉप्टर मित्तलला दिसलं. ते पण घिरट्या मारत होतं. आता ते त्याच्या मागून जवळ जवळ यायला लागलं होतं. आत बसलेल्या इसमाच्या हातात धरलेल्या कागदावर काही आकडे लिहिलेले होते आणि ते वाचता येण्याइतकं ते हेलिकॉप्टर जवळ आलं होतं. ''कदाचित आर्सेलर मान्य करणार असलेल्या रकमेचा तो आकडा असेल,'' मित्तल विनोदाने म्हणाला. ते हेलिकॉप्टर आणखी जवळ आलं, तेव्हा आत बसलेल्यांच्या हातातली मशिनगन मित्तलला दिसली.

त्याने इंटरकॉमवरून पायलटशी – निक बोये – संपर्क साधण्याचा प्रयत्न केला. तो बंद होता. मग त्याने दरवाजा ठोठावायला सुरुवात केली. आता तो फारच घाबरला होता. दुसरं हेलिकॉप्टर आता, हात लावण्याच्या अंतरावर होतं. हे काय चाललं आहे? त्याने आणखी जोरात दार बडवलं. शेवटी एकदाचं दार उघडलं.

''आपण लष्कराच्या हद्दीतून चाललो असल्याचं ते म्हणतात.'' इंजिनाच्या कर्कश आवाजात तो ओरडून म्हणाला. ''ते आपल्याला खाली उतरायला सांगत आहेत,'' दुसरा पायलट, मित्तलच्या विमानाला तात्काळ उतरू देण्याचा, नियंत्रणकक्षाला हुकूम देत असल्याचं निक बोयेला ऐकू येत होतं.

''मी एक संशयास्पद हेलिकॉप्टर घेऊन येत आहे,'' तो पायलट म्हणाला.

आता उद्याच्या वर्तमानपत्रात, 'अब्जाधीश मित्तलला हेरगिरीच्या आरोपाखाली पकडण्यात आलं, सुरक्षाकर्मी मित्तलची चौकशी करत आहेत,' असले मथळे वाचायला मिळतील, असंच मित्तलला वाटलं.

खाली उतरताच, निक बोयेला चौकशीसाठी आत नेलं. ते दुसरं हेलिकॉप्टर आता परत उडालं होतं. सीमाविभागाच्या अधिकाऱ्यांनी मित्तलचा पासपोर्ट पाहिला आणि म्हणाला, ''ओ, तुम्ही लक्ष्मी मित्तल आहात तर. आम्ही तुम्हाला ओळखतो. तुम्ही जाऊ शकता.''

''नशीब! ही अमेरिका नव्हती. तिथे आधी गोळी घालतात आणि मग प्रश्न विचारतात,'' मित्तल हसला.

''पण फ्रान्स हा एक सुसंस्कृत देश आहे,'' मि. मित्तल.

''अतिशय सुसंस्कृत देश आहे,'' मित्तलने होकार भरला आणि व्हेस्टापेनला वाट बघत असलेल्या गाडीकडे चलण्याची खूण केली.

फ्रान्सच्या पार्लमेन्टच्या बाहेर आणि आत वार्ताहारांची आणि टीव्हीच्या मुलाखतकारांची प्रचंड गर्दी जमलेली होती. सुरक्षारक्षकांना त्यांना ढोसून मित्तलला वाट करून द्यावी लागली. याला म्हणतात प्रसिद्ध व्यक्ती, नव्हे राजेशाही व्यक्ती. व्हेस्टापेनच्या मनात विचार आला. या पोलादाच्या बादशहाला, जवळून बघण्यासाठी सगळे लाचारीनं पुढे पुढे करत होते.

आत शांतपणे बसलेले खासदार आता आक्रमक झाले होते. ''कामगार कपात

होणार का?'' त्यांनी विचारलं. ''आर्सेलरने आधीच कबूल केलेली गुंतवणूक तुम्हीपण करणार का? तुमची नक्की काय योजना आहे? हे नक्की काय चाललं आहे?'' दुभाष्याला इतक्या भराभर आणि अचूकपणे भाषांतर करण्याऐवजी, निवृत्ती परवडली असती. मित्तलने आपला सर्व प्रस्ताव सविस्तरपणे समजावून दिला. आपल्याला मुद्द्याला धरून वागायचं आहे, गैरसमजांना धरून नाही; ''आर्सेलरने आधीच ठरवलेल्या कामगारकपातीपेक्षा एकही जास्तीचा कामगार काढणार नाही,'' असं सांगून त्यांनी खासदारांना आश्वस्त केलं. ''गुंतवणुकीच्या बाबतीतही आम्ही दिलेला शब्द पाळू. या विलिनीकरणासाठी, फ्रान्सची भूमिका फार महत्त्वाची ठरणार आहे.''

टाळ्यांच्या गजरात मित्तलने सभागृह सोडलं. शहराच्या दिशेने गाडी जात असताना, मित्तलने व्हेस्टापेनला विचारलं, ''रोलाँ, काय मजेत आहेस ना?''

''हो, मला वाटतं,'' खाली जमिनीवर उतरल्यामुळे खुशीत असलेला व्हेस्टापेन म्हणाला.

''उत्तम! नेहमी आनंदात राहाणं महत्त्वाचं असतं,'' मित्तल म्हणाला.

दुसऱ्या दिवशी निकी बोयेने राजीनामा दिला. फ्रेंच अधिकाऱ्यांनी अनेक तास केलेल्या चौकशीनंतर, जगण्यासाठी त्यानी दुसरा आरामदायी मार्ग निवडण्याचा निर्णय घेतला होता.

एका बाजूला मित्तल फ्रेंच लोकांना आणि खास करून राजकारण्यांना आपलंसं करण्याचा प्रयत्न करत होता, तर आन मो, आर्क द त्रियोम्फपासून चालत जाण्याच्या अंतरावर असलेल्या ऱ्यु कोपर्निकवरच्या ऑफिसात इतर भेटीगाठी घडवून आणण्याची तयारी करत होती. फ्रान्समध्ये मित्तलच्या बाजूने सहानुभूतीचं वातावरण निर्माण करण्याचा, त्यामागे उद्देश होता. खास लोकांचे नावपत्ते असलेली आपली वही तिने उघडली आणि फ्रान्सच्या काही प्रतिष्ठित व्यक्तींना रात्रीच्या भोजनाचं आमंत्रण दिलं. ''बाहेरच्या वादळी वातावरणापासून ते जरा वेगळ्या वातावरणात तुला भेटले, की त्यांना तू त्यांच्यापैकीच एक वाटशील,'' तिने त्याला सल्ला दिला. मित्तलने आपल्या सल्लागारांत, फ्रेंच बँकांचा समवेश करण्याविषयी, तिने सुचवलं. असं केल्याने उद्योग जगताला एक जोरकस संदेश मिळाला असता आणि अशी महत्त्वाची गाठभेट घेण्यासाठी, फ्रान्सच्या उद्योगपतीत अग्रणी असलेल्या, फ्रांस्वाँ पिनोच्या घराइतकी आदर्श जागा शोधून सापडली नसती.

पिनोने स्वत: आपल्या देशातल्या आर्थिक देशभक्तांच्या विरोधात होता. ''मित्तलचं ज्याप्रकारे फ्रान्समध्ये स्वागत झालं होतं, ते मला अजिबात आवडलेलं नाही. शिवाय परकीय नागरिकांचा द्वेष करणं आणि ते भारतीय म्हणून वंशभेदी शेरे

मारलेले मला साफ नामंजूर आहेत,'' तो म्हणाला.

आपल्या घरात त्याने मित्तलचं मनापासून स्वागत केलं, ''काही लोकांनी जी काही वक्तव्यं केलेली आहेत, त्याबद्दल मी माफी मागतो. मी सुरुवातीच्या काळात यशस्वी होत असतानाही काही लोक असेच बरळले होते, ते दिवस मला आठवले. याचं कारण आम्ही फ्रेंच माणसं फार शिष्टपणे वागतो. तुम्ही जर प्रतिष्ठित कुटुंबातून आलेले नसाल, फार मोठ्या नावाजलेल्या संस्थेतून पदवी घेतली नसेल, तर तुम्हाला बाहेरचा माणूस समजतात आणि खतरनाक म्हणतात.'' इतर उद्योगपतींशी मित्तलची ओळख करून देताना, पिनो म्हणाला – जे तो आज अनेक वेळा म्हणणार होता– ''तुमची मतं सयुक्तिक असतील आणि अचूक औद्योगिक तर्काचा पाया असेल, तर तुम्ही जिंकालच.''

मित्तलच्या दृष्टीने हे मोठं उत्तेजन होतं. पिनो तर त्याचीच भाषा बोलत होता, जी थिअरी ब्रेताँची नव्हती. फ्रान्स हा एकच देश नाही, तर इथे मतांच्यात संघर्ष आहेत, हे मित्तलच्या एकाएकी लक्षात आलं. मित्तलने जेव्हा सोसिएते जेनेराल या बँकेची आपल्या वित्तपुरवठादारांत नेमणूक केल्याचं जाहीर केलं, तेव्हा ज्यांनी त्याचं स्वागत केलं नव्हतं, त्यांना तर परकोटीचा राग आला. ब्रेताँने परत वृत्तपत्रांकडे धाव घेतली, ल फिगारो आणि सी.एन.एन.ला त्यांनी कळवलं की, आर्थिक देशभक्तीला मी पाठिंबा देतो. निरनिराळ्या देशांची सरकारं, आपल्या देशाच्या कंपन्यांना जास्त संरक्षण देणारा कायदा करत आहे, त्यामुळे अशा लुटारूंना प्रतिबंध करता येईल. फ्रान्सचं सरकार, फ्रेंच कंपन्यांना, कुठलीही सल्लामसलत न करता, आक्रमकपणे बोली लावणाऱ्यांपासून संरक्षण देईल.

''सोसिएते जेनेरालच्या दृष्टीने हा मोठाच राजकीय निर्णय आहे. फ्रेंच सत्ताधाऱ्यांत काही लोकांना मित्तलला मदत करण्यात आनंद वाटतो आहे, हेच दिसून येतं,'' या व्यवहाराशी जवळचा संबंध असलेला एकजण म्हणाला.

आर्सेलरच्या ऑफिसात ही बातमी पसरली तेव्हा जोसेफ किन्स्चच्या तोंडून शब्द फुटेना. ही बातमी ऐकताच, सोसिएते जेनेरालच्या, दानिएल बुताँ या कार्यकारी संचालकाला भेटायला गेला, किन्स्च विमानाने पॅरिसला गेला. या छप्पन वर्षांच्या बुताँइतका कडवा फ्रेंच कोणीच असू शकला नसता. त्याने एकोल नासिओनाल दामिनीस्त्रासियाँमधून पदवी घेतली आणि फ्रान्सच्या वित्तमंत्रालयात आपल्या कारकिर्दीला सुरुवात केली. फ्रेंच सरकारने त्याचा लेजाँ दोनॉएर ही पदवी देऊन बहुमान केला होता.

''दानिएल, तू दुसऱ्या बाजूला कसा काय जाऊ शकतोस?'' किन्स्च अजिजीने म्हणाला. ''आपल्या दोन्ही कंपन्यांचे इतके चांगले संबंध आहेत आणि आत्ता आत्तापर्यंत तू तर आमच्या संचालक मंडळावरही होतास.''

बूताँने त्याला खुलासा केला, की हा निर्णय त्याचा नव्हता, तो ऑफिसचा होता. आर्सेलरचं संचालकपद सोडण्याचा मित्तलशी काहीच संबंध नाही.

किन्स्चला हा युक्तिवाद तितकासा पटलेला नव्हता; पण त्यांच्या बँकेचा प्रतिस्पर्धी असलेल्या बी.एन.पी.ची नेमणूक केल्यामुळे, आर्सेलरवरचा तो रोष असेल, त्याने मनात विचार केला. बूताँ त्यांच्या फोनची वाट पाहत होता; पण तो तेव्हा आलाच नाही. आन मोने आपला अशील असलेल्या, मित्तलबरोबरच्या भोजनाचं दानिएल बूताँला आमंत्रण दिलेलं आहे, हे समजलं असतं तर त्याला कदाचित सोसिएते जेनेरालचा निर्णय पटला असता.

१९

दुपारचे २.३०

चेंबर ऑफ डेप्युटीज, लक्सेम्बर्ग सिटी

उद्योगव्यवसाय ताब्यात घेण्याच्या संबंधातल्या नवीन येणाऱ्या कायद्याचा मसुदा लोकप्रतिनिधींपुढे सादर करायला विधिमंत्री लुक फ्रिडेन जड पावलांनी उभा राहिला. आर्सेलरच्या बचावाच्या दृष्टीने हे फार महत्त्वाचं होतं.

फ्रिडेनच्या सल्लागारांनी आठवड्याअखेर तो मसुदा तयार केला होता; पण त्यात अनेक त्रुटी आढळून आल्या. फ्रान्स आणि ब्रिटनमध्ये याविषयीचा सक्षम कायदा आधीच अस्तित्वात होता; पण लक्सेम्बर्गमध्ये मात्र अशा कायद्याची कधीच गरज भासली नव्हती आणि तो अस्तित्वातही नव्हता. कंपन्या ताब्यात घेण्याचे प्रकार, खास करून आक्रमकपणे, ग्रॅन्ड डचीत कधीच घडले नव्हते. मे महिन्याच्या आधी उद्योग, कामगार संघटना, कायद्याचे तज्ज्ञ आणि विविध विषयांतल्या तज्ज्ञांकडून त्यांची मतं मागवली, तेव्हा हे काम किती कठीण आहे, याची सर्वांना जाणीव झाली. या कायद्याचा मसुदा तयार केल्यावर वित्तविभागाकडून त्यात काही बदल सुचवण्यात आले, ते विचारात घेऊन मग अंतिम मसुदा लोकसभेपुढे मतासाठी ठेवण्यात आला.

फ्रिडेन तयार करत असलेल्या या मसुद्याच्या संदर्भात उलटसुलट चर्चेला उधाण आलं होतं आणि जुंकर क्रेकचा त्याच्यावर दबाव वाढत चालाल होता. लोकांची अपेक्षापूर्ती करू शकेल अशा या संभाव्य कायद्याचा मसुदा वार्ताहर परिषदेत वाचला गेला. ''मित्तल स्टीलने दिलेल्या प्रस्तावामुळे आमच्या या कामाला चालना मिळाली आणि हे काम त्वरेने केलं. आता हा ठराव लवकरात लवकर आपण संमत करायला हवा,'' त्याने जाहीर केलं. ''हा एकदा संमत झाला की, तो सध्या हातात असलेल्या सर्व टेन्डरना लागू होईल. त्यात गुंतलेल्या उद्योगांच्या

संचालक मंडळांना कुठल्याही आक्रमणापासून आपला बचाव करणं शक्य होईल. अर्थात याला भागधारकांची संमती असायला हवी.''

''हा मित्तलच्या विरोधी – आर्सेलरच्या बाजूने किंवा आर्सेलरच्या विरोधी – मित्तलच्या बाजूने कायदा केलेला नाही,'' आपल्या राजकीय दुतोंडीपणाचा प्रत्यय देत तो म्हणाला, ''मित्तलने दिलेल्या प्रस्तावामुळे हा नवीन कायदा अमलात आणण्यासाठीच्या प्रयत्नांना गती देण्यात येईल. आत्ताच्या अंदाजाप्रमाणे हा कायदा २० मेच्या आधी अस्तित्वात येईल.'' हे बोलताना त्याचे डोळे लुकलुकत होते.

गी डोल आणि जोसेफ किन्स्च संतापले होते. त्यांना सरळ सरळ मित्तलच्या विरोधातला कायदा हवा होता. आर्सेलिया आणि युसिनॉरच्या विलीनीकरणाच्या प्राथमिक बैठका झाल्या, तेव्हा लक्सेम्बर्गचे कायदे जास्त मदत करणारे आणि फायदेशीर असल्यामुळे एकत्रित कंपनीचं मुख्यालय लक्सेम्बर्गमध्येच असावं, म्हणून किन्स्चने जीवाचं रान केलं होतं.

फ्रिडेनला जरी हे काम पटकन उरकण्याची घाई होती, तरी सरकारने या प्रस्तावित कायद्याच्या मसुद्यावर यात हितसंबंध गुंतलेल्या लोकांच्या प्रतिक्रिया मागवलेल्या होत्या. सेरव्हाँ-श्रायबर आणि स्कॉट सिम्सन त्यांच्या बाजूने या कायद्याला बळकटी आणण्यासाठी चार कायदेपंडितांच्या मदतीने कामाला लागले. मित्तलला सरळ सरळ थोपवण्याऐवजी हा व्यवहार करण्यात त्याला प्रचंड अडथळे निर्माण करण्याची त्यांची योजना होती आणि त्या दृष्टीने त्यांनी मसुद्यात सुचवायचे बदल लिहायला सुरुवात केली. त्याने एक पोटकलम सुचवलं– जर बोली लावणाऱ्याने आपली बोली रोख पैशांत आणि शेअर्सच्या स्वरूपात लावलेली असेल आणि ते शेअर्स बाजारात सहजपणे रोखीत परावर्तित होत नसतील, तर त्याने सर्व व्यवहार रोखीने करण्याचा पर्याय खुला ठेवला पाहिजे. मित्तल स्टीलमध्ये मित्तलचे ८७ टक्के शेअर्स होते आणि बाकीचे फक्त १३ टक्केच बाजारात विक्रीसाठी उपलब्ध होते. ज्या लोकांना शेअरचा कागद नको असेल, त्यांना मित्तल रोखीने पैसे देऊ शकणार नाही, याची आर्सेलरच्या वकिलांना खात्री होती.

कुठल्याही कंपनीला प्रस्ताव देताना त्या कंपनीच्या कमीत कमी ५० टक्के भागधारकांनी मान्यता देणं गरजेचं आहे, असं कलम नवीन कायद्यात टाकावं, असं सेरव्हाँ-श्रायबर आणि सिम्सनने सुचवलं. ब्रिटन आणि इतर युरोपियन देशांत हेच तत्त्व अमलात आहे. लक्सेम्बर्गच्या सरकारने जर त्यांच्या कायद्यात हा बदल केला, तर मित्तल स्टीलला ५० टक्क्यांऐवजी ४०-४५ टक्क्यांचा पाठिंबा पुरेसा होणार नव्हता आणि यामुळे त्यांच्या प्रयत्नांना खिंडार पडलं असतं.

बोली लावल्यापासून सहा महिन्यांच्या आत जर आवश्यक असलेल्या किमान पाठिंब्याची पातळी गाठण्यात बोली लावणाऱ्याला यश आलं नाही, तर ती बोली

रद्द झाली असं समजण्यात यावं आणि अशी बोली लावणाऱ्याला किमान बारा महिने परत तशी बोली लावण्याचा अधिकार नसेल, असा तिसरा बदल त्यांनी सुचवला. कंपनीवर जबरदस्तीने बोली लावणाऱ्यांपासून त्यांना संरक्षण देण्यासाठी असा कायदा ब्रिटनमध्ये अस्तित्वात होता आणि त्याच धर्तीवर हा बदल सुचवला होता.

त्याने आपलं निवेदन फ्रिडेनला दिलं आणि ते त्याला मान्य होईल अशी आशा केली. फ्रिडेनची सर्व बाजूंनी ओढाताण होत होती. ग्रॅन्ड डचीचं अधिकृत प्रतिनिधित्व करणाऱ्या उद्योगवर्तुळात लक्सेम्बर्ग चेम्बर ऑफ कॉमर्स आपल्या मतानुसार कायद्यात बदल सुचवणार होते, हेही त्याच्या कानावर होतं. या सर्व प्रकारात आणखी भर टाकायला आर्सेलरच्या संचालक मंडळावर कामगार संघटनेचा प्रतिनिधी आणि खासदार असलेला जॉन कास्टेग्नारो त्याच्या ऑफिसात येऊन धडकला आणि त्याने धमकी दिली की, 'मित्तलपासून आर्सेलरचा बचाव करणारा कायदा जर तू लिहिला नाहीस, तर तू देशद्रोही मानला जाशील.'

उद्योगसमूह ताब्यात घेण्याच्या विरोधात एका नवीन कायद्याच्या विचाराचं काहूर लक्सेम्बर्गमध्ये माजलं आहे, ही बातमी बर्कले स्क्वेअरवर अर्थातच येऊन पोहचली. लक्सेम्बर्गसारख्या पिटुकल्या देशात सरकारी अथवा पोलादउद्योगाच्या बातम्या गुप्त राहूच शकत नाहीत. इथे ज्याला कोणाला काही सबळ कारणाने मंत्र्याशी बोलायचं असेल, तर थेट त्याच्या फोनवर संपर्क साधता येत होता. ''आर्सेलरची लोकं आपल्याला जबरदस्त अडथळा निर्माण होईल, अशी कलमं त्या नवीन कायद्यात टाकण्याचा प्रयत्न करतील,'' पीएर-ईव्ह शाबेरने लक्ष्मी मित्तलला सांगितलं.

''आपण त्यांना थोपवू शकतो का?'' मित्तलने विचारलं. त्याची वॉर-रूम आता काळजीत पडली होती.

''आहे, तसा एक आहे, ज्याला मी फोन करू शकतो,'' शाबेर नेहमीच्या संकोची स्वभावानुसार म्हणाला, ''पण आपल्याला त्याला जरा हळुवारपणेच हाताळायला लागेल.''

हार्वर्डमध्ये असताना पीएर फ्रिडेनबरोबर शिकत होता आणि त्यानंतरही ते एकमेकांच्या संपर्कात होते. दोघांनाही एकमेकांबद्दल व्यावसायिक आदर होता. शाबेरने नंबर फिरवला.

''हा नवीन कायदा तुझी डोकेदुखी बनला आहे, हे मला लक्षात येत आहे,'' शाबेरने फ्रिडेनला सांगितलं. ''आमच्या हेही लक्षात येत आहे की, एक आर्थिक केंद्र म्हणून लक्सेम्बर्गचं नाव सुरक्षित ठेवण्याचं काम तुला करायचं आहे.''

“आमच्या मुक्त धोरणामुळेच माझा देश श्रीमंत झाला आहे आणि त्याचा दृष्टिकोन नेहमीच देशापलीकडे जाऊन विचार करणारा आहे,” फ्रिडेनने सांगितलं.

“काही गोष्टी मान्य होण्यासारख्या आहेत; पण काही गोष्टींचा आम्हाला नक्कीच त्रास होईल; पण त्याहूनही जास्त लक्सेम्बर्गच्या प्रतिष्ठेला त्यांनी धक्का बसेल. असला सुरक्षाकवच देणारा कायदा न होण्यासाठी तू प्रयत्न केले पाहिजेस,” शाबेर म्हणाला.

“मला असला कायदा करून देशाला संकटात टाकायचं नाही,” फ्रिडनने संमती दाखवली.

शाबेरनी आता थोडंस खाजगी पातळीवर मित्रत्वाच्या भाषेत बोलायचं ठरवलं. लुक फ्रिडेनला लक्सेम्बर्गपेक्षा स्वतःच्या प्रतिमेची आणि त्याच्या राजकीय भवितव्याची काळजी होती. “गेली पंधरा वर्षं तू तुझ्या देशाला एक मुक्त आर्थिक व्यवस्था राबवणारा देश म्हणून नावारूपाला आणलंस,” शाबेर म्हणाला, “आणि तुझ्यावर आत्ताच्या घटकेला जो कायदा करण्याचा दबाव येतो आहे, तो तू केलास, तर ते विसंगत ठरेल. तू जर युरोपियन युनियनने घालून दिलेल्या नियमावलीच्या चौकटीत राहून काम केलंस, तर तुला तुझी तटस्थ प्रतिमा कायम ठेवता येईल आणि तीच तुझी भूमिका असायला पाहिजे. दुसरं असं की, समजा आम्ही जर जिंकलो, तर त्याचा आमच्याशी असलेल्या तुझ्या संबंधावर काय परिणाम होईल, त्याचाही विचार कर.”

पुढचे काही आठवडे शाबेर आणि फ्रिडेन एकमेकांशी ई-मेल आणि संभाषणाद्वारा संपर्क ठेवून होते. कायदेमंत्री जरी मवाळ भाषा बोलत असला, तरी आर्सेलरला मदत करणाऱ्या सूचनांचा सर्व बाजूंनी त्याच्यावर हल्ला होत होता.

“आर्सेलरला उघड उघड फायदेशीर ठरतील, अशा सुधारित कलमांचा विरोध करण्याचं सरकारपाशी आत्मबल आणि सामर्थ्य असेलच, याची खात्री देता येत नाही,” त्याने खुलासा केला.

“त्यांच्या लोकसभेत केवळ साठच खासदार आहेत, तेव्हा एकतीस खासदारांना आर्सेलर सहज आपल्या बाजूला वळवू शकेल,” सुधीर महेश्वरी म्हणाला.

“तस झालं तर मग आपल्यापुढे फारसे पर्याय उरत नाहीत. माझे वडील क्रेकशी संपर्क ठेवून आहेत. मला कसंही करून फ्रिडेनला भेटलं पाहिजे. तू माझी फ्रिडेनशी गाठ घालून देऊ शकशील का?” आदित्यने शाबेरला विचारलं.

गुरुवार, ९ फेब्रुवारी, सायंकाळी ५.३० वा.

शार्लेरॉय विमानतळ

त्या दिवशी अंधारात लक्सेम्बर्गपासून एक तासाच्या अंतरावर असलेल्या एका लहानशा हॉटेलाच्या दिशेने एक मोटार भरधाव वेगाने निघाली होती. गाडीत जानो क्रेक, जॉर्ज स्मिथ आणि गॅस्टन राईनेच बसलेले होते. मित्तलशी करायच्या बोलण्याची ते उजळणी करत बसले होते, इतक्यात क्रेकचा फोन वाजला. मित्तलचा फोन होता. त्याचं जेट विमान अजूनही हवेतच होतं आणि तो ब्रुसेल्सच्या आसपास होता. नक्कीचा पत्ता देण्यात काही गोंधळ झाला होता आणि मित्तल आता भेटीची जागा नक्की कुठे आहे ते विचारत होता.

''मी तर आत्ता शार्लेरॉयमध्ये आहे,'' क्रेकने खुलासा केला. मित्तलचं विमान आता पूर्वेच्या दिशेने सूर मारून वळालं. विमान वाहतूक नियंत्रणकक्षाकडे आता ते विमान उतरवण्याची सुधारित परवानगी मागत होतं.

शेवटी साडेसहा वाजता क्रेकने मित्तल आणि आदित्यचं हॉटेलच्या स्वागतकक्षात स्वागत केलं आणि ते तळमजल्यावर असलेल्या बैठकीच्या खोलीच्या दिशेने रवाना झाले. जॉर्ज स्मिट बारमध्ये बसला होता. त्याने घातलेल्या रेनकोट आणि हॅटमुळे तो एखाद्या कसलेल्या गुप्तहेरासारखा दिसत होता. त्याने त्या खाजगी खोलीकडे नजर टाकली, तेव्हा मित्तल आणि क्रेक संभाषण करत असल्याचं त्याला दिसलं. तो सतर्क झाला आणि त्याने मोबाइलची बटनं दाबायला सुरुवात केली. ''तुम्ही दोघं बोलत बसला आहात, हे सगळ्या जगाला दिसतंय!'' आता क्रेक उठून पडदे लावून घेत असल्याचं त्याला दिसलं.

मित्तल बापलेक आपल्या आर्सेलरच्या योजनेची तर्कसंगती, धोरणं सांगत असताना क्रेक दोन तास कान देऊन ऐकत होता. त्यांच्या या सांगण्यात सफाई होती आणि ते विचाराला चालना देणारं होतं. त्यामुळे तो प्रभावित होण्यापासून स्वत:ला रोखू शकला नाही. तरुण मित्तलच्या बोलण्याने तर तो चांगलाच प्रभावित झाला होता. सरकारी पाठिंबा असलेल्या व्यवहारासंबंधी बोलण्याची जर वेळ आलीच, तर ती बोलणी कुठल्या चौकटीत राहून करायची, ते क्रेकच्या सल्लागारांनी त्याला सांगितलेलं होतं. ती एक भली मोठी यादी होती आणि आता तर ती दर मिनिटागणिक वाढतच चालली होती.

आता त्याच्या एक लक्षात यायला लागलं होतं, की त्याच्या अगदी मनाविरुद्ध का असेना, त्याला मित्तल आवडायला लागला होता.

शुक्रवार, १० फेब्रुवारी, सकाळचे ११.३०

व्हिया कॉन्डोट्टी, रोम

दुतर्फा आकर्षक वस्तूंच्या दुकानांनी गजबजलेल्या, शहराच्या मध्यवर्ती भागात असलेल्या हमरस्त्यावरून, प्रसन्न सूर्यप्रकाशात, मिचेल झाओवी फिरत होता. बल्गारी, कार्टीएर, प्रादा, ख्रिस्टीअन डिओर, व्हॅलेन्टिनो, डोलेस ॲन्ड गबाना – दुकानामागून प्रसिद्ध दुकानं येतच होती. त्यात त्याचं आवडतं गुस्सीपण होतं. आपण आर्सेलरच्या बाजूने गोष्टी वळवल्या आहेत, असा मनात विचार येत असतानाच, त्याचा फोन वाजला. बेर्नार गोल या सहकाऱ्याने तो केला होता.

"मिचेल, मला आत्ताच किन्स्चचा फोन आला होता. ते मॉर्गन स्टॅन्लेची नेमणूक करताहेत."

हवेमध्ये जोरकस गुद्दा मारण्याचा मोह आवरत मिचेल नेहमीचं त्याचं सुप्रसिद्ध वाक्य बोलला, "झकास! आता आपण लढाईत उतरलो आहोत."

इकडे लक्सेम्बर्गमध्ये मॉसिये श्रेक प्रचंड उत्साहित झाले होते. आता आर्सेलरचा बचाव करण्यासाठी थोडीशी कुमक येत आहे. उद्योग समूहांनी केलेल्या आक्रमणापासून मिचेलने स्वत:ची सोडवणूक केल्यावर श्रेकने मिचेल झाओवीचं नाव ठेवलं होतं, द ग्रेट हुडिनी – असंख्या साखळ्या आणि दोरखंडाच्या बंधनातून स्वत:ला चुटकीसरशी सोडवणारा जादूगार हुडिनी – उत्साहाच्या भरात त्याने एक थोडंसं अतिशयोक्तीने वर्णन केलेलं नवकाव्यही लिहून काढलं.

आक्रमकपणे कंपन्या बळकावणाऱ्या या क्रूर जगात जितकी लोकं तुम्हाला भेटतात, त्या सर्वांमधे गुंतवणूक करणाऱ्या बँकेच्या अधिकाऱ्यासारखा माणूस सर्वांत जास्त धमाल असतो. लुटारूंच्या माळरानात ते आपल्या शिकारीची जागा आखून घेतात, सतत सावजाच्या शोधात त्यांची नजर भिरभिरत असते; त्यांच्या स्नायूंत वाघाचं बळ असतं. डोळे रानमांजरासारखे तीक्ष्ण असतात. काही वेळा चेहऱ्यावर हाईनाचं विकट हास्य असतं. यांच्या तुलनेत उद्योग जगतातल्या इतरांचं काम नगण्य असतं.

व्यापारी बँका दिसायला भारदस्त वाटतात, कारण त्यांचा आवाका मोठा असतो; पण तरी देखील त्या सर्वसाधारणपणे भयानक नसतात. ते जसे दिसायला हत्ती किंवा गव्यासारखे असतात, तशाच त्यांच्या सवयीसुद्धा असतात आणि ते कळपाने वावरतात. वकिलांची जातच वेगळी असते, ते पक्ष्यांप्रमाणे उडत असतात आणि घोटून पाठ केलेला कायदा तोंडावर फेकत बसतात किंवा रंगीबेरंगी पोपटांसारखे

असतात. त्यांनी केलेली वटवट घटनेवर काहीच परिणाम करत नसते. संपर्क साधण्याचं काम करणारे झेब्रासारखे असतात. सुरुवातीला ते फार आकर्षक वाटतात आणि करमणूक करतात, नंतर मात्र त्यांच्या खत्रुड स्वभावामुळे त्यांना आवरताना नाकी नऊ येतात. याचाच अर्थ ते कोणाच्याच उपयोगाचे नसतात.

आता ते सरकारचे प्रतिनिधी, स्थानिक कार्यकर्ते आणि कामगार संघटनांचे प्रतिनिधी बघा. यांना पाहिलं की लगेचच अनेक जातीच्या माकडांची आठवण यायला लागते. ते करत असलेला गोंगाट तुम्हाला ऐकू येत असतो, पण त्यांत घाबरण्यासारखं काही नसतं. त्यांच्या थट्टामस्करीने तुमची काही काळ करमणूक होते; पण त्यामुळे त्यांना फार महत्त्व आहे असं समजायचं कारण नाही.

क्वचितच दिसणाऱ्या प्राण्यांना आपण विसरून चालणार नाही. ते संख्येने खूप असतात. कुठल्याही कामगिरीत ते जिंकतात आणि प्रगती करतात. भागधारकांचा मोठा कळप, गुंतवणूकदार आणि अर्थव्यवस्थापक, कॅलिफोर्नियातल्या सरकारी कामातून निवृत्त झालेली बहुसंख्य मंडळी, कार्पेन्ट्रा आणि एडिंबरोतल्या विधवा, बेल्जियमचे दंतवैद्य, लहानसहान भागधारक, पैसा सांभाळून असणारे आणि निवृत्त झालेली मंडळी हे सगळे सध्याच्या अर्थव्यवस्थेचा कणा असतात. ते विघटनाची प्रक्रिया घडवून आणतात. या अळ्या, किडे आणि जीवजंतू पुनर्निर्मितीची काळजी घेतात. कारण भांडवलशाही हा असा जीवनक्रम आहे, जो उद्देशहीन चालतच राहतो.

आता वार्ताहर, प्रसारमाध्यमांची लोकं रक्तपिपासू गिधाडांप्रमाणे आपल्या भक्ष्यावर सतत घिरट्या घालत असतात. अर्थात ते ज्या बातम्यांवर ताव मारणार असतात, त्यातलं त्यांना फार काही समजतं असं मात्र अजिबात नाही.

मिचेल हुडिनीइतकं या व्यापारी बँकांना कोणीच नीट ओळखलेलं नाही. त्याच्या व्यवसायाचा तो मूळ पुरुष असल्यासारखा होता आणि तो अंतिम अवतारच होता. तो एक चकाकणारा तारा होता आणि त्यामुळे आणि अनेकांच्या अपेक्षांना धक्का देत तो आमच्या आधीच गर्दी झालेल्या संचालक मंडळावर येत आहे.

२०

रविवार, १२ फेब्रुवारी

आर्सेलरच्या संचालक मंडळाचं सभागृह

त्या भारदस्त सभागृहाकडे पीएर सेरव्हाँ-श्रायबरने नजर टाकली. आज तो प्रथमच आर्सेलरच्या संचालक मंडळाच्या बैठकीला हजर असणार होता. आर्सेलरच्या आदर्शवत वाटणाऱ्या औद्योगिक व्यवस्थापनाचं नेतृत्व करणारी धुरंधर मंडळी आज मध्यभागी असलेल्या भल्यामोठ्या लंबाकृती टेबलाभोवती बसणार होती, असं सेरव्हाँ-श्रायबर स्वत:च्या मनाला बजावत होता. कंपनीतील कामकाजात प्रत्यक्ष सहभाग नसलेल्या लोकांचं हे कार्यकारी मंडळ होतं. यात आर्सेलरशी संबंधित असलेल्या अनेक घटकांतून लोकं घेण्यात आली होती. यात कामगार संघटनेचे प्रतिनिधी, सरकारचे प्रतिनिधी त्या त्या घटकांचं प्रतिनिधित्व करत होते. लक्सेम्बर्गच्या राजघराण्याचं, ग्रॅन्ड डचींचं प्रतिनिधित्व ग्रॅन्ड ड्युकचा भाऊ करत होता. आर्सेलरमध्ये सर्व घटकांचं सामूहिक प्रतिनिधित्व देण्याचं धोरण नाही, असं कोण म्हणू शकत होतं?

अर्थात जनसंपर्काच्या माध्यमातून आपली प्रतिमा निर्माण करण्याच्या नावाने सगळा सावळा गोंधळच होता. सेरव्हाँ-श्रायबर स्कॉट सिम्सनला म्हणाला देखील, ''त्यांच्याकडे जगातला चौथ्या क्रमांकाचा उमदा गृहस्थ होताच. भरीला हॉलिवुडच्या नटासारखा दिसणारा देखणा नौजवानही होता. आपल्याकडे काय आहे? दोन म्हातारे, तेही मिशाळ. ही लढाई जिंकण्यासाठी वकीलमंडळींना सर्व आघाड्यांवर यश मिळवावं लागणार आहे.'' मोठ्या अपेक्षेने आलेल्या संचालकांना, सेरव्हाँ-श्रायबर त्याने आखलेलं बचावाचं धोरण समजावून सांगत होता. प्रथम तो लक्सेम्बर्गमध्ये येऊ घातलेल्या नवीन कायद्याविषयी आणि त्याचा या व्यवहारावर घडणाऱ्या संभाव्य परिणामांविषयी बोलत होता. ''इथे आपल्या युक्तिवादाला फारसा पाठिंबा

मिळेलसं वाटत नाही. आमच्या मते या सरकारने, ब्रुसेल्सनी घालून दिलेल्या मार्गदर्शक तत्त्वाला धरूनच काम करावं, असा सरकारवर वाढता दबाव आहे.''

सभागृहातील सर्वांचे चेहरे काळजीने पडले. आता सेरव्हाँ-श्रायबर पटकन डोफॅस्कोच्या विषयाकडे वळाला.

''मित्तलने आपल्या स्वत:च्या मालमत्तेच्या आधारावर त्याच्या समस्या सोडवायला हव्यात. आर्सेलरच्या मालमत्तेने नव्हे.'' तो म्हणाला. ''आपण त्याला हे करायला भाग पाडायला हवं. नेदरलँडमध्ये अस्तित्वात असलेल्या कायद्याच्या आधारे आपण डोफॅस्कोला सुरक्षाकवच देऊ शकतो आणि आपली बाजू भक्कम करू शकतो. याला स्टिचिंग असंही म्हणतात.'' सफाईदार वक्तृत्व करणाऱ्या सेरव्हाँ-श्रायबरने, त्यांच्या शब्दकोशात एक नवीनच शब्द घुसवला. त्यामुळे श्रोते अस्वस्थ झाले.

''मी तुम्हाला हे सगळं समजावून सांगत असताना माझा सहकारी स्कॉट सिम्सन स्टिचिंगची रूपरेषा आखत बसला आहे. त्याने याचा अनेक वेळा यशस्वीपणे वापर केला आहे. त्यात गुस्सीचाही समावेश आहे, कारण त्याची कंपनीही अशीच आक्रमकपणे ताब्यात घेण्याचा प्रयत्न झाला होता. पुढच्या बैठकीत स्कॉट तुम्हाला ही योजना समजावून सांगेलच.''

मित्तलने हल्ला चढवल्यापासून सभासदांना आज प्रथमच काहीतरी आशेचा किरण दिसत होता.

''डोफॅस्कोला स्टिचिंगमध्ये टाकण्याला कायदेशीर कारण हे आहे, की आपण त्यामुळे आर्सेलरची मालमत्ता शाबूत ठेवणार आहोत. ही मालमत्ता जर मित्तलच्या ताब्यात गेली, तर तो तुम्ही दिलेल्या किमतीपेक्षा कमी किमतीत ती विकून टाकेल. तो जे करतो आहे, त्याला कदाचित बेकायदेशीर म्हणता येणार नाही; पण ते नक्कीच अनैतिक आहे. हा व्यवहार थोपवून आपण तुमच्या भागधारकांच्या हिताचं रक्षण करत आहोत. अमेरिकन ॲन्टी ट्रस्ट कायद्यानुसार त्याला त्याच्या मालमत्तेची व्यवस्था पाहणं भाग पडेल, तुमच्या नाही. डोफॅस्कोची मालमत्ता विकून येणारं रोख भांडवल त्याला मिळणार नाही आणि आमच्या समजुतीप्रमाणे आर्सेलर विकत घेण्यासाठी हेच भांडवल त्याने हिशेबात घेतलेलं होतं.''

आता सगळ्यांच्या माना डोलायला लागल्या.

''मित्तल स्टीलने थायसन क्रुप समूहाशी डोफॅस्कोच्या बाबतीत एक समझोता केलेला आहे, तोही आपल्याला विचारात घ्यावा लागेल. केवळ तोच उद्देश असेल असं नाही; पण त्यामुळे थायसन क्रुपला व्हाईट नाईट बनून आर्सेलरची मदत करता येणार नाही. सभ्य गृहस्थांनो, आहे की नाही विचार करण्यासारखी बाब?'' आता तो व्हाईट नाईटची भानगड समजवायला सरसावला.

आर्सेलरच्या हातात एक हुकमाचा एक्का होता. आर्सेलरच्या भागधारकांच्या

संमतीशिवाय ते दुसऱ्या प्रमुख पोलाद उत्पादक कंपनीला, कंपनीच्या प्रचलित शेअर्सच्या मूल्याच्या ३० टक्के नवीन शेअर्स देऊ शकत होता. परिणामी एक नवाच गट स्थापन झाला असता आणि मित्तलचा धोका टळला असता. हॉटेल ले रोयालच्या बारमध्ये अथवा भोजनगृहात ऐकू येणाऱ्या अनेक भाषांच्या खिचडीतून एक गोष्ट सेरव्हाँ-श्रायबरच्या लक्षात आली होती, की मित्तलची जागा घ्यायला अनेक जण टपलेले आहेत. आर्सेलरचे वरिष्ठ अधिकारी उड्या मारत विमानात चढून ब्राझील आणि चीनच्या दिशेने संचार करून एखादा त्राता शोधत होते. "ह्या सगळ्या प्रयत्नांना जर नीट हाताळलं नाही, तर ते काही कामाचे उरणार नाहीत," त्याने सभासदांना सल्ला दिला. "तुम्हाला चांगली कायदेशीर मदत लागेल." तो फॉन ब्लाडेलला म्हणाला देखील, "तू पाच ते दहा अब्ज युरोच्या व्यवहाराच्या गोष्टी करतो आहेस; पण ते व्यवहार जर विस्कळीतपणे हाताळले, तर लोकांचा विश्वास डळमळीत होईल."

सभेचे अध्यक्षपद भूषवणारा किन्स्च माहितीपूर्ण भाषणाबद्दल सेरव्हाँ-श्रायबरचे आभार मानत असतानाच एका संचालकाने विचारलं, "हे तुमचं स्टिचिंग का काय जे आहे – त्यात आम्हाला करण्यासारखं काही आहे का?"

पहिल्या दिवशी छपराखालच्या खुराड्यात स्थापना झालेल्या सेरव्हाँ-श्रायबरच्या लोकांना आता एका चांगल्या खोलीत आणून बसवलं होतं. चेअरमन किन्स्चच्या आणि सभागृहाच्या बाजूलाच असलेल्या खोलीतून इमारतीच्या आत असलेला बगिचा दिसत होता आणि त्या खोलीचं नवीन नामकरणही झालं होतं– स्काडेन रूम. दुसऱ्या दिवशी सकाळीच फ्रिडरिक फॉन ब्लाडेल आला. "काल जे काही तू आम्हाला आणि संचालकांना सांगितलंस, त्या संदर्भात दोन संभाव्य भागीदारांशी वाटाघाटी करण्यासाठी तू आम्हाला मदत करावीस, असं मला वाटतं."

२१

मंगळवार, १४ फेब्रुवारी

सॅन फेलीस, मिलान

''माझं वास्तव्य इटलीमध्ये आहे आणि मला इटालियन कंपन्यांतच पैसे गुंतवायला आवडतील.'' रोमेन झालेन्स्की म्हणाला. त्र्याहत्तर वर्षांचा झालिन्स्की सॅन फेलिस या मिलानच्या उपनगरात असलेल्या आपल्या तळघरातील ऑफिसमध्ये बसला होता. हे ऑफिस तळघरात असल्यामुळे अर्थातच याला खिडक्या नव्हत्या. मिलानच्या तीन जिल्ह्यांपैकी हा एक होता आणि टॅक्सी ड्रायव्हर याला 'बेर्लुस्कोनीचा इलाखा' असं खवचटपणे म्हणत असत. या विभागातली लोकं बेर्लुस्कोनी या प्रसारमाध्यामाच्या रंगेल बादशहाला आणि पंतप्रधानाला इमानदारीत मत देत असत. या विभागातल्या घरांचे दर्शनी भाग टेराकोटाने सजवलेले असले, तरी साधेसुधे दिसत होते. लाकडी पट्ट्यांचे फाटक उघडून आत गेल्यावर उंच पायऱ्यांच्या नंतर जाणारी वाट घराच्या लाकडी दरवाजापाशी जात होती. तळमजल्यावरच्या खिडक्यांना पांढऱ्या रंगाच्या सुरक्षा जाळ्या बसवलेल्या होत्या. रात्री आठ वाजल्यानंतर परक्या इसमाला सुरक्षाकर्मींच्या तपासणीनंतरच आत येत असे. मॉर्गन स्टॅन्लेच्या अध्यक्षांनी – पॅट्रिक पोनसोले – टेलिफोनवरून विचारलेल्या एका प्रश्नाचं उत्तर देण्याचा प्रयत्न जन्माने फ्रेंच असलेला, ब्रिजची आवड असलेला धनाढ्य झालेन्स्की करत होता.

निळ्या डोळ्यांचा, उंच, सडपातळ असलेल्या झालेन्स्कीचा चेहरा जणू काही सूर्यप्रकाशाचा भुकेला असावा, इतका फिकट दिसत होता. मात्र त्याच्या व्यक्तिमत्त्वाला आजूबाजूचं वातावरण साजेसं नव्हतं. उजळ पिवळ्या रंगाच्या भिंतीवर मॅडोना आणि तिच्या मुलाचं चित्र टांगलेलं होतं – एका दिवाणखान्यातच तशी बारा चित्रं टांगलेली होती, तशीच व्हर्जिन मेरीची दोन पुरातन काळातली शिल्पंही होती.

भिंतीवरील उरलेल्या जागेत अनेक प्रकारच्या पऱ्यांची चित्रं टांगलेली होती आणि त्याची कपाटं इटालियन कला /संस्कृती आणि शहरांची माहिती देणाऱ्या पुस्तकांनी खच्चून भरली होती. सौम्य रंगाचे निळे आणि लाल रंगाचे पुरातन काळातील गालिचे अंथरलेले होते. व्हेनिसच्या मुरानो या प्रसिद्ध काचसामान बनवणाऱ्या कारखान्यात तयार झालेल्या, भडक निळ्या, पिवळ्या आणि लाल रंगाच्या वस्तू जागोजागी ठेवलेल्या होत्या आणि एका भडक रंगीबेरंगी आराशीची पूर्तता करत होत्या.

"रोमेन, तुला पोलादउद्योगाची चांगलीच माहिती आहे," आपल्या पॅरिसमधल्या ऑफिसातून पोनसोले म्हणाला. "लक्सेम्बर्गच्या आर्सेलरमध्ये गुंतवणूक करायची एक आकर्षक संधी चालून आलेली आहे."

झालेन्स्की आता खोडकरपणे हसत होता आणि त्याचे डोळे लुकलुकत होते. समोरच्या फ्रेंच गृहस्थाने केलेल्या स्तुतीमुळे तो नक्कीच सुखावला होता. तरीसुद्धा तो आत्तापर्यंत जे उत्तम प्रकारे करत आला होता, तेच करणार होता. इटलीच्या संधिसाधू आर्थिक आणि औद्योगिक क्षेत्रात पैसा कमवण्याची वाट बघत बसणार होता. जुन्या कलाकृती, शिल्पं आणि गालिचे जमवणार होता.

"तू जरा या संधीकडे डोळसपणे पाहावंस, असं मला वाटतं. आर्सेलरला तुझ्या मदतीची गरज आहे," पोनसोलेने सुचवलं.

इटलीमध्ये चेअरमन एन्रीको कुस्सीयाच्या अधिपत्याखाली कार्यरत असलेल्या मेडिओ बँका या वित्तपुरवठा करणाऱ्या संस्थेला मदत करून रोमेन झालेन्स्कीने मधल्यामध्ये २.५ अब्ज युरोची कमाई केली होती.

२००० साली कुस्सीयाचं निधन झाल्यावर मीडिओबँकेमध्ये अंतर्गत वादाला तोंड फुटलं. झालेन्स्कीपुढे आता नवीन संधी चालून आली होती. चाणाक्ष आणि धूर्त असलेल्या झालेन्स्कीने या संधीचा फायदा उठवला नसता तरच नवल घडलं असतं. साल्लोतो ब्युनो या अग्नेलीच्या नेतृत्वाखाली स्थापन झालेल्या कंपूत राजकारणी, उद्योगपती आणि धनाढ्य गुंतवणूकदार होते आणि दुसऱ्या महायुद्धानंतर या कंपूने इटलीतल्या उद्योगधंद्यावर वर्चस्व मिळवलं होतं. झालेन्स्कीने या कंपूत दाखल न होता आपली खेळी खेळायला सुरुवात केली.

झालेन्स्कीचं पूर्वायुष्य फार विरोधाभासांनी भरलेलं होतं. पोलंडचे रहिवासी असलेल्या आईबापांच्या पोटी तो पॅरिसमध्ये जन्माला आला. दुसऱ्या महायुद्धाला तोंड फुटण्याच्या आधीच ते फ्रान्सला पळून आले होते. त्याचे आईवडील नातेवाइकांना भेटण्यासाठी त्याच्यासकट गुपचूप वॉर्साला भेटी देत असत; पण अशाच एका भेटीच्या वेळी ते अडकले. तरण्या झालेन्स्कीने आपल्या आईच्या वतीने काही

माहिती स्वातंत्र्यसैनिकांना पुरवली. ही बातमी जर्मन गेस्टापोंना समजली आणि त्याची आई त्याच्या डोळ्यांदेखत पकडली गेली. तो पॅरिसला परतला. त्याचं कुटुंब आता विखुरलं गेलं होतं आणि ते प्रचंड तणावाखाली होतं. कालांतराने ते परत एकत्र आले. झालेन्स्कीने आपली शिक्षणातील प्रगती उत्तम प्रकारे चालू ठेवलेली होती. एकोल पॉलिटेक्निकमधून त्याने गी डोलच्या दहा वर्षं आधी पदवी प्राप्त केली. नंतर त्याने पॅरिसच्या एकोल देझ माईन्समधून मायनिंग इंजिनिअरची पदवी मिळवली. फ्रेंच सरकारला त्याच्या सेवेची गरज होती म्हणून तो उद्योग मंत्रालयात सल्लागारपदी काम करायला लागला. तेव्हा व्हॅलेरी जिस्कार देस्तांच्या बरोबर काम करत होता. पॅरिसमध्ये असताना त्याने एलेन प्रित्वित्सशी दुसरं लग्न केलं. ती रशियन/जर्मन वंशाची होती आणि पीटर द ग्रेटची वंशज होती. त्यांना ल्व्हाडिमीर आणि कॉन्स्टंटीन नावाची दोन मुलं होती. झालेन्स्कीला त्याच्या पहिल्या बायकोपासून – ॲना – नावाची एक मुलगी होती. त्याच्या लग्नाचं पुढे काय झालं याविषयी इतिहास मौन बाळगून आहे.

झालेन्स्कीला ब्रिज खेळाची फार आवड होती आणि फ्रान्सची स्पर्धा जिंकून सर्वश्रेष्ठ ब्रिजपटू व्हायचं त्याचं स्वप्न होतं; पण नियतीच्या मनात काही वेगळंच होतं. वयाच्या अठ्ठाविसाव्या वर्षी त्याच्यावर कुटुंबाला पोसण्याची जबाबदारी येऊन पडली आणि त्याने ब्रिजच्या टेबलाचा निरोप घेतला. त्याला पोलाद, लोखंड खाणकाम आणि विद्युत निर्मितीसारख्या अवजड उद्योगांत काम करण्याची फार इच्छा होती आणि खाजगी उद्योगांतच काम करायचं होतं. प्रथम त्याने रुबिकॉन या आजारी उद्योगात काम केलं आणि त्याचा कायाकल्प करून दाखावला. नंतर पॅरिसमध्ये असलेल्या रिव्हिलॉन या उद्योगसमूहाचा कार्यकारी संचालक झाला. इरामेत नावाचा त्याच्या वडिलांचा व्यवसाय त्याच्याकडे वारसाहक्काने आला. लोखंडविरहित धातूंचं उत्पादन करण्यात या कंपनीची शंभर वर्षांची ख्याती होती आणि फ्रान्सच्या बाहेर असलेल्या न्यू कॅलिडोनियामध्ये त्याची निकेलची खाण होती. शांतपणे पण परिणामकारकरित्या केलेल्या अनेक व्यवहारांमुळे त्याला आता भरपूर पैसे मिळायला लागले होते.

१९८४ साली त्याने त्याच्या आयुष्यात मोठा बदल केला. त्याने इटलीला स्थलांतर केलं. आल्प्स पर्वतराजीच्या पायथ्याशी असलेल्या ब्रेनो इथे असलेल्या कार्लो टस्सारा या जवळपास दिवाळखोरीत निघालेल्या पोलाद कंपनीचा कार्यकारी संचालक म्हणून त्याने पदभार सांभाळला. ह्या कंपनीला जर त्याने उर्जितावस्थेत आणून दाखवलं, तर त्याला २५ टक्के भागीदारी मिळणार होती. या फ्रेंच माणसाला आव्हानं स्वीकारायला आवडत असे. या उद्योगाचं आधुनिकीकरण करून त्याने तो पाच वर्षांत फायद्यात आणून दाखवला. अर्थात बान्का लोम्बार्डासारख्या

स्थानिक बँकांच्या मदतीनेच हे शक्य झालं होतं. टस्सारा कुटुंबीय झालेन्स्कीचे हे उपकार कधीच विसरू शकणार नव्हते. १९८९ साली त्यांनी त्याला उद्योगाचा मोठा हिस्सा दिला. आता त्याला इटालियन जीवनपद्धती आवडायला लागली होती आणि त्याच्या व्यवसायात त्याची मुलगी आपुलकीने लक्ष घालत होती. त्याचं त्याला अप्रूप वाटत होतं.

१९९६ साली त्याने मिलान शहरातल्या ग्रुप्पो फाल्क या संकटात सापडलेल्या उद्योगाचे ३८.५ टक्के शेअर्स विकत घेतले, तेव्हा आत्तापर्यंत इटलीतल्या उद्योग जगतात फारसा प्रसिद्ध नसलेल्या झालेन्स्कीला एकदम महत्त्व प्राप्त झालं. फाल्कच्या शेअर्सचा तेव्हा १.३० युरो बाजारभाव होता आणि त्याच्या दृष्टीने फारच कमी होता. तेव्हा ते शेअर्स विकत घेऊन जर किरकोळीत विकले तर चांगलाच फायदा करून घेता येईल, असा सरळ हिशेब त्याने केला. त्याचा अंदाज खरा ठरला. ३५ कोटी युरोला ते विकून त्याने ३०० टक्के नफा मिळवला होता.

प्रसिद्धीपासून दूर राहणाऱ्या झालेन्स्कीला आता एकाएकी प्रसिद्धीने घेरलं होतं आणि अफवा पसरवणाऱ्या मिलानच्या वार्ताजगताशी त्याचा नाजूक संबंध जोडला गेला. शहरातल्या बँकांचे अधिकारी आता त्याच्या कर्तृत्वाची दखल घेत होते. फाल्कचा व्यवहार करत असतानाच त्याचं लक्ष गृहोपयोगी वस्तू बनवणाऱ्या मोन्टेडिसनवर गेलं होतं आणि आता तो तिथे धडकणार होता.

२००० सालच्या शरद ऋतूत झालेन्स्कीने मोन्टेडिसनचे १५ टक्के शेअर्स विकत घेतल्याचं जाहीर केलं, तेव्हा मिलानचं उद्योगजगत आवाक झालं. कारण मोन्टेडिसनच्या मूळ मालकांपाशीही १५ टक्केच शेअर्स होते. नंतर वार्ताहर परिषदेत त्याने वार्ताहरांना सांगितलं, मोन्टेडिसन हे एक रत्न आहे आणि त्याचं भवितव्य फारच उजळ आहे. त्यामध्ये नेमकं रत्न होतं 'एडिसन'. गॅस आणि विद्युत उपकरणं बनवणारी ही इटलीची दुसऱ्या क्रमांकाची कंपनी होती आणि आता इनेल या प्रथम क्रमांकाच्या कंपनीशी टक्कर द्यायला उत्सुक होती. २००१ च्या मे महिन्यात फ्रान्सच्या एलेकत्रे द फ्रान्सने मोन्टेडिसनचे २० टक्के शेअर्स विकत घेतल्याचं जाहीर करून इटलीतल्या आर्थिक आणि राजकीयक्षेत्रात खळबळ माजवून दिली. झालेन्स्कीने आपले ५ टक्के शेअर्स त्यांना विकून ५ कोटी युरोची कमाई केली.

देशातंर्गत ऊर्जा पुरवठा करणाऱ्या कंपन्यांना संरक्षण देण्याचा आता सर्वच युरोपियन सरकार विचार करू लागले. एडिसन कंपनी फ्रान्सच्या सरकारी मालकीच्या कंपनीने घेतल्याच्या कल्पनेने इटालियन नागरिकांचा संताप अनावर झाला. झालेन्स्कीने फ्रान्सला आडून मदत केल्याचा आरोप आता इटालियन नागरिक करू लागले. इटालियन सरकारने मोन्टेडिसनच्या संचालक मंडळाचे सर्व मताधिकार तात्पुरते

गोठवून प्रतिहल्ला केला. मिलान म्युन्सिपल युटिलिटी एईएमएस आणि ईडीएफकडे एडिसनचे ७१ टक्के शेअर्स होते. एलेकत्रे द फ्रान्सकडे एडिसनकडून थेट घेतलेले आणखी १७ टक्के शेअर्स होते. झालेन्स्कीला एडिसनकडून, १ युरो प्रतिशेअर या भावाने ५० कोटी युरोचे शेअर्स खरेदी करण्याचे वॉरंट्स मिळाले. झालेन्स्कीच्या धूर्त खेळीचा तो एक अस्सल नमुना होता.

''हा खेळ मी सुरू केला होता; पण मला आता थोडी वाट बघायला हवी. आता हा खेळ माझ्या हाताबाहेर गेला आहे,'' स्थनिक वृत्तपत्रांना त्याने त्याच्या आश्वासक शैलीत सांगितलं. फ्रान्समध्ये जन्मलेल्या या धाडसी गृहस्थाने इटलीतल्या जुन्या पद्धतीच्या भांडवलशाहीवर डाव उलटवला असल्याचं स्थानिक प्रसारमाध्यमांचं मत होतं. बिझिनेस वीकने तर एक नाटकी मथळा दिला, 'रोमेन झालेन्स्की या फ्रेंच गृहस्थाने इटली आणि कंपनीला जबरदस्त धक्का दिला.'

इटलीतील ॲसिकुराझिओनी या सर्वांत मोठ्या विमा कंपनीत त्याचे २ टक्के भागभांडवल होते आणि त्याचं मूल्य होतं, १ अब्ज युरो. बांका इन्टेसा या दुसऱ्या क्रमांकाच्या बँकेत त्याची गुंतवणूक होती. तशीच मोन्टेडिसन आणि इटलीतल्या इतर अनेक औद्योगिक कंपन्यांत त्याची गुंतवणूक होती. आता तो इटलीतील एक प्रमुख गुंतवणूकदार मानला जात होता.

नवलाची गोष्ट म्हणजे त्याने आता आपल्या मुलीच्या आणि मारिओ कोच्ची या दुय्यम साहाय्यकाच्या हाती कामकाजाचा व्याप सोपवून तीस वर्षांनंतर परत ब्रिज खेळायला सुरुवात केली होती. ''हे एखादी नवीन भाषा शिकण्यासारखं आहे,'' असं तो जरी सुरुवातीला म्हणाला, तरी पहिल्याच आठवड्यात ज्येष्ठ खेळाडूंच्या स्पर्धेत पहिल्या दहाच्या आत स्थान मिळवलं आणि आपला परिसस्पर्श शाबूत आहे हे सिद्ध केलं.

पॉनसोलेशी बोलणं झाल्यावर दोनच दिवसांत झालेन्स्कीला बी.एन.पी. परिबासकडून फोन आला. फ्रान्समध्ये व्यवहार करत असल्यापासून तो त्यांना ओळखत होता. आर्सेलरने नव्यानेच सल्लागार म्हणून नियुक्त केलेला क्रिस्तोफ मूलां फोनवर होता. किन्स्च आणि डोलने आपल्या आर्थिक सल्लागारांना गुंतवणूकदारांची एक फळी उभी करायला सांगितली होती. लागेल तेवढी आर्थिक मदत करून मित्तलचा मार्ग रोखण्याचं काम त्या गुंतवणूकदारांनी करावं अशी अपेक्षा होती. बी.एन.पी.ने झालेन्स्कीची प्रमुख गुंतवणूकदार म्हणून निवड केली होती.

''आर्सेलर आणि त्यांच्या धोरणांसंबंधी माहिती करून घेण्यासाठी तुला कोणाशी खाजगीत बोलण्याची इच्छा आहे का?'' मूलांनी त्याला विचारलं. ''आर्सेलरच्या वित्तसल्लागारपदी असलेल्या गोझालो उर्क्वीजोशी आम्ही तुझी भेट घालून देऊ

शकतो. दोघांनाही सोयीच्या वेळी अशी भेट ठरविता येईल. पॅरिसला यायला तुझी काही हरकत तर नाही?''

चोवीस तासांच्या आत २१ मार्चला भेटण्याचं ठरलं.

औद्योगिक जगतातल्या कॅलेन्डरनुसार फेब्रुवारी आणि मार्च हे महिने, निकाल दाखवणारे मानतात. आपल्या गतवर्षाच्या कामगिरीचा आढावा ते या काळात त्यांच्या भागधारकांना कळवत असतात. कंपनीने कशी काय कामगिरी केली आहे, याच्यावर येणारा हा काळ किती तणावग्रस्त आहे हे ठरतं.

शेअरबाजारातल्या रजिस्टर्ड कंपन्यांना वेळोवेळी आपल्या कंपनीतल्या आर्थिक घडामोडींची माहिती आर्थिक बाजाराला कळवावी लागते. अर्थतज्ज्ञांसाठी आणि विश्लेषकांसाठी ही माहिती फार महत्त्वाची असते, कारण या माहितीच्या आधारावरच ते कंपन्याची नाडी तपासतात आणि कंपन्यांविषयी आपले भावी अंदाज जाहीर करतात. कंपनीची गोपनीय माहिती उघड न करता अहवाल बनवणं ही एक कलाच आहे. तसंच आपल्या आर्थिक उलाढालीचे निकाल लोकांच्या अपेक्षेच्या आधी जाहीर करणं ही तारेवरची कसरत आहे. यामुळे बाजारातल्या लोकांना हवी असलेली आकडेवारी उपलब्ध होते, अर्थतज्ज्ञांचे अंदाज अचूक ठरतात, प्रसारमाध्यामांचं वार्तांकन अनुकूल ठरतं आणि भागधारक आनंदात असतात, थोडक्यात म्हणजे सगळेच खूश असतात.

डोलच्या उद्रेकानंतर आणि पॅरिस आणि लक्सेम्बर्गमधल्या राजकीय खळबळीनंतर, आर्सेलरच्या मंडळींना आता त्यांच्या दिशेने काही अनुकूल वारे वाहतील अशी एकमेव आशा होती.

१५ फेब्रुवारी २००६ ला मित्तल स्टीलचे निकाल जाहीर झाले. त्यांनी निव्वळ उत्पन्न ३.३६ अब्ज डॉलर्स दाखवलेलं होतं, याचाच अर्थ गेल्या वर्षापेक्षा ते २८ टक्क्यांनी घटलं होतं. खेळतं भांडवलही २८ टक्क्यांवरून १२ टक्क्यांवर घटलं होतं. पोलादाचे भाव २००५ मध्ये एकतृतियांशाने उतरले होते. पोलादाच्या पुरवठ्या-साठी मित्तलकडे वार्षिक करार फारच कमी होते. यात वर्षभरासाठी ठरावीक किंमत मिळत असते. त्याचा जास्त खप चालू बाजारात होता. २००५ चे शेवटचे तीन महिने फारच कठीण गेले. २००४ च्या शेवटच्या तीन महिन्यांत १.६ अब्ज डॉलर्स नफा झाला होता. तो घसरुन २००५ला ६५ कोटी डॉलर्स झाला होता.

मात्र २००५ साली मित्तल स्टील उत्पादन आणि विक्री वाढली होती, ही मोठी जमेची बाजू होती. आय.एस.जी. कंपनी आता त्यांच्या समूहात आली होती आणि कमी खर्चात उत्पादन देणाऱ्या युक्रेनच्या कंपनीच्या कामकाजावर ताबा मिळवून ते

सुरळीत चालू झालं होतं. विक्रीमध्ये या काळात वाढ होऊन ती २२ अब्ज डॉलर्सवरून २८ अब्ज डॉलर्सपर्यंत पोहोचली होती आणि २००६ साली ती आणखी वाढेल असा तज्ज्ञांचा अंदाज होता. शेअर्सवर २२ टक्के परतावा मिळाल्यामुळे बाजारातले निरीक्षक खूश होते – कंपनीने मिळवलेल्या निव्वळ नफ्याला भागधारकांच्या हाती असलेल्या शेअर्सच्या संख्येने भाग देऊन येणारी रक्कम – पण ॲम्स्टरडॅमच्या शेअरबाजारात मात्र मित्तल स्टीलच्या शेअर्सचा भाव घसरलेला होता आणि आर्सेलरने हाच मुद्दा उचलून धरला. त्याने दिलेल्या प्रस्तावानुसार रोख/ शेअर्सच्या भागधारकांची संख्या आता ७५ टक्के असणार होती. हा प्रस्तावाला डळमळीत करणारा मुद्दा होता.

दुसऱ्या दिवशी आर्सेलरने वाजतगाजत आपला आर्थिक अहवाल जाहीर केला. २००५ साली त्यांचा नफा ६६ टक्क्यांनी वाढून ३.८४ अब्ज युरो झाला होता आणि वार्षिक उलाढाल ३२ अब्ज युरोंपेक्षा जास्त झाली होती. आपल्या भागधारकांना खूश करण्यासाठी त्यांनी दुप्पट परतावा जाहीर करत ०.६५ युरोच्या ऐवजी प्रतिशेअर १.२ युरो केला. आणखी चांगली बातमी होती– २००६ साली होणाऱ्या उलाढालीवर ७ अब्ज युरो नफा होण्याची शक्यता वर्तवलेली होती. २००५ साली निव्वळ नफा जरी ३.८४ अब्ज युरो झाला असला, तरी एकूण नफा ५.६ अब्ज युरो झालेला होता. डोफॅस्कोच्या विलीनीकरणानंतर होणाऱ्या २.२ अब्ज युरोच्या बचतीमुळे खरीखुरी दुभती गाय वाटत होती आणि प्रचंड पैसा देत होती.

अर्थातच हे निकालच सगळं काही सांगत होते आणि त्यामुळे गी डोलच्या नेतृत्वाची प्रशंसा होत होती. आर्सेलरच्या बचावाच्या फळीला इथे आशेचा किरण दिसायला लागला. ''हे दर्जेदार निकालच आर्सेलरच्या किफायतशीर व्यवस्थापनाची ग्वाही देत आहेत,'' कंपनीच्या प्रमुखाने मोठ्या अभिमानाने सांगितलं. ''आर्सेलर आता जगात श्रेष्ठ बनण्याच्या मार्गावर आहे. पुढच्या चार वर्षांसाठी आधुनिकीकरणाच्या आणि मूल्यवृद्धीच्या संकल्पना आमच्यापाशी तयार आहेत.''

बाजारातले तज्ज्ञ आर्सेलर आणि मित्तल स्टीलच्या अहवालांची चीरफाड करून आपलं मत बनवत असतानाच गी डोल आणि उर्क्वीजो आपल्या युरोपातल्या आणि अमेरिकेतल्या भागधारकांना कंपनीचे नवीन अहवाल दाखवून आपलंसं करायला बाहेर पडले. फुटबॉलच्या भाषेत याला समसमान गोल झाल्यामुळे अनिर्णित झालेला सामना असं म्हटलं असतं. दोन्ही कंपन्यांची परिस्थिती चांगली होती, त्यामुळे आता चर्चेचा रोख महत्त्वाच्या मुद्द्यांकडे वळायला लागला होता. आर्सेलरची खरी किंमत काय? मित्तल फार स्वस्तात आर्सेलर घ्यायला बघतो आहे. कंपन्यांचं वास्तविक मूल्य तटस्थपणे ठरवणाऱ्या आणि

थेट संगणकाद्वारे आपली प्रतिक्रिया नोंदवणाऱ्या जगातल्या आघाडीच्या ब्रेकव्ह्यूज.कॉमने आपलं मत मांडलं. दोन्ही कंपन्या आपलं मत मांडण्यात अतिरेक करत असल्याचं त्यांचं मत होतं.

"हे जर खरं असेल, तर त्यांनी जास्त पैसे देण्याची गरजच नाही. लक्ष्मी मित्तल सुचवत असल्याप्रमाणे त्याचा शेअर आर्सेलरपेक्षा ३४ टक्क्यांनी मूल्यवान आहे. सगळा विचार केला तर मित्तलचाच शेअर जास्त किमतीचा आहे; पण ३४ टक्क्यांनी नाही. नक्कीची काय किंमत असावी हे आत्ताच्या घडीला सांगणं अवघड आहे; पण जसजशी लढाई चालू राहील, तेव्हा ते कळेलच," ब्रेकिंग न्यूजचा प्रवक्ता एडवर्ड हाडास म्हणाला. "दोघांच्या शेअर्सच्या किमतीतला फरक विभागला तर, मित्तलला आणखी १७ टक्के जास्त पैसे मोजावे लागतील, असं चित्र दिसत आहे; पण ते पैसे मित्तलकडून उकळण्यासाठी – जास्तीची गोष्टच सोडा – आर्सेलरला चांगला आणि परिणामकारक बचाव मांडायला लागेल, हाडास शेवटी म्हणाला.

दोन्ही पक्षांना अनेक आघाड्यांवर लढावं लागणार होतं.

लक्ष्मी मित्तल राजकारण्यांशी आणि भागधारकांशी गोड बोलण्यात गुंतलेला असताना त्याचे मदतनीस लांबलांबचे त्रासदायक दौरे करण्यात गुंतलेले होते. त्याचे फ्रेंच सल्लागार शारियार ताजबक्ष, पीएर-ईव्ह शाबेर आणि आन मो हे जरी लंडनच्या सारख्या वाऱ्या करत असले, तरी सोसिएते जेनेराल, लॉरा मेयेरला मात्र रोजच लंडनला यावं लागत होतं. या उंच्यापुऱ्या, देखण्या कार्यकारी संचालकाची मित्तलने नुकतीच आपल्या सल्लागार समितीत नेमणूक केली होती. त्याचं काम तसं अवघड होतं. फ्रान्समधल्या गुंवणूकदारांना मित्तलला मदत करण्यासाठी प्रवृत्त करायचं आणि फ्रान्समधल्या आर्सेलरच्या भागधारकांच्या सभा आयोजित करून त्यांचं मन मित्तलच्या बाजूने वळवायचं. फ्रान्समधली आघाडी सांभाळण्यासाठी सोसिएते जेनेरालचं स्थान महत्त्वाचं होतं. मेयेर रोज सकाळी पाच वाजता उठून द गॉल विमानतळावरून सिटी विमानतळावर ७.२५ ला यायचा. मग टॅक्सीत पटकन बसून पंचेचाळीस मिनिटांनंतर – अर्थात रस्ता रिकामा असला तर – ८.३० वा. बर्कले स्क्वेअर हाऊसला यायचा. इथे होणाऱ्या चर्चेत तो आपण केलेल्या प्रगतीचा अहवाल सादर करायचा. परत दुपारी उलट्या दिशेने प्रवास करत तो पॅरिसला येऊन आपल्या कामाला लागायचा, जे कधी कधी उशिरा रात्रीपर्यंत चालत असे.

लोराँ मेयेर मित्तल स्टीलला पोहोचण्याच्या आधीच, लंडनमधले बँकेचे अधिकारी आपापल्या आवडत्या कॉफीशॉपमध्ये जमून विचारविनिमय करायला लागायचे. कुर्झानो स्ट्रीटवरील आपापल्या कॉफीशॉपमध्ये हे अधिकारी कंपनीवर

निष्ठा दाखवल्यासारखे इमानदारीत जात असत. बर्कले स्क्वेअरवर असलेल्या झाडाखाली जेरेमी फ्लेचर एकटाच उभा होता. आपलं रोजचं काम सुरू करण्यापूर्वी तो हातातल्या सिगारेटचा उरलासुरला जीव ओढून घेत होता. अशाच एके दिवशी हातातल्या सिगारेटचे थोटूक विझवून तो बर्कले स्क्वेअर हाऊसमध्ये चालला असताना त्याची आदित्यशी गाठ पडली.

"जेरेमी, तुला माहीत आहे, आर्सेलर ही एक भन्नाट कंपनी आहे," आदित्य मोठ्या उत्साहाने म्हणाला.

"ती खरंच भन्नाट कंपनी आहे," फ्लेचर सहमती दाखवत म्हणाला. एकेकाळी गी डोलला लहानसहान सल्ला देण्याचं काम त्याने केलं होतं. "खरं सांगायचं तर ती कंपनी तुझ्या कंपनीहून जास्त चांगली आहे."

"ते बाकी खरं," आदित्य हसत म्हणाला.

आता या दोघांत खरंच विनोद कोण करत होतं?

२२

१९-२१ फेब्रुवारी

नवी दिल्ली

पॅरिसमधलं मित्तल नावाचं वादळ शमलं आहे किंवा भारताच्या दिशेने निघालेलं विषारी पदार्थांनी भरलेलं जहाज – क्लेमाँसो – दोन दिवस आधी परत फ्रान्सला माघारी बोलावून आपण एक मोठं राजनैतिक संकट टाळलं आहे, असं जर फ्रान्सच्या अध्यक्ष जॅक शिराकला वाटल असेल, तर त्याला दुर्दैवाने चुकीचा सल्ला मिळाला असं म्हणावं लागेल. अध्यक्षांसाठी असलेल्या खास विमानातून थिअरी ब्रेताँसह चार मंत्री, ३२ उद्योगपती आणि औद्योगिक सल्लागार जॅक शिराकबरोबर दिल्लीच्या दिशेने निघाले होते. हा पक्षपाती राजकारणी फ्रान्सच्या कमजोर अर्थव्यवस्थेला सुधारण्यासाठी भारतातील उभरत्या अर्थव्यवस्थेतील काही हिस्सा कसा मिळवता येईल याचा विचार करत होता. भारतात आयात केल्या जाणाऱ्या १००० डॉलर्सच्या वस्तूंपैकी फ्रान्सचा हिस्सा फक्त १८ डॉलर इतकाच होता. नव्याने आर्थिक महासत्ता म्हणून उदयास येत असलेला भारत जुन्या युरोपऐवजी नवीन देशांना प्रथम पसंती देत होतं.

त्यांचं विमान उतरत असतानाच चंडिगडहून प्रसिद्ध होणाऱ्या 'ट्रिब्युन' दैनिकाने एक धोक्याची सूचना शिराकना दिली होती– 'क्लेमाँसोच्या विषयावरून माजलेला गदारोळ जरी आता शमलेला असला, तरी लक्ष्मी मित्तलने आर्सेलर विकत घेण्याचा मांडलेला प्रस्ताव तितकाच डोकेदुखीचा विषय ठरू शकतो.' भारतातल्या उद्योगजगतातल्या नेतृत्वाला फ्रान्सने मित्तलच्या प्रस्तावावर दिलेली प्रतिक्रिया, ही परकीयांबद्दलचा द्वेष दर्शवणारी वाटते.

नेमका याच वेळी मित्तल संतसिंग चटवाल या परममित्राच्या मुलाच्या लग्नासाठी भारतात आला होता. संतसिंग हा अमेरिकेत हॉटेल व्यवसायात असून त्याची अनेक

हॉटेलांची साखळी आहे. शिवाय तो डेमोक्रॅटिक पक्षासाठी निधी उभारण्याचं काम करतो. याचा मुलगा विक्रम – हॉटेलचाच व्यवसाय करणारा – हा मॉर्गन स्टॅन्लेमध्ये मर्जर अॅन्ड अॅक्विझीशन विभागात काम करत असतानाच जाहिरातीसाठी मॉडेलिंग करतो. आदित्यप्रमाणेच विक्रमचं शिक्षणही व्हार्टन स्कूल ऑफ बिझिनेसमध्येच झालेलं होतं; पण इथेच त्याची-आदित्यची तुलना थांबते. आदित्यला आपलं घर आणि माणसांचं प्रेम होतं आणि तोही आत्ता मेघाबरोबर दिल्लीला आला होता. विक्रम भरपूर काम करणारा, जेट विमानातून भराऱ्या मारणारा, सुंदर मुलींच्यात रमणारा होता आणि मॅनहटनमध्ये त्याला 'टर्बन काऊबॉय' नावाने ओळखत. याचे चार हात करून संतसिंग त्याला जरा निवळवण्याच्या प्रयत्नात होता. हे लग्न इतक्या थाटात झालं, की त्यापुढे वनिशा मित्तलचं लग्नही फिकं ठरलं असतं.

१८ फेब्रुवारीला मित्तल उषाबाईंसह दिल्ली विमानतळावर उतरला, तेव्हा प्रसारमाध्यामांत एकच खळबळ उडाली होती. फोटोग्राफर आणि वार्ताहरांच्या गराड्यात सापडलेल्या मित्तलने आर्सेलरच्या विषयावर बोलण्याचं साफ नाकारलं. तो फक्त इतकंच म्हणाला, ''आर्सेलरच्या भागधारकांच्या सभा घेण्याच्या कामातून मी जरा विश्रांती घेण्यासाठी आलेलो आहे. ही एक खाजगी स्वरूपाची भेट आहे,'' असं म्हणत असतानाच त्यांनी टेलिव्हिजनवर मुलाखती मात्र दिल्या. ''पंतप्रधान मनमोहनसिंग या विषयावर अध्यक्ष शिराक यांच्याशी बोलतील, अशी मला आशा आहे,'' असं मुलाखतीच्या वेळी त्यांनी बोलून दाखवलं. पंतप्रधानांच्या कार्यालयाने मात्र चर्चेमध्ये हा विषय नसणार, असंच जाहीर केलं.

हे ऐकून मित्तलला वाटलेली निराशा फार काळ टिकली नाही. थोड्याच वेळात त्याला खुद्द पंतप्रधान मनमोहनसिंगांचाच फोन आला. १९ फेब्रुवारीला शिराक यांच्या सन्मानार्थ दुपारच्या भोजन समारंभाचे त्यांनी मित्तलला आमंत्रण दिले. 'मला आनंदच होईल,' मित्तल म्हणाला. मित्तलला मोठमोठ्या प्रसिद्ध व्यक्तींबरोबर वावरायला आवडत असे. काल संध्याकाळीच तो टोनी ब्लेअर आणि बिल क्लिंटन यांच्या समावेत होता. खुद्द क्लिंटन चटवालच्या मुलाच्या लग्नाला आलेले होते. मित्तलला आपले विचार राजकारणी लोकांसमोर मांडायचे होते आणि खास करून मनमोहनसिंग यांच्याशी बोलायचं होतं. मनमोहनसिंगांचा उल्लेख करताना मित्तल नेहमी, 'माझे पंतप्रधान' असा करत असे. हे राजकारणी काही वेळा नाटकी भाषेत बोलत असत; पण त्याचीही दखल मित्तल घेत असे.

तीन वर्षांपूर्वी मित्तल राजधानीत पंतप्रधान अटलबिहारी वाजपेयींना भेटला होता. वाजपेयींनी त्याला विचारलं : ''मि. मित्तल, तुम्ही भारतात येता तेव्हा कुठे राहता?''

''मी हॉटेलात राहतो,'' मित्तलने सांगितलं. मित्तल जरी भारतात पोलादाचं

उत्पादन करत नसला, तरी तो आयसीआयसीआय बँकेच्या संचालक मंडळावर होता. आयसीआयसीआय ही भारतातली खाजगी क्षेत्रातली सर्वांत मोठी बँक होती. २.४ कोटी लोक त्यांच्या सेवेचा लाभ घेत होते आणि ती भारतातली दुसऱ्या क्रमांकाची गुंतवणूक करणारी बँक आहे.

''मि. मित्तल, तुमच्यासारख्या प्रख्यात माणसाने भारतात हॉटेलात राहणं बरं दिसत नाही. तुमचं इथे घर असायलाच पाहिजे,'' पंतप्रधानांनी ठासून सुचवलं.

भेट संपवून बाहेर येताच मित्तलने घाईघाईने उषाबाईंना फोन केला. ''उषा, आपण जमीन विकत घेऊन घर बांधायचं आहे.''

उषाबाई लगेचच कामाला लागल्या. २२ औरंगजेब रोडवर असलेला एक ब्रिटिशांच्या काळातील बंगला त्यांच्या सांगण्यानुसार ०.७५ कोटी पौंडाला त्यांनी विकत घेऊन टाकला आणि त्याचं नूतनीकरण केलं. औरंगजेब रोडवर उच्चभ्रू लोकांची घरं आणि अनेक देशांच्या वकिलाती होत्या. त्याच्या शेजारी राजस्थानी बिर्ला राहत होते. बिर्लांचे भारतात अनेक प्रकारचे उद्योगधंदे होते. त्यात वस्त्रोद्योग, मोटार, टेलिकम्युनिकेशनसारख्या अनेक व्यवसायांचा समावेश आहे.

जागतिक नेत्यांना भेटता आलं असतं, हा पंतप्रधानांच्या आमंत्रणाचा फायदा होताच. शिवाय कदाचित शिराकना भेटून आर्सेलरच्या प्रस्तावामुळे कामगार कपात होणार नाही अथवा एकही कारखाना बंद पडणार नाही हे सांगता आलं असतं. आपल्या नवीन घरातून बाहेर पडण्याच्या आधी, आपली योजना, त्यावर करायचे युक्तिवाद, त्यामागचे औद्योगिक तर्क आणि होणारे फायदे या विषयांची मित्तल मनातल्या मनात उजळणी करत होता. अचानक त्याच्या विचारांची साखळी तुटली. त्याचा फोन वाजत होता. पलीकडून येणारा आवाज भारतीय माणसाचा नव्हता.

''मि. मित्तल,'' एक वरिष्ठ फ्रेंच अधिकारी बोलत होता. ''आज दुपारच्या भोजन समारंभाला तुम्ही हजर राहू नये, अशी आमची तुम्हाला विनंती आहे.'' मित्तलने ''का?'' म्हणून खुलासा विचारला. तेव्हा 'ही फार वरून विनंती करण्यात आलेली आहे. शिराकना त्याला भेटण्याची इच्छा नाही. तुमचं तिथे असणं दुर्दैवी ठरेल.'

मित्तलपुढे आता संभ्रम निर्माण झाला होता. भोजन समारंभाला न जाऊन त्याला भारताच्या पंतप्रधानांना दुखवायचं नव्हतं; पण फ्रेंच सरकारमध्ये राजकीय वादळही उठवायचं नव्हतं. फ्रेंच सरकारचा कितीही दुराग्रह असला तरी त्यांची अजूनही समजूत काढता येण्याची शक्यता मित्तलला वाटत होती. त्यांनी आपल्या उद्योगाला पहिलं स्थान दिलं आणि विषय संपवला.

त्या रात्री तो एका कॉकटेल पार्टीला गेला असताना, त्याला मनमोहनसिंग त्याच्याचकडे येताना दिसले. ''तुम्ही जेवायला का आला नाहीत?'' पंतप्रधानांनी

विचारलं. मित्तलने दिलगिरी व्यक्त करत, तशी फ्रेंच सरकारने विनंती केल्याचं आडवळणाने सुचवलं. मुरलेला मुत्सद्दी असल्यामुळे ही संधी साधून त्याने पंतप्रधानांना भेटण्याची इच्छा व्यक्त केली. "मला तुम्हाला उद्या भेटून सगळं काही सांगता आलं असतं तर फार बरं झालं असतं," मित्तल म्हणाला.

त्याची इच्छा सफल झाली. उद्या शिराकना भेटण्याच्या आधी पंतप्रधान मित्तलला हैद्राबाद हाऊसमध्ये भेटणार होते. १९२६ साली एडवीन लुटेनने बांधलेल्या या वास्तूत आता परदेशी पाहुण्यांच्या भेटीगाठी आणि स्वागत समारंभ होत होते.

मित्तल भेटीच्या वेळी तत्परतेने हजर झाला. मित्तलला भेटीसाठी काही मिनिटांचाच अवधी मिळाला होता; पण त्याने आपल्या आर्सेलरच्या प्रस्तावाची माहिती पंतप्रधानांना दिली, तसेच थिअरी ब्रेताँला भेटल्याचंही सांगितलं. भोजन समारंभाला न येण्यामागे फ्रेंच सरकारचा दबाव असल्याचं सांगून त्यांचा या प्रस्तावाला किती कडवट विरोध आहे, हेच त्यातून दिसतं, असं त्यानी दाखवून दिलं. मनमोहनसिंग आता शिराकशी आर्सेलरच्या विषयावर बोलणार होते. प्रत्यक्ष शिराकना भेटून सर्व काही खुलासा करता आला असता, तर ते चांगलं झालं असतं; पण निदान भारताच्या पंतप्रधानांशी बोलता आलं तरी, तो पर्यायही चांगलाच होता, असा विचार मित्तलने या भेटीला येण्यापूर्वी केला होता. आता प्रत्यक्ष पंतप्रधानच तुमच्या बाजूने बोलणार होते, हे तर सोन्याहून पिवळं.

त्याने लंडनला फोन करून निकोला डेव्हिडसनला ताजी बातमी दिली. काही मिनिटांतच तिचे वार्ताहर दिल्लीमध्ये ही सनसनाटी बातमी देण्याची तयारी करू लागले. मित्तलच्या भोजनाचं आमंत्रण रद्द केल्याची शिराकला जबरदस्त किंमत मोजावी लागणार होती.

२० फेब्रुवारीला जागतिक वार्ताहर परिषदेसाठी पंतप्रधान मनमोहनसिंग आणि उत्साही शिराक बसले होते. संरक्षण क्षेत्रात सहकार्य, अणुऊर्जेचा शांततेसाठी उपयोग, अशा एकूण नऊ करारांवर सह्या झाल्यानंतर या ऐतिहासिक भेटीच्या निमित्ताने झालेल्या वार्ताहर परिषदेत ते भारत-फ्रान्ससंबंधीच्या प्रश्नांना सामोरं जाण्यासाठी तयार झाले; पण वार्ताहरांना दुसऱ्याच विषयात रस होता.

"आर्सेलरचा प्रस्ताव आणि त्याच्यावरची तुमची प्रतिक्रिया काय?" पहिलाच प्रश्न विचारण्यात आला. "एका बाजूला तुम्हाला आमच्याशी व्यापारी संबंध वाढवायचे आहेत, तर दुसऱ्या बाजूला तुमचा आर्सेलरच्या विलीनीकरणाला विरोध आहे. हा विरोधाभास नाही का?"

भरधाव वेगाने फ्रान्सच्या तूलाँ बंदराकडे जाणाऱ्या क्लेमाँसे बोटीच्या दुप्पट वेगाने शिराकच्या तोंडावरचं हास्य मावळलं. "तुम्ही म्हणता तसं मी म्हणणार नाही," शिराक थोड्याशा ताठ्यानेच म्हणाला, "पहिली गोष्ट म्हणजे आर्सेलर

ताब्यात घेऊ पाहणारी कंपनी भारतीय नाही. ती डच कंपनी आहे.''

''पण तिचा मालक आणि चालक भारतीय वंशाचा आहे.'' एक खुलासा केला गेला.

''नक्कीच, पण इथे एल.एन. मित्तलची काहीच समस्या नाही. ती एक डच कंपनी आहे आणि आर्सेलर लक्सेम्बर्गची. इथे फ्रान्स आणि भारताचा काही संबंधच नाही.''

तरी पुढचा प्रश्न आलाच. ''पण तुमच्या सरकारचं या प्रस्तावाविषयी काय मत आहे?''

''फ्रेंच सरकारला कंपनीची आणि भागधारकांची काळजी आहे. शिवाय आर्सेलर आणि मित्तल स्टीलच्या औद्योगिक संस्कृतीतला फरक हाही वादाचा मुद्दा ठरू शकतो. प्रस्तावाच्या अटीसुद्धा तपासायला हव्यात.''

''समजा, भागधारकांचे हितसंबंध जास्त चांगल्या रीतीने सांभाळले गेले, तर तुमचा या प्रस्तावाला विरोध असेल का?''

शिराक आता ताठ बसला. तो भयंकर अस्वस्थ झाला होता. त्याला वार्ताहरांनी चांगलंच धारेवर धरलं होतं. मित्तलला भोजन समारंभापासून दूर ठेवणं सोपं असलं, तरी त्याचा सर्वत्र प्रभाव दिसत होता.

''मी परत सांगतो, फ्रेंच सरकारचे आर्सेलरमध्ये संबंध गुंतलेले आहेत, ते आर्सेलरचे भागधारक नाहीत,'' शिराक म्हणाला. ''एकंदर सर्व परिस्थितीचा विचार करता हा व्यवहार होणं, कंपनीच्या फारसं हिताचं नाही. या दोन्ही कंपन्यांचं करारावर एकमत झालं पाहिजे, यात भारताचा काहीही संबंध नाही.''

''अशा या तणावग्रस्त वातावरणात समजा काही गैरसमज असलेच, तर ते दूर करायला तुम्ही मित्तलला भेटाल का?''

शिराकला आता संतापाच्या उकळ्या फुटत होत्या. ''मला एक सांगितलं पाहिजे, की हा वाद कसला आहे, हेच मला समजलेलं नाही. पहिली गोष्ट, यात दोन पक्ष गुंतलेले आहेत. भारतीय वंशाचा, ब्रिटिश नागरिक असलेला गृहस्थ, नेदरलँडच्या कंपनीचं नेतृत्व करतो आणि त्याला लक्सेम्बर्गची कंपनी घ्यायची आहे. आत्ताच्या परिस्थितीनुसार हा एक आक्रमक प्रस्ताव आहे आणि तो केवळ आर्थिक कारणासाठी दिलेला आहे. तो देण्याच्या आधी आमच्याशी कसल्याही प्रकारची सल्लामसलत, विचारविनिमय झालेला नाही आणि आम्हाला औद्योगिक योजनाही सादर करण्यात आलेली नाही, हे नेहमीच्या प्रथेचा भंग करणारं आहे.''

आपण या प्रस्तावाची कागदपत्रं पाहिली नसल्याचं शिराकने कबूलं केलं. ''आम्हाला ही योजना नक्की काय आहे, हे समजलेलं नाही. आम्ही त्याची वाट पाहत आहोत – या व्यवहारात काय गुंतलं आहे, योजना काय आहे, हे समजल्याशिवाय आम्ही काहीच मतप्रदर्शन करू शकत नाही. इथे वादाचा मुद्दाच नाही, ही एक

नैसर्गिक आणि कायदेशीर प्रतिक्रिया आहे.''

बाजी मारून नेण्याचा विचार करून आलेल्या शिराकला आता हार मानावी लागत होती. त्यांनी मनमोहनसिंगांकडे अपेक्षेने पाहिलं. काही हालचाल दिसली नाही. आणखी एक वार्ताहर प्रश्न विचारण्याच्या तयारीनं आला.

''मि. शिराक, हा व्यवहार होऊ नये म्हणून तुम्ही प्रत्यक्ष किंवा अप्रत्यक्ष कृती कराल का?''

''मी परत सांगतो, आम्ही कुठल्याही कंपनीविरुद्ध कारवाई केलेली नाही किंवा व्यवहाराच्या पद्धतीवर आक्षेप घेतलेला नाही,'' आपल्या दुभाष्यामार्फत शिराकने ठासून सांगितलं. ''एका मोठ्या उद्योगसमूहाने दुसऱ्या उद्योगसमूहाला आक्रमक प्रस्ताव दिलेला आहे. हे नेहमीच्या प्रथेविरुद्ध आहे. आम्हाला यामागच्या कारणांची किंचितशीही कल्पना नाही आणि त्याच्या भावी योजनांची माहिती नाही. आम्ही आता मित्तलकडून काही माहिती मिळण्याची वाट पाहत आहोत, ते साहजिकच आहे. ते एकदा समजलं की मग आमचं मत आम्ही बनवू. अर्थात ते मत बनवताना प्रचलित प्रथा, कायदे आणि वित्तीय क्षेत्राचं स्वातंत्र्य विचारात नक्कीच घेतलं जाईल.''

शेवटी पंतप्रधान शिराकच्या मदतीला आले आणि वार्ताहरांना दोन्ही नेत्यांत झालेल्या चर्चेसंबंधी प्रश्न विचारायला सांगितले. अर्थात हे सांगताना मी अध्यक्ष शिराक यांच्याशी मित्तल यांच्या प्रस्तावाविषयी बोललेलो आहे आणि या प्रकरणात न्याय्य भूमिका घेतली जाईल अशी आशा व्यक्त करतो, असं सांगायला ते विसरले नाहीत. इकडे शिराक धुसफुसत असताना, मित्तल कुटुंबीय लंडनचं विमान पकडण्यासाठी इंदिरा गांधी विमानतळाकडे निघाले होते. दुसऱ्या दिवशी मित्तलला एका वजनदार स्पॅनिश गृहस्थाला भेटायचं होतं.

मधल्या काळात गी डोलला अमेरिकन हेज फंड ॲट्टीकुस कॅपिटलकडून एक खत्रुड भाषेत लिहिलेलं पत्र आलं. या संस्थेने त्यांच्या व्यवस्थापनाखाली असलेले १० अब्ज डॉलर आर्सेलरमध्ये गुंतवलेले होते आणि ते सर्वांत मोठे भागधारक होते. सर्व जगाला आपल्या मोठेपणाची जाणीव व्हावी म्हणून ॲट्टीकुस कॅपिटलच्या चेअरमन – टिमोथी आर बॅरॉकेट – आणि उपचेअरमन डेव्हिड स्लेजरने आपलं पत्र इंटरनेटवर टाकलं.

'मित्तल स्टीलने दिलेल्या प्रस्तावावर संचालक मंडळाच्या प्रतिक्रियांनी आम्ही फार निराश झालेलो आहोत. तसेच आपण त्यांनी आपल्या कंपनीला दिलेल्या प्रस्तावाविषयी त्यांच्याशी सातत्याने बोलणी करायचं टाळत आहेत, हेही आम्हाला खटकत आहे.' हे पत्राच्या सुरुवातीला लिहिलं होतं. 'औद्योगिक आणि आर्थिक गुणवत्तेच्या गरजेखातर आर्सेलरच्या गुंतवणूकदारांच्या आणि भागधारकांच्या हिताच्या

दृष्टीने अशी बोलणी होणं गरजेचं आहे. त्यांच्या प्रस्तावात वाढ होण्यासाठी आपण त्यांच्याशी ताबडतोब बोलणी करावीत असं आम्ही आपल्याला विनंतीपूर्वक सुचवतो.' नंतर खरा झटका दिला होता : 'भागधारकांच्या प्रति संचालक मंडळाची ही कायदेशीर आणि नैतिक जबाबदारी असल्याची आम्ही आपल्याला जाणीव करून देतो आणि एप्रिल २८ ला होणाऱ्या सर्वसाधारण सभेत / अथवा कोर्टामार्फत आम्ही आमचे हितसंबंध जपण्याचे आमचे हक्क अबाधित ठेवत आहोत.'

दुसऱ्या गुंतवणूकदारांनी अशी मागणी केली नसल्याचा खुलासा आर्सेलरने केला; पण मित्तलने फिनान्शिअल टाइम्सला एक मुलाखत देऊन दबाव वाढवण्यास सुरुवात केली. आर्सेलरचं व्यवस्थापन आमच्याशी चर्चा करायला तयार होईल अशी मला आशा वाटते. आम्ही आमच्या कल्पना आणि त्यामागचं तर्कशास्त्र त्यांना समजावून देण्यास उत्सुक आहोत. दुर्दैवाने त्याने नकारच दिला, तर मग शेवटी भागधारकांनाच निर्णय घ्यावा लागेल.

"तुम्हाला आत्तापर्यंत भेटलेल्या भागधारकांची काय प्रतिक्रिया आहे?" मार्शने विचारलं.

"आर्सेलरच्या मुक्त शेअरबाजारातले शेअर्स हातात असणाऱ्या ४० टक्के भागधारकांशी आम्ही बोललेलो आहोत. यामध्ये लक्सेम्बर्ग सरकार आणि इतर मोठ्या संख्येने शेअर्स हाती असलेल्या गटांचा समावेश नाही आणि त्याची टक्केवारी १०च्या आसपास आहे. आम्हाला सर्वसाधारणपणे उत्साहकारक प्रतिसाद मिळाला आहे."

मंगळवार, २१ फेब्रुवारी

माद्रिद-टोरेहॉन एअरपोर्ट

होसे मारिया ॲरिस्ट्रेन हा धनाढ्य गृहस्थ शेअर्सच्या हिशेबाने आर्सेलरचा दुसऱ्या क्रमांकाचा भागधारक होता. त्याच्याकडे ३.६ टक्के शेअर्स होते; पण ती कधीही स्वत: बैठकांना हजर राहत नसे. माद्रिदला राहणाऱ्या रामोन हेरमोंझिल्ला मार्टिन या आपल्या वकिलाला तो आपला प्रतिनिधी म्हणून पाठवत असे. फोर्ब्सच्या श्रीमंत लोकांच्या यादीनुसार त्याचा जगात ५५७ वा क्रमांक होता. बसाक फुटीरतावादी अपहरण करतील या भीतीने तो आणि त्याचे कुटुंबीय नेहमी अंगरक्षक घेऊन बाहेर पडत असत. लोकांना ते जरा अतिच केल्यासारखं वाटत होतं. ॲरिस्ट्रेनचं सेव्हिलेला पशुसंवर्धन केन्द्र होतं. तिथे तो बैलांच्या झुंजीसाठी बैलांची पैदास करायचा.

त्याचे वडील स्पेनच्या उद्योगात महारथी समजले जायचे. त्यांनी कॉर्पोरेसीऑं

जेएमएसीची स्थापना केली होती. या उद्योगाचं प्रमुख कार्यालय जरी माद्रिदला असलं, तरी कारखाने बसाक प्रदेशात होते. होसे मारिया दोन वर्षांचा असताना त्याचे वडील हेलिकॉप्टरच्या अपघातात मरण पावले. होसे मारियाकडे वडिलांचं कसब नव्हतं. त्याने खाजगी क्षेत्रात नव्याने स्थापन झालेल्या आसेरालियाला १० टक्के भागीदारीच्या बदल्यात आपले कारखाने विकले. नंतर आसरेलियाचं जेव्हा आर्सेलरमध्ये विलिनीकरण झालं, तेव्हा त्याच्या शेअर्सचं पुनर्मूल्य ३.६ टक्के करण्यात आलं. जरी हिशेबाने त्याचं मूल्य ३.६ टक्केच होतं, तरी ॲरिस्ट्रेनला आपली फसवणूक झाल्यासारखं वाटत होतं. त्याकरिता तो जोसेफ किन्स्च आणि एकेकाळी त्याच्याकडे काम करणाऱ्या गोन्झालो उर्क्वीजोला जबाबदार मानत होता. या मंडळींशी त्याचे संबंध कधीच सलोख्याचे नव्हते. जेव्हा आर्सेलरची मंडळी त्यांच्या दारात उभ्या असलेल्या भारतीय लुटारूवर दातओठ खात होती, तेव्हा ॲरिस्ट्रेन आपल्या अधिकाऱ्याला म्हणाला, मला लक्ष्मी मित्तलला संधी द्यायला आवडेल. मित्तलचं जेट विमानतळावर उतरत असताना तो आपल्या पाहुण्याची अपेक्षेने वाट बघत होता.

आर्सेलरची टाळेबंदी उघडायची ॲरिस्ट्रेन किल्ली ठरू शकेल का? विमानाच्या खिडकीतून खाली डोकवताना मित्तलच्या मनात आलं.

दुपारचे ३

आंतरराष्ट्रीय व्यापार आणि वित्तनियोजन मंत्रालय, लक्सेम्बर्ग सिटी

"सद्गृहस्थांनो! या लढाईच्या अखेरीस आर्सेलर स्वतंत्र राहणार नाही, हा महत्त्वाचा मुद्दा आहे."

हे ऐकून जानो क्रेक कचरला. पॅरिसमधल्या जे.पी.मॉर्गन चेस ॲन्ड कंपनीचा थिअरी दो आर्जेन्ट हे अप्रिय शब्द उच्चारत होता. उद्योगसमूहांचा वित्तसल्लागार असलेल्या थिअरीला लक्सेम्बर्ग सरकारची या लढ्यात काय भूमिका असावी याविषयीचा सल्ला देण्यासाठी जॉर्ज स्मिटने त्याची नियुक्ती केली होती.

"म्हणजे या लढाईत काहीही झालं तरी आर्सेलर आपल्या स्वत:च्या हिमतीवर तग धरू शकणार नाही, असं तुला म्हणायचं आहे का?" स्मिटने विचारलं.

"सरकार काय भूमिका घेते, यावर बरंच काही अवलंबून असेल. आर्सेलरला अवाजवी कायदेशीर संरक्षण देऊन पक्षपात करायचा का तटस्थ राहून, भागधारकांना

निर्णय घेऊ द्यायचा, हे सरकारने ठरवायचं आहे,'' सल्लागाराने खुलासा केला.

आपण फारच नाजूक विषयावर बोलतो आहोत, याची थिअरी दोर्जेन्टला कल्पना होती. आत्ता तर नुकतीच सुरुवात झालेली होती. महत्त्वाच्या मुद्द्यावर सरकारला आणि क्रेकला योग्य तो सल्ला देण्यासाठी त्याने आणखी वेळ काढणं गरजेचं होतं. आर्सेलरचं वास्तविक आर्थिक मूल्यमापन काय आहे, लक्सेम्बर्गचे नियामक कायदे काय आहेत, उद्योगसमूहांना नियंत्रित करणारे युरोपियन आणि अमेरिकन कायदे काय आहेत, गुंतवणूकदारांचा कल काय आहे, खास करून हेज फंडवाल्यांचा आणि सगळ्या महत्त्वाचं म्हणजे योग्य संधी शोधून तिचा कसा उपयोग करायचा, या सर्व गोष्टींचा विचार करायला हवा होता.

गुंतवणूक करणाऱ्या बँकेची निवड करणं स्मिटला सोपं जाणार नव्हतं, कारण सर्व दर्जेदार बँका आर्सेलर किंवा मित्तलसाठी काम करत होत्या. जे.पी.मॉर्गेनची मोठ्या बँकेत गणना होत होती. ती जगभरात काम करत होती आणि त्यांच्याकडे सक्षम अर्थतज्ज्ञ काम करत होते. जे.पी. मॉर्गनचं झगमगीत ऑफिस, पॅरिसमधल्या प्लास प्लास व्हांदोवर होतं आणि ते क्रेकच्या मुख्यालयापासून वळणदार रस्त्याच्या दुसऱ्या टोकाला होतं. याशिवाय, सरकारी विषय हाताळण्यात जे.पी. मॉर्गनला जास्त गती होती आणि म्हणूनच त्यांना आपल्या संचालक मंडळावर घेतल्यामुळे स्मिट निर्धास्त होता. आपल्या सल्लागाराच्या नियुक्त्यांचं वर्तुळ पूर्ण करण्यासाठी स्मिटला आणखी दोन नियुक्त्या करायच्या होत्या. लक्सेम्बर्गच्या डेकहेर्ट या प्रसिद्ध कायद्याच्या सल्ला देणाऱ्या संस्थेची त्याने प्रथम नेमणूक केली, नंतर गेव्हीन ॲन्डरसन या आंतरराष्ट्रीय दर्जाच्या जनसंपर्क संस्थेची जनसंपर्क साधण्यासाठी नेमणूक केली.

संचालक मंडळाच्या सभासदांना आपली कृतियोजना सविस्तरपणे समजावून सांगताना दोर्जेन्टने सर्व मुद्द्यांचा परामर्श घेतला. आर्सेलरचे काटेकोरपणे मूल्यमापन करणे, कंपनीच्या बचावासाठी उपयुक्त असलेले ठळक मुद्दे मांडणे, आपल्या बाजूला असलेल्या भागधारकांच्या गटाची जुळवणी करणे आणि मित्तलच्या विरोधात आपल्या मदतीला धावून येतील, अशा कंपन्यांची जुळवणी करणं अशा अनेक मुद्द्यांची त्यांनी चर्चा केली. इथे सरकारला चीन आणि रशियाशी संबंध साधून, मोलाची कामगिरी करता येण्यासारखी होती.

या प्रकरणात सरकारचं धोरण काय असणार आहे, ते महत्त्वाचं ठरणार आहे; हे दोर्जेन्टने परत एकदा ठासून विचारलं. डावपेचांचा एक भाग म्हणून आर्सेलरच्या संभाव्य भागीदारांशी ताबडतोब चर्चा आणि वाटाघाटी लवकरात लवकर सुरू करण्याचा त्याने सल्ला दिला. वेळ मारून नेण्यासाठी सरकारने मित्तलचा प्रस्ताव सपशेल नाकारावा असं दोर्जेन्टने सुचवलं आणि सरकारी यंत्रणेद्वारा नियामकांवर

दबाव टाकून भक्कमपणे आर्सेलरच्या मागे उभं राहायला सांगितलं. लक्सेम्बर्ग सरकारने मित्तलने दिलेला प्राथमिक प्रस्ताव सपशेल अमान्य करावा, यासाठी त्याने नियामक आणि सरकार असल्याचा पुरेपूर उपयोग करून घ्यावा आणि आर्सेलरच्या मागे खंबीरपणे उभं राहावं. आर्सेलरच्या योजनेप्रमाणे आपल्याला झालेला नफा कंपनी परत उद्योगात गुंतवणार होती, त्यामुळे रोजगार वाढले असते आणि सरकारच्या खजिन्यात भर पडली असती आणि कंपनी आणि सरकार या दोघांचीही भरभराट झाली असती.

"एक गोष्ट नक्की : मित्तल आपला सध्याचा प्रस्ताव जिंकू शकत नाही," दोर्जेन्ट आत्मविश्वासाने म्हणाला. "आर्सेलरचं वास्तविक मूल्य त्यांनी हिशेबात घेतलेलंच नाही. जेव्हा ही लढाई शेवटच्या पर्वात जाईल, तेव्हा लक्सेम्बर्गच्या सरकारला मित्तलबरोबर वाटाघाटीची बोलणी करावीच लागतील, हे या बँकेच्या अधिकाऱ्याला मनातून चांगलचं माहीत होतं.

"सरकारची आपलं धोरण ठरवण्यातली द्विधा मनःस्थिती असू नये. अर्थात त्यांचे धोरण, आर्सेलरशी मिळतंजुळतं असलंच पाहिजे असं नाही," तो म्हणाला. क्रेक आता अस्वस्थ झाला. "सरकारची भूमिका अनेक प्रकारची असते. कायद्याचा रक्षक, मोठा भागधारक, रोजगार सांभाळणारा, गुंतवणूक सांभाळणारा आणि देशातल्या मोठ्या पोलाद कारखान्याला विजेचा पुरवठा करणारा."

दोर्जेन्टनी थोडक्यात सांगितलं. या सर्व बाबींमध्ये आर्सेलर सरकारवर कुरघोडी करणार नाही याची खबरदारी घेतली पाहिजे. याहीपेक्षा सरकारपुढे फार मोठा प्रश्न होता, हे दोर्जेन्टला माहीत होतं. तो इतका महत्त्वाचा होता की, जेव्हा स्मिट दोर्जेन्टला पहिल्या वेळी भेटून त्याला ऑफिसमध्ये घेऊन गेला, तेव्हा त्याने ऑफिसचं दार आतून लावून घेतलं आणि फोनची वायर काढली.

"आम्हाला कसंही करून आर्सेलर लक्सेम्बर्गमध्येच असायला हवी," तो कुजबुजत म्हणाला.

दोर्जेन्टने 'कसंही करून' या शब्दाची खास नोंद घेतली.

मित्तलला रोखण्यासाठी प्रतिबंधक कायदा करावा असं लुक फ्रिडेनला फक्त सेरव्हाँ-श्रायबर आणि सिम्सनच सांगत होते, असं नाही. गेल्या सप्ताहाच्या अखेरीस हातात लाल वाईनचा ग्लास घेऊन दोर्जेन्ट कायदा लिहायला बसला, तेव्हा त्याच्या मनात एक विचार आला – ही गोष्ट मी आयुष्यात विसरणार नाही आणि जेव्हा म्हातारा होईन, तेव्हा माझ्या नातवंडांना अभिमानाने सांगेन, की पेशाने जरी मी आर्थिक सल्लागार असलो, तरी मला एक कायदा करून तो हातातल्या पेनने प्रत्यक्ष कागदावर उतरवायची दुर्मीळ संधी मिळाली होती. आर्सेलरच्या पेन पारजत असलेल्या कायदेतज्ज्ञांप्रमाणे न विचार करता एका सरकारी अधिकाऱ्याप्रमाणे तो

विचार करत होता. आर्सेलरच्या बचावासाठी प्रतिबंधात्मक कायदा व्हावा असं जरी त्याचं मत असलं, तरी त्यामुळे 'जगातलं आघाडीचं आर्थिक केन्द्र' अशी प्रतिमा डागाळेल, इतका तो संकुचित नसावा. या प्रकरणात सरकारचं धोरण नेमकं काय आहे, हे स्पष्टपणे समजलं पाहिजे, दोर्जेन्टने फ्रिडेनला सांगितलं आणि हीच गोष्ट त्याने क्रेकच्या मनावर अनेक वेळा बिंबवली होती.

मित्तलचे वकील निरनिराळ्या देशांतील नियामकांच्या भेटीगाठी घेण्यात दंग होते. त्यांनी हिरवा कंदील दाखवला की, मग हा प्रस्ताव जनतेसमोर उघड करण्यात येणार होता. इकडे निकोला डेव्हिडसन आणि फिलिप ग्वाईथ रोजच्या रोज प्रसार-माध्यमांना बातम्या पुरवून वातावरण तापत ठेवत होते. आर्सेलरकडून येणाऱ्या प्रत्येक बातमीच्या खरेपणाबद्दल रोज सकाळी ९ वा. आणि सायंकाळी ६ वा. वार्ताहरांना काळजीपूर्वक शब्दांकन करून माहिती दिली जायची. स्पिरो योऊकीमला हे काम इतकं आवडलं होतं, की निकोलाने त्याला आपल्या जनसंपर्कविभागाचा, सन्माननीय सभासदच करून टाकलं.

खाजगी चर्चेत केलेले खुलासे तितकेच महत्त्वाचे होते. अशा वेळी आर्सेलरच्या गडावरून मिळालेली गुप्त बातमी वार्ताहरांना पुरवली जात होती. आर्सेलरच्या मुलाखतीच्या वेळी वार्ताहर त्याचा मुक्तहस्ताने वापर करत असत. सर्वसामान्य भाषेत अशा प्रकाराला बातमी फोडणं म्हणत असले, तरी मित्तलची लोकं त्याला 'बाजी मारणे' असंच म्हणत असत. या गटाकडे, गुप्त बातम्यांची 'मार्स मडपॅक' नावाची फाईल होती. मार्स हे गोल्डमन साक्सने ठेवलेलं मित्तलचं टोपणनाव होतं आणि मित्तलवर आर्सेलरकडून प्रसारित होणाऱ्या नकारात्मक बातम्या आणि चिखल-फेकीला 'मडपॅक' म्हटलं होतं. हा चिखल अंगाला चिकटण्याच्या आधीच तो परत विरुद्धपक्षाकडे भिरकावण्याचं खरं आव्हान होतं.

आठवड्यातून दोन वेळा होणाऱ्या बैठकींपैकी एका बैठकीत सुधीर महेश्वरीने एक करड्या रंगाचं पाकीट टेबलावर ठेवलं. चिखलफेकीला पूरक अशी माहिती त्यात होती. मित्तल स्टील आणि मित्तलविषयी, आक्रमक भाषेत लिहिलेल्या अनेक बातम्यांची त्यात कात्रणं होती. त्यातल्या अनेक बातम्यांत मित्तलच्या कारखान्याच्या परिस्थितीची आणि सुरक्षिततेची, तसेच पूर्व युरोपातल्या खाणींविषयी विपर्यस्त माहिती छापलेली होती. ह्या बातम्यांच्या आधारावर वार्ताहरांनी, मित्तलच्या विरोधी लेख लिहावेत अशी अपेक्षा होती.

"हे सगळं तुला मिळालं कसं?" निकोलाने विचारलं.

"त्याचे अनेक मार्ग असतात," महेश्वरीने सूचक हसत खुलासा केला. अर्थात या बातम्यांत नवीन असं काहीच नव्हतं आणि हे आरोप आधीही केलेले होते; पण

यामुळे प्रतिपक्ष कशा पद्धतीने काम करत आहे आणि अतिरंजित बातम्यांचे फवारे सोडत आहे, हे लक्षात येत होतं.

एका वार्ताहराने निकोलाकडे तक्रारीच्या सुरात सांगितलं, की त्याला मित्तलच्या विरोधात ठरावीक दिवशी बातम्या छापण्यासाठी करारबद्ध करण्याचा प्रस्ताव दिला होता. त्याने त्याला नकार दिला. याला एकाच भाषेत उत्तर दिलं पाहिजे, निकोलाने ठरवलं. आपण वार्ताहरांना कसल्याही अटी न घालता मि. मित्तल आणि आदित्यला जास्तीत जास्त वेळा भेटण्याची संधी द्यायची.

२३

रविवार, २६ फेब्रुवारी, दुपारी २वा.

स्काडेन आर्प्स, ६८ ऱ्यु द्यू फोबुर सांतानोरे, पॅरिस

पीएर सेरव्हाँ-श्रायबर आपल्या जगभरात पसरलेल्या ऑफिसातल्या वकिलांची फोनवरून एकत्रित बैठक घेत होता, तेव्हा त्याला घोड्यांच्या शर्यतीचं धावतं वर्णन करत असल्यासारखं वाटत होतं. तर मग आर्सेलरच्या शर्यतीत आज कुठला व्हाईट नाईट आघाडीवर आहे? त्याने पहिलाच प्रश्न केला.

आर्सेलरने जशा ढीगभर बँका गोळा केल्या होत्या, तसेच ते व्हाईट नाईट गोळा करत होते. आता सातजण नक्कीचे मिळाले होते आणि डझनभर लोकांशी बोलणी चालू होती. दोन ब्राझीलचे, दोन रशियाचे, कोरिया, जपान, युक्रेनचा प्रत्येकी एक, असे सातजण हातात होते. आर्सेलरतर्फे वाटाघाटी करणाऱ्या अधिकाऱ्यांच्या मदतीला स्काडेनचे वकील दिलेले होते आणि असे शंभर वकील काम करत होते.

प्रत्येक नाईटला सुरक्षिततेच्या कारणासाठी एक सांकेतिक नाव दिलेलं होतं. निवडलेल्या संभाव्य मदतनिसांची यादी पाहून सल्लागारांना हायसं वाटलं होतं. सेरव्हाँ-श्रायबर जेव्हा कामात व्यस्त नसेल, तेव्हा त्याला प्रॉव्हेन्सच्या हवेशीर मोकळ्या वातावरणात हातात वाईनचा ग्लास घेऊन आरामात बसायला आवडत असे. साहजिकच आपल्या व्हाईट नाईटना त्याने वाईनच्या प्रकारावरून सांकेतिक नावं दिलेली होती; पण अडचण अशी होती की, आर्सेलरच्या मदतीला इतकी लोकं धावून आली होती, की त्यांना नावं देण्याइतक्या वाईन उपलब्ध नव्हत्या. मग बाराकुडा आणि न्यूपोर्ट नावं सुचली.

आर्सेलरशी ज्यांचे मित्रत्वाचे संबंध होते, त्यांची नावं आघाडीवर होती. जपानच्या निप्पॉन स्टील कॉर्पोरेशन – न्यूट्स, देशात सर्वाधिक पोलादाचं उत्पादन करणारा चीनचा शांघाई बाओस्टील ग्रुप– बाराकुडा यांची नावं पुढे होती. बाओ जरी खाजगी

कंपनी असली, तरी तिच्यावर चीनच्या सरकारचंच नियंत्रण होतं. तिथल्या नोकरशाही प्रवृत्तीमुळे त्यांच्याशी बोलणी करणं, हे महा-जोंग या खेळाइतकं त्रासदायक होतं. अनेक कारणांनी चीनला हाताळणं धोक्याचं होतं. चायना ऑफ शोअर ऑइल कॉर्पोरेशनमध्ये ७० टक्के सरकारी भागभांडवल होतं. त्यांनी कॅलिफोर्नियातली युनोकॉल कॉर्पोरेशन ही कंपनी विकत घेण्याचा प्रयत्न केला, तेव्हा त्यांना सुरक्षा कारणांसाठी अमेरिकन सरकारने प्रतिबंध केला. अमेरिकन सरकारच्या म्हणण्याप्रमाणे अमेरिकेच्या सुरक्षेला धोका होताच; पण त्यामुळे सचोटीने व्यवहार करायच्या तत्त्वाला तडा जात होता. या प्रकरणातून झालेल्या अपप्रचारामुळे चीनला आपली प्रतिष्ठा वाचवताना नाकी नऊ आले. याचा धसका घेऊन चीन आता आंतरराष्ट्रीय उद्योगसमूहाच्या जगतात जायचं टाळत होता. आर्सेलरच्या व्यवहारात हात घालायच्या आधी चीनच्या सरकारला, जॅक शिराक आणि जॉंक्लोद जुंकरकडून लेखी हमी हवी होती. बाओस्टीलने स्वत:पुढेच अडचणी निर्माण केल्या होत्या.

जपान आणि आर्सेलरच्या सांस्कृतिक वातावरणात फार फरक होता. एक उद्योग समूह म्हणून तो अभेद्य होता. वाटाघाटींच्या बाबतीत जपान फार वेळकाढू होता आणि आर्सेलरला जरी जपानविषयी आपुलकी होती, तरी त्यांच्यापाशी फार वेळ हाती नव्हता. मिचेल वुर्थच्या दृष्टीने निपॉन स्टील आदर्श भागीदार होता. कोरियामधला आघाडीचा पोलाद उत्पादक असलेला पॉस्को हा आणखीन एक आकर्षक प्रस्ताव होता. हा शेअरबाजारात पंजीकृत होता आणि याचे शेअर्स सर्वत्र उपलब्ध होते; पण तो मित्तलचं लक्ष आपल्याकडे जाऊ नये म्हणून आत्ताच समोर यायला नव्हता.

ब्राझीलला आर्सेलरचा कारखाना होता. तिथल्या गेर्डाउ (जॉर्जेस) आणि सीएसएन (कॅबर्ने) या मोठ्या उत्पादकांनी मदतीची तयारी दाखवली होती. युक्रेनच्या डॉनबासला (मोझेल) वगळून चालणार नव्हतं कारण क्रायव्होरिझस्टालच्या असफल चढाईच्या वेळी ते दोघं एकत्र आले होते. रशियाची दोन नावं समोर होती : एन.एल.एम.के. (न्यूपोर्ट) आणि सेव्हरस्टाल (सॉव्हीग्नॉं.)

गी डोल कुठल्या घोड्यावर पैसे लावणार, हे सांगायला ज्योतिष्याची गरज नव्हती. त्यांचा संयुक्त प्रकल्प रशियात होताच. शिवाय ॲलेक्सी मोर्डाशोव्ह आता आंतरराष्ट्रीय दर्जाचा उद्योगपती होता, तेव्हा सेव्हरस्टालचं नाव साहजिकच आघाडीवर होतं. ब्राझीलची लोकं मात्र त्याला पळवत होती. सगळे नाईट आता हावरटपणा करत होते आणि प्रगती मंदावली होती. गोन्झालो उर्क्विजोच्या मते फक्त तीन नावांचाच विचार करावा असं होतं.

गी डोलने ती कल्पना सपशेल धुडकावून लावली. ''मला सगळ्यांनाच ताणत ठेवायचं आहे. आपल्या कुठल्याच भावी भागीदाराला आपणच फार पुढे आहोत असं

वाटायला नको. नाहीतरी खेळ संपण्याच्या वेळेलाच त्यांचं काम असतं, राहू दे सगळ्यांना लटकत,'' गीने आपल्या सल्लागारांना सांगितलं.

शिकागो

''दोन्ही कंपन्यांची उत्पादनं फार भिन्न असल्याची टीका मी अनेक वृत्तपत्रांतून वाचलेली आहे,'' विल्बर रॉस सांगत होता. आजारी पोलादाच्या उद्योगाचा पुनर्जन्म करणारा अशी ख्याती असलेला रॉस शिकागोपासून ८० कि.मी.वर असलेल्या बर्नस हार्बरमधल्या कारखान्यात भेटीसाठी गेलेल्या वार्ताहरांसमोर बोलत होता. गी डोलच्या उत्तम प्रतीचा परफ्युम आणि यु डी कोलनच्या उपमेचा तो समाचार घेत होता. ''हे साफ खोटं आहे,'' रॉसने ठासून सांगितलं, ''आर्सेलर ज्या प्रतीचं पोलाद युरोपात बनवत आहे, त्याच प्रतीचं पोलाद आम्हीही बनवत आहोत.''

मित्तलच्या अनेक कारखान्यांपैकी एक मोठा कारखाना असलेला हा कारखाना १९६४ साली बेथलहॅम स्टीलसाठी बांधण्यात आला. पुढे तो रॉसने विकत घेतला. त्याच्या आयएसजीचं जेव्हा विलीनीकरण झालं, तेव्हा त्याने तो मित्तलला विकला. बर्नस हार्बरच्या कारखान्यात सर्व प्रकारच्या पोलादाचं उत्पादन होत असे. इथल्या दोन ब्लास्ट फरनेस आणि प्लेट रोलिंग यंत्रांच्या साहाय्याने प्रतिवर्षी ४.७ मिलियन टन पोलादाची निर्मिती होत होती. इथे हॉट रोलिंग, कोल्ड रोलिंग पोलादाबरोबरच जस्ताचा मुलामा दिलेल्या पत्र्याचंही उत्पादन होत असे आणि त्याचा मोटारउद्योगाला पुरवठा होत असे. मित्तलच्या कामाच्या पद्धतीचे गुणगान केल्यावर आणि आयएसजीच्या विलीनीकरणाचा दोघांना कसा फायदा झाला आहे हे सांगितल्यावर त्याने आपला मोर्चा गी डोलकडे वळवला. गी डोल करत असलेल्या मित्तलच्या समूह व्यवस्थापनाच्या टीकेचा त्याने चांगलाच समाचार घेतला. ''तुमच्या माहितीकरता सांगतो, माझी स्वत:ची मित्तलच्या कारखान्यात २० कोटी डॉलर्सची गुंतवणूक आहे आणि जर मला स्वत:ला किंचितसाही भरवसा नसता, तर मी माझी सगळी गुंतवणूक काढून संचालकपदाचाही राजीनामा दिला असता.''

लोकांना ऐकू जाईल याची दक्षता घेत तो खाजगीत कुजबुजला, ''गी डोल हा एक उद्धट माणूस आहे आणि त्याचा वास्तविक जगाशी फारसा संबंध उरलेला नाही.''

इकडे वार्ताहरांना बर्नस हार्बरला घेऊन जात असताना, लक्सेम्बर्ग चेंबर ऑफ कॉमर्समध्ये लुक फ्रिडेन या विधिमंत्र्याला कंपनी हस्तांतरणाला जाचक ठरणाऱ्या कायद्याचा मसुदा सादर करत होती.सेरव्हाँ-श्रायबर आणि स्कॉट सिम्सनप्रमाणेच चेंबरचंसुद्धा मत होतं, की कुठल्याही कंपनीला विलीनीकरणासाठी दिलेल्या प्रस्तावात, बोली लावणाऱ्या कंपनीचे शेअर्स खुल्या बाजारात विक्रीसाठी उपलब्ध नसतील, तर

भागधारकांना रोखीचा पर्याय उपलब्ध असायला हवा. चेंबरने पुढे जाऊन असंही सुचवलं की, हा नवीन कायदा या आधी दिलेल्या प्रस्तावांनाही लागू करावा. हा इतका संरक्षण देणारा कायदा चेंबरने नक्की कोणाला डोळ्यांपुढे ठेवून सुचवला होता? अँग्लो-सॅक्सन वर्तमानपत्रांनी प्रश्न उपस्थित केला. निदान फ्रेंच सरकारला तसं वाटलं. आता जर फ्रिडेनने हा कायदा अमलात आणायचं ठरवलं, तर मित्तलला सर्व व्यवहार रोखीतच करणं भाग होतं आणि आर्सेलरच्या भागधारकांपुढे तसा पर्याय ठेवणं भाग होतं. हा सर्व व्यवहार रोखीत करण्याइतकी गंगाजळी उपलब्ध असल्याची बँकांनी हमीपत्राद्वारे ग्वाही द्यायला हवी होती. हे जर त्याला जमलं नसतं आणि तीच शक्यता जास्त होती, तर हा व्यवहार करण्यात त्याला अपयश आलं असतं.

चेंबर ऑफ कॉमर्सचा आर्सेलरशी तसा काहीच थेट संबंध नव्हता; पण त्याचा अध्यक्ष मिचेल वुर्थ हा आर्सेलरचा दुय्यम कार्यकारी संचालक होता. त्याने वार्ताहरांना मुक्तपणे प्रश्न विचारण्याची परवानगी दिली. प्रत्यक्षात जरी त्याने प्रश्नोत्तराच्या वेळी भाग घेतला नसला, तरी हे सर्व नाटक असल्याचं आपलं मत फिलिफ ग्वाईथने मित्तलच्या सल्लागारांपुढे मांडलं.

उंची परफ्युम/यु डी कोलनच्या हल्ल्यातून स्वत:ला सावरत असताना मित्तल आपला प्रस्ताव जाहीर होण्याची वाट बघत होता. माहिती आघाडीवर चाललेल्या रणधुमाळीत मागे राहणं त्याला परवडणारं नव्हतं. अचानक त्याच्या हातात एक मौल्यवान हिरा येऊन पडला. सर्व दिग्गज सल्लागार आणि बँका मित्तल किंवा आर्सेलरच्या मागे उभ्या असल्यामुळे आता या विलीनीकरणाच्या संदर्भात बरंच काही विश्लेषण छापून आलं होतं; पण एक्सेन या फ्रेंच संस्थेने आपलं मत प्रसिद्ध केलं– 'मित्तल स्टील-आर्सेलर ही एक परिपूर्ण युती आहे... दोघांचा व्याप, बाजारावर घडणारा परिणाम, पूरक कार्यक्षेत्र, उलाढाल वाढण्याची खात्री आणि मित्तलने जाहीर केलेली मूल्यवृद्धी या सगळ्यांचा विचार करता आर्सेलरच्या भागधारकांपुढे मित्तलने एक आकर्षक प्रस्ताव ठेवलेला आहे,' असं मत त्यांनी मांडलं. आर्सेलरच्या दृष्टीने हे एक भीषण स्वप्न होतं. एक्सेन समूहाची काही प्रमाणात मालकी बीएनपी परिबास बँकेकडे होती आणि ही बँक आर्सेलरच्या बाजूने मित्तलच्या विरोधात उतरलेली होती.

मित्तलने दिलेला प्रस्ताव हा युरोपातल्या सरकारी मालकीच्या कंपन्यांच्या काळ्याकुट्ट जंगलात एक प्रज्वलित मशालीसारखा वाटतो, असं अँग्लो-सॅक्सन मंडळींचं मत होतं.

''अर्थातच तू खास व्यक्ती आहेस – कारण तू ब्रिटिश आहेस,'' ब्रेकिंगव्ह्यूज.कॉमच्या ह्युगो डिक्सनला थिअरी ब्रेतॉं म्हणाला. ''ब्रिटिश लोक जर खास नसते, तर आम्ही मंगळावर जाऊन राहिलो असतो,'' मंत्री परत खवचटपणे म्हणाला.

''आपण मुक्त व्यापारव्यवस्थेच्या विरोधात नाही किंवा आंतरराष्ट्रीय कंपन्यांनी ताबा घेण्यासही माझा विरोध नाही,'' ब्रेताँनी ठासून सांगितलं. ''पण जर तुम्हाला भागधारकांच्या भावना समजल्या नाहीत, तर तुम्ही काहीतरी गमावून बसाल आणि तो भागधारकांना खड्ड्यात टाकेल. मी ही धमकी देत नाही. ही वस्तुस्थिती आहे,'' त्याने सांगितलं.

ब्रेताँ आता चवताळला होता. मित्तलने गाजवलेल्या शिराकच्या भारतभेटीवरून तो परत पॅरिसला विमानातून उतरला, तेव्हा त्याला एक धक्कादायक बातमी समजली. एनेल या इटलीच्या सर्वांत मोठ्या ऊर्जा कंपनीने फ्रान्सचा मानबिंदू असलेल्या सुएझ या मोठ्या ऊर्जा आणि सेवा पुरवणाऱ्या कंपनीला विलीनीकरणाचा प्रस्ताव दिला होता. हा व्यवहार रोखण्यासाठी फ्रेंचांनी सुएझचं गाझ डी फ्रान्स या सरकारी मालकीच्या आजारी कंपनीशी विलीनीकरण केलं. इटलीच्या व्यापारमंत्र्याने – गिउलिओ त्रेमॉन्टी – आता ब्रुसेल्सकडे धाव घेतली आणि हस्तक्षेप करण्याची मागणी केली. फ्रान्स आपल्या कंपन्यांना अवाजवी संरक्षण देत असल्याचा त्यांनी सरळ सरळ आरोप केला.

हे सगळं पुरेसं नव्हतं म्हणून की काय, थिअरी ब्रेताँच्या काचेच्या टेबलावर आता मित्तलने पाठवलेली औद्योगिक योजना येऊन पडली होती. एक सहा पानी गोपनीय अहवालाच्या स्वरूपात ती पाठवली होती आणि त्यात प्रमुख मुद्द्यांचा परामर्श घेतला होता. संपूर्ण तपशीलवार अहवाल लवकरच तयार होत असून, त्याच्यावर मित्तल सविस्तरपणे फक्त ब्रेताँशीच चर्चा करणार होता. आता लवकर म्हणजे किती वेळात हे कोणालाच माहीत नव्हतं. अगदी तो अहवाल बनवणाऱ्या मित्तलच्या बिल स्कॉटिंगला देखील नाही. आपण पाठवलेल्या अहवालाच्या तपशिलात रोज वाढ होत असल्याचं बर्कले स्क्वेअरला जाणवलं. मित्तलने २ मार्चचा ला त्रिब्युन उघडला तेव्हा त्यात तो संपूर्ण अहवाल पाहून त्याला आश्चर्याचा धक्काच बसला. ब्रेताँच्या मते तो अहवाल पुरेसा सविस्तर नव्हता. ''हा फारच संक्षेपात आहे,'' तो म्हणाला. ''एखाद्या अधिकाऱ्याला दिलेल्या गोषवाऱ्यासारखा हा वाटतो. मला संपूर्ण अहवालच हवा, त्याला पर्याय नाही,'' असं त्याने ठासून सांगितलं.

मेकिंग स्टील.कॉमच्या मार्क रुटरने लिहिलं, ''मित्तलने सादर केलेली योजना लंडनच्या फिनान्शिअल टाइम्ससाठी लुसी केलावेजने लिहिलेल्या, कॉर्पोरेट जगतातल्या बालिश बडबडीसारखे वाटते.''

मित्तलच्या एका निनावी अधिकाऱ्याने प्रतिहल्ला चढवला. ''ही बातमी वर्तमानपत्रात फुटली, यावरूनच आम्हाला कुठलीही सामान्य जनतेसाठी नसलेली खाजगी माहिती काही निवडक भागीदारांना सांगण्यात जो धोका वाटतो, तो सार्थ असल्याची प्रचिती येते.'' मित्तलच्या प्रसारमाध्यमाची लोकं आता उत्तर देण्याच्या तयारीला

लागली. निकोला डेव्होसनने आपल्या बँकांच्या अधिकाऱ्यांना फक्त कंपनीच्या धोरणांप्रमाणेच वक्तव्य करण्याचा सल्ला दिला. ''आपल्या धोरणांच्या बाहेर जाऊन काही महिती देऊ नका आणि बोलू नका,'' तिने सुचवलं. ''ब्रेताँच्या आजच्या वक्तव्याविषयी काही प्रश्न विचारला, तर कृपा करून उत्तर द्यायचं टाळा. आपण आपली सविस्तर योजना ब्रेताँला देणार आहोत का, अशी वारंवार विचारणा झाली, तर पुढील उत्तर द्यायला हरकत नाही– आमच्या मते, सरळ सरळ प्रत्यक्षात बोलणी झाली तरच अशी माहिती देता येईल.''

आणि आता इतके दिवस मित्तलच्या बाजूने उत्साहाने बोलणारं स्पेनचं सरकार पूर्णपणे मित्तलच्या विरोधात ओरडत होते. फ्रेंचांप्रमाणेच स्पेनचेही आर्सेलरमध्ये शेअर्स नव्हते.

२४

शुक्रवार, दहा मार्च

१८-१९ केन्सिंग्टन पॅलेस गार्डन्स

मित्तलच्या भोवताली युद्धजन्य परिस्थिती असताना त्याची सिमी गरेवालशी भेट घडली. श्रीमंत आणि प्रतिष्ठित लोकांच्या मुलाखती हळुवारपणे घेण्यात सिमी गरेवाल तरबेज होती. पूर्वी बॉलिवूडची अभिनेत्री असलेली गरेवाल आता टीव्हीसाठी मुलाखती घेत होती. आपल्या पांढऱ्या शुभ्र पेहरावात ती जयपूरच्या राजमातेपेक्षाही जास्त चांगली, राजघराण्यातली राणी शोभत होती. मित्तलच्या मुलाखतीसाठी ती त्याच्या राजमहालासारख्या घरात येऊन एका प्रशस्त खुर्चीत विराजमान झाली. सिमी गरेवालच्या रान्देव्हू विथ सिमी गरेवाल या मुलाखतींच्या कार्यक्रमासाठी आज प्रथमच ती स्टुडिओच्या बाहेर पडली होती. तिच्या कोमल आणि लाडिक आवाजातल्या आत्तापर्यंतच्या सर्व मुलाखती स्टुडिओमध्येच घेतलेल्या होत्या.

स्टार टीव्हीवर दोन भागात प्रसारित होणाऱ्या या मुलाखतीसाठी त्याने एक तास देण्याचं मान्य केलं. विशेष महत्त्वाची गोष्ट म्हणजे क्वचितच प्रसारमाध्यमांपुढे येणाऱ्या उषाबाई मित्तलनीही या मुलाखतीत सहभागी व्हायचं मान्य केलं होतं. या कार्यक्रमात मित्तलने भाग घ्यायचं ठरवलं, तेव्हा बर्कले स्क्वेअरच्या जनसंपर्क विभागाला याची कल्पनाही नव्हती. तो बॉलिवूडचा चाहता असल्यामुळे त्याने मुलाखत दिली, हे जरी एक कारण असलं, तरी केवळ एक भारतीय वंशाचा म्हणून त्याच्यावर अन्याय होत असताना आपल्या मातृभूमीत आपली प्रतिमा उंचावण्यासाठी, त्याने ही मुलाखत देण्याचं मान्य केलं. अर्थात भारतात त्याचा व्यवसाय नव्हता हा भाग वेगळा.

सिमी गरेवाल अर्थातच त्याला वेडेवाकडे प्रश्न विचारणार नव्हती. 'एका संध्याकाळच्या खास भेटीसाठी तुम्हाला आमंत्रण आहे,' तिच्या वेबसाईटवर म्हटलं

होतं. 'सुहास्यवदनाने आपली गुपितं लोकांबरोबर वाटून घेण्यासाठी आयोजित केलेली प्रसन्न संध्याकाळ... गतकाळच्या आठवणींना उजाळा देत आणि आपल्या अनुभवाची शिदोरी उघडत... क्वचित प्रसंगी येणाऱ्या आसवांना मुक्त वाट करून देत आणि निरागस हास्याला फुलवत झडणाऱ्या या मुलाखतीत आपलं सहर्ष स्वागत आहे. एक शाम, सिमीके नाम!'

पहिल्या काही प्रश्नांना उत्तरं देताना मित्तल एकटाच बसला होता.

''यातला सर्वांत महत्त्वाचा कॅमेरा कोणता?'' त्याने बसताना आपला टाय सारखा करत विचारलं.

''सगळेच. पण तुम्ही माझ्याकडेच बघा.''

''सगळेच?''

''तुम्ही जर भारतातच असतात, तर एवढी प्रगती केली असतीत का?'' सिमीने पहिला प्रश्न केला.

''कदाचित. खरं सांगायचं तर ते फारच अवघड झालं असतं,'' मित्तलने प्रांजळपणे उत्तर दिलं.

''सरकारी धोरणं फारच जाचक होती आणि लाल फितीमुळे उद्योजकांना बांधून ठेवलं होतं. वयाच्या पंचविसाव्या वर्षी मला जगाचा अनुभव घेण्याची संधी मिळाली. त्यामुळेच माझे विचार जागतिकदृष्ट्या प्रगल्भ झाले. भारत सरकारची आत्ताची धोरणं फार सकारात्मक आहेत. मी जर आज पंचवीस वर्षांचा असतो, तर मला भारताबाहेर पडण्याची गरज भासली नसती. आता देशाबाहेर जायला प्रोत्साहनच मिळतं, परदेशी कंपन्या विकत घेण्यासाठी परवानगी मिळते. आता तर देशाबाहेर जाऊन व्यापार करण्याची भारतीय उद्योजकांत स्पर्धाच लागलेली दिसते. एकेकाळी आम्ही सुरू केलेल्या प्रयत्नाला इतकं मोठं यश मिळाल्याचं पाहून मला फारच आनंद वाटत आहे.''

भारतीय पासपोर्टवर जगभर प्रवास करणारा तो पहिला आणि आघाडीचा भारतीय होता, याचा त्याला सार्थ अभिमान वाटत होता. मृदू संभाषण करणाऱ्या, विचारपूर्वक बोलणाऱ्या आणि आरामात बसलेल्या मित्तलकडे पाहून हा दिवसाचे सोळा सोळा तास काम करत, दर आठवड्याला हजारो मैलांचा प्रवास करत असेल असं कोणाला वाटलंही नसतं. त्याच्याकडे पाहिल्यावर हा नुकताच प्रदीर्घ काळ सुट्टी उपभोगून आल्यासारखा वाटत होता. उषाबाई मित्तल जेव्हा त्याच्या शेजारी येऊन बसल्या, तेव्हा तर तो जास्तच आरामात वाटला. उषाबाईंनी फिक्कट निळ्या-पांढऱ्या रंगाची साडी नेसली होती. आपल्या प्रासादतुल्य घराच्या पार्श्वभूमीवर लक्ष्मी आणि उषाबाई मित्तल प्रथमच लोकांशी संवाद साधत होते.

''तिला आमच्या व्यवसायाची चांगलीच माहिती आहे,'' मित्तलने आपल्या

पत्नीची ओळख करून दिली. ''मला तिच्याविषयी फार आदर वाटतो.'' मित्तलच्या दृष्टीने उषाबाई या त्याचं मत पारखून घेण्याचा भोज्या होता, भरवशाचा साथीदार होता आणि आधाराचा वृक्ष होता. मुलाखतीच्या जागी आजूबाजूला मित्तल कुटुंबीयांचे फोटो लावलेले होते. बोलण्याच्या ओघात त्याने एक महत्त्वाचा कबुलीजबाब दिला, ''आमच्या घरात माझी बायको जास्त कणखर आहे आणि मी भावनाप्रधान.'' मुलाखतीच्या वातावरणात जरासं रुळल्यावर ते दोघं आता एकमेकांची थट्टामस्करी करायला लागले. आपण आपल्या पोरांचे फार लाड करत असल्याचं लक्ष्मी मित्तलने सपशेल कबूल करून टाकलं. ''मला माझ्या आयुष्यात जे काही मिळालं नव्हतं, ते मी त्यांना आधीच देऊन टाकलं. म्हणजे आदित्यला वयाच्या चौदाव्या वर्षीच मोटार चालवायची परवानगी दिली; पण त्याच्याकडून एक आश्वासन घेतलं, की तो फक्त माझ्याबरोबर असतानाच गाडी चालवेल.'' आपण कोलकत्यात वावरलेल्या अनेक जागी तो आपल्या मुलांना घेऊन गेल्याचं त्याने सांगितलं. ''त्यांना वास्तवाची जाण असणं, हे फारच महत्त्वाचं आहे,'' त्याने खुलासा केला.

''मी जरासा वाहत जाणारा माणूस आहे,'' असं त्याने कबूल केलं. मला एकदा गोल्फ खेळाचं वेड लागलं होतं. मी रोज तो खेळायला लागलो. एके दिवशी असाच गोल्फ खेळायला गाडीने चाललो असताना मनात विचार केला, की मी या खेळाच्या फारच आहारी चाललो आहे, माझ्या ध्येय्यावरून माझं लक्ष उडत चालल्याचं माझ्या ध्यानात आलं आणि मी गाडी वळवून घरी परत आलो. आजतागायत मी गोल्फच्या स्टिकला हात लावला नाही.''

मध्येच एक हेलिकॉप्टर घरघर करत गेल्यामुळे मुलाखत थांबवायला लागली.

''बहुतेक प्रिन्स चार्ल्स जात असेल,'' उषाबाई म्हणाल्या.

''आमचं लग्न तसं जुन्या पद्धतीनेच झालं. लग्नाच्या आधी आम्ही फारसे एकमेकांना भेटलो नव्हतो. एकमेकाला समजून घेण्याचा आणि प्रेमाने वागण्याचा प्रयत्न नंतर करायचा असतो.'' मित्तल भावनावश होत म्हणाला. ''आमचा साखरपुडा झाल्यावर ती तडक बनारसला निघून गेली. मग मी तिला पत्र लिहून सांगितलं की, माझा जीवनसाथी म्हणून मी तिचं स्वागत करतो. मी हे बोललो त्यात मी माझं भरपूर प्रेम तिला दाखवल्याची मला खात्री आहे.''

''नक्कीच,'' उषाबाईंनी सहमती दर्शवली. ''त्याने एक छान वाक्य लिहून पत्राचा समारोप केला होता आणि ते माझ्या काळजाला भिडलं, 'सदा हसतमुख माणसाकडून एक चुंबन', त्या वाक्याने मी विरघळले.''

''पण मी माझा जन्मभरचा साथी म्हणून तुला म्हणालो, त्याचं काय?'' मित्तलने लटक्या रागाने विचारलं.

“हो तेही होतंच,” उषाबाई खुदकन हसत म्हणाल्या, “पण मी तेव्हा फारच लहान होते ना! तुम्हाला माहिती आहे.”

एप्रिल महिन्यात जेव्हा हा कार्यक्रम भारतात दाखवला जाईल, तेव्हा ३० कोटी भारतीयांना जगातल्या सर्वांत महागड्या घरात डोकावता येईल आणि मित्तलच्या यशातील जोडीदाराची ओळख करून घेता येईल... त्याचं स्फूर्तीस्थान, त्याची सल्लागार, गृहस्वामिनी, अतिप्रिय व्यक्ती – त्याची पत्नी, उषाबाई मित्तल! ह्या मुलाखतीमुळे मित्तल भारतातल्या घराघरात पोहोचून, त्याच्या युरोपातल्या डोल आणि किन्स्चच्या लढाईत अनेक भारतीयांचा पाठिंबा मिळणार होता.

शुक्रवार, १७ मार्च

युरोपियन व्यापार शिखर परिषद, पिकार्डस्ट्राट, ब्रुसेल्स

“कंपन्या विकत घेणं सोपं आहे – पण त्यांच्यात सुधारणा करणं अवघड आहे,” मित्तल आपल्या श्रोत्यांना सांगत होता. समोरचे चार हजार डोळे त्याच्यावर रोखलेले होते. “अर्थात गेल्या अनेक वर्षांत मित्तल स्टीलने हेच काम यशस्वीपणे केलेलं आहे. कंपनीचं कामकाज सुधारण्याच्या सुयोग्य पद्धती आम्ही आमच्या समूहात विकसित केलेल्या आहेत आणि म्हणूनच आम्ही आज ज्या जागी येऊन पोहचलेलो आहोत, तिथे आहोत; पण मला माझ्याचपुढे जाऊन चालायचं नाही.”

परत एकदा मित्तल आपली युरोपविषयीची कल्पना विशद करून सांगत होता. ब्रुसेल्समधल्या थर्न आणि टॅक्सीस प्रदर्शनगृहातल्या सांस्कृतिक सभागृहात भरलेल्या युरोपियन व्यापार शिखर परिषदेच्या वेळी मित्तल प्रमुख वक्ता म्हणून बोलत होता. रोनाल्ड व्हेर्स्टपेन आणि लिझा रोबच्या मदतीने काळजीपूर्वकपणे लिखाण केलेल्या भाषणात मित्तलला आपला पूर्वेतिहास चांगलाच माहीत असल्याचं तो दाखवत होता. युरोपियन लोखंड आणि पोलाद उद्योगातल्या धुरीणांच्या प्रती आणि त्यांच्या संस्थापक सदस्यांविषयी ज्यांच्या देशात आर्सेलर आणि त्यांच्या पूर्वजांनी काम केलं होतं, त्याने आपला आदर व्यक्त केला. त्याच्यासमोर दोन हजार श्रोते बसलेले होते, ज्यात युरोपियन कमिशनचा अध्यक्ष होसे मॅन्युएल बारोसो बसला होता आणि त्याच्या समावेत त्याचे इतर कमिशनर्स, सरकाचे मंत्री आणि उद्योगक्षेत्रातली प्रतिष्ठित मंडळी बसली होती.

खरं तर गी डोलला उद्‌घाटनाचं भाषण करायचं होतं आणि मित्तलला परिसंवादात भाग घ्यायचा होता. व्हेर्स्ट्रपेनने मित्तलला दुसऱ्या क्रमांकाचं भाषण करण्यात धोका

असल्याचं सांगितलं होतं. त्याने आयोजकांना मित्तलच्या वतीने कळवून टाकलं, की "मित्तलना पहिल्या दिवशीच भाषण करायला आवडेल, कारण त्यांच्याकडे सांगण्यासारखं बरंच काही आहे."

पहिल्याच दिवशी दोन उद्‌घाटनाची भाषणं ठेवणं अवघड होतं. मग खास युरोपियन पद्धतीचा मध्यममार्ग काढला. "मि. व्हेस्ट्रपिन, आपण मि. मित्तल आणि मि. गी डोल यांचा संवाद ठेवला तर?" आयोजकांनी विचारलं.

"मि. मित्तलना आपली कहाणी श्रोत्यांना ऐकवायची आहे," व्हेस्ट्रपिन म्हणाला, "ती गी डोलच्या मार्फत सांगायची नाही."

नंतर काही कारणांनी गी डोलला हजर राहणं जमत नव्हतं. मित्तलने लगेचच संधीचा फायदा उठवला. डोलला हे कळल्यावर त्याने परत येण्याची इच्छा व्यक्त केली; पण उशीर झाला होता. त्याला दुसऱ्या दिवशीच्या परिसंवादात भाग मिळाला.

"युरोपातल्या पोलाद उत्पादनाचे कारखाने जगात सर्वोत्तम आहेत," मित्तल आपल्या श्रोत्यांना सांगत होता. "त्यांची पाळंमुळं खोलवर गेलेली आहेत आणि त्यांना अनुभवाचा प्रचंड वारसा मिळालेला आहे. यातूनच त्यांचं सामर्थ्य दिसतं; पण त्याने काही वेगळे हक्क मिळत नाहीत. आपल्या सामर्थ्याचा, युरोपियन अर्थव्यवस्थेच्या जागतिकीकरणासाठी उपयोग करून घेण्याचं आव्हान आपण स्वीकारलं पाहिजे."

त्याचं भाषण संपलं, तेव्हा शंभर वार्ताहर त्याच्या दिशेने जात आर्सेलरविषयी प्रश्न विचारायला लागले.

"तुला हे खरंच करायचं आहे का?" व्हेस्ट्रपिनने मित्तलला विचारलं.

"चालेल, ठीक आहे," मित्तल.

तेच तेच मुद्दे परत चर्चेत आले. रोजगार, गुंतवणूक आणि भविष्यातील योजना. त्याने एकदाही चूक केली नाही. "एकही कामगार काढणार नाही; पण लक्षात ठेवा, उद्योगाचं स्वरूप बदलतं आहे. त्याचा केंद्रबिंदू सरकत आहे आणि व्यवहारात या सर्व गोष्टींची दखल घेणं गरजेचं असतं," मग मित्तल त्याच्या वैयक्तिक भेटीगाठी घेऊ लागला. त्यात राजकारणी, कमिशनर्स आणि व्यवसायातले सहकारी यांचा समावेश होता. या भेटीत त्याने आपल्या भविष्यातील योजनांचा आढावा तर घेतलाच, पण संकुचित राष्ट्रवादापासून दूर राहण्याचाही सल्ला दिला.

सभास्थानापासून दूर जाताना तो व्हेस्ट्रपिनला म्हणाला, "रोलांड, हा कार्यक्रम चांगला आहे. पुढच्या वर्षी आपणच याचे प्रायोजक होऊ."

मंगळवार, २१ मार्च, सकाळी ११ वा.

बीएनपी परिबासचं मुख्यालय, ऱ्यू दाँॲन्टी, पॅरिस

मित्तल स्टीलने दिलेल्या रोखीच्या/शेअर्स प्रस्तावात लक्सेम्बर्गस्थित आर्सेलरच्या मालमत्तेचं मूल्यमापन फारच कमी झाल्याचं, गोन्झालो उर्क्वीजो आपल्या दीड तासाच्या भाषणात विशद करून सांगत असताना रोमेन झालेन्स्की आणि मारिओ कोच्ची लक्ष देऊन ऐकत होते. गोन्झालोच्या शेजारी बीएनपी परिबासचा क्रिस्तोफ मूलां बसला होता. भाषणाच्या अखेरीस त्याने आर्सेलरच्या २००५ च्या उत्कृष्ट कामगिरीचा आढावा घेतला. आता प्रस्ताव दिल्याला एक महिना उलटून गेल्यामुळे बाजाराच्या संकेताप्रमाणे तो आर्सेलरविषयी उघडपणे बोलू शकत होता.

सादर केलेल्या आकडेवारीवरून आर्सेलरचा भविष्यकाळ उज्ज्वल असल्याचं झालेन्स्कीच्या लक्षात आलं आणि त्यामुळे तो प्रभावित झाला. पोलाद क्षेत्रातला तज्ज्ञ म्हणून त्याच्या एक गोष्ट लक्षात आली की, आणखी बरंच काही साध्य करण्याची या कंपनीची क्षमता आहे. कार्लो टस्साराच्या स्वत:च्या अनुभवावरून नवीन बाजारपेठा काबीज करण्याची आणि आपली वाढ करण्याची आर्सेलरची क्षमता आहे, हे त्याने अचूक हेरलं होतं; पण तरीसुद्धा त्याने यात पैसे गुंतवावेत का?

मूलां आणि उर्क्वीजोने त्याला त्याचं मत विचारलं, तेव्हा त्याने थोडा वेळ मागून घेतला. झालेन्स्की आणि कोच्ची शेजारच्या खोलीत जाऊन चर्चा करू लागले.

"यांची कामगिरी तर फारच प्रभावी आहे, पण आपण जास्त पैसे तर देत नाही ना?" कोच्चीने विचारलं. "सध्याच्या घडीला यांचा शेअर्स ३१-३३ युरोच्या दरम्यान बाजारात आहे. यात आणखी किती वाढ होण्याची शक्यता आहे?"

"ते सगळं मित्तलवर अवलंबून आहे. त्याला ही कंपनी ताब्यात घ्यायची किती निकड आहे, हे आपल्याला समजणं अवघड आहे; शिवाय आपण उगाचच मध्ये लुडबुड करावी का?" असल्या प्रकरणातील आपल्या धूर्त अनुभवाची प्रचिती देत झालेन्स्कीने उत्तर दिलं. "ही लढाई चालतच राहील."

झालेन्स्कीची अंत:प्रेरणा आता पूर्णपणे भरात आली होती. त्याला आता इथे एक मोठी संधी चालून आल्याचं दिसत होतं; पण त्याला मित्तलची किंवा त्याच्या कंपनीची फारशी माहिती नव्हती. काहीही झालं तरी आर्सेलरचं भवितव्य उजळ होतं, अगदी एकटी असली तरी. तो परत खोलीत आला आणि फक्त एकच अडचण त्याच्यापुढे असल्याचं त्याने सांगितलं. कार्लो टस्सारा इंटरनॅशनलने

त्याच्या प्रमुख गुंतवणूक करणाऱ्या शाखेने सर्व गुंतवणूक इटलीमध्ये केलेली होती.

"आत्ता सादर केलेल्या अहवालाने आम्ही प्रभावित झालो आहोत आणि गुंतवणुकीच्या दृष्टीने ही एक चांगली संधी आहे," झालेन्स्कीने स्पष्ट केलं. कोच्ची आता पुढची बोलणी करण्यासाठी उक्वींजो आणि मूलांबरोबर आले.

मूलां आणि उक्वींजोनी एकमेकांकडे सूचक अर्थाने बघितलं.

"मी आणि मारिओ आता गुंतवणूक करायचा निर्णय घेऊ. आत्ताच्या घटकेला कार्लो टस्सारा इंटरनॅशनलचा सर्व पैसा गुंतलेला आहे आणि आम्हाला आता या गुंतवणुकीचा विचार करायला थोडा अवधी हवा. आमच्याकडे भरपूर मालमत्ता असली तरी रोख पैसे नाहीत. कदाचित आम्हाला कर्ज काढून गुंतवणूक करावी लागेल," झालेन्स्कीनं निराशेनं सांगितलं.

परत आल्यावर मूलांनी झालेन्स्कीला फोन केला. "तुम्हाला आम्ही पैसे द्यायला तयार आहोत, किती लागतील?"

"प्रथम आम्हाला ५० कोटी युरो लागतील. त्याच्या जोरावर आम्हाला २-३ टक्के भागीदारी मिळेल; पण आम्ही ५ टक्क्यांपर्यंत जाण्याचाही विचार करू. साधारणपणे ८० कोटी ते १ अब्ज युरो मिळाले तर आमची गरज भागेल."

मूलांनी क्षणाचाही विचार केला नाही. झालेन्स्कीची प्रचंड मालमत्ता लक्षात घेता बीएनपी परिबाससाठी १ अब्ज युरो फार नव्हते. शिवाय हे नवीन शेअर्स परिबासकडेच तारण म्हणून राहणार होते आणि त्याची किंमत वाढणारच होती. आर्सेलरलाही या पैशांची गरज होती आणि वर कर्जावर व्याज मिळणार होतं. पाच मिनिटांत झालेन्स्कीच्या हातात १ अब्ज युरो पडले. कार्लो टस्सारा इंटरनॅशनलच्या लक्सेम्बर्गमधल्या दोन खात्यांत ही रक्कम भरली जाणार होती.

२१ मार्च, मंगळवार हा झालेन्स्कीच्या दृष्टीने धनलाभाचा दिवस असला आणि त्या पैशांनी तो आर्सेलरची मदत करणार असला, तरी मिचेल वुर्थच्या दृष्टीने हा कायद्याच्या आघाडीवर तोंडघशी पाडणारा दिवस होता. लक्झेम्बर्ग सरकारने चेंबर ऑफ कॉमर्सने हस्तांतरणासाठी केलेल्या सर्व सूचनांकडे दुर्लक्ष केलं होतं. "सध्या आमच्या दृष्टीने कठीण काळ आहे... चर्चेत भाग घ्यायलाच नको," त्याने टागेब्लाटला सांगितलं. लक्झेम्बर्गच्या दोन वर्तमानपत्रांपैकी हे एक होतं. "तरीसुद्धा... एका गोष्टीचं मला राहून राहून आश्चर्य वाटतं, कायदामंत्री आपल्या मंत्रिमंडळाचं मत सांगत होते; पण याचा अर्थ इतर आर्थिक भागीदारांच्या मताला काहीच किंमत नाही का?"

नंतर त्याच आठवड्यात जॅक शिराकनेही आपल्या तीव्र भावनांचं प्रदर्शन केलं. शुक्रवारी, २४ तारखेला युरोपियन युनियनची उन्हाळ्याआधीची बैठक होती. त्या बैठकीत युरोपियन मालकसंघाच्या वतीने बोलताना एर्नेस्त-आँन्ल्वान सेइयेर ह्या फ्रेंच

माणसाने चक्क इंग्रजीत बोलण्याचा अपराध केला, तेव्हा संतापून जॅक शिराकने आपल्या परराष्ट्रमंत्री आणि थिअरी ब्रेताँसह सभात्याग केला. आपल्या मातृभाषेला सोडून देणाऱ्या सेइयेरने केलेला खुलासा तर जास्तच संतापजनक होता. इंग्रजी ही व्यापाराची भाषा आहे, म्हणून इंग्रजीत बोललो. नंतर जेव्हा जाँक्लोद त्रिशे फ्रेंच भाषेत बोलायला उठला, तेव्हा शिराकचा स्वाभिमान ताळ्यावर आला आणि तो आपल्या मंत्र्यांसह परत आत आला.

काठावरून बघत असलेल्या मित्तलला युरोपच्या डबक्यात आर्सेलरने माजवलेली खळबळ पाहून आश्चर्य वाटलं. युरोपियन भवितव्याच्या प्रश्नावर फ्रान्स आणि जर्मनी आता समोरासमोर ठाकले होते. जर्मनीच्या चॅन्सलर अँगेला मेर्कलनी तर सरळ फ्रेंचांवर आरोप केला, की ते युरोपातल्या परकीय गुंतवणुकीवर बंधनं आणत आहेत. आर्थिक देशभक्तीच्या नावाखाली दोमिनीक द व्हिलपांनी फ्रान्समधल्या अकरा उद्योगांची यादी जाहीर केली आणि त्यांना मित्तलसारख्या प्रकारापासून संरक्षण देण्याचं जाहीर केलं.

''जर विजेचा अखंडित पुरवठा झाला तरच स्थानिक उद्योग वाढतील. फक्त आपल्याच देशाचा विचार न करता युरोपचा एकत्रितपणे विचार केला तरच प्रगती होईल,'' परिषदेला आल्यावर श्रीमती मेर्केल म्हणाल्या. मित्तलला आणखी काय हवं होतं.

जाँक्लोद जुंकर हा देखील परिषदेला आला होता आणि मित्तलने दिलेल्या प्रस्तावाचा कसून विरोध करत होता. ''काही वेळा सरकारचा युक्तिवादच बरोबर असतो,'' त्याने ठासून सांगितलं.

इटलीच्या लोकसभेचा सभापती असलेला पिअर फेर्टिनान्डो कॅसिनानी-एनलने हा फ्रान्सच्या सुवेझला दिलेला प्रस्ताव फ्रेंच सरकारने नाकारल्यामुळे अजूनही संतापलेला होता. आंतरराष्ट्रीय प्रस्ताव नाकारणाऱ्या सगळ्याच सरकारांची टिंगल केली. तो म्हणाला, ''एकतर तुम्ही युरोपियन असल्याचं ढोंग करत आहात असं कबूल करा आणि म्हणून देशभक्तीच्या नावाखाली आपापल्या कंपन्यांना संरक्षण द्या किंवा तुम्ही सच्चे युरोपियन आहात हे दाखवून स्पर्धेला वाव द्या.''

आर्सेलरचे शेअर्स आता चांगलं बाळसं धरत असतानाच एका व्हाईट नाईटने (न्यूपोर्ट) आपलं नाव उघड केलं. एनएलएमकेचा प्रमुख असलेल्या ल्व्हाडिमार लिसीनने वार्ताहरांना सांगितलं, की त्याला आर्सेलरचे १५ टक्के शेअर्स घेण्यात रस आहे. रशियातील तिसऱ्या क्रमांकाचा श्रीमंत माणूस हे असं का करतो आहे, हे सेरव्हाँ-श्रायबरला आणि त्याच्या स्काडेनच्या मंडळींना उमगलचं नाही. ब्रेकिंगव्ह्यूज. कॉमचं या बातमीवर लक्ष गेलं. आर्सेलरचा आपल्याच भागधारकांना इजा करण्याचा हेतू नसेलही; पण याचा उद्देश काही ठीक दिसत नाही आणि हातात भयानक शस्त्र

तर दिसत आहे. आता त्यांना साथीदारही येऊन मिळाल्यासारखा दिसतो आहे, लिसीने दिलेल्या प्रस्तावावर भाष्य करताना ब्रेकिंगव्ह्यूज.कॉमने भाष्य केलं.

आर्सेलर आता गडबडून गेली. छापून आलेल्या बातमीनुसार मित्तलला रोखण्यासाठी एका तिसऱ्याच पक्षाला एकगठ्ठा शेअर्स देण्याचा उद्देश दिसत होता. कंपनीच्या पोटनियमानुसार भागधारकांची परवानगी न घेताच हे शेअर्स देणार असल्याचं शस्त्र हातात होतं. त्या वाटेने जाऊ नका, त्याने सल्ला दिला. "आपल्या कंपनीचं मूल्य वाढवण्याच्या आर्सेलरच्या मूळ हेतूची यामुळे थट्टा होईल. नशिबानी ही गोष्ट अजून संचालकांच्या मनात शिरली नाही आणि असलीच तर ती ताबडतोब खरवडून टाका."

संचालकांना ही गोष्ट माहीत होती, पण ती फक्त सांकेतिक नावानेच. जोसेफ किन्स्च आता मि. लिसीनला भेटेल, तेव्हा फारसा आनंदी नसेल आणि हो, मित्तलसुद्धा.

गी डोललाही आपलं तोंड बंद ठेवणं जड जात असावं. २४ मार्चला स्टिचिंगचं काम जवळपास पूर्ण होत आलं असताना डोलने वॉल स्ट्रीट जर्नलला सांगितलं, "डोफेस्कोच्या घटनेची सुधारणा करून ती मित्तलला विकता येणार नाही अशी व्यवस्था करता येऊ शकते. डोफॅस्को आणि दुसऱ्या पोलादाचं उत्पादन करणाऱ्या कंपनीचा संयुक्त प्रकल्प उभारून मित्तलवर मात करता येऊ शकते. त्या नवीन कंपनीच्या करारात जर फेरविक्रीसंबंधी दंड आकारणारं कलम टाकलं, तर ती मित्तलला विकणं अवघड जाईल."

रोमेन झालेन्स्की आता फारच धूर्तपणे चाली करत होता. २७ मार्चला झालेल्या कार्लो टेरेसा इंटरनॅशनल एसएच्या संचालक मंडळाच्या सभेत बीएनपी बँकेत असलेले ५० कोटी युरो आर्सेलरमध्ये गुंतवण्याचा ठराव संमत झाला. दुसऱ्या ठरावानुसार ३३.५० ते ३४.११ युरो या भावाने बाजारात उपलब्ध असलेले शेअर्स खरेदी करण्याचा निर्णय झाला. आर्सेलरचे तीन टक्के शेअर्स झालेन्स्कीकडे असल्यामुळे पॅरिसच्या शेअरबाजाराच्या नियामकांना त्याला खरेदी-विक्रीचे सर्व व्यवहार कायद्याने कळवावे लागत. ही बातमी मग जनतेसाठी खुली होते आणि मित्तलचे लोक ते वेबसाईटवर रोज पाहत होते. जेव्हा पाणी नाकातोंडात जायची वेळ आली, तेव्हा मात्र...

झालेन्स्कीच्या घरी फोन वाजला. झालेन्स्कीच्या टेबलावर असलेल्या हजारो कागदांच्या मध्ये फोन बुडाला होता. शेवटी फोन घेतला.

"मि. मित्तलला तुम्हाला तात्काळ भेटायच आहे," योल झोवी म्हणाला. "तुम्हाला केव्हा वेळ आहे?"

२५

गुरुवार, २८ मार्च, दुपारी १.३० वा.

इंदिरा गांधी आंतरराष्ट्रीय विमानतळ, नवी दिल्ली

भारताच्या दिशेने चाललेल्या विमानाच्या नऊ तासांच्या प्रवासात, जानो क्रेक हातातल्या टाचणांवरून शेवटची नजर फिरवत होता. त्याच्या मनात, भारताशी करायच्या दुहेरी करपद्धतीविषयक करार होता. हा करार काही कारणांनी रखडलेला होता. या करारानुसार दोन्ही देशांत राहाणाऱ्या व्यक्तींना अथवा काम करणाऱ्या कंपन्यांना, दोन्हीही देशांत कर भरावा लागणार नव्हता. त्याच्या डोक्यात या कराराचा विचार होताच; पण मित्तलचा प्रस्तावही त्याचा पिच्छा सोडत नव्हता.

गेल्या महिन्यात फ्रान्सच्या जॅक शिराकसारखी तो आपली गत होऊ न देण्याचा त्याने निर्धार केला होता. तो फक्त कमलनाथ आणि अर्थमंत्री पालानियाप्पन चिदंबरम याच्याशी वाटाघाटी करणार होता. मधुरभाषी आणि स्पष्टवक्ता असलेला चिदंबरम, भारताच्या दक्षिणेतील तामिळनाडू प्रांतातून आलेला होता. मुक्त व्यापाराचा हा पुरस्कार करत असे आणि सरकारी लाल फितीचा त्याला प्रचंड तिरस्कार होता. आपल्या करारासंबंधीच्या वाटाघाटींवर, मित्तलच्या विषयाचा तो परिणाम होऊ न देण्याच्या इराद्याने आला होता. आपल्या आवडत्या अनिवासी भारतीयाला युरोपात मिळणाऱ्या वागणुकीमुळे, भारतीय प्रसारमाध्यमं अजूनही खवळलेली होती. शिराक आणि त्याच्या मंडळींनी, मित्तल नावाच्या यशस्वी, पण लांब राहणाऱ्या उद्योगपतीला, त्याच्या जन्मभूमीत, भूमिपुत्र म्हणून यशस्वीपणे प्रस्थापित केलं होतं.

आपल्या विषयाला घट्ट धरून रहा, क्रेकने स्वत:लाच बजावलं. २००४ साली दिलेल्या युरोपियन संघाच्या निर्देशाप्रमाणे, लक्सेम्बर्गमध्ये प्रथम एक कायदा संमत करून घ्यायचा होता. आपल्या २५ सभासद देशांना, कंपनी ताब्यात घेण्याच्या संबंधात, आंतरराष्ट्रीय पातळीवर मान्यता पावलेल्या उत्तम पद्धतीच्या आधारावर,

एक कायदा करण्याचा निर्देश त्यांनी दिला होता. तो मित्तलला रोखण्यासाठी अचानकपणे केलेला कायदा नव्हता; परत सांगतो, अचानकपणे केलेला कायदा नव्हता. दुसरा प्रश्न, मित्तलच्या प्रस्तावाच्या गुणवत्तेविषयी काय? याचं उत्तर सरळ होतं : आर्सेलरचे भागधारक ते ठरवतील; माझं सरकारच फक्त ते ठरवणार नाही. अर्थात हे सांगितलं तरी ते सरकार स्वत: भागधारक होतं, त्यांची आर्सेलरमध्ये गुंतवणूक होती, त्यांना रोजगार सांभाळायचे होते, गुंतवणूक सांभाळायची होती आणि सर्वांत महत्त्वाचं म्हणजे लक्सेम्बर्गमध्येच या उद्योगाचं मुख्यालय असायला हवं होतं.

याहूनही महत्त्वाची गोष्ट म्हणजे गी डोलने केलेल्या मंकी मनी आणि भारतीयांची कंपनी या विधानांनी माजवलेला पक्षपात आणि वंशवादाचा गैरसमज त्याला दूर करायचा होता. लक्सेम्बर्ग मुक्त आणि निर्बंधविरहित आहे, हे तो कमलनाथला पटवून देणार होता. देशातले ४० टक्के कामगार बाहेरच्या देशातले असून त्यांचं बहुसांस्कृतिक समाजात स्वागतच केलं जातं. शंभराहून अधिक भारतीय कंपन्या लक्सेम्बर्गच्या शेअरबाजारात पंजीकृत आहेत आणि त्यांना लक्सेम्बर्गचे सुलभ बँकेचे नियम आणि करपद्धती मदतच करते. भारतीयांना व्हिसा आणि काम करण्याचा परवाना लवकर मिळावा यासाठी सरकार नवीन प्रणालीची योजना करत आहे. आमच्या देशात, इ-कॉमर्स, लॉजिस्टिक्स आणि वित्तीय सेवाक्षेत्रात काम करण्याच्या अनेक संधी उपलब्ध आहेत.

दुहेरी करपद्धतीच्या बाबतीत भारताला समान संधी हवी होती. लक्सेम्बर्गलाही आपले हितसंबंध कायम ठेवायचे होते. दोन्ही देशांतील व्यापार १० कोटी डॉलर्स वरून १२ कोटी डॉलर्स झाला होता आणि ती काळजीची बाब होती. हे अवघड झालं होतं; पण क्रेकला खात्री होती, की मित्तलचा व्यवहार होईपर्यंत भारत सरकार वेळकाढूपणा करत आहे.

क्रेक आता जरी थकल्यासारखा दिसत असला, तरी त्याने सर्व विषयांची उजळणी केल्यामुळे तो समाधानी होता. या कामात त्याला त्याच्या दिल्लीस्थित राजदूताची मदत झाली होती; त्याचं नाव होतं पॉल स्टईनमेट्झ. आता तो दिल्लीची वारी यशस्वी करूनच जाणार होता. जास्तीची कुमक म्हणून त्याने भारतातला जनसंपर्क गुरू, प्रेसमन ग्रुपचा अध्यक्ष आणि कार्यकारी अध्यक्ष डॉ. निरेन सुचान्ती याची या बिकट कामातून वाट दाखवण्यासाठी मदत घेतली होती.

विमानतळावर क्रेक अतिविशिष्ट नागरिकांच्या कक्षातून पटकन बाहेर आला आणि बाहेर वाट पाहत असलेल्या पांढऱ्या मर्सिडीझमध्ये बसला. गाडीच्या चालकाच्या विरुद्ध बाजूला लक्सेम्बर्गचा राष्ट्रध्वज वाऱ्याच्या मंद झुळकीबरोबर हलकेच फडफडत होता. चाळीस मिनिटांच्या प्रवासानंतर डॉ. झाकिर हुसेन मार्गावरील ओबेरॉय

हॉटेलाच्या प्रवेशद्वारात तो पोहोचला. या हॉटेलातून दिल्ली गोल्फ क्लबची हिरवळ दिसत होती. सरकारी मंत्रालय आणि कॅनॉट प्लेसपासून ही जागा काही मिनिटांच्या अंतरावर होती. क्रेक आता जाण्याच्या विचारात असतानाच त्याला अंधारात एक लाल दिवा त्याच्या दिशेने येताना दिसला. तो टेलिव्हिजन कॅमेराचा दिवा होता आणि त्याच्याच दिशेने येत होता. कॅमेराच्या बाजूला 'एन.डी. टीव्ही प्रॉफिट' या व्यापाराशी संबंधित इंग्रजी बातम्या देणाऱ्या वाहिनीची शैला चोप्रा होती. चोप्रा फार चुणचुणीत आणि तडफदार होती. आपल्या प्रतिस्पर्ध्याच्या, सीएनबीसी टीव्हीच्या आधी बातमी मिळवण्यासाठी ती सतत धडपड करत असे.

क्रेकच्या दिशेने आता बंदूक रोखली होती.

''मंत्रिमहोदय क्रेक, सुप्रभात. आपलं भारतात स्वागत असो,'' चोप्राने सुरुवात केली. ''आमच्या ब्रेकफास्ट शोसाठी मला आपली मुलाखत घ्यायला आवडेल. आपलं सरकार मित्तलचा प्रस्ताव आर्सेलरला वाचवण्यासाठी रोखणार आहे का? आमच्या देशातल्या लोकांना हे अजिबात पसंत नाही आणि तुमचे मित्र कमलनाथ तुमच्याशी या विषयावर बोलणारच आहेत.''

क्रेकला प्रसारमाध्यमांची सवय नव्हती अशातला भाग नाही; पण त्याला आज बेसावधपणे पकडलं होतं. म्हणे भारतात स्वागत असो! हा चक्क घातपात होता. तो दिल्लीला येणार असल्याची बातमी प्रसारमाध्यमांना कोणी दिली? तो कुठल्या हॉटेलात उतरणार आहे हे कोणी सांगितलं? सगळी सुरक्षा यंत्रणा कोलमडून पडली होती. हे भारत सरकारचं तर काम नाही? की मित्तलचं? त्याने स्वत:लाच प्रश्न केला. मित्तलला तरी कसा काय त्याचा कार्यक्रम समजला? आपल्याच ऑफिसात कोणी घरभेदी तर नाही?

त्याने पटकन स्वत:ला सावरलं आणि आपल्या मारेकऱ्याकडे हसून पाहिलं. ''सतत नऊ तासांच्या प्रवासानंतर मी पहाटे अडीच वाजता मुलाखत द्यायला उत्सुक नसेन, हे तुम्हालाही पटेल. अर्थात दिवसभरात मी आपल्याशी या विषयावर नक्की बोलेन,'' मंत्र्यानी शिताफीने आपली सुटका करून घेण्याचा प्रयत्न केला.

''मला पटतंय सर! पण आपण आत्ताच बोललात तर बरं होईल कारण खूप लोक ऐकत आहेत.''

''आपण आमच्या वकिलातीमार्फत याची व्यवस्था करू या,'' क्रेकने परत सांगितलं.

चोप्राच्या हातात एक सनसनाटी बातमी होती आणि ती ही हातची संधी वाया जाऊ देणार नव्हती. ''मंत्रिमहोदय, मित्तल स्टीलला आर्सेलरच्या प्रस्तावाच्या बाबतीत जी वागणूक मिळते आहे, त्याविषयी भारतातल्या लोकांत प्रचंड नाराजी आहे,'' तिने आपला हेका चालूच ठेवला. ''यात लोकांना राजकीय हस्तक्षेप

झाल्यासारखा वाटतो आहे आणि त्याला वंशभेदाचाही वास येत आहे. तुम्ही याविषयी काय करणार आहात?''

आता हा विषय टाळणं बरोबर दिसणार नाही. किंबहुना याचा पुढल्या दोन दिवसांच्या दौऱ्याकरिता फायदाच होईल. ''भारताचे आणि लक्सेम्बर्गचे घनिष्ठ संबंध आहेत आणि म्हणूनच मी इथे आलो आहे. दोघांच्या दृष्टीने महत्त्वाच्या असलेल्या दुहेरी करपद्धतीवर चर्चा करण्यासाठी मी इथे आलो आहे.

''माझ्या मित्राबद्दल, कमलनाथबद्दल बोलायचं, तर मी त्याच्या शंकांचं भेटून निराकरण करीनच. आम्ही कुठल्याही प्रकारे सध्याच्या प्रस्तावाला विरोध केलेला नाही आणि पुढल्या दोन दिवसांत मी हेच मंत्रिमहोदयांना पटवून देणार आहे.'' शेवटी त्याने महत्त्वाच्या मुद्द्याला हात घातला आणि प्रतिबंधात्मक कायदा करण्यामागचं खरं कारण सांगितलं आणि त्याचबरोबर हेही स्पष्ट केलं की, आर्सेलरच्या बाबतीतला निर्णय त्याचे भागधारकच घेतील.

''भारतातल्या नागरिकांनी कृपया हा वंशवादाचा विषय आहे, अशी समजूत करून घेऊ नये,'' क्रेकने आश्वासकपणे सांगितलं. ''मात्र, लक्सेम्बर्गच्या नागरिकांच्या दृष्टीने हा नक्कीच भावनिक विषय आहे. १९८० च्या दशकात पूर्वीच्या आर्बेडची आर्सेलरच्या आधी अस्तित्वात असलेली कंपनी परिस्थिती डबघाईची झाली होती आणि सरकारला कंपनी वाचवण्यासाठी प्रचंड मदत करावी लागली होती. देशातला तो सर्वांत मोठा रोजगार पुरवणारा उद्योग आहे. लक्सेम्बर्गच्या नागरिकांना त्यावेळी कंपनी वाचवण्यासाठी, दृढ ऐक्य कर (सॉलिडॅरिटी टॅक्स) द्यावा लागला होता, साहजिकच त्या नागरिकांना आपण आर्सेलरचे नैतिकदृष्ट्या भागीदार आहोत असं वाटतं. सरकार म्हणून आमच्या देशातले रोजगार आणि गुंतवणूक सांभाळणं आमचं प्रथम कर्तव्य आहे.''

चोप्राला या इतिहासात रस नव्हता. तिने आपल्या प्रश्नांची सरबत्ती चालूच ठेवली; पण आता क्रेकला झोपायचं होतं. ''या विषयावर मी पुढच्या दोन दिवसांत तुझ्याशी सविस्तरपणे बोलेन. तेव्हा तुझी हरकत नसेल तर मी जाऊन विश्रांती घेतो,'' असं बोलून तो हॉटेलात शिरला.

सकाळी हीच बातमी सर्वत्र दाखवली जात होती. भारतातल्या पाच प्रमुख वाहिन्यांवर क्रेकच्या आगमनाची आणि त्याच्या ओबेरायच्या बाहेर झालेल्या मुलाखतीची दृश्यं दाखवली जात होती. आता वर्तमानपत्रांचे वार्ताहर आणि छायाचित्रकार उत्साहित झाले. लक्सेम्बर्गच्या दूतावासात मुलाखतीच्या विनंतीसाठी शेकडो अर्ज, विनंत्या आल्या. आपल्या, कमलनाथ आणि चिदंबरमच्या भेटीच्या जागी वार्ताहरांचा घोळका असणार, अशी क्रेकची खात्रीच पटली. हे सगळं नियंत्रणात ठेवायला हवं होतं. त्याने डॉ. सुचान्तीला फोन केला आणि त्या छप्पन्न वर्षांच्या गृहस्थाला मदत करण्यास

सांगितलं.

सुचान्ती स्पष्टवक्ता होता. एकतरी वार्ताहर परिषद तुम्हाला घ्यावीच लागेल, असं त्याने सरळ सांगून टाकलं. प्रसारमाध्यमातल्या लोकांच्यात इतका उत्साह संचारला होता, की आपल्या आवडीच्या निवडक चॅनेलला मुलाखत देणं शक्य नव्हतं. बहुतेक चॅनेलनी क्रेकने केलेल्या खुलाशाचं स्वागत केलं होतं.

''आपण त्यातच भर टाकू,'' सुचान्ती म्हणाला. क्रेकने त्याला त्याच दिवशी एक वार्ताहार परिषद आयोजित करायला सांगितलं आणि तो कमलनाथ आणि चिदंबरम यांना भेटायला गेला. मंत्रालयातल्या भिंतींमागे त्याला सुरक्षित वाटायला लागलं. आता तो करार नीट मार्गावर आणू, त्याने मनाशीच विचार केला.

वार्ताहर परिषदेला फक्त वार्ताहरच असावेत, यासाठी तिथे भक्कम सुरक्षाव्यवस्था ठेवलेली होती. हिंदू वर्तमानपत्राच्या बातमीनुसार मित्तलच्या स्थानिक जनसंपर्क अधिकाऱ्यांना सभास्थानी जाता आलं नाही, तेव्हा त्यानी दुसऱ्या वार्ताहरांमार्फत आपले प्रश्न विचारण्याची व्यवस्था केली. ओबेरॉय हॉटेलात होणाऱ्या क्रेकच्या ह्या एकमेव वार्ताहर परिषदेसाठी मित्तलच्या सल्लागारांनी त्या वार्ताहरांना मुलाखतीच्या जागी टेपरेकॉर्डर घेऊन जाण्यास प्रवृत्त केलं; त्यामुळे नक्की काय बोललं गेलं, ते समजलं असतं. या सूचनेला अनेकांनी नम्रपणे नकार दिला; अर्थात सगळ्यांनी नाही. या वर्तमानपत्राच्या बातमीनुसार, ''कॉर्पोरेटमधल्या लढाया या खऱ्या लढाईपेक्षा वेगळ्या नसतात. प्रतिपक्षाची योजना जितकी लवकर समजेल, तितका त्याचा फायदा होतो.''

''मित्तलच्या प्रस्तावाकडे, लक्सेम्बर्गचं सरकार भागधारकांच्या नजरेतून पाहील,'' कमलनाथला भेटल्यावर चालू झालेल्या वार्ताहर परिषदेत क्रेक बोलत होता. ''आम्ही जे. पी. मॉर्गनची सल्लागारपदी नियुक्ती केलेली आहे आणि आर्थिक बाबतीत त्यांचा सल्ला मागितला आहे. तो मिळाल्यावर आम्ही आमचा निर्णय घेऊ. कंपनी ताब्यात घेण्याच्या संबंधात नवा कायदा अस्तित्वात येईपर्यंत लक्सेम्बर्गचे नियामक मंडळ वाट पाहण्याची शक्यता आहे – अर्थात हे दोन्हीही विषय तसे वेगळे आहेत.''

''हा लक्ष्मी मित्तलचा प्रश्न नाही,'' कमलनाथने कबूल केलं, ''प्रश्न आहे तो एखादा देश तुम्हाला कसा वागवतो.''

दुसऱ्या दिवशी 'हिंदू'सकट सर्व इंग्रजी भाषेतील वर्तमानपत्रांत क्रेकच्या बातमीचेच मथळे होते. ''नवीन कायदा मित्तलचा प्रस्ताव रोखणार नाही. मित्तलच्या प्रस्तावाचा निर्णय भागधारक करतील.'' क्रेकला जे सांगायचं होतं, ते शेवटी लोकांपर्यंत पोहोचलेलं होतं. कमलनाथने प्रसारमाध्यमांना सांगितलं, ''क्रेकने मला आश्वासन दिलेलं आहे, की हा भारताचा प्रश्न नाही. लक्सेम्बर्ग सरकार स्वत: आर्सेलरचा

भागीदार आहे, तेव्हा आमच्या प्रतिक्रियेकडे, भारतविरोधी प्रतिक्रिया म्हणून न पाहता एका भागधारकाची प्रतिक्रिया म्हणून पाहिलं पहिजे.''

लक्सेम्बर्गला परत जाण्यासाठीच्या विमानाची वाट पाहत क्रेक विमानतळावरच्या अतिविशिष्ट लोकांच्या कक्षात बसला होता, तेव्हा समोरच्या टीव्हीवर एक पॅरिसची बातमी चालू होती. जागतिक मुक्त व्यापार आणि कामगार कायद्याच्या शिथिलीकरणाच्या विरोधात विद्यार्थी रस्त्यावर उतरले होते. आयफेल टॉवरजवळच्या सोर्बोन या प्रतिष्ठित विभागाला विद्यार्थ्यांनी घेराव घातला होता आणि ते पोलिसांशी झगडत वाटेतल्या मोटारगाड्यांना आगी लावत होते. दुसऱ्या एका बातमीमुळे क्रेकला हसूच आलं. तो आणि कमलनाथ हस्तांदोलन करत होते, ''झालं गेलं विसरून सर्व काही गोड मानण्याची ही वेळ आहे,'' असं बातमी देणारी मुलगी सांगत होती. अनेक आरोप-प्रत्यारोपांच्या फैरीतून तावून सुलाखून निघालेल्या राजकारण्याच्या दृष्टीने ही एक समाधानाची बाब होती. ''मी इतकं धैर्य दाखवू शकतो, हे माझं मलाच माहीत नव्हतं,'' क्रेक मनाशीच म्हणाला. गेल्या भारत भेटीच्या वेळी त्याच्या जनसंपर्क अधिकाऱ्यांना एक मुलाखत आयोजित करण्यासाठी प्रयास करायला लागत होता. आता लक्सेम्बर्गच्या प्रसारमाध्यमातून आर्सेलरला अशीच प्रसिद्धी मिळाली पाहिजे, पण कशी?

परत लक्सेम्बर्गला आला, तेव्हा स्थानिक टागेब्लाटने आपलं वेगळंच मत मांडलं. त्यांच्या मते, क्रेकवर भारतात राजकीय दबाव टाकण्यात आला.

सोमवार, ३ एप्रिल

केन्सिंग्टन पॅलेस, गार्डन्स

प्रशस्त दिवाणखान्यात बसून एस्प्रेसो कॉफीचे घुटके घेत रोमेन झालेन्स्की बसला होता. पहिल्याच भेटीत त्याला मित्तल आवडला होता. त्याचा मनमोकळा स्वभाव आणि विचारसरणी त्याला आवडली, जी इटलीमध्ये व्यवहार करताना दिसत नाही. झालेन्स्की एका दुर्मीळ गालिचे विकणाऱ्या माणसाबरोबर बोलणी करण्यासाठी लंडनला आला होता. योल झोवीचा फोन आल्यावर त्याने आपला लंडनचा मुक्काम वाढवला आणि मित्तलला भेटायचं ठरवलं. मित्तलकडेही अनेक दुर्मीळ वस्तूंचा खजिना होता, हे त्याने ऐकलं होतं आणि तो डोळे भरून पाहण्यासाठी तो आतुर झाला होता.

''तुम्ही आर्सेलरचे शेअर्स चौतीस युरोला का विकत घेता आहात? मी तर अठ्ठावीस युरोची रास्त बोली लावलेली आहे,'' मित्तलने सरळ सरळ प्रश्न केला.

झालेन्स्की जरासा थांबला. त्याला या प्रकरणात तटस्थ राहायचं होतं. त्याचे निळे डोळे मित्तलच्या धारदार तपकिरी डोळ्यांना भिडले. ''फार सोपं आहे, आर्सेलर ही एक चांगली कंपनी आहे आणि आमच्या गुंतवणुकीवर आम्हाला भरपूर फायदा मिळेल, असं आम्हाला वाटतं.''

नाश्त्याच्या टेबलावरून उठत असताना झालेन्स्कीला कोपऱ्यात व्हॅन गॉगचं चित्र दिसलं. त्याने यजमानाकडे त्या चित्राची भरपूर तारीफ केली.

''अरे, अजून तुम्ही माझ्यापाशी असलेला पिकासो पाहिला नाहीत, चला दाखवतो.''

झालेन्सकीला पिकासो फारसा आवडत नव्हता; पण ते त्याने बोलून दाखवलं नाही. मित्तलच्या चित्रशाळेत गेल्यावर मध्येच तो थांबला. भिंतीवर पिकासोने लाल रंगात काढलेलं चित्र टांगलेलं होत. ''हे फारच सुरेख आहे,'' तो मित्तलला म्हणाला. ''पिकासोने सहसा लाल रंगात काम केलेलं नाही. हा माझा आवडता रंग आहे,'' झालेन्स्की आता यजमानापेक्षाही खुलला होता.

उर्क्वीजो गोन्झालिसने आपल्याला आर्सेलरमध्ये बोलावलं, हे त्याने मित्तलला सांगितलंच नाही. त्याने ते आमंत्रण नाकारलं आणि म्हणाला, ''मला स्वतंत्रच राहायचं आहे.'' त्याला एखाद्या कंपूत शिरून एक गुंतवणूकदार म्हणून बंधनं पडायला नको होती. ही बातमी जेव्हा विरुद्ध पक्षाला समजली, तेव्हा झालेन्स्कीला चांगलंच ओळखून असलेला जोसेफ किन्स्च अस्वस्थ झाला. तो झालेन्स्कीवर दलबदलूपणाचा आरोप करू शकत नव्हता, कारण झालेन्स्की नेहमी कटाक्षाने स्वत:च्याच बाजूला असायचा. किन्स्चने गोन्झालोला तडक ऑफिसात बोलावलं आणि म्हणाला, ''याच्यापुढे तू या माणसाला जे काही सांगशील, ते मला समजलं पाहिजे.''

झालेन्स्की आता परत कामाला लागला होता. ७ एप्रिलला चीनमधल्या शाऊगांग स्टीलला भेट देत असताना, त्याच्या वतीने गुंतवणूक करणाऱ्या संस्थेने ५ अब्ज युरोचे शेअर्स विकत घेतले. आता त्याच्याकडे २.११ टक्के शेअर्स होते. त्याने खरेदीचा सपाटा चालूच ठेवला.

मंगळवार, ४ एप्रिल

आर्सेलरचं मुख्यालय, आव्हन्यू द ला लिबेर्ते

''डोफॅस्कोचं पोलाद उत्पादनाचं तंत्रज्ञान दुसऱ्या एखाद्या कंपनीच्या हातात पडायला नको असेल, तर ती कंपनी आर्सेलरच्या ताब्यातच राहायला हवी आणि

त्यासाठी योग्य ती पावलं उचलायला हवीत.'' आर्सेलर मुख्यालयाद्वारा प्रसिद्धीस देण्यात आलेल्या अधिकृत पत्रकात म्हटलं होतं. याच्यामुळे मित्तलवर तिहेरी हल्ला चढवण्यात आला होता.

तीन प्रकारे करण्याच्या हल्ल्यांपैकी स्कॉट सिम्सनने काळजीपूर्वक लिहिलेल्या स्टिचिंगचा पहिला क्रमांक होता. आर्सेलर आणि डोफॅस्कोचं, नेदरलन्डमध्ये फारसं काम नसलं तरी धोरणाचा भाग म्हणून स्टिचिंगची योजना आखण्यात आली होती. नव्याने स्थापन झालेल्या संचालक मंडळात तीन संचालकांची नेमणूक करण्यात येणार होती आणि त्यांचा व्यवस्थापनावर कसल्याही प्रकारचा ताबा असणार नव्हता. मात्र ते डोफॅस्कोची विक्री थांबवू शकत होते. आर्सेलरच्या संचालकांच्या मान्यतेनंतर स्टिचिंग आपोआपच रद्द होणार होतं. इकडे ओन्टारिओमध्ये डॉन पेथरने स्टिचिंग नावाचा शब्दच ऐकला नव्हता. थोड्याशा संशोधनाने त्याला गुस्सीचा खटला दिसला आणि तिथे स्कॉट सिम्सन नाव दिसलं. धोरणाचा भाग म्हणून नव्याने स्थापण्यात आलेल्या मंडळाला किती स्वातंत्र्य असेल, याविषयी पेथरला शंका होती. शिवाय त्या नवीन संचालकांत 'फ्रेड्रिक व्हॉन ब्लादेल' या आर्सेलरच्या वकिलाचं नाव होतं. डोफॅस्को विकल्याशिवाय मित्तल आर्सेलर विकत घेण्यासाठी पैसे उभेच करू शकत नव्हता, याची डोल आणि किन्स्चला खात्री वाटत होती. ''या स्टिचिंगमुळे पुढची पाच वर्षं आर्सेलरला कोणीच हात लावू शकत नाही,'' अध्यक्ष किन्स्चने अभिमानाने जाहीर केलं.

दुसरी उपाययोजना अशी होती, की आर्सेलरच्या भागधारकांना आपल्या बाजूने वळवण्याचा कसोशीने प्रयत्न करायचा. २००६ साली ते शेअर्समागे १.८५ युरोचा परतावा देणार होते, जो त्यांनी आधी झालेल्या संचालक मंडळाच्या सभेत १.२५ युरो जाहीर केला होता. साहजिकच वर्तमानपत्रात २००५ साली दिलेल्या परताव्यात २००६ साली १.८५ टक्के वाढ केल्याचे ठळक मथळे दिसू लागले.

भागधारकांना आणखी खूष करण्यासाठी आर्सेलरने शेअर्स परत विकत घेण्याची तयारी दाखवली, त्यासाठी ते प्रचंड पैसा भागधारकांना परत करणार होते. या कंपनीच्या इतिहासात प्रथमच आर्सेलर आपल्या भागधारकांकडून आकर्षक भावात आपले शेअर्स परत विकत घेणार होती. मित्तलकडे कल असणाऱ्या भागधारकांना डोळ्यांसमोर ठेवून ही लालूच दाखवलेली होती. ज्या भागधारकांना सर्व शेअर्स विकायचे नव्हते, त्यांच्या खिशात पैसा पडलाच आणि एका किफायतशीर कंपनीतला सहभागही कायम राहिला. या सर्व कल्पना मिचेल झोवीच्या होत्या; पण त्यासाठी त्याला जोसेफ किन्स्चच्या मागे लागून त्याला कंपनीची तिजोरी उघडण्यासाठी राजी करावं लागलं. ''तुमच्या कंपनीने इतका पैसा कमावला आहे, की आपल्याच भागधारकांना खूष करण्यासाठी आपण आपणहून काहीतरी करायला हवं आणि

तोपर्यंत आपण दुसऱ्या गुंतवणूकदाराची वाट पाहू.''

''हे करायला साधारणपणे किती रक्कम लागेल, मि. झोवी?'' किन्स्चने विचारलं.

''साधारणपणे ५ अब्ज युरो लागतील. ही बचावासाठी फार चांगली खेळी आहे.''

किन्स्च हसला. ''तुम्ही बँकेची माणसं, आपल्या अशिलांना नेहमी पैसे देण्याच्याच गोष्टी शिकवता, मि. झोवी; पण लक्षात ठेवा, हे तुमचे पैसे नाहीत.''

''तसे ते तुमचेही नाहीत, मि. किन्स्च,'' झोवी म्हणाला.

किन्स्चला कच खावी लागली.

''शेअर्स परत विकत घेण्याची योजना जाहीर करा; पण त्यावर तारीख टाकू नका,'' झोवीने सल्ला दिला. ''त्यामुळे पैशांची कडकी असलेले भागधारक आपल्याच बाजूला राहतील.'' आर्सेलरच्या अधिकृत निवेदनात शेअर्स परत विकत घेण्याची योजना जाहीर झाली. ''वर्षभरात केव्हाही ही अमलात येईल, अर्थात मित्तलने प्रस्ताव मागे घेतला किंवा तो नाकारला गेल्यावरच ती प्रत्यक्षात अमलात येईल.''

ब्रेकव्ह्यूज.कॉमने अचानकपणे जाहीर झालेल्या स्टिचिंगवर आपला निकाल दिला : ''हा मूल्यांवर आधारित बचाव नाही, त्या नुसत्या गप्पा होत्या. आर्सेलरने पॉयझन पिलचा वापर केलेला आहे. आता मित्तलने आपला हल्ला चालूच ठेवला, तर आर्सेलरच्या भागधारकांना दोन्ही कंपन्यांची मालमत्ता आणि धोरणं यांचं खरं मूल्यमापन करणं जमणारच नाही, ही त्या स्टिचिंगची कृपा आहे. उलट मित्तलला त्याच्या गळ्यातलं, ३.८ अब्ज डॉलर्सचं, कॅनेडियन पोलाद उत्पादकाचं लोढणं कसं सांभाळणार, याची काळजी करत बसावं लागेल.''

नेदरलन्डमध्ये मित्तलसमोर पडलेल्या अडसरामुळे आर्सेलरची मंडळी मात्र आनंदाने उड्या मारत होती. ''ह्या स्टिचिंगवर थायसन क्रपची काय प्रतिक्रिया असेल?'' असा प्रश्न गी डोलला विचारण्यात आला, तेव्हा तीनशे लोकांच्या समोर तो आढ्यताखोरपणे म्हणाला, ''मी जर आत्ता थायसन क्रपच्या जागी असतो, तर मी स्वत:ला फाशी द्यावी का मनगटाच्या शिरा कापाव्यात याचा विचार करत बसलो असतो.''

बर्कले स्क्वेअर हाऊस

''अरे व्वा! ही स्टिचिंगची कल्पना फारच भन्नाट आहे,'' योल झोवी म्हणाला. सभेला आलेल्या संचालक मंडळींचे चेहरे काळजीने पडलेले होते. शेअर्स परत घेण्याची योजना तर जाहीर केली; पण तारखेचा पत्ता नाही, फारच छान! हुशार आहेत. हे करण्यात आपल्याच भावाचा हात आहे, हे त्याच्या लक्षात आलं. हे सगळं प्रकरण संपलं, की तो मिचेलला फोन लावून त्याचं अभिनंदन करणार होता.

''यामुळे डच लोकांच्या विश्वासाची सुई त्यांच्याकडे नक्कीच वळणार नाही,'' त्याने खात्रीने सांगितलं. ''ते फारच हुशारी दाखवत आहेत, फारच सर्जनशीलपणा दाखवत आहेत आणि फारच निकराने लढत आहेत; पण डोफॅस्कोला असं बांधून ठेवणं, हे आर्सेलरच्या भागधारकांच्या हिताचं नक्कीच नाही. हे त्यांच्या अंगावरच उलटेल.''

मित्तल स्टीलच्या समोर टाकलेल्या ह्या तिहेरी आव्हानाला आदित्य आत्मविश्वासाने सामोरा गेला. प्रथम शेअर्स परत विकत घेण्याच्या विषयाकडे वळू. ''या पद्धतीने बचाव करताना, आर्सेलर भविष्यकाळासाठी आपले हात बांधून घेत आहे,'' त्याने व्यापारी जगताला वाहून घेतलेल्या ले एकोला सांगितलं. ''हा प्रस्ताव जर पुढे मान्य झाला नाही, तर ते स्वत:ला कर्जात ढकलतील – आमच्या अंदाजाप्रमाणे ११ अब्ज युरो इतकं ते असेल आणि २००६ साली अपेक्षित नफा केवळ ५.५ अब्ज युरो असेल. यामुळे तितक्याच रकमेने त्यांची वाढ खुंटेल आणि भविष्यात या उद्योगाचं नेतृत्व करण्याच्या क्षमतेशी समझोता करावा लागेल.''

''आता या स्टिचिंगमुळे मित्तलला थायसन क्रपला डोफॅस्को विकता येणार नाही, तेव्हा अमेरिकेतल्या नियामकांना शांत ठेवण्यासाठी मित्तल स्टीलला आपली अमेरिकेतली दुसरी मालमत्ता विकावी लागेल का?'' वर्तमानपत्रांनी प्रश्न उपस्थित केला.

''आम्ही आमची कागदपत्रं अमेरिकन अधिकाऱ्यांसमोर दाखल केलेली आहेत,'' इतकंच तो सांगू शकला. ''अशाप्रकारे डोफॅस्को ताब्यात ठेवण्याचा भागधारकांना किती फायदा होईल, हे सांगणं अवघड आहे. याचा पुरावा : समजा हा मैत्रीचा व्यवहार झाला, तर ती विकता येईल का? डोफॅस्को ही चांगली मालमत्ता आहे का वाईट, ते आम्हाला समजलं पाहिजे.''

आपल्या वडिलांप्रमाणेच आदित्यनेही शेअर्सची किंमत वाढवायला नकार दिला. ''आम्ही आमचा प्रस्ताव जाहीर केला तेव्हा २८.२० युरो प्रति शेअर भाव लावला होता, तो आता वाढवून ३२ युरो केलेलाच आहे. अर्थात त्यामुळे मित्तल स्टीलच्या शेअर्सचा भाव वाढला आणि या व्यवहारासाठी ७५ टक्के पैसे उपलब्ध झाले. आमच्या शेअर्सची नैसर्गिक वाढ होत राहणार आहे, कारण तो सध्या वास्तविक मूल्यापेक्षा कमी भावाने बाजारात आहे. काही तज्ज्ञांच्या मते त्याची खरी किंमत ३५ टक्के किंवा त्याहून जास्त असायला पाहिजे.''

मित्तल आपल्या प्रचाराचा झंझावात लक्सेम्बर्गला घेऊन गेला. तारीख ५ एप्रिलला त्याची तेलेक्रानमध्ये मुलाखत छापून आली.

''तुमचे जॉक्लोद जुंकरबरोबर कसे संबंध आहेत?'' त्याला विचारलं.

''मला त्याविषयी काहीच बोलायचं नाही,'' मित्तलने प्रश्न उडवून लावला.

“गेल्या आठ आठवड्यांत आमचे अनेक राजकारणी व्यक्तींशी संबंध आले. लक्सेम्बर्गमध्ये येऊ घातलेल्या कंपन्या ताब्यात घेण्याच्या कायद्यासंबंधी मी वर्तमानपत्रात बरंच काही वाचलेलं आहे. काही लोकांना प्रिय असलेल्या विषयांनी राजकीय मतं प्रभावित झालेली नाहीत, याचं मला समाधान वाटतं.”

“आजच्या ‘फिनान्शिअल टाइम्स’मध्ये, पंतप्रधान जुंकरने प्रतिपादन केलं आहे, की त्यांचा आक्रमकरित्या कंपनी बळकावण्याला विरोध आहे.”

“त्यांच्या मताशी मी सहमत आहे,” मित्तल म्हणाला, “आम्हालाही आक्रमकपणे झालेले व्यवहार आवडत नाहीत. आम्ही आर्सेलरबरोबर बोलणी करून एक यशस्वी विलीनीकरण कसं करता येईल, ते पाहायला तयार आहोत. विलीनीकरणाने रोजगारांना कसलाही धोका उत्पन्न होणार नाही, नवीन कंपनीचं मुख्यालय लक्सेम्बर्गमध्येच असेल आणि आर्सेलरने जाहीर केलेल्या या देशातील सर्व गुंतवणुकीच्या योजना पार पाडल्या जातील,” हे सर्व त्याने परत एकदा सांगितलं.

आता त्याला लाखमोलाचा प्रश्न विचारला. “मि. मित्तल, तुमचा प्रस्ताव जनतेसाठी केव्हा उघड होईल? त्याला अजून सर्व नियामकांची संमती मिळालेली नाही.”

“आमच्या अंदाजाप्रमाणे एप्रिलच्या तिसऱ्या आठवड्यात तो नियामकांकडून बाहेर पडेल. त्यानंतर भागधारकांना तीस ते पस्तीस दिवस अवधी योग्य निर्णय घेण्यासाठी मिळेल. मला खात्रीने वाटतं, की योग्य तोच निर्णय घेतला जाईल. मी तर दुसऱ्या निर्णयाचा विचारही करत नाही.”

२६

१४ ते १७ एप्रिल

पॅरिस

साव्हीग्नॉन आता शर्यतीतून बाहेर पडल्यात जमा होता. गी डोल आता ॲलेक्सी मोर्डाशोव्हला निरोप द्यायला उत्सुक होता, तेव्हा एक व्हाईट नाईट अचानक या शर्यतीत येऊन टपकला. तो पॅरिसच्या जे.पी. मॉर्गनच्या कृपेने आला असला तरी फ्रेंच नव्हता. तो जर्मन भाषा बोलणारा होता. नवीन अभ्यागताचं नाव, पीएर सेरव्हाँ-श्रायबरने 'स्वीट' असं ठेवलं. पश्चिम जर्मनीतून आलेला हा मदतगार ड्युसलडॉर्फमधून आला होता आणि पश्चिम युरोपमधली ती एक ख्यातनाम कंपनी होती. याचं खरं नाव होतं थायसन क्रुप. याच थायसन क्रुपला मित्तलने डोफॅस्कोच्या व्यवहारांनी बांधून ठेवलं आहे, अशी मित्तलची समजूत होती. आता तीच कंपनी आर्सेलरच्या मदतीला धावून जात होती.

इस्टरच्या सुमारास आलेल्या या नवीन स्वीटमुळे आर्सेलरमध्ये सर्वांनाच आश्चर्याचा धक्का बसला होता, खासकरून गी डोलला. अर्थातच सर्वजण आनंदात होते. याच्या आधी थायसन आणि आर्सेलरमध्ये डोफॅस्कोवरून तुंबळ युद्ध झालं होतं. त्यानंतर मित्तलने मागल्या दाराने प्रवेश करून एकहार्ड शुल्झशी डोफॅस्कोचा करार केला. आता स्टिचिंगच्या भानगडीमुळे, जर्मनांची मुस्काटदाबी झाली होती आणि त्यांचं अस्तित्व नगण्य झाल्यामुळे ते चिडचिडे झाले होते.

पॅरिसमध्ये असलेल्या स्काडेन आर्पसच्या ऑफिसात जरी अनेक गुप्त कराराची भेंडोळी पडलेली असली, तरी आता कॉर्पोरेटच्या खेळी आणि दोन्ही पक्षांना झुलवत ठेवण्याचं प्रमाण वाढणार होतं.

थायसन क्रुपच्या निरीक्षक मंडळाचा प्रमुख डॉ. गेरहार्ड क्रोमे आणि डॉ. शुल्झ यांच्या प्रयत्नांनी हे घडून आलं होतं. जोसेफ किन्स्च इस्टरच्या सुट्टीत गोल्फ

खेळण्यासाठी बेलेरिक बेटावर जाणार असल्याचं, डॉ. शुल्झला समजलं. आपल्या मोहिमेसाठी त्याला भेटण्यासाठी शुल्झ इतका आतुर झाला होता, की तो सरळ विमानाने तिथे गेला आणि गोल्फच्या मैदानावरच त्याला गाठलं. त्याने दोन्ही कंपन्यांना असलेल्या वेगवेगळ्या प्रकारच्या समस्या सोडवण्यासाठी दोन्ही कंपन्यांनी सन्मानाने एकत्र यावं असं सुचवलं. शुल्झने स्टिचिंगची कल्पना फारच तिरस्करणीय असल्याचं आपलं मत किन्स्चला सांगितलं आणि बाजारातही तोच विचारप्रवाह असल्याचं बोलला. अर्थात याविषयी तो काहीच करू शकत नव्हता. जर थायसनचं आणि आर्सेलरचं विलीनीकरण झालं, तरच मित्तलला दूर ठेवता येईल आणि त्या आडमुठ्या मोर्डाशेव्हलाही कटवता येईल. नाहीतरी मोर्डाशेव्हच्या कंपनीचं वास्तविक मूल्य बाजारात माहीतच नव्हतं. थायसनची गोष्ट वेगळी होती. ती एक दर्जेदार कंपनी होती. आर्सेलरशी विलीनीकरण झाल्यावर एका बलाढ्य उद्योगसमूहाचा उदय होईल आणि थायसनलाही डोफॅस्कोच्या मार्फत अमेरिकेत प्रवेश मिळेल. थायसन आणि आर्सेलर एकत्र आले तर खऱ्याखुऱ्या अर्थाने एका अजिंक्य समूहाचा उदय होईल. या दोन्ही कंपन्यांच्यापाशी असलेल्या प्रगत तंत्रज्ञान आणि अनुभवाच्या जोरावर आपण जगापुढे चांगला पर्याय ठेवू शकू.

आर्सेलरच्या मानाने थायसन लहान आणि थोडी सुस्त कंपनी होती. असल्या विलीनीकरणाच्या खेळात थायसन आर्सेलरपुढे बच्चा होता आणि सर्वार्थाने आर्सेलर दर्जेदार कंपनी होती; पण जर्मनीत वाढलेल्या, जर्मन बाईशी लग्न केलेल्या आणि आर्बेडच्या जर्मन पोलाद कारखान्यात प्रशिक्षण घेतलेल्या किन्स्चच्या दृष्टीने या विलीनीकरणाला वेगळंच महत्त्व होतं. इथे जर्मनांचं भावनिक मीलन होतं. थायसन क्रुप हा नावाजलेला उद्योगसमूह होता आणि त्यांच्याबरोबर काम करायला मिळणं ही अभिमानाची बाब होती. जर्मन लोकांना आपल्या तंत्रज्ञानाविषयी असलेल्या अभिमानाचं, त्याला नेहमीच कौतुक वाटत असे. क्रोमेचे पॅरिसच्या जे.पी. मॉर्गनच्या चेअरमनशी मैत्रीचे संबंध होते आणि ते एकमेकाला नावानेच हाक मारत असत. लक्सेम्बर्ग सरकारलाही हे युरोपियन ऐक्य पसंत होतं. युरोपचा सतत पुरस्कार करणारा जॉक्लोद जुंकरचा अर्थातच या व्यवस्थेला पाठिंबा होता.

मॉर्गन स्टॅन्ले सोडली तर इतर बँकांचे अधिकारी या विलीनीकरणाबाबत फारसे उत्साही नव्हते. मॉर्गन स्टॅन्लेला भरीव यशाची स्वप्नं पडत होती आणि बाकीच्या बँका आपापल्या व्हाईट नाईटबरोबर वाटाघाटी करत होत्या; पण त्यात काहीच प्रगती होत नव्हती. अर्थात मोर्डाशेव्हचा त्याला अपवाद होता. आर्सेलरचा ब्राझीलमधला प्रतिस्पर्धी आणि दुसऱ्या क्रमांकाचा पोलाद उत्पादक असलेल्या कम्पान्यिया सिदेरुर्जिकाचा – कॅबेर्ने – अध्यक्ष आणि कार्यकारी संचालक असलेला बेंजामिन स्टाईनब्रुख आडमुठेपणाने वागत असल्यामुळे ती बोलणी फिसकटण्याच्या मार्गावर होती.

बेंजामिनला आता जागतिक बाजारपेठेत नाव कमावण्याची स्वप्नं पडत होती. त्यामुळे तो अवाजवी मागण्या करत होता. इतर व्हाईट नाईटप्रमाणे त्याला आर्सेलरकडून जास्तीची हाव होती.

लक्सेम्बर्गला परत येताच किन्स्चने साव्हिग्नानशी बोलणी बंद केली. मोर्दाशेव्हशी बोलणी करत असलेल्या मेरिल लिंचला आता मॉर्गन स्टॅन्ली आणि मिचेल झोवीकडे चरफडत पाहत बसण्याखेरीज काही पर्याय नव्हता. सेरव्हाँ-श्रायबर आणि स्कॉट सिम्सन थायसन क्रपशी वाटाघाटी करत होते. स्काडेनच्या ऑफिसात ईस्टरच्या सुट्टीत सर्व वाटाघाटी करणारी मंडळी जमलेली होती आणि सर्व काही गोडीगुलाबीने चाललेलं नव्हतं. वाटाघाटीच्या प्रक्रियेला वेग आल्यामुळे अनेक प्रश्न पटापट सुटले. युरोपियन स्पर्धात्मक कायद्याचा भंग होऊ नये यासाठी थायसन आणि आर्सेलरला आपल्या काही मालमत्ता विकाव्या लागणार होत्या. युरोपियन युनियन कॉम्पिटीशनचे नियम इतके जबरदस्त होते, की शेवटी दोन्ही बाजूच्या सल्लागारांनी कॉम्पिटीशन कमिशनर नेली कोरेसलाच सरळ जाऊन भेटण्याचा आणि चाचपणी करण्याचा निर्णय घेतला.

"जर खात्रीचा नकारच मिळणार असेल, तर मग वाटाघाटी चालू ठेवण्यात काहीच अर्थ नाही," ब्रुसेल्सला जाणाऱ्या विमानात बसताना सेरव्हाँ-श्रायबर म्हणाला.

थासन-आर्सेलरच्या सल्लागारांना घेऊन येणारी मिनीबस ७० ऱ्यू जोसेफ-२ वरच्या डारेक्टर जनरल फॉर कॉम्पिटीशनच्या इमारतीपाशी आली. बसच्या चालकांनी पुढील सूचनांची वाट बघत बसचा वेग मंदावला.

"आपण फार काळजीपूर्वक वागायला हवं," एकहार्ड शुल्झ कचरत म्हणाला. "मला वाटतं, जर्मनीच्या शिष्टमंडळानी प्रथम उतरावं आणि सरळ इमारतीत शिरावं. लक्सेम्बर्गच्या मंडळींनी इमारतीच्या मागच्या बाजूने आत यावं, म्हणजे आपल्याला कोणी एकत्र आत जाताना बघणार नाही."

जर्मन पटकन उतरले आणि आत गेले. नंतर बसने एक चक्कर मारली आणि दूरवरच्या जागी २० मिनिटं वाट पाहिली.

"हे अगदी गुप्तचर कथा असलेल्या सिनेमासारखं चाललेलं आहे," सेरव्हाँ-श्रायबरने डोलला विनोदाने सांगितलं. आता बस परत नेलीच्या ऑफिसच्या दिशेने चालली होती.

भेटीसाठी प्रवेशपत्रिका मिळेपर्यंत सगळे थांबले असताना, डोलने खिशातून त्याची जादूई पेन्सिल बाहेर काढून एका पोलादाच्या खांबाला लावली. "हे आर्सेलरचं पोलाद आहे," तो सेरव्हाँ-श्रायबरकडे पाहत हसून म्हणाला.

सेरव्हाँ-श्रायबरला प्रचंड आश्चर्य वाटलं.

एक खाकी कोट घातलेला माणूस त्यांच्या दिशेने येताना पाहून डोलच्या

तोंडावरचं हास्य मावळलं.

"मि. डोल, मी ला ट्रिब्युनचा माणूस आहे. आज आपण सगळे इथे काय करता आहात, ते सांगाल का?"

"मी इथल्या अधिकाऱ्यांसमोर हजर राहण्यासाठी आलो आहे. आमच्या व्यवसायात हे नेहमीच करावं लागतं," असं म्हणून डोलने प्रवेशपत्रिका हातात घेतली आणि लिफ्टच्या दिशेने चालायला लागला.

त्या चाणाक्ष वार्ताहारने भेटीला येणाऱ्यांची नोंदवही चाळली, तेव्हा त्याला गी डोलची सही नेली कोरेसच्या रकान्यात दिसली.

आर्सेलर आणि थायसन आपली बाजू मांडत असतानाच नेली कोरेसच्या ऑफिसात एक सचिव आला आणि त्याने एक चिठ्ठी कोरेसला दिली. ती चिठ्ठी वाचताना तिने डोलकडे अर्थपूर्ण नजर टाकली.

"युरोपियन प्रेसच्या वार्ताहराला तुम्ही इथे काय करता आहात, हे जाणून घ्यायचं आहे," ती हसून म्हणाली.

"मला वाटतं आपण आपल्या मुद्द्याकडे वळू," असं जरी तो वरकरणी म्हणाला, तरी मनातून शिव्या देत होता. कोणीतरी आपल्यावर पाळत ठेवून आहे.

ही चर्चा जरी फक्त नियमावलीवर असली आणि तपशीलवर नसली, तरी अनेक गोष्टींचा खुलासा झाला. थायसन-आर्सेलरच्या युरोपातील ज्या कारखान्यात एकाच प्रकारचं उत्पादन होतं, त्यामधल्या बहुसंख्य मालमत्ता त्यांना विकाव्या लागणार होत्या. तसं जर केलं नाही, तर स्पर्धात्मक कायद्याचं उल्लंघन झालं असतं. थायसन क्रप ही नुसतीच पोलादाचं उत्पादन करणारी कंपनी नव्हती आणि तो आर्सेलरच्यादृष्टीने काळजीचा विषय होता. जगभरात १,८८,००० लोकांना काम देणारा थायसन क्रप हा जगातला प्रमुख माहिती आणि तंत्रज्ञान सेवा देणारा समूह होता. पोलादाबरोबरच ते मोठमोठ्या मशिन्सला लागणारे भाग, मोटार उद्योगाला लागणारी यंत्रसामग्री, सरकते जिने यांचं उत्पादन करत असत. याखेरीज व्यापार आणि तंत्रज्ञानाची सेवा पुरवणाऱ्या व्यवसायातही ते होते. २००५/६साली त्यांची वार्षिक उलाढाल ४७ अब्ज युरो झाली होती. आर्सेलरशी विलीनीकरण करण्याच्या आधी त्यांना पोलादाचा विभाग वेगळ्या कंपनीत हालवायला हवा होता. त्यांची याला तयारी होती.

पण सरतेशेवटी थायसन क्रप ही कंपनी दोन मोठ्या नामांकित प्रतिष्ठानांच्या नियंत्रणाखाली होती. एक थायसनच्या अधिपत्याखाली तर दोन क्रपच्या. क्रप कंपनीने महायुद्धाच्याकाळात नाझींना शस्त्रसामग्रीचा पुरवठा केला होता. १९९९ साली या दोघांनी एकत्र येत प्रबळ थायसन क्रपची निर्मिती केली होती. ह्या

प्रतिष्ठानाचे संचालक जुन्या विचारांचे, म्हातारे होते आणि त्यांना धडाकेबाज निर्णय घेण्याची सवय नव्हती. आर्सेलरच्या व्यवहारामुळे आपली पकड सैल झालेली त्यांना मानवणारी नव्हती. थायसनबरोबर व्यवहार करून आर्सेलरला थोडाफार औद्योगिक फायदा होणार होता; पण त्यांच्याबरोबर वाटाघाटी करून त्यांना राजी करण्याएवढा वेळ आणि धीर त्यांच्यापाशी नव्हता. दुसऱ्या बाजूला मोर्दाशेव्हच्या सेव्हरस्टालचं वास्तविक मूल्यमापन समजून घेण्याची डोकेदुखी होती आणि रशियाच्या बाबतीत ती मोठी अडचण होती.

इकडे पॅरिसमध्ये थायसन क्रुपच्या वाटाघाटींचं गुऱ्हाळ सुरूच होतं. दोघांनी आपापल्या मालमत्तेपैकी कुठली विकावी हेच ठरत नव्हतं. त्यांना असा एक ढाचा तयार करायचा होता, की जो कार्यक्षम असेल आणि मित्तलच्या पर्यायापेक्षा चांगला असल्यामुळे भागधारकांनाही पसंत पडेल. वाटाघाटींच्या दरम्यान आर्सेलरच्या असं लक्षात आलं, की थायसन स्वत: फार काही गमवायला तयार नाही, उलट आर्सेलरनेच जास्त त्याग करावा अशी त्यांची मागणी होती आणि त्यांच्या प्रत्येक इच्छेपुढे आर्सेलरनेच झुकावं असं त्यांच मत दिसलं. हा सगळा एका दिशेनेच प्रवास चालला होता. आता वाटाघाटींच्या ऐवजी कुरबुरी सुरू झाल्या आणि अजून पैसे देण्याघेण्याची चर्चाही सुरू झालेली नव्हती.

मोर्दाशेव्हच्या आघाडीवरही काहीच प्रगती नव्हती, त्यामुळे डोल आणि किन्स्च आता वैतागायला लागले होते.

जसजसे दिवस जायला लागले, तसतशी थायसनच्या वाटाघाटीतली प्रगती खुंटतच चालली. आता सेरव्हाँ-श्रायबरला संशय यायला लागला. कदाचित वाटाघाटींच्या दबावामुळे तो थकला असेल आणि त्याचे विचार बधिर झाले असतील; पण एके दिवशी त्याने स्कॉट सिम्सनकडे आपल मन मोकळं केलं आणि म्हणाला, "हा सगळा बनाव तर नसेल? हा पाणसुरूंग मित्तलनेच सोडला असेल, आपला वेळ वाया घालवायला."

मित्तल आणि शुल्झ एकमेकांशी संपर्कात आहेत अथवा नाहीत, याची स्कॉटला खात्री नव्हती; पण एक गोष्ट नक्कीच त्याला माहीत होती : या लोकांशी वाटाघाटी करणं, म्हणजे राक्षसाशी बोलण्यासारखं आहे.

त्या दोघांनी आपली शंका किन्स्चला बोलून दाखवली. "आहे ते चालू ठेवा," त्याने सांगितलं.

वाटाघाटी चालूच राहिल्या. थायसन क्रुपच्या मालमत्तेचा अजून पूर्ण हिशेब झाला नव्हता, तर एका कराराचा मसुदा तयार झाला आणि कागदावर तरी तो मित्तलच्या प्रस्तावापेक्षा सरस वाटत होता. आता युरोपच्या पटलावर एका नवीन महासत्तेचा उदय होणार होता – आर्सेलर-थायसन क्रुप

एकहार्ड शुल्झने आणखी एक बैठक बोलावली. ती जर्मनीतल्या स्पा सिटीमध्ये, म्हणजे आखेनला झाली. चर्चेसचं शहर म्हणून ख्यातनाम असलेलं हे पुरातन शहर एकेकाळी फ्रँकिश साम्राज्याच्या चार्ल्समॅग्नेची राजधानी होती. डोल आणि किन्स्चने तिथे प्रवेश करताच, त्यांना काहीतरी गडबड असल्याच लक्षात आल. थायसनचा सल्लागार असलेला रोथशिल्डचा वकील उठून उभा राहिला तेव्हाच त्याचे पाय कापत होते. आम्हाला आणखीन पर्याय हवा, असं तो म्हणाला. आम्हाला जास्तीचा पर्याय हवा आहे.

कसला पर्याय?

त्याच्या अशिलाला आर्सेलरचे जास्त शेअर्स हवे होते. थायसन क्रपला आर्सेलरचे शेअर्स घेऊन कंपनीत चंचूप्रवेश करायचा होता; पण टेबलावर एक पैसा ठेवला नव्हता.

''आम्हाला मित्तलबरोबर बोली लावण्याची लढाई करायची नाही,'' हेन्रॉट म्हणाला. जर व्यवहारात रोखीचा संबंध आला, तर आर्सेलर मित्तलबरोबर लढत बसेल, मित्तलकडे जास्त दारूगोळा असल्यामुळे, आमच्यावर सगळं काही गमावून बसायची वेळ यायला नको.

शेजारच्या खोलीत बसलेल्या आर्सेलरच्या सल्लागारांचा आपल्या कानावर विश्वासच बसत नव्हता.

''ते काय करताहेत? आपल्याला गल्लीतून फरफटत नेत आहेत?'' मिचेल झोवी तणतणत म्हणाला.

''त्यांना सगळं जग हवं आहे,'' स्कॉट सिम्सन म्हणाला. ''हा पतंग काही उडणारा नाही.''

चर्चा संपली. थायसनची लोकं निघून गेली.

''ते इतक्या मोठ्या मागण्या का करत आहेत? त्यांना मित्तलची खरोखरच भीती वाटते आहे, का सेरव्हाँ-श्रायबर म्हणाल्याप्रमाणे, आपला किमती वेळ वाया घालवण्यासाठी, बर्कले स्क्वेअर हाऊसने सोडलेला पाणसुरूंग होता?

गी डोलला कोणीतरी आपल्या पाठीत दोन वेळा सुरा खुपसल्यासारखं वाटलं. प्रथम त्या युरोपियन युनियनच्या स्पर्धात्मक नियमांनी आणि दुसऱ्यांदा या हावरट जर्मन लोकांनी. सेव्हरस्टालशी होत आलेला व्यवहार या जर्मनांमुळे लांबवला आणि अमूल्य वेळ वाया गेला, असं डोलला वाटलं. वेळ वाया गेल्यामुळे, तो शिव्या देत, चरफडत, मेरिल लिंचच्या मार्क पोद्रो आणि त्याचा दुय्यम सहकारी, एमानुएल हस्बानियनकडे तडक गेला. मित्तल, स्काडेन आणि आर्प्सना, नियामक काही फार काळ रोखून ठेवू शकणार नव्हते. आता ॲलेक्सी मोर्डाशेव्हकडे त्वरीत जायला हवं.

एखाद्या सराईत पत्ते खेळणाऱ्या जुगाऱ्याप्रमाणे, रोमेन झालेन्स्की अचूक वेळ

साधत चाली करत होता. त्याच्याकडे आता आर्सेलरचे ३.६३ टक्के शेअर्स होते.

गुरुवार, २० एप्रिल

मित्तल स्टील गॅन्डरेज, लोरेन

मित्तलने प्रस्ताव दिल्याला आता बारा आठवडे झाले होते. त्याच्या प्रस्तावाला समाधानकारक प्रतिसाद मिळत होता. सोसिएते जेनेरालच्या लॉरॉ मेयेरने फ्रान्समध्ये आयोजित केलेल्या प्रचारसभांना खास करून चांगला प्रतिसाद मिळत होता; पण आर्सेलरचा प्रस्ताव त्याच्या भागदारकांपुढे उघड करण्यास लागत असलेल्या वेळामुळे तो वैयक्तिकदृष्ट्या हताश झाला होता. प्रत्येक वेळी पिएर-इव्ह शाबेर दिसला की तो पहिला प्रश्न विचारायचा, ''आपण आपला प्रस्ताव केव्हा जाहीर करणार आहोत?''

''आता फक्त दोन आठवडेच लागतील,'' शाबेर म्हणाला.

''तू दोन आठवड्यांपूर्वीही हेच म्हणाला होतास,'' मित्तलने त्याला आठवण करून दिली. हे बोलताना मित्तल नेहमीसारखा हसला; पण त्यात तो भाव नव्हता.

तो बरोबरच बोलत असल्याचं शाबेरला समजत होतं; पण स्काडेन आणि आर्प्सची लोकं, बेडबगच्या माऱ्याला अंदाजाने प्रतिकार करत होती. वॉशिंग्टनच्या सिक्युरिटीज अ‍ॅन्ड एक्सचेन्ज कमिशनने शाबेरला दोन्ही कंपन्यांच्या हिशेबाचा तुलनात्मक अहवाल मागितला होता. त्यामध्ये बाजारत उपलब्ध असलेल्या कच्च्या मालाचा समावेश न करता फक्त आर्सेलरच्या कारखान्यातून बाहेर गेलेल्या कच्च्या मालाचा तपशील द्यायला सांगितला. शाबेरने पीएर सेरव्हाँ-श्रायबरकडे मदतीसाठी हात पसरला. त्याने लगेचच त्याला सविस्तर ई-मेल केला.

''तुला नक्की काय माहिती हवी आहे, ते कृपा करून सांगशील का?'' सेरव्हाँ-श्रायबरचा हा लांबलचक जबाब होता.

सेरव्हाँ-श्रायबर आपल्याशी खेळत असल्याचं शाबेरला जाणवलं. तो तडक सिक्युरिटी एक्सचेंज कमिशनकडे गेला आणि त्यांच्याकडे जनतेसाठी उपलब्ध असलेली माहिती मागितली. त्या कार्यालयाला याचं उत्तर द्यायला दोन आठवडे लागले. ''त्यांनी माहिती द्यायला नकार दिला होता का?'' असं विचारलं.

''ते नाही म्हणाले नाहीत; पण हो देखील म्हणाले नाहीत,'' शाबेरने सरळ सांगून टाकलं.

शाबेरला परत सेरव्हाँ-श्रायबरकडे जायला सांगण्यात आलं आणि आणखीन तपशीलवार माहिती मागायला सांगितली. यथावकाश वेळ काढल्यानंतर सेरव्हाँ-

श्रायबरचं उत्तर आलं. ही माहिती तो दोन अटींवर द्यायला तयार होता. "एक, ही माहिती दिली याचा अर्थ मित्तल स्टीलने दिलेला प्रस्ताव आर्सेलरला मान्य आहे, असा अर्थ होत नाही. हे लेखी द्यावं लागेल."

शाबेरने ते पटकन मान्य केलं.

"दुसरी अट म्हणजे, ही आर्थिक माहिती देण्यासाठी पैसे मोजावे लागतील."

"किती खर्च येईल?" शाबेरने विचारलं

"मला ते ऑडिटर्सना विचारून सांगायला लागेल," पलीकडचा माणूस फोनवर हसत असल्याचं, शाबेरला ऐकू आलं.

दोन आठवड्यांनी सेरव्हाँ-श्रायबरने शाबेरला फोन केला. त्याच्या मते ही सगळी माहिती द्यायला सहा महिने लागतील आणि त्यासाठी २ डॉलर्स मोजावे लागतील.

हा केवळ चावटपणा होता; पण आता शाबेर उतावळा झाला होता. तो परत सिक्युरिटी एक्सचेंजकडे गेला. यावेळी मात्र त्यांनी शाबेरला त्यांच्यापाशी असलेली माहिती दिली. ह्या एका प्रश्नाचं उत्तर मिळवायला सहा आठवडे लागले. आता सगळ्या नियामकांच्या संख्येने त्यास गुणा, म्हणजे हा कसा जीव घेणारा प्रकार आहे ते लक्षात येईल. अर्थात पीएर सेरव्हाँ-श्रायबरच्या दृष्टीने नाही. तो तर स्कॉट सिम्सनला म्हणाला, "हा सौदा म्हणजे, वकिलांसाठी चड्डी पिवळी करणारा आहे."

ह्या बेडबगचा आता मित्तललाही त्रास व्हायला लागला होता. त्यातून सुटका करून घेण्यासाठी तो आपल्या आवडत्या विश्वात – पोलाद कारखान्यात – गेला. आपण आजारी कारखान्याचं कसं पुनरुथ्थापन करतो ते दाखवायला तो तीस फ्रेंच वार्ताहरांना घेऊन गेला. १९९९ साली मित्तलने गी डोल आणि युसिनॉरकडून गॅन्डरेन्जचा कारखाना विकत घेतला, तेव्हा तो कारखाना नुकसानीत चालत होता. कामगारांना सतत रोजगार गमावण्याची अथवा कारखानाच बंद होण्याची भीती वाटत होती. "आज २००६ साली इथे उभं राहून सांगताना मला आनंद होत आहे, की आता तशी परिस्थिती उरलेली नाही," मित्तलने अभिमानाने सांगितलं. मोटार उद्योगासाठी, बांधकाम व्यवसायासाठी आणि इंजिनिअरिंग व्यवसायासाठी सळया आणि तारेचं उत्पादन करणारा हा युरोपातला आघाडीचा कारखाना आहे. "आम्ही आर्सेलरला दिलेल्या प्रस्तावाचा नक्की काय परिणाम होणार आहे, हे आम्हाला चांगलंच माहीत आहे," तो पुढे म्हणाला. "आम्ही प्रस्ताव जाहीर केल्यापासून काल रात्री बाजार बंद होताना, आमच्या बाजारातील मूल्यात, ११.५ अब्ज युरोची संकलित वृद्धी झालेली आहे. आर्सेलरचे भागधारक स्वत:ला प्रश्न विचारत असतील – मित्तल नसता तर हे झालं असतं का?"

आता राजकीय वारेही त्याच्या बाजूने वाहू लागले होते – कालच त्याची,

बेल्जियमच्या पंतप्रधान गाय व्हेरहोफस्टाटशी आशादायक मुलाखत झाली होती. तसंच तो फ्लेमिश आणि वालून प्रांतांच्या दोन मंत्र्यांनाही भेटला होता. याच भागात आर्सेलरचे कारखाने होते. आज गॅन्डरेन्ज कारखान्याच्या कामगार संघटनेचा प्रतिनिधी, मार्सेल थिल मित्तलच्या शेजारी उभा होता. गी डोलच्या कारकिर्दीपेक्षा मित्तलच्या राज्यात ते फारसं सुखात असल्याच तो सांगणार होता. आज कधी नव्हे ते मित्तल जरासं चाचरत होता.

त्याच्या पोटात गॅस्ट्रिक विषाणूंचा प्रादुर्भाव झाला होता. थोड्या वेळपूर्वी तो बाथरूममध्ये ओकला होता आणि भाषणासाठी टेबलापाशी जेमतेम उभा राहिला होता आणि आता तर तो त्या टेबलाला घट्ट धरण्याचा प्रयत्न करत होता. आता तो खाली गुडघ्यावर वाकणार, असंच फिलिफ ग्वाईथला वाटलं. तसं झालं असतं तर मित्तलच्या कारखान्यात धुळीचं साम्राज्य असतं, या डोलच्या आरोपाला पुष्टीच मिळाली असती आणि डोलच्या हातात कोलीत मिळालं असतं. मित्तलने कसाबसा शेवटपर्यंत तग धरला. "शेवटी मला इतकंच सांगावंसं वाटतं, की आमचा कारखाना तुम्हाला उत्साहवर्धक वाटला असेल, अशी मी आशा करतो."

निकोला डेव्हिडसनचा उत्साह आता मावळण्याच्या बेतात होता.

"आम्ही तुम्हाला लवकरच या प्रस्तावाची माहिती पाठवू – आम्ही हा सौदा करणारच आणि तशी आम्हाला खात्री आहे. आता मी तुमच्या प्रश्नांची उत्तरं द्यायला तयार आहे, त्यांनी भाषणाचा समारोप केला."

थोडे प्रश्न विचारल्यावर निकोलाने पटकन स्टेजवर उडी मारली आणि मित्तलला मोटारीत नेऊन बसवलं.

आता संपूर्ण कारखान्याचा दौरा करणं मित्तलला शक्यच नव्हतं, हे निकोलाच्या लक्षात आलं. तिने त्याला स्वस्थ पडून राहण्याचा हुकूम सोडला आणि काही दुसरी सोय करायला गेली.

दहा मिनिटांनंतर ती वार्ताहर फोटोग्राफरना कार्यक्रमात बदल झाल्याचं सांगायला उभी राहिली, तेव्हा तिला पांढरी हॅट घातलेली एक व्यक्ती त्यांच्या दिशेने येताना दिसली. "मि. मित्तल आता तुम्हाला कारखाना दाखवायला घेऊन जातील," तिने आपल्या निवेदनात बदल करत सांगितलं आणि प्रश्नार्थक मुद्रेने मित्तलकडे नजर टाकली. मित्तलची प्रकृती सुदैवाने सुधारायला लागली होती. आता तो पुढचे अडीच तास कारखान्याचा दौरा करणार होता.

परत लंडनला आल्यावर दोन्ही मित्तलना विचित्र माणसं भेटत होती. कंट्रोल रिस्क ग्रुपने त्याला त्याच्या फोनवरचं बोलणं कोणीतरी चोरून ऐकत असल्याचं सांगितलं. मित्तल स्टीलचे फोन सुरक्षा कारणासाठी नेहमीच तपासले जात होते. सर्व

कर्मचाऱ्यांना मोबाइल फोनचा वापर काळजीपूर्वक करण्याच्या सूचना दिल्या होत्या. त्यांना आपल्या फोनचा नंबर भरवसा नसलेल्या व्यक्तीला न देण्याच्याही सूचना दिल्या होत्या.

एके दिवशी गाडीमध्ये बसत असताना त्याने आपल्या बारा वर्षं काम करत असलेल्या चालकाला, कार्लोसला, ''मागून एखादी निळ्या रंगाची बीएमडब्ल्यू येत आहे का ते बघ. ती आपला पाठलाग करत असल्याचं मला समजलं आहे,'' असं सांगितलं. प्रत्यक्षात ती गाडी दिसलीच नाही; पण आता मित्तलच्या आवडत्या जेम्स बॉन्डच्या सिनेमासारखी त्याची परिस्थिती झाली होती.

मध्यंतरीच्या काळात आदित्यला क्लारिजमधल्या गॉर्डन रॅम्सीमध्ये रात्रीच्या भोजनाचं आमंत्रण आलं. खाजगी कक्षातल्या टेबलावर आपल्या यजमानाची वाट पाहत असताना त्याच्या हातून लाल वाईनचा ग्लास निसटला. सर्वत्र वाईन पसरली. *च्यायला! त्याला वाटेल मी घाबरलो आहे.* वेटर साफसफाई करत असतानाच लक्सेम्बर्गचे कायदेमंत्री लुक फ्रिडेन आत येत होते.

२७

गुरुवार, २० एप्रिल

लंडन

आक्रमकरित्या जेव्हा कंपनी ताब्यात घेण्याचा प्रयत्न होतो, तेव्हा बचाव करू पाहणारी कंपनी लुटारू कंपनीवर बारीक नजर ठेवून असते आणि याचे काही वेळा आश्चर्यकारक परिणाम दिसतात – यात तिसरा पक्ष जर येऊन मिळाला तर ते परिणाम अधिक आश्चर्यकारक देखील ठरू शकतात. मित्तलच्या हाती असलेल्या शस्त्राच्या साठ्यात, कच्चा दुवा शोधण्यात आर्सेलर मग्न होती – त्याचं समूहाचं व्यवस्थापन आणि आता त्यांना प्रथमच एक साथीदार येऊन मिळाला होता, तोही अगदी अनपेक्षित विभागातून.

पॅरिसच्या दक्षिण-पश्चिम दिशेला, १०० कि.मी. अंतरावर असलेल्या चार्ट्रेस, या कॅथेड्रलसाठी प्रसिद्ध असलेल्या रमणीय गावातली, कोलेट्टे नेऊव्हिले, ही भागधारकांच्या हक्कांसाठी लढणारी महिला त्यांना येऊन मिळाली. फ्रान्समधल्या, फार मोठ्या प्रमाणात भागधारक नसलेल्या लोकांच्या हक्क संरक्षणासाठी लढणाऱ्या, ए.डी.ए.एम या संस्थेची ती अध्यक्ष होती. यांच्याकडे आर्सेलरचा फक्त एक शेअर होता – अर्थात त्रास देण्यासाठी तो पुरेसा होता – पण ती आता मित्तल स्टीलच्या अधिकाऱ्यांनी, समोरसमोर येऊन बोलणी करण्याचं आव्हान देत होती. तिच्याकडे तीन महत्त्वाचे मुद्दे होते. ''मित्तल कुटुंबीयांचे दुहेरी मतदानाचे हक्क काढून घ्या, आर्सेलरला सुधारित प्रस्ताव द्या आणि विलीनीकरणाची संपूर्ण तपशीलवार योजना सादर करा,'' तिनं त्यांना फर्मावलं.

आपल्या सभासदांना ही दुहेरी मतदान हक्काची कल्पना मान्य नाही आणि प्रथेप्रमाणे एका शेअरमागे एकच मत असलं पाहिजे, जे अन्य युरोपियन कंपन्यांत असतं. महेश्वरीने सगळं बोलणं नीट ऐकून घेतलं आणि म्हणाला, ''कंपनी जर

जिंकली, तर आपल्या संचालक मंडळात वाढ करणार आहे; पण याहून जास्ती काही करता येणार नाही.''

श्रीमती नेऊव्हीलेच्या वक्तव्यानंतर काही दिवसांतच, आर्सेलरचं मनोबल वाढवणारी घटना घडली. 'फिनान्शिअल टाइम्स'चा मान्यवर स्तंभलेखक, जॉन प्लेन्डर याने एक धमाका केला. त्याच्या म्हणण्यानुसार, मित्तल स्टीलच्या संचालक मंडळावर असलेल्या, पाच स्वतंत्र सभासदांपैकी, तीन सभासदांचे कंपनीच्या संस्थापक-अध्यक्षांबरोबर आर्थिक संबंध आहेत.

''आर्सेलरवर आक्रमकपणे बोली लावल्यावर, एका नाजूक क्षणी ही बातमी, जगाला समजत आहे,'' आपल्या संशोधनात्मक स्तंभात तो म्हणाला. मित्तल स्टीलच्या ऑडिट विभागाचा प्रमुखपदी नारायन वाघुल होता. तो वेतन आणि नॉमिनेशन्स मंडळाच्या बैठकींना हजर राहत असे. या विभागाकडे, मित्तल स्टीलच्या व्यवस्थापन तत्त्वप्रणाली विकसित करण्याची, त्याचा आढावा घेण्याची आणि लक्ष ठेवण्याची जबाबदारी होती. वाघुल आयसीआयसीआय बँकेचा अध्यक्ष आणि मित्तल संचालक होता. नंतर प्लेन्डरने आन्ड्रेस रोझेनथालचा विषय काढला. माजी राजदूत असलेला हा गृहस्थ, मित्तल स्टीलच्या रेम्युनरेशन आणि नॉमिनेशन मंडळाचा अध्यक्ष होता आणि तो ऑडिट विभागाच्या बैठकींनाही हजर राहत होता. रोझेन्थाल हा, मेक्सिकन कॉन्सिल ऑफ फॉरिन रिलेशनचा अध्यक्ष होता आणि त्यांच्याकडे मित्तल स्टीलची, देणगीदार म्हणून नोंद होती.

तिसरं नाव होतं मुनी कृष्णा रेड्डीचं. हा मित्तल स्टीलच्या रेम्युनरेशन आणि नॉमिनेशन मंडळाचा सभासद होता आणि इंटरकमर्शिअल बँक ऑफ त्रिनिदादचा संचालक होता. मित्तल स्टीलकडे या बँकेची अंशत: मालकी होती.

मित्तल स्टील न्यूयॉर्कच्या शेअरबाजारात पंजीकृत होती आणि त्या शेअरबाजाराने त्यांच्या स्थानिक कंपन्यांना घालून दिलेल्या नियमानुसार, ह्या तिन्ही व्यक्ती, स्वतंत्र संचालकांना लागू असलेले निकष पार पाडत होती. प्लेन्डरच्या मते, ''हे जरी स्वतंत्र संचालकांचे निकष पार पाडत असले, तरी मित्तल स्टीलच्या संचालक मंडळात साटेलोटे चालते, असा आरोप त्यावर होऊ शकतो.''

प्लेन्डर इतकंच करून थांबला नाही, तर त्याने अमेरिकन सिक्युरिटी ॲन्ड एक्सचेन्ज कमिशनच्या वेबसाईटवर जाऊन खरी माहिती खणून काढली, तेव्हा त्याला मित्तल स्टीलच्या आर्टिकल ऑफ असोसिएशन आणि व्यस्थापन प्रणालीची माहिती मिळाली. मित्तल स्टील या व्यवहारात जिंकला तर ही बदलणार नाही, असं मित्तलने जाहीर केलं होतं आणि त्यामुळे भागधारकांच्या दृष्टीने हा काळजीचा विषय होता. ''मित्तलच्या कुटुंबीयांचे दुहेरी मतदानाचे हक्क जरी काढून घेतले, तरी त्याचा प्रत्यक्षात काहीच फायदा होणार नव्हता, कारण मित्तल कुटुंबीयांकडे मोठ्या संख्येने

शेअर्स असल्यामुळे, इतर भागधारकांच्या मताला फारसा अर्थ नव्हता. त्याने जरी आपला मताधिकार ५० टक्क्यांहून कमी केला, तरी कंपनीच्या दृष्टीने तिला हानी पोहोचवू शकणारे विषय, सभेच्या पटलावर यायला तो प्रतिबंध करू शकत होता. हानिकारक म्हणजे नक्की काय याचा खुलासा कुठेच केलेला नव्हता. तेव्हा संचालकांना अमर्यादितपणे त्यांचे अधिकार वापरता येत होते. इतर संचालकांना नेमण्याचा आणि बडतर्फ करण्याच्या संदर्भातल्या अधिकारांना, वास्तवात काहीच अर्थ नव्हता, कारण आपल्या मताधिक्याच्या जोरावर, तो पाहिजे ते करू शकत होता.

युरोपियन गुंतवणूकदारांना, कुटुंबामार्फत चालणाऱ्या उद्योग व्यवस्थापनाची सवय आहे आणि ह्या पद्धतीने कामकाज सुरळीत चालतं, हे प्लेन्डरने मान्य केलं. या पद्धतीमुळे कंपनीची मालकी आणि तिच्यावर ताबा मिळवण्याच्या झटापटीला, वाव राहत नाही. हे जरी खरं असलं तरी बाहेरच्या गुंतवणूकदारांच्या पैशांचं भवितव्य, हे आतल्या गुंतवणूकदारांच्या मर्जीवर अवलंबून असू नये आणि त्यासाठी काही संरक्षणात्मक कायदे असणं गरजेचं आहे. बाहेरच्या गुंतवणूकदारांच्या पैशांवर, आतल्या गुंतवणूकदारांना जास्त फायदा उकळता यायला नको.

आता प्लेन्डरचा मोर्चा मित्तलच्या ताळेबंदाकडे वळला. ''वरकरणी पाहता हे चित्र मान्य होण्यासारखंच आहे,'' तो म्हणाला. डच मालकीची कंपनी असलेल्या 'मित्तल स्टील' स्वत:च्या नावावर काहीच मालमत्ता नव्हती, कारण त्याच्या उपकंपन्यांकडेच सर्व मालमत्तेची नोंद झाली होती. ''इतकं असूनही मित्तलच्या अधिकृत वेबसाईटवर मात्र या उपकंपन्यांना आपल्या मूळ कंपनीचेच नियम उपयोगात आणि अमलात आणायला लागतील, असं कुठेच म्हटलेलं नव्हतं. या उपकंपनीला आपल्या मुख्य कंपनीला व्यवस्थापनाची काय माहिती देणं आवश्यक आहे? बाहेरून नियुक्त झालेल्या संचालकांना या कंपन्यांकडून माहिती मिळवण्याचे काय अधिकार आहेत? दिलेले व्यवस्थापनाचे नियम, हे मित्तल स्टील इंटरनॅशनल एन.व्ही.चे आहेत आणि ते मित्तल स्टील एन.व्ही.चे आहेत असा कुठेही उल्लेख नाही.''

जेव्हा 'फिनान्शिअल टाइम्स'ने हा प्रश्न विचारला, तेव्हा मित्तल स्टीलच्या प्रतिनिधीने चूक झाल्याचं मान्य केलं आणि मित्तल स्टील इंटरनॅशनल नावाची कंपनी अस्तित्वात नसल्याचं मान्य केलं. हे सगळे मित्तल स्टीलचेच नियम आहेत.

सर्वांत शेवटी प्लेन्डरने, मित्तल स्टीलच्या शेअर्सच्या विविध प्रकारांचा परामर्श घेतला. संचालकांचे दोन वर्ग असणं, ही सर्वसाधारणपणे न दिसणारी गोष्ट आहे – ए आणि सी, त्यांनी खुलासा केला. ए दर्जाच्या संचालकांत, कंपनीचा अध्यक्ष, कार्यकारी संचालक असलेल्या लक्ष्मी मित्तल, आदित्य, वनिशा यांचा समावेश

होता. आदित्य आणि वनिशा दोघेही कंपनीत काम करत असत आणि या सर्वांची चार वर्षांसाठी नेमणूक झालेली होती. कंपनीत काम करत नसलेल्या पाच संचालकांना सी वर्गात टाकलं होतं आणि त्यांच्या हातात कंपनीचे प्रतिनिधित्व करण्याचे मर्यादित अधिकार होते. ''थोडक्यात म्हणजे ते मित्तलला खूश ठेवण्याचं काम करतात,'' प्लेन्डरने शेरा मारला.

लक्सेम्बर्गमध्ये आणि खास करून आर्सेलरच्या संचालक मंडळात, या लेखामुळे आनंदाच्या उकळ्या फुटत होत्या. आर्सेलरने हे विचार बोलून दाखवण्यापेक्षा, एका त्रयस्थ पक्षाने हे विचार मांडल्याचा, नक्कीच चांगला परिणाम होणार होता.

साटेलोटे असल्याचे आरोप मित्तलने साफ धुडकावून लावला; पण त्यामुळे त्याला विचार करातला भाग पडलं.

सैन्य जसं पोटावर चालतं, तसा आदित्य पोटावर चालत होता, असं म्हणायला हरकत नाही. या वेळी तो मिलानमधल्या एका बड्या रेस्टॉरंटमध्ये आला होता आणि लुक फ्रिडेनबरोबरच्या जेवणासाठी थांबला होता. शेवटी एकदाचा तो आला. अंधारातून एखादा गुप्तहेर यावा तसा हा कायदामंत्री उगवला. मित्तलशी संपर्क ठेवण्यासाठी जरी फ्रिडेनला जॉक्लोद जुंकरचा पाठिंबा असला, तरी तो मनातून अस्वस्थच होता. थिअरी दॉर्जेन्टने मागे सांगितलंच होतं, की सरकारचे हितसंबंध, हे आर्सेलरचेच असले पाहिजेत, असं नाही. त्यांनी आदित्यला कबुलीजबाब दिला, की तो त्याच्या भेटीची नोंद, अमेरिकन मित्राला भेटणे, अशी त्याच्या रोजनिशीत करतो. अर्थात हे दोघंही अमेरिकच्या विश्वविद्यालयात शिकलेले होते आणि दोघं अमेरिकन धाटणीचंच इंग्रजी बोलत होते, तरीसुद्धा ते एकमेकाला आधी ओळखत नव्हते. यावेळच्या भोजनाच्या वेळी, फ्रिडेनचा हार्वर्डमधला मित्र उपस्थित होता. पीएर-ईव्ह शाबेर दोन्ही पक्षांना, आपापले विचार, व्यवहाराची पद्धत आणि संस्कृती या विषयांवर मतांचं आदानप्रदान करण्याची संधी होती आणि हे सगळं अनौपचारिकपणे चाललं होतं. कंपनी ताब्यात घेण्याला विरोध करून, तुम्ही मागाहून पस्तावाल, फ्रिडेनला सावध करण्याची शाबेरला आणखी एक संधी मिळाली होती.

रविवार, २३ एप्रिल

आयआयएसआय संचालकांची वासंतिक सभा, बार्सेलोना

हौशी प्रवाशांना आकर्षित करणाऱ्या, बार्सेलोनाच्या समुद्रकिनाऱ्यापासून जवळच असलेलं हॉटेल आर्ट्स, हे उच्चभ्रू वस्तीत असलेलं ठिकाण, परिषदांसाठी प्रसिद्ध

होतं. पहिल्या मजल्यावर असलेल्या भव्य कक्षात, बारमध्ये अथवा बाहेर उघड्यावर व्हरांड्यामध्ये, अंगावर सूर्यप्रकाश घेत, इथे व्यवहाराची बोलणी चालतात, हे सर्वांनाच माहीत होतं. रात्री रिओजा किंवा तसल्याच बारमध्ये बसून मग शेवटी, समुद्रकाठी असलेल्या लॅप-डान्सिंगच्या जागी दिवसाचा शेवट होत असे.

इंटरनॅशनल आयर्न ॲन्ड स्टील इन्स्टिट्यूटचा अध्यक्ष असलेल्या, गी डोलच्या डोक्यात, लॅप-डान्ससारखे विचार अजिबात येत नव्हते. स्टील युनिव्हर्सिटी ही संस्था आयआयएसआय, लिव्हरपूल युनिव्हर्सिटीच्या मदतीने चालवत होती. ओर्ग चॅयलेन्जच्या २००५ सालच्या बक्षीस समारंभाला हजर राहण्यासाठी तो आला होता. लिव्हरपूल विश्वविद्यालयाच्या साहाय्याने, आयआयएसआय हा कार्यक्रम, संगणकाद्वारे चालवत होती. पोलाद आणि लोखंडाच्या उत्पादनातील नवीन तंत्रज्ञान विद्यार्थ्यांपर्यंत आणि कारखान्यात काम करणाऱ्यापर्यंत, ते संगणकाद्वारे घरपोच पाठवत होते. तो वाटणार असलेली पदकं, थायसन क्रपच्या प्रशिक्षणार्थींनी बनवलेली होती, हे त्याला खटकत होतं.

मित्तलच्या मनात तसं काहीच खटकत नव्हतं; पण त्याला समोरून येणारा, थायसन क्रपचा उपाध्यक्ष, प्रो. उर्लिच मिडलमान दिसल्यावर, त्याने सोक्षमोक्ष करायचं ठरवलं. "आपल्या दोन्ही कंपन्यांत एकमेकांविरुद्ध अविश्वास का आहे?" त्याने मिडलमानला सरळ विचारलं. मिडलमान जरासा अडखळला, तेव्हा त्याने मूकपणे दिलगिरी व्यक्त केल्यासारखी वाटली. थायसन क्रपचं बोधवाक्य होतं, 'सद्‌गुणातून संपत्ती झिरपते.' त्याने मिडलमानकडे रोखून पाहिलं; पण जास्ती ताणून धरलं नाही. मित्तलला आपली फसगत झाल्यासारखं वाटत होतं, खास करून डॉ. शुल्झकडून. शुल्झशी त्याचं बोलणं झालं होतं; पण थायसन क्रपमध्ये दोन तट होते, हे त्याला माहीत होतं. एक गट होता, संपत्तीच्या मागे लागलेला, ज्यात शुल्झ होता आणि दुसरा होता, सद्‌गुणांच्या बाजूचा, ज्यांना डोफॅस्कोच्या बाबतीत मित्तलला दिलेला शब्द मोडायचा नव्हता.

मित्तलला माहीत होतं, नव्हे खात्री होती, की मित्तलच्या कचाट्यातून सुटण्यासाठी, आर्सेलर प्रत्येक पोलाद उत्पादकाशी संधान बांधण्याचा प्रयत्न करेल. हा प्रस्ताव जाहीर करण्याच्या आदल्या दिवशी, मित्तलने ज्यांना फोन केला होता आणि ज्यांनी त्याला पाठिंबा दिला होता, अशा कंपन्यांनाही आर्सेलर फोन करेल याची मित्तलला खात्री वाटत होती. एक संभाव्य व्हाईट नाईट त्याच्या डोळ्यांसमोर होता आणि त्याची त्याला काळजी वाटत होती. या तरुण उद्योजकावर मित्तलची फार दिवसांपासून नजर होती. आर्सेलरशी विलीनीकरण झालं तर या उद्योजकाच्या दृष्टीने, ते पोलाद उद्योगात बढती मिळाल्यासारखं होणार होतं.

"ॲलेक्सी," मित्तलने त्याला अभिवादन केलं. "तुला माहिती आहेच, की

आर्सेलरचा व्यवहार पार पाडणं, आमच्यासाठी फार महत्त्वाचं आहे आणि म्हणूनच आम्ही इतके दिवस पिच्छा पुरवत आहोत.''

''अर्थात, हे काय विचारणं झालं?'' मोर्डाशोव्ह नाटकीपणे म्हणाला.

''छान! मग तू माझ्या वाटेत येणार नाहीस तर?'' मित्तल सरळ मुद्द्यांवर येत बोलला.

मोर्डाशोव्ह हसून म्हणाला, ''लक्ष्मी, सेव्हेस्टालच्या मानाने आर्सेलर फार मोठी आहे.''

मित्तलने मान डोलावली.

''पण तरीसुद्धा, मला माझ्या धंद्याचे निर्णय घ्यायलाच हवेत.''

चेरेपोव्हेट्समध्ये झालेल्या सेव्हेरस्टालच्या उद्घाटन समारंभाला गी डोल गेला नव्हता; पण त्याला बातम्या समजत होत्या. सेव्हेरस्टाल आणि खास करून, त्याची धोरणं ठरवणारा, व्हॅदिम मॅकॉव्ह, हे आपली सर्व मालमत्ता एकत्र करून, आर्सेलरचा व्यवहार यशस्वी करण्याच्या मागे आहेत. आता सेव्हेरस्टालच्या मालमत्तेचं वास्तविक मूल्य काढायलाही ते तयार झाले होते, असं त्यांनी डोलला सांगितलं. सोशिकपणे वाट पाहण्याचा, मार्क पोद्रोचा सल्ला बरोबर होता, असं डोलला वाटलं. प्रत्यक्षात मॅकॉव्ह हा त्यांच्या संपर्कात होता. सध्या ॲलेन डेव्हेझॅकबरोबर, समुद्रकिनारी सुट्टीचा आनंद उपभोगणारा मॅकॉव्ह, त्यांना दररोज माहिती देत होता. डोल आता एका रेस्टॉरंटमध्ये बसला असताना त्याला समोरून, मोर्डाशोव्ह अदबशीरपणे येताना दिसला.

''ॲलेक्सी, स्वागत आहे. मला असं समजलं, की तू आता सेव्हेरस्टालची सर्व मालमत्ता आर्सेलरच्या व्यवहारासाठी हिशेबात घेणार आहेस.'' तो तरुण रशियन उद्योजक, डोलच्या समोर बसत असताना, त्याने प्रश्न केला. ''मला असंही वाटतं की, आता आपण, सेव्हेरस्टालच्या मूल्यमापनासाठी जास्त वेळा भेटणार आहात.''

''आपल्या दोघांच्या हितासाठी, मी याच मार्गाने जाण्याचं ठरवलेलं आहे,'' रशियनाने संमती दर्शवली. ''पण आपल्या वाटाघाटीला थोडासा वेग आला पाहिजे. मित्तलचा प्रस्ताव जाहीर होण्याच्या आधीच आपण त्याला निष्प्रभ केलं पाहिजे,'' मोर्डाशोव्ह आता डोलची प्रतिक्रिया बघत होता. त्यावरून त्याला या व्यवहारात तो एकटाच आहे का, ते समजणार होतं.

''आमच्या जरी इतरांशी वाटाघाटी चालू असल्या, तरी माझा कल जास्त तुमच्या बाजूनेच आहे – अर्थात सर्व अटी नीट जुळल्या तर,'' डोल म्हणाला.

मोर्डाशोव्ह हसला आणि दोघांनी हस्तांदोलन केलं.

दुपारच्या भोजनानंतर परत आपल्या खोलीकडे जाताना, डोलच्या मनात विचार आला की, या हट्टी रशियन माणसामुळे आपले महत्त्वाचे दहा आठवडे वाया गेले. पण जर मित्तलवर अजूनही मात करता येणार असेल, तर ही किंमत फार मोठी नव्हती.

मधल्या काळात मित्तल, ब्लादिमार लिसिनसी वाद घालत होता. बार्सेलोनात चाललेल्या आयआयएसआय परिषदेच्या वेळी, रशियातील एनकेएमएलच्या प्रमुखाने, सर्वांसाठी एक रशियन पद्धतीचा केक आणला होता. आनंदात असलेल्या प्रतिनिधींना तो केकचा तुकडा वाटत असताना, लक्ष्मी मित्तल समोरून आला.

''मला एक तुकडा मिळेल का?'' मित्तलने विचारलं; पण तो हसत नव्हता, तर गंभीर होता. ''अर्थातच, तो सगळ्यांसाठीच आहे,'' लिसिन म्हणाला.

''मला वाटतं मी तो घ्यायलाच हवा, कारण तो माझ्या आर्सेलरच्या प्रस्तावासारखा आहे, सगळ्यांसाठी,'' मित्तल केक घेत म्हणाला.

लिसिन थोडा अस्वस्थ झाला.

''माझा प्रस्ताव सर्व पोलाद उद्योगांच्या भल्यासाठीच आहे,'' मित्तल परत ठासून म्हणाला.

लिसिन आता चिडल्यासारखा वाटत होता. बाकीचे कोणीच आता हसत नव्हते.

''मला तू माझ्या आर्सेलरच्या मार्गातून दूर जायला हवा आहेस,'' मित्तलने सरळ हल्ला केला. लिसिन आता लक्सेम्बर्गच्या कंपनीचे १५ टक्के शेअर्स घेतो आहे, याचा मित्तलला राग आला होता. लिसिन ताडकन उभा राहिला. त्याच्यावर चारचौघांसमोर हल्ला होत होता आणि तो सुद्धा समव्यावसायिकांच्या समोर.

२८

शुक्रवार, २८ एप्रिल

लक्सएक्सपो कॉन्फरन्स सेंटर, किर्शबर्ग, लक्सेम्बर्ग

आर्सेलरच्या वार्षिक सर्वसाधारण सभा नेहमीच वाजतगाजत व्हायच्या; पण यावर्षी स्वागतकक्षात जरा जास्तच गडबड होती. तीनशेच्या वर जमलेले भागधारक आणि निमंत्रित, नेहमीप्रमाणे फक्त कंपनीच्या प्रगतीचा आणि आर्थिक अहवाल ऐकायला आले नव्हते, तर त्यांना मित्तल स्टीलशी चालेल्या लढाईची प्रगती, जोसेफ किन्स्चच्या तोंडून एकायची होती.

सेसिल बी डेमिली या हॉलिवूडच्या सुविख्यात दिग्दर्शकाने केल्यासारखा देखावा होता. मोठमोठ्या टीव्हीच्या पडद्यावर आर्सेलरची माहिती देणारी चित्रं, तंत्रज्ञानाची माहिती देणाऱ्या चित्रफिती दाखवल्या जात होत्या आणि लोकांचं मनोरंजन होत होतं. अर्थात ही सगळी पब्लिसीसची कमाल होती. सभागृहात मंद संगीत वाजत होत. जमलेली मंडळी आता आपल्या हातातली इलेक्ट्रॉनिक मतदानाची आणि ऐकण्याची उपकरणं घेऊन आपापल्या जागी स्थानापन्न होत होती. सभेचे कामकाज, फ्रेंचभाषेतून चालत असल्यामुळे, इतर भाषिकांसाठी, दुभाष्यांमार्फत भाषांतराची सोय केलेली होती. बाजूच्या भिंतींवर निळ्या रंगाचे पडदे सोडलेले होते आणि नाट्यगृहात असावी तशी बसण्याची व्यवस्था होती. टीव्ही, वर्तमानपत्राचे वार्ताहार, छायाचित्रकार आणि पापराझींची फौज सभेचं वृत्त टिपून घेण्यासाठी सज्ज होती. सभागृहातल्या भव्य रंगमंचावर, किन्स्च, डोल आणि इतर वरिष्ठ अधिकारी स्थानापन्न झाले, तेव्हा ते दृश्य टिपून घेण्यासाठी छायाचित्रकारांत झुंबड उडाली. आर्सेलरच्या सर्व अधिकाऱ्यांनी 'आय लव्ह आर्सेलर'चे बिल्ले छतीवर लावलेले होते.

जोसेफ किन्स्चने नेहमीच्या सफाईने सभेच्या कामकाजाची सूत्रं हातात घेतली.

शेजारी उत्साहात बसलेला गी डोल, लांब चेहरा करून बसलेला वुर्थ, हसतमुख उर्क्वीजो आणि मख्ख चेहऱ्याचा रोलाँ जुंक बसलेले होते. किन्स्चच्या उजव्या बाजूच्या टोकाला स्मिट बसला होता. हा संचालक मंडळावर सरकारचं प्रतिनिधित्व करत होताच; पण मतदानाचं काम सुव्यवस्थितपणे पार पाडण्याची जबाबदारीही सांभाळत होता. संचालक मंडळांच्या सभासदांना आता फेरनिवडणुकीसाठी समोर जावं लागणार होतं.

रंगमंचावर उत्साहाचं वातावरण होतं. किन्स्चच्या चेहऱ्यावरून, तो विश्वासाच्या ठरावाला सामोरा जात असल्यासारखं वाटत नव्हतं. मात्र आज प्रथमच, त्याला कोणीतरी आव्हान दिलं होतं. ॲटलांटिकच्या पलीकडे असलेल्या मेरीलॅन्ड राज्यातल्या, रॉकव्हिल मधल्या एका संस्थेने त्याला आज आव्हान दिलं होतं. शंभराहून अधिक कंपन्यांना सल्ला देणाऱ्या आणि आर्सेलरचा भागधारक असलेल्या, इन्स्टिट्यूशल शेअरहोल्डर सर्व्हिसेस या संस्थेने काही प्रश्न उपस्थित केले होते. या संस्थेने, कंपनीच्या अध्यक्ष आणि उपाध्यक्षाच्या उमेदवारीला विरोध करताना जाहीरपणे म्हटलं होतं, "उमेदवारीला विरोध करून, भागधारक त्यांना वाटणाऱ्या असंतोषाला वाट करून देत आहेत. नुकत्याच घडलेल्या काही घटनांनमुळे ते अस्वस्थ झालेले आहेत."

फ्रान्समधल्या भागधारकांचा आणखीनच आक्रमक पवित्रा होता. त्यांच्या एडीएएम संस्थेने अध्यक्ष, उपाध्यक्षांसकट सर्व सोळा संचालकांच्या विरोधात ठराव मांडला होता आणि तोसुद्धा आर्सेलरने मागच्या महिन्यात कंपनीच्या भरभराटीची योजना जाहीर केल्यावर. खरं तर असंख्य असंतुष्ट भागधारकांचं, त्या योजनेमुळे समाधान झालं होतं. त्या योजनेनुसार, आर्सेलरने प्रत्येक वर्षी ७ अब्ज युरो नफा मिळवण्यासाठीची योजना सादर केली होती आणि त्यामुळे भागधारकांना जास्त परतावा मिळाला असता. कंपनीच्या हातात जास्त पैसा खेळायला लागला असता आणि पुढली तीन वर्षं ४.४ अब्ज युरोचा निव्वळ नफा झाला असता. डोफॅस्कोच्या विलीनीकरणामुळे २.२ अब्ज युरोचा नफाही आता गंगाजळीत भर घालत होता.

त्या भारतीय लुटारूला लांब ठेवण्यासाठी ही योजना, केव्हाही फायदेशीर होती.

आर्सेलरचा ताळेबंद जरी भक्कम असला, तरी प्रसिद्धीच्या कामात ते आपल्याच पायावर धोंडा पाडून घेत होते. 'फिनान्शिअल टाइम्स'च्या ब्रुसेल्समधल्या स्तंभलेखिकेने – सारा लाईटनर – वेबसाईटवर आलेल्या एका व्हिडिओवरून, आर्सेलरला धारेवर धरलं होतं. त्यामध्ये सोसायटी जनरलचा अध्यक्ष आणि कार्यकारी संचालक असलेला दानिएल बूताँ आर्सेलरची स्तुती करत होता. ते दृश्य २००३ साली चित्रित केलं होतं आणि तेव्हा बूताँ आर्सेलरच्या संचालक मंडळावरच्या स्वतंत्र

सभासदांपैकी एक होता. ते दृश्य संपत असताना, एक निवेदन दिलं जातं, की हा बँकेचा अधिकारी आता आर्सेलरच्या विरोधात काम करत असून, त्याने मित्तल स्टीलला ८ अब्ज युरोची मदत देऊ केलेली आहे. "आर्सेलर अजून शिकली नाही," लाईटनरने लिहिलं. "आर्सेलर घायकुतीला आलेली आहे, अशा समजाला ह्या दृश्यामुळे पुष्टीच मिळते."

किन्स्च मात्र डगमगला नव्हता. "मित्तलला रोखण्यासाठी, काय शस्त्रं वापरायची त्याचा आम्ही विचार करतो आहोत," किन्स्चने सर्वसाधारण सभेला सांगितलं, "आमच्यापाशी अनेक कल्पना आहेत आणि आम्ही त्याचा विचार करत आहोत."

नवीन गुंतवणूकदारांसाठी आणि वित्तीय संस्थांसाठी, मूल्यवर्धी योजना जाहीर केली होती. त्यांच्यापैकी अनेक जण आज या सभेला प्रथमच आले होते. याचा अपेक्षित परिणाम दिसत होता आणि आर्सेलरचं वास्तविक मूल्यमापन जास्त असल्याची खात्री पटल्यामुळे, अनेक नवे गुंतवणूकदार पैसे द्यायला तयार होते. बेडबगच्या हल्ल्यामुळे बेजार झालेला मित्तल, आज तीन महिने झाले तरी आपला प्रस्ताव जाहीर करू शकला नव्हता आणि किन्स्च, डोलसह सर्वांना त्यामुळे दिलासा वाटत होता.

आंतरदेशीय पातळीवर, स्कॉट सिम्सनच्या स्टिचिंगबाबत नैतिकतेला धरून केलेल्या विधानाला सहमती मिळत नव्हती. त्याच्या सांगण्याप्रमाणे, आर्सेलरवर बोली लावण्यासाठी मित्तलने स्वतःचा पैसा उभा करावा, आर्सेलरच्याच पैशाने ते करू नये. टीकाकारांचं म्हणणं होतं, की ही 'पॉयझन पिल'ची योजना, मित्तलचा प्रस्ताव हाणून पाडण्यासाठीच उपयोगात आणली जात आहे आणि त्याला विरोध करण्यासाठीच ते आज सर्वसाधारण सभेला हजर आहेत. यात पुढाकार घेतला होता, एडीएएमच्या कोलेट नीउवेलने.

"डोफॅस्कोमार्फत बचाव करण्याची योजना, सभासदांच्या संमतीसाठी पटलावर मांडावी, अशी मी माझ्या भागधारकातर्फे मागणी करते, तिने गेल्याच आठवड्यात किन्स्चला एक पत्र पाठवून कळवलं होतं. तसंच, भागधारकांच्या संमतीशिवाय नवीन शेअर्सचं वाटप करू नये, अशी आमची मागणी आहे."

याला उत्तर देताना किन्स्चने, दोन्ही मागण्या फेटाळून लावल्या. "संचालक मंडळाने घेतलेला कुठलाही निर्णय, हा कंपनीच्या हिताचाच असतो आणि आर्सेलरच्या शेअर्सचं मूल्य कायम ठेवण्याचाच तो एक भाग असतो." अध्यक्षांनी लिहिलेलं हे पत्र, गूढरित्या वॉल स्ट्रीट जर्नलच्या हातात पडलं. किन्स्च परत आपल्या विषयाकडे वळत म्हणाला, "संचालक मंडळ आपल्या अधिकारात नवीन शेअर्सचं वाटप करणार नाही आणि सध्याच्या घडीला असलेल्या भागधारकांच्या हिताला कसलाही धोका उत्पन्न करणार नाही," त्याने ठासून सांगितलं, मात्र हे करत असतानाच त्याने

एक सावधगिरीची सूचनाही केली : ''जर अशा प्रकारे नवीन शेअर्सचं वाटप करण्याची वेळ आली, तर ती कंपनी कायद्याच्या चौकटीत राहूनच केली जाईल आणि त्यामुळे भागधारकांच्या गुंतवणुकीत वाढच होईल, याची काळजी घेतली जाईल.''

ही सभा सुमारे अडीच तास चालली. ह्या चंदेरी कोल्ह्याने, किन्स्चने, सभा गाजवली होती. आवश्यकतेनुसार तो विनम्रपणे, कणखरपणे वागायचा; पण मित्तलला हुसकावून लावण्याच्या बाबतीत मात्र तो निर्धास्त होता. डोलने कंपनीच्या व्यापारविषयक धोरणाची माहिती दिली तर उर्क्वीजोने उलाढालींची कल्पना दिली.

आता मतदानाची वेळ झाली होती. मुख्य विषय होता, अध्यक्ष किन्स्चचा. आघाडीचा गुंतवणूकदार असलेल्या, ॲटकिस कॅपिटल या हेजफंडला तो नको होता. एडीएएमला त्याची पाठ बघायची होती, इन्स्टिट्यूशनल शेअरहोल्डर सर्व्हिसेसला त्याचं मुंडकं हवं होतं. भागधारक आता त्यांचं मत टाकायला लागले.

कंपनीने केलेल्या उत्तम कामगिरीमुळे सर्व संचालक परत निवडून आले, प्रश्न होता अध्यक्षाच्या निवडीचा आणि सगळे आतुरतेने त्याच्या निकालाची वाट पाहत होते. समोरच्या पडद्यावर निकाल झळकला. फक्त एक पंचमांश भागधारकांनी त्याच्या विरोधात मतदान केलं होतं आणि ७५.७ टक्के लोकांनी त्याच्या बाजूने मत दिलं होतं. त्यांनी लोकांचा निर्णय आदरपूर्वक स्वीकारला. ''आजचं मतदान प्रातिनिधिक आहे,'' त्यांनी वार्ताहारांना उत्साहाने सांगितलं.

''आर्सेलरच्या व्यवस्थापनावर भागधारकांनी दाखवलेल्या विश्वासामुळे आमचा उत्साह वाढलेला आहे. संचालक मंडळ भागधारकांच्या हिताचं रक्षण करत आहे आणि तसा भागधारकांना विश्वास वाटतो, हेच यातून सिद्ध होतं.'' डोलने पुस्ती जोडली.

हातात भेटवस्तूंची पिशवी होती – भेटवस्तू, समूहाची माहिती देणारी पुस्तिका आणि 'आय लव्ह आर्सेलर'चा बिल्ला. पोटात कावळे ओरडत होते, तेव्हा सगळी मंडळी आता खालच्या मजल्यावर असलेल्या भोजनगृहात, उत्तम शँपेन आणि भोजनाचा आस्वाद घ्यायला गेली. भोजनाची व्यवस्था अर्थातच चोख होती आणि त्यात फ्रेंच, इटालियन, चिनी आणि भारतीय पद्धतीच्या खाद्यपदार्थांचा समावेश होता. भोजनाच्या शेवटी चीज आणि अनेक प्रकारच्या गोड पदार्थांवर लोकांनी ताव मारला नसता तरच नवल.

कोलेटच्या मते, आजच्या सभेला फक्त ३३ टक्केच भागधारक आले होते. संचालकांनी या गोष्टीकडे कानाडोळा केला आहे. कंपनी ताब्यात घेण्याच्या प्रस्तावावर, किमान ५० टक्के भागधारकांनी निर्णय घ्यायचा असतो.

आणि ते मोठे भागधारक कुठे गेले होते? ४.३ टक्के शेअर्स असलेला, रोमेन

झालेन्की कुठेच दिसत नव्हता.

"आम्ही त्याच्याशी बोलणी करत आहोत," किन्स्चने खुलासा केला आणि जोराची तल्लफ आल्यामुळे आपला मेरिलॅन्ड सिगार पेटवला. हा रोमेन सांगितल्याप्रमाणे वागत नसल्याचं किन्स्चच्या लक्षात आलं. सुरुवातीला ठरल्याप्रमाणे त्याने फक्त ३ टक्केच शेअर्स घ्यायचे होते.

२९

रविवार, ३० एप्रिल

हॉटेल ग्रिटी पॅलेस, व्हेनिस

रोमेन झालेन्स्की आणि त्याची पत्नी, आठवड्याच्या अखेरीला दोन दिवस आराम करण्यासाठी, व्हेनिसच्या या प्रशस्त आणि सर्वोत्तम संगमरवरी हॉटेलात आले होते. प्लाझो ग्रासीवरच्या ग्रॅन्ड कनालवर दुसऱ्या दिवशी फ्रॉँस्वां पीनोच्या नवीन वस्तुसंग्रहालयाचं उद्घाटन होतं, तिथे ते आपल्या मित्रमंडळीतं वावरणार होते.

लक्ष्मी मित्तल आणि उषाबाई, व्हेनिसमध्ये असल्याचं झालिन्स्कीला माहीत होतं. उद्घाटनाच्या निमित्त रात्री ९०० प्रतिष्ठित लोकांसाठी जंगी पार्टीचं आयोजन केलं होतं आणि तिथे मित्तल, आर्सेलरचे भरपूर शेअर्स असलेल्या आपल्यासारख्या माणसाला गाठणारच, याची त्याला खात्री होती. त्याला फार वाट बघावी लागली नाही. मित्तलचा फोन आलाच. तो नुसता व्हेनिसमध्येच नव्हता, तर त्याच्याच हॉटेलात उतरलेला होता. ''मी १५६ क्रमांकाच्या खोलीत आहे,'' मित्तल म्हणाला. ''स्वागतकक्षात जात बसू नकोस, सरळ माझ्या खोलीतच ये.''

कॉफीचा घोट घेता घेता, मित्तलने सोपा प्रश्न विचारला. ''मला एक सांग, हे युद्ध जिंकण्यासाठी मी काय करायला हवं?'' आर्सेलरने स्वीकारलेल्या आडमुठ्या धोरणाने वैतागल्याचं कुठलंही चिन्ह आपल्या चेहऱ्यावर न दाखवता, मित्तलने विचारलं.

''एकाच प्रकारचे शेअर्स ठेवून, खऱ्याखुऱ्या अर्थाने मित्तल स्टील एक विश्वास वाटेल अशी कंपनी बनव. तुझा धंद्यातला हिस्सा ५० टक्क्यांहून कमी करून, टीकाकारांची तोंड बंद कर.''

मित्तलच्या हनुवटीवरच फटका बसला होता. मला या व्यवहारात जास्त शेअर्स द्यायला लागतील आणि माझी टक्केवारी ४५ च्या खाली जाईल.

मित्तलला नेमकं काय वाटतंय ते झालेन्स्की समजू शकत होता. त्याने इटालियन उद्योगाच्या आणि कायद्याच्या घेतलेल्या प्रदीर्घ अनुभवावरून, त्याला संयम पाळायला शिकवलं होतं. आर्सेलरशी लढणं म्हणजे व्हेरोनामध्ये ब्रिजच्या स्पर्धा खेळण्यासारखं चिवट काम होतं आणि तिथे झालेन्स्की खूप वेळेला खेळत असे. हातातला डाव जिंकेपर्यंत, दोन्ही पक्ष थापाथापी करत राहतात. व्हेरोनामध्ये रोमिओ आणि ज्युलिएटचा खेळ होत असे आणि त्यावरूनच त्याला ही उपमा आठवली.

''लक्ष्मी, तू आर्सेलर म्हणजे एकादी सुंदर युवती आहे असं समज, तिच्याशी गोडगोड बोल, तिला वश कर आणि तिचा हात हवा असला तर जास्त पैसे देण्याची तयारी ठेव,'' झालेन्स्की हसत म्हणाला.

गुरुवार, ४ मे

आर्सेलरचं मुख्यालय, आव्हन्यू द ला लिबेर्ते

जोसेफ किन्स्च आणि गी डोलला मोठा धक्का बसला. युरोपियन पार्लमेन्ट अॅन्ड कॉन्सिल डायरेक्टिव्ह, २००४/२५/सी इ, हा कंपनी ताब्यात घेण्याच्या संबंधातल्या कायद्याला, आता लक्सेम्बर्गचा कायदा म्हणून मान्यता मिळालेली होती. आर्सेलरच्या बचाव फळीला मोठं खिंडार पडलं होतं. 'पॉयझन पिल'ची उपाययोजना, जी सेरव्हाँ-श्रायबरने, इतर तज्ज्ञांनी आखली होती किंवा मिचेल वुर्थच्या चेम्बर ऑफ कॉमर्सने केलेल्या प्रयत्नांना तसं यश आलं नव्हतं. नवीन कायदा तटस्थ होता. आपलं आर्थिक स्थान अबाधित राखण्याच्या लक्सेम्बर्गच्या जाणिवेचा आणि उपयुक्ततावादाचा विजय झाला होता – कदाचित काही चमचमीत पार्ट्यांचाही हा प्रभाव असू शकेल. लुक फ्रिडेन आणि त्याच्या अमेरिकन विचारसरणीने आपल्याला तोंडघशी पाडल्यासारखं, गी डोल आणि किन्स्चला वाटलं. याच फ्रिडेनचा बाप आर्बेडमध्ये कामाला होता.

''पार्लमेन्ट कायदा करतं, पण मुळात त्याने ते सुचवलं होतं,'' किन्स्च डोलला म्हणाला. ''माझं मत त्याच्या मतापासून वेगळं होतं, ते जास्त आर्सेलरच्या फायद्याचं होतं.'' आता किन्स्चचं मत इतिहासजमा झालं होतं. गाडी परत पूर्वपदाला आली होती. आता औद्योगिक योजना आणि प्रस्तावाचं मूल्य बघायला हवं.

''आपल्याला परत सॅव्हिग्नॉनशी कसून बोलणी करायला हवीत,'' मेरिल लिन्चच्या प्रमुखाला, मार्क पोद्रोला एमान्युएल हास्बानिया सांगत होता.

"आता सॅव्हिग्नॉन जरा कामाच्या गोष्टी करत असल्यामुळे, आपल्याला चांगली संधी मिळाली आहे," पोद्रो म्हणाला.

मोर्डाशेव्हने त्याच्या मालमत्तेचं मूल्यमापन करायला काचकूच केल्यामुळे अडीच महिने वाया गेले, तशातच थायसन क्रपच्या अचानक येण्यामुळे आणखी वेळ लागला. याचाच अर्थ मेरिल लिन्चच्या बँकेच्या अधिकाऱ्यांना जोर लावायला हवा आणि तो तसाच ठेवायला हवा. मित्तल जवळ जवळ येत चालला होता. कळपात असलेले लोभी व्हाईट नाईट, एक एक करून अदृश्य व्हायला लागले होते, असं निकोलास वॉलोईझच्या लक्षात आलं. हा गृहस्थ, सुधीर महेश्वरीसारखाच, आर्सेलरचा किल्ला लढवत होता. आता आर्सेलरच्या गडावरूनच लवकर एखादा भागीदार पक्का करण्यासाठी दबाव येत होता. बार्सेलोना, ड्रेसडेन, व्हिएन्ना, न्यूयॉर्क, मॉस्को आणि परत लक्सेम्बर्ग इतक्या ठिकाणी वाटाघाटी केल्यानंतर आता आर्सेलर आणि सेव्हरस्टालची बोलणी आकार घेत होती आणि कशा पद्धतीने व्यवहार करायचा ते निश्चित होत होतं. सारांशाने असं ठरलं होतं, की आर्सेलरने नवीन शेअर्स द्यायचे, त्यामुळे रशियन कंपनीचा एकत्रित उद्योगांत ३२ टक्के हिस्सा असेल. आर्सेलरच्या घटनेप्रमाणे, पूर्ण व्यवहारासाठी घालून दिलेल्या ३३ टक्के हिश्श्यापेक्षा ती १ टक्क्याने कमी होती.

याच्या बदल्यात सेव्हरस्टाल आपले सर्व पोलादाचे उद्योग, कच्च्या लोखंडाच्या, कोळशाच्या खाणी आणि इतर पायाभूत सुविधा एकत्र करेल, असं ठरवण्यात आलं. या एकत्रीकरणामुळे, उत्पादन खर्चात ४ अब्ज युरोची बचत अपेक्षित होती आणि त्यांच कच्च्या लोखंडाचं वार्षिक उत्पादन ७ कोटी टन झालं असतं. गी डोल आणि आर्सेलर, परत पहिल्या स्थानावर पोहोचले असते.

मंगळवार, ९ मे

द लेन्सबरो हॉटेल, हाईड पार्कच्या कोपऱ्यावर, लंडन

बैठकीच्या प्रशस्त खोलीत सुधीर महेश्वरी, योल झोवी, रिचर्ड ग्नोड, जेरेमी फ्लेचर, निकोला डेव्हिडसन, फिलिप ग्वाईथ अशी बडी मंडळी जमलेली होती. सर्वांचं लक्ष उघड्या दाराकडे लागलं होतं. प्रथम आदित्य मित्तल आला. तो थोडासा थकलेला आणि काळजीत असल्यासारखा वाटला. आपल्या हातातले कागद सांभाळत, त्यानं हातला सेलफोन बंद केला. विल्बर रॉस उत्साही दिसत होता आणि त्यानं निकोलाच्या गालाचं चुंबन घेतलं; पण बाकीची लोकं तणावाखाली दिसत होती. हॉटेलात खच्चून वार्ताहार जमले होते, त्यात अर्थतज्ज्ञ पीटर मार्शचा

प्रमुख्याने उल्लेख करायला हवा. टीव्हीच्या लोकांनी एकदा सर्व व्यवस्थेवरून शेवटची नजर टाकली आणि बाहेर फुटपाथवर बसलेला एकमेव छायाचित्रकार आतुरतेने कोणाची तरी वाट पाहत बसला होता.

काही सेकंदांतच दस्तुरखुद्द लक्ष्मी मित्तल आला. त्याच्या चेहऱ्यावर शांत भाव होते आणि तो वाटेतल्या प्रत्येकाला अभिवादन करत होता. त्याचा हसरा चेहरा पाहून हा एखाद्या आवडत्या क्लबमध्येच आला आहे असं वाटत होतं.

''सभ्य स्त्रीपुरुषांचं स्वागत करतो. अचानक बोलावलेल्या या वार्ताहार परिषदेला आपण जो प्रतिसाद दिला आहेत, त्याबद्दल धन्यवाद,'' वार्ताहार परिषदेची सुरुवात करत तो म्हणाला, ''तुम्हाला ठाऊकच आहे, की अगदी सुरुवातीपासून आम्हाला, आर्सेलरबरोबर मैत्रीचाच व्यवहार करण्याची इच्छा होती.''

आपल्या प्रस्तावात केलेल्या नवीन सुधारणा दाखवण्यासाठी भेट मिळावी म्हणून, गेले दहा दिवस तो जोसेफ किन्स्च्या मागे होता. मात्र त्यांच्याकडून काहीच प्रतिसाद मिळत नव्हता. मिचेल झोवीच्या सांगण्यावरून किन्स्चने ४ मेला उत्तर दिलं. योग्य वातावरणात भेट घेण्याची संभावना त्याने बोलून दाखवली. आर्सेलरच्या संचालकांना आणि व्यवस्थापनाला, मित्तलचा प्रस्ताव सपशेल अपुरा वाटतो, तसंच मित्तल स्टीलच्या शेअर्सच्या वास्तविक मूल्याविषयी त्यांना शंका आहेत. दोन्ही कंपन्या एकत्र येण्याने नक्की काय फायदा होणार आहे, हे त्यांना जाणून घ्यायचं होतं. किन्स्चच्या मते मित्तलने दिलेली औद्योगिक योजना, जी आता शंभरहून अधिक पानांची झाली होती, त्यात नेमक्या गोष्टींचा खुलासा केलेला नाही, तो म्हणजे आर्थिक बाबींचा. व्यवहाराची नक्कीची योजना काय आहे आणि या विलीनीकरणामागे काय धोरणात्मक तर्कशास्त्र आहे, हे स्पष्ट केलेलं नाही.

कुठल्याही भेटीसाठी काही पूर्व-अटी असतात. मित्तल स्टीलकडून आर्सेलरला त्यांच्या व्यवहाराची संपूर्ण योजना मिळाली पाहिजे – त्यामध्ये मित्तल स्टीलच्या, सद्य घटकेला असलेल्या आणि भविष्यात अपेक्षित असलेल्या, गोपनीय आर्थिक परिस्थितीचा ऊहापोह केलेला असावा – आमच्या मते तो त्यांच्या औद्योगिक योजनेच्या आढाव्यापेक्षा, जास्त महत्त्वाचा आहे. नियामकांच्या बंधनामुळे, आत्ताच अशी योजना देता येणार नाही, असं मित्तलने किन्स्चला कळवून टाकलं. आत्तापर्यंत आम्ही दिलेली सर्व माहिती, ही प्रथेनुसार देता येणाऱ्या माहितीपेक्षा, काही पटीने जास्त आहे.

''तो तर म्हणतो आहे, की ही माहिती गोपनीय आहे,'' किन्स्चने मिचेल झोवीला सांगितलं.

''माफ करा!'' झोवीची आता दमछाक होत होती. मित्तल जाणूनबुजून वेळकाढूपणा करत आहे, असाच त्याचा समज झाला होता. ''त्याला जर आपल्याशी विलीनीकरण करायचं आहे, तर ही माहिती गोपनीय कशी म्हणता येईल? त्याला कळवून टाका,

की काही विश्लेषकांनी दिलेल्या माहितीपेक्षा, आमच्यापाशी कुठलीच जास्त महिती नाही. त्याचा संपूर्ण आर्थिक अहवालाचा अभ्यास केल्यावरच, त्याची भेट घेण्याचा निर्णय घेता येईल.''

मित्तलला आता आडवळणाने खेळत राहण्याचा कंटाळा आला होता. त्याने जोसेफ किन्स्चला सरळ सांगून टाकलं : ''नियामकांच्या अटींची पूर्तता करण्यासाठी, मी ९ एप्रिलला, माझा प्रस्ताव जनतेसाठी उघड करणार आहे. त्याच वेळी, आम्ही वेळोवेळी प्रयत्न करूनही, आर्सेलरशी आम्हाला मैत्रीची बोलणी करण्यात अपयश आल्याचं, आम्ही वार्ताहारांना निवेदन देणार आहोत.'' हा प्रस्ताव जाहीर होताच, तो संचालक मंडळाला मध्ये न आणता, सरळ भागधारकांनाच तो प्रस्ताव पाठवणार होता.

''आर्सेलरमध्ये आम्ही काय सुधारित उपाययोजना करणार आहोत, त्याची तुम्हाला थोडक्यात माहिती देतो,'' मित्तलने वार्ताहारांना सांगितलं. ''आम्ही मित्तल स्टीलच्या संचालकांच्या संख्येत वाढ करून, ती चौदा करणार आहोत, त्यात आर्सेलरचे आणि मित्तल स्टीलचे प्रत्येकी सहा सभासद असतील आणि दोन स्वतंत्र संचालक असतील. आमचा व्यवस्थापकीय मंडळाची नेमणूक करण्याचा विचार असून, त्यात उभयपक्षांचे प्रत्येकी तीन सभासद असतील. महत्त्वाचं म्हणजे आम्ही आता एक शेअर – एक मत, या तत्त्वाचा अवलंब करण्याचं ठरवलेलं आहे. आम्ही शिफारस करत असलेल्या व्यवहारासाठी, आम्ही आमची बोली वाढवायला तयार आहोत.''

''मित्तल स्टीलच्या शेअर्सचं मूल्यमापन करायला, आर्सेलरला आमच्याकडून आर्थिक अहवाल कशासाठी हवा आहे?'' मित्तलने प्रश्न उपस्थित केला. ''आमचा शेअर अमेरिकेतल्या न्यूयॉर्क स्टॉक एक्सचेन्जवर आणि ॲम्स्टरडॅमच्या युरोनेक्स्टवर पंजीकृत आहेत. त्याचा भाव वाढत आहे आणि गुंतवणूकदार व आर्थिक विश्लेषक त्यावर लक्ष ठेवून आहेत. एखाद्याच्या शेअर्सचं मूल्यमापन करायला, आर्थिक अहवालाची गरज नसते. आम्हाला समोरासमोर येऊन न भेटण्याचा हा एक बहाणा असावा. मात्र आमच्या मार्गात अडचणी आणण्याचा प्रयत्न नसावा, अशी आम्ही केवळ आशा करतो.''

विल्बर रॉस आता बोलण्यासाठी उठला. ''एक आर्सेलर सोडली, तर दुसऱ्या कोणीही आमच्याकडे औद्योगिक योजना मागितलेली नाही, त्यांनी प्रथमच खुलासा केला. आम्ही प्रस्ताव दिल्यापासून दोन्ही कंपन्यांचं, दहा अब्ज युरोने मूल्यवर्धन झालं आहे. बाजारात मिळालेला हा प्रतिसाद सकारात्मकच आहे. हे दहा अब्ज युरो, या व्यवहाराला पसंतीची पावतीच देत आहेत. आम्ही सुचवलेल्या सुधारित प्रस्तावाच्या पार्श्वभूमीवर, मित्तलशी व्यवहार न करण्यात, आर्सेलरचं संचालक मंडळ, कोणाच्या

हिताचा विचार करत आहे, हे विचारण्याची वेळ आलेली आहे – त्यांचा का भागधारकांचा? ते भागधारकांच्या विश्वस्तांऐवजी विदूषकासारखे वागत आहेत, असं मला वाटतं.''

''मित्तल स्टील आपली बोली कितीने वाढवायला तयार आहे?'' पीटर मार्शनी विचारलं. मित्तल चष्म्याच्या मागून पाहत हसला. ''पीटर, मला वाटतं हा प्रश्न आर्सेलरनी आम्हाला विचारायला पाहिजे.''

मित्तल स्टीलच्या सर्वसाधारणसभेसाठी, ॲम्स्टरडॅमचं विमान पकडण्याआधी, मित्तलने आणखी एक घोषणा केली. ''मित्तल स्टीलचं समूह-व्यवस्थापन अधिक चांगल विकसित करण्यासाठी, फ्राँस्वां पीनोने आमच्या संचालक मंडळावर यायचं मान्य केलं आहे.'' आपण दिलेल्या धक्कादायक बातमीतून लोकांना सावरण्यासाठी मित्तलने वेळ दिला, ''फ्रांस्वां पीनो हे फ्रान्सचं एक माननीय व्यक्तिमत्त्व आहे आणि ते एक यशस्वी उद्योगपतीही आहेत. यांच्या युरोपियन उद्योगाच्या ज्ञानाचा मित्तल स्टीलला अमाप फायदा होईल, हे सांगायची गरज नाही.''

आर्सेलर आणि प्रतिष्ठित फ्रेंच राजकारण्यांनी केलेल्या लाजिरवाण्या आरोपामुळे – यात फ्रेंच राष्ट्राध्यक्ष शिराकचाही समावेश आहे – पीनो व्यथित झाला होता. आन मोच्या पार्टीमध्ये मित्तलची आणि त्याची ओळख झाली होती आणि तो मित्तलच्या स्वभावावर खूश होता. आता तर तो मित्तलबरोबर काम करायला तयार होता आणि त्यामुळे फ्रान्सच्या व्यापारवर्तुळात प्रवेश करण्याच्या दाराची किल्लीच मित्तलच्या हाती लागली होती. मित्तलच्या युरोपमधल्या कायदेशीर अस्तित्वाला, आता प्रचंड पाठबळ मिळालं होतं. कुठलेही फारसे व्यावहारिक संबंध नसताना, संचालकपद स्वीकारण्याची फ्राँस्वां पीनोची पहिलीच वेळ होती. मित्तल फक्त आपल्या भाईबंदांनाच जवळ करतो ह्या आरोपाला आता फारसा अर्थ उरला नव्हता. सगळं काही सुव्यवस्थित झाल्यामुळे, आन मो खूश झाली होती.

तिचा जवळचा मित्र, मिचेल झोवी मात्र या अचानक झालेल्या बदलामुळे चकित झाला होता. त्याला याच्या मागे आपल्या भावाचाही हात असल्याचं जाणवत होतं. हे सर्व प्रकरण संपल्यावर, आपल्या भावाचं मनापासून अभिनंदन करायचं त्याने ठरवून टाकलं.

''मस्त टोला मारला आहे,'' झोवीने स्कॉट सिम्सनला कबुली दिली. ''पीनो हा एक फार आदरणीय गृहस्थ आहे, चांगला गुंतवणूकदार आहे, चलाख उद्योगपती आहे. तो एक महान पुरुष आहे आणि त्याच्यात कुठलाच अवगुण नसल्यामुळे, त्याने मित्तल स्टीलचा संचालक होण्याला काहीच विरोध करण्याचं कारण दिसत नाही.''

'हे देवा!' ही बातमी ऐकून सिम्सन स्वत:शीच बोलला. मिचेल झोवीप्रमाणे, त्यानेही पीनोबरोबर पूर्वी काम केलं होतं. गुस्सीच्या वेळचा हा व्हाईट नाईट, आता

आपल्याशी असलेले संबंध तोडून मित्तलला सामील झाला होता. हे तर पोपची कॅन्टबरीला बदली झाल्यासारखं आहे. हा आर्सेलरच्या दृष्टीने फारच वाईट दिवस होता.

शत्रूच्या गोटात जाण्याची एकही संधी न गमावणारा मित्तल ११ एप्रिलला, मियामी येथे भरलेल्या मेरिल लिन्चच्या, ग्लोबल मायनिंग, मेटल आणि स्टीलच्या परिषदेत भाषण देण्यासाठी गेला. भाषणाचा मुख्य विषय तसा रुक्षच होता, नवीन पोलाद उद्योगाचे आदर्श आणि भवितव्य. भाषणाच्या समारोपाच्या आधी एक स्लाईड दाखवली गेली : पोलाद उद्योगाला कच्च्या मालाचा पुरवठा करणाऱ्या कंपन्यांपेक्षा, पोलाद उत्पादकांचा उद्योग हा अनेक हिश्श्यांत विभागलेला आहे. आपल्या ग्राहकांचीही तीच परिस्थिती आहे आणि ते जास्तच विखुरलेले आहेत. मोटारउद्योग हे त्याचं चांगलं उदाहरण आहे. भविष्यात आपण आपली स्थिती जास्त बळकट करायला हवी आणि ते करताना फक्त प्रादेशिक विचार न करता खंडातील स्पर्धेचा विचार करायला हवा.

शेवटी हे वाक्य कोणाचं आहे, ते दाखवलं : गी डोल – 'सीएनएन'वरची मुलाखत, मे २००५.

लंडनला परत आल्यावर, योल झोवी त्याला आणि आदित्यला, एका धोरणात्मक चर्चेच्या बैठकीला हजर राहण्याची गळ घालत होता. गोल्डमान साक्सच्या सल्लागारापाशी त्यांच्यासाठी एक प्रस्ताव होता.

"माझ्या मते आता आपली बोली वाढवण्याची वेळ झालेली आहे आणि उद्योगसमूहाच्या व्यवस्थापनाच्या कारभाराविषयी बोलायला पाहिजे." झोवीने सल्ला दिला. "ही लढाई पुढच्या वर्षापर्यंत रेंगाळायला नको, आत्ताच त्याचा सोक्षमोक्ष लावायला हवा. हा सौदा उत्तम आहे; पण जरा जास्त पैसे मोजायला हवेत."

मित्तल ऐकत होता.

"मानसशास्त्राचा विचार करता, हीच योग्य वेळ आहे." झोवी म्हणाला

मित्तलने संमतिदर्शक मान हालवली. त्याच्या गुप्तहेर खात्यानुसार आर्सेलर व्हाईट नाईटशी बोलणी करत होता; पण त्या नाईटमधला कोणता चाल करून येईल, हे त्याला माहीत नव्हतं.

"आपल्याला किती जास्त बोली लावायला हवी?" मित्तलने विचारलं. "आपल्या नवीन अटी काय असतील?"

झोवीने आकडा सांगितला.

"आम्हाला जरा माफ कराल का? मला आदित्यशी बोलायचं आहे."

बापलेक शेजारच्या खोलीत गेले. आता तासभर ते तिथेच बसणार होते.

३०

शुक्रवार, १९ मे, दुपारचे १२.३०

द कॅव्हेन्डीश कॉन्फरन्स सेंटर, डचेस म्युज, लंडन

लक्ष्मी मित्तलची लोकं आता आरामात होती यात आश्चर्य वाटण्यासारखं काहीच नाही. मूळ प्रस्ताव जाहीर केल्याला चार महिने झाले होते आणि आता तो जरा खुशीत होता. वॉशिंग्टनच्या सिक्युरिटी एक्सचेन्ज कमिशनने एक ऐतिहासिक निर्णय दिला होता. त्यांच्या निर्णयानुसार, स्टिचिंगमध्ये अडकलेल्या डोफॅस्कोच्या व्यवहाराचा मित्तल स्टीलवर काहीही परिणाम होणार नाही, मात्र त्यासाठी त्याला अमेरिकेतल्या इतर मालमत्तेपासून फारकत घ्यावी लागेल. आर्सेलरच्या बचावातली आणखी एक फळी निखळली होती आणि आता इतके दिवस सेरव्हाँ-श्रायबर आणि स्कॉट सिम्सनने शाबेरला बेडबग पत्रांनी बेजार केल्यावर, आता तोही बार फुसका ठरला होता. सर्व युरोपियन नियामकांसोबत, लक्सेम्बर्गच्या नियामकांनीही मित्तल स्टीलला, त्याचा प्रस्ताव थेट भागधारकांना पाठवण्याची अनुमती दिली होती

आर्सेलरच्या वकिलांचा हा विजय आहे, कारण मित्तलचा अमूल्य वेळ वाया घालवण्यात ते यशस्वी ठरले होते, असं सेरव्हाँ-श्रायबर म्हणू शकला असता; पण त्यामुळे आर्सेलरचा बचाव मात्र नक्कीच झाला नव्हता. आता मित्तलकडून जितके जास्त पैसे काढता येतील, तितके काढण्याचा बँकांचा प्रयत्न होता, कारण मित्तल अजूनही लक्सेम्बर्गच्या कंपनीचं वास्तविक मूल्य देत नव्हता. आता प्रस्ताव जनतेसमोर आल्यामुळे, मित्तलने आक्रमक भूमिका घेण्याचं ठरवलं. त्यांनी वार्ताहारांना सांगितलं, की तो आपल्या बोलीची रक्कम वाढवत आहे.

"२७ जानेवारीला आम्ही मूळ प्रस्ताव दिला, तेव्हापेक्षा आता परिस्थिती बदललेली आहे, त्यांनी सुरुवात केली. तो आता प्रत्येक आर्सेलरच्या शेअरला ३७.७४ युरो रोखीने द्यायला तयार होता. २७ जानेवारीला शेअर्सचं जे मूल्य होतं,

त्यापेक्षा हे ३४ टक्क्यांनी जास्त होतं आणि २६ जानेवारीच्या बाजारभावापेक्षा, ७० टक्क्यांनी जास्त होतं. आर्सेलरच्या सर्वसामान्य शेअर्सचा आणि परिवर्तित रोख्यांचा विचार करता, आर्सेलरचं मूल्यमापन आता २५.८ अब्ज युरो झालं होतं. सर्व पैसे रोख घेण्याचा किंवा रोख पैसे आणि मित्तलचे शेअर्स घेण्याचा पर्याय आर्सेलरच्या भागधारकांना उपलब्ध होता. या शिवाय, ९ मेला जाहीर केलेल्या सुधारित प्रस्तावात, त्यांनी एका शेअरला एका मताची संकल्पना मान्य केली आणि संचालक मंडळावर दोन्ही कंपन्यांचं समसमान प्रतिनिधित्व ठेवण्याचं जाहीर केलं. जर हा व्यवहार पूर्ण झाला, तर मित्तलने आपला कंपनीतील वाटा आणि मतांचा अधिकार ४५ टक्क्यांच्या आसपास ठेवण्याचं मान्य केलं होतं. काल नियामकांकडून हिरवा कंदील दाखवला गेल्यानंतर, आज हे निर्णय जाहीर करायची आणि ते भागधारकांपर्यंत पोहोचवण्याची योग्य वेळ आहे, असं मला वाटतं.''

''अशा प्रकारे अचानक भाव वाढ केल्यामुळे, तुम्ही आता घायकुतीला आला आहात असं समजायचं का?'' असं जेव्हा त्याला विचारलं गेलं, तेव्हा त्यांनी स्पष्टपणे नकार देत, ''हा व्यवहार समाधानकारकरित्या पूर्ण करण्यासाठी मी किती प्रतिबद्ध आहे आणि आणखी वेळ न दवडता तो पूर्ण करण्याचा प्रयत्न करत आहे, हेच यातून दिसतं.''

''मग तुम्ही आपल्या कुटुंबीयांचा हिस्सा आणि मताधिकार कमी करण्यासाठी कशी काय संमती दिलीत, कारण तुम्ही तर त्याच्या नेहमीच विरोधात होतात?'' पीटर मार्शने विचारलं.

''आमचं कुटुंब नेहमीच विचारांनी प्रगतीशील राहिलेलं आहे,'' मित्तल म्हणाला. एका शेअरला एक मत, याचा मी कधीच विरोधक नव्हतो. पोलाद उद्योगाच्या भवितव्यासाठी आणि या व्यवहारासाठी, आम्ही नेहमीच बदल स्वीकारायला तयार आहोत. एकत्रित कंपनीचं मुख्यालय लक्सेम्बर्गला हलवण्याचंही त्यांनी आश्वासन दिलं.

योल झोवीने शेअर्सचा भाव वाढवायचा सल्ला दिला होता, तो मित्तलने ऐकला. झालेन्स्कीने कुटुंबाचा मताधिकार कमी करण्याचा सल्ला दिला होता, तोही मित्तलने ऐकला; पण आर्सेलरमध्ये कोणी हे ऐकत होतं का?

त्या दिवशी सकाळी त्यांनी जोसेफ किन्स्चला फोन केला होता. ''आम्ही आमची बोली वाढवत असल्याचं आणि आमच्या समूहाच्या व्यवस्थापनात सुधारणा करत असल्याचं सांगितलं, आता आपण एकदा भेटायला हवं,''

मित्तलने वार्ताहर परिषदेत सांगितलं. ''त्यांनी मला शांतपणे सांगितलं, की आमची संचालक मंडळाची रविवारी बैठक आहे आणि त्यानंतर मी तुला फोन करून भेटीची वेळ कळवतो. कदाचित तो मुद्दामच वेळकाढूपणा करत असावा. मधल्या

काळात आपल्याला बरेचसे भागधारक फोन करतील आणि त्यांना बोलीवर चर्चा करता येईल.'' किन्स्चला ही भोळी आशा वाटत असल्याच्या कल्पनेने मित्तलला हसू आलं.

आपल्या सुधारित प्रस्तावाला भक्कम पाठबळ मिळेल, अशी मित्तलला खात्री वाटत होती. बेल्जियम सरकारने आता त्याच्या प्रस्तावाला मान्यता दिली होती, लक्सेम्बर्ग आणि फ्रेंच सरकारं हा विषय भागधारकांवर सोडणार होते. इतकंच नव्हे तर, उद्योगधद्यांचा पालनहार असलेला थिअरी ब्रेताँ, 'आता मी कोणाचीच बाजू घेणार नाही,' असं म्हणत होता. आता सगळे भागधारकांच्या बाजूने बोलत होते.

सुधारित प्रस्तावात, आर्सेलरच्या ५० टक्के भागधारकांचा पाठिंबा असण्याची एकमेव अट, आता मित्तल स्टीलने दूर केली होती. त्यामुळे लक्सेम्बर्गच्या कंपनी ताब्यात घेण्याच्या संभाव्य कायद्याला फटका बसला होता. प्रस्तावाला मान्यता देण्याच्या अंतिम तारखेनंतर, मित्तल स्टीलला किमान ५० टक्क्यांचा पाठिंबा असण्याची अट वगळता आली नसती. त्यामुळे अंतिम तारखेनंतर मित्तल स्टीलचा विजय झाला की नाही ते भागधारकांना समजलंच नसतं आणि ते अडकून बसले असते. या कंपनी ताब्यात घेण्याच्या प्रक्रियेत भागधारकांना आपलं मत बदलण्याची संधीच मिळाली नसती.

नवीन प्रस्ताव तीस दिवसांसाठी खुला होता आणि तो स्वीकारण्याची अंतिम मुदत, २९ जूनपर्यंत होती, त्याच्या आत भागधारकांना हालचाल करायला हवी होती.

''असं बघा, इतका भुरळ पाडणारा प्रस्ताव, क्वचितच तुम्हाला पहायला मिळतो,'' आता खरोखरीच शांत झालेला मित्तल म्हणाला.

''ते ठीक आहे,'' कोणीतरी म्हणालं, ''पण गेल्या वेळेलाही तुम्ही तसंच म्हणाला होतात.''

''गेल्या वेळी मी फक्त उत्तम प्रस्ताव म्हणालो होतो,'' मित्तलने वार्ताहाराची चूक दुरुस्त केली, आता त्याचं ते खास हास्य चेहऱ्यावर उजळत होतं. ''आताच्या घडीला हा सर्वांत भुरळ पाडणारा प्रस्ताव आहे आणि तो स्वीकारणं, मनाला भागच पडतं. उत्तम प्रस्तावात आणखी सुधारणेला वाव असतो.''

व्हीलाँ द इस्टेट, लेक कोमो

सोळाव्या शतकात, धडाडीच्या सरदारानी, आपल्या नर्तिका असलेल्या रखेलीसाठी हा महाल बांधला होता. आता हा दोन गोष्टींसाठी प्रसिद्ध आहे. पहिली, इथे हॉलिवूडचा सुप्रसिद्ध नट, जार्ज क्लुनी येऊन राहतो आणि दुसरी म्हणजे, इथे जगातला उत्तम मसाज करून मिळतो. इथलं वातावरण खऱ्या अर्थाने हॉटेलसारखं

वाटत नाही. इंग्लंडचा आठवा एडवर्ड पदच्युत झाल्यावर, त्याचा वॉलिस सिम्सनबरोबर इथे पहिल्यांदा फोटो काढला गेला होता. १९४९ साली सुप्रसिद्ध अभिनेत्री मार्लिन डिट्रीच, इथे जगापासून तोंड लपवायला येऊन राहिली होती. बराचसा काळ ती भलीमोठी काळी हॅट घालून, निळ्याशार तलावात बोटीतून फिरत राहायची. भयकथांचा जनक आल्फ्रेड हिचकॉक, इथल्या रमणीय परिसरातल्या हिरवळीवर, संगमरवरी पायऱ्यांवर, स्वच्छंदपणे भटकत आपल्या चित्रपटाचा विचार करत होता, द प्लेझर गार्डन. लाल रंगाचे गालिचे, प्रचंड आकाराचे मखमली पडदे आणि राजेशाही थाटाला शोभतील असे गुबगुबीत पलंग असलेल्या या पुरातन काळातल्या वास्तूत, मॉर्गन स्टॅन्लेच्या गुंतवणूकदारांच्या परिषदेला आलेल्या लोकांच्या हातात आलेले लॅपटॉप, ब्लॅकबेरी फोन विसंगत वाटत होते.

परिषदेला जाण्यापूर्वी, मिचेल झोवी, कॅपुचिनो कॉफी आणि हातो दी मॉन्टेतरी हबाना सिगारचा अस्वाद घेत समोरच्या प्रसन्न तळ्याकडे पाहत बाल्कनीत बसला होता. खाली उतरून बैठकीला जात असताना, वाटेतल्या टीव्हीवर ब्लुमबर्ग चॅनेलवर व्यापार आणि उद्योगविषयक बातम्या चाललेल्या दिसल्या. तो तिथे न थांबता पुढे जाणारच होता, इतक्यात एका बातमीने त्याचं लक्ष वेधलं.

लक्ष्मी मित्तलच्या सुधारित प्रस्तावाची माहिती देण्यात येत होती. आर्सेलरच्या शेअर्सचा भाव १२.७ टक्क्यांनी वाढून ३५.१५ युरो झाला होता, आता तो मित्तलने देऊ केलेल्या भावापेक्षा कमी होता.

हे कशाला झक मारायला केलंय त्याने? आम्ही तर फक्त त्याच्याकडे आर्थिक अहवालच मागितला होता. त्यानी आपल्या सहकाऱ्यांपुढे दिलगिरी व्यक्त केली आणि किन्स्चला फोन करायला गेला. मित्तलच्या नव्या चालीला कसं तोंड द्यायचं, हे किन्स्चनी त्याला सांगितलं, "अगदी गप्प बसणे."

किन्स्चच्या ऑफिसात वेगळंच नाटक चाललं होतं. सेन्टारुस कॅपिटल या हेज कॅपिटलचे, बेन्वा दाँजेला आणि बेनार ओपेती हे किन्स्चला भेटायला आले होते. सेन्टारुस आपली आर्सेलरमधली गुंतवणूक वाढवत आर्सेलरला अजूनही पाठिंबा देतच होता; पण हे स्टिचिंगचं प्रकरण आल्यापासून ते जास्तच काळजीत पडत चालले होते. त्याच्या मते, भागधारकांचा विचार न करता, आर्सेलर आपलंच घोडं दामटतो आहे.

"तुम्ही चांगली कामगिरी करता आहात, असं आम्ही नेहमीच म्हणत आलेलो आहे आणि म्हणूनच सतत पाठिंबा देत आलो आहे." दाँजेलाने सुरुवात केली. "आम्ही जेव्हा गी डोलला फेब्रुवारी महिन्यात भेटलो होतो, तेव्हा त्यांनी भागधारकांकडे दुर्लक्ष न करता, मित्तलचा प्रस्ताव उधळून लावू, असं आश्वासन दिलं होतं. आता

तुम्ही हे स्टिचिंग करून बसला आहात.''

किन्स्चने दाँजेलाला हातानं खूण करत थांबण्याचा इशारा केला. त्याच्या समवेत बसलेला गोझालो उर्क्वीजो आता अस्वस्थ झाला होता.

''हे बघ तरुण मुला, एक गोष्ट तुला माहीत असेलच,'' किन्स्च म्हणाला, ''आर्सेलर ही लक्सेम्बर्गची कंपनी आहे.''

''ते आम्हाला समजतं, म्हणूनच तुम्हाला भेटायला आलो आहोत ''दाँजेला म्हणाला, ''फार कमी लोकांच्या लक्षात येतं, की आर्सेलर ही लक्सेम्बर्गची कंपनी आहे.''

''हे जर तुम्हाला समजत असेल,'' आपल्या हातातला सिगार झटकत किन्स्च पुढे म्हणाला, ''तर हे ही तुम्हाला माहीत असेलच, की इथे माझ्या हातात सर्व सत्ता आहे, गी डोलच्या हातात नाही. लक्सेम्बर्गमध्ये संचालक मंडळाच्या अध्यक्षाकडे सर्व अधिकार असतात, कार्यकारी अधिकाऱ्याच्या हातात नाहीत. तो फक्त कामकाज सांभाळतो. तो तर साधा संचालकसुद्धा नाही.''

आर्सेलरच्या घडणीत ज्याचा मोठा वाटा होता आणि आपल्या तांत्रिक ज्ञानाच्या कौशल्यावर ज्यांनी आर्सेलर उभी केली, त्या गी डोलचं, हे वर्णन ऐकून सेन्टारुसची लोकं स्तंभित झाली.

परत लंडनला आल्यावरही दाँजेलाच्या मनातून हा विचार जात नव्हता. त्यांचे आर्सेलरशी असलेले संबंध आता ताणायला लागले होते. त्यांनी कॅनरी वार्फवरच्या ऑफिसला फोन लावला.

''हॅलो, जेरेमी फ्लेचर बोलतो आहे, काय सेवा करू?''

रविवार, २१ मे, दुपारी १२ वा.

आर्सेलरच्या संचालक मंडळाचे सभागृह, आव्हेन्यू द ला लिबेर्ते

मित्तलने सुधारित प्रस्ताव देण्यासाठी निवडलेली वेळ फारच अशुभ होती, असं किन्स्च आणि गी डोलला वाटलं यात नवलं नाही. मित्तलने अधिकृतरित्या बाजारात सुधारित बोली उघड करण्याच्या आधी एक दिवस, म्हणजे १७ मेला, ते दोघं, गोन्झालो उर्क्वीजो, ॲलेन डेव्हेझॅक आणि वकील मंडळी मॉस्कोत दाखल झाले होते. सेव्हरस्टालच्या व्यवहारासंबंधीच्या बोलण्यावर शेवटचा हात फिरवून झाल्यावर, मोर्डाशोव्ह त्या करारावर सह्या करणार होता. मित्तलच्या नवीन प्रस्तावाने तो बेत

उधळून लावला होता. आता जो करार आर्सेलरच्या संचालक मंडळापुढे मतासाठी मांडायचा होता, त्यात नव्याने सुधारणा करून, तो मित्तलच्या ताज्या प्रस्तावापेक्षा जास्त आकर्षक करायला हवा होता.

आपल्या ऑफिसात कोणीतरी हेरगिरी करत असल्याचं, फक्त जोसेफ किन्स्चचंच मत नव्हतं, कंपनीच्या प्रत्येक हालचालीची मित्तलला बित्तंबात माहिती होती. किन्स्चच्या ऑफिसपासून जवळच असलेल्या स्काडेनच्या खोलीत गुप्तपणे झालेल्या बैठकीतल्या चर्चेची शब्दशः माहिती, एका लक्सेम्बर्गच्या वर्तमानपत्रात छापून आली होती. लक्सेम्बर्गच्या प्रमुख वर्तमानपत्रात, मित्तलच्या बाजूने लिखाण करणाऱ्या दोन वार्ताहारांकडून हे काम काढून घेण्यात आलं होतं. आर्सेलरच्या सुरक्षाव्यवस्थेची जबाबदारी सांभाळणाऱ्या, क्रोल इनकॉर्पोरेटने, आता काही कडक नियम अमलात आणले होते. प्रत्यक्ष बैठकीच्या वेळी कोणालाही टाचण घेण्याची अथवा सेलफोन वापरण्याची बंदी होती. संचालकांशी संबंधित असलेल्या कागदपत्रांची झेरॉक्स काढायला पूर्णपणे मनाई होती आणि हे काम काही भरवशाच्याच माणसांच्या हाती सोपवण्यात आलं होतं. बैठकी संबंधीच्या कागदपत्रांचं वाटप, प्रत्यक्ष बैठक सुरू होण्याच्या काही मिनिटंच केलं जायचं. आर्सेलरमध्ये आपल्या 'व्हाईट नाईट'चा जरी सांकेतिक नावाने उल्लेख होत असला तरी मित्तलला याची कुणकुण लागलेली होती. कॅबर्नेच्या पुढे असलेल्या, साव्हिग्नॉनचं नाव मित्तलला समजलं होतं. हे काम कोण करत असेल? गी डोल आणि फ्रेंच लोक स्पेनच्या लोकांकडे संशयाने बघत होते, तर स्पेनचे फ्रेंचांकडे. कदाचित ते बेल्जियमचेही असण्याची शक्यता होती. लक्सेम्बर्गची लोकं आणि किन्स्च सगळ्यांकडे संशयाने पाहत होते. आर्सेलरला खबऱ्यांनी पछाडलेलं होतं, हे मात्र सत्य होतं.

संचालकांना मोर्डाशेव्हशी चालू असलेल्या वाटाघाटीची माहिती देताना, गी डोल मनापासून बोलत होता आणि अजूनही त्याच्याशी करार करता येईल, असा त्याला विश्वास वाटत होता. ब्राझील आणि रशियातल्या, कमी खर्चात उत्पादन करणाऱ्या दोन कंपन्या आर्सेलरच्या ताब्यात येण्याची संधी उत्पन्न झालेली आहे आणि ह्या दोन्ही देशांतली अर्थव्यवस्था झपाट्याने सुधारत आहे. हे जरी तो बोलत असला तरी त्याच्या मनात, औद्योगिक योजनेपेक्षा दुसरंच काही असल्याचं जाणवत होत.

सेव्हरस्टालचा करार थोडक्यात हुकल्यामुळे अस्वस्थ झालेल्या किन्स्चने संचालकांना मित्तलविषयी थोडं नरमाईचं धोरण स्वीकारायला सांगितलं. अर्थात वेळ मारून नेण्यासाठीच. बैठक झाल्यावर किन्स्चने एक निवेदन दिलं : "कोमिसियाँ द सेर्व्हेयाँस द्यु सेक्ताएर फिनाँसिएरनी (सीएसएसएफ) मित्तलच्या प्रस्तावाला मान्यता देताच, आम्ही त्या प्रस्तावाचा अभ्यास करू. नियामकांच्या मान्यतेनंतर, आर्सेलरचं

व्यवस्थापकीय मंडळ, संचालक मंडळाला आपला अहवाल सादर करेल. मित्तलने देऊ केलेल्या शेअर्सचं, आर्थिक आणि औद्योगिक मूल्यमापन, आर्सेलरने कसोशीने करावं, अशी आमची अपेक्षा आहे.''

हे सर्व होईपर्यंत, सेव्हरस्टालशी नव्याने करार करायला पुरेसा वेळ मिळणार होता.

तुम्ही मित्तलचा प्रस्ताव नाकारणार का स्वीकारणार, असा प्रश्न विचारला गेला, तेव्हा या धूर्त माणसांनी काहीच उत्तर दिलं नाही. व्यवस्थापकीय मंडळाने, भागधारकांच्या हितसंबंधांचा विचार करून, उपलब्ध असलेले सर्व पर्याय सादर करावेत, असं आम्ही आग्रहाने सुचवतो. मित्तलचा आधीचा प्रस्ताव नाकारण्याचा आर्सेलरचा निर्णय योग्यच होता, हे नंतरच्या घटनांवरून लक्षात येईल. मित्तलच्या नवीन प्रस्तावामुळे, संचालक मंडळाने ता. २९ जानेवारीला घेतलेल्या निर्णयाचं औचित्य लक्षात येतं.

''तुम्ही शेअरबाजाराच्या प्रथा डावलून, इतक्या लवकर बोली कशी काय वाढवलीत?'' ला त्रिब्युनने मित्तलला विचारलं. आर्सेलरच्या धोरणाची खबर लागल्यामुळे हा झटपट निर्णय घेतल्याचं त्रिब्युनला सुचवायचं होतं.

''हे काम चार महिने रेंगाळलेलं आहे. आम्हाला ते जास्त लांबवायचं नव्हतं,'' मित्तल म्हणाला. ''शेअरबाजारच्या अधिकाऱ्यांच्या संमतीआधीच जर वाढीव दर जाहीर केला असता, तर ते काम आणखी रेंगाळण्याची शक्यता होती. आम्ही एक महिन्यापूर्वी आर्सेलरशी संपर्क साधून, मित्रत्वाची बोलणी करण्याचा प्रयत्न केला; पण त्यात काहीच प्रगती झाली नाही. तेव्हा आम्ही थेट भागधारकांपुढेच नवीन प्रस्ताव ठेवायचं ठरवलं आणि तो नाकारणं त्यांना जड जाईल, याची मला खात्री आहे. आता हे सर्व प्रकरण बंद करून एकत्र काम करण्याची गरज आहे.''

''आर्सेलरने जर काही नवीन बचावाच्या योजना आखल्या तर तुम्ही कसा प्रतिसाद द्याल? ते काय करतील असं तुम्हाला वाटतं?''

''एक जबाबदार व्यस्थापन, असला झकास प्रस्ताव नाकारून, भागधारकांना वंचित करेल, अस निदान मला तरी वाटत नाही,'' मित्तल म्हणाला, ''यात कर्मचाऱ्यांच्या वाढीची संधी आहे आणि हे नाकारून आपल्या कंपनीला कमजोर करण्याचा प्रयत्न त्यांनी का करावा? त्याला ५० टक्क्यांहून जास्त आर्सेलरचे शेअर्स मिळतील अशी खात्री होती आणि कोणीही व्हाईट नाईट, याच्याहून चांगला प्रस्ताव देऊ शकला नसता.''

''तुम्हाला रोमन झालेन्स्की माहीत आहेत का? त्याच्याकडे आता ५ टक्के शेअर्स आहेत म्हणे,'' मुलाखतीत विचारलं.

मित्तल किंचित थांबला आणि विनम्रपणे हसत उत्तर दिलं, ''आर्सेलरच्या भागधारकांशी घडणाऱ्या संभाव्य संपर्काची चर्चा, आत्ताच करणं उचित होणार नाही.''

हॉटेल ले रोयालमधल्या, रोजचं १५०० डॉलर भाडं असलेल्या प्रशस्त दालनात, ॲलेक्सी मोर्दाशोव्ह आणि त्याची पत्नी दाखल झाली. व्हॅदिम मोखावसुद्धा पाठोपाठ आला. ला पोमे कनाले नावाच्या हॉटेलातील रेस्टॉरंटमध्ये, गी डोल आणि किन्स्च त्यांना रात्रीच्या भोजनाच्या वेळी भेटले. संचालक मंडळाच्या सभेत काय घडलं याचा पूर्ण वृतांत त्यांनी त्याला ऐकवला. मोर्दाशेव्हला हायसं वाटलं. अजूनही दार उघडं होतं तर.

''पण आता करारातली कलमं बदलायला लागतील आणि ती मित्तलच्या प्रस्तावापेक्षा जास्त आकर्षक ठेवायला लागतील,'' डोलने खुलासा केला.

परत अटीतटीची बोलणी करावी लागणार होती; पण मित्तलने आपला प्रस्ताव आधीच टाकल्यामुळे, आर्सेलरची शर्यत आता कमीत कमी वेळात जिंकायला हवी होती.

३१

२२ - २४ मे

आर्सेलरचं संचालक मंडळाचं सभागृह, आव्हन्यू द ला लिबेर्ते, लक्सेम्बर्ग सिटी

व्यवस्थापकीय मंडळाच्या सभागृहात आर्सेलरच्या वतीने वाटाघाटी करण्यासाठी लोकं जेव्हा मोर्दाशोव्हच्या मंडळींबरोबर बसली, तेव्हा त्यांना अडचणींची कल्पना होती. लक्ष्मी मित्तलने दिलेल्या ७.६ अब्ज युरोच्या सुधारित प्रस्तावामुळे आर्सेलरला त्याची बरोबरी करण्यासाठी जास्त पैसे उभे करावे लागणार होते. त्यांनी फेरखरेदी आणि खास परताव्याच्या योजनेसाठी ५ अब्ज युरोची तरतूद केली होती. याचाच अर्थ आणखी २ अब्ज युरोची गरज होती.

ॲलेक्सी मोर्दाशोव्ह व्यवहारासाठी जास्त पैसे टाकायला तयार नव्हता. आपल्या लोखंड आणि पोलादाच्या कारखान्याखेरीज त्याने आपल्या कच्च्या लोखंडाच्या खाणी, कोळशाच्या खाणी आणि इतर संबंधित मूलभूत यंत्रणा हिशेबात धरलेल्या होत्या; पण त्यांचं वास्तविक मूल्यमापन झालेलं नव्हतं. या शिवाय त्याने अमेरिकेतला रोग स्टील हा पोलादाचा कारखाना आणि लुच्चीनी हा इटलीमधला कारखाना हिशेबात धरलेला होता. वाटाघाटी करणाऱ्या सल्लागारांनी रोमान ॲब्रामोव्हीच भागधारक असलेल्या अेराझ स्टील आणि व्लादिमार लिस्सीच्या एनएलएमके या रशियातल्या पोलाद उत्पादकांच्या कंपन्याशी मोर्दाशोव्हची तुलना केली. या दोन्ही कंपन्या लंडनच्या बाजारात पंजीकृत होत्या.

वाटाघाटीचं गुऱ्हाळ चालू असताना शेवटी गोन्झालो उर्क्वीजो आणि फिलिप कॅप्रॉनने मोर्दाशोव्हला पटवून दिलं, की त्यानी १.२५ अब्ज युरोची भर टाकणं गरजेचं आहे. याच्या बदल्यात सेव्हरस्टालला नवीन कंपनीचे ३२ टक्के शेअर्स मिळतील. याचाच अर्थ त्याला ४४ युरो प्रतिशेअरच्या दराने २९.५ कोटी नवीन

शेअर्स मिळतील, ज्यांचं बाजारमूल्य १३ अब्ज युरो असेल. ठरलेरल्या अटीनुसार मोर्दाशोव्हला पुढची चार वर्षं एकही शेअर विकत घेता येणार नव्हता. तसं झालं तर घटनेप्रमाणे तो कंपनी ताब्यात घेण्याचा प्रकार मानला गेला असता. त्याचबरोबर पुढची पाच वर्षं त्याला त्याच्याकडील हिस्सा विकता येणार नव्हता. नव्याने स्थापन होणाऱ्या संचालक मंडळात अठरापैकी सहा संचालक मोर्दाशोव्ह नेमू शकत होता आणि त्याला धोरणात्मक निर्णय घेणाऱ्या मंडळाचं अध्यक्षपद दिलं जाणार होतं. किन्स्च आपला दोन वर्षांचा उर्वरित काळ अध्यक्ष म्हणून राहणार होता, तर गी डोल प्रमुख कार्यकारी अधिकारी असणार होता.

या नवीन व्यवहारामुळे आर्सेलर आता मित्तलप्रमाणेच ७.६ अब्ज युरो उभे करून, प्रतिशेअर ४४ युरो भागधारकांना देऊ शकत होता. हेज फंडवाल्यांना या प्रस्तावाची भुरळ पाडली असती आणि झपाट्याने शेअर्स गोळा करत असलेले रोमन झालेन्स्कीसारखेही खूष झाले असते. आता कराराची महत्त्वाची कलमं लिहीत असताना भागधारकांच्या निष्ठेचा विषय सेरव्हाँ-श्रायबरला सतावू लागला.

''आपल्याला हे भागधारकांसमोर मांडावं लागेल,'' तो म्हणाला. ''आधीच आपल्याला गुंतवणूकदारांनी धमक्या दिलेल्या आहेत. आपण हे जबरदस्तीने त्यांच्या गळी उतरवू शकत नाही, कारण आपल्याला प्रचंड विरोध होण्याची शक्यता आहे.''

मोर्दाशोव्ह संतापून उभा राहिला, तेव्हा त्याचे सल्लागारही उठले. यातल्या अनेक सल्लागारांनी पूर्वी मॅकिन्सीमध्ये काम केलेलं होतं आणि बिल स्कॉटिंगबरोबर काम करताना ते रशियन लोकांचा सर्वत्र पिच्छा पुरवत होते.

''हे जर आर्सेलरच्या भागधारकांकडे जाणार असेल, तर मी आत्ताच्या आत्ता निघालो. परत तुम्हाला माझं तोंडही दिसणार नाही,'' मोर्दाशोव्ह तणतणत म्हणाला. ''तुम्ही भागधारकांकडे न जाता मला ३० टक्के शेअर्स देणार असं म्हणालात, म्हणून मी इतके आठवडे वाटाघाटी करत बसलो आणि आता तुम्ही भागधारकांच्या गोष्टी करता आहात? आता आपला शब्द का फिरवता आहात?''

सेरव्हाँनी स्कॉट सिम्सनकडे पाहिलं. ''आम्हाला जरा बोलायचं आहे.''

वकील मंडळी स्काडेनच्या कक्षात आली. ''राजकीयदृष्ट्या विचार करता, आपल्याला हे भागधारकांच्या पुढे मांडायला पाहिजे,'' सेरव्हाँ-श्रायबर आपल्या सहकाऱ्यांना म्हणाला. ''पण हा व्यवहार भागधारकांच्या मतावर आणि दोन तृतियांश मताधिक्यावर अवलंबून असला तर मोर्दाशोव्ह त्याला नकार देईल.'' काही काळ सगळ्यांनी आपापलं डोकं खाजवलं. एव्हाना मोर्दाशोव्ह आणि मंडळी गडाच्या बाहेर पडली असतील, अशी त्यांना भीती वाटत होती. ''आपण असा बदल करू शकतो, की भागधारकांना असं सांगू शकतो, की हा व्यवहार झालेला आहे; पण तुमचा विरोध असेल तर तो परत रद्द करू.''

ते परत बैठकीच्या जागी गेले.

“आपण हे थोडंसं सार्वमतासारखं करू शकतो,” सेरव्हाँ-श्रायबरने समजावलं. “व्यवहारासाठी संमती मागण्याऐवजी झालेल्या व्यवहारावर सार्वमत घेण्याचा आम्ही विचार करत आहोत.”

मोर्दाशोव्ह, मॅकोव्ह आणि मॅकिन्सीची पिल्लावळ आता कान टवकारून ऐकायला लागली.

“आर्सेलरच्या सर्वसाधारण सभेत आपण असं सांगू, की व्यवहार झालेला आहे; पण जर तो ५० टक्के मतांनी संमत झाला नाही तर तो रद्द करू आणि करार मोडल्याबद्दल मोर्दाशोव्हला १४ कोटी युरो करारभंगाचा दंड देऊ.”

“या सभेला साधारणपणे किती सभासद उपस्थित राहतात?” एका रशियनाने विचारलं.

“आत्तापर्यंत सर्वांत जास्ती ३५ टक्के,” सेरव्हाँ-श्रायबरने आतली बातमी पुरवली.

मोर्दाशोव्ह आता हसला. “मला ही सार्वमताची कल्पना आवडली,” तो म्हणाला.

हे सर्व चाललेलं असताना एमॅनुएल हासबानियन शेजारच्याच खोलीत बसला होता. आर्सेलरच्या वतीने व्हाईट नाईटच्या कामाचा संयोजक निकोलास व्हॅलोईझ त्याच्या खोलीत धाडकन घुसला. त्याच्या चेहऱ्यावर गंभीर भाव होते. “तू पलीकडच्या खोलीत चाललेल्या चर्चेत का भाग घेत नाहीस?” त्याने विचारलं. “ते सेव्हरस्टालच्या व्यवहारात नकारात्मक मतदानाचा अवलंब करत आहेत.”

“ही फारच वेडगळ कल्पना आहे,” असं म्हणून हासबानियनने पॅरिसमध्ये असलेल्या आपल्या वरिष्ठाला फोन लावला. मार्क पोद्रोचं आत्ताच डोलशी बोलणं झालं होतं. या नकारात्मक मतदानाच्या कल्पनेला आर्थिक बाजार झोडपून काढेल, त्यांनी डोलला सुनावलं होतं.

“गुंतवणूकदार किती सुसंस्कृतपणे वागतात आणि विचार करतात, याची या वकिलांना माहिती नसते. हीच तर त्रासदायक बाब असते,” हासबानियन म्हणाला. “या योजनेनुसार व्यवहार केला तर भागधारकांत प्रचंड खळबळ माजेल. आपण आपल्यामागे त्यांना फरफटत नेत आहोत, असं त्यांना वाटेल. मेरिल लिन्च असल्या कागदावर सही करणार नाही आणि आमचा त्याच्याशी संबंधही नाही,” तो रडवेला होत म्हणाला.

किन्स्चने मिचेल झोवीला त्याचं मत विचारलं. तो हासबानियनपेक्षा जास्त परखड होता. “आर्सेलर आपले ३० टक्के शेअर्स भागधारकांच्या संमतीशिवाय

देऊ शकतो, हेच फक्त सर्वांना माहीत आहे, इतकंच; पण पुढे काय?'' तो म्हणाला. त्याला नकारात्मक मतदानातला परिस्थितिजन्य फायदाही दिसत होता. मित्तलला त्यामुळे जास्त चांगला प्रस्ताव द्यायला लागला असता. ''मोठाल्या सार्वजनिक कंपन्यांच्या व्यवस्थापनात हीच पद्धत उपयोगात आणली जाते. संचालक मंडळ एखादा निर्णय घेऊन टाकतं आणि मग भागधारकांपुढे संमतीसाठी ठेवतात आणि तो चूक आहे का बरोबर ते विचारतात. माझा अंदाज आहे, की असल्या महत्त्वाच्या विषयासाठी मतदान करायला, मोठ्या संख्येने सभासद येतील.''

''तुम्हाला हे नक्की करायचचं आहे का?'' डॉईच्य बँकेतर्फे आलेल्या ब्रेट ओल्शेरने डोलीला विचारलं. ''ही ५० टक्क्यांची अट कशाला ठेवता आहात? सरळ मतांच्या संख्येवर निर्णय का सोपवत नाही?''

डोलला हे जास्त सोपं वाटलं. सेव्हरस्टालबरोबरचा करार हे एक त्याचं स्वप्न होतं आणि डायरक्टोरेट जनरल त्याची संचालक मंडळाला शिफारस करणार होता.

मध्यंतरीच्या काळात लक्ष्मी मित्तल जॉर्ज -५ मध्ये क्रेकबरोबरच्या आणखी एका गुप्त बैठकीला चालला होता. दोघांनीही आपल्या बाजूने मार्ग मोकळा ठेवला होता.

आरोहणाचा दिवस, गुरुवार २५ मे, दुपारी ३वा.

आर्सेलरच्या संचालक मंडळाचे सभागृह

खरं तर हा सर्व युरोपातला सुटीचा दिवस होता; पण जोसेफ किन्स्चने घाईघाईने संचालक मंडळाची बैठक बोलावली. सेव्हरस्टालच्या व्यवहाराला आता उशीर झालेला त्याला चालणार नव्हता. तेव्हा प्रथेप्रमाणे रविवारच्या ऐवजी त्यांनी आजच तातडीची बैठक बोलावली. हा प्रस्ताव संचालकांसमोर ठेवताना गी डोलचा आनंद गगनात मावत नव्हता, त्याने या व्यवहाराचे फायदे सांगितले, किचकट आकडेवारी समजावून दिली आणि रशियन कंपनीचं मूल्यामापन काय आधारावर केलं, ते विशद केलं. रशियन कंपनीच्या मालमत्तेची ४४ युरो प्रतिशेअर ठरवण्यामागची भूमिका पटवून दिली आणि हा प्रस्ताव मित्तलपेक्षा कसा चांगला आहे, ते दाखवून दिलं.

दुपारी चार वाजेपर्यंत संचालक मंडळाने काहीही विचार न करता ठरावावर आपला शिक्का उमटवला. त्यात सेव्हरस्टालशी करार करणे, नकारात्मक मताचा वापर करणे आणि करारभंगाचा दंड भरणे यांचा समावेश होता. अर्थातच हे सर्व एकमताने मान्य झालं होतं.

किन्स्चने आता ॲलेक्सी मोर्डाशोव्हला बैठकीच्या जागी आमंत्रित केलं आणि संचालकांना संबोधून भाषण करायची विनंती केली. मोर्डाशोव्ह विलीनीकरणाविषयी भरभरून बोलला आणि संचालकांपुढे बोलण्याची संधी दिल्याबद्दल त्यांचे वारंवार आभार मानले. जेव्हा तो लक्सेम्बर्गच्या पोलाद उद्योगाच्या ज्येष्ठ लोकांविषयी बोलत होता, तेव्हा एका क्षणी त्याच्या भावना अनावर झाल्या आणि डोळ्यांतून पाणी आलं. सगळे संचालक या चेरपोव्हेट्समधून नव्याने आलेल्या तरुणाकडे बघत राहिले.

मेरिल लिन्चच्या लोकांना हा व्यवहार तितकासा पसंत नव्हता; पण आता सगळ्याच सल्लागारांना हुश्श वाटत होतं. ते आता कराराची कागदपत्रं जुळवण्याच्या मागे लागले. आता सर्व संचालक, सल्लागार आणि नवा रशियन साथीदार एकमेकांशी खेळीमेळीने बोलत होते. नेमकं याच वेळेला फिलिप कॅप्रॉनचा सत्तेचाळिसावा वाढदिवस असल्याची बातमी समजली. चला, साजरं करायला आणखी एक निमित्त मिळालं. पण खानपान व्यवस्थेची लोकं सुट्टीवर होती. आज साग्रसंगीत भोजन तर मिळणार नव्हतं; पण आयत्या वेळी हंडाभर स्पॅगेटी मागवली आणि ती आर्सेलरच्या उत्तम वाईनच्या साथीत रिचवली. मग एक गोड दह्याचं भलं मोठं भांडं वाजतगाजत आणलं. त्याच्यावर एक मेणबत्ती लावली होती. आता फ्रेंच आणि रशियन भाषेत सगळे 'हॅपी बर्थ डे' गायला लागले.

ऑपेराचा शौक असलेला गी डोल अर्थातच जरा मोठ्या आवाजात गात होता. हा सेव्हरस्टालचा व्यवहार झाल्यामुळे किन्स्चनंतर आर्सेलरचा अध्यक्ष म्हणून डोलचीच वर्णी लागणार हे उघड होतं. तो उपरा मित्तल येण्याआधीच गी डोलच्या वारसाहक्कावर संचालकांनी शिक्कामोर्तब केलं होतं आणि तेही इतक्या थाटामाटात. आजवर सर्व जगाला माहीत असलेल्या एका सर्वोत्तम कंपनीचा अध्यक्ष म्हणून निवृत्त व्हायचं डोलचं स्वप्न आता पूर्ण होणार होतं.

३२

शुक्रवार, २६ मे, सकाळी ७ वा.

बर्कले स्क्वेअर हाऊस, लंडन

लक्ष्मी मित्तल टेबलावर विचार करत बसलेला होता. त्याने आदित्यला हाक मारली. आर्सेलरने सेव्हरस्टालशी व्यवहार करणार असल्याचं एक तासापूर्वी जाहीर केलं आहे. पंधरा फेरीच्या बॉक्सिंगच्या खेळात सफाईदार खेळ करत अकराव्या फेरीपर्यंत गुणाने आघाडीवर असलेल्या खेळाडूला, बाराव्या फेरीत अचानक ठोसा बसून तो कोसळावा, तसं मित्तलला वाटलं. फ्रेझरने मोहम्मद अलीला लोळवलं होतं.

''आपल्या हातून व्यवहार गेल्यात जमा आहे,'' त्यानं नाष्ट्याच्या वेळी उषाबाईंना सांगितलं. ''काळजी करू नका. कदाचित हे आपल्या भल्यासाठीच असेल,'' त्या हसत म्हणाल्या. या सर्व प्रकरणाचा मित्तल आणि आदित्यवर किती परिणाम झालेला आहे, हे चेहऱ्यावरून दिसत नसलं, तरी ते तिला जाणवत होतं.

मित्तलने एक मोठा श्वास घेत आपलं लक्ष ताळ्यावर आणलं आणि आदित्यला फोन लावला. ज्युलियन ऑनिलॉनबरोबर तो प्रचारासाठी गेलेला होता. ''आदित्य, मला वाटतं आपण हरलेलो आहोत,'' त्याने एका वाक्यात मुलाला कल्पना दिली. नंतर त्याने सेव्हरस्टालच्या व्यवहाराची त्याला कल्पना दिली. ''मी योल आणि सुधीरशी बोललेलो आहे. थोड्या वेळातच आम्ही भेटून आमचं काय मत आहे, ते ठरवू. उद्या तू परत आलास, की मग सगळेच भेटू आणि चर्चा करू.''

सर्वसाधारणपणे टोनी ब्लेअर किंवा त्याच्यासारखी बडी मंडळी, जे विमान भाड्याने घेतात, तशा विमानात बॉस्टनहून न्यूयॉर्कला जाण्यासाठी ज्युलियन प्रथमच बसला होता. नेहमी उत्साहात असणारा आदित्य आज फारच ढेपाळल्यासारखा वाटत होता. विमानात फक्त पाचच लोक होते म्हणून तो उदास नव्हता. विमानाची

घरघर जर चालू नसती, तर ती शांतता खायला उठली असती.

निकोला डेव्हिडसन ऑफिसला आली, तेव्हाच तिनेपण ही बातमी ऐकल्याचं तिच्या चेहऱ्यावरून मित्तलला समजलं. एखादा जवळचा मित्र हे जग सोडून गेल्यासारखं ऑफिसात सगळ्यांना वाटत होतं.

मित्तल हसत डेव्हिडसनला म्हणाला, "निकोला, इतकं मनाला लावून घेऊ नको."

"पण मि. मित्तल, इतके दिवस केलेले कष्ट, त्याचं काय? ते उगाचच केले आपण?"

"निकोला, मला कोणी तरी सल्ला दिला, की मी स्थितप्रज्ञ असायला हवं," मित्तल म्हणाला.

"तुम्हाला स्थितप्रज्ञ बनायचं आहे ना?" निकोला

"हां, हां! तेच ते; पण म्हणजे नक्की काय?"

"म्हणजे असा माणूस की, जो आपल्या वाट्याला आलेल दुःख, यातना, निराशा आणि संकट तक्रार न करता पचवतो. अंगावर काहीही येऊन कोसळलं, तरी त्याला मुकाट्याने सामोरा जातो."

आपल्या भिवया उडवत मित्तल म्हणाला, "मग तो नक्कीच मी नाही. तुला काय वाटतं?"

दुपारी २ वा.

आव्हन्यू द ला लिबेर्ते, लक्सेम्बर्ग सिटी

"मि. मोर्डाशोव्ह हा खऱ्या अर्थाने युरोपियन आहे. तो जर्मन आणि फ्रेंच भाषा सफाईने बोलतो." लक्सेम्बर्गमधल्या रशियन राजदूताला, आपल्या मित्राला, जोसेफ किन्स्च या व्यवहाराची माहिती विजयी मुद्रेने देत होता. आर्सेलरच्या गादीचं स्वप्न उराशी बाळगून असलेला डोलही उत्तेजित वाटत होता. "आर्सेलर आणि सेव्हरस्टालकडे औद्योगिक गुणवत्ता आहे. आम्ही आज अनेक वर्ष एकमेकांना ओळखतो आणि कधी तरी एकत्र काम करण्याचं आमचं स्वप्न होतं."

मॉस्कोमधल्या वर्तमानपत्रांना मोर्डाशोव्हच्या क्रेमलिनशी मैत्री संबंध ठेवण्याच्या धोरणाचा विजय वाटला. गेल्याच महिन्यात मोर्डाशोव्ह राष्ट्रपती पुतिनना त्यांच्या काळ्या समुद्रावरच्या विश्राम निवासात भेटला होता. सेव्हरस्टालला त्यांची मालमत्ता आंतराष्ट्रीय कंपनीला देण्यासाठी पुतिनने संमती दिली होती. २००४ साली पुतिनच्या निवडणूक मोहिमेचा मोर्डाशोव्ह सूत्रधार होता, तसंच वर्ल्ड ट्रेड ऑर्गनायझेशनमध्ये

प्रवेश मिळावा म्हणून रशियाने केलेल्या प्रयत्नांत मोर्डाशोव्हने मदत केली होती. ही गोष्ट क्रेमिनॉलॉजिस्टच्या नजरेतून सुटलेली नव्हती. कुत्सित टीकाकारांना मात्र मोर्डाशोव्हने आपली रशियातली मालमत्ता अलगदपणे रशियाच्या बाहेर नेली होती, असंच वाटलं.

"फार मोठी रक्कम मोजून मी मोठा धोका पत्करत आहे," मोर्डाशोव्हने गुरगुरत सांगितलं.

आर्सेलरमध्ये दुसऱ्या क्रमांकाचा भागधारक असलेल्या होसी मारियाचं मत मात्र वेगळंच होतं. "सेव्हरस्टालने स्वयंपाकघराच्या दरवाज्याने घरात प्रवेश मिळवलेला आहे," त्यांनी लेझेशो वर्तमानपत्राला सांगितलं. "मित्तल फार हातचं राखून बोली लावत आहे. त्यांनी आणखी जास्त पैसे सोडायला हवेत." आर्सेलरच्या या हात-चलाखीमुळे नाराज असलेला तो एकटाच नव्हता. सेन्टाउरुसच्या बेर्नार ओपेतीच्या मते, सेव्हरस्टालच्या व्यवहाराला ५० टक्के नकारात्मक मतदानाने नाकारण्याची कल्पना हा सामूहिक व्यवस्थापनाच्या कल्पनेचा वध आहे. बेन्वा दाँजेला लगेच विमान पकडून लक्सेम्बर्गला गेला. परत एकदा किन्स्चने वाटाण्याच्या अक्षताच लावल्या. टॅक्सी करून परत विमानतळावर जाताना त्याने चालकाला विचारलं, "आर्सेलर, मित्तल आणि सेव्हरस्टालविषयी तुझं काय मत आहे?"

"खरं सांगू का, मी त्या भारतीय माणसाच्या एकदम विरोधात होतो," तो म्हणाला. "ही आमची कंपनी आहे. त्या भारतीयाला ती घेण्याचा काहीच हक्क नाही. पण एक सांगू, आता वाटतं, त्या भानगड्या रशियन माणसापेक्षा भारतीय माणसाशी झालेला स्वच्छ व्यवहार मी केव्हाही मान्य करीन."

ह्या विषयावरच्या चर्चेला आता इतकं उधाण आलं होतं, की बाजारातल्या दुकानांपासून ते पंतप्रधानांच्या कार्यालयातील अधिकाऱ्यांपर्यंत सगळे आपापलं मत मांडत होते.

त्या सकाळी ॲलेक्सी मोर्डाशोव्ह जेव्हा सभागृहात आला, तेव्हा आर्सेलरच्या साम्राज्यातले ३५० मॅनेजर उपस्थित होते. वर्षातून तीन वेळा गी डोल त्यांना एकत्र बोलावून एक कार्यशाळा आयोजित करत असे. यावेळी आर्सेलरच्या वेगवेगळ्या विभागांत चालेल्या कामाचा आणि घटनांचा आढावा घेतला जात असे. त्याचबरोबर नवीन तंत्रज्ञान आणि बाजाराचा कल याचीही माहिती दिली जायची. डोलच्या लोरेन या फ्रेंच विभागातून मोठ्या संख्येने उपस्थिती होती.

आज त्यांना सेव्हरस्टालच्या व्यवहाराची माहिती मोर्डाशोव्ह देणार होता. गी डोलने सभागृहात प्रवेश करताच एकजात सगळ्यांनी उभं राहून टाळ्या वाजवून त्याचं स्वागत केलं. बाहेरच्या प्रसारमाध्यमात जरी डोलला यश आलं नसलं, तरी त्याचे सहकारी त्याला मान देत, त्याचा आदर करत असत. जोसेफ किन्स्चला असा

प्रतिसाद कधीच मिळत नव्हता. डोल खुशीत येऊन हसला. नेहमी घाईगडबड करणारा, तुसडेपणाने बोलणारा आणि डिवचून बोलणारा डोल आत्ता मात्र भावनावश झाल्याचं दिसत होतं.

मोर्डाशोव्हचं भाषण फारसं प्रभावी नव्हतं. त्यानं फार लांबण लावत विषय समजावून सांगितला आणि दाखवलेल्या स्लाईड्समध्ये किचकट माहितीच ठासून भरलेली होती. रशियन भागीदाराबरोबरची सुरुवात फारशी शकुनाची नव्हती. त्याचं बोलणं रटाळ होतंच; पण त्यात अहंपणा दिसत होता. असली भाषा चेरेपोव्हेट्समध्ये चालली असती; पण लक्सेम्बर्गचे श्रोते मात्र अस्वस्थ झाले होते. ह्या सभेचा वृत्तांत चित्रित करणाऱ्या कॅमेरामनला आज बरीच कापाकापी करावी लागणार असल्याचं लक्षात आलं.

जागतिक ब्रिज स्पर्धा, व्हेरोना

ज्येष्ठ खेळाडूंत एकविसावा क्रमांक असलेला रोमेन झालेन्स्की आता आरामात बसला होता. आपल्या आवडत्या खेळाकडे तो तीस वर्षांच्या खंडानंतर परतला होता. त्याचा जोडीदार होता अलबर्ट फाइगेनबाउम. हा उत्तम खेळाडू होता आणि जागतिक ब्रिज महासंघाचा अध्यक्ष होता. झालेन्स्कीच्या आनंदात मिलानहून आलेल्या फोनने व्यत्यय आणला.

''आत्ताच बातमी आली आहे, की आर्सेलरने सेव्हरस्टाल ताब्यात घेतली आहे,'' पलीकडून आवाज आला. बोलणारा इसम पॅनोरमा साप्ताहिकाचा वार्ताहर, मार्को कोबियांची होता. हे साप्ताहिक व्यापार आणि राजकारणाला वाहिलेलं होतं आणि याचे सुमारे तीस लाख वाचक होते. ''याच्या बदल्यात मोर्डाशोव्हला ३२ टक्के हिस्सा मिळेल आणि तो वाढत जाऊन ३८ टक्के झाला, तर तो आर्सेलरचा अध्यक्षही होऊ शकतो.'' या फ्रेंच माणसाचा परिसस्पर्श आता लुप्त होत चालल्याचं दिसत असल्यामुळे, त्याला चिडवण्यासाठी तो म्हणाला, ''या वेळी तू हरलास.''

''मी नक्कीच हरलेलो नाही,'' झालेन्स्की थंडपणे म्हणाला ''हा व्यवहार भागधारकांच्या हिताचा नाही आणि ते याला नक्कीच पाठिंबा देणार नाहीत. तू बघच. माझ्यावर विश्वास ठेव.''

शनिवार, २७ मे, दुपारी २ वा.

गोल्डमन साक्स, पेटरबरो कोर्ट, फ्लीट स्ट्रीट, लंडन

मित्तलचे ३५ सल्लागार, गोल्डमन साक्सच्या ऑफिसात आले, तेव्हा मुसळधार

पाऊस पडत होता. ह्या वास्तूत पूर्वी डेली टेलिग्राफचं कार्यालय होतं. आर्सेलरने सेव्हरस्टालला दिलेल्या प्रस्तावाला विरोध करण्याची योजना ते आखणार होते. आज प्रथमच मित्तल विरोधाची भाषा करत होता. नक्की काय करावं, हे कोणालाच समजत नव्हतं.

त्या दिवशी सकाळी आदित्यने फिनान्शिअल टाइम्समध्ये मोर्डाशोव्ह, डोल आणि किन्स्चचा एकत्रित तिहेरी हस्तांदोलन करतानाचा फोटो पाहिला आणि त्याला वडिलांची कीव आली. हा तिसरा माणूस चुकीचा आहे. तो इथे नको होता.

बाहेरच्या प्रमाणेच आतलं वातावरणही उदासवाणं होतं. मित्तल बैठकीला आल्याचं पाहून सगळेच चकित झाले, अगदी आदित्यसुद्धा. आल्या आल्या तो म्हणाला, "हा फार चांगला दिवस आहे." तो आता स्थितप्रज्ञ वगैरे काही राहणार नव्हता. आता तो आर्सेलरचा कसून प्रतिकार करणार होता.

"हे नक्कीच स्टिचिंग नाही," योल झोवी म्हणाला. "हे फार गंभीर प्रकरण आहे. मोर्डाशोव्हला आर्सेलरच्या भांडवलाचा ३८ टक्के हिस्सा मिळणार आहे आणि सेव्हरस्टालचं मूल्यमापन संशयास्पद आहे. भरीला ती ५० टक्के नकारात्मक मतांची अट घातलेली आहे."

"५० टक्के अशक्य आहे," आदित्य म्हणाला. "आत्तापर्यंत आर्सेलरच्या इतिहासात जास्तीत जास्त ३५ टक्केच मतदान झालेलं आहे. तुम्हाला जर सर्वसाधारण सभेत मतदान करायचं असेल, तर आधी नाव नोंदवायला हवं आणि मतदानाच्या आधी पाच दिवस शेअर्स खरेदी करणाऱ्याला मतदानात भाग घेता येणार नाही. असल्या विचित्र अटी घालून, त्यांनी आणखी अडथळे निर्माण केले आहेत. तुम्ही जर हेज फंडवाले असाल, तर हा मोठाच जुगार आहे."

"उद्योगसमूहाच्या लोकशाहीची काय किंमत उरली?" जेरेमी फ्लेचर म्हणाला. "फ्रेंच पद्धतीच्या दंडेलशाहीने ते ही लढाई खेळत आहेत. किन्स्चने डोलला सांगितलं असेल, या मित्तलला हुसकावण्यासाठी काहीही कर."

"त्यांना जर आपण चालत नसलो, तर मग फ्रान्स, बेल्जियम, स्पेन आणि लक्सेम्बर्गच्या सरकारांना हा हुकूमशाहीतला माणूस कसा काय चालतो?" ॲड्रिआन कोट्सने विचारलं. "पुतिनला तर असलीच लोकशाही आवडते."

स्पीरो योउकिमची विचित्र परिस्थिती झाली होती. त्याने सेव्हरस्टालचा सल्लागार म्हणून काम केलेलं होतं आणि तो मोर्डाशोव्हला चांगलंच ओळखत होता. मित्तलकडे आल्यापासून त्याने मोर्डाशोव्हशी संबंध ठेवला नव्हता. "ॲलेक्सी हा समजूतदार माणूस आहे," योउकिम म्हणाला. "तो हुकूमशहा नाही. तो फक्त माल निरखून पाहतो आणि पैसे मोजतो. मात्र एक गोष्ट मला खात्रीने वाटते, आपले भागधारक कसे प्रतिक्रिया देतील, हे समजण्यात आर्सेलरच्या लोकांनी चूक केलेली आहे."

"तो इतका समजूतदार असेल, तर तुझ्या त्या मित्राला फोन करून माघार घ्यायला सांग," कोट्स ताडकन म्हणाला.

"असल्या शेरेबाजीला महत्त्व देऊन, मी तिचं महत्त्व वाढवू इच्छित नाही," योउकिमने उत्तर दिलं.

बैठकीत सगळाच गोंधळ चालला होता. त्यांना सुधीर महेश्वरीने ताळ्यावर आणलं.

"आपण यातून मार्ग कसा काढायचा?" आदित्यने विचारलं. "कालच्या आपल्या बैठकीनंतर एक आशेचा किरण दिसत आहे." मित्तलने सुधीर, ताजबक्ष आणि शाबेरने रात्रभर जागून तयार केलेला एक मसुदा सर्वांना वाटला. आर्सेलरच्या भागधारकांच्या वतीने ते पत्र जोसेफ किन्स्चला संबोधून लिहिलेलं होतं.

सेव्हरस्टालच्या व्यवहारासाठी आपण भागधारकांची संमती घेणार असल्याची (आणि शेअर्सशी संबंधित इतर विषय) आणि ३० जूनला होणाऱ्या सर्वसाधारण सभेत ही संमती घेण्याच्या पद्धतीची, म्हणजे वितरीत केलेल्या शेअर्सपैकी ५० टक्के भागधारकांचा विरोध असण्याची अट आम्ही वाचली आहे. इथे एक गोष्ट आम्ही आपल्या निदर्शनास आणू इच्छितो, की आर्सेलरच्या आजतागायत झालेल्या सभांची उपस्थिती कधीच ३५ टक्क्यांच्या वर गेलेली नाही.

सेव्हरस्टाल आणि आर्सेलरच्या विलीनीकरणाचा प्रस्तावित ठराव, युरोपात सर्वमान्य असलेल्या आणि सामूहिक व्यवस्थापनाच्या प्रचलित पद्धतींचा आदर ठेवून, भागधारकांपुढे मांडून त्यावर मतदान घेण्यात यावं ... ज्या योगे भागधारकांना सेव्हरस्टाल आणि मित्तलपैकी एकाची निवड करण्याची खरीखुरी संधी मिळेल.

यासाठी आम्ही भागधारक आपल्याला विनंती करतो, की १० ऑगस्ट १९१५ साली अमलात आलेल्या लक्सेम्बर्गच्या कंपनी कायद्यातील कलम क्रमांक ७० अनुसार आपण या पत्राच्या तारखेपासून तीस दिवसांच्या आत भागधारकांची सभा आयोजित करावी.

याचा कच्चा मसुदा शाबेरने काल दुपारी आपल्या पॅरिसच्या ऑफिसात लिहिला होता. मग तो ई-मेलने योलला पाठवला. त्यांनी सुधीरला आणि शाहरियार ताजबक्षला पाठवला. असं एकमेकांना पाठवणं उशिरा रात्रीपर्यंत चालेलं होतं. सुरुवातीच्या मसुद्यात जरा जास्तच आक्रमक भाषा वापरलेली होती. जर भागधारकांची सभा बोलावली नाही, तर ती संचालक मंडळाची वैयक्तिक जबाबदारी समजून

कारवाई करण्याची त्यामध्ये भाषा वापरलेली होती. शेवटी संमत झालेला मसुदा सौम्य आणि फारच कुशलतेने लिहिलेला होता. मोर्डाशोव्हचा प्रस्ताव रद्द करावा अशी त्यात मागणी केली नव्हती, तर दोघांनाही समसमान संधी मिळावी असं लिहिलं होतं. सामूहिक व्यवस्थापनाचा केलेला उल्लेख मित्तलला जास्त आवडला होता; पण या पत्राचा अपेक्षित परिणाम घडण्यासाठी याच्यावर सही कोणाची घ्यायची?

''आर्सेलरच्या एकूण भागभांडवलाच्या किमान २० टक्के हिस्सा असलेल्या भागधारकांनी अशी मागणी केली, तर त्यांच्यावर अशी विशेष सभा बोलावण्याचं बंधन होतं,'' ताजबक्षने खुलासा केला.

आदित्य मित्तलला तरी खात्री वाटत नव्हती. ''त्यांनी तर सर्वसाधारण सभेसाठी ५० टक्क्यांची अट घातलेली आहे, तेव्हा आपण २० टक्के लोकांच्या सह्या घेऊन काय साध्य करणार?'' महत्त्वाचं म्हणजे, असल्या निवेदनावर सह्या करून उघडपणे बंडखोरी करायला भागधारक तयार नव्हते.

''आम्ही या पत्राची मांडणी अशा प्रकारे केलेली आहे, की एका सही करणाऱ्याला दुसऱ्याचं नाव समजणार नाही,'' शाबेरने सांगितलं. ''आपल्या प्रस्तावाला लोकांचा भरपूर प्रतिसाद होता, तेव्हा माझ्या मते आपण हे नक्कीच करू शकू.''

हे काम सोपं नव्हतं. २० टक्के भागधारक जमवणंही तितकचं अवघड होतं. सर्वांत मोठं आव्हान होतं, ते आर्सेलरच्या ३० जूनला होणाऱ्या सर्वसाधारण सभेच्या आधी ही बैठक व्हायला हवी होती आणि कायद्याने तीस दिवसांची पूर्वसूचना देणं क्रमप्राप्त होतं. याचाच अर्थ हे पत्र तीस मेच्या आधी किन्स्चच्या हातात पडायला हवं होतं. आणखी एक मोठी अडचण म्हणजे, तेव्हा अमेरिकेत आणि युरोपात सार्वजनिक सुट्टीचा दिवस होता, तेव्हा भागधारक सापडणंही दुरापास्त होईल.

आता फोनाफोनी लगेचच सुरू करायला हवी होती. सगळे परत एकदिलाने कामाला भिडले. पहिला फोन लावला तो जेरेमी फ्लेचरने सेन्टाउरुसच्या बेन्वा दाँजेलांला. त्याची आता आर्सेलरमध्ये ६० कोटी युरोची गुंतवणूक होती.

त्या दिवसांत त्यांनी शेकडो फोन फिरवले. एकट्या स्पीरो योडकिमने सत्तर फोन केले. त्याने भागधारकांच्या विनवण्या केल्या, समजूत घातली, पटवून दिलं. काही जणांना भीती वाटत होती, की हे करणं जर बेकायदेशीर ठरलं, तर त्यांच्यावर खटले भरले जातील. काही वेळा तर फोनवर दोन तास संभाषण चालत असे. कधी एकजण एक लाख शेअर्स असणाऱ्या भागधारकाशी बोलत होता, तर दुसरा सहा लाख शेअर्स असणाऱ्यांशी.

२८ मेच्या रात्रीपर्यंत फक्त ८ टक्के भागधारक सह्या करायला राजी झाले.

यात सेन्टाउरुस आणि फ्रान्सच्या फ्रेंच पोस्टल सर्व्हिसच्या ला पोस्तचा समावेश होता.

फोन चालूच राहिले.

रविवार, २८ मे

शाउगांग स्टील मिल, चीन

आपल्या कार्लोस टस्सारा इंटरनॅशनलचे अधिकारी, कन्या हेलेनसह झालेन्स्की अभ्यास दौऱ्यावर चीनला आला होता. चर्चेमध्ये गुंतलेला असताना त्याला योल झोवीचा निरोप मिळाला, 'मला लवकर फोन कर.'

झोवीने 'पत्रावर सही करणार का,' विचारलं.

''मी परत तुला फोन करतो,'' झालेन्स्की म्हणाला.

''तुम्ही सही कराच,'' हेलेनने आग्रह धरला.

पाच टक्के शेअर्स बाळगणाऱ्या झालेन्स्कीने सही केली, तर या मोहिमेला मोठं पाठबळ मिळणार होतं.

''मी सही करणार नाही,'' झालेन्स्कीने उत्तर दिलं. ''इथे महत्त्वाचा प्रश्न आहे, तो शेअर्स फेरखरेदीचा. त्यामुळे आर्सेलरच्या मालमत्तेत भर न पडता, फक्त पैसे बाहेर जातील. हे आपण थांबवलं पाहिजे. हे झालं तर मोर्डाशोव्ह फार प्रबळ होईल आणि आपल्या हातात काहीच राहणार नाही. आपल्याला काय करायचं आहे, ते नक्की ठरवा.''

झोवीने हे मित्तलच्या कानावर घातलं.

''आपल्याला त्याला तात्काळ भेटायला हवं. तो चीनहून केव्हा परत येतो आहे, याची माहिती काढ.'' झालेन्स्कीने सही करायला नकार दिला असला, तरी तो दुसऱ्या मार्गाने मदत करेल, अशी मित्तलला खात्री वाटत होती.

झोवीने दोघांना सोयीच्या पहिल्या तारखेला ८ जूनला झालेन्स्कीच्या घरी दुपारी बैठक ठेवली.

त्या मोठ्या सुट्टीच्या काळात गोल्डमन साक्सची लोकं अविरतपणे फोन करत होती. आर्सेलरच्या सेव्हरस्टाल प्रस्तावाची बातमी जसजशी पसरली, तसतसा आर्सेलरच्या वागण्याचा लोकांना राग यायला लागला. आता पटापट सह्या गोळा व्हायला लागल्या. ८ टक्क्यांचे १५ झाले, मग १८ झाले. भागधारकांना नुसत्या पत्रावर सह्याच करायच्या नव्हत्या, तर आपल्याकडे शेअर्स असल्याचं बँकेचं

प्रमाणपत्रही द्यायचं होतं. पत्रात लिहिल्याप्रमाणे, तितके शेअर्स भागधारकाकडे खरोखर आहेत का हे समजा तपासलं गेलं, तर ते गरजेचं होतं.

झालेन्स्कीच्या नकाराने मित्तल निराश झाला असला, तरी ते त्याने चेहऱ्यावर दाखवलं नाही. "आपण हे थांबवलं पाहिजे," या वाक्याने त्याला हुरूप आला होता. विशेषत: तो *आपण* म्हणाला होता. तो नुकताच स्टुटगार्टच्या विमानतळावर आला होता आणि त्याचं बाहेर उभं असलेलं जेट विमानाचं इंजीन अजून गरम होतं.

भागधारकांच्या वतीने लिहिलेल्या पत्राची प्रत त्याच्याकडे नव्हती. होसे मारियाच्या समोर कुठलाही कागद नाचवणं फार धोक्याचं होतं. प्रथम ते जेव्हा फेब्रुवारी महिन्यात त्याला माद्रिदमध्ये भेटले होते, तेव्हा आदित्यने उत्साहाच्या भरात त्याला एक कागद दिला आणि, "आमच्या प्रस्तावाला पाठिंबा देण्यासाठी सही करा," असं म्हणाला. त्या स्पॅनिश गृहस्थाला आवरता आवरता मित्तलला आपलं सगळं कौशल्य पणाला लावायला लागलं होतं. "आपण परत भेटत राहू," त्याने विनम्रपणे सुचवलं. माद्रिदप्रमाणेच होसे मारिया मित्तलला त्याच्या लंडनच्या घरीही भेटला होता. सुरक्षा कारणासाठी तो लंडनला येऊन राहण्याचा विचार करत होता. त्यांच्या नियमितपणे भेटीगाठी आणि बोलणी होत होती. मित्तलने आपल्या आर्सेलरच्या प्रस्तावात वाढ करावी, असं तो नेहमी सुचवत असे.

आर्सेलरच्या संचालक मंडळाचा आपल्याला वीट येत असल्याचं होसे मारियाने मित्तलला सांगितलं. ते साधी महत्त्वाची माहिती द्यायलाही खळखळ करतात. त्याच्या तर्कानुसार गी डोल आणि किन्स्च हे – खास करून डोल – मोर्डाशोव्हच्या इतके प्रेमात पडलेले आहेत, की ते अतिशय वाईट रितीने लिहिल्या गेलेल्या कराराने आर्सेलरला खड्ड्यात टाकायला निघाले आहेत. आर्सेलरवाले जणू स्वत:लाच एका सजवलेल्या तबकात ठेवून मित्तलला भेट द्यायला निघाले होते. आर्सेलरचा कारभार ते ती आपली जहागिरी असल्यासारखा करत आहेत आणि माझा संचालक मंडळाचा प्रतिनिधी तर किन्स्चच्या म्हणण्याप्रमाणेच वागत असतो. रोमेन हार्मोझिला हा हल्ली किन्स्चचा आवडता संचालक झाला होता. होसे मारियाने त्याला दूर केलं आणि दुसरा प्रतिनिधी नेमला. तो वकील होता. काही आठवड्यांनंतर त्यांनी दुसऱ्यालाही बडतर्फ केलं. होसे मारियाने मित्तलचं आपुलकीने स्वागत केलं. अन्तोन स्पीलमान हा त्याचा सध्याचा संचालक मंडळावरचा प्रतिनिधी तिथे हजर होता. इतरांप्रमाणे हा त्रेचाळीस वर्षांचा गृहस्थ वकील नव्हता, तर पूर्वी बँकेचा अधिकारी होता. सध्या तो जिनेव्हातल्या ब्रुअेलान या वित्त आणि मालमत्तेचं व्यवस्थापन बघणाऱ्या कंपनीत भागीदार होता. अनेक भाषा बोलू शकणारा आणि छानछोकीने राहणारा स्पीलमान स्वत:ला दलाल म्हणत असे.

मित्तलने भागधारकांच्या पत्राचा उल्लेख केला. फक्त मित्तल स्टील आणि सेव्हरस्टालची तुलना करण्याची भागधारकांना संधी मिळावी, इतकीच त्यात मागणी केलेली आहे.

"आर्सेलर तुला जी वागणूक देत आहे, ते मला अजिबात आवडलेलं नाही. तू आमचा शत्रू आाहेस, असं म्हणून तुम्ही कोणाच्या तोंडावर दार लावून घेत नसता. आधी तो काय म्हणतो आहे, ते नीट ऐकून घ्या आणि मग निर्णय घ्या. तुला पाठिंबा द्यायला मला आवडेल. ते पत्र कुठे आहे, दाखव."

मित्तलने ते पत्र त्याच्यापाशी नसल्याची कबुली दिली. मी तुम्हाला गृहीत धरून चालतो आहे, असं वाटायला नको. या मुरलेल्या मुत्सद्द्याकडे पाहत होसे मारिया हसला.

"मी ते तुमच्या ऑफिसात आणि तुमच्या वकिलांना फॅक्स करायला सांगतो," मित्तलने सुचवलं.

एका तासात होसे मारियाची सही मित्तलच्या खिशात होती. पत्र देताना होसे मारिया म्हणाला, "याचा अर्थ मी तुझ्या प्रस्तावाला मान्यता देतो आहे असा नाही. तुझी बोली वाढव आणि ते शेअर्स परत विकत घेण्याचं थांबव."

लंडनच्या परतीच्या प्रवासात, आर्सेलरचे दोन मोठे भागधारक एकच राग आळवत आहेत, हे मित्तलच्या लक्षात आलं.

सोमवारपर्यंत मित्तलच्या सल्लागारांच्या हातात २० टक्के सह्या होत्या; पण कुठलाही धोका न पत्करण्यासाठी ते आर्सेलरच्या भागधारकांना फोन करतच राहिले. ॲटिकस आणि फिडॅलिटी या हेज फंड बँकांनी सह्या करण्याचं मान्य केलं. फिडॅलिटी अमेरिकेतली सर्वांत मोठी गुंतवणूक करणारी बँक होती. आता अचानक आकडा ३० टक्के झाला. त्यांनी परत एकदा सर्वांना फोन लावून खुंटा बळकट केला आणि पत्र पाठवायची संमती घेतली. आदित्यच्या मनात आता कसलाही संदेह उरला नव्हता. आर्सेलरच्या सभेला ३५ टक्केच लोक उपस्थित राहत असताना इथे तीस टक्क्यांनी आपला विरोध दाखवला होता.

मंगळवारी ३० मेच्या मध्यरात्री भागधारकांच्या सह्या असलेलं पत्र – प्रत्येक वेगळ्या पानावर होतं – गोल्डमन साक्सच्या लेटरहेडवर छापलेलं होतं, ते कॉम्प्युटरवर टाकून लक्सेम्बर्गच्या ॲलेक्स स्मिट या वकिलाकडे ई-मेलने रवाना केलं. स्मिटने ते छापून आपल्या एका सहकारी व्यक्तीला ॲव्हेन्यू द ला लिबेर्तेकडे रवाना केलं. दारावर नेहमीच पहारेकरी असायचा. त्याने ते घेऊन सकाळी किन्स्चच्या टेबलावर ठेवलं असतं. हे पाकीट हातात देऊन ते मिळाल्याची सही घेणं अत्यावश्यक होतं.

एक तासाने शाबेरला फोन आला. ‘‘इथे दारावर कोणीच नाही. मी इथे आर्सेलरच्या बाहेर फुटपाथवर उभी आहे. पहारेकरी झोपला असेल किंवा दुसरं काही.’’

‘‘ठीक आहे,’’ पटकन विचार करत शाबेर म्हणाला. ‘‘एक कॉपी पोस्टात टाक आणि दुसरी सकाळी सहा वाजता प्रत्यक्ष नेऊन दे.’’

पत्र अंतिम मुदतीच्या आत गेलं नव्हतं. त्या पत्राचा जरी आता फारसा उपयोग झाला नसता, तरी सेव्हरस्टालच्या व्यवहारात नकारात्मक मतदानपद्धतीचा वापर करण्याविषयी गुंतवणूकदारांना वाटणारी नाराजी संचालकांना समजली असती.

३३

आव्हन्यू द ला लिबेर्ते

"ही चक्क गुन्हेगारी आहे," किन्स्च जवळपास ओरडला. पत्र वाचून होताच त्याने आपल्या बँकेच्या आणि वकिली सल्ला देणाऱ्या सल्लागारांना बोलावलं आणि आर्सेलरकडे असलेल्या नोंदीप्रमाणे सर्व सह्या तपासायला सांगितलं. त्या सर्व सह्यांपैकी काही सह्याच जुळल्या. "मित्तलकडे ३० टक्के सोडाच, वीस टक्के लोकांच्याही सह्या नव्हत्या." मित्तलशी मित्रत्वाचे संबंध असलेल्या हेज फंड, बँका, त्यांच्या अशिलांचे शेअर्स, सध्या दुसऱ्याला उधारीवर देत आहेत आणि त्यामुळे ते घेणाऱ्याकडे शेअर्सचा मालकी हक्क जाऊन त्याला सर्वसाधारण सभेत मताचा अधिकार मिळेल असा किन्स्चला संशय आला.

"ही लाजिरवाणी गोष्ट आहे," ते पत्र पाहून मिचेल झोवी म्हणाला. हा योल कसला विचार करत असेल? ही फारच दुर्मीळ चाल आहे. हे त्याचं काम वाटत नाही. त्याला आत्ताच्या आत्ता भावाशी बोलायचं होतं; पण तो गोपनीयतेच्या शपथेने बांधला गेला होता. "आपण त्यांना सेव्हरस्टालच्या प्रकरणात एक जोरदार ठोसा लगावला होता आणि आता ते आपल्याला जबाब देत आहेत. तरीही हे करण्याचं ते सयुक्तिक कारण होऊ शकत नाही," तो गोंधळून म्हणाला. "फार फार तर असं म्हणता येईल, की ते आता हातघाईला आले आहेत आणि उतावळेपणाने काहीतरी करत आहेत. त्यांच्याकडे सह्या तपासण्यासाठी पुरेसा वेळसुद्धा नव्हता."

"याच्यात काही विशेष असं नाही, आपणच काही तरी करायला हवं."

अंगावर उत्तम प्रतीचा करड्या रंगाचा सूट, रेघांचा शर्ट आणि त्याला साजेसा सिल्कचा टाय घातलेल्या उद्योगपतीला शोभेल असा पेहराव केलेला किन्स्च, ते पत्र हातात घेऊन त्यातल्या प्रत्येकाला उत्तर देण्यासाठी सज्ज झाला, तेव्हा त्याचा हात

थरथरत होता. तो प्रत्येक भागधारकाला त्यांनी त्यांची ओळख पटवून देण्याची मागणी करणार होता. होसे मारिया आरिस्ट्रानची सही पाहून तर तो फारच अस्वस्थ झाला.

किन्स्चने अनेक वेळा बोलून दाखवलं होतं, ''मला त्याच्या वडिलांविषयी फार आदर वाटतो, तो खऱ्या अर्थाने उद्योगपती होता. त्याने असेरालिया नावारूपास आणली; पण हे दिवटं? याला एकाच गोष्टीचा फायदा मिळतो आहे, की तो त्याचा मुलगा आहे.'' गी डोल जसा आदित्यचा कुचेष्टेने उल्लेख करत असे, तसा च आत्ता किन्स्च होसे मारियाचा उल्लेख करत होता. तो स्पीलमान जेव्हापासून होसे मारियाचा प्रतिनिधी म्हणून काम करत आहे, तेव्हापासून या स्पेनच्या माणसाच्या वागण्यात बदल होत असल्याचं किन्स्चच्या लक्षात आलं होतं.

आर्सेलरच्या संचालक मंडळाच्या सभागृहात, जिथे प्रचंड आकाराचं लांबट टेबल, त्रेचाळीस ध्वनिक्षेपक होते, त्याच्या शेजारीच असलेल्या आपल्या ऑफिसमध्ये बसून किन्स्च पत्राचा मसुदा तयार करत होता. आत्तापर्यंत त्याने भरपूर सिगारेट्स ओढलेल्या होत्या. क्षणभर असं वाटलं की, हा चंदेरी कोल्हा आपण सोडलेल्या धुरातच विरून जाईल.

काही तासांतच वॉल स्ट्रीट जर्नलने ते पत्र आपल्या वेबसाईटवर टाकलं आणि त्याला एखाद्या काल्पनिक कथेला शोभेल असं समर्पक शीर्षकही दिलं, 'द डर्टी थर्टी लेटर.'

ते डर्टी असो अथवा नसो, मित्तलचा जनसंपर्क विभाग आता जोमाने कामाला लागून सेव्हरस्टालचा व्यवहार हाणून पाडण्याच्या तयारीला लागला होता. भागधारकांच्या डोळ्यांवर पट्टी बांधलेली आहे, ते एखाद्या चक्रव्यूहात सापडलेले आहेत, त्यांना हातचलाखी करून फसवलं जात आहे, अशा अर्थाची अनेक व्यंगचित्रं युरोपातल्या सर्व दैनिकांत झळकायला लागली होती आणि भागधारकांना उद्देशून एक घोषणा लिहिली होती – 'आर्सेलरच्या भागधारकांनो, तुम्हाला रास्त माहिती मिळवण्याचा अधिकार आहे.' मित्तलच्या प्रवक्त्यांना सांगण्यात आलं, ''कृपा करून हे आपल्या वार्ताहरांना अनौपचारिकपणे सांगा, की किन्स्चला १९.१ कोटी शेअर्स असलेल्या भागधारकांनी अध्यक्ष म्हणून निवडून दिलं होतं, तर आता १९.६ कोटी शेअर्स असलेले भागधारक फेरविचाराची मागणी करून सर्वसाधारण सभा बोलावण्याची मागणी करत आहेत.'' किन्स्चच्या मते, ''भागधारकांनी त्याच्यावर पुरेसा विश्वास दाखवलेला आहे.''

मध्यंतरीच्या काळात निकोला डेव्हिडसनने अमेरिका आणि युरोपातल्या वर्तमानपत्रांत छापून आलेल्या ९६ कात्रणांचं एक बाड तयार केलं होतं. 'सेव्हरस्टालचा

व्यवहार हा आर्सेलरच्या भागधारकांच्या मतस्वातंत्र्याचा उघड उघड अपमान आहे,' ब्रेकिंगन्यूज.कॉमने आपला निकाल जाहीर केला; पण फ्रान्समधल्या वर्तमानपत्रांनी जास्तच जळजळीत टीका केली होती. 'सेव्हरस्टालच्या व्यवहारात आर्सेलरच्या शेअर्सचं मूल्य ४४ युरो प्रतिशेअर धरलेलं आहे; पण आज बाजारात तो ३३ युरो झाला आहे,' ला ट्रिब्युनने लिहिलं. 'भागधारकांच्या हिताचं संरक्षण करण्याची ही चांगली पद्धत आहे!', 'अॅलेक्सी मोडाशोव्ह चांगला उद्योगपती असेलही; पण तो सेव्हरस्टालचे शेअर्स फार संशयास्पद रितीने घेत आहे,' ल फिगरोनी शेरा मारला.

फ्रान्सच्या भागधारकांच्या हिताचं रक्षण करणाऱ्या एडीएएमच्या कोलेट निउव्हीलची प्रतिक्रिया फारच तिखट होती. "अमेरिकन काऊबॉयपासून (पेप्सी कंपनी) डानोनला (फ्रान्समधली खाद्यपदार्थ उत्पादक कंपनी) वाचवण्याचा गाजावाजा केला होता आणि आता पश्चिम युरोपातल्या आघाडीच्या कंपनीला रशियन लोकांच्या कब्जात देण्याच्या गोष्टी चालल्या आहोत. त्या पुतिनने तिथल्या गॅस उद्योगाची काय वाट लावली, ते आपण पाहतोच आहोत." अॅटॉन कॅपिटलच्या विश्लेषकाने लिबरेसनशी बोलताना सांगितलं, "मोर्डाशोव्हकडे जादूई किमया असेल; पण एखाद्याला १२.५ अब्ज डॉलर्सची मालमत्ता कशी अचानक काय मिळू शकते, हे कोडं मला तरी उलगडलेलं नाही. मोर्डाशोव्हने सेव्हरस्टाल आपल्या नावावर चढवली; पण फारच थोड्या लोकांना ह्या व्यवहाराची माहिती आहे."

भारताच्या उद्योग आणि वाणिज्य खात्याच्या मंत्र्याने, कमलनाथने, परत एकदा सरकार आणि आर्सेलर वंशवादी चाल खेळत आहे, असा आरोप केला. "रशियन लोकांचा प्रस्ताव आला, तेव्हा कोणीच काही बोललं नाही. मला हे फारच विचित्र वाटत आहे. तेव्हा हा कंपनीचा प्रश्न होता, की मित्तल भारतीय असण्याचा?"

टोरांटो स्टारने, कॅनडाच्या पद्धतीप्रमाणे सौम्य भाषेत लिहिलं, 'गुंतागुंतीची चाल करून आर्सेलरने पाणी गढूळ केलं आहे. गी डोलने भले वर्तमानपत्रांना सांगितलं असेल, की हा व्यवहार त्याच्या कंपनीच्या दृष्टीने मोठा टप्पा होता. गुंतवणूकदारांसाठी वाढीची संधी देणारा आणि भागधारकांसाठी अधिक चांगला पर्याय देणारा; हा व्यवहार होता,' पण डोफॅस्कोचे लोक आता संभ्रमात पडले होते. सेव्हरस्टालचा प्रस्ताव जाहीर झाला, त्याच दिवशी युसिनॉरचा माजी उपध्यक्ष असलेला जॅक शाबानीएची डोफेस्कोमध्ये डॉन पेथरच्या जागी कार्यकारी अधिकारी म्हणून नियुक्ती करत असल्याचं गी डोलने जाहीर केलं. पेथरने कंपनीच्या संकटाच्या वेळी अनेकदा अथक परिश्रम करून तिला वाचवलं होतं.

शाबानीए पूर्वी युसिनारच्या अमेरिकेतील स्टेनलेस स्टील प्रकल्पाचा प्रमुख होता आणि नुकताच जपानशी धोरणात्मक समझोता करण्याचं काम बघत होता. "आर्सेलरच्या प्रत्येक कारखान्यामधल्या जवळपास सर्व लोकांना मी ओळखतो,"

हॅमिल्टन स्पेक्टेटरच्या नाओमी पॉवेलला तो सांगत होता. ''आर्सेलरसारख्या प्रचंड धुडाशी हॅमिल्टनला जोडण्याची माझ्यात कुवत आहे. मी नेहमी सांगतो, कुठलीही समस्या असो, आर्सेलरमध्ये असा एकतरी इसम असेल, की ज्याला त्याचं उत्तर माहीत असेल. प्रश्न इतकाच आहे, की तो उत्तर माहीत असलेला माणूस कसा शोधायचा?''

डोफॅस्कोच्या दृष्टीने एकच प्रश्न होता की, ते नक्की कोणासाठी काम करत आहेत? ते आता आर्सेलरच्या बरोबर होते – खुद्द आर्सेलरवर मित्तलचा डोळा होता – तशातच एका डच कंपनीच्या स्टिचिंगखाली त्यांना ठेवलं होतं, ज्याचं भवितव्य रशियातला मोर्दाशोव्ह करणार होता. पूर्वीच्या सुखाच्या दिवसाची आठवण काढून प्रत्येकजण हळहळत होता.

आता रशियन माणसाला झोडपण्याची विल्बर रॉसची पाळी होती. ''रशियन हुकूमशहाला कंपनीच्या प्रमुखपदी बसवणं कितपत योग्य आहे, असा प्रश्न पाश्चात्त्य संस्थांच्या मनात गंभीरपणे उभा राहिला आहे.'' त्याने पहिला बाण सोडला. ''समजा, उद्या पुतिनला मोर्दाशोव्ह आवडेनासा झाला, तर कंपनीचं आणि तिच्या मालमत्तेचं काय होईल?'' नंतर त्याने इंटरनॅशनल हेराल्ड ट्रिब्यून सांगितलं, ''आर्सेलरच्या भागधारकांना मित्तल हवा का मोर्दाशोव्ह ते ठरवण्याचा अधिकार आहे. दार बंद करून बसलेल्या संचालकांना नाही.''

२९ मेला मोर्दाशोव्ह प्रचारासाठी लंडनला आला होता. एबीएन बँक त्याला सल्ला देण्याचं काम करत होती. तो उत्साहात होता हे जरी खरं असलं, तरी त्याची शब्दयोजना फारशी सावधगिरीची नव्हती. त्याने एकदा स्वत:ला 'पोलादाचा राजपुत्र' अशी उपमा दिल्यामुळे गुंतवणूकदार सावध झाले आणि एकदा का किन्स्च आणि डोल दूर झाले, की मीच राजा होणार असं सूचित केलं. ही बातमी बाहेर फुटली तेव्हा त्यांनी पीटर मार्शला फिनान्शियल टाइम्ससाठी मुलाखत देऊन सारवासारव केली.

५० टक्के नकारात्मक मतांविषयी बोलताना त्याने खुलासा केला, ''ते ठरवण्यामागे त्याचा काहीच हात नाही. तो संचालकांचा निर्णय होता. आर्सेलरला बाहेरच्या माणसाला, म्हणजे माझ्यासारख्याला शेअर्स देण्याचा हक्क आहे आणि त्यासाठी भागधारकांची परवानगी घेण्याची गरज नसते, हे सगळ्या भागधारकांना चांगलंच ठाऊक आहे. आता ते तक्रार करताना बघून आश्चर्यच वाटत आहे.''

''आपल्या कंपनीच्या मालमत्तेचं मूल्यमापन १४ अब्ज युरो केलेलं आहे आणि ते रास्त आहे कारण यातली ९५ टक्के आकडेवारी ऑडिटर्सने तपासलेली आहे. हे काही सोयीसाठी घाईघाईने केलेलं लग्न नाही. मी गी डोलला १९९६ सालापासून

ओळखतो आणि या व्यवहारासाठी मला पुतिनच्या परवानगीची गरज नव्हती. मी पुतिनचा मित्र आहे असं म्हणणं फार अतिशयोक्तिपूर्ण होईल.'' हे जरी तो म्हणाला असला, तरी मार्च महिन्यात तो पुतिनबरोबर चीनला शिखरपरिषदेसाठी गेला होता. ''सेव्हरस्टाल एक खाजगी कंपनी आहे... आणि ती भागधारकांना उत्तरदायी आहे,'' मोर्दाशोव्ह म्हणाला. ''सेव्हरस्टालने रशियन सरकारशी आर्सेलरच्या विलीनीकरणाची चर्चा केली होती. सरकारी अधिकाऱ्यांनी या कल्पनेला उचलून धरत सकारात्मक पाठिंबा दिला; पण याचा अर्थ आम्हाला त्यांची परवानगी घेणं बंधनकारक होतं, असा होत नाही.''

यानंतर मार्शने त्याला दुसऱ्या संवेदनशील विषयावर छेडलं. ''लक्सेम्बर्ग सरकारच्या कायद्यानुसार बोली लावणाऱ्यांनी ३३ टक्के हिश्शाचा टप्पा गाठला, की त्याला सबंध कंपनीवर बोली लावावी लागते आणि त्याला नियामकांची परवानगी लागते. हे सर्व टाळण्यासाठी मोर्दाशोव्हला आत्ता ३२ टक्केच शेअर्स दिले असून ते कालांतरानी ३८ टक्के वाढवण्याची योजना आखण्यात आली, असा भागधारकांचा आरोप होता. अशी संपूर्ण बोली लावण्याचं तुमच्यावर बंधन आहे, असं तुम्हाला वाटतं का?'' मार्शने विचारलं.

''आर्सेलरने योजल्याप्रमाणे जर शेअर्सची फेरखरेदी झाली, तर तो आकडा ३८ टक्क्यांपर्यंत जाऊ शकतो. मी त्या खरेदीत कुठलाही सहभाग घेणार नाही,'' मोर्दाशोव्ह म्हणाला. ''शेअर्स विकत घेऊन नवीन कंपनीत आपली गुंतवणूक वाढवण्याचा माझा कसलाच विचार नाही आणि नियमानुसार मला तसं करायला परवानगी देखील नाही. मी सुरुवातीलाच ३३ टक्क्यांपेक्षा कमी शेअर्स घेत असल्यामुळे माझ्यावर कंपनी ताब्यात घेण्याचं कुठलंच बंधन असणार नाही. माझे शेअर्स ३८ टक्के होतील, ते माझ्या कृतीमुळे नाही, तर दुसऱ्यांच्या फेरखरेदीमुळे. माझी त्यात तटस्थ भूमिका असणार आहे. हे ३३ टक्के शेअर्स असल्यावरचं बंधन माझ्याकडे तितके शेअर्स नसल्यामुळे मला लागू होणार नाही आणि कंपनी ताब्यात घेण्याची माझी कसलीच योजना नाही.''

मोर्दाशोव्हने न डगमगता मुद्देसूद आणि समर्पक उत्तरं दिली होती यात वादच नाही आणि ते करताना त्याने आर्सेलरच्या चालबाजीपासून स्वतःला नामानिराळं ठेवलं होतं. त्याच्याविषयी वाटणाऱ्या शंकांचंही त्यानं निराकरण केलं होतं. तो कितीही जरी दृढनिश्चयी वाटत असला, तरी आता तो प्रवाहाच्या विरुद्ध पोहायला लागला होता.

लक्ष्मी मित्तल मधल्या काळात पीएर-ईव्ह शाबेरचा वकिली सल्ला घेत होता. शाबेरच्या मते, 'आर्सेलरने जर ते डर्टी थर्टी पत्राकडे दुर्लक्ष केलं, तर संचालकांवर

अब्रुनुकसानीचा दावा ठोकता येईल.' मित्तलच्या प्रवक्त्याने एक निवेदन जारी केलं–

निवेदनाचा मथळा होता :

केवळ तुम्हाला पार्श्वभूमीची माहिती असावी म्हणून.
आर्सेलरच्या संचालकांवर अब्रुनुकसानीचा खटला भरला जाऊ शकतो.

- ३० टक्के भागधारकांनी पाठवलेलं पत्र जर नजरेआड केलं, तर संचालक मंडळावर अब्रुनकसानीचा खटला लावला जाऊ शकतो.
- लक्सेम्बर्गच्या कायद्यानुसार संचालक मंडळाला विशेष सर्वसाधारण सभा बोलावून खटला भरता येऊ शकतो.
- अशी सभा बोलावण्यासाठी २० टक्के शेअर्स असलेल्या भागधारकांनी मागणी करायची असते.
- आर्सेलरची अशी कल्पना झाली असेल, की ते यापासून विमुक्त असतील; पण आता ३० टक्के शेअर्स असलेल्या भागधारकांनी आपली नाराजी व्यक्त केलेली आहे.
- आर्सेलरने जर त्यांच्या भागधारकांप्रती असलेल्या कर्तव्यात कसूर केली आणि विशेष सभा बोलावून ३० टक्के भाग असलेल्या भागधारकांच्या विनंतीनुसार सेव्हरस्टालच्या व्यवहारावर आपलं मत मांडायची संधी दिली नाही, तर असा खटला भरला जाण्याची शक्यता अधिकच बळावते.
- अशी जर वेळ आली, तर संचालक मंडळाचे सभासद, होणाऱ्या परिणामांना वैयक्तिकरित्या जबाबदार धरले जातील.

मित्तलचा याच्याशी थेट संबंध कधीच नव्हता. वैयक्तिक जबाबदारीचा उल्लेख डर्टी थर्टी पत्रातून वगळलेला होता आणि तो आता या पत्रामुळे लक्सेम्बर्गमध्ये सर्वांना माहीत झाला होता. हे लिहिण्याचा मूळ उद्देश आर्सेलरच्या दुराग्रही आणि चिडक्या संचालकांना दणका देण्याचा आणि न भूतो न भविष्यती घाबरवून सोडण्याचा होता.

दणका देण्याचं काम झाल्यावर मित्तल आता सामोपचाराच्या मार्गाकडे वळला.

३४

शुक्रवार, २ जून

आव्हन्यू द ला लिबेर्ते

किन्स्चने आपला स्थनिक कायदा सल्लागार फिलिप हॉस आणि सेरव्हाँ-श्रायबर यांना ऑफिसात बोलावून घेतलं. ही दोघं आणि स्कॉट सिम्सनचा उल्लेख तो आता थ्री मस्केटीअर्स करत होता आणि जोडीला मिचेल झोवी, डी आर्टागान होतेच. हातातला कागद त्यांच्यापुढे नाचवत तो म्हणाला, ''मला हे पत्र मि. मित्तलकडून आलेलं आहे. ते वाचून मला तुमचं काय मत आहे ते सांगा.'' वकिलांनी बसून ते पत्र वाचलं. आर्सेलरने सेव्हरस्टालशी करार करताना जे व्यवस्थपनाचं तत्त्व अवलंबायचं ठरवलेलं होतं, तेच मित्तल आता मान्य करायला तयार होता. या वेळी मित्तलने त्याच्या व्यवहाराच्या योजनेचा आराखडा व २००६ सालच्या उलाढालीचे अंदाज पाठवले होते. संचालक मंडळावर असलेल्या अठरा सभासदांपैकी तो बारा स्वतंत्र सभासद ठेवायला तयार होता; इतकंच नाही तर मित्तल कुटुंबीय, संचालक मंडळाच्या शिफारशीनुसार मतदान करेल, असंही त्याने मान्य केलं होतं.

''मि. चेअरमन, आम्ही वकील आहोत. मला वाटतं तुम्ही प्रथम वित्त सल्लागाराशीच बोलावं, हेच योग्य नाही का?'' सेरव्हाँ-श्रायबर प्रथम बोलला.

''माझा त्यांच्यावर विश्वास नाही. हे आपल्यातच राहू दे.''

सेरव्हाँ-श्रायबर हे ऐकून थक्कच झाला. अर्थात असल्या प्रकारच्या लढायांत विचित्र वर्तन आणि अविश्वास सर्रास आढळतो. ''मी जे काय काम करतो, त्याचा मला मनापासून अभिमान वाटतो; पण मी खरंच तुम्हाला मूल्यपापन आणि आर्थिक धोरणांविषयी सांगू शकत नाही.''

''निदान आपण आता काय करायचं ते तरी सांगशील का?'' किन्स्चने

आग्रहच धरला. त्याला प्रथम वित्तविषयाची माहिती नसलेल्या माणसाचं मत हवं होतं.

''मला तरी असं दिसतं आहे, की आपण जे काही मागत होतो, ते सर्व त्याने देऊ केलं आहे,'' सेरव्हाँ-श्रायबर म्हणाला. ''मला वाटतं, त्याच्याबरोबर बसून बोलणी करायला हरकत नाही.''

किन्स्चने मान डोलावून जणू काही सूचित केलं, की तू हेच बोलशील, असं मला वाटलं होतं. मित्तलचा हा प्रस्ताव नक्कीच विचार करायला प्रवृत्त करणारा होता. किन्स्च आता या पत्रावर अनेक दिवस बसून राहणार होता.

लक्ष्मी मित्तलचे सल्लागार किन्स्चला हे असलं पत्र पाठवण्याच्या विरोधात होते. तो किन्स्चला गरज नसताना फारच ढील देतो आहे, असं त्यांनी मित्तलला बोलून दाखवलं; पण आता इतके महिने उलटून गेल्यामुळे त्याला हा व्यवहार पूर्ण करायचाच होता. प्रतिपक्षही आता या प्रकरणाला कंटाळलेला होता. आपण आता सेव्हरस्टालला आर्सेलर फार स्वस्तात देतो आहे, असं आर्सेलरच्या लोकांना वाटत असेल. दोन्ही पक्ष आता पुढे सरकत नव्हते. काहीतरी करायलाच हवं होतं.

''आपण आता नवा विचार पुढे आणला पाहिजे, कारण आपल्याला प्रगती करायची आहे,'' मित्तलने योल झोवीला सांगितलं. ''आपण सेव्हरस्टालच्या मानाने अडीचपट मोठे आहोत आणि आपल्या या नवीन प्रस्तावामुळे आपल्याला फक्त दहा टक्के जास्त भागभांडवल मिळणार आहे. कुठल्याही संचालक मंडळाचे सभासद सेव्हरस्टालला कसा काय पाठिंबा देऊ शकतील?''

आत्तापर्यंत वेगवेगळ्या मार्गांनी मित्तलसमोर अडथळे उभे करणाऱ्या आर्सेलरच्या संचालक मंडळींची परिस्थिती, मित्तलने दिलेल्या नवीन सवलतींमुळे अवघड होणार होती. ते जर वाटाघाटीला तयार झाले नाहीत, तर आर्सेलरचे भागधारक जास्तच अस्वस्थ होतील. शिवाय संचालकांना आता माघार घ्यायला आयतं निमित्त मिळेल. नवीन सवलती हातात पडल्यामुळे, भागधारकांच्या हितसंबंधांचं संरक्षण करायला हे उंची परफ्युम बनवणारे, सुमार दर्जाच्या यु.डी. कोलन बनवणाऱ्या कंपनीशी मित्रत्वाने हातमिळवणी करायला तयार होतील, अशी शक्यता निर्माण झाली होती.

''त्यांना हे अपेक्षित नसेल,'' आपल्या वडिलांना पाठिंबा देत आदित्य म्हणाला. ''आपण त्यांच्यावर बाजी उलटवली आहे.''

''मला अजूनही वाटतं, की संचालक ऐकणार नाहीत,'' योल झोवीने युक्तिवाद केला.

मित्तल हसला. ''त्यांच्यापुढे दुसरा पर्यायच नाही.''

युरोपियन कॉम्पिटीशन कमिशनच्या नेली कोरेसचं पत्र आलं, त्याच दिवशी

त्याने किन्स्चला पत्र पाठवलं. आर्सेलर आणि मित्तल स्टीलच्या विलीनीकरणाला विरोध करण्याला कमिशनला कुठलंच कारण दिसत नाही. मित्तलच्या वाटेतला आर्सेलरला वाटणारा हा आणखी एक अडथळा निकामी झाला होता.

आपल्या वकिली आणि वित्त सल्लागारांच्या गराड्यात मिचेल झोवी मित्तलची व्यावहारिक योजना चाळत बसला होता. ''आपण केलेल्या मित्तल स्टीलच्या विश्लेषणापेक्षा हा अहवाल जास्त आशावादी वाटतो,'' मिचेलने किन्स्चला सांगितलं. ''हा अचानक बदल कसा काय झाला, ते समजायला आपल्याला त्यांना अनेक प्रश्न विचारावे लागतील.''

''आता त्याच्याशी बोलायला पाहिजे का?'' किन्स्चने नाराजीने विचारलं. मित्तलचा आशावाद, चिकाटी आणि सोशिकपणा कमी होणार नव्हता, हे सगळ्यांना कळून चुकलं होतं. आपल्या हातातील 'विकाऊ नाही' या पाटीला किन्स्च अजूनही धरुन बसला होता; पण जर आपली किंमत रास्त असेल, तर व्यवहार केव्हाही होऊ शकतो, हे मित्तलला माहीत होतं.

''हो, आता बोलणी करायची वेळ आलेली आहे,'' झोवी म्हणाला. ''त्याने सादर केलेल्या योजनेबद्दल त्याचे आभार माना आणि दोन्ही पक्षांची बैठक बोलवा. आम्हाला अनेक गोष्टींचा खुलासा हवा आहे, हेही त्यांना सांगा.''

किन्स्चचा विरोध आता जरासा मावळायला लागला असला, तरी काही इतर संचालकांप्रमाणे अजूनही आपला सच्चा युरोपियन ५० टक्के नकारात्मक मताच्या जोरावर बाजी मारेल असं त्याला वाटत होतं. मित्तल जिंकला तर गी डोलचं काय होणार, ही किन्स्चला काळजी पडली होती. मोर्डाशोव्ह जर जिंकला तर आपण निवृत्त झाल्यावर गी डोल अध्यक्ष होऊ शकतो आणि मानाने निवृत्त होऊ शकतो. हे असंच ठरलेलं होतं. मित्तल आला की सर्व स्वप्नांचा चुराडा होणार होता.

शेवटी मित्तलला पत्र लिहायला किन्स्च तयार झाला.

३५

मंगळवार, ६ जून

कार्लो टेरेसा स्टील वर्क्स, व्हाल कामोनिका, ब्रेसिया

गी डोल रोमेन झालेन्स्कीचा कारखाना पाहून मनापासून खूश झाला होता. आज तो प्रथमच इथे आला होता. कारखाना बघत असताना तो वाटेतल्या कर्मचाऱ्यांशी तपशीलवार बोलत होता, माहिती विचारत होता आणि त्यांना उत्तम कामाबद्दल धन्यवाद देत होता. आज तो तसा जरा खुशीतच होता. नंतर गोन्झालो उर्क्वीजोने सेव्हरस्टालचा प्रस्ताव झालेन्स्की आणि मारिओ कोच्चीला समजावून सांगितला तेव्हा वातावरण बदललं.

गोन्झालो उत्तम अर्थतज्ज्ञ आहे, हे झालेन्स्कीला आधीपासूनच माहीत होतं; पण डोलचं काय? त्यानं बरचं काही ऐकलं होतं – आणि ते उलट सुलट होतं. डोलने मोर्डाशोव्हच्या व्यवहाराची पाहिजे असलेली सर्व माहिती दिली आणि मित्तलपेक्षा हा व्यवहार कसा चांगला आहे ते सांगितलं. भाषणबाजी सगळी उत्तम होती; पण हे बोलताना तो झालेन्स्कीची नजर चुकवत होता. आपण पोलादाच्या विषयात अनभिज्ञ आहोत, असं समजून हा आपल्याशी बोलत असल्यासारखं झालेन्स्कीला वाटलं. हे चुकीचं असलं, तरी त्याने त्याच्याकडे कानाडोळा केला. समोर बोलत असलेल्या माणसाची आत्मीयता आणि आपल्याशी व्यवहार करण्याच्या प्रखर इच्छेचं तो कौतुक करत होता; पण गी डोल कुठे होता? इथे येण्याच्या आधी आपली इच्छाशक्ती तो घरीच ठेवून आला असावा. झालेन्स्कीला अर्थातच शेअर्सची फेरखरेदी आणि ते ५० टक्क्यांचं नकारात्मक प्रकरण आवडलेलं नव्हतं; तरीसुद्धा त्याला आर्सेलर ही एक उत्कृष्ट कंपनी आहे, असंच वाटत होतं. मात्र ती डोल, मोर्डाशोव्ह किंवा मित्तल यांच्यापैकी कोणाच्या हातात ती भरभराटीला येईल, ते त्याला समजत नव्हतं. रोमेन झालेन्स्की अजूनही मोकळा होता, कादाचित मित्तल

समजत होता त्यापेक्षा जास्त.

झालेन्स्की डोलला परत विमानतळावर घेऊन गेला. कदाचित गाडीमध्ये डोल खुलेल असं त्याला वाटलं होतं; पण काहीच बदल नव्हता. झालेन्स्कीने विचार केला, इथे दोन फ्रेंच गृहस्थ बसले आहेत. दोघंही पोलादाच्या उद्योगात निपुण आहेत. दोघांनी एकोल पॉलिटेक्निकमध्ये शिक्षण घेतलं आहे, तरीदेखील आमच्यात कसलंच साम्य दिसत नाहीये.

संध्याकाळी ६.३० वा

ल सेर्क्ल अँतरालिए द्यु फोबुर सॉंतानोरे, पॅरिस

एलीझे पॅलेसच्या जवळ असलेला ल सेर्क्ल अँतरालिए ही वर्धापनदिनाच्या पार्टीसाठी आदर्श जागा होती. १९१७ साली हेन्री डी रोथशिल्डच्या प्रचंड महालात राजकारणी, उद्योगपती, राजदूत, डॉक्टर्स, न्यायाधीश आणि अन्य प्रतिष्ठित लोकांसाठी स्थापन झालेल्या या क्लबच्या हिरवळीवर एक हजार लोक आरामात वावरू शकत होते.

आन मो आज तिच्या इमेज-७ चा अठरावा वर्धापनदिन साजरा करत होती आणि कसल्याही क्षेत्रात प्रसिद्धी मिळवलेला प्रत्येकजण आज इथे दिसत होता. ज्यांना आमंत्रण नव्हतं, ते परगावी जाणार असल्यामुळे येणार नाही, असं इतरांना सांगत होते. जॅक शिराक पार्टीत दिसत नव्हता, तसंच त्याचा देशभक्त अर्थमंत्री थिअरी ब्रेतॉंसुद्धा नव्हता. सांस्कृतिकमंत्री रेनॉं दोन्नेदीउ दव्हाब्रे मात्र मजेत मोने दिलेल्या शॅंपेनचा आस्वाद घेत होता. अचानक दोन पाहुणे आले – आणि तेही बरोबर – तेव्हा मंत्रिमहोदयांसकट सर्वांच्या नजरा तिकडे वळाल्या. फोटोग्राफरर्सना चुकवत ते दोघं सफाईने आत येत होते. योल आणि मिचेल झोवीनी जॉर्ज-५ मध्ये नुकतीच कॉफी घेतली होती. दोघंही पाहत असलेल्या व्यवहाराची परिस्थिती बघता, ज्याच्याविषयी ते कधीच एकमेकात बोलले नव्हते, त्यांनी पार्टीला वेगवेगळं जाण्याचा विचार केला होता.

"काय वेडा आहेस का?" मिचेल म्हणाला. "आपण सख्खे भाऊ आहोत, त्यात वेगळं जाण्याने काही फरक पडणार आहे का? ते काही नाही, आपण एकाच टॅक्सीतून जायचं."

मिचेलने आनच्या दोन्ही गालाचं चुंबन घेतलं. तिच्या सुंदर पोशाखाचं कौतुक केलं आणि गर्दीत जाऊन मिसळला. फ्रॉंस्वा पिनोने त्याला लगेच पकडलं.

"मिचेल, तुला भेटून आनंद वाटला. हा व्यवहार होणार तर!"

''सगळ्यांना तसंच वाटतंय,'' मिचेलने हसून त्या उद्योगपतीकडे पाहिलं.

त्याच्या बाजूला आन मो आल्याचं त्याला समजलंच नाही. ''मिचेल, तू एका व्यक्तीला भेटावंस असं मला वाटतं,'' असं म्हणत त्याच्या कोपराला धरून ती त्याला बागेच्या एका कोपऱ्यात घेऊन गेली. ''हॅलो मिचेल, तुला पाहून बरं वाटलं,'' आदित्य मित्तल म्हणाला. ते आज प्रथमच भेटत होते. गेले अनेक महिने आपापल्या वर्तुळात काम करत असताना दोघांची कधी समोरासमोर भेट झाली नव्हती. सुरुवातीला दोघांनाही संकोच वाटत होता. ते पायऱ्यांवरून चढत असताना अनेक डोळे त्यांच्याकडे लागलेले होते.

''योलबरोबर इतक्या जवळून काम केल्यामुळे मला आता मी तुलाही ओळखतो असंच वाटायला लागलं आहे.'' त्यांनी आता मुलाबाळांच्या गप्पा मारायला सुरुवात केली. मिचेलची दोन्ही मुलं आता मोठी झाली होती, तर आदित्य पुढच्या महिन्यात पहिल्यांदा बाप होणार होता.

''एकदा का बाप झालास की तुझं आयुष्यच बदलेल,'' सल्ला देत मिचेलनी त्याला खात्रीनी सांगितलं. या तरण्या मित्तलशी बोलत असताना त्याला आश्चर्यच वाटलं. गी डोल ज्याचं नावही घ्यायचं टाळत असे, तसा काही तो उर्मट आणि श्रीमंत बापाचा लाडावलेला मुलगा वाटत नव्हता. उलट तो विनम्र, प्रेमळ, हसरा आणि फार फार हुशारच वाटला. सर्वगुणसंपन्न दिसतो हा मुलगा.

''मला माहीत आहे, आपण आत्ता सविस्तर बोलू शकणार नाही; पण आम्ही दिलेला प्रस्ताव खरंच फार चांगला आहे. मला आशा आहे की, आर्सेलरचं संचालक मंडळ त्याचा विचार करेल.''

''कंपनीच्या वतीने काहीही करण्याचा मला अधिकार नाही; पण जशी युद्धाची एक वेळ असते, तशीच शांततेचीपण असते,'' मिचेल कोड्यात टाकत असल्यासारखं बोलला. ''आम्हाला न विचारता तुम्ही सरळ प्रस्ताव पाठवून दिलात, तो आम्हाला आक्रमकपणा वाटला. त्यामुळे आम्ही वेगळ्याच नजरेनी तुमच्याकडे बघायला लागलो.''

''तुमच्याशी हिरिरीने लढाई करण्याची आमची अजिबात इच्छा नव्हती,'' आदित्यनी त्याची समजूत काढत सांगितलं.

वीस मिनिटांनंतर आदित्य, योल झोवी आणि ताजबक्ष चायनीज रेस्टॉरंटमध्ये पुढची योजना आखण्यासाठी गेले.

''मला वाटतं, आपण आर्सेलरच्या भागधरकांनाच शेअर्सच्या फेरखरेदीसाठीच्या प्रस्तावाच्या विरोधात मतदान करायला सांगू,'' आदित्य म्हणाला.

''ते काम फारच अवघड आहे,'' ताजबक्ष म्हणाला.

''पण त्याचा उपयोग झाला तर सेव्हरस्टालचा मुद्दाच उरणार नाही,'' आदित्यने तर्क लढवला.

आर्सेलर आणि त्याच्या सल्लागारांना आपले कडके भागीदार इतक्या मोठ्या रकमेला नकार देतील, असं वाटणारही नाही.

गुरुवार, ८ जून, सकाळी ११ वा.

शेरेटन हॉटेल बिझिनेस सेंटर, ब्रुसेल्स विमानतळ

रोलाँ जंक हताश झाला होता. त्याने हे ठिकाण पूर्ण विचार करून निवडलेलं होतं. आर्सेलरचं जेट ब्रुसेल्सच्या विमानतळावर विश्रांतीला असायचं, तेव्हा ते इथे दिसलं तरी कोणाला शंका आली नसती. आत्तापर्यंत भांडणाऱ्या दोन पक्षांना एकत्र बसलेलं पाहून आर्सेलरवर प्रसारमाध्यमांचा आणि बाजाराचा दबाव पडला असता आणि आधीच ते फार दबावाखाली होते. काही भरवशाचे कर्मचारी आणि सल्लागार सोडले, तर आर्सेलरच्या बाकी लोकांना अंधारात ठेवण्यात आलं होतं. शेरेटन मधल्या दालनात प्रवेश करताच जंकचा धीर खचला. त्याच्या समोरचं एक भलीमोठी पाटी त्याला दिसली – आर्सेलरच्या बेल्जियममधील व्यवस्थापकांची परिषद.

"ते आले की त्यांना लगेच आत पाठवा," जंकने स्वागतिकेला सांगितलं आणि लगबगीने आत गेला. बिल स्कॉटिंगबरोबर आदित्य मित्तल आत आला. त्याच्या वडिलांचे शब्द त्याच्या कानात घुमत होते, 'आदि, जा आणि त्यांना पटवून दे. आता सगळं तुझ्याच हातात आहे.'

आदित्य नेहमीप्रमाणेच शांत होता. प्रथम त्याने जंकबरोबर हस्तांदोलन केलं. सुरुवातीला तिघंही अवघडल्यासारखे वाटत होते. इतके महिने एकमेकांशी लढल्यानंतर, जंक त्याला लढाईच म्हणत आला होता, आता तिघं प्रसन्नपणे हसले. "काळजी करू नका, आम्ही बंदुका बाहेरच ठेऊन आलो आहोत." या मितीलाही जरी गी डोल सेव्हरस्टालच्याच प्रस्तावाला पाठिंबा देत होता, तरी आता हे तिघं एकमेकांच्या कंपनीला नीट समजून घेण्याच्या कामाला लागले. मित्तलने नुकत्याच जाहीर केलेल्या काही सवलतींच्या पार्श्वभूमीवर ते मित्तलची औद्योगिक योजना समजावून घ्यायला लागले. ही योजना सुमारे दोनशे पानांत विशद केलेली होती. त्यांनी एकमेकांच्या विस्तार आणि वृद्धीच्या योजना समजून घेतल्या. एकत्रित कंपनीचं स्वरूप आणि भवितव्य यांची चर्चा केली, या विलीनीकरणाचे फायदे काय असतील ते तपासलं, प्रत्येक कंपनीची खासियत काय आहे आणि त्याचा एकत्रित समूहासाठी कसा फायदा करून घेता येईल याची चर्चा केली. नंतर ते तांत्रिक मुद्द्याकडे वळले. त्यात त्यांनी उत्पादन, वितरण, कच्च्या मालाची खरेदी, दरामधल्या सवलती आणि

तांत्रिक ज्ञानाची देवाणघेवाण यांची चर्चा केली.

बैठक संपली आणि ते आपापल्या वाटेने परत गेले; अर्थात परत भेटण्याचं नक्की ठरवूनच. आता आदित्य आपल्या वडिलांना धीर देणारी बातमी देऊ शकत होता. जंकच्या बोलण्यावरून सगळ्या गोष्टी मार्गस्थ होतील आणि त्यांच्या मनासारखंच होईल.

ग्रुपो लुच्चीनी मुख्यालय, व्हिआ ओबेरडान, ब्रेसिया

रोमेन झालेन्स्की आणि मारिओ कोच्चीचं, गिसेप्पे लुच्चीनी या केवळ नावापुरताच अध्यक्ष असलेल्या अध्यक्षानी त्यांचं स्वागत केलं. नावापुरताच असा उल्लेख करायचं कारण म्हणजे इटलीमधल्या दुसऱ्या क्रमांकाच्या पोलाद उद्योग समूहातून लुच्चीनीने आपली हिस्सेदारी अ‍ॅलेक्सी मोर्डाशोव्हला विकली होती. त्यामुळे लुच्चीनीच्या बँकेला जरी हायसं वाटलं असलं तरी त्याची कंपनी आता सेव्हरस्टालच्या नियंत्रणाखाली गेली होती आणि सेव्हरस्टालच्या उत्पादनात ३५ लाख टन पोलादाने भर टाकली होती. लुच्चीनीचा व्यवहार सुरळीतपणे पार पडल्याचा झालेन्स्कीला विशेष आनंद झाला होता, कारण त्याला कर्ज दिलेल्या बँकेत त्याचा दोन टक्के हिस्सा होता.

याच वेळी कंपनीचा नवा मालक मोर्डाशोव्ह आपल्या समूहात आलेल्या नवीन कंपनीला व्हदिम मॅकॉव्ह आणि थोमास व्हेराइटोसह भेट द्यायला आला होता. व्हेराइटो हा धडाडीचा ऑस्ट्रियन गृहस्थ त्याच्या वित्तविभागाचा प्रमुख होता. मोर्डाशोव्हला त्याच्या इटलीतल्या वास्तव्याचा जास्तीत जास्त लाभ उठवायचा होता आणि आर्सेलरच्या व्यवहारासाठी पाठिंबा मिळवण्यासाठी कार्लो टेस्सेराच्या प्रमुखाला भेटणं गरजेचं होतं. मोर्डाशोव्हने लुच्चीनीला झालेन्सकीची भेट घालून देण्याची विनंती केली. सत्तर वर्षांच्या झालेन्स्कीलाही काही कारणासाठी त्याला भेटायचंच होतं. या दोघांचाही आर्सेलरच्या भवितव्यात स्वार्थी हेतू होता.

कारखान्याला भेट दिल्यानंतर ते लुच्चीनीच्या घरी भोजनासाठी गेले. मोर्डाशोव्ह मोठी स्वप्नं बघायला लागला होता. आरामात हात पसरून तो सेव्हरस्टाल आणि आर्सेलरच्या आपल्या भावी योजना सांगत होता. तो आपल्याच विश्वात इतका रमला होता, की दोन दिवसांपूर्वी भेटलेल्या गी डोलप्रमाणेच त्याने झालेन्स्कीकडे बघितलंही नाही. झालेन्स्कीचं काय मत आहे, हे बघण्याचं काम त्याने आपल्या सल्लागारांवर सोडलेलं होतं. तो त्यांच्या बाजूने होता का मित्तलच्या?

व्हेराइटोनी सुरुवातच जलदगती चेंडूने केली. ''या व्यवहारापासून आपल्याला नक्की काय हवं आहे?''

झालेन्स्कीने कोच्चीकडे पाहिलं आणि म्हणाला, ''हे बघा, मी आर्सेलरमध्ये पैसे टाकले, कारण मला त्या कंपनीचा भविष्यकाळ उज्ज्वल वाटतो. मला

कसलीच काळजी वाटत नाही आणि मी माझी गुंतवणूक तशीच ठेवणार आहे.'' आपला कल कोणाकडे आहे, हे तो इतक्यातच उघड करणार नव्हता.

मोर्डाशोव्हच्या उपदेशात्मक बोलण्याचा झालेन्स्कीला राग येत चालला होता. हे तो नेहमीच असं करतो की फक्त आत्ताच याच्याशी त्याला काहीच देणंघेणं नव्हतं. माणूस जितका बोलतो, तितकंच त्यानं ऐकलंही पाहिजे, असं त्याचं मत होतं.

त्याने घड्याळाकडे पाहिलं आणि ताडकन उठला. ''सभ्य गृहस्थांनो, मला आणि मारिओला मिलानमध्ये तातडीच्या बैठकीला हजर राहायचं आहे, तेव्हा आम्ही आपली रजा घेतो.'' जाताना त्याने रशियनांशी विनम्रपणे हस्तांदोलन केलं आणि म्हणाला, ''तुमच्या लुच्चीनीच्या व्यवहाराबद्दल मी तुमचं अभिनंदन करतो. आर्सेलरचा व्यवहार होवो अथवा न होवो, मी आपल्याला भविष्याकाळासाठी शुभेच्छा देतो.''

परत खोलीत आल्यावर मोर्डाशोव्ह लुच्चीनीला म्हणाला, ''भेट यशस्वी झाल्यासारखी वाटतंय.''

''ॲलेक्सी, तुला काहीच समजलेलं नाही,'' मॅकॉव्ह म्हणाला.

झालेन्स्कीच्या मते, ॲलेक्सी मोर्डाशोव्ह हवेत तरंगत होता.

दुपारी ४ वा.

सॅन फेलिस, मिलान

लक्ष्मी मित्तल आणि योल झोवी मिलानच्या लिनाटे विमानतळावर उतरले, तेव्हा त्यांना उन्हाळ्याच्या झळा अंगावर घ्याव्या लागल्या. झालेन्स्कीच्या व्हाईट लॅटिस गेट या चार किलोमीटरवर असलेल्या निवासस्थानी जायला त्यांना पंधरा मिनिटं लागली. झालेन्स्कीने त्यांचं स्वागत केलं. झालेन्स्कीच्या घरातील धार्मिक चित्रं आणि साधी पण कलात्मक सजावट पाहून मित्तल प्रभावित झाला. अशी वदंता पसरलेली होती की, प्रत्येक वेळी यशस्वी व्यवहार झाला, की तो एक सुंदर धार्मिक चित्र विकत घेऊन देवाचे आभार मानायचा.

झालेन्स्की आणि मारिओ पाहुण्यांना एका लहानशा गच्चीवर घेऊन गेले. बाहेर एक लहानसाच पण रमणीय बगिचा होता. त्याच्या मध्यावर संगमरवराचं कारंजं होतं. शीतपेयं आली आणि मुख्य चर्चेला सुरुवात झाली.

''ह्या फेरखरेदीच्या विषयावर खरी लढाई व्हायला पाहिजे,'' झालेन्स्की म्हणाला. ''हे थांबवलं नाही, तर मोर्डाशोव्ह फारच प्रबळ होईल आणि हे केलं नाही तर तुलापण सगळं विसरायला लागेल.''

मित्तल आणि झोवीला शेवटचं वाक्य आशादायक वाटलं. हा व्यवहार जर गुंतागुंतीचा झाला, तर मोर्डाशोव्हकडे ३८ टक्के आणि मित्तल स्टीलकडे ४० टक्के हिस्सा असेल आणि कोणालाच कंपनीचा निर्णायक ताबा मिळायचा नाही. यासाठीच झालेन्स्कीच्या टक्केवारीला महत्त्व होतं.

''तुम्ही शेअर्सची बोली परत एकदा वाढवू शकता का?'' मारिओने मध्येच विचारलं.

''मि. झालेन्स्की, मी तसं करणार नाही,'' मित्तलने ताडकन उत्तर दिलं. ''मी तुम्हाला व्हेनिसमध्ये भेटलो, तेव्हा तुमचा सल्ला मागितला होता. मी त्या सर्व गोष्टी अमलात आणून माझा प्रस्ताव नव्याने दिला आहे. नवीन कंपनीत मी आमच्या कुटुंबीयाची गुंतवणूक ५० टक्क्यांहून कमी ठेवायला तयार आहे. मला आता तुमचा पाठिंबा हवा आहे.''

झालेन्स्की मारिओला बाजूला घेऊन गेला.

''आपण त्याला मदत करायला हवी,'' आपल्या सहकाऱ्याला त्याने सांगितलं. मारिओने मान डोलावली.

ती दोघं परत गच्चीत आली.

''तुम्ही आमचा पाठिंबा धरून चला,'' झालेन्स्कीने भेटीला आलेल्या पाहुण्यांना सांगितलं.

शेरेटन हॉटेल बिझिनेस सेंटर, ब्रुसेल्स विमानतळ

रोलान्ड जुंक, आदित्य मित्तल आणि बिल स्कॅटिंग गेले सहा तास चर्चा करत होते. चर्चेच्या शेवटी त्याने परत एकदा भेटायचं ठरवलं. हॉटेलातून बाहेर पडतेवेळी त्यांना इटलीतले काही पोलाद उत्पादक त्यांची बैठक आटोपून बाहेर पडताना दिसले. जुंकने त्यातल्या काही लोकांना ओळखलं. ते तिथेच अवघडून थांबलेले असताना इटालियन उद्योजकांनी जुंककडे प्रथम पाहिलं, नंतर आदित्यकडे पाहिलं; तेव्हा ते एकमेकाला ओळखत असल्यासारखे पाहून हसले.

लक्सेम्बर्गला परत जाण्यासाठी जुंक परत जेटमध्ये बसला असताना त्याच्या डोक्यात एक तुलना आल्याशिवाय राहिली नाही. या दोन्ही कंपन्यांच्या वागण्यात ऐतिहासिक फरक आहेत. मित्तल लहान लहान जागी पोहोचत असे आणि तेही वेळ न गमावता. आर्सेलरची लोकं बाहेरूनच फिरत राहतात, हे मान्यच केलं पाहिजे. मित्तल आपल्या अंत:प्रेरणेने काम करायचा, तर आर्सेलर आशावादावर अवलंबून असे. भविष्याबद्दल दोन्ही कंपन्यांची दूरदृष्टी होती आणि या कंपन्या जर एकत्र आल्या, तर दोघांनाही एकमेकांपासून खूप काही शिकता येईल. आपल्या विचारांची फेरजुळवणी करून तो विचार करायला बसला.

त्या दिवशी सायंकाळी ७ वा. तो आव्हन्यू द ला लिबेर्तेवर गेला आणि आर्सेलरच्या डायरेक्टर जनरलला भेटला. ‘‘आजची जी बोलणी झाली त्यावरून मला तरी खूप समाधान वाटत आहे.’’ तो म्हणाला. ‘‘दोन्ही कंपन्यांतली समानता विचारात घेता बोलणी चालू ठेवायला हरकत नाही. आम्ही परत ३० जूनला ब्रुसेल्समध्ये भेटायचं ठरवलेलं आहे. तेव्हा माझ्याबरोबर मिचेल आणि गोन्झालो असले, तर इतर विषयांवरही बोलणी करता येतील.’’

मित्तलला दूर ठेवण्यासाठी जिवाचं रान करणाऱ्या डोलला आपले सहकारी शत्रूला खुणावत आहेत यावर विश्वास बसला नाही. तो मान डोलवत एकच वाक्य बोलला, ‘‘रोलान्डला स्टॉकहोमचे वेध लागले आहेत.’’ रविवारी ११ जूनला आर्सेलरचे संचालक मित्तलचा सुधारित प्रस्ताव आणि मित्तल प्रतिनिधित्व करत असलेल्या – निदान तसा त्याचा दावा होता – ३० टक्के शेअर्स असलेल्या भागधारकांचं, डर्टी थर्टी पत्रावर विचार करणार होता. किन्स्चने संचालकांना ठामपणे सांगितलं, ‘‘मित्तल स्टीलचा प्रस्ताव आर्सेलरच्या वास्तववादी मूल्यमापनावर आधारलेला नाही आणि अजूनही तो कमी किंमत मोजत आहे.’’ मिचेल झोवीचा त्याने आधीच सल्ला घेतलेला होता. मित्तलच्या पेटाऱ्यातून जास्त पैसे कसे बाहेर काढायचे, ते मिचेलला चांगलंच माहीत होतं. ‘आर्सेलर विकाऊ नाही,’ हे ब्रीदवाक्य अजूनही तो घोकत होता. आर्सेलरला मोर्दाशोव्हशी विलीनीकरण हवं आहे.

‘‘सेव्हरस्टालशी व्यवहार केला, तर आर्सेलर जगातली सर्वोत्तम कंपनी होईलच; पण अधिक किफायतशीर देखील होईल,’’ त्याने संचालकांना सांगितलं. ‘‘आपण बोलावलेल्या ३० जूनच्या सभेत आपल्या भागधारकांनी सेव्हरस्टालचा प्रस्ताव उचलून धरायला हवा.’’

जुंक-आदित्य भेटीमुळे किन्स्चची खात्री पटली होती, की मित्तलचं धोरण जास्त उत्पादनाचं आहे, तर आर्सेलरचं नफ्याचं.

एकाच प्रकारचं उत्पादन करणाऱ्या पण दोन भिन्न दृष्टिकोन असलेल्या कंपन्यांच्या एकत्र येण्यामुळे मिळणारे फायदे हे अपेक्षेपेक्षा कमीच असतात. आर्सेलर आणि मित्तल स्टीलच्या विलीनीकरणामुळे मिळणारे फायदे हे असेच कमी असतील, याच्या उलट आर्सेलर आणि सेव्हरस्टाल जर एकत्र आले तर ते नक्कीच जास्त असतील.

किन्स्चच्या समोर बसलेल्या गी डोलच्या कानाला हे शब्द एखाद्या जादूई बासरीपेक्षाही सुमधुर लागले. नाही म्हणायला त्याला एक गोष्ट मात्र खटकलीच; ती म्हणजे किन्स्चने संचालकांना शिफारस केली, की मित्तलशी बोलणी करून तो आपल्या सुधारित प्रस्तावात आणखी काही सुधारणा करू शकतो का हे पाहण्यासाठी आर्सेलरच्या अधिकाऱ्यांनी आणि सल्लागारांनी आणखी एकदा त्यांच्याशी चर्चा करावी.

सेव्हरस्टालच्या प्रकरणात किन्स्च बेकायदेशीरपणे निर्णय घेत असल्याचा त्याच्यावर मित्तल स्टीलने आरोप केलेला होता आणि त्यापासून बचाव करण्यासाठी किन्स्चने हे पाऊल उचललं होतं. "सेव्हरस्टालचा व्यवहार आणि ती करण्यासाठी अवलंबलेली पद्धत, हे दोन्हीही समूह व्यवस्थापनाच्या तत्त्वप्रणालीनुसारच असल्यामुळे त्यात कसलाही बेकायदेशीरपणा नाही," अध्यक्षांनी ठासून मत मांडलं. "सेव्हरस्टालच्या व्यवहाराला मान्यता देऊन आम्ही आर्सेलरच्या त्यातल्या गुंतवणूकदारांच्या आणि भागधारकांच्या हितसंबंधांचं संरक्षणच केलेलं आहे." टेबलाभोवतीच्या सर्व डोक्यांनी हलवून माना डोलावल्या. "खरी वस्तुस्थिती अशी आहे की, सेव्हरस्टालचा जर प्रस्ताव आला नसता, तर मित्तल स्टीलने आपल्या मूळ प्रस्तावात सुधारणाच केली नसती." किन्स्च हे जरी बोलत असला, तरी सेव्हरस्टालच्या व्यवहाराच्या नामंजुरीसाठी घातलेल्या ५० टक्के मताला आर्सेलरच्या सल्लागारांसकट बाहेरून तीव्र विरोध होत होता. "जास्तीत जास्त भागधारकांनी सर्वसाधारण सभेत भाग घेऊन मत मांडावं यासाठीच आम्ही ही ५० टक्क्यांची अट घातलेली आहे." किन्स्चने मानभावीपणे खुलासा केला. "३० तारखेच्या सभेला जास्तीत जास्त सभासद यावेत म्हणून आम्ही एक प्रचार मोहीम राबवणार आहोत. भागधारक मोठ्या संख्येने सेव्हरस्टालला पाठिंबा देतील अशी आमची अपेक्षा आहे."

दिवसेंदिवस जास्तच विमनस्क होत चालेल्या होसे मारीयाच्या वतीने प्रथमच सभेला हजर राहणाऱ्या अन्टोन स्पीलमानने काही वेगळं मत मांडण्याचा प्रयत्न केला.

"मि. स्पीलमान, किन्स्चने त्याला सुनावलं, या संचालक मंडळाच्या सभेत एकमताने निर्णय घेण्याची प्रथा आहे." किन्स्चने सर्व विषय सभेपुढे मांडले, त्यात २१ जूनला होणाऱ्या संचालक मंडळाच्या सभेत शेअर्सची फेरखरेदी ४४ युरो प्रतिशेअर करण्यासाठीच्या प्रस्तावाला मंजुरी घेणे आणि इतर अन्य विषय किन्स्चने मांडले.

पाच तास चाललेल्या सभेतले सर्व विषय नेहमीप्रमाणे एकमताने संमत झाले.

मंगळवार, १३ जून

आव्हन्यू द ला लिबेर्ते, लक्सेम्बर्ग सिटी

दिनांक ३० जून रोजी सकाळी ११ वा. लक्सेपो येथे भरणाऱ्या विशेष सर्वसाधारण सभेची नोटीस किन्स्चने जारी केली. सभेपुढे फक्त दोनच विषय होते. एक मित्तलने आर्सेलरच्या शेअर्सच्या बदल्यात नवीन कंपनीचे शेअर्स देण्याचा

केलेला प्रस्ताव, दुसरा भागधारकांना वितरित केलेल्या माहितीनुसार मोर्डाशोव्ह आपली सेव्हरस्टालची सर्व मालमत्ता (उत्तर अमेरिकेतल्या सेव्हरस्टालसकट) तसेच त्याच्या कच्च्या लोखंडाच्या आणि कोळशाच्या खाणी १.२५ अब्ज युरो रोखीने देणार असल्याच्या प्रस्तावावर चर्चा.

भागधारकांना मत देण्यासाठी दोनांपैकी एक पर्याय उपलब्ध असेल. सेव्हरस्टालच्या व्यवहाराला मान्यता देणे अथवा त्याच्या विरुद्ध मत देणे.

किन्स्चने जाहीर केलेलं चार पानी निवेदन वाचताना, दुसऱ्या पानावरील सर्वांत खालचा परिच्छेद वाचून शारियार ताजबक्ष सावध झाला. त्यात लिहिलं होतं, "जर सेव्हरस्टालचा प्रस्ताव कायम झाला, तरीही भागधारकांना आपले शेअर्स मित्तल स्टीलच्या प्रस्तावानुसार सुपूर्द करण्याचा अथवा न करण्याचा अधिकार असेल. शेवटच्या क्षणी मित्तल स्टीलकडे जर ५० टक्क्यांहून जास्त शेअर्स असले – यामध्ये सेव्हरस्टालशी ठरलेल्या व्यवहाराअंतर्गत, त्यांना दिलेले अथवा देण्याच्या शेअर्सचा विचार करावा – तर सेव्हरस्टालचा व्यवहार रद्दबातल समजण्यात येईल."

त्याने आपला कॅलक्युलेटर बाहेर काढला. त्याने आकडेमोडी करून जी माहिती दिली, ती फिलिप ग्वाईथला फारशी आवडली नाही. आर्सेलर आपल्या मूळ वळणावर जाऊन परत अडथळे उभे करत होता. त्या दोघांनी लक्ष्मी मित्तल आणि सुधीर महेश्वरीला बारीक अक्षरात लिहिलेल्या मजकुराचा मोठा अर्थ सांगितला; पण एका महत्त्वाच्या भागधारकाला ह्यामुळे चांगली संधी उपलब्ध झाल्याचंही त्यांनी सांगितलं.

"मला वाटतं, मि. स्पीलमानला फोन करायची वेळ झालेली आहे."

इकडे लक्सेम्बर्गच्या वाणिज्य आणि परराष्ट्र व्यापाराच्या मंत्र्याला, जॉर्ज स्मिटला आपल्या सरकारचं सेव्हरस्टालच्या व्यवहाराबाबत नक्की काय धोरण आहे याच्याविषयी शंका येत होत्या. "पंतप्रधान जरा जास्तच मॉस्कोच्या बाजूला झुकत आहेत," त्याने क्रेकला सांगितलं. "या व्यवहाराची मांडणी योग्य रीतीने केलेली नाही. आपण या व्यवहारात सेव्हरस्टालला बरंच काही देत आहोत आणि त्याच्या बदल्यात आपल्याला काय मिळणार? शेवटी आपल्याला बाजूला करून आर्सेलरचं मुख्यालय मॉस्कोला जाणार."

"स्मिट, हा खेळ अजून संपलेला नाही. माझ्यावर विश्वास ठेव," क्रेक म्हणाला. "मला वाटतं, लक्ष्मी चांगला प्रस्ताव घेऊन परत येईल," मित्तलचा उल्लेख क्रेक आता लक्ष्मी करत असल्याचं स्मिटच्या लक्षात आलं. तसा क्रेक रोजच मित्तलला मोबाइलवरून फोन करत होता. "त्याच्या आवाजावरून तरी मला वाटलं, की या माणसाकडे भरपूर सोशिकपणा आणि चिकाटी आहे. तो असा प्रस्ताव घेऊन येईल,

की त्याच्यावर आर्सेलरला आणि सेव्हरस्टालला मात करणं शक्यच होणार नाही.''

''तसं झालं तर मंत्रिमहोदय, या एकत्रित कंपनीचं ऑफिस लक्सेम्बर्गमध्येच राहील. आपल्या देशातील मातब्बर कंपनी देशातच राहील; पण आपण आपल्या शेअर्सचं काय करायचं? आपण ते विकायचे, की तसेच ठेवून संचालक मंडळावर कायम राहायचं?

आपण अर्धे विकून एक अब्ज युरोचा नफा कमावू आणि ते देशातल्या दुसऱ्या योजनेत गुंतवू. राजकीयदृष्ट्या हा निर्णय लोकांना पसंत पडेल.''

''पंतप्रधानांना तो पटेल का?'' स्मिटने विचारलं.

''शेवटी तोच एक पर्याय आपल्यापुढे आहे, हे त्यांनाही माहीत आहे.''

बुधवार, १४ जून

सॅन फेलिस, मिलान

आता हुकमाचा पत्ता खेळायची वेळ झालेली आहे. आपल्या संक्षिप्त निवेदनात कार्लो टस्सारा इंटरनॅशनलने जाहीर केलं, की प्रचंड प्रमाणात शेअर्सची फेरखरेदी करायच्या योजनेचा विरोध करेल. आता ही रक्कम ६.५ अब्ज युरोच्या घरात गेली आहे. याचा संबंध आम्ही विशेष सर्वसाधारण सभेत करणार असलेल्या मतदानाशी लावला जाऊ नये, हे मात्र लिहिण्याची त्यांनी काळजी घेतलेली होती. पट्टीच्या ब्रिज खेळाडूप्रमाणे समोरच्या माणसाला अंधारात ठेवण्याचा हा उत्तम नमुना होता.

''शेअर्सच्या फेरखरेदीची कल्पना फार नकारात्मक स्वरूपाची आहे आणि ती भागधारकांच्या हिताची नक्कीच नाही, त्या निवेदनात स्पष्टपणे म्हटलं होतं. आर्सेलरच्या मालमत्तेवरचं नियंत्रण यामुळे हस्तांतरित होईल आणि तरीसुद्धा सेव्हरस्टालवर कंपनी ताब्यात घेण्याचा प्रस्ताव देण्याचं बंधन असणार नाही. शेअर्सची फेरखरेदी केल्यामुळे आर्सेलरचा पैसा भागधारकांच्या हातात पडेल; पण त्यामुळे आर्सेलरच्या मूल्यमापनात कसलीच भर पडणार नाही.

आंतरराष्ट्रीय प्रसारमाध्यम आपल्या निवेदनाला उचलून धरतील, हे झालेन्स्कीला चांगलंच ठाऊक होतं. फिनान्शिअल टाइम्सने लिहिल्याप्रमाणे व्यवहाराला कलाटणी देऊ शकणाऱ्या एका भागधारकाने संचालकांना उघड उघड विरोध दर्शवलेला आहे आणि आता लहान भागधारकही तेच करतील, अशी चिन्हं दिसत आहेत.

या निवेदनाच्या पाठोपाठ त्याने ब्लुमबर्ग टीव्हीला एक मुलाखत दिली. ''या फेरखरेदीमुळे भागधारकांना मोठं नुकसान सोसावं लागेल.'' त्यानं सांगितलं. ''यामुळे

दुसऱ्या कोणी ताबा घेण्यापासून आर्सेलर कायमची सुरक्षित राहील आणि त्याच्या शेअर्सची किंमत बाजारात घसरायला लागेल.''

यामागे एक व्यावहारिक दृष्टिकोन होता. जर फेरखरेदी झालीच, तर ३२ युरो प्रतिशेअरने आर्सेलरचे पाच टक्के शेअर्स घेतलेल्या झालेन्स्कीच्या शेअर्सची किंमत घसरणीला लागेल. त्याने इतर भागधारकांनाही आता सावध करायला सुरुवात केली. सगळ्याच गुंतवणूकदारांसाठी ही काळजीची गोष्ट होती आणि विशेषतः हेजफंड-वाल्यांसाठी तर जास्तच काळजी करण्याची बाब होती. ते आता शेअर्स विकून आपला नफा काढून घेऊन आर्सेलरचे शेअर्स फेकून देण्याचा विचार करू शकतात.

कार्लो टस्सेराच्या निवेदनाने आर्सेलरमध्ये एकच खळबळ उडवून दिली. किन्स्चला आधीपासूनच झालेन्स्कीचा संशय येत होता. त्याने बीएनपी परिबास बँकेला झालेन्स्कीवर सोडलं. बँकेने त्याला आपल्या मतावर फेरविचार करण्याची विनंती केली. गोन्झालोसुद्धा हे सांगायला झालेन्स्कीला भेटला. ''तुम्हाला हे सांगताना माझी फार अवघड परिस्थिती होत आहे,'' स्पेनच्या गृहस्थाने प्रांजळपणे कबुली दिली. ''माझ्या लक्सेम्बर्गमधील सहकाऱ्यांना मीच ही योजना आखून आर्सेलरच्या दारात एक आक्राळ विक्राळ राक्षस उभा केला आहे असं वाटतं.''

'फेरखरेदीच्या मुद्द्यावर तुम्ही २१ जूनला बोलावलेली सभा रद्द करा,' झालेन्स्कीने मागणी केली. फेरखरेदीच्या योजनेमुळे शेअर्सचे भाव कोसळतील, या आपल्या मताशी तो ठाम होता. धार्मिक स्वभावाच्या झालेन्स्कीने आपल्या सदसद्विवेकबुद्धीला स्मरून इटालियन बँकांच्या मदतीने बीएनपी परिबासचे १ अब्ज युरो परत केले.

त्याने लक्ष्मी मित्तलला दिलेला शब्द देखील पाळला. आता त्याने आर्सेलरमधला आपला हिस्सा ५ टक्क्यांवरून ७.४ टक्के वाढवला. आता तो लक्सेम्बर्गच्या कंपनीचा सर्वांत मोठा भागधारक होता.

शनिवार, १७ जून, सकाळी १०वा.

ब्रुलान वेल्थ मॅनेजमेंट, २ ऱ्यू एस.-थालबर्ग, जिनेव्हा

''२००५ सालापर्यंत आर्सेलरने ६१.४ कोटी शेअर्सचं वाटप केलं होतं आणि आता मोर्डाशोव्हला आणखी २९.५ कोटी शेअर्स देण्याची योजना आहे,'' ताजबक्षने सांगायला सुरुवात केली. जिनिव्हाच्या ऑफिसात तो सुधीर महेश्वरी आणि स्पीलमान-सोबत बसला होता. ''मोर्डाशोव्हकडे आता ३२ टक्क्यांहून थोडे जास्त शेअर्स असतील. नंतर १४.८ कोटी शेअर्सची फेरखरेदी करण्याचा प्रस्ताव आहे. त्यामुळे

मोर्दाशोव्हचा आर्सेलरमध्ये ३८ टक्के हिस्सा होईल, कारण फेरखरेदीसाठी तो आपले शेअर्स देणारच नाही.''

''ठीक आहे, माझ्या लक्षात येतंय,'' स्पीलमान

''बरोबर!'' ताजबक्षने पुढे सांगायला सुरुवात केली. ''मित्तलच्या दृष्टीने विचार केला, तर आपल्याला सेव्हरस्टालचा प्रस्ताव हाणून पाडण्यासाठी बाजारात उपलब्ध शेअर्सच्या ५० टक्के शेअर्स ताब्यात घ्यायला हवेत. याचा हिशेब केला तर ६१४ + २९५ = ९०९ कोटी शेअर्स होतात. याचाच अर्थ याच्या ५० टक्के म्हणजे ४५.४५ कोटी शेअर्स आपल्याकडे असायला हवेत; पण बाजारात ६१.४ कोटी शेअर्सच उपलब्ध असतील, कारण तोपर्यंत मोर्दाशोव्हला शेअर्स दिलेले नसतील आणि समजा दिले तरी तो ते आपल्या हातात देणार नाही. याचाच अर्थ आपल्याला ६१.४ कोटींपैकी ४५.५ कोटी मिळवायला हवेत आणि ती टक्केवारी आहे ७४. परिणामस्वरूपी असं होणार आहे, की ते जरी ५० टक्के शेअर्सचीच प्रथेप्रमाणे अट घालत असले, तरी प्रत्यक्षात ती ७४ टक्के आहे आणि ती अतिशय गैरवाजवी आहे.''

महेश्वरीने मान डोलावली.

''हे प्रकरण पुढे आणखी वाईट होतं, कारण किमान दहा टक्के भागधारक आडमुठेपणाने मित्तलला विरोध करून आर्सेलरच्याच मागे उभे राहतील. म्हणजे ६१.४ कोटी शेअर्समधून ६.१ कोटी वजा केले तर ५५.३ कोटी शेअर्सपैकी ४४.५ कोटी शेअर्स मिळवायला हवेत – ८२ टक्के! शेअर्सच्या फेरखरेदीच्या प्रलोभनामुळे बरेचसे भागधारक मित्तलपासून दूर जातील. त्यांचा विचार केला तर ही टक्केवारी आणखीच वाढते,'' ताजबक्षने खुलासा केला.

थोडक्यात म्हणजे आर्सेलरने असा काही डाव टाकला आहे की, मित्तलला कधीच यश मिळू नये. ताजबक्षला आणखी एक अडचण दिसून आली. ''मित्तलने समजा ६१.४ कोटीपैकी ४४.५ कोटी शेअर्स मिळवले आणि ५० टक्के शेअर्स हस्तगत केले, तरी कराराप्रमाणे आर्सेलरला २९.५ कोटी शेअर्स मोर्दाशोव्हला देणं क्रमप्राप्तच आहे आणि तसं झालं की मित्तलचा हिस्सा ३४ टक्क्यांवर येतो. यामुळे मोर्दाशोव्हकडे ३२ टक्के, मित्तलकडे ३४ टक्के आणि बाहेर ३४ टक्के अशी त्रिशंकू अवस्था होऊन बसेल.''

''तिहेरी रस्सीखेच,'' ताजबक्ष म्हणाला. तेव्हा आता स्पीलमान आणि होसे मारिया ॲरिस्ट्रेन मित्तलच्या बाजूने असणं गरजेचं होतं. तो संचालक मंडळाचा सदस्य होता आणि त्याच्याकडे सर्वांत जास्त शेअर्स होते.

गेले दोन तास महेश्वरी आणि ताजबक्ष मित्तलच्या उद्योगाची संपूर्ण माहिती स्पीलमानला देत असताना तो मात्र सभेच्या नोटिशीतल्या एका वाक्याने चक्रावला

होता. ''हा परिच्छेद त्याने संचालक मंडळाला न विचारताच टाकलेला आहे,'' अपमानित झाल्यासारखा तो रागारागाने बोलत होता. ''हे जर सगळं संमत झालं, तर भयानक परिस्थिती उद्‌भवेल – कसलंच नियंत्रण असणार नाही.'' आता मध्यान्ह होत आली होती. ते तिघेही जवळच्याच जिनेव्हा नोगा हिल्टनमधल्या चायनीज रेस्टॉरंटमध्ये जेवायला गेले. समोरचा तलाव आणि कारंजं रमणीय दिसत होतं. इथे ते आत जात असतानाच त्यांना होसे मारिया भेटला.

''हे रेस्टॉरंट कोणी निवडलं?'' स्पीलमानशेजारी बसताना होसे मारियाने विचारलं.

''त्याने निवडलं,'' स्पीलमान सांगत असतानाच मित्तल घाईघाईने आत येताना दिसला.

आज मित्तलला चायनीज खाण्याची लहर आली होती. ते दोघं मेन्यूकार्ड बघत असताना महेश्वरी, ताजबक्ष आणि स्पीलमान बोलण्याच्या विषयांची यादी करत होते. ॲरिस्ट्रान मध्येच बोलत म्हणाला, ''माझा उद्योग हा कौटुंबिक स्वरूपाचा आहे आणि तुला तो कसा असतो हे चांगलंच ठाऊक आहे, लक्ष्मी. स्पॅनिश भागधारकांना आणि आसेरालियाच्या लोकांना आर्सेलरने दूर फेकून दिलेलं आहे,'' झालेन्स्की नेहमी व्यवहाराच्या गोष्टी करायचा, तर ॲरिस्ट्रान भावनेच्या करत होता.

''कंपनीचे खरे मालक भागधारकच असतात. व्यस्थापनातली लोकं फक्त दिशा दाखवण्याचं काम करतात,'' मित्तल आपलं सुपरिचित वाक्य बोलला. ''आर्सेलरची लोकं आपलं म्हणणं न ऐकून अयोग्य काम करत आहेत. आपल्याशी न बोलता ते सगळ्या जगाशी बोलत आहेत. आम्ही तर पहिल्या दिवसापासून बोलणी करायला तयार होतो.''

ॲरिस्ट्रानने मान डोलावली आणि परत आपल्या विषयाकडे वळाला. ''हे सगळं पैशासाठी आणि फक्त पैशासाठीच चाललेलं नाही. अर्थात अजून भागधारकांना पैसे वाटायला सुरुवात झालेली नाही.''

''मी सादर केलेली औद्योगिक योजना सर्व भागधारकांच्या हिताची आहे, हे मला माहीत आहे,'' मित्तल म्हणाला, ''पण त्याने मोर्डाशोव्हबरोबर जायचं ठरवलं, तर तो त्यांचा प्रश्न आहे. फक्त त्यांनी भागधारकांना खुल्या वातावरणात मोकळेपणाने मतदानाचा हक्क द्यावा, इतकीच आमची मागणी आहे.''

ॲरिस्ट्रनला हे पटलं; पण तो समोरच्या भल्यामोठ्या मेन्यूकार्डाकडे पाहून आर्सेलरची नोटिस पाहिल्यासारखा चवताळला होता.

''मला माफ कर; पण हे चायनीज जेवण माझ्या घशाखाली उतरत नाही.''

मित्तलने वेटरला बोलावल, ''मि. ॲरिस्ट्रानसाठी एक चीझची प्लेट आणाल का?''

दोन भिन्न प्रकारचे भोजनपदार्थ खाऊन झाल्यावर त्यांनी एकमेकांचा निरोप घेतला. जाताना ॲरिस्ट्रान मित्तलला म्हणाला, "माझा तुला पूर्ण पाठिंबा आहे." अर्थातच हा संपूर्ण पाठिंबा नव्हता. भागधारकांना समसमान संधी मिळायला हवी, या मताशी तो अनुकूल होता इतकंच. आर्सेलरच्या संचालक मंडळाने मित्तल आणि मोर्दाशोव्हचे प्रस्ताव एकाच न्यायाने तपासावेत, असं त्याला वाटत होतं.

क्रेकने मोर्दाशोव्हला मोबाइलवर फोन केला. रशियन जरा हताश झाल्यासारखा वाटत होता. क्रेकने त्याला भेटण्याचं कबूल केलं. हॉटेल ले रोयालच्या गच्चीवर ते कॉफी पीत तासभर उन्हात बसले होते. रशियन माणूस फारच खचल्यासारखा वाटत होता.

गी डोल आणि इतरांचा भक्कम पाठिंबा असला तरी आर्सेलरची आणि तिथल्या सरकारची देहबोली पूर्वीसारखी वाटत नव्हती. मित्तलचा प्रस्ताव वाढवण्यासाठीच आपला उपयोग करून घेतला जात असल्याचा त्याला संशय येत होता. इतकं असूनही त्याने त्या हॉटेलातील तळमजला भाड्याने घेऊन तिथे आपलं तात्पुरतं ऑफिस थाटलं होतं. तिथे बसून एबीएन ॲम्रो आणि लंडनच्या वकिली सल्ला देणाऱ्या ॲलन ॲन्ड ओव्हेरीचे सल्लागार मोर्दाशोव्हच्या नवीन सुधारित प्रस्तावाची जुळवणी करत होते. ह्या युद्धाचा कल जरी मित्तलच्या बाजूने झुकत असला, तरी तो परत आपल्या बाजूला वळवता येऊ शकतो, हे त्या धूर्त रशियन माणसाला चांगलंच माहीत होतं.

"हे सगळं संपल्यात जमा आहे का?" मोर्दाशोव्हने थेट विचारलं. "मला शंका आहे, की आर्सेलरच्या काही लोकांना मी नको आहे. मंत्रिमहोदय, मला फक्त तुमच्या पाठिंब्याची गरज आहे."

याचं उत्तर देणं क्रेकला जड जात होतं; अगदी त्याला मनापासून मदत करावीशी वाटत असली तरी. "पंतप्रधानांशी बोलून मी आपल्याला दुपारी फोन करतो," त्याने वेळ मारून नेली. जाँक्लोद जुंकर त्याच्या घरी होता. आपल्या आवडत्या रशियन माणसाला निराशेने घेरलं असल्याचं समजल्यावर तो त्याला भेटायला तयार झाला. "तुझ्या गाडीत घालून त्याला माझ्या घरी घेऊन ये," त्याने क्रेकला सांगितलं.

भर दुपारी क्रेक मोर्दाशोव्हला घेऊन पंतप्रधानांकडे गेला. दोन तास चहापान करत बसल्यावर ते दोघं मोर्दाशोव्हला एकच गोष्ट देऊ शकत होते ....सहानुभूती. त्याच्या वतीने ते ढवळाढवळ करू शकत नव्हते.

मोर्दाशोव्हकडे अजूनही काही हुकमी पत्ते बाकी होते. त्या दिवशी संध्याकाळी तो विमानाने लंडनच्या बाहेर गेला.

रविवारी जिनेव्हातल्या हॉटेल ब्यू रिव्हान्जमधल्या ला शा-ब्लोत या रेस्टॉरंटचं जेवण ॲरिस्ट्रानच्या आवडीचं होतं. सुंदर गालिचे आणि शिल्पांनी आत सुबक सजावट केलेली होती. जेवणाच्या टेबलांची सजावट आकर्षक पद्धतीने केलेली होती आणि सेवकवर्ग विनम्र आणि आदबशीरपणे वागत जिनेव्हातले उत्तम खाद्यपदार्थ आणत होता. तो आणि अंतोनी स्पीलमान एका खाजगी कक्षात आपल्या पाहुण्यांची वाट पाहत होते. ॲरिस्ट्रानच्या तोंडाला समोरच्या मेन्यूमधल्या पदार्थांच्या नावानेच पाणी सुटलं होतं. जिनिव्हातल्या तलावातील रुचकर मासा मिळत असल्यावर ते मोनोसोडियम ग्लुटामेट कशाला खात बसायचं?

ॲरिस्ट्रान अजूनही पदार्थांची यादी पाहत बसला होता, इतक्यात ॲलेक्सी मोर्डाशोव्ह आणि व्हॅडिम मॅकॉव्ह आत आले. त्याला मोर्डाशोव्हला एक गोष्ट सुचवायची होती, त्यामुळे सेव्हरस्टालचा प्रस्ताव भागधारकांना आणि बाजाराला जास्त पसंत पडला असता.

''सेव्हरस्टाल आणि आर्सेलर एकत्र येत आहेत, ही चांगलीच गोष्ट आहे; पण इतक्या भोंगळपणे मांडलेला प्रस्ताव मी कधी पाहिला नव्हता. मित्तल स्टील की सेव्हरस्टाल हे त्यांना अजूनही ठरवता येत नव्हतं; पण या रशियन गृहस्थाने असं काहीतरी करावं की, त्याचा प्रस्ताव मित्तलच्या प्रस्तावाशी बरोबरी करू शकेल. मग संचालकांना निवड करण्याचं पूर्ण स्वातंत्र्य असेल.'' आरामात जेवण चाललेलं असताना ॲरिस्ट्रानच्या मुरब्बी दलालाने स्पीलमानना, त्यांच्या पाहुण्यांना, नवीन सुधारित योजना समजावून सांगितली.

३६

सोमवार, १९ जून

आव्हन्यू द ला लिबेर्ते

जोसेफ किन्स्चची पत्रव्यवहाराची फाईल आता लक्षवेधी होत चालली होती. प्रथम तर डर्टी थर्टीचं पत्र, मग मित्तलची २ जूनला आलेली चिठ्ठी आणि आता त्यात आणखी एका पत्राची भर पडली होती. पत्र आलं होतं, होसे मारिया ॲरिस्ट्रानकडून. 'सेव्हरस्टाल विकत घेण्याच्या प्रस्तावाची मांडणी अशा प्रकारे केलेली आहे, की त्यामुळे भागधारकांच्या मनात संदेह उत्पन्न निर्माण झाला आहे.' पत्राच्या सुरुवातीला लिहिलं होतं. किन्स्चने एका सिगारेट बाहेर काढली. 'परिणामी आमच्या मते, हा प्रस्ताव वेगळ्या स्वरूपात मांडायला हवा. सेव्हरस्टाल विकत घेण्याचा व्यवहार रोखीने शेअर्स आणि परिवर्तित शेअर्सच्या माध्यमातून केला जावा. ॲरिस्ट्रानच्या मागणीनुसार मोर्दाशोव्हला रोख, शेअर्स आणि परिवर्तित शेअर्सच्या माध्यमातून ७ अब्ज युरो द्यावेत आणि त्याला सेव्हरस्टाल व आर्सेलरने मान्यता द्यावी. याच्या बदल्यात मोर्दाशोव्हने खुल्या बाजारात ७ अब्ज युरोचे आर्सेलरचे शेअर्स विकत घ्यावेत. सद्यस्थितीला असलेल्या बाजारभावाने आणि ५० युरो प्रतिशेअर भाव जाईपर्यंत हे बंधन पाळलं जावं. मि. मोर्दाशोव्हने ३३.३ टक्क्यांचं बंधन कसोशीने पाळावं. मित्तलने जर कंपनीवर ताबा मिळवला, तर या प्रस्तावात सेव्हरस्टालसाठी परतीची वाटही आधीच लिहिलेली असावी.'

'हा प्रस्ताव जर अमलात आला,' ॲरिस्ट्राननी पुढे लिहिलं, 'तर सेव्हरस्टालला व्यवस्थापनासाठी वेगळे नियम करण्याची गरजच पडणार नाही. आर्सेलरचे प्रचलित कायदे आणि घटनाच अस्तित्वात असतील. मी मि. मोर्दाशोव्ह यांच्याशी या विषयावर सविस्तरपणे बोलल्यामुळे त्यांना या सूचनांची चांगलीच जाणीव आहे. मी विनंतीपूर्वक अशी सूचना करतो, की दि. २१ जून रोजी होणाऱ्या सभेसाठीच्या

विषयपत्रकात यांचा समावेश करावा.'

किन्स्चने उत्तरादाखल ॲरिस्ट्रानला लिहिलं, 'मी तुम्हाला कळवू इच्छितो, की दोन दिवसांनी होणाऱ्या संचालक सभेच्या बैठकीनंतर आपण पत्राद्वारे केलेली सूचना वर्तमानपत्रांना प्रसिद्धीसाठी देण्यात येईल.'

आता शेअर्सच्या फेरखरेदीसाठी होणारी २१ जूनची मतदानासाठीची सभा मोठाच अनर्थाचा विषय ठरणार होती. ॲरिस्ट्रानने सुचवलेल्या सुधारित प्रस्तावात जरी सेव्हरस्टालच्या व्यवहाराच्या दृष्टीने काही विशेष सूचना केलेल्या नसल्या आणि ज्या काही होत्या, त्या फार थोड्या आणि फारच उशिरा केलेल्या असल्या, तरी त्यामुळे झालेन्स्की नेतृत्व करत असलेल्या असंतुष्ट भागधारकांचा विरोध उफाळून आला असता. वॅलोनियन रिजन हा तिसऱ्या क्रमांकाचा भागधारकसुद्धा फेरखरेदीच्या विरोधात होता. किन्स्चने सर्व संचालकांना फोन लावले. या सभेसाठी किमान गणसंख्येची आवश्यकता नव्हती; तर दोन तृतियांश मतांनी तो संमत व्हायला हवा होता. त्यांच्या सभांमध्ये आत्तापर्यंतच्या उपस्थितीचा विचार करता ३५ टक्केच उपस्थिती असायची. तेव्हा १० टक्क्यांहून जास्त लोक हा प्रस्ताव हाणून पाडू शकले असते. पैशाची गरज असलेल्या भागधारकांनी शेअर्सच्या फेरखरेदीच्या प्रस्तावाचं स्वागत केलं होतं. तीच लोकं आता ६.५ अब्ज युरो द्यायला तयार झाली होती, हे विशेष होतं. शेअर्सच्या फेरखरेदीचा विषय आणि सेव्हरस्टालशी विलीनीकरण हे वेगवेगळे विषय होते, या आर्सेलरच्या दाव्यावर आता भागधारकांचा विश्वास उरला नव्हता. गुंतवणूकदारांच्या मनात आता या दोन्ही गोष्टींचा जवळचा संबंध असून ते मित्तलला नेस्तनाभूत करण्यासाठीच योजलेले होते.

"पराभव होणं शक्यच नाही," किन्स्चने आपल्या संचालकांना सांगितलं. त्या दिवशी संध्याकाळी त्याने ती सभाच रद्द करत असल्याचं वर्तमानपत्रांना कळवून टाकलं. 'आर्सेलरच्या व्यवस्थापनाची आणि मित्तल स्टीलशी बोलणी झाल्याच्या पार्श्वभूमीवर, आर्सेलरची बाजू कुठल्याही प्रकारे दुबळी न होऊ देण्यासाठी आम्ही दि. २१ जूनला होणारी विशेष सर्वसाधारण सभा रहित करत आहोत. या सभेला प्रत्यक्ष अथवा अप्रत्यक्षपणे आपल्या बदलीच्या भागधारकांमार्फत हजर राहणाऱ्यांवरची सर्व बंधनं आता तात्काळ रद्दबादल समजण्यात यावीत.'

निवेदनात त्याने एक आव्हानात्मक वाक्य लिहिलं होतं, 'मित्तलनी सादर केलेला प्रस्ताव जर संमत झाला नाही, तर अशा रितीने शेअर्सचा निर्णय (फेरखरेदी) घेण्यासाठी, अशी विशेष सर्वसाधारण सभा बोलावण्याचा संचालक मंडळ आपला हक्क राखून ठेवत आहे.' अर्थात हा नुसता दिखावा होता. ही सभा रद्द करून किन्स्च, गी डोल आणि त्यांच्या संचालक मंडळाने त्यांचा आणखी एक दावा खोटा ठरवला होता. भागधारकांच्या

हिताचं संरक्षण करण्यासाठी आर्सेलर नेहमीच सज्ज असते.

झालेन्स्कीला अत्यानंद झाला होता, तर ॲरिस्ट्रान संतापाने फणफणला होता. त्याने सुचवलेल्या सेव्हरस्टालच्या सुधारित प्रस्तावावर आता चर्चादेखील होणार नव्हती. त्याने मोर्डाशोव्हला शेअर्स न देण्याची मागणी केली आणि किन्स्च आणि डोलच्या राजीनाम्याची मागणी केली. त्याने आता कंपनीच्या बाहेर पडायला हवं. ते जुन्या पद्धतीच्या व्यवस्थापन पद्धतीने सार्वजनिक कंपनीचा कारभार चालवत आहेत, ज्याच्यात भागधारकांच्या मताला किंमत नसते.

अर्थातच ही मागणी धुडकावून लावणार होता. तसेच सेव्हरस्टालच्या व्यवहाराला मंजुरी देण्यासाठी बोलावलेली ३० जूनची सभाही रद्द करण्याचा आर्सेलरचा विचार नव्हता.

३७

मंगळवार, २० जून, सकाळी १०.३० वा.

वर्ल्ड स्टील डायनामिक्स सक्सेस कॉन्फरन्स, न्यूयॉर्क

पोलाद उद्योगाच्या जगात वर्ल्ड स्टील डायनामिक्स आयोजित करत असलेल्या स्टील सक्सेस कॉन्फरन्स ह्या वार्षिक सभेला जाणं हे तीर्थक्षेत्राला जाण्याइतकं महत्त्वाचं होतं. दर वर्षी येथे थवेच्या थवे यायचे. या वर्षीच्या एकविसाव्या संमेलनासाठी त्यांनी विषय निवडला होता. 'पोलादातील नवीन खेळ – मोठी बोली – मोठं घबाड.' आपल्या कंपनीचा प्रचार करणे, प्रतिपक्षाची ताकद अजमावणे, अफवांना आळा घालणे अथवा सुरू करणे, नवीन व्यवहाराची चाचपणी करणे आणि कंपनीसाठी चांगली माणसं हेरणे असली कामं, इथे जमलेल्या बाराशे प्रतिनिधींना तीन दिवस करता येत होती; पण अशा स्वरूपाच्या गप्पा सहसा बारमध्ये, मोकळ्या जागेत किंवा लहान लहान पार्टीमध्ये चालायच्या. आज मात्र इतर विषयांपेक्षा एकच विषय जास्त चर्चेत होता. ह्या खेळातली बोली वाढत चालली होती आणि घबाडाचा आकडाही.

५३ स्ट्रीटवरच्या ७ अ‍ॅव्हेन्यूवरील शेरेटेन न्यूयॉर्क हॉटेल अ‍ॅन्ड टॉवर्सच्या सभागृहात पोलाद उद्योगाशी संबंधित लोकं जमली होती. सर्वांत जास्त मागणी असलेल्या वक्त्याचं आज भाषण होतं. डब्ल्यूएसडीचा मॅनेजिंग डायरेक्टर असलेला पीटर मार्कुस आणि कार्लिस किरसीस हे कार्यकारी भागीदार जेव्हा हे संमेलन आयोजित करत होते, तेव्हा ते प्रस्थापित कल्पनांना धक्का देणाऱ्या नवीन कल्पना स्वीकारून त्यांचा न घाबरता उपयोग करून खळबळ माजवणाऱ्या वक्त्याच्या शोधात होते. प्रथेनुसार लोकांना अशा वेळी उद्योगाच्या बाहेरील वक्ता हवा असायचा. असा वक्ता स्पष्टपणे बोलून उद्योगाच्या विचारसरणीला चालना द्यायचा. या वर्षी मात्र त्यांच्यापुढे एकच पर्याय होता.

एक गोष्ट लोकांना समजलेली नव्हती, की आजचं खास आकर्षण असलेल्या वक्त्याचा आवाज काही तासांपूर्वी बसला होता. मित्तल आदल्या दिवशीच बोस्टनहून न्यूयार्कच्या टेटेबोरो खाजगी विमानतळावर उतरला होता. तिथे त्याने एक प्रचारसभा आयोजित केली होती. हातात असलेल्या फोनवरचे संदेश वाचण्यात तो इतका मग्न होता; की त्याने समोर दिसणाऱ्या हडसन नदीच्या रमणीय देखाव्याकडे ढुंकून पाहिलं नाही. आज सर्व दिवस तो आदित्यला ई-मेल करून ब्रुसेल्स विमानतळावर झालेल्या बैठकीची माहिती विचारत होता. आदित्य तिथे रोलान्ड जुंक, मिचेल वुर्थ आणि उर्क्वीजोला भेटून मित्तल स्टील आणि आर्सेलरचा समझोता कराराचं टाचण करायला सांगणार होता. आठ जूनपासून ही त्यांची चौथी बैठक होती आणि आजची बैठक आशादायक असल्याचं आदित्यचं मत होतं.

ही बातमी कानाला गोड लागत असली, तरी फिकट करड्या रंगाचा सूट घातलेला मित्तल, शेजारी बसलेल्या प्रवाशाला, आर्सेलरचा व्यवहार त्याच्या बाजूने झुकत होता, ही बातमी सांगणार नव्हता. त्याच्या शेजारी 'फॉर्च्युन' मासिकाचा वरिष्ठ पत्रकार नेल्सन डी. श्वार्झ बसला होता. आपल्या मासिकासाठी तो 'पोलादाचा सम्राट' या नावाचा मोठा लेख लिहिणार होता. मोर्डाशोव्ह स्वत:लाच 'पोलादाचा राजपुत्र' म्हणत होता आणि राजा होण्याची स्वप्नं बघत होता; तर इथे ह्या मासिकाने मित्तलला आधीच सम्राटपदी बसवलेलं होतं. एक कसलेला वार्ताहर असल्यामुळे श्वार्झ मित्तलकडून खोदून खोदून माहिती जमवत होता. आज मित्तल जर पराभवाच्या छायेत असता, तर त्याने श्वार्झला आपल्या विमानात घेतलं नसतं, हा अन्वयार्थ काढण्याइतका तो नक्कीच चाणाक्ष होता. मित्तल आपल्या मोबाइलवर जेवढा वेळ खर्च करत होता, त्यावरून काहीतरी नक्कीच घडत असल्याचं त्याच्या लक्षात आलं.

"काय होईल ते मला आत्ताच्या घडीला सांगता येत नाही," मित्तल श्वार्झला म्हणाला. "आर्सेलर अजूनही लढाईच्या पावित्र्यातच आहे."

न्यूयॉर्कला उतरल्यावर त्याने 'वॉल स्ट्रीट जर्नल'च्या संपादकाबरोबर दुपारचं भोजन घेतलं आणि गुंतवणूकदारांबरोबरच्या काही प्रचार सभांना हजर राहिला. संध्याकाळी संमेलनाच्या निमित्ताने दिलेल्या कॉकटेल पार्टीला तो गेला. या पार्टीचा आयोजक स्वत: मित्तल होता. तो पार्टीच्या जागी येताच सगळ्यांनी त्याच्याभोवती एकच गर्दी केली. प्रत्येकाला मित्तलशीच बोलायचं होतं. महत्त्वाचं भाषण करायचं असल्यामुळे तो तयारीसाठी पहाटे चार वाजता उठला. आज तो भाषण देऊ शकणार नव्हता, या कल्पनेनी हैराण झाला. त्याने उषाबाईंना मदतीसाठी फोन लावला. तो जेमतेम खुसफुसत होता. उषाबाईंना काहीच ऐकू येत नव्हतं; पण काहीतरी गडबड असल्याचं जाणवलं.

''ऐक माझं,'' तो कसंबसं म्हणाला, ''माझा आवाज बसला आहे.''

''थोडं मीठ घेऊन गुळण्या करा. सकाळी दुकानं उघडली की मग औषधं घेऊन या,'' तिने सल्ला दिला.

एका हातात गुळणी करायचं पाणी आणि दुसऱ्या हातात भाषणाचा कागद घेऊन बसलेला मित्तल आता चमत्काराचीच वाट बघत होता. हातातल्या घड्याळाकडे पाहिलं, तेव्हा सकाळचे सहा वाजलेले होते. गेलेला आवाज परत मिळवायला फक्त चार तासच उरले होते.

भाषणाला उभा राहिला, तेव्हा समोरच्या रांगेतील प्रतिष्ठितांकडे त्याची नजर गेली. अनेक ओळखीचे चेहरे त्यात दिसले आणि त्यात आर्सेलरचे महत्त्वाचे व्हाईट नाईटही होते. त्याचा भाऊ विनोद आणि स्पीरो याऊकिम हे देखील त्याला दिसले. अपेक्षेप्रमाणेच त्याच्या भाषणाचा विषय होता, 'बिल्डिंग एस्टेनेबल मॉडेल फॉर फ्युचर.'

''पोलाद जगतातल्या सर्व अभियंत्यांच्या दृष्टीने एक महत्त्वाचा दिवस म्हणून मान्यता पावलेल्या या उपक्रमाचं श्रेय पीटर आणि कार्लिस या आयोजकांकडेच निर्विवादपणे जातं. त्यांचं मी मनापासून अभिनंदन करतो,'' मित्तलने भाषणाची सुरुवात केली. हा आपलाच आवाज आहे, याची त्याला खात्री वाटत नव्हती; पण आवाज येत होता. हा तरी टिकून राहावा म्हणून त्याने मनोमन प्रार्थना केली. तो किंचित थांबला. आपला श्रोतृवर्ग जणू काही ध्वनिवर्धकाला चिकटून बसल्यासारखं त्याला वाटलं. ''हे अभिनंदनाचं काम इथेच थांबत नाही. आज एकाच खोलीत, एकाच दिवशी त्यांनी गी डोल, मोर्डाशोव्ह आणि मला स्वत:ला आणल्याबद्दल त्यांचं पुन्हा एकदा अभिनंदन.''

आता मित्तल जरा मोकळेपणाने बोलू लागला. आता समोरचा जनसमुदाय त्याच्या सोबत होता. त्याचं नंतर झालेलं भाषण मुद्देसूद होतंच; पण, १९९८ साली त्याने 'पोलाद उद्योगाला टिकाव धरून राहायचं असेल, तर त्याचं जागतिकीकरण व्हायला पाहिजे,' हा दिलेला संदेश योग्यच होता, हेही आवर्जून सांगितलं. ''केवळ मीच बरोबर होतो हे सांगण्याचा उद्देश नाही, तर पोलाद उद्योगाच्या दीर्घकालीन स्वास्थ्यासाठी हे आवश्यक होतं, हेच दिसून येतं.'' इथे त्याने एक गैरसमज कायमचा दूर करण्याचा प्रयत्न केला. ''आपलं जर एकमत झालं – आणि ते होईल अशी आशा आहे – पोलाद उद्योगाच्या स्वास्थ्यासाठी आणखी एका प्रश्नाकडे आपलं लक्ष मी वेधू इच्छितो, की पोलाद कंपन्यांनी एकाच प्रकारच्या उत्पादनात प्रावीण्य मिळवणं कितपत योग्य आहे? उदाहरणार्थ उत्तम प्रतीचं पोलाद की सर्वसाधारणपणे उपयोगात येणार पोलाद?

"वेगवेगळ्या बाजारांच्या गरजेनुसार आणि मागणीनुसार पोलादाचं उत्पादन करणं, ही मोठ्या समूहाच्या दृष्टीने साहजिक बाब आहे," मित्तल म्हणाला. "जनतेसाठी मोठ्या प्रमाणात मोटारी बनवणारे टोयोटा आणि फोक्स वॅगन सारखे कारखानेही लुक्सुस आणि ऑलेक्सेससारखी उत्तम दर्जाची मोटार तितक्याच अभिमानाने बनवतात. फोर्ड, युनिलिव्हर किंवा कोकसारख्या कंपन्यांना त्या काय आणि कसं उत्पादनं करावं, हे मी सांगू शकत नाही. मित्तल स्टीललाही हेच तर्कशास्त्र लागू पडतं."

गी डोलचं पित्त आता उसळायला लागल होतं. "बाजारातून मिळणारे मागणीचे संकेत फार चांगले, सकारात्मक आहेत आणि आपण जर एकत्रित झालो तर आपल्याला अपेक्षित असलेलं स्थैर्य नक्कीच प्राप्त होईल. माझ्या मते, आपण पुनर्निर्माणाच्या प्राथमिक अवस्थेतच आहोत आणि ती माझ्यासाठी आनंदाची बातमी आहे."

कॉफीपानानंतर मित्तल परत एका प्रचारसभेला गेला. संमेलनातली गर्दी आता वेगवेगळ्या विषयांवरील चर्चासत्रांकडे पांगली. अॅलेक्सी मोर्डाशोव्ह आता पहिल्या गटाकडे गेला. तिथे त्याच्या भाषणाचा विषय होता, 'आंतरराष्ट्रीय स्टील गेम – चेस विदाऊट चेकमेट.' किन्स्चने जरी अॅरिस्ट्रानचा प्रस्ताव फेटाळून लावला असला, तरी तो मित्तलला आर्सेलरवर विजय मिळू देणार नव्हता. ३० जूनचं नकारात्मक मतदान अजून बाकी होतं. ते त्याच्याच बाजूने होणार होतं आणि मुख्य म्हणजे गी डोलचा त्याला पाठिंबा होता. काल संध्याकाळी गी डोल आणि डेव्हेझॅक, मोर्डाशोव्ह आणि वॅडिम मॅकॉव्हला भेटले होते. मोठ्या असंतुष्ट गुंतवणूकदारांना, ज्यामध्ये एडीएएम आणि हेजफंड बँका आहेत, मोर्डाशोव्हच्या प्रस्तावापेक्षा मित्तलचा प्रस्ताव जास्त आकर्षक वाटतो आहे आणि ते आता आर्सेलरवर दबाव टाकत आहेत, हे डोलने त्यांना कळकळीने सांगितलं. "सेव्हरस्टालचा प्रस्ताव जर गुंतागुंतीचा वाटत असेल, तर आम्ही काय करायला पाहिजे, ते तरी सांगा," मॅकॉव्हने विचारलं. आपल्या प्रस्तावात सुधारणा करून आपण अजूनही मित्तलवर बाजी उलटवू शकतो, असं रशियनांना वाटत होतं.

"आर्सेलर/सेव्हरस्टाल ही अतिशय संतुलित कंपनी होणार असून, प्रमुख बाजारपेठ असलेल्या युरोपात तिचं अस्तित्व नक्कीच जाणवेल. ब्राझील आणि रशियातही या कंपनीचा दबदबा असेल," मोर्डाशोव्ह संमेलनात सांगत होता. "यामुळे उत्पादन खर्चात घट होईल आणि भविष्यात कंपनीच्या वाढीला खूप वाव असेल. ही जोडी आत्तापर्यंत झालेल्या सर्व विलीनीकरणांपेक्षा सरस असेल. भरपूर वाढ करून आर्सेलर/सेव्हरस्टाल पोलाद क्षेत्रातलं आपलं वर्चस्व कायम राखेल."

मोर्डाशोव्हने लोकांवर चांगलीच छाप पाडली होती. दिसायला रुबाबदार,

तरणाबांड आणि धडाडीचा वाटणारा हा तरुण पटकन भरारी मारण्यासाठी उतावळा वाटत होता. "सेव्हरस्टालचं आर्सेलरशी विलीनीकरण झालं, तर ते मित्तलच्या विलीनीकरणाइतकंच चांगलं तर होईलच; पण अनेक अर्थाने जास्त चांगलं होईल. हा प्रस्ताव किमतीच्या दृष्टीने समूहाच्या व्यवस्थापनाच्या दृष्टीने आणि उत्पादन खर्चाच्या दृष्टीने जास्त चांगला आहे, कारण तो मैत्रीपूर्ण व्यवहार होणार आहे."

पण मित्तलप्रमाणे मोर्डाशोव्हचं इंग्रजी सफाईदार नव्हतं. त्यामुळे त्याचा कमी प्रभाव पडला आणि ते समजायलाही अवघड जात होतं. मित्तलची पार्श्वभूमी लोकांना माहीत होती आणि ती मोर्डाशोव्हपेक्षा उठावदार होती. तज्ज्ञ मंडळींच्या मते मित्तलला पूर्ण १० गुण मिळाले होते, तर मोर्डाशोव्हला ८. भाषणाच्या शेवटी मोर्डाशोव्ह म्हणाला की, 'त्याच्या कंपनीच्या मालमत्तेचं अचूक मूल्यमापन करता येत नाही आणि तो पुतिनच्या फार जवळचा असल्यामुळे त्याच्याशी व्यवहार करायला लोक कचरतात.' अर्थात हे सगळं तो विनोदावारी बोलला होता; पण ते लोकांना फारसं रुचलं नव्हतं.

सकाळच्या उत्तरार्धात त्याला 'स्टील व्हिजन ॲवार्ड' ह्या पुरस्काराने गौरवण्यात आलं असलं; तरी त्याला अपेक्षित असलेलं पदक अजूनही हुलकावणी देतच होतं. आणखी किती चाली केल्यावर तो व्हाईट नाईटचा 'स्टील किंग' होणार होता?

गी डोल दुपारच्या भोजनाच्या वेळचा वक्ता होता. त्याचा विषय होता, 'पॉझिटिव्ह कन्सॉलिडेशन इन स्टील.' "आर्सेलरमध्ये आम्ही आकार आणि वजनापेक्षा किमतीला महत्त्व देतो. तेच आमचं ब्रीदवाक्य आहे," त्याने आपल्या कंपनीचं धोरण स्पष्ट करताना सांगितलं. "याचा अर्थ आकाराला महत्त्व नाही असा होत नाही; पण योजनेचं तेच फक्त रेझॉ देत्र (एकमेव कारण) असू शकत नाही. हा उद्योग किफायतशीरपणावर चालतो."

यानंतर त्याने आर्सेलरचा जाहीरनामाच समजावून सांगितला. मित्तलच्या प्रत्येक मुद्द्याला त्याने एक एक करून उत्तर दिल. "या पोलाद उद्योगाच्या स्वर्गीय बगिच्यात अनेक प्राण्यांना जागा मिळू शकते," डोल म्हणाला. "काही लहान पण विशिष्ट उद्देशांनी प्रेरित असतात; तर दुसरे मोठे किंवा महाकाय असतात; पण या सगळ्यांनी एक गोष्ट ध्यानात घेतली पाहिजे, खास करून मोठ्या प्राण्यांनी, की आकारापेक्षा किमतीला प्रथम महत्त्व दिल जातं...

"एक मोठा आणि आंतरराष्ट्रीय पातळीवरचा पोलाद उत्पादक असलेल्या आर्सेलरचं धोरण संतुलित आहे. नवीन बाजारपेठेत उपलब्ध होणाऱ्या संधी साधत असतानाच जुन्या बाजारपेठेत नफा मिळवत राहण्याचं आमचं धोरण आहे. दोन्ही प्रकारात आर्सेलर विशिष्ट उत्पादन आणि बाजारासाठीचं उत्पादन यांच्यात मेळ घालत असताना, नफ्याकडे आम्ही बारकाईने लक्ष ठेवत असतो. आम्ही हे करतो

म्हणूनच गुंतवणूकदारांना आम्ही आकर्षित करू शकतो. ही आर्सेलरची व्यवहारनीती आहे.''

डोलचं भाषण संपत आलं होतं; पण ऐकणाऱ्यांना ते एखादं प्रवचन ऐकत आहेत असंच वाटलं. डोल आता लोकांच्या काही प्रश्नांची उत्तरं देणार का, असं पीटरनी विचारलं. भाषणाच्या शेवटी लोक अवघड प्रश्न विचारण्यासाठी उत्सुक असायचे आणि बहुतेक प्रश्न पीटरच विचारायचा, तेव्हा डोलने सरळ नकार दिला. अगदी उदार मनाच्या तज्ज्ञालाही डोलला ५ गुण देणं अवघड गेलं असतं.

आर्सेलर/मित्तल/सेव्हरस्टालसारखी बडी मंडळी एकाच वेळी संमेलनाला हजर असल्यामुळे या थरारनाट्यातला प्रत्येक क्षण टिपण्यासाठी वार्ताहर सज्ज होते. जास्तच खोदून खोदून विचारल्यावर डोलने, आर्सेलर आणि मित्तलच्या वरिष्ठ पातळीवर काही बैठका झाल्याची कबुली दिली. ''दोन्ही कंपन्या अजूनही एकमेकाला पूरक नाहीत.'' आता हातातून वेळ सरत असल्याचं डोलला जाणवत होतं. त्याला उर्क्वीजो गोन्झालिसकडून आदित्यशी झालेल्या बैठकांचा वृत्तांत मिळत होता. डोलच्या अपेक्षेपेक्षा बोलणी आता फार पुढे गेली असली, तरी सौदा पक्का झालेला नव्हता. ''तुम्ही लक्ष्मी मित्तलना भेटणार आहात का?'' असं वार्ताहरांनी विचारल्यावर, ''नाही, सेव्हरस्टालच्या प्रस्तावात सुधारणा करून तो भागधारकांना पसंत पडेल असा प्रयत्न करत आहोत,'' असं उत्तर दिलं.

मोर्दाशोव्हचं मन वळवण्यासाठी डोलने खरंच कसून प्रयत्न केले होते का? मोर्दाशोव्हला मागे पाऊल टाकायची सवय नव्हती.

त्याच दिवशी दुपारी तीन वाजता लक्ष्मी मित्तल शेरेटनमधल्या एका लहानशा खोलीत जाण्यासाठी लिफ्टमध्ये शिरला. त्याच्या कर्मचाऱ्यांनी ती खोली त्याच्यासाठी आरक्षित केली होती, अर्थात वेगळ्या नावानेच. संवेदनशीलता आणि गोपनीयतेला आता फार महत्त्व प्राप्त झालं होतं. तो एकटाच भरभर चालत गेला. प्रचारसभेत उशीर झाल्यामुळे त्याला आधीच पंधरा मिनिटं उशीर झाला होता. या बैठकीसाठी त्याला अजिबात उशीर करायचा नव्हता. त्यानं दार उघडलं आणि आत गेला. आत फक्त एकच व्यक्ती बसलेली होती आणि ती पाण्याचा घोट घेत होती.

''गी, मला माफ कर. मी उशिरा आलो,'' मित्तलने दिलगिरी व्यक्त केली आणि हस्तांदोलनासाठी हात पुढे केला. डोलने क्षणभर विचार केला आणि त्याचा हात हातात घेतला. १३ जानेवारीच्या भेटीनंतर ते आज प्रथमच एकमेकांशी नीट बोलत होते. एकाएकी ती खोली निर्वात झाल्यासारखी वाटत होती.

जोसेफ किन्स्च अजूनही डोलला नवीन कंपनीच्या जडणघडणीचा विचार करायला सांगत होता. आर्सेलरच्या घडणीत डोलचा मोठा वाटा होता आणि त्यामुळे किन्स्चला तो तिथेच रहावा असं मनापासून वाटतं होतं म्हणून मित्तलने

डोलला गळ घालावी अशी किन्स्चची इच्छा होती. डोलची बायकोसुद्धा त्याला आर्सेलरमध्येच राहण्याची विनंती करत होता. त्याला आर्थिक कारण होतंच, पण तो कंपनीच्या प्रतिष्ठेचाही प्रश्न होता.

सुरुवातीला त्यांचं संभाषण जरा अडखळतच चाललेलं होतं. "आपण झालं-गेलं विसरून जाऊ," मित्तल म्हणाला. "मी जर तुला या काळात दुखावलं असेल, तर मला माफ कर; पण त्यात वैयक्तिक असं काही नव्हतं. तो वाटाघाटींचाच एक भाग होता."

डोलनेही क्षमायाचना केली; पण तो बहुतेक स्वत:चीच क्षमा मागत असावा. *त्याने तो मंकी मनीचा उल्लेख केलाच कसा?* अर्थात नंतर त्याने त्याच्या म्हणण्याचा तसा अर्थ नव्हता, असा खुलासाही केला होता. *'अँग्लो-सॅक्सन' वर्तमानपत्र त्या शब्दावरून त्याला टोमणे मारतील, त्याची टिंगल करतील, हे न समजण्याइतका तो अजाणपणे कसा वागला?*

"तू आर्सेलरचं फार चांगलं नेतृत्व केलंस. मला तुझा अभिमान वाटतो. तू आपल्या नवीन कंपनीचाही सीईओ रहावंस, असं मला मनापासून वाटतं."

"मी विचार करीन," डोल म्हणाला; पण त्याचा विचार पक्का झाला होता. आपल्याला गतकाळातच रमायला आवडतं, हे डोलला चांगलंच माहीत होतं. मोर्दाशोव्हने काही चमत्कार करून अजूनही मित्तलच्या नाकावर टिच्चून जर नवीन कंपनी स्थापन केली, तर गोष्ट वेगळी होती.

विमानतळाच्या दिशेने जाताना डोलचा मोबाइल वाजला. फोन गोन्झालोचा होता. २२ जूनला ठरल्याप्रमाणे गुंतवणूकदारांची बैठक व्हावी, असा किन्स्चचा आग्रह होता. डोलच्या अपेक्षा क्षणभर उंचावल्या, त्या खाली कोसळण्यासाठीच. भेट होणार होती, पण चर्चेसाठीचे विषय बदलले होते.

परत युरोपात जाण्यासाठी आर्सेलरने आरक्षित केलेल्या बॉम्बार्डियर ग्लोबल एक्सप्रेस या खाजगी विमानात गी डोल मटकन बसला. तो आता उद्ध्वस्त झाला होता. शाब्दिक प्रहार झेलल्यामुळे त्याचं अंग ठणकत होतं. ॲलेन डेव्हेझॅक, मार्टीन ह्यु, रेमी बॉयर आणि जॉक्लोद नाऊरी बाजूला बसले होते. त्याने त्यांना मित्तलच्या प्रस्तावाविषयी सांगितलं. डोलचे भक्त असलेल्या सर्वांना अत्यानंद झाला. आता जहाज मोठं झालं असलं, तरी सुकाणूवर तेच अनुभवी हात राहणार, याचा त्यांना आनंद झाला. आता जहाजाचं नाव बदलणार होतं.

"अर्थातच तुम्ही तिथे असालच," ते म्हणाले.

"अर्थातच मी नसणार," डोल म्हणाला. "मी त्याच्याबरोबर आणि त्या मुलाबरोबर कसं काय काम करीन?"

आता वाईन आणि जेवणाची वेळ झाली होती. त्यामुळे भयानक उदासवाणं वातावरण बदललं आणि थोड्याच वेळात सर्वजण जल्लोश करू लागले. अचानक नाऊरी उठून उभा राहिला आणि एक सुप्रसिद्ध संवाद म्हणायला सुरुवात केली.

एका प्रसिद्ध नाटकातील दुसऱ्या अंकाच्या सातव्या प्रवेशात सिरानो द बर्जेराकने ते म्हटलं होतं. बर्जेराकची तत्त्वनिष्ठा त्याची कारकीर्द अधोगतीला घेऊन जाईल असं वाटल्यामुळे ल ब्रे नावाचा सैनिक बर्जेराकला उद्देशून उपदेश करत असताना त्याला उद्देशून बर्जेराक म्हाणाला : 'अरे पराक्रमी योद्ध्या, मस्केटीयरसारखा अहंभाव धरू नकोस. प्रसिद्धी आणि नशीब तुझी वाट पाहत उभे आहेत!' हे वाक्य डोलला सुपरिचित होतं.

सहकाऱ्यांनी टाळ्या वाजवून दाद दिल्यामुळे तो आता मोठ्या आवाजात म्हणायला लागला :

मग आम्ही काय करावं?
एखादा रक्षक शोधावा का आश्रयदाता?
वृक्षाच्या बुंध्यापाशी वाढणाऱ्या असहाय वेलीप्रमाणे
बुंधा चाटत लोचटपणा करावा?
आणि झाडाच्या आधाराची भीक मागावी?
स्वत:च्या हिमतीने नाही तर कोणाच्या दयेने वर चढावं?
नाही, आपले अनेक आभार!
पण ते कधी करणार नाही ...आणि
...जमणार नाही

नाऊरी जितक्या पटकन उठला होता, तितक्याच पटकन खाली बसला; तेव्हा टाळ्यांचा कडकडाट झाला. आर्सेलरच्या दिशेने जात असलेल्या विमानात बसलेल्या डोलच्या चेहऱ्यावर आता निरिच्छ हास्य दिसत होतं. त्या सायरानोप्रमाणेच तोसुद्धा आपल्या तत्त्वांना चिकटून राहणार होता. असल्या फालतू लोकांशी त्याला अजिबात मैत्री करायची नव्हती.

डोल विमानात गाढ झोपलेला असताना सेव्हरस्टालच्या वेबसाईटवर एक बातमी झळकली : 'आर्सेलर या जगातल्या पहिल्या क्रमांकाच्या पोलाद उत्पादक असलेल्या कंपनीच्या संचालक मंडळापुढे सेव्हरस्टाल कंपनी दि. २६ मे रोजी दिलेल्या प्रस्तावात भागधारकांना वाटणारी काळजी लक्षात घेऊन भरपूर बदल करून एक सुधारित प्रस्ताव ठेवत आहे.'

मोर्दाशोव्ह आता ३२ टक्क्यांवरून आपला हिस्सा २५ टक्क्यांवर खाली ठेवायला तयार आहे. यामुळे भागधारकांचा २ अब्ज युरोचा फायदा होणार आहे. सर्व आर्सेलरवर विधिवत बोली लावण्याचा प्रस्ताव दिल्याशिवाय त्याने ३३ टक्के शेअर्स आपल्या ताब्यात न घ्यायची तो लेखी हमी द्यायला तयार होता. एकत्रित कंपनीतील सर्व महत्त्वाच्या स्थानांवरचा हक्कही सोडायला तो तयार झाला होता. उलट तो आता इतर भागधारकांप्रमाणेच आपल्या शेअर्सने मतदान करायला तयार झाला होता.

''सर्व महत्त्वाच्या गुंतवणूकदारांना वाटणाऱ्या शंकांची मी पूर्णपणे दखल घेतलेली असून हा सुधारित प्रस्ताव त्यांना वाटणाऱ्या काळजीचं निराकरण करेल अशी माझी खात्री आहे,'' मोर्दाशोव्हने जाहीर केलं. ''या सुधारित प्रस्तावामुळे आर्सेलरच्या भागधारकांच्या शेअर्सचं मूल्य वर्धित होईलच; पण त्याचबरोबर या दोन्ही उत्कृष्ट कंपन्या एकत्र येऊन एक जागतिक कीर्तीची अग्रेसर कंपनी बनू शकते, या माझ्या विचारांशी मी श्रद्धानिष्ठ आहे, तेही दिसून येईल.''

मधल्या काळात आर्सेलर आणि मित्तल स्टीलची बोलणी सुरूच होती. बाजारातल्या अफवांवर विश्वास ठेवला, तर आता लक्ष्मी मित्तलने आर्सेलरच्या शेअर्सचं मूल्यमापन ४० युरो प्रतिशेअर केलेलं होतं.

पीएर सेरव्हाँ-श्रायबर समझोता कराराच्या कायदेशीर बाजूंचा विचार करत बसलेला असतानाच त्याचा फोन वाजल्यामुळे कामात व्यत्यय आला. फ्रान्सचा नियामक जाँलुई लॅन्टेनोई कोपनहेगहून बोलत होता. युरोपातले सर्व नियामक कोपनहेगमध्ये वार्षिक सभेसाठी जमले होते.

''युरोपातल्या सर्व शेअर बाजारांतल्या आर्सेलरच्या शेअर्सचे व्यवहार आम्ही स्थगित करत आहोत,'' तो म्हणाला.

''काय?'' सेरव्हाँ-श्रायबरचा त्याच्या कानांवर विश्वासच बसत नव्हता. ''पण तुम्ही हे कसं काय करू शकता?'' त्याने गोंधळून विचारलं.

''आम्ही ते करणार आहोत.''

''तुम्ही काय करायचं ठरवलं आहे? आम्हाला मारायचा तर विचार नाही तुमचा?'' या नियामकांनी भरपूर शँपेन ढोसलेली असेल. ''ही असली स्थगितीची गोष्ट कधीच ऐकली नव्हती. मित्तल स्टील किंवा आर्सेलरविषयी काही खास माहिती तुम्हाला समजलेली असेल आणि तुमच्या मते ती बाजारात सर्वांना समजायला वेळ लागणार असेल, तरच तुम्ही हे स्थगितीचं पाऊल उचलू शकता; पण तसं इथे काहीच नाही,'' सेरव्हाँ-श्रायबरने युक्तिवाद केला. ''दुसरं म्हणजे, जर बाजारात अनिश्चित आणि अतार्किक व्यवहार होत असले, तर तुम्ही स्थगिती आणू शकता;

पण तसंही काही दिसत नाही. तेव्हा तुम्ही कशाच्या आधारावर हे करता आहात?''

''आम्हाला स्पष्ट पर्याय समोर दिसेपर्यंत ही स्थगिती लागू राहील. मित्तल आणि सेव्हरस्टाल या दोन स्पर्धकांत चाललेल्या चढाओढीत त्यांचे नक्की काय प्रस्ताव आहेत, हे न समजल्यामुळे नियामकच जर संभ्रमात पडलेले आहेत, तर गुंतवणूकदारांची मन:स्थिती काय झाली असेल? अनिश्चिततेमुळे चुकीचा संदेश मिळतो आणि त्याचा शेअर्सच्या किमतीवर परिणाम होतो.'' लेन्टेनोई आपल्या मतावर ठाम होता. आपल्या डोक्यावर कोणीतरी बंदूक रोखत असल्यासारखं सेरव्हाँ-श्रायबरला वाटलं.

''परिस्थिती फारच गोंधळाची झाली आहे,'' नियामकांनी निकर्ष काढला आणि फोन खाली ठेवला.

३८

बुधवार, २१ जून, संध्याकाळी ६ वा.

ब्रुसेल्स आंतरराष्ट्रीय विमानतळ

गल्फस्ट्रीम विमान खाली उतरून थांबत असताना मित्तलला किन्स्च बाहेर उभा राहून सिगारेट पीत येरझाऱ्या मारताना दिसला. एव्हाना अनेक वेळा या जागेला भेटी दिलेला आदित्य आता डोळे मिटून इथे वावरू शकत होता. त्याच्या मागून लक्ष्मी आत गेला. इमिग्रेशन आणि इतर सोपस्कार उरकल्यावर वाहनतळाच्या बाजूला असलेल्या बिझिनेस सेंटरमध्ये ते गेले.

काही मिनिटांतच ते दोघं टेबलावर समोरासमोर बसले. बँकांचे अधिकारी, वकील, जनसंपर्क अधिकारी यांचा फौजफाटा यावेळी आजूबाजूला दिसत नव्हता. आता या व्यवहारावर शिक्कामोर्तब करू शकणाऱ्या, दोन अंतिम अधिकार असलेल्या व्यक्ती समोरासमोर बसल्या होत्या. किन्स्चच्या चेहऱ्यावरचे कठोर भाव पाहून हा गृहस्थ नक्कीच औद्योगिक योजना आणि बाजाराच्या दबावाच्या गोष्टी करायला आला नसून त्याच्या मनात काही वेगळंच असल्याचं मित्तलच्या लक्षात आलं. आज किन्स्चचं धोरण जरा कडक असेल असं त्याला वाटलं.

"तुम्ही व्यवस्थापनाच्या बाबतीत ज्या सवलती सुचवल्या आहेत, त्यांचं मी स्वागत करतो, मि. मित्तल," किन्स्च म्हणाला. "पण तुमचा सुधारित प्रस्ताव अजूनही आर्सेलरचं वास्तविक मूल्यमापन करत नाही. तुम्हाला जास्त पैसे द्यायला लागतील."

"आम्ही ३९ युरो देऊ शकतो," मित्तल म्हणाला.

"किमान चाळीस." किन्स्चने प्रत्युत्तरादाखल सांगितलं.

दोघंही जागचे हालायला तयार नव्हते. आता वाट बघणं आलं.

एकत्रित कंपनीचं मुख्यालय लक्सेम्बर्गमध्येच असेल, ही मागणी मित्तलने

चुटकीसरशी मान्य केली. राजकीयदृष्ट्या लक्सेम्बर्गच सुरक्षित जागा असेल आणि इथेच आपला डेरा टाकायचा, हे व्यवहाराच्या सुरुवातीपासूनच मित्तलने ठरवलं होत. तिथला पंतप्रधान जाँक्लोद जुंकर युरोपातल्या राजकारणात मध्यस्थी करायला योग्य माणूस होता आणि त्याला बऱ्याचशा आतल्या गोष्टींची माहिती होती. आता मित्तलला बाहेरून आत डोकावण्याची गरज नव्हती.

"नव्या कंपनीचं नाव काय ठेवायचं?"

"ते मित्तल-आर्सेलरच असायला हवं," मित्तलने ठासून सांगितलं.

"नाही, आर्सेलर-मित्तल," किन्स्चही तितक्याच ठामपणे म्हणाला. "तुमच्यापेक्षा आमचं नाव युरोपात जास्त प्रसिद्ध आहे." टेबल टेनिसच्या खेळाप्रमाणे दोन्ही पक्ष दुसऱ्याकडे बॉल ढकलत होते; पण कोणालाच विजय मिळत नव्हता. मग डोळे मिचकावत आदित्यकडे पाहत किन्स्च म्हणाला, "मला वाटलं, तुला तरी एमएपेक्षा एएम जास्त पसंत असेल."

"तुम्ही चेष्टा तर करत नाही?"

"नाही, तुझ्या नावाची ती आद्याक्षरं आहेत, एएम." किन्स्चने त्याला आठवण करून दिली. "आणि नाही तरी एक दिवस ही कंपनी तुझीच होणार आहे."

शेवटी तिढा सुटला, तो किन्स्चमुळेच. रात्री दहा वाजता बैठक समाप्त झाली. चार तास सिगारेटशिवाय काढायचे म्हणजे काही सोपी गोष्ट नव्हती.

"आपण जे काही बोललो, ते मी उद्या माझ्या व्यवस्थापकीय मंडळापुढे ठेवतो," बाहेर पडताना किन्स्च म्हणाला.

लक्ष्मी मित्तलबरोबर झालेल्या बैठकीचा वृत्तांत ऐकल्यानंतर आर्सेलरच्या व्यवस्थापकीय मंडळासमोर, २५ जूनला संचालक मंडळाची तातडीची सभा बोलवण्याखेरीज पर्यायच उरला नव्हता. या बैठकीत एकच विषय पटलावर होता– मित्तल स्टील आणि मि. मोर्डाशोव्ह यांनी दिलेल्या ताज्या सुधारित प्रस्तावांवर निर्णय घेऊन शिक्कामोर्तब करणे. हे असलं, तरी तीस तारखेची विशेष सर्वसाधारण सभा ठरल्याप्रमाणेच होणार होती आणि ५० टक्के नकारात्मक मतांनी मोर्डाशोव्हला नाकारायचा प्रस्तावही मांडला जाणार होता.

नकारात्मक विचारांचा प्रस्ताव देणाऱ्या सेव्हरस्टालला बाजूला करता येईल आणि शेवटी आपल्याला जे हवं होतं ते मिळणार आहे, असा विचार करणाऱ्या भागधारकांना ब्रेकन्यूज.कॉमने सावध केलं होतं. "जर खराखुरा लिलाव झाला तर आर्सेलरच्या भागधारकांना आनंदच वाटेल; पण हे संचालक मंडळ सेव्हरस्टालचा व्यवहार घडवून आणण्यासाठी अजूनही अशा मार्गांचा वापर करत आहे, की भागधारकांना गोठ्यात बांधलेल्या गुरांइतकंच स्वातंत्र्य लाभेल. भागधारकांना दोघांचे प्रस्ताव त्यांच्या गुणवत्तेच्या निकषावर पारखण्याची संधी मिळेपर्यंत भागधारकांनी

बेसावध राहून चालणार नाही.''

गुरुवार, २२ जून

सेव्हरस्टाल, चेरेपोव्हेट्स, रशिया

जून महिना ही काही सेव्हरस्टाल ह्या गावात असण्याची जागा नाही. बाहेर डासांचं इतक साम्राज्य पसरलेलं होतं, की भेटीसाठी आलेल्या शंभराहून अधिक गुंतवणूकदारांना आणि विश्लेषकांना कंपनीचा दौरा करण्यासाठी आपल्या घरातून बाहेर पडणं अवघड झालं होतं. विमानतळापासून असंख्य बंदूकधारी सुरक्षारक्षकांनी त्यांना सोबत केली होती. जेरेमी फ्लेचरला रशियन पोलाद कारखान्यातून हुसकावून लावल्यापासूनच्या परिस्थितीत अजूनही फरक पडला नव्हता.

ॲलेक्सी मोर्डाशोव्हने सर्व पाहुण्यांचं स्वागत केलं. ''सेव्हरस्टालची एकच समस्या आहे, आम्हाला बाहेर कोणी ओळखतच नाही. आमची खरी ओळख जगाला व्हावी म्हणूनच आज तुम्हाला आमंत्रित केलं आहे.'' तो वरून जरी शांत दिसत असला तरी आतून खवळलेला होता. रोलाँ जुंकचं स्वागत करताना तो म्हणाला; ''आम्हाला तुम्ही वाऱ्यावर सोडून दिलं आहे, असं आम्हाला वाटतंय. आर्सेलरशी विलीनीकरण करायला आवश्यक असलेला पाठिंबा तुम्ही दिलाच नाहीत.''

''मी आता तुला पाठिंबा देण्यासाठीच आलेलो आहे,'' जुंक म्हणला. तो खरंच मोर्डाशोव्ह आणि सेव्हरस्टालला पाठिंबा देण्यासाठी आला होता; पण आर्सेलरशी विलीनीकरणासाठी नाही. या रशियन तरुणानी आपलं वेगळेपण दाखवल्यामुळे किन्स्चला त्याच्याविषयी फार आदर वाटत होता. ॲलेक्सी हाच भविष्यातला उगवता तारा आहे, हे किन्स्चला दाखवून द्यायचं होतं.

रशियन कंपनीच्या गुणवैशिष्ट्यांच्या स्लाईड्स जुंक बघत असताना त्याला त्या ओळखीच्या वाटल्या. मग त्याच्या लक्षात आलं. पीटर मार्कुसने मे महिन्यात भरवलेल्या संमेलनात जुंकने पोलादाचा विकास हा विषय मांडताना, याच स्लाईड्स उपयोगात आणल्या होत्या. पीटर मार्कुस हा देखील मोर्डाशोव्हच्या प्रेमात पडला होता. सेव्हरस्टाल कंपनीत काहीही गुप्तता पाळली जात नाही आणि तिथले व्यवहार उघडपणे चालतात, हे त्याला जगाला दाखवून द्यायचं होतं. ''पोलाद उद्योगाच्या सुदृढीकरणात या कंपनीला फार मोठं भवितव्य आहे,'' त्याने समोरच्या लोकांना सांगितलं; पण आत्ताच्या घडीला त्याला एक फरक खटकला. आर्सेलरचं मित्तल स्टीलऐवजी सेव्हरस्टालशी विलीनीकरण व्हावं असं सुचवणाऱ्या सर्व

स्लाईड्स त्यामधून वगळलेल्या होत्या. मित्तलशी आता समझोत्याच्या कराराचं लेखन चाललेलं असताना, आर्सेलरला आता तटस्थ राहणंच भाग होतं.

मित्तलच्या संमतीने किन्स्चने निर्णय घेतला होता, की चेरेपोव्हेट्सची भेट ठरवल्याप्रमाणेच झाली पाहिजे. पोलादाच्या नकाशावर मोर्दाशोव्हचं नाव झळकायलाच हवं. मुख्य म्हणजे पुतिनच्या कोपापासून त्याला वाचवणं गरजेचं होतं.

त्या दिवशी दुपारी चर्चा करत असताना, मॅकॉव्हने रोलाँला कोड्यात टाकलं. ''आमचा प्रस्ताव अजूनही पुढे जाऊ शकतो. आम्ही रशियातल्या इतर पोलाद कारखान्यांना आमच्याबरोबर घेऊन आमच्या प्रस्तावात मित्तलपेक्षा वाढ करू शकतो,'' मॅकॉव्ह म्हणाला. ''व्हॅडिम, तुझ्या हे कसं लक्षात येत नाही, की तसं करून तुम्ही दुसऱ्या कोणाच्या हाती कंपनीचं नियंत्रण सोपवाल? हे सगळं पैशांच्याच भोवती फिरत नाही,'' हे जुंकला माहीत होतं. जास्त रशियन लोकांनी व्हाईट नाईटचं काम केलं, तर गुंतवणूकदार घाबरतील आणि कायमचे दुरावतील. यातून काहीच तोडगा निघत नव्हता. सेव्हरस्टाल आता घायकुतीला आल्याचं रोलाँला स्पष्ट दिसत होतं.

शुक्रवार, २३ जून, दुपारी १२वा.

क्लब ग्रॅन्ड-डुकेल द लक्सेम्बर्ग

जोसेफ किन्स्च अशा वेळी गोल्फचे क्लब मुद्दामहून घेऊन आला नव्हता. मस्तपैकी ॲलेक्सीबरोबर गोल्फ खेळायचा मोह टाळून तो त्याला आज सेव्हरस्टालचा व्यवहार होणं केवळ अशक्य असल्याचं सांगणार होता. तो आज परखडपणे बोलत होता. ''सेव्हरस्टालबरोबर काही भरीव एकोपा होईल, हे गुंतवणूकदारांना पटतच नाही.''

मोर्दाशोव्हचं तोंड साफ पडलं होतं. ''आपलं तसं ठरलं होतं. आपण हातही मिळवले होते.''

किन्स्च या खेळात अनेक वर्षं वावरलेला होता आणि असल्या अप्रिय बातम्या देताना तो भावनेच्या आहारी जाण्याइतका कच्चा नव्हता. कुटुंबाच्या व्यक्तींसाठी आणि मित्रांसाठी तो मित्तलप्रमाणेच भावनाप्रधान होत असे; पण व्यवहारामध्ये तो अगदी भावनाशून्य होता. ''सेव्हरस्टालच्या मूल्यमापनाविषयी मला स्वत:लाच जरा शंका आहेत आणि तुमच्या खाणींचा उद्योग तर बाजारात पंजीकृत देखील नाही. त्यामुळे तुमच्या व्यवसायाचं खात्रीशीर मूल्यमापन करण अवघड आहे,'' त्याने खुलासा केला. ''आम्ही आमच्या लोकांना ते करायला सांगितलं होतं; पण ते चांगलं आहे का वाईट हे मलाच काय – कोणालाच माहीत नाही.''

मोर्दाशोव्हने आपल्या प्रस्तावात जास्त सवलती देण्याची तयारी दाखवली.

''मि. मित्तलने आधीच खूप काही सवलती दिलेल्या आहेत,'' किन्स्चने बातमी फोडली. झोवी बंधू आता विलीनीकरणाच्या करारावरून शेवटचा हात फिरवत आहेत. किन्स्चला मोर्दाशोव्ह आवडायचा, तितकंच त्याचं अदबशीर वागणंही आवडायचं. या रशियन गृहस्थाच्या विरुद्ध वारं वाहत असल्याचं त्याला जाणवत होतं. आता भागधारक या खेळात प्रमुख भूमिका बजावतील. तेच काय तो निर्णय घेतील.

इथवर आल्यावर आता मागे पाऊल न टाकण्याचा मोर्दाशोव्हने निर्धार केला.

गी डोलनी आता शस्त्रं खाली टाकली होती. मित्तलने जरी थांबण्याची विनंती केली आणि समझोत्याच्या करारात तशी नोंदही केली होती, तरी मित्तल असेपर्यंत आपल्याला या कंपनीचा अध्यक्ष होणं अशक्य आहे आणि आपलं अध्यक्ष बनण्याचं स्वप्न अपुरंच राहणार, हे त्याला कळून चुकलं होतं.

किन्स्चने त्याच्या ऑफिसात दोघांना एकत्र आणलं.

''गी, दोन कंपन्यांचं विलीनीकरण तूच चांगल्या रितीने हाताळू शकशील,'' तो म्हणाला. त्याला कशाही रितीने डोल हवा होता.

डोलही थोडा डळमळायला लागला. कदाचित तो थांबेलसुद्धा. मित्तलने त्याला खास सल्लागाराचं पद देऊ केलं. आता डोलला आपल्या द्विधा मन:स्थितीचाच राग यायला लागला. आयुष्यात काहीतरी करून दाखवा, नाहीतर काहीच करू नका.

शनिवार, २४ जून, संध्याकाळचे ८वा.

वॉटरसाईड इन, ब्राय, बेर्कशायर

थेम्स नदीच्या किनाऱ्यावर डेरा टाकून बसलेल्या मिचेल रोचं तीन तारांकित रेस्टॉरंट एखाद्या नक्षत्रासारखं चमकत होतं. मन मोहित करणारी उत्तम प्रकारची सजावट आणि त्याला साजेसे रुचकर खाद्यपदार्थ ही या रेस्टॉरंटची खासियत होती. आदित्य मात्र मोहित होण्याच्या पलीकडे गेला होता. त्याला इथे जेवण्यात रस नव्हता. खरं तर तो आत बसून त्याच्या चुलतभावाचा एकविसावा वाढदिवस साजरा करत असायला हवा होता; पण त्याची खुर्ची तिथेही खाली होती, कारण तो बाहेर गाडीमध्ये बसून आपल्या दोन्ही मोबाइलवर संदेश मिळायची वाट पाहत होता. तो आता मनातलं सगळं काही बोलून टाकणार होता.

''सौदा रहित झाला आहे,'' तो एका मोबाइलकडे बघत जोरात ओरडला. ''हे पहा, आम्ही तुमच्यावर विश्वास ठेवून हा सौदा केला होता. तुमच्यावर, मिचेलवर,

रोलाँवर, वकिलांवर, सगळ्या सगळ्यांवर विश्वास टाकला होता. मि. मित्तल आणि मि. किन्स्चने समझोत्याच्या करारावर सह्या देखील केल्या होत्या आणि आता तुम्ही या गोष्टी मला सांगता आहात? सौदा वगैरे काही होणार नाही. विसरा आता सगळं!'' त्या दिवशी संध्याकाळीच मित्तलने सगळ्यांना एक निरोप पाठवला होता, 'आपण इथवर आमची सोबत केलीत, याबद्दल आभारी आहे.'

मित्तल आणि मोर्दाशेव्हच्या प्रस्तावांचा विचार करण्यासाठी आर्सेलरच्या संचालक मंडळाची उद्या दुपारी बैठक होणार होती. आदित्यच्या कानांवर एक बातमी आली होती, 'रशियन गृहस्थाला एबीएन ॲम्ब्रो बँकेकडून जास्तीचं कर्ज मिळणार होतं, आर्सेलरच्या काही संचालकांच्या आणि वरिष्ठ अधिकाऱ्यांच्या पाठिंब्याच्या जोरावर मोर्दाशोव्ह नवीन सुधारित प्रस्ताव घेऊन मुसंडी मारणार होता. कंपनीवर जास्त परिणामकारक नियंत्रण मिळवण्यासाठी आर्सेलरच्या प्रस्तावापेक्षा हा जास्त चांगला होता. मोर्दाशोव्हने तसा प्रस्ताव दिलाच, तर संचालकांना त्यावरही विचार करणं भाग होतं.

आता गोन्झालो उर्क्वीजोशी बोलताना, आपण ऐकलेली बातमी खरी असल्याचं जाणवत होतं. मित्तलच्या विरोधात काम करणारी मंडळी अजूनही आर्सेलरला रशियाच्या बाजूने झुकवायला बघत होती. गी डोल कंपनीतून जाणार असल्याच्या बातमीचा आनंद पार ओसरला होता. मोर्दाशोव्ह आता रोख आणि शेअर्सच्या स्वरूपात २२ अब्ज युरो मोजायला तयार झाला होता.

''आर्सेलरचा हिस्सा सेव्हरस्टालला देऊन आमच्या प्रस्तावाला सुरुंग लावण्याचा तुमचा प्रयत्न आम्ही हाणून पाडू, लक्षात ठेवा!'' तो उर्क्वीजोला म्हणाला. मित्तल आणि सेव्हरस्टालला मोठी गुंतवणूक करायला लावून, त्यांच्याकडे कसलेच नियंत्रणाचे अधिकार न देण्याची कल्पनाच भयानक होती. तो आपल्या वडिलांशीही या विषयावर बोलला होता आणि तेसुद्धा या कल्पनेच्या प्रखर विरोधात होते.

दुसरा फोन त्याला योल झोवीचा आला. ''काही वेळा अशी परिस्थिती असते की थोडीशी भागीदारी स्वीकारायला हरकत नसते,'' त्याने सल्ला दिला; पण आदित्यला जास्त खुलासा करत बसला नाही. ''अजिबात नाही,'' त्याने झोवीला सांगितलं. ''अशी अर्धवट भागीदारी बुलशिट असते. सौदा रद्द झाला आहे. आर्सेलरला असले खेळ खेळायचे असतील, तर डावपेच म्हणजे काय असतं, ते त्यांना दिसेलच,'' त्याने एकदा परत फोन करून योवीला बजावलं. अशा मोठ्या व्यवहारात तिडीक उठणं हे साहजिकच असतं. आदित्य परत आत गेला आणि आपल्या मित्रांच्यात मिसळला.

दुसऱ्या दिवशी सकाळी उर्क्वीजो गोन्झालोने आदित्यला परत फोन केला. ''तुम्ही तुमचा प्रस्ताव रहित करता आहात, हे नक्की ना?''

“हो! अजूनही त्यात काही बदल झालेला नाही,” आदित्यने ठामपणे सांगितलं.

उर्क्वीजोने परत फोन केला. “ही अर्धवट भागीदारीची कल्पना मागे घेतलेली आहे. सेव्हरस्टालने आधी दिलेला प्रस्तावच बैठकीत मांडला जाईल. मग आमचाही प्रस्ताव आम्ही दिलाच आहे.”

३९

रविवार, २५ जून, सकाळी १०वा.

आर्सेलरचं सभागृह, आव्हन्यू द ला लिबेर्ते

जोसेफ किन्स्चने सभेची सुरुवात, नेहमीप्रमाणेच अचूक आणि सफाईदारपणे केली; पण या वेळी तो जरा तणावात होता. सभेला अठरा संचालक, गी डोलच्या डायरेक्टोरेटची लोकं, नऊ बँकांचे प्रतिनिधी आणि वकिली सल्ला देणारे सल्लागार हजर होते, त्यामुळे सर्व खुर्च्या भरल्या होत्या. ''आर्सेलर, मित्तल स्टील आणि सेव्हरस्टाल एकत्र येण्याची शक्यता मावळली आहे,'' त्याने सुरुवातीलाच सांगून टाकलं. ''मी आता वित्त आणि वकिली सल्लागारांना विनंती करतो, की त्यांनी समोर असलेल्या दोन्ही प्रस्तावांवर चर्चा करून त्यांचं तुलनात्मक विश्लेषण सभेपुढे मांडावं. त्यानंतर आर्थिक, कायदेशीर आणि व्यवस्थापनाच्या मुद्द्यांवर चर्चा होईल. ती झाल्यावर मी सर्व सल्लागारांना आणि संचालक नसलेल्यांना, बाहेर जाण्याची विनंती करीन. संचालक मंडळ मग साधकबाधक विचार करून आपला निर्णय घेईल.''

सल्लागारांचं विचारमंथन चालू असताना, डोल मनाशीच विचार करत होता : या ॲलेक्सीने आपली कंपनी लंडनच्या शेअरबाजारात पंजीकृत का केली नाही? तशी जर असती, तर आज इथे बसायची वेळच आली नसती.

मित्तलने आता त्याची बोली ४०.४० युरोची केली होती. मिचेल झोवीच्या मनात, नेहमीच ४० युरोच्या आसपासचा आकडा होता. ही गोष्ट त्याने किन्स्चला कधीच बोलून दाखवलेली नव्हती, कारण तो नेहमीच हट्टीपणा करत, आर्सेलर विकाऊ नाही, असंच सांगत होता. मात्र तो नेहमी मित्तल किंवा मोर्डाशोव्हशी विलीनीकरणाच्या गोष्टी करत असे. शब्द काहीही वापरा, निकाल कोणाच्याही बाजूने लागो; पण शेवटी किन्स्चच्या ताब्यातून आर्सेलर जाणार, हे मिचेलला स्पष्टपणे

दिसत होतं. "जेव्हा मोठाले आकडे डोळ्यांसमोर फिरायला लागतात, तेव्हा तुम्हाला आपली मालमत्ता विकायचा मोह होतोच."

आता कोणाच्या बाजूला पारडं फिरतं, तेच बघायचं होतं – मोठी बोली लावून कंपनी ताब्यात घेणाऱ्या मित्तलकडे की कमी बोली लावलेल्या मोर्डाशोव्हकडे. मोर्डाशोव्हने विजय मिळवला, तर किन्स्चकडून सत्ता डोलकडे जाईल; पण खरी सत्ता मोर्डाशोव्ह आणि चेरेपोव्हेट्सच्या हातात असेल.

होसे मारिया ॲरिस्ट्रान बोलत असताना, त्याने आपला निर्णय घेतला असल्याचं, स्पीलमानच्या लक्षात आलं. आता रशियन आणि भारतीय माणसांपैकी एकाची निवड करावी लागणार, म्हणून, समाजवादी खासदार जॉन कास्टेग्नारो हा बेचैन झालेला होता. ते आता आपल्याला दोन खलपुरुषांपैकी एकाची निवड करायला सांगत आहेत, असंच त्याला वाटलं.

दुपारी १२वा.

१८-१९ केन्सिंग्स्टन पॅलेस गार्डन्स

मित्तलच्या आजूबाजूच्या सर्व मंडळींच्या हातातील शॅंपेनचे ग्लास किणकिणत होते. गेल्या पाच महिन्यांत त्यांनी जो रोमहर्षक अनुभव घेतलेला होता तो आणि पुढे येणाऱ्या उज्ज्वल भवितव्याच्या कल्पनेने ते हरखून गेले होते. योल झोवी आता आरामात बसला होता. शरियार ताजबक्ष, लीझा रोब, गिलबेर्तो पोझी आणि रिचर्ड ग्नोड ही गोल्डमान साक्सची मंडळी आता फ्लेचर, कोट्स, फिलिप ग्वाईथ या बॅंकेतल्या लोकांच्यात मिसळली होती. पीएर-ईव्ह शाबेर, लोरा मेयेर आणि जनसंपर्क संस्थेची आन मो खास पॅरिसहून या आनंदात सहभागी व्हायला आले होते. शिवाय या सर्व जथ्याला काबूत ठेवून, त्यांच्याकडून काम करवून घेणारा सुधीर महेश्वरी हा घरचाच माणूसही हजर होताच. मित्तलच्या प्रत्येक हालचालीची दृश्यं टिपणारे कॅमेरामन सर्वत्र वावरत होते आणि त्यांना विल्बर रॉसच्या चमकत्या टकलाचे दृश्य टिपायचे होते. नेहमीप्रमाणे सर्व व्यवस्थेवर लक्ष ठेवत, निकोला डेव्हिडसन लगबग करत होती आणि तिच्या चाणाक्ष नजरेतून बारीकशीही गोष्ट सुटत नव्हती.

ब्लुमबर्ग, ॲव्हन्यू द ला लिबेर्तेवर चालू असलेल्या आर्सेलरच्या संचालक मंडळाच्या सभेची दृश्यं दाखवली जात होती. सभा आता संपण्याच्या मार्गावर होती. संचालकांनी सर्व मोहिमेचा आढावा घेतला आणि कंपनीच्या भवितव्यावर शिक्कामोर्तब केलं. दुपारी ४ वा. स्टुटगार्टमध्ये, वर्ल्ड कपस्पर्धेत इंग्लंडचा इक्वाडोरशी फुटबॉलचा सामना होता, त्यासाठी जास्तीचे टीव्ही बसवलेले होते. हा सामना जिंकून इंग्लंड

पहिल्या आठ संघांत जाण्याची आशा बाळगून होता. मित्तल त्याच्या आधीच आपला सामना जिंकेल, अशीच लक्षणं दिसत होती. बाहेरच्या बागेत दुपारच्या भोजनाची व्यवस्था केली होती आणि तिथेसुद्धा मित्तलच्या आदरातिथ्याची खासियत दिसून येत होती. स्वच्छ पांढरेशुभ्र टेबलक्लॉथ अंथरलेल्या टेबलावर मोहक रंगाच्या फुलांची सजावट केली होती. सर्व प्रकारच्या खाद्यपदार्थांनी टेबलावर एकच गर्दी केली होती. आजचा दिवस सर्वांच्याच दृष्टीने अविस्मरणीय होता.

गेल्या पाच महिन्यांत, सरत्या दिवसागणिक मित्तलचा चमू जास्तीत जास्त ताकदवान होत गेला यात शंकाच नाही. अर्थात काही लोकं जरा थकल्यासारखी आणि उद्विग्न झालेली होती, हेही तितकचं खरं. आता सगळ्यांच्यात मैत्रीचे संबंध उत्पन्न झाले होते. इतक्या मोठ्या, गुंतागुंतीच्या आणि अटीतटीने लढल्या गेलेल्या लढाईत ते प्रथमच भाग घेत होते. आपल्याच विचाराने भरकटत न जाता, प्रत्येकजण मित्तलच्या धोरणांशी सुसंगत असंच वागला होता. मित्तलने सुरुवातीलाच सांगितलं होतं, की इथे काय चाललं आहे, ते प्रत्येकाला माहीत हवं.

''माझ्या अशिलाच्या मनात काय आहे ते शंभर टक्के मलाही माहिती होतं आणि असा हा माझा पहिलाच अशील होता, जो सर्वकाही मला सांगत होता,'' योल झोवी म्हणाला. ''बरीचशी अशील मंडळी, ते उत्तम श्रोते आहेत असा दावा करतात,'' जेरेमी फ्लेचर म्हणाला, ''पण लक्ष्मी मित्तल हा मी काम केलेल्यांपैकी पहिला गृहस्थ आहे, जो खरोखरीच सल्लागारांचा सल्ला ऐकतो. या युद्धातलं खरं उपयोगी पडलेलं हत्यार होतं–'' ''ब्लॅकबेरी फोन,'' कोणीतरी म्हणालं, ''आर्सेलर जणू काही पैसे टाकून बूथवररून फोन करत होता.''

जमलेल्या अभ्यागतांमधून वाईनचे ग्लास घेऊन वेटर्स आदबीने फिरत होते. लोकं आनंदात असली तरी अतिउत्साह दाखवत नव्हती. त्यांनी विजयप्राप्तीसाठी भरपूर मेहनत घेतली होती; पण ते हुरळून गेले नव्हते. तशी सर्वांच्याच चेहऱ्यावर काळजी दिसत होती. मित्तल आपल्या कुटुंबीयांसकट लोकांच्यात मिसळून प्रसन्नपणे हसत, प्रत्येकाशी हस्तांदोलन करत होता. कानापाशी दिसणारे थोडे पांढरे केस आणि डोळ्यांच्या बाजूला असलेल्या रेघा, त्यांनी पाच महिने केलेल्या संघर्षामुळे आलेल्या तणावाचं गुपित फोडत होत्या. अजूनही सतरा वर्षांच्या मुलासारखा दिसणारा आदित्य हातात वाईनचा ग्लास घेऊन सगळीकडे लक्ष ठेवून होता.

लक्ष्मीने हातातलं घड्याळ बघितलं. तो असेल का मोर्डाशोव्ह? तसं पाहिलं तर त्याच्या हातात, किन्स्चशी केलेला समझोत्याचा करार होता; पण अंतिम निर्णय संचालकांनाच घ्यायचा होता आणि ते रशियनाला झुकतं माप टाकू शकत होते.

मोर्डाशोव्ह आणि मॅकॉव्ह, हॉटेल ले रोयालमध्ये बसून, शेवटची खटपट करून जास्तीचे पैसे टेबलावर फेकता येतात का ते बघत होते. आज जरी मित्तलला

पाठिंबा मिळाला, तरी ३० जूनला विशेष सर्वसाधारण सभा होतीच, तेव्हा भागधारकांना लालूच दाखवून मित्तलपासून दूर करण्याची आणखी एक संधी होती. ती पन्नास टक्के नकारात्मक मतांची अट अजूनही होतीच आणि तसं झालं तरच सेव्हरस्टाल बाहेर फेकली जाणार होती.

आर्सेलरच्या सभागृहाच्या बाहेर, फिलिप कॅप्रॉन आणि इतर सल्लागार, हॉस्पिटल-मध्ये जन्माला येणाऱ्या बाळाची वाट बघत बाप जसा फेऱ्या मारतो, तसे फेऱ्या मारत होते. सभागृहाच्या बाहेर कोणी पडला, की ते त्याला गाठून काही माहिती हाती लागते का, ते बघत होते.

काहीच माहिती मिळत नव्हती.

मोर्दाशोव्ह आपल्या रॉयल सूटमधून, हॉटेल ले रोयालच्या गच्चीवर मोकळ्या हवेत गेला, तेव्हा आर्सेलरच्या सभेला चार तास झाले होते. त्याला खाली रस्त्यावरून गाण्याचे आणि ओरडण्याचे आवाज ऐकू येत होते. स्थानिक पोर्तुगीज मंडळी, संध्याकाळी नेदरलँडशी होणाऱ्या फुटबॉल सामन्यासाठी, झेंडा मिरवत, वातावरण निर्मिती करत होते. या सामन्यात जिंकणारा संघ, इंग्लंड-इक्वाडोरमधल्या सामन्यातील विजयी संघाशी खेळणार होता. आपला रशियन संघ स्पर्धेसाठी पात्रही ठरला नसल्याचं, मोर्दाशोव्हच्या लक्षात आलं. सर्बिया आणि मोन्टेग्रोसारखे चिमुकले देश स्पर्धेत असताना महान रशियाचा संघ स्पर्धेत नसल्यामुळे, त्याचा स्पर्धेतील रस कमी झाला होता. अर्थात त्यांनी जर आर्सेलरवर विजय मिळवला, तर त्याची नक्कीच भरपाई झाली असती. पुतिनला द्यायला यापेक्षा काय चांगली भेट असू शकते? आता गी डोलच त्याचा तारणहार होता.

दुपारी तीन वाजता सभागृहाचे मोठे दरवाजे सताड उघडले. गी डोल आपल्या ऑफिसच्या दिशेने तरातरा गेला. आपण नुसतेच सीईओ आहोत; पण संचालक मंडळावर नाही आणि आपल्याला मताधिकार नाही, याच आज त्याला सर्वांत जास्त वैषम्य वाटल.

त्याच्या मागून सर्व सल्लागार मंडळी बाहेर पडली आणि आपापल्या ऑफिसच्या दिशेने पांगली. काही खाणाखुणा करत एकमेकांशी बोलत होते, तर इतर आपल्या बुटांकडे बघून चालले होते. सेरव्हाँ-श्रायबर जरा पाय मोकळे करायला बाहेर गेला. गडाच्या बाहेर असलेल्या लाकडी दरवाज्यापाशी असलेल्या वार्ताहारांची उत्सुकता आता ताणली जात होती. ज्युलियन पॉन्थुस या रॉयटरच्या वार्ताहाराला, सेरव्हाँ-श्रायबरने लांबून ओळखलं. तो पाच तास बाहेर ताटकळत होता.

''काय चाललं आहे?'' त्याने सेरव्हाँ-श्रायबरला विचारलं. ''आम्हाला इथे

जनसंपर्क विभागाचा एकही अधिकारी दिसला नाही.'' सेरव्हॉं-श्रायबर चक्रावून गेला. आर्सेलर जर वार्ताहारांना अशी वागणूक देत असेल, तर त्यांच्याविषयी वाईटच लिहिलं जाणार, यात काही नवल नाही. कमीत कमी अधूनमधून बाहेर येऊन, वार्ताहारांच्या सोशिकपणाचं कौतुक तरी करायला हवं होतं. सेरव्हॉं-श्रायबरने पॉन्थुसला सांगितलं की, ''प्राथमिक चर्चा झाली असून, आता संचालकांखेरीज इतरांना बाहेर जायला अध्यक्षांनी फर्मावलेलं आहे. आता फक्त आम्हीच काय तो निर्णय घेऊ, असं किन्स्च आम्हाला म्हणाले.''

''अजून किती वेळ लागेल?'' पॉन्थुसने विचारलं. ''कोण जिंकेल असं वाटतं?''

सेरव्हॉं-श्रायबरने दोन्ही प्रश्नांना खांदे उडवून उत्तर दिलं. आर्सेलरच्या जनसंपर्क अधिकाऱ्याचं काम तो कधीच करणार नव्हता आणि त्याला खरं उत्तर माहिती नव्हतं.

अजूनही सर्वत्र शांतताच होती.

आर्सेलरच्या सभागृहाचे दरवाजे परत घट्ट बंद झाले. आता बंद खोलीत आर्सेलरच्या भवितव्यावर निर्णय घेतला जाणार होता.

१८-१९ केन्सिंग्टन पॅलेसवर दुपारचं चहापान चालू होतं. अचानक टाळ्यांचा आवाज आला. जे टीव्ही पाहत नव्हते, तेही टीव्हीकडे धावले. हे खरं असेल का? हो, तसं झालं होतं. डेव्हिड बेकहॅमने, लांबवरून चेंडू लाथाडत गोल करून इंग्लंडला आघाडी दिली होती.

अजूनही आर्सेलरच्या गडावरून काही बातमी नव्हती. या संचालकांना इतका वेळ लागतोय, याचं मित्तलला आश्चर्य वाटलं. सर्वांत दीर्घकाळ चालेली संचालक मंडळाची सभा, दीड तास झाला तरी चालूच आहे, मित्तलने शेरा मारला. इकडे आपल्या ऑफिसात बसलेला डोलही तेच म्हणत होता. आर्सेलर आणि केन्सिंग्टनचा धीर आता खचत चालला होता.

सायंकाळी पावणेसात वाजता किन्स्चने चर्चा थांबवली आणि प्रत्येक संचालकाला आपल मत जाहीर करायला सांगितलं. आज प्रत्यक्ष लक्सेम्बर्गच्या राजपुत्राला, गिऊलामेला, बोलावं लागणार होतं.

सात वाजल्यानंतर पॉन्थुसला, हा अजूनही बाहेरच वाट पाहत होता, एका मंत्र्याची गाडी येताना दिसली. आत बसलेला क्रेक त्याला दिसला. तो आणि इतर वार्ताहार त्याच्याकडे धावत गेले. मंत्रिमहोदय न थांबताच आत गेले. इतक्यात त्याचा ब्लॅकबेरी फोन वाजला. त्याने फोन बघितला तेव्हा आर्सेलरच्या जनसंपर्क

विभागाकडून एक ई-मेल आलेला त्याला दिसला.

नेमक्या याच वेळी मित्तलने फोन खाली ठेवला आणि आपल्या विचारांची जुळवणी करत, आपल्या पाहुण्यांत जाऊन मिसळला.

''आत्ताच मी किन्स्चशी बोललो,'' त्याने सुरुवात केली. आपल्या गप्पा थांबवून सगळे कान टवकारून ऐकायला लागले. हातातले ग्लास त्यांनी इतक्या घट्ट धरले होते की ते फुटले कसे नाहीत असा प्रश्न पडावा. ''आर्सेलरच्या संचालक मंडळाने आपला प्रस्ताव मान्य केला आहे,'' हे सांगत असताना मित्तलचा आवाज आणि देहबोली अशी होती, की तो एखाद्या शोकसभेला संबोधित करत आहे. मग पटकन तो प्रसन्नपणे हसला तेव्हा सर्वांच्या जिवात जीव आला. एखादं धरण फुटावं, तशा आता सकाळपासून दाबून ठेवलेल्या भावना उफाळून आल्या. आता नुसती धम्माल उडाली होती.

''शेवटी हा ठराव एकमताने संमत झाला,'' त्याने सांगितलं आणि प्रचंड आवाजात लोकांनी टाळ्या वाजवल्या.

ॲव्हन्यू द ला लिबेर्तेवरचे सगळे संचालक आपापल्या घरी गेले. इथेही आवाज येत होता; पण फार वेगळा. कागदाचे कपटे करणारी यंत्रं आता आर्सेलरच्या गडावर घरघरायला लागली होती. एका उमद्या वाघाचा लाजिरवाणा शेवट झाला होता.

४०

सोमवार, २६ जून, दुपारी २ वा.

आव्हन्यू द ला लिबेर्ते

मॅस्युआ श्रेकसकट सर्व लक्सेम्बर्गवासी मित्तलची वाट पाहत होते.

रस्त्याच्या दोन्ही बाजूला, आर्सेलरच्या मुख्यालयातल्या सेक्रेटरी दुतर्फा उभ्या होत्या. त्यांनी घरी तयार केलेल्या साड्या परिधान केल्या होत्या. कपाळावर कुंकवाचा टिळा लावलेला होता, अर्थात त्यामुळे काही जणी डोळे मिचकावत होत्या. प्रत्येकीच्या हातात एक फुलांच्या पाकळ्यांची परडी होती. मित्तल आल्यावर पाकळ्या उधळून त्याचं भारतीय पद्धतीने स्वागत होणार होत. ही वेशभूषा भूमध्यसमुद्रच्या आसपास राहणाऱ्या स्त्रियांना शोभून दिसत असली तरी – आत्ता मला जुआनची सेक्रेटरी फार आकर्षक वाटत आहे – टेक्सेम्बर्गच्या धिप्पाड बायकांच्यात काही फार मोठा फरक पडला नव्हता, त्यांना व्हायकिंग पद्धतीचे कपडे – अंगावर फरकोट आणि डोक्यावर शिंग असलेलं शिरस्त्राण – जास्ती शोभून दिसले असते.

एक कविकल्पना म्हणून जरी हे ठीक असलं, तरी वास्तव फार नीरस होतं. हल्लीच्या काळातील एक तुंबळ लढाई जरी जिंकलेली असली तरी, छोट्या-मोठ्या चकमकी अजून झडायच्याच होत्या : खुर्च्यांची लढाई.

"आदित्यला स्टेजवर जर बसवलं, तर ते मि. मित्तल यांना आवडेल,"

किन्स्चचं यावर एकच उत्तर होतं, "जर मि. डोलनाही खुर्ची दिली तरच."

"तुला खुर्ची दिली तर तू वरती स्टेजवर बसशील का?" असं विचारल्यावर डोलचं उत्तर एकच असे, "नाही."

जगभरातले वार्ताहार आर्सेलरच्या गडावर आले, तेव्हा स्टेजवर दोनच मानाच्या खुर्च्या ठेवलेल्या होत्या, एक किन्स्चसाठी आणि दुसरी मित्तलसाठी. आदित्यला शेवटी खुर्ची मिळाली नाहीच.

पत्रकार परिषदेला मित्तल आला, तेव्हा एखाद्या नवरदेवासारखा वाटत होता. सुरुवातीच्या प्रेमप्रकरणात अपमानित झालेल्या मित्तलचं शेवटी समझोत्याने लग्न होणार होतं.

जोसेफ किन्स्च सावधपणे भाषण करण्याच्या जागी गेला. किन्स्च आता खचल्यासारखा दिसत होता. त्याने नाकावर चष्मा चढवला आणि फ्रेंच भाषेतून आपल्या भाषणाला सुरुवात केली. ''मी सर्व उपस्थितांचं, खास करून मि. मित्तल आणि त्याच्या कुटुंबीयांचं, लक्सेम्बर्गमध्ये स्वागत करतो. त्यांचे आदरणीय वडील, श्रीमती मित्तल, अर्थातच त्यांचा मुलगा आदित्य, जावई, सून आणि त्यांच्या मुलीचं मी हार्दिक स्वागत करतो.'' हे सगळे पुढच्या रांगेत बसलेले होते. गी डोल वधू पक्षाच्या बाजूला बसला होता. आता कधीही ऐकायला मिळू नयेत असे शब्द त्याला ऐकावे लागणार होते : आर्सेलर आणि मित्तल आता एकत्र येत आहेत.

''आमच्या संचालक मंडळाच्या म्हणण्याला मि. मित्तल यांनी सकारात्मक प्रतिसाद दिला त्यामुळे मला आनंद होत आहे. त्यांनी आपली बोली तर वाढवलीच आहे; पण सुधारित औद्योगिक योजना आणि व्यवस्थापनाची हमी दिली आहे. मित्तलने प्रतिशेअर ४०.४ युरो दिल्यामुळे कंपनीचं मूल्यमापन आता २५.४ अब्ज युरो इतकं झालं आहे आणि ते त्यांच्या जानेवारीत दिलेल्या पहिल्या प्रस्तावापेक्षा ५० टक्क्यांनी अधिक आहे. समूहाचं व्यवस्थापन आर्सेलरच्या पद्धतीचंच असेल आणि एका शेअरला एक मत, हेच तत्त्व अमलात येईल. कंपनीचं मुख्यालय आणि कार्यकारी मुख्यालय लक्सेम्बर्गमध्येच राहील,'' किन्स्चने अभिमानाने जाहीर केलं, ''कंपनीचे व्यवहार बघायला दोन्ही कंपन्यांतून समसमान संख्येने अधिकाऱ्यांची निवड होईल, तसेच संचालक मंडळातही संतुलन साधल जाईल. मि. मित्तल समूहाचे अध्यक्ष असतील आणि मि. किन्स्च हे समूहाचे चेअरमन असतील. २००७ साली मी निवृत्त झाल्यावर, मि. मित्तल माझी जागा घेतील.''

कोणीतरी प्रश्न विचारला, ''आता जगातल्या सर्वांत मोठ्या कंपनीचं चेअरमन झाल्यावर कसं वाटत आहे?''

''मी नेहमी सर्वांत मोठ्या कंपनीचाच चेअरमन होतो,'' तो न डगमगता म्हणाला.

''गी डोल नवीन कार्यकारी संचालकाची नेमणूक झाल्यावर, आपला राजीनामा देतील.''

डोल तत्त्वांनी वागणारा माणूस होता, त्याच्यापाशी एकच गुण नव्हता, किन्स्च-प्रमाणे तगून राहण्याचा.

''आता आमच्यापुढे मोठी आव्हानं उभी असतील,'' किन्स्च म्हणाला. ''दोन्ही कंपन्यांच्या कामाच्या पद्धती जुळवून घेण्याचं मोठं आव्हान आमच्यासमोर असणार

आहे. एकाच विचारपद्धतीच्या दोन कंपन्यांचं टप्प्याटप्प्याने विलीनीकरण होण्यापेक्षा, हे काम फारच अवघड असणार आहे,'' किन्स्चने आपल्या मनातील खरा सल बोलून टाकला.

''पोलाद उद्योगाच्या दृष्टीने आजचा दिवस फार महान ठरणार आहे,'' मित्तलने प्रत्युत्तरादाखल आपल्या भाषणाची सुरुवात केली.

त्याच्या कुटुंबीयांकडे आता जगातल्या सर्वांत मोठ्या पोलाद उद्योगसमूहाचे ४३ टक्के शेअर्सच होते असं नाही, तर जगातल्या प्रत्येक खंडात त्याच पाऊल पडलं होतं. ३,२०,००० लोकांना रोजगार पुरवणारी, १२ कोटी टन कच्च्या लोखंडाचं उत्पादन करणारी ही नवीन कंपनी, जगातील दहा टक्के पोलादाचं उत्पादन करत होती. इतर कुठलाही लोखंडाचा उत्पादक त्यांच्यापुढे खुजा वाटला असता. आता त्यांची एकत्रित मालमत्ता ४६ अब्ज डॉलर्स झाली होती आणि विलीनीकरणामुळे, सुमारे १.६ अब्ज डॉलर्सची उत्पादनखर्चात बचत झाली असती.

मित्तलने ४०.४ युरोची प्रतिशेअर बोली लावल्यामुळे, आर्सेलरचा बचाव करू पाहणारे आता भागधारकांचा बक्कळ फायदा झाला आहे, असं निर्विवादपणे म्हणू शकत होते. मागे मिचेल झोवीने, फेब्रुवारीत किन्स्चला सांगितल्याप्रमाणे, बचावासाठी हा कळीचा मुद्दा होता. सामूहिक व्यवस्थापनाच्या इतिहासात याची नोंद घेतली जाईल. आर्सेलर ताब्यात घेण्याचा विचार प्रथम जेव्हा मित्तलच्या डोक्यात आला होता, तेव्हा २००५ साली ज्युलियन ऑनिलॉनने, आर्सेलरचं मूल्यमापन करून त्यांच्या शेअर्सचा भाव ४४.४ डॉलर ठरवला होता. प्रत्यक्षात त्याला ४ डॉलर कमीच मोजावे लागले होते. तेव्हा आता या तथाकथित विलीनीकरणाने सगळ्यांचं समाधान झालं होतं, फक्त एक माणूस समाधानी नव्हता. आर्सेलरचा आता सगळ्यात मोठा भागधारक आणि त्यामुळे मालक झालेली व्यक्ती आता त्याच्या खुर्चीत जाऊन बसणार असताना पाहून त्याला वेदना झाल्या.

मित्तल खाली बसल्यावर, लोकांनी विचारलेल्या काही प्रश्नांची उत्तर द्यायला त्याने आदित्यला स्टेजवर बोलावलं. प्रश्नांची उत्तरं दिल्यावर आदित्य परत आपल्या जागेवर जाऊन न बसता, तिथेच थांबला. किन्स्चच्या चेहऱ्यावर आठ्या उमटल्या. आदित्य आत्तापर्यंतच्या लढ्यात जसा वडिलांच्या मागे उभा होता, तसाच आत्ताही ठामपणे उभा होता. नाही, तो नवीन कंपनीचा सीइओ होणार नव्हता, त्याने डोलकडे न बघताच सांगितलं, ''अजून कुठल्याच पदाचं वाटप झालेलं नाही.''

डोलची अवस्था आता बिकट झाली होती, त्याचा चेहरा साफ पडला होता. तो पुटपुटत असल्याचं ऐकू आलं, ''तू साला इतका भोळा कधीपासून झालास? किन्स्चच्या हे लक्षात यायला हवं होतं, की त्या पोराला जागेवरच बसवायचा एकच उपाय आहे, खुर्चीला बेड्या घालून त्याला बसवायचा.''

"सध्या सोयीसाठी जरी हे लग्न झालं असलं, तरी नंतर हृदयांचंही मीलन होईल, अशी आशा करू या," किन्स्च म्हणाला.

"आम्ही या वधूच्या मागे पाच महिने लागलो होतो, आमच्या लग्नाच्या मागणीला होकार द्यायला सांगत होतो," मित्तलने किन्स्चकडे बघत विनोदाने सांगितलं. "ही दोघं आनंदाने नांदतील, अशी मला खात्री आहे."

सभा संपल्यावर मित्तल कुटुंबीयांना आर्सेलरच्या प्रशस्त भोजनगृहात, प्रथमच तिथल्या रुचकर भोजनाची चव घेण्यासाठी नेलं. कुठल्याही प्रश्नांची उत्तरं न देता डोल पसार झाला. आर्सेलरच्या बचावासाठी, आपल्याला जादूई पेनऐवजी जर जादूई बासरी मिळाली असती तर किती बरं झालं असतं, असा विचार त्याच्या मनात आला. संबंध लढाईत तो बेडरपणे वागला खरा; पण सहनशक्ती आणि योग्य वेळी तोंड बंद ठेवण्याच्या गुणांनी, पहिल्या दिवसापासूनच त्याची साथ सोडलेली होती.

आर्सेलरशी जरी मित्तल स्टीलचा करार झाला होता, तरी ३० जूनच्या सभेत सेव्हरस्टालचा प्रस्ताव मांडणं कायद्याने बंधनकारक होतं. भागधारक अजूनही सेव्हरस्टालचा प्रस्ताव स्वीकारू शकत होते. अर्थात आर्सेलरच्या भागधारकांनी मित्तलला तात्पुरते आपले शेअर्स देऊन, मित्तलच्या पाठीराख्यांकडे, एकूण वाटप झालेल्या शेअर्सच्या ५० टक्के मूल्य असलेले शेअर्स झाले तरच रशियनाला हुसकावून लावता आलं असतं. त्यांनी पैसे वाढवले, तर मोर्डाशोव्हसुद्धा मित्तलहून मोठा प्रस्ताव देऊ शकतो. आजच्या या महत्त्वाच्या पहिल्याच दिवशी, संध्याकाळी त्याच्या पुढे परत एक संकट येऊन उभं राहिलं होतं. पूर्वेच्या दिशेने एक राजकीय वादळ त्याच्या दिशेने घोंगावत येत होत.

क्रेमलिन त्या रात्री संतापाने फणफणलं होतं. आता रशियात गुंतवणूक करू पाहणाऱ्या पाश्चात्त्य कंपन्यांना या पुढे, जशास तशी वागणूक, आम्ही देऊ, अशी धमकीही त्यांनी दिली. मॉस्कोमधल्या, राजकीय घडामोडीच्या कार्यालयाचा संचालक असलेल्या कॉन्स्टंटीन सिमोनॉव्हने पुढील प्रतिक्रिया दिली : आता आम्ही त्याच भाषेत उत्तर देऊ. तुम्हाला जर रशियात मालमत्ता घेण्याचा अधिकार दिला आहे, तर तुम्हीसुद्धा, रशियन कंपन्यांना, पाश्चात्त्य कंपन्यांची मालमत्ता विकत घेण्यासाठी मदत केली पाहिजे. क्रेमलिनच्या मते सेव्हरस्टालने आर्सेलरशी विलीनीकरणाची प्रक्रिया पूर्ण करून सह्या देखील केल्या होत्या, तेव्हा आम्हाला हा दुःखद आश्चर्याचा धक्का बसलेला आहे. हे सर्व एका अप्रिय वेळी होत आहे. आमच्या नवीन कायद्यानुसार, आम्ही आमच्या उद्योगातील काही विभाग, परकीय गुंतवणूकदारांसाठी राखीव ठेवण्याच्या विचार करत होतो.

पुतिनने या विषयावर मौन धरलं; पण आपल्या ऊर्जामंत्र्याला, व्हिक्टोर

ख्रिस्तेन्कोला, या अन्याय्य घटनेचा मुकाबला करण्यासाठी सांगितलं. मोर्दाशोव्हनेही आता इतर लोकांना त्यांच्या वतीने बोलायला सांगितलं. सेव्हरस्टाल आता आर्सेलरवर करारभंग केल्याबद्दल कोर्टात खेचण्याचा विचार करत आहे आणि ठरल्याप्रमाणे आर्सेलरने १४ कोटी युरो करारभंगाची नुकसानभरपाई द्यावी अशी सेव्हरस्टालचा उपप्रमुख असलेल्या ग्रेगरी मेसनने मागणी केली. केवळ मित्तलची बोली वाढवण्यासाठीच तर तुमचा उपयोग केला होता का? असं आता त्याला लोक विचारत होती.

''त्यांनी आमचा, कामापुरता उपयोग केला का, हे मी सांगू शकत नाही,'' मेसन म्हणाला, ''पण वस्तुस्थिती अशी आहे, की आम्ही आमचा सुधारित चांगला प्रस्ताव त्यांच्यासमोर ठेवला होता; पण त्यावर चर्चा करण्याचं साधं सौजन्यही त्यांनी दाखवलं नाही.''

मंगळवार, २७ जून, दुपारी १२ वा.

रेस्टॉरंट क्लेअरफाउन्टन, लक्सेम्बर्ग सिटी

शहराच्या मध्यवर्ती भागातल्या व्यापारक्षेत्रात असलेल्या या रेस्टॉरंटमध्ये, सर्व क्षेत्रातली प्रतिष्ठित मंडळी, सरकारी अधिकारी आणि मंत्री, परदेशी पाहुणे आणि ज्यांना छानछोकीची आवड आहे, अशा मंडळींची वर्दळ असायची. इथे येण्याआधी टेबल आरक्षित करणं आवश्यक होतं. रेस्टॉरंटमधले वेटर्स, एका खास टेबलाची सजावट करून आपल्या बड्या पाहुण्यांची वाट पाहत होते. लक्ष्मी मित्तल आणि आदित्य मित्तल आत आले.

थोड्याच वेळात मंत्रिमहोदय फ्रिडेन आणि आता नव्यानेच मैत्री झालेले, पंतप्रधान जाँक्लोद जुंकर त्यांना येऊन सामील झाले. आत येताना जुंकर इतका तोंड वासून हसत होता, की त्याच्या तोंडाची दोन शकलं पडतील, असं वाटायला लागलं होतं; पण आज त्याला दुहेरी आनंद झाला होता. मित्तलच्या व्यवहारामुळे त्याच्या सरकारला थोडे शेअर्स विकून ४० कोटी युरो मिळणार होतेच; पण त्याचबरोबर नवीन कंपनीत ३ टक्के हिस्साही अबाधित राहणार होता. युरोपच्या एकत्रीकरणासाठी प्रेरणा देणारी आणि काम करणारी व्यक्ती, म्हणून पंतप्रधानांना २००६ सालासाठी आंतरराष्ट्रीय चार्लेमेग्ने पुरस्काराने गौरवण्यात आलं होतं.

अर्थातच इथे वार्ताहारांना यायला मज्जाव होता. शेक्सपिअरच्या नाटकात शोभेल असा दिसणारा टोनी टिन्टीन्गर, याचा मालक आणि प्रमुख बल्लावाचार्य होता. त्याने संशोधित केलेल्या काही खास पदार्थांचा मेन्यू चाळण्यात टेबलाभोवतीचे चौघे दंग होते. त्यांनी माना वर केल्या तेव्हा आजूबाजूचे कॅमेरे चमकले. फ्रिडेनने

मित्तलशी औपचारिकरित्या हस्तांदोलन केलं, पण जुंकरने पुढे सरसावून लक्ष्मी मित्तलला छातीशी धरून आलिंगन दिलं. पाचच महिन्यांपूर्वी, आपल्याला सेनींगेन किल्ल्यावरील अंधारकोठडीत टाकायला या माणसाला आवडलं असतं, जुंकरच्या मिठीत असताना मित्तलच्या मनात विचार आला. ३१ जानेवारीच्या कडाक्याच्या थंडीत, त्याच जागी मित्तल प्रथम त्याला भेटला होता. आता ते उन्हाळ्यात ऊन अंगावर घेत उभे होते. हे मिठीचं प्रकरण इथेच थांबलं नाही. आता आदित्यची पाळी होती. चणीने लहान असलेला आदित्य, त्याच्या मिठीत असताना दिसतही नव्हता. याला म्हणतात ला बेनेदिक्सिआँ द्यु गोव्हेर्नमाँद – याला म्हणतात सरकारी आशीर्वादाने – क्रेकच्या संपर्क अधिकाऱ्याने, लुक डेकरने वर्तमानपत्रात हे फोटो पाहिले, तेव्हा त्याने कपाळावर हात मारत उसासा टाकला : हे इतकं करायची काय गरज होती? ही जरा जास्तीच राजकीय मिठी वाटते.

उंची वाईन आणि भोजनाने तृप्त झालेला जुंकर लोकसभेत भाषणासाठी उठला. तो आता *आक्रमक चढाई* असले शब्द वापरत नव्हता, तर *विलीनीकरण आणि लग्न* वगैरे भाषा बोलत होता. त्याने क्रेक, स्मिट आणि फ्रिडेन यांनी हे जहाज सुखरूप घरी आणल्याबद्दल त्यांचे आभार मानले. त्याने दिलेल्या लांबलचक भाषणात एक मुद्दा लक्ष वेधून घेणारा होता. मागे ३१ जानेवारीला मी जेव्हा मित्तलला भेटलो तेव्हा, ''लक्सेम्बर्ग अभेद्य आहे, स्वत:पुरताच विचार करणारं एक छोटेखानी दुकान आहे, असं मला सुचवायचं नव्हतं. आमच्या देशात मुक्त वातावरण आहे, आम्हाला इतर देशांबरोबर व्यापार करायला आवडतो. औद्यगिक राजनीतीमध्ये, खास करून पोलादाच्या बाबतीत, आम्हाला सक्रिय भाग घ्यायला आवडेल.

''लक्ष्मी मित्तल, हा एक हुशार गृहस्थ आहे, लायक आहे. त्याला लक्सेम्बर्गच्या व्यवहाराची पद्धत चांगलीच अवगत आहे आणि म्हणूनच त्यांनी आपल्या अवाजवी मागण्या सोडून दिल्या.'' लोकसभेने या मित्तलच्या व्यवहाराला पाठिंबा द्यावा अशी विनंती करत असतानाचं, त्याने ॲलेक्सी मोर्डाशोव्हची भरपूर स्तुती केली आणि आर्सेलर मित्तल रशियन पोलाद उद्योगाशी आणि खास करून सेव्हरस्टालशी निकटचे संबंध ठेवतील, अशी त्यांनी आशा व्यक्त केली.

३० जूनच्या विशेष सर्वसाधारण सभेनंतर, ह्या निकटच्या संबंधांचं, सेव्हरस्टाल आणि आर्सेलरच्या विलीनीकरणात रूपांतर होईल, असं मोर्डाशोव्हला अजूनही वाटत होतं. तो चेरेपोव्हेट्सला माघार घेण्याचा विचार करत नव्हता. आर्सेलरचा मित्तलशी व्यवहार होण्यापूर्वी आर्सेलरने आंतरराष्ट्रीय वर्तमानपत्रात जागा आरक्षित करून पानभर जाहिराती दिल्या होत्या. मित्तलशी निकराने लढण्याची त्यात सूचना

करणाऱ्या त्या जाहिराती, आता प्रसिद्ध झाल्या होत्या आणि त्यामुळे मोर्डाशोव्हला आनंदाच्या उकळ्या फुटत होत्या. मित्तलशी झालेला व्यवहार इतका शेवटच्या क्षणी झाला, की त्या जाहिराती मागे घेण्यासाठी वेळच उरला नव्हता, अशी सारवासारव नंतर करण्यात आली. याच्यात कितपत तथ्य होतं ते माहीत नाही; पण आर्सेलरमधल्या काही वरिष्ठ अधिकाऱ्यांना मात्र, सेव्हरस्टालला मदत करण्यासाठी, मित्तल विरोधी वातावरण असायलाच हवं होतं.

मग युरोपातल्या प्रसारमाध्यमांत अफवांचं पीक उठलं. एव्हराज स्टीलचा भागधारक असलेल्या, रोमन ॲब्रामोव्हिचच्या मदतीने, सेव्हरस्टाल मित्तलपेक्षामोठी बोली लावणार असल्याची चर्चा होत होती.

एव्हराज स्टील कुठल्याच फोनचं उत्तर देत नव्हता.

४१

शुक्रवार, ३० जून, सकाळी ११ वा.

लक्सेपो सेंटर, किर्शबर्ग, लक्सेम्बर्ग

उन्हाळ्यातल्या प्रसन्न सकाळी, आर्सेलरचे चारशे भागधारक आणि निरीक्षक, विशेष सर्वसाधारण सभेसाठी सभागृहात जमले होते. नेहमीपेक्षा आज बरीच गर्दी जमली होती. स्टेजच्या जवळ किन्स्च आणि आर्सेलरचे वरिष्ठ अधिकारी चर्चा करत होते. एकजण सोडला तर बाकी सर्वांनी 'आय लव्ह आर्सेलर'च्या पिना कोटाला लावल्या होत्या. फक्त डोलच्या छातीवर पिन नव्हती. त्याने आपल्या भावना, केव्हाच इतिहासाच्या हवाली केल्या होत्या आणि तो पुढे चालला होता.

कॅमेरे फटाफट फोटो काढायला लागले. स्टेजच्या मागे असलेल्या पडद्यावर आर्सेलरची माहिती देणारी चित्रं दिसायला लागली. उर्क्वीजो स्पॅनिश वेटरचं काम करत, डोली, वुर्थ, जुंकर यांचे पाण्याचे ग्लास भरत होता. उजव्या बाजूला बसलेले, जॉर्ज स्मिट आणि अंतोनी श्पीलमान, मतदानाची छाननी करणार होते.

"मला या सभागृहाला सांगावंसं वाटतं, की या सर्व लढाईत आर्सेलरची परंपरा जपण्याचाच आमचा उद्देश होता आणि तो साध्य झाला आहे असं मला वाटतं." किन्स्चने तासभर चालेल्या भावनाविरहित भाषणाच्या सुरुवातीला सांगितलं. "मि. डोलच्या नेतृत्वाखाली व्यवस्थापनाने जो जोमाने लढा दिला, त्यामुळेच हे शक्य होत आहे," हे त्याने सांगताच टाळ्यांचा कडकडाट झाला. "आम्ही भागधारकांच्या खिशात जवळपास १२ अब्ज युरो टाकले आहेत. मला जेता म्हणून मिरवायचं नाही; पण एक सांगू इच्छितो – ह्या लढाईची शेअरबाजाराच्या इतिहासात कायमची नोंद राहील. आम्ही सेव्हरस्टालचा, मित्तलची बोली वाढवण्यासाठी कधीच उपयोग करून घेतलेला नाही," हे त्याने ठासून सांगितलं. "उलट मी तर असं म्हणीन, की मित्तल स्टीलच्या प्रस्तावाने, आम्हाला सेव्हरस्टालशी व्यवहार करायला भाग

पाडलं.'' त्याने ॲलेक्सी मोर्दाशोव्हचं गुणगान केलं. ''मी त्याला आणि त्याच्या उद्योगसमूहाला शुभेच्छा देतो.''

नंतर लोकांच्या प्रश्नांची उत्तर देताना, कार्लो टस्सारा इंटरनॅशनलच्या लक्सेम्बर्गच्या प्रतिनिधीला माईकवर येताना पाहून त्याला आश्चर्य वाटलं.

''अध्यक्ष महाराज, आर्सेलरचे सर्वांत जास्त शेअर्स असलेल्या संस्थेचा प्रतिनिधी म्हणून माझी अशी मागणी आहे, की मतदानाची छाननी करण्याच्या कामावर आम्हाला घेण्यात यावं. किन्स्च हसला आणि तिला स्टेजवर बोलावून, श्पीलमान शेजारी बसायला सांगितलं. ''मिसेस नाऊव्हील, झालं समाधान?''

नाऊव्हीलनेही परत हल्ला केला, ''समजा, आमच्या तिघांत एकमत झालं नाही तर काय करायचं? २-१ चा विजय झाला असं समजायचं का?'' असं म्हणून ती फ्रेंच बाई जागेवर बसली. ''मित्तलला कसून विरोध करणाऱ्या आर्सेलरने घूमजाव करत, त्यांना पाठिंबा कसा काय दिला,'' या आणि असल्या अडचणीत टाकणाऱ्या अनेक प्रश्नांची, किन्स्चने सफाईने पण विनम्रपणे खुलासेवार उत्तर दिली. त्या 'पॉयझन पिल'च्या संबंधात आम्हाला चुकीची माहिती देऊन दिशाभूल केल्याचा आरोप काही गुंतवणूकदारांनी केला आणि ती उपाययोजना बरोबर होती का ते विचारलं.

''एका सोडून दिलेल्या योजनेवर मतदान करण्याची आमच्यावर वेळ का आलेली आहे?'' नाऊव्हीलने माईकवर येत प्रश्न विचारला, तेव्हा परत टाळ्यांचा कडकडाट झाला. ही बाई आपल्यालाच लक्ष्य करत असल्याचं किन्स्चच्या ध्यानात आलं.

''आपण गेल्या काही महिन्यांत थोडेसे गोंधळाच्या वातावरणात वावरत होतो, याची मला जाणीव आहे. आम्ही आमच्याकडून आमची बाजू मांडण्याचा प्रयत्न करतच होतो; पण विश्वास ठेवा, आम्ही सर्व शक्यता विचारात घेऊनच या निर्णयाला आलो आहोत,'' किन्स्चने खुलासा केला.

मतदानाच्या निकालाची वाट बघत बसलेला असताना, त्याला त्यानी ११ जूनला बोललेले शब्द आठवले : ५० टक्के नकारात्मक मतदानाची शिफारस करण्यामागे, जास्ती जास्त भागधारकांने सभेला हजर राहावं हा हेतू आहे.

सभेला हजर असलेल्या भागधारकांनी सेव्हरस्टालचा प्रस्ताव ५७.९४ टक्के विक्रमी मतांनी धुडकावून लावला होता. उत्तम प्रतीचा परफ्युम बनवणाऱ्या कंपनीत धमाका उडाला होता. मोर्दाशोव्हला आता माघार घेण्यावाचून गत्यंतरच नव्हतं.

लक्ष्मी मित्तल आता थोडा कुटुंबासाठी वेळ देत आराम करत होता आणि प्रथमच आजोबा होण्याची स्वप्न बघत होता. त्याचे सल्लागार आता पांगले होते.

त्यातल्या बहुतेकांसाठी, हा एकमेवाद्वितीय व्यवहार होता. इतका मोठा, गुंतागुंतीचा आणि आक्रमक व्यवहार परत कधीच पाहायला मिळणार नव्हता. आपण गेले पाच महिने काय करत होतो आणि आपली काय अवस्था होती, हे आता प्रथमच ते आपल्या कुटुंबीयांना आणि मित्रांना सांगू शकणार होते. मित्तलच्या व्यवहाराचा आवाका मोठा होता. अनेक अब्ज डॉलर्सचा तो व्यवहार होता. त्याचा वंशवादाशी संबंध होता. त्यात एकमेकांवर कडी करायचा प्रयत्न झाला होता किंवा काही वेळा दिवसाचे चोवीस तास काम करावं लागलं, या असल्या गोष्टी ते सांगणार नव्हते; तर मित्तलच्या गटातल्या सर्वांनी कसं एकदिलानं काम केलं, त्याचं नेतृत्व कसं कुशल होतं, त्याची दूरदृष्टी कशा गोष्टींचं आकलन करायची हे ते सांगणार होते. स्पीरो योऊकिम जेव्हा एक वाक्य बोलला, तेव्हा तसं बोलणारा तो एकटाच नव्हता. *मला जर लक्ष्मी मित्तलने फोन केला आणि सांगितलं, की परत एक व्यवहार करायचा आहे, तर मी पाचव्या मिनिटाला बर्कले स्क्वेअर हाऊसच्या दारात उभा असेन.*

मित्तलच्या दृष्टीने मात्र हा शेवटचा टप्पा नव्हता, तर नेहमीच्या कामाचाच एक भाग होता. या विजयाची चव चाखत बसायला त्याच्यापाशी वेळ नव्हता. आत्ताच्या घडीला तो जगातल्या एकूण पोलादाच्या उत्पादनापैकी फक्त १० टक्केच उत्पादन करत होता. आता त्याला २० कोटी टन उत्पादन करणारा जगातला पहिला उत्पादक व्हायचं होतं. अजून चीनमध्ये खूप काही काम करण्यासारखं होतं. भारतात पोलाद आणि लोखंडाचा कारखाना टाकायचा होता आणि त्याच्या मायभूमीतला तो त्याचा पहिला असणार होता.

आधुनिक काळातील ॲन्ड्र्यु कार्नेजी असलेल्या मित्तलला जगाने आजवर पाहिली नसेल, अशी पोलादाची तंत्रविज्ञानसंस्था काढायची आहे.

याची सुरुवात तो गेले पाच महिने त्याच्याशी शत्रुत्वाने वागणाऱ्या लोकांशी मैत्री करून करणार होता.

आपल्या पॅरिसच्या ऑफिसात सर्वत्र पडलेल्या पसाऱ्यात आन मो उभी होती. मित्तलप्रकरणाच्या सर्व फाइल्स ती एका बाजूला ठेवत असताना तिला एक फोटो दिसला आणि हसू आलं. त्यांच्या विजयोत्सवासाठी तिने ह्या फोटोची जुळवणी केली होती. फोटोतल्या हसऱ्या चेहऱ्याच्या मित्तलने लक्सेम्बर्गच्या पद्धतीची काळी चपटी गोल टोपी आणि पट्ट्यापट्ट्याचं जॅकेट घातलं होतं. बगलेमध्ये चामड्याची चपटी पिशवी धरली होती आणि म्हणत होता, 'आता मी तुम्हाला जास्त आवडतो का?'

ताजा कलम – २००९ जानेवारी अखेर

एखादी कंपनी ताब्यात घेतल्यानंतर एखाद्या जंगी पार्टीचं आयोजन करण्याची प्रथा होती. त्या प्रथेला अनुसरून मोहिमेच्या सांगता पार्टीचं आयोजन केलं होतं. बहुतेक कंपन्या अशा वेळी शँपेन आणि सॅन्डविचेस ठेवतात; पण हे फारच मिळमिळीत झालं. अशा ऐतिहासिक विजयासाठी धमाल मोठी पार्टी असायला हवी. एका सिनेमाच्या संकल्पनेवर आधारित या पार्टीचं नावं मित्तल-१११ ठेवण्यात आलं. मित्तलच्या ऑलिंपस मोहिमेत – आर्सेलरची मोहीम – १११ लोकांनी भाग घेतला होता. प्रथम ही पार्टी अथेन्समधल्या पार्थेनॉन इथे करण्याचा विचार होता; पण शेवटी हर्टफोर्डशायरमधल्या बँक्वेट हॉलमध्ये ही पार्टी आयोजित केली होती. २००६ साली शरद ऋतूत झालेल्या या पार्टीला आलेल्या १११ पाहुण्यांचं लाल पायघड्या घालून स्वागत करण्यात आलं. मेरलिन मन्रो आणि जेम्स डीनसारख्या दिसणाऱ्या कलाकारांनी या मंडळींचं स्वागत केलं. एका भव्य पोस्टरमध्ये फ्रँक सिनात्राच्या चेहऱ्यावर मित्तलचा चेहरा आणि डीन मार्टिनच्या चेहऱ्यावर आदित्यचा चेहरा लावलेला होता. हे पोस्टर ओशन इलेव्हनच्या पद्धतीचं मजेदार वाटत होतं. चमचमीत भोजनानंतर हलकीफुलकी भाषणं झाली आणि नंतर ऑस्करच्या धर्तीवर बक्षीस समारंभ झाला. त्यात महत्त्वाची कामगिरी केलेल्या लोकांना भेटवस्तू देण्यात आल्या. समारोपाच्या वेळी रंगीबेरंगी रोषणाई झाली, तेव्हा मित्तलचं आवडतं संगीत लावण्यात आलं – जेम्स बॉन्डच्या गोल्डफिंगरची धून.

भारतात मित्तलच्या विजयामुळे आनंदाला उधाण आलं होतं. उद्योग आणि वाणिज्य खात्याचा मंत्री असलेल्या कमलनाथचाही या युद्धात थोडाफार हिस्सा होता. ते म्हणाले :

"आता नवीन आर्थिक जडणघडण होत आहे आणि आत्तापर्यंत वेगळ्या कल्पना उराशी बाळगून बसलेल्या देशांना, भारत आता जागतिक आर्थिक व्यवस्थेमध्ये महत्त्वाची भूमिका बजावणार आहे, हे मान्यच करायला पाहिजे." अर्थमंत्री पालनिअप्पन चिदंबरमने प्रतिक्रिया देताना सांगितलं, "भारतीय वंशाचा एक उद्योजक जगातील पहिल्या क्रमांकाचा पोलाद उत्पादक झाला आहे, याचा मला अभिमान आणि आनंद वाटत आहे." लढाई संपून एक महिना झाल्यावर मित्तलचं वर्ष भरीव कामगिरीने संपलं होतं. आदित्य आणि मेघाला त्यांचं पहिलं बाळ झालं होतं. तिचं नाव सनया होतं आणि मित्तल आता आजोबा झाला होता. डिसेंबर २००६ साली फॉर्च्युन मासिकाने मित्तलला 'वर्षाच्या सर्वोत्तम व्यक्तीचा' पुरस्कार दिला होता.

दोन्ही पक्षांना सल्ला देणाऱ्या तेरा बँकांनी २० कोटी डॉलर्सची फी वसूल केली होती. मित्तलला आर्सेलरविषयक सल्ला देणाऱ्या वकील, वित्ततज्ज्ञांनी, जनसंपर्क साधणाऱ्या सल्लागारांनी एकूण १८.८ कोटी डॉलर्सची फी लावली होती, म्हणजे दिवसाला जवळपास दहा लाख डॉलर्स! कंपनीच्या पहिल्या वार्षिक अहवालात हे आकडे दिलेले आहेत.

या प्रकरणातल्या आपल्या सहभागामुळे रोमेन झालेन्स्की खुशीत होताच; पण धार्मिक चित्र विकणारे आणि कलात्मक वस्तू विकणारेही खुशीत होते. या व्यवहारात त्याने एक अब्ज डॉलरचा नफा कमवला होता. मित्तलने त्याला संचालकपदाचा प्रस्ताव दिला होता, तो त्याने मान्य केला होता. आता तो होसे मारिया ॲरिस्ट्रान, फ्रांस्वा पीनो आणि विल्बर रॉससारख्या धनाढ्य लोकांच्या पंगतीला जाऊन बसणार होता.

असाच आणखी एक अब्जाधीश असलेल्या ॲलेक्सी मोर्डाशोव्हच्या दृष्टीने हे संमिश्र फळ देणारं वर्ष होतं आणि वर्षाच्या शेवटी ते सुधारत गेलं. गी डोल त्याला जे इतके दिवस करायला सांगत होता, ते त्याने शेवटी केलंच. नोव्हेंबर २००६ ला त्याने आपली कंपनी लंडनच्या बाजारात पंजीकृत केली. सेव्हरस्टालने जेव्हा त्यांच्या एकूण शेअर्सपैकी, फक्त ९ टक्के शेअर्स बाजारात विकायला ठेवले होते. आत्तापर्यंत रशियन कंपनीने केलेल्या मोठ्या आणि यशस्वी व्यवहारात त्याला स्पीरो योऊकिम आणि सिटी बँकेने सल्ला दिला होता. शेअर्सच्या विक्रीतून त्याला १ अब्ज डॉलर्स मिळाले. २००६ साली सेव्हरस्टालने आंतरराष्ट्रीय दर्जाच्या व्यवस्थापन पद्धतीचा अवलंब केला होता, त्यानुसार त्याने एका स्वतंत्र संचालकाची संचालक मंडळावर नेमणूक केली होती. २००७ सालाच्या उत्तरार्धात सेव्हरस्टाल आर्थिकदृष्ट्या घोडदौड करत होती. गेल्या वर्षीच्या याच काळाच्या तुलनेत त्याने उलाढालीत २३ टक्के वाढ करत ती ११.२ अब्ज डॉलर्स केली होती. त्यांचा नफा ४४ टक्क्यांनी

वाढून २.०२ अब्ज डॉलर्स झाला होता आणि निव्वळ नफा ६० टक्क्यांनी वाढून १.३२ अब्ज डॉलर्स झाला होता.

आता आंतरराष्ट्रीय पोलादाच्या क्षेत्रात पदार्पण करणाऱ्या आणि रशियाचा अग्रेसर पोलाद उत्पादक असलेल्या मोर्दाशोव्हची रशियाचा लक्सेम्बर्गमधील मानद राजदूत म्हणून नेमणूक झाली, हे उचितच होतं. सरकारी प्रवक्त्याने सांगितल्याप्रमाणे मि. मोर्दाशोव्ह आता उन्नतीच्या मार्गावर आहेत.

डोफॅस्कोकडे ८९ टक्के शेअर्स असूनही, ती अजूनही स्टिचिंगमध्येच आहे. थायसन क्रपला हे ओन्टारिओचं बक्षीस मिळवता आलं नाही. २००६ च्या उत्तरार्धात त्याने मित्तलवर पत्राद्वारे केलेल्या कराराचा भंग केल्याचा रॉटरडॅमच्या कोर्टात खटला दाखल केला. पैशांपुढे सद्‌गुणांचा विसर पडतो. स्टिचिंगच्या जाळ्यातून डोफॅस्कोची मुक्तता करून ती थायसन क्रपला मिळावी अशी त्यांची मागणी होती. मित्तलने डोफॅस्कोला स्टिचिंगच्या बाहेर काढण्याचा दोन वेळा प्रयत्न केला; पण प्रत्येक वेळी संचालकांनी मोडता घातला आणि व्यवहार रोखला. जानेवारी २००७ साली कोर्टाने थायसन क्रपचा अर्ज फेकून देत शेरा मारला, 'मित्तलने स्टिचिंग उठवण्याचे पुरेसे प्रयत्न केलेले आहे.' याच्याहून जास्ती ते काय करू शकतात? शेअर बाजाराच्या नियामकांना शांत करण्यासाठी मित्तलने आपला अमेरिकेत असलेला स्पॅरो पॉइन्ट हा प्रकल्प ॲलेक्सी मोर्दाशोव्ह आणि त्याच्या सेव्हरस्टालला विकला. स्टिचिंगच्या जाळ्यात अडकलेली डोफॅस्को आता आर्सेलरमध्ये विलीन झाली होती; पण तिच्यावर २०११ पर्यंत स्टिचिंगचे बंधन राहणारच आहे.

थायसन क्रपला आता कुठल्याही कंपनीशी विलीनीकरण करायचं नव्हतं, त्यांनी ४ अब्ज डॉलर्स खर्च करून आपला स्वतःचा कारखाना अमेरिकेत काढायचं ठरवलं.

या धुमश्चक्रीनंतरही आर्सेलरला अनेक उपाययोजना करायच्या होत्या. पैशाचं भुईचक्र आता इतरांसाठीही जोरात फिरत होतं. या पुस्तकासाठी माहिती मिळवताना आम्हाला एक गोष्ट समजली. न्यूयॉर्कच्या मॅनहटनमधील बँकेत एका नवीन खात्यात ५ कोटी युरो जमा झाले होते. आर्सेलरच्या वित्तविभागाने हे खातं उघडलं होतं आणि पैसे पाठवले होते. आर्सेलरचं तुंबळ युद्ध चालू असताना कंपनीचं हस्तांतरण होण्याची शक्यता असते. वरिष्ठ व्यवस्थापनाला, आपल्या महत्त्वाच्या अधिकाऱ्यांना – जे प्रतिकार करू शकतात त्यांना शांत ठेवणं गरजेचं असतं आणि यात निकाल काय लागेल याच्याशी संबंध नसतो. उद्योगात प्रचलित असलेल्या प्रथेप्रमाणे आर्सेलरने गोल्डन पॅराशूटची संकल्पना अमलात आणायचं ठरवलं होतं. आपल्या

वरिष्ठ अधिकाऱ्यांना जरी नवीन कंपनीने कमी केलं नाही किंवा सक्तीने काम स्वीकारायला लावलं, तरी त्यांना आधीची काही प्रमाणात नुकसान भरपाई आर्सेलर देणार होती. डायरेक्टर जनरलच्या सभासदांना ते ठरलेल्या वेळीच निवृत्त होतील हे गृहीत धरून त्यांच्या पगाराच्या चौपट रक्कम मिळणार होती. कार्यकारी मंडळाच्या नऊ सभासदांना तिप्पट आणि बचावाच्या कामात मदत केलेल्या मॅनेजर्सना दुप्पट रक्कम मिळणार होती. ही रक्कम किरकोळ खात्यात जमा केली होती. कराराची पूर्तता होईपर्यंत तिसऱ्या पक्षाला अशी रक्कम कायद्याने ठेवता येते. न्यूयॉर्क बँकेचा एक कर्मचारी खवचटपणे म्हणाला, 'जेव्हा तुमच्याकडे पॅराशूट असतं, तेव्हा त्याची दोरी दुसरा कोणीतरी ओढण्याची तुम्ही वाट पाहत नाही.' गी डोलला निवृत्त व्हायला फक्त एक वर्ष तीन महिने उरले होते. त्याने आपले पैसे घेतले.

आर्सेलरवर विजय मिळवल्याच्या घटनेला आता एक वर्ष पूर्ण झालं होतं. 'टाइम्स' साप्ताहिकाने मित्तलची जगातल्या १०० प्रभावी व्यक्तींमध्ये निवड केली होती. तो आता कडव्या गॉलिक लोकांच्या हृदयात स्थान मिळवायला लागला. फ्रान्सच्या सुप्रसिद्ध एअरबस या कंपनीच्या पालक कंपनीत, फ्रेंच एरॉनॉटिकल कंपनीतमध्ये – इएडीस – त्याची बाह्य संचालकपदी नेमणूक करण्यात आली होती.

ऑक्टोबर महिन्यात त्याने एक दुर्मीळ असा ब्रॉन्झचा पुतळा पॅरिसच्या गिमेट संग्रहालयाला भेट दिला : 'जगातल्या अग्रेसर पोलाद कंपनीची निर्मिती हे दर्शवते, की माझी आणि माझ्या कंपनीची फ्रान्सच्या प्रती, त्याच्या नागरिकांप्रती आणि त्यांच्या अर्थव्यवस्थेप्रती दृढ बांधिलकी आहे.' नुकतंच मे महिन्यात आर्सेलर-मित्तलचा व्यवहार झाल्यामुळे 'फ्रेंच उद्योगपतींना आता रास्त दरात पोलाद मिळावं म्हणून भारतीय उद्योगपतींच्या पुढे मान झुकवून उभं राहिला लागणार आहे,' असं म्हणणारा फ्रेंच अध्यक्ष जॅक शिराक आता मित्तलच्या बाजूला उभा होता. आता त्याचा सूर बदललेला होता. आता तो मित्तलला सांगत होता, "एक वर्षापूर्वी फ्रान्समध्ये तू आगंतुक होतास; पण आता परिस्थिती बदलेली आहे." असं म्हणत जॅक शिराकने हसून मित्तलशी हस्तांदोलन केलं आणि म्हणाला, "आता फ्रान्समध्ये सर्वत्र तुझं स्वागतच केलं जात आहे."

एक अफवा अशीही पसरली होती, की मित्तलच्या नावाचा 'लेजाँ दनॉएर' या बहुमानासाठी विचार चालू आहे. आणि आन मोला आर्सेलरचा व्यवहार पूर्ण झाल्यानंतर जनजीवन समृद्ध केल्याबद्दल आणि हो! जर्मनांना लोणी न विकल्याबद्दल (दुसऱ्या महायुद्धाच्या काळात उपासमार होणाऱ्या जर्मनांना शत्रूपक्षातील लोकांनी लोणी अथवा इतर जीवनावश्यक वस्तू विकणे हा देशद्रोह अथवा फितुरी मानली जाई.) या सन्मानाने गौरवण्यात आलं होतं.

आर्सेलरच्या व्यवहाराच्या काळात फ्रान्सच्या भेदभाव करण्याच्या कृतीमुळे, भारतीय उपखंडात नाराजी पसरलेली होती. भारतीयांच्या सद्‌भावना परत आपल्या बाजूला वळवण्याच्या उद्देशाने फ्रेंच राष्ट्रपती सर्कोझी फ्रान्सचं उद्योग आणि व्यापार प्रतिनिधीमंडळ घेऊन जानेवारी २००८ मध्ये भारतभेटीवर गेले आणि अर्थातच त्यात मित्तलचा समावेश होता. नेमकं याच वेळी मित्तलला भारतात पोलाद आणि तेलाशी संबंधित उत्पादनं करण्यात रस होता. साहजिकच त्याच्या दृष्टीने ही दुहेरी पर्वणी होती.

फ्रान्सचा माजी वित्त आणि उद्योगमंत्री असलेला थिअरी ब्रेताँ परत मुक्त अर्थव्यवस्था राबवणाऱ्या भांडवलशाहीला येऊन मिळाला होता. तो आता हार्वर्ड बिझिनेस स्कूलमध्ये 'व्यवसायाचं व्यवस्थापन' हा विषय शिकवत होता; पण २००८ च्या उत्तरार्धात त्याला परत प्रत्यक्ष उद्योगात जाण्याची इच्छा झाली आणि फ्रान्सला परत येत त्याने संकटात असलेल्या 'फ्रेंच टेक्नॉलॉजिकल ग्रुप'ची धुरा सांभाळली.

जून २००८ साली झालेल्या टागेब्लाट वर्तमानपत्राच्या पोलिटबॅरॉमीटरसाठी झालेल्या लोकप्रियतेच्या चाचणीत क्रेक आणि फ्रिडनला चक्क ६९ टक्के पसंती मिळाली होती. गेल्या वर्षी ते सहाव्या आणि चौथ्या स्थानावर होते.

ही लढाई ज्या पद्धतीने लढली गेली, त्यामुळे सगळ्यांचं समाधान झालं नव्हतं. डर्टी थर्टीच्या पत्रात शेअर्स उधारीवर देण्याचा जो उल्लेख होता, तो काही लोकांना खटकलेला होता. फिनान्शिअल टाइम्सच्या जॉन प्लेन्डरने या विषयाला तोंड फोडलं आणि चर्चेत आणलं. युरोपातल्या बंडखोर भागधारकांवर कडी नजर ठेवण्याचा त्याने युरोपियन शेअर बाजाराच्या नियामकांना आग्रह केला. असा डर्टी थर्टीचा प्रकार जर अमेरिकेत झाला असता, तर तिथल्या लोकांना सिक्युरिटी एक्सचेन्ज कमिशनला ढीगभर माहिती देत बसावं लागलं असतं. मित्तल-आर्सेलर प्रकरणातून आपल्याला एक धडा मिळतो. जागतिक दर्जाच्या कंपन्यांवर अधिकार गाजवण्याच्या हेतूने येणाऱ्या हेज बँका आणि गुंतवणूक करणाऱ्या संस्थांच्या व्यवहारात पारदर्शकता नसल्यामुळे त्यांचे हेतू तपासून बघितले पाहिजेत.

गोल्डमान साक्सच्या लोकांना प्लेन्डरचा राग आला. त्याच्या कार्यकारी संचालकाने फिनान्शिअल टाइम्सला पत्र लिहून आपला निषेध व्यक्त केला. प्लेन्डर लोकांची गंभीर रीतीने दिशाभूल करत आहे, असा त्याने सरळ सरळ आरोप केला.

११ जुलैला लिहिलेल्या या पत्रात लुकास व्हॅन प्राग म्हणतो, 'आर्सेलरला लिहिलेल्या पत्रात एकाही भागधारकाची सही नव्हती. याच्यात प्रथेला सोडून अथवा

गैर असं काही नव्हतं, कारण ते पत्र एका व्यक्तीने लिहिलेलं नसून साठ जणांच्या संस्थांनी लिहिलं होतं. यातल्या प्रत्येक संस्थेने स्वतंत्र पत्राद्वारे आपली संपूर्ण माहिती सहीनिशी पाठवली होती. यातल्या काही कंपन्यांची नावं जरी हातानी लिहिली असली, तरी त्यांच्या शेअर्सविषयीची माहिती सुवाच्यपणे लिहिली होती.'

'सर्व सह्या करणाऱ्या भागधारकांकडे आर्सेलरच्या बाजारातील शेअर्सच्या ३० टक्के शेअर्स होते. तुम्ही सुचवता तशी वस्तुस्थिती नसून ते तीस टक्क्यांपेक्षा कमी होते असं दर्शवणारा एकही पुरावा नाही. आर्सेलरने २० टक्क्यांपेक्षा कमी भागधारकांनी पत्रं पाठवलं, हा आरोप रास्त आहे असं दाखवून देणारी कसल्याही प्रकारची माहिती पुढे आणलेली नाही,' असं व्हॅन प्रागने ठासून सांगितलं.

जून २००८ मध्ये गोल्डमन साक्स ग्रुप इंकाने लक्ष्मी मित्तलची आपल्या संचालक मंडळावर स्वतंत्र संचालकपदी नेमणूक केली आणि त्याच्याकडे लेखापरीक्षण, नुकसानभरपाई, समूहाचं व्यवस्थापन आणि संचालक मंडळावर पदनियुक्ती करण्याचे काम सोपवले.

आर्सेलरमध्ये असणारे अनेक चेहरे आर्सेलर-मित्तलमध्येही दिसत होते. मिचेल वुर्थ आणि गोन्झालो उर्क्वीजो कंपनीचे रोजचे व्यवहार बघणाऱ्या आणि संचालक मंडळाला सल्ला देणाऱ्या व्यवस्थापन समितीचे सभासद होते.

आर्सेलर-मित्तलचा पहिला सीईओ म्हणून रोलाँ जुंकची नेमणूक झाली होती. २००७ च्या जुलै महिन्यात त्याने राजीनामा दिला आणि आता तो कंपनीचा सल्लागार आहे. या अचानक दिलेल्या राजीनाम्यावर प्रतिक्रिया देण्यासाठी कंपनीने काढलेल्या निवेदनात खुलासा होता, 'मि. जुंक यांच्याकडे दोन्ही कंपन्यांच्या कामकाजात सुसूत्रीकरण करून त्या एकसंध करण्याचं काम होतं. ते आता यशस्वीरित्या, वेळेच्या आधी आणि व्यावहारिक पातळीवर पूर्ण झालेलं आहे. लक्ष्मी मित्तलची रोलाँच्या जागी नेमणूक झाली. जुंकचे अजूनही कंपनीशी संबंध असून तो आता 'आर्सेलर चायना होल्डिंग' या आर्सेलर-मित्तलच्या उपशाखेच्या संचालक मंडळावर आहे.'

मार्टिन ह्यु आता कंपनी सोडून गुंतवणूकदारांशी संपर्क ठेवण्याच्या कामात पब्लिसीसला सल्ला देत होता. फिलिप कॅप्रॉन व्हिवेन्डीमध्ये प्रमुख वित्त अधिकारी झाला होता. जनसंपर्क, खेळ, संगीत आणि प्रसारमाध्यमांशी संपर्क ठेवणाऱ्या व्हिवेन्डीचं पॅरिसला मुख्यालय होतं. कॅनडा, अमेरिका, मध्यपूर्व आशिया आणि आशियात अनेक पोलादाचे कारखाने असलेल्या 'एस्सार' या भारतीय कंपनीत अलेन डेव्हेझ्रॅक प्राप्ती आणि विलीनीकरणाचं काम बघणाऱ्या विभागाचा उपाध्यक्ष

म्हणून काम करत आहे. लंडनला मित्तलच्या ऑफिसला अगदी लागूनच बर्कले स्क्वेअरला त्याच ऑफिस आहे.

२००८ साली मे महिन्यात आर्सेलरची धुरा यशस्वीपणे वाहणारा जोसेफ किन्स्च निवृत्त झाला आणि आता रोज क्लब ग्रॅन्ड-डुकल द लक्सेम्बर्गच्या हिरवळीवर गोल्फ खेळायचा आनंद लुटायला मोकळा झाला. लक्ष्मी मित्तलची आर्सेलर-मित्तलचा चेअरमन म्हणून नेमणूक झाली. लक्सेम्बर्गच्या पोलाद उद्योगासाठी भरीव कामगिरी केल्याच्या सन्मानार्थ लावण्यात येणारा किन्स्चचा पुतळा अजूनही आर्सेलरच्या दारात लागलेला नाही.

गी डोल लक्सेम्बर्ग, पॅरिस आणि आपल्या डंकर्कमधल्या विश्रांतीच्या स्थळी आलटून-पालटून जात असतो आणि लहर लागली की 'गाझ द फ्रान्स' या नौकेवर बसून समुद्रसान्निध्य उपभोगतो. आर्सेलर-मित्तलच्या विलीनीकरणावर बोलताना तो म्हणतो, "अजून निर्णय देण्याची वेळ आलेली नाही. इतक्या मोठ्या प्रमाणात झालेल्या विलीनीकरणात, ते यशस्वी झालं अथवा नाही हे कळायला पाच ते दहा वर्षं लागतात." तज्ज्ञांच्या मतेही, पोलाद उद्योग दरवर्षी सहा टक्क्यांची वाढ कायम करू शकेल का, याविषयी दुमत होतं. मित्तलविषयी डोलला काय वाटतं?

"कुठला?" तो हसून विचारतो. "लक्ष्मी मित्तल तर या क्षेत्रातला दादा आहे."

बाजाराने आपला निर्णय आधीच दिला आहे. २००७ सालच्या पहिल्या नऊ महिन्यांतील करकपातीआधीचा नफा १४.६ अब्ज डॉलर्स होता आणि तो गेल्या वर्षापेक्षा ३० टक्क्यांनी जास्त होता. आर्सेलर-मित्तलचा शेअर बाजारात ५० युरो (७२ डॉलर) प्रतिशेअर विकला जात होता. आता नवीन कंपन्या घेण्याचा विचार नाही, मित्तलने आम्हाला सांगितलं. आता प्रथम या कंपनीची घडी बसवायला हवी; पण प्रत्यक्षात २००७ साली आणखी तीसएक कंपन्या ताब्यात घेतल्याच. २००७ साली आर्सेलर-मित्तलची भरघोस प्रगती झाली आणि त्यांचं उत्पादन ११.६ कोटी टन झालंच. शिवाय त्यांची एकत्रित पुंजी आता १२८ अब्ज डॉलर्स झाली होती. आता मित्तल-आर्सेलरची वार्षिक उलाढाल १०५.२ अब्ज डॉलर्स झाली होती. प्रतिवर्षी २० कोटी टन पोलादाचं उत्पादन करणारी अग्रेसर कंपनी असा मान मिळवण्याच्या मित्तलच्या महत्त्वाकांक्षेत बदल होत असल्याचं कुठलंही चिन्ह दिसत नव्हतं.

जपानच्या निप्पॉन स्टीलला मित्तलची भीती वाटायला लागली. त्याने मॉर्गन स्टॅन्लेला आपला बचावाची सिद्धता करायला नियुक्त केलं. कोरियाचा पोस्को हा पोलाद उत्पादकसुद्धा बेचैन झाला होता आणि आर्सेलर-मित्तलचा हल्ला व्हायच्या आधीच एखादा चांगला सल्लागार शोधायला लागला.

२००७ साली डिसेंबर महिन्यात मित्तलने अर्जेंटिनाच्या एम.टी. मजदालाने या सर्वांत मोठ्या पोलाद वितरकाचा उद्योग विकत घेतला. त्यानंतर मित्तलने ब्राझीलमधली कच्च्या लोखंडाची खाण, ऑस्ट्रेलिया, अमेरिका आणि रशियातील कोळशाच्या खाणी विकत घेतल्या. इतकं करून न थांबता आता त्याने इराकमध्ये तेल आणि पोलाद निर्मिती करण्याची शक्यता चाचपून पाहायला सुरुवात केली आहे. मित्तलच्या भारतातल्या पहिल्या पोलादाची निर्मिती करणाऱ्या कारखान्याच्या उभारणीचं काम केव्हाच सुरू झालेलं आहे.

पोलाद उद्योगात विलीनीकरणाचं काम सुरूच होतं. ब्राझीलच्या सीव्हीआरडी या हावरट उद्योगसमूहाला मात देत भारतातल्या टाटा स्टीलने ब्रिटनची कोरस स्टील कंपनी ताब्यात घेतली. सीव्हीआरडी समूहाने आर्सेलरसाठी व्हाईट नाईटचं काम केलं होतं. सीव्हीआरडीने आपलं नाव बदललं आणि ती 'व्हॅले' या नवीन नावाने ओळखली जाऊ लागली आणि लंडनस्थित एक्सटाटा या खाणउद्योगातल्या आघाडीच्या कंपनीशी एकत्रीकरणाची शक्यता चाचपू लागली. मधल्या काळात चीनचं पोलाद उत्पादन ५० कोटी टनांवर गेलं होतं.

२००८ साली जानेवारीमध्ये मित्तलने गॅन्ड्रेजचा कारखाना बंद करत असल्याचं जाहीर केलं. २००६ साली एप्रिल महिन्यात इथेच मित्तलने वार्ताहरांना नाट्यमय दौरा घडवला होता. फ्रान्स आणि लक्सेम्बर्गच्या कामगार संघटनांनी आणि राजकारण्यांनी एक हजारांपैकी सहाशे रोजगार कमी होतील, या भीतीने त्या विरुद्ध मोहीम उघडली. आर्सेलर-मित्तलने आश्वासन दिलं, 'या पुनर्रचनेच्या काळात, ते आपली सामाजिक बांधिलकी स्वीकारायला तयार आहेत.'

याच महिन्यात कंपनीने २००७ सालाच्या उलाढालीचा अहवाल सादर केला. त्यानुसार करकपातीपूर्व नफा १९.४ अब्ज डॉलर्स झाला होता आणि तो गेल्या वर्षीच्या तुलनेत २७ टक्क्यांनी जास्त होता. याच काळात निव्वळ नफा ३० टक्क्यांनी वाढून १०.४ अब्ज डॉलर्स झाला होता. २००८ साली फेब्रुवारी महिन्यात कंपनीने ४५.८ युरो प्रतिशेअरच्या भावाने ६७९,६३३ शेअर्स भागधारकांकडून परत विकत घेतले. त्यामुळे भागधारकांच्या आणि गुंतवणूकदारांच्या खिशात ३.१ कोटी युरो जाऊन पडले.

मार्च २००८ साली मि. झालिन्स्कीने पोलाद उद्योगातल्या 'इतर हितसंबंधांचा पाठपुरावा करण्याचं' कारण देऊन अचानकपणे आर्सेलर-मित्तलच्या संचालकपदाचा राजीनामा दिला. बाजारात असं बोललं जात होतं, की मित्तलने विकायला काढलेला गॅन्ड्रेजचा कारखाना झालिन्स्की विकत घेणार होता.

जानेवारी २००८ मध्ये आर्सेलर-मित्तलने ०.३७५ डॉलर्स प्रतिशेअर लाभांश जाहीर केला. ही रक्कम २.२ अब्ज डॉलर्सच्या आसपास होते. मित्तलकडे ६२.४

कोटी शेअर्स असल्यामुळे या रकमेपैकी मित्तलला ९३.६ कोटी डॉलर्स चार हप्त्यात मिळणार होते.

मित्तलची मालमत्ता २००६ साली १४.८ अब्ज डॉलर्स होती. ती २००७ साली १९.२ अब्ज डॉलर्स झाली आणि २००८ साली त्यात आणखी वाढ होत ती २७.७ अब्ज डॉलर्स झाली. साहजिकच 'सन्डे टाइम्स'नी प्रसिद्ध केलेल्या धनाढ्य लोकांच्या यादीत मित्तलचं सर्वांत वरती नाव होतं. श्रीमंत लोकांची यादी करणाऱ्या फिलिप बेरेसफोर्डच्या मते, 'या खेरीज मित्तलच्या २ अब्ज डॉलर्सच्या मालमत्ता आणि गुंतवणुकी आहेत.'

या घोडदौडीमुळे ११.७ अब्ज डॉलर्सची मालमत्ता असलेल्या दुसऱ्या क्रमांकाच्या रोमन ॲब्राम्विचला मित्तलने केव्हाच मागे टाकलं होतं. 'फोर्ब्स' मासिकाच्या मतानुसार मित्तल आता या ग्रहावरची चौथ्या क्रमांकाची श्रीमंत व्यक्ती होता.

एकाएकी सर्व काही डळमळीत व्हायला लागलं आणि सर्व आकडेवारी कोसळायला लागली. पन्नास वर्षांतील भयंकर मंदीचे वारे वाहू लागले आणि आता कोणी गोल्डफिंगरची धून वाजवण्याच्या मन:स्थितीत नव्हतं.

जानेवारी २००९ ला 'न्यूयॉर्क टाइम्स'नी दिलेल्या वृत्ताप्रमाणे, सक्षम अवस्थेत असलेला पोलाद उद्योग येणाऱ्या काळाची चाहूल दर्शवतो. पोलादाच्या उत्पादनात घट झाली. आता तर तो व्यवसाय मोडकळीलाच आला आहे, तशी राष्ट्राच्या आर्थिक व्यवस्थेचीही गती होईल.

आपल्या गोष्टीतल्या आर्सेलर-मित्तल आणि सेव्हरस्टाल या पात्रांचीही या प्रसंगातून सुटका नव्हती. आपल्या १.७ अब्ज डॉलर्सच्या कर्जाची व्यवस्था करताना, झालिन्स्कीला नक्कीच सर्व दैवी शक्तींचं पाठबळ लागणार आहे. बाजारातील तज्ज्ञांच्या मते, झालेन्स्कीला आपल्या कुटुंबाच्या कित्येक व्यवसायांवर पाणी सोडायला लागणार आहे, त्यात एडिसन, इन्टेसा, मेडोओबॅन्का आणि एस्सिकुराझोनी यांचा समावेश असू शकतो.

साहजिकच मित्तलला या मंदीचा सर्वांत जास्त फटका बसला आहे. जागतिक पातळीवरील उत्पादनात त्यांनी सुमारे ३० टक्क्यांनी कपात केली आहे. फ्रान्स आणि बेल्जिअममध्ये वाहन आणि बांधकाम उद्योग कर्जबाजारी होण्याच्या मार्गावर असल्यामुळे तिथल्या कारखान्यात तर ही कपात ५० टक्क्यांवर गेली आहे. अनावश्यक खर्चात आणि कामाच्या वेळेत कपात ही आता नित्याची बाब होऊन बसलेली आहे. २००८ च्या शेवटच्या चार महिन्यांतील आर्सेलर-मित्तलचा नफा आता ५० टक्क्यांनी कमी– २.५ अब्ज डॉलर्स (१.५ अब्ज पौंड) होईल असा अंदाज आहे. २००८ च्या नोव्हेंबर महिन्यात एका दिवसात कंपनीच्या शेअर्सचे भाव १० टक्क्यांनी घसरले आणि कंपनीचं बाजारमूल्य जेमतेम ३० अब्ज युरोच्या

(२४ अब्ज पौंड) आसपास होतं. जानेवारी २००९ ला न्यूयॉर्कच्या शेअर बाजारात कंपनीच्या शेअर्सचा भाव २३.२७ डॉलर्स होता, तर पॅरिसच्या बाजारात तो १७.८२ युरो होता. २००७ साली आर्सेलरचा व्यवहार करताना मित्तलने प्रतिशेअर ४०.४ युरो (५२.२९ डॉलर्स) मोजले होते.

मित्तलची मालमत्ता आता १६ अब्ज पौंडाने कमी झालेली आहे, असा समज आहे. त्याने उभारलेल्या साम्राज्यातील त्याचा हिस्सा दररोज १३.७ कोटी पौंडाने किंवा तासाला ६० लाख पौंडाने कमी होत आहे.

गेल्या पन्नास वर्षांतील या भीषण मंदीच्या काळात जगातला पोलाद व्यवसाय एकामागून एक कोलमडून पडत असताना आता सर्वांचे डोळे अमेरिकन अध्यक्ष ओबामांकडे लागलेले आहेत. मूलभूत सुविधा आणि वाहन उद्योगाला संजीवनी देण्याच्या कार्यक्रमाकडे लोक डोळे लावून बसले आहेत. या उपाययोजनांचा अमेरिके-प्रमाणेच युरोप, चीन आणि भारतातील अर्थव्यवस्था सावरण्यासाठी उपयोग होईल असा भरवसा वाटतो.

जगावर कोसळलेल्या या संकटाचं आव्हान मित्तलने उभारलेलं अब्जावधी डॉलर्सचं साम्राज्य पेलू शकेल का? त्याच्या महत्त्वाकांक्षेनुसार तो २० कोटी टनाचं पोलादाचं उत्पादन करणारी जगातली पहिली कंपनी बनवू शकेल का?

गी डोलचे शब्द आता परत मित्तलला छळायला लागतील, 'अजून निवाड्याची वेळ झालेली नाही.'

या घनघोर संग्रामात भाग घेतलेले धुरंधर

पोलाद उत्पादक

मित्तल स्टील

लक्ष्मी मित्तल	–	चेअरमन आणि चीफ एक्झिक्युटिव्ह ऑफिसर
आदित्य मित्तल	–	चीफ फिनान्शिअल ऑफिसर
सुधीर महेश्वरी	–	मॅनेजिंग डायरेक्टर, बिझिनेस डेव्हलपमेन्ट ॲन्ड ट्रेझरी
निकोला डेव्हिडसन	–	जनरल मॅनेजर कॉर्पोरेट, कम्युनिकेशन्स
मलय मुकर्जी	–	मेंबर ऑफ ग्रुप मॅनेजमेन्ट बोर्ड
ज्युलियन ऑनीलाँ	–	डायरेक्टर इन्वेस्टर रिलेशन
बिल स्कॉटिंग	–	डायरेक्टर कन्टिन्युअस इम्प्रुव्हमेन्ट
रोलान्ड व्हेर्स्टापेन	–	डायरेक्टर गव्हर्नमेन्ट अफेअर्स
विल्बर रॉस ज्यु.	–	डब्ल्यू.आय. रॉस ॲन्ड कंपनी

आर्सेलर

जोसेफ किन्स्च	–	चेअरमन
गी डोल	–	चीफ एक्झिक्युटिव्ह ऑफिसर
मिचेल वुर्थ	–	डेप्युटी चीफ एक्झिक्युटिव्ह ऑफिसर
गोन्झालो उर्क्वीजो	–	चीफ फिनान्शिअल ऑफिसर
रोलाँ जुंक	–	मेंबर ऑफ ग्रुप मॅनेजमेन्ट बोर्ड
फिलिप कॅप्रोन	–	डायरेक्टर फिनान्शिअल अफेअर्स
ॲलेन डेव्हेझॅक	–	सीनियर व्हाईस प्रेसिडेन्ट
फ्रेड्रिक व्हान ब्लाडेल	–	लीगल कॉन्सुल
मार्टिन ह्यु	–	हेड ऑफ इन्व्हेस्टर रिलेशन्स
पॅट्रिक सायलर	–	हेड ऑफ कार्पोरेट कम्युनिकेशन्स
रिमी बॉयर	–	एक्झिक्युटिव्ह सेक्रेटरी

संचालक मंडळाच्या वतीने

जॉन कास्टेग्नारो – डेप्युटी, लक्सेम्बर्ग चेम्बर ऑफ डेप्युटीज, अॅन्टोन श्पीलमान डोफॅस्को

डॉन पेथर – चीफ एक्झिक्युटिव्ह ऑफिसर

सहभाग घेतलेल्या बँका

गोल्डमान सॅक्स

रिचर्ड जे. ग्नोड – को-चीफ एक्झिक्युटिव्ह ऑफिसर

योल झोवी – हेड ऑफ इन्व्हेस्टमेन्ट बँकिंग

शारियार ताजबक्ष – मॅनेजिंग डायरेक्टर, हेड ऑफ फ्रेंच मर्जरर्स अॅन्ड अॅक्विझिशन्स

गिल्बेंतो पोइझी – मॅनेजिंग डायरेक्टर, इन्व्हेस्टमेन्ट बँकिंग डिव्हिजन

लीझा रोब – एक्झिक्युटिव्ह डायरेक्टर, गव्हर्नमेन्ट्स अफेअर्स

मॉर्गन स्टॅन्ले

मिचेल झोवी – चेअरमन ऑफ युरोपियन मर्जर्स अॅन्ड अॅक्विझिशन्स

बेनार्ड गाऊल्ट – मॅनेजिंग डायरेक्टर, इन्व्हेस्टमेन्ट बँकिंग डिव्हिजन

क्रडिट स्युस

जेरेमी फ्लेचर – मॅनेजिंग डायरेक्टर, इन्व्हेस्टमेन्ट बँकिंग डिव्हिजन

एचएसबीसी

अॅड्रियान कोट्स – मॅनेजिंग डायरेक्टर, मेटल्स अॅन्ड मायनिंग

सिटीग्रुप ग्लोबल मार्केट्स लिमिटेड

स्पीरो योआखीम – डायरेक्टर, युरोपियन मेटल्स अॅन्ड मायनिंग

सोसायटी जनरल

लॉराँ मेयेर – मॅनेजिंग डायरेक्टर, कॉर्पोरेट अॅन्ड इन्व्हेस्टमेन्ट बँकिंग

डॉईच्य बँक

ब्रेट ओलशर – को-ग्लोबल हेड ऑफ इन्डस्ट्री कव्हरेज अॅन्ड नॅचरल रिसोर्सेस

बीएन.पी परिबास
क्रिस्तोफ मूलां – मॅनेजिंग डायरेक्टर, कार्पोरेट फायनान्स

मेरिल लिन्च
मार्क पोद्रो – प्रेसिडेन्ट, मेरिल लिन्च. फ्रान्स
एमन्युएल हासबानियन – मॅनेजिंग डायरेक्टर, मर्जर्स अॅन्ड अक्विझिशन्स, फ्रान्स

जेपी मॉर्गन चेस
थिअरी डी आर्जेन्ट – मॅनेजिंग डायरेक्टर, फ्रान्स

वकिली सल्लागार
क्लिअरी गॉटलिब स्टीन अॅन्ड हॅमिल्टन
पीएर-ईव्ह शाबेर – अॅडव्होकेट

स्काडेन, आर्प्स, स्लेट, मेघर अॅन्ड फ्लोम
पीएर सेरव्हाँ-श्रायबर – न्यूयॉर्कमधील कंपनीचा फ्रान्सचा अधिकारी

एव्हिंगर, हॉस अॅन्ड प्रुसेन (लक्सेम्बर्ग)
फिलिप हॉस – भागीदार

डेशेर्ट (लक्सेम्बर्ग)
मार्क सायमेट्झ – भागीदार

भागधारक
लक्सेम्बर्ग सरकार
जानो क्रेक – मिनिस्टर ऑफ इकॉनॉमी अॅन्ड फॉरिन ट्रेड
लुक फ्रिडेन – बजेट मिनिस्टर अॅन्ड मिनिस्टर ऑफ जस्टीस

कार्लो टास्सारा इंटरनॅशनल
रोमेन झालेन्स्की – प्रेसिडेन्ट
सेन्टारुस कॅपिटल
बेन्वा दाँजेला – मॅनेजिंग डायरेक्टर

जनसंपर्क सल्लागार
द माईटलॅन्ड कन्सलटन्सी
फिलिप ग्वाईथ – पार्टनर ॲन्ड वरिष्ठ सल्लागार
लायडिया प्रेटझ्लिक - पार्टनर ॲन्ड वरिष्ठ सल्लागार

इमेज - ७
आन मो - प्रेसिडेन्ट

पब्लिसिस
जाँझीव्ह नाऊरी - एक्झिक्युटिव्ह व्हाईस प्रेसिडेन्ट

जागतिक आर्थिक मंदीला तोंड देण्यासाठी श्री. लक्ष्मी मित्तल यांनी आपल्या सहकाऱ्यांना केलेले आवाहन :

आर्सेलर मित्तल

माझ्या प्रिय सहकाऱ्यांनो,

सध्याच्या जागतिक आर्थिक परिस्थितीचा विचार करता, या संकटाशी सामना करण्यासाठी आपल्या उद्योग समूहाचे, म्हणजे आर्सेलर-मित्तलचे, काय धोरण असणार आहे, ते आज मला तुम्हाला सांगायला आवडेल.

गेल्याच आठवड्यात, जागतिक आर्थिक व्यवस्थेला बसलेले धक्के आपणा सर्वांना विदित आहेतच. जगातील अनेक ठिकाणी अवलंबलेल्या चुकीच्या तारण पद्धतीमधे या समस्येचे उगमस्थान आहे. यामुळे लोकांचा बँका आणि इतर आर्थिक व्यवहार करणाऱ्या संस्थांवरचा विश्वास डळमळीत झाला आहे आणि त्यामुळे उद्योग धंद्याला होणारा वित्त पुरवठ्याचा ओघ आटत चालला आहे. सहाजिकच त्यामुळे जागतिक अर्थव्यवस्थेवर याचा विपरित परिणाम होत आहे.

सुदैवाने जागतिक पातळीवरच्या नेतृत्वानी आणि बँकांनी या वर वेळीच उपाय योजना करण्यास सुरवात केली आहे. तरी सुद्धा आर्थिक प्रगतीचा वेग आता धीम्या गतीने होत चालला आहे, ही वस्तुस्थिती आहे, असंच दुर्दैवानी म्हणावे लागेल. या सर्व घटनांच्या परिणामस्वरूपी, आता जागतिक बाजारात पोलादाची मागणी घटलेली आहे आणि या वर्षीच्या पहिल्या सहा महिन्यांच्या मानानी ती खूपच कमी आहे.

या प्रतिकूल परिस्थितीचा मुकाबला करण्यासाठी, इतर सर्व कंपन्यांप्रमाणे आर्सेलर-मित्तललाही सज्ज असायला पाहिजे. आपण सर्वांनी आता जागरूकपणे, सावधगिरी बाळगत, परिस्थितीवर लक्ष ठेवायची गरज आहे आणि या बदलत्या परिस्थितीला तोंड देण्यासाठी आपण आपल्या उपाय योजनेत लवचीकपणा ठेवत पण आक्रमक वृत्तीनी प्रतिकार केला पाहिजे.

आपल्या निरनिराळ्या उत्पादन प्रकल्पांतील उत्पादनांच्या पातळीचा आढावा घेण्याचे काम आम्ही सुरू केले आहे आणि त्यात योग्य ते फेरबदल केले जातील.

सद्य परिस्थितीशी सामना करण्यासाठी आर्सेलर-मित्तल काय करू शकते?

या परिस्थितीला तोंड देण्यासाठी आर्सेलर-मित्तल सक्षम आहे हे जरी वास्तव असलं, तरी एक जबाबदार आणि परिस्थितीनुसार धोरणांचा अवलंब करणारा उद्योग समूह, या नात्यानी, आपण काही तात्पुरते उपाय योजायला हवेत. या उपाय योजनांचा आम्ही परस्थितीनुसार सतत आढावा घेत राहू, असे मी आपल्याला खात्रीनी सांगतो. या कामाची सुरवात आपण काही मूलभूत गोष्टींपासून करणार आहोत. आता आपण आपल लक्ष तीन महत्वाच्या गोष्टींवर, म्हणजेच तीन 'C' वर केन्द्रित करणार आहोत,

Cash – गंगाजळी
Customer – उपभोक्ता आणि
Cost – किंमत

गंजाजळीचा विचार करताना आपण अथकपणे काही प्रयत्न केले पाहिजेत :

– भांडवली खर्चात बचत करणे

उत्पादन सामुग्रीचा कमीत कमी साठा ठेवणे (कच्चा माल, उत्पादन प्रक्रियेत असलेला साठा, तयार मालाचा साठा)

– नवीन उत्पादन प्रकल्पातील गुंतवणुकीसाठी अग्रक्रम निश्चित करणे आणि खर्चावर काटेकोरपणे नियंत्रण ठेवणे.

हे करत असताना, आपल्या समूहाच्या प्राथमिक अग्रक्रमानुसार, आपल्या कर्मचाऱ्यांची सुरक्षा आणि आरोग्यविषयक हितसंबंधाकडे दुर्लक्ष होणार नाही याची काळजी घ्यायला हवी;

पर्यावरणाशी संबंधित बाबींची काटेकोरपणे पूर्तता; करत असताना वैधानिक गोष्टींची पूर्ततेकडे दुर्लक्ष होणार नाही याची काळजी घेणे.

आपण आपल्या प्रकल्पात करत असलेल्या कमी मुदतीच्या गुंतवणुकीवर, या तत्कालीन उपाययोजनांचा काय परिणाम होत आहे, याचे काळजीपूर्वक मूल्यमापन करणे.

आपल्या उपभोक्त्यांच्या संदर्भात आपण हे केले पाहिजे :

– त्यांना उत्तम दर्जाची सेवा पुरवली गेली पाहिजे (उदा. कमीतकमी वेळेत, उत्तम दर्जाचा माल उपलब्ध करून देणे) हे आपण सहज करू शकतो, कारण आपल्या आपली उत्पादन क्षमता सक्षम आहे;

– आपल्या गिऱ्हाइकांशी जास्त वेळा संपर्क साधून, त्यांच्या सद्य परिस्थितील गरजा समजून घेऊन, त्या भागवण्यासाठी उपाययोजना केली पाहिजे.

– आपल्या प्रतिस्पर्धी उत्पादकापेक्षा आपण कसे वेगळे आहोत हे समजावून देणे; सेवा, भरघोस उत्पादन क्षमता, विविध उत्पादने आणि गरजेनुसार नवीन उत्पादने विकसित करण्याची क्षमता, या सर्व बाबतीत आपण दुसऱ्यांपेक्षा कसे सरस आहोत हे पटवून देणे, आणि

– आपल्या गिऱ्हाइकाशी आपली बांधिलकी असून आपण सदैव त्याच्याबरोबर आहोत, असा विश्वास त्याच्या मनात निर्माण केला पाहिजे.

किमतींच्या संबंधात :

– ज्या उत्पादन खर्चावर नियंत्रण ठेवता येणे शक्य आहे, ते खर्च न्यूनतम पातळीवर ठेवणे; उदा.

– हाती उपलब्ध असलेल्या कच्च्या मालाचाच वापर करणे

– देखभालीच्या वेळापत्रकात कपात करणे (अर्थात यात यंत्राची क्षमता आणि सुरक्षितता धोक्यात येणार नाही, हे पहावे.)

– कारखान्यातील कामकाजात, कमी खर्चाच्या आणि किफायतशीर पद्धतींचा अवलंब करणे;

– उत्पादन खर्चात कपात करण्यासाठी आपण आखलेल्या कार्यक्रमाची नेटानी अंमलबजावणी करणे;

– कंपनीसाठी साधन समुग्री खरेदी करणाऱ्या अधिकाऱ्यांच्या अधिकार पातळीची तात्पुरती फेररचना करणे;

– व्यवस्थापनाच्या सकारात्मक उपलब्धींची लवकरात लवकर नोंद घेऊन, त्यात जास्त सुधारणा करणे.

नवीन नेमणुका :

व्यवसायाला आवश्यक आणि पूरक अशा नवीन नेमणुकांचे निर्णय, हे परिस्थितीनुसार घेतले जावेत आणि जी पदे रिक्त ठेवता येण्यासारखी आहेत, त्या नेमणुका लांबणीवर टाकाव्यात.

प्रशिक्षण :

कर्मचाऱ्यांचे कसब वाढवण्यासाठी प्रशिक्षणाचे कार्यक्रम फार उपयुक्त असून ते चालूच ठेवावेत. वाजवी दरात उत्पादन करण्याच्या पद्धतींच्या प्रशिक्षणाच्या कार्यक्रमावर जास्त भर दिला पाहिजे.

उपसंहार :

मला खात्रीनी वाटतं, की पायाभूत साधनसामुग्रीचा आणि औद्योगिक विकासाचा प्रयत्न, जगातील अनेक उदयोन्मुख देशांत चालूच राहील आणि खास करून चीन आणि भारतात तर तो नेटानी चालूच राहील. जागतिक अर्थव्यवस्थेला परत उभारी येईल आणि त्याच्या जोडीलाच उदयोन्मुख देशांतील अर्थव्यवस्था परत उसळी मारून आपले आवश्यक पायाभूत साधनसमुग्रीचे प्रकल्प सुरू करतील, अशी आम्हाला खात्री वाटते.

मधल्या काळात, पोलादाची मागणी ही एकंदर राष्ट्रीय उत्पन्नापेक्षा – GDP – जास्त वेगानी वाढेल असा आमचा अंदाज आहे. याचाच अर्थ प्रतिवर्षी २.५ ते ३,० कोटी टनाची जास्तीची मागणी बाजारातून अपेक्षित आहे. आम्ही ज्या गृहीतकांवर आमच्या उपाययोजना आखलेल्या आहेत, त्याला ही एक प्रकारची पुष्टीच आहे.

आपल्या कर्मचाऱ्यांना मला हे ठामपणे सांगावंसं वाटतं, की सध्याच्या पडत्या काळात, आपल्याला काही तातपुरत्या उपाय योजना अमलात आणाव्या लागतील. आपण अमलात आणत असलेल्या तात्पुरत्या उपाययोजनांचा, आपल्या दीर्घकालीन उपाय योजनांवर कसलाही विपरित परिणाम होणार नाही, हे नमूद करणे मी गरजेचे समजतो. जागतिक अर्थव्यवस्थेत सुधारणा होता क्षणी, त्या अर्थव्यवस्थेचा एक जबाबदार घटक म्हणून सहभाग घेण्यासाठी, आर्सेलर-मित्तल उद्योगसमूह वचनबद्ध आहे. आपल्या उद्योगाच्या स्थैर्यासाठी आपण सतत सतर्क राहून, परत येणाऱ्या आर्थिक तेजीच्या लाटेचा फायदा करून घेण्यासाठी आपण कार्यरत असायला हवं.

आपण आत्ता करत असलेल्या उपाय योजनांमुळे, आपण भविष्यात परत एकदा आघाडी घेण्यासाठी सज्ज असू, असा मला विश्वास वाटतो.

आपल्या उद्योगासंबंधी बोलायच, तर आपण मोकळ्या मनानी एकमेकांच्या संपर्कात राहू, हाती असलेल्या माहितीचं आदानप्रदान करू, गरज भासल्यास मदतीसाठी हात मागू आणि आपलं यश वाटून घेत सर्वांची उन्नती साधण्याचा प्रयत्न करू. या आव्हानात्मक जागतिक परिस्थितीला तोंड देण्यासाठी, वैयक्तिक पातळीवरील चर्चा किती प्रभावी ठरू शकते, हे आपण आपल्या काही कंपन्यांच्या उदाहरणावरून पाहिलं असेल.

इथे एक महत्वाची गोष्ट आपण सर्वांनी लक्षात ठेवायला हवी, ती म्हणजे, की आपण आपल्या क्षेत्रात अग्रेसर आहोत आणि या पडत्या काळातून, आपण आपल्या स्पर्धकांपेक्षा जास्त सक्षम होऊन बाहेर पडू. स्थैर्य, गुणवत्ता आणि नेतृत्व या मूल्यांशी आपण वचनबद्ध आहोत आणि आज हीच मूल्यं आपल्याला जास्त प्रकर्षानी मार्गदर्शन करत आहेत. ह्या पत्रात मांडलेल्या विचारांवर आपल्या सहकाऱ्यांबरोबर मनमोकळेपणे चर्चा करा आणि तुम्ही नेतृत्व करत असलेल्या गटाला मार्गदर्शन करण्यासाठी या माहितीचा उपयोग करा.

आपले उद्दिष्ट साध्य करण्यासाठी आपण करत असलेल्या प्रयत्नांबद्दल, आपल्या निष्ठेबद्दल आणि नेतृत्वगुणांसाठी आपणा सर्वांचे आभार.

सौजन्यपूर्वक सदिच्छा

लक्ष्मी एन. मित्तल
चेअरमन ॲन्ड सीईओ, आर्सेलर-मित्तल

श्री. लक्ष्मी मित्तल आणि आर्सेलर-मित्तल यांच्या संबंधातील ताज्या घटना :

● मित्तल यांच्या लंडनमधील तिन्ही घरांच्या किंमती ५० टक्यांनी घसरल्या. दि. ०२.०१.०९

● प्रचंड नुकसान होऊनही मित्तल ब्रिटनमधील सर्वात श्रीमंत व्यक्ती. श्री. मित्तल यांच्या संपत्तीत १६.६ अब्ज पौंडाची घट झाली असली तरी, १०.८ अब्ज पौंडाची मालमत्ता असलेले लक्ष्मी मित्तल, सलग पाचव्या वर्षी ब्रिटनमधील सर्वात श्रीमंत व्यक्ती ठरले आहेत. दि. २६.०४.०९ रोजी छापून आलेल्या वृत्तानुसार

● १९९५ साली लंडनला वास्तव्य हालवल्यावर, ६७.५ लक्ष पौंडाला विकत घेतलेले समर पॅलेस, आजच्या बाजारभावानी ४ कोटी पौंडाला विकलं जात नसल्यामुळे, ते महिना ४० हजार पौंडानी भाड्यानी देण्याचा श्री. मित्तल यांचा विचार. या घराला ११ प्रशस्त खोल्या, १२ प्रसाधनगृहं, ६ स्वगतकक्ष, पोहण्याचा तलाव आणि काचेची लिफ्ट आहे. पुणे मिरर, दि. ३१.७.०९

● हिंदी सिनेमाचे चाहते असलेले लक्ष्मी मित्तल, अमीर खानचा गजनी पाहून प्रभावित झाले. अमीर खानला शरीरसौष्ठविषयक मार्गदर्शन करणाऱ्या भारतीय कोचला लंडनला आणून, ५४ वर्षांचे लक्ष्मी मित्तल त्याच्या मार्गदर्शनाखाली सध्या रोज दोन तास व्यायाम करतात.

● पोलादाची विविध उत्पादने करणाऱ्या, भारतातील उत्तम गॅलव्हा, ही कंपनी घेण्यासाठी आर्सेलर-मित्तल उत्सुक. या व्यवहारासाठी कंपनीच्या भागीदारांना ३१ ऑक्टोबर ते १९ नव्हेंबर, २००९ पर्यंत संधी देण्यात आली आहे.

● तीन वर्षापूर्वी आर्सेलर-मित्तलनी भारतातील झारखंड आणि ओरिसात पोलादाचे प्रकल्प टाकण्याची घोषणा केली होती. या प्रकल्पासाठी आजतागायत जागाही उपलब्ध न झाल्यामुळे, हे प्रकल्प दुसऱ्या राज्यात हालवण्याचा आर्सेलर-मित्तलचा इशारा. दि. ६.१०.०९

सी.ई.ओ.च्या केबिनमधून...

डॉ. गिरीश वालावलकर

'सी.ई.ओ.च्या केबिनमधून ...' हे पुस्तक आर्थिक विकासाचे सामान्य माणसाच्या जीवनावर होणारे प्रत्यक्ष परिणाम स्पष्ट करते.

गेल्या काही वर्षांत संपूर्ण जगात, विशेषतः भारतात, विलक्षण वेगाने आर्थिक आणि सामाजिक बदल होत आहेत. त्यांचे प्रत्यक्ष परिणाम सामान्य माणसाच्या जीवनावर होऊ लागले आहेत. त्याची जीवनशैली, संवेदनशीलता, सुख आणि यशाबद्दलच्या संकल्पना यामध्ये मूलभूत फरक पडू लागला आहे .

बदलत्या परिस्थितीत उपलब्ध होत असलेल्या संधींचा योग्य उपयोग करत, पाहता पाहता एक हजार कोटींची उलाढाल करू लागलेली 'ओला कॅब' सारखी कंपनी उभी करून पहिल्या पिढीचे उद्योजक देदीप्यमान यश मिळवत आहेत. 'सचोटी' आणि 'बांधिलकी' या तत्त्वांवर उभा असलेला टाटा उद्योग समूह नामांकित परदेशी कंपन्या विकत घेऊन आपला विस्तार करतो आहे. इंद्रा नूयींसारखे व्यावसायिक जागतिक स्तरावर आपला ठसा उमटवत आहेत. 'फ्लिपकार्ट' जगातली कोणतीही वस्तू आपल्या घरात पोहोचवते आहे.

'सी.ई.ओ. च्या केबिनमधून...' बदलत्या परिस्थितीला प्रसन्नतेने स्वीकारून आपली जीवनशैली उंचावण्यासाठी मार्गदर्शन करते. त्याच वेळी अधिकाधिक व्यवहारी आणि भौतिकतावादी बनू लागलेल्या जगात दीर्घ काळ टिकणारे मानसिक समाधान मिळवण्यासाठी आपल्या नैतिक मूल्यांची जोपासना करण्याची गरज उलगडून दाखवते.

'सी. ई .ओ . असणाऱ्यांसाठी आणि सी. ई .ओ . बनू पाहणाऱ्यांसाठी जागतिक स्तरावरील अनुभव देणारा अत्यंत उपयुक्त आणि वाचनीय संग्रह ..'

- डॉ. विठ्ठल व्यंकटेश कामत, सी.ई.ओ.

- कामत समूह